Kitabu
Sphere

I0145779

Mapatano ya Shirika ya Musaada ya
kibinadamu na viwango vya musingi katika
majibu kwa musaada ya kibinadamu

SPHERE NI NINI?

MAPATANO YA SHIRIKA YA MUSAADA YA KIBINADAMU

KANUNI YA ULINZI

KIWANGO CHA MUSINGI CHA SHIRIKA YA MUSAADA YA KIBINADAMU

KUTOA MAJI, CHOO NA KUENDELEZA USAFI

USALAMA WA CHAKULA NA MALISHO

UKINGO NA MAKAO

AFYA

Sphere Association
3 Rue de Varembé
1202 Geneva, Switzerland
Email: info@spherestandards.org
Website: www.spherestandards.org

Chapa la kwanza 2000
Chapa la pili 2004
Chapa la tatu 2011
Chapa la ine 2018

Habari zaidi kuhusu kitabu hiki zinapatikana katika The British Library et de l'US Library of Congress.

ISBN 978-1-908176-943 PBK
ISBN 978-1-908176-950 ebook

Mtajo: Shirika Sphere. *Kitabu Sphere. Mapatano ya Shirika ya Musaada ya kibinadamu na viwango vya musingi katika majibu kwa musaada ya kibinadamu*, Kuandikishwa mara ya 4, Geneva, Switzerland, 2021.
www.spherestandards.org/handbook

Proje Sphere ilianzishwa na kikundi cha mashirika ya musaada ambayo si ya kiserikali (ONGS) pamoja na shirika la Msalaba Mwekundu (Croix-Rouge) na Croissant Rouge mu mwaka wa 1997, ikiwa na kusudi la kutia utaratibu wa kutoa musaada unaokubalika fasi yote: Kitabu Sphere. Kusudi la kitabu Sphere ni kufanya hali ya musaada inayotolewa wakati wa misiba ao na vita iwe muzuri zaidi na kuangalia kama musaada inayotolewa kwa watu wanaopatwa na magumu yanastahili. Mkataba wa shirika la musaada na utaratibu katika kutoa musaada wakati wa magumu ni tunda la muungano ya watu na mashirika mengine katika kutia pamoja uwezo na akili zao. Kwa hiyo, hazipashwe kuonwa kuwa zinatoa maoni ya shirika fulani. Proje ya Sphere iliweza kuandikishwa kuwa shirika la Sphere mu mwaka wa 2016.

Kinagawanywa kwa ajili ya shirika la Sphere kupitia matendo kamili yalichapwa na watumishi na waakilishi duniani pote. Matendo kamili iliochapishwa (UK Company Reg. No. 1159018) ni shirika la uchapishaji kinachokubalika na inatenda ili kuchangia utimizo ya miradi ya matendo mazuri ya sosaiti mama.

Practical Action Publishing, 27a, Albert Street, Rugby, CV21 2SG, United Kingdom
Tel +44 (0)1926 634501
Website: www.practicalactionpublishing.com

Kilibuniwa na: Non-linear Design Studio, Milan, Italy
Kilitafsiriwa na: Centre de Recherche Jurisconsulte (CRJ), République Démocratique du Congo
Kiliandikwa na: ThompsonText, UK

Habari zenye kuwa ndani

Maneno ya utangulizi

Kitabu Sphere, kilieneza miaka 20 wakati chapa la ine (4e édition) iliweza kutangazwa. Hii ni matokeo ya uchocheaji mkubwa, muda wa mwaka moja ya matendo ya wanaotoa musaada katika dunia na inaonyesha wazi miaka makumi mbili ya mazoezi kwa kutumia viwango katika mstari wa kwanza wakati wa kazi ya kutoa musaada, ufundi ya maendeleo, uteteaji kwa ajili ya hali ya musaada.

Ni wazi kwamba, Kikitegemezwa na haki, kitabu Sphere kinajengwa juu ya musingi wa haki, na ya kiadili kimusaada pamoja na uongozi wenye matendo halisi, matendo ya ulimwenguni pote ikiwa na ukusanyo wa mambo yanayosaidia wafanyakazi wakimusaada wanaotenda.

Sphere ina nafasi ya kipekee katika sekta ya kimusaada ya kibinadamu ambayo inakuwa yenye maendeleo. Chapa hii kiliweza kuwekwa kwa musingi wa maazimio ya kimataifa kwenye mkusaniko wa wanaotoa musaada ulimwenguri ya mwaka wa 2016, Ajenda ya 2030 kwa ajili ya utegemezo na wa maendeleo yenye kudumu na mambo mengine mapya duniani.

Ijapokuwa mazingira ya kisiasa ni yenye kusonga mbele, tunanajua kwamba uhitaji wa kuokoa watu walioguswa na misiba ao uadui ni ya lazima sana wakati wowote ule shida inaweza kutokea. Sphere inategemeza siasa ya ulimwenguni pote na ya eneo na ikikumbusha uhitaji wa kutoa musaada yenye kufaa kwa watu wenye kuhusika ili waweze kuishi, kupona na kujenga tena hali yao ya maisha katika heshima.

Nguvu ya Sphere na kuenea yake ulimwenguni inatokana na jinsi Sphere ni ya watu wote. Hali ya kuona kama Sphere ni yangu inakuwa yenye kuchunguzwa upya (revision) kisha miaka chache na wenyewe wakati wa revision ya viwango. Wakati ule tunakuwa wenye kukubali mara ingine azimio yetu na kusikilizana kuhusu jinsi ya kuboresha matendo yetu ya musaada na kujihakikishia kama wenye kutumika kwenye eneo wana kuwa na habari ya kisasa mahali popote watakapotumikia. Hii inafanya kuwa Sphere iwe rejezo na kikumbusho kwa heshima ya mwanadamu na haki ya watu ku shiriki kwa ukamili katika kukamata ma amzi yenye kuwagusa.

Sphere ni moja ya musingi wa kazi ya shirika ya kimusaada ya kibinadamu. Ni chanzo cha kazi ya watu walio wapya katika kazi ya kutoa musaada na ni reference ya kudumu kwa walio na uzoefu. Inatoa miorgozo kuhusu matendo ya lazima sana na vyanzo na nafasi ya kupata habari. Viwango vya wanaotuunga mkono vinatutegemeza katika sekta fulani ili kusaidia watu wawe na hali nzuri na waendelee kuishi vizuri.

Chapa hii inafaidika kuchangia kwa maelfu ya watu wanaotumika na mashirika Zaidi ya 450 kwa kadiri ya inchi 65 katika ulimwengu. Kuenea kwa ulimwenguni pote kwa matokeo ya kitabu hiki inaonyesha waziwazi uzoefu katika hali tofauti, shida mbalimbali na wanaotoa musaada tofauti tofauti. Viwango hivi havingeweza kuwa ikiwa wengi kati yenu hawakuweza kujitoa. Muna shukrani ya sekta yetu kwa musaada wenu muda wa kuweka upya na kwa kweli, muda wa miaka makumi mbili iliyopita.

Tunatumaini kuendeleza hii kazi ya lazima, na kuendelea kujifunza pamoja na nyinyi wakati munatumia kitabu hiki.

Martin McCann
Sphere Board Chair

Christine Knudsen
Executive Director

Shukrani

Chapa hii ya Sphere ni matokeo ya mazungumzo mbalimbali katika historia ya Sphere. Watu karibu 4,500 kutoka katika mashirika waliweza kutoa maoni yao kupitia njia ya internet, na Zaidi ya watu 1,400 walishiriki katika maonyesho 60 yaliotarishwa na inchi 40. Sphere inashukrani kwa ukubwa na unene wa michango iliyotolewa, kutia ndani ile ya NGO ya kitaifa, ya eneo na ya kimataifa, wakuu wa taifa na bunges, Musalaba Mwekundu na croissant Rouge, vio vikuu, shirika la Umoja wa mataifa, na watendaji mojamoja.

Programu ya kuchunguza upya kitabu hiki iliweza kuongozwa na

Sura kuhusu ukingo na makao inatolewa kwa kukumbuka **Graham Saunders**, mwancikaji wa sura hii katika chapa 2004 na 2011 na mshauri wa utayarisho wa chapa 2018.

Graham alikuwa mtoaji wa musaada wa kibinadamu wa kweli kweli na bingwa wa sekta kuhusu makao. Maoni yake, sifa ya uongozi, na mwenye energie nyingi ilimusaidia kukamilisha swala la makao na kutayarisha eneo kwa ajili ya vizazi vitakavyokuja baadaye. Alisaidia kuboresha kazi na kufanya sekta yetu iwe na utaalamu. Tunamukosa yeye akiwa kama painia mutaalamu na ndugu.

ofisi ya Sphere. Sura ziliweza kuelezwa kirefu na mwandikaji wa musingi pamoja na wanaozoezwa katika utegemezo wa sekta ya musaada wa kibinadamu. Wengi kati ya wale wenye kuzoezwa katika kuzungumzia kichwa cha habari waliweza kupendekezwa na mashirika yao ya mahali walpotokea, wakitoa nguvu na wakati wao kuwa mchango halisi.

Kikundi cha waandikaji kiliweza kuwekwa ili kusaidia watungaji na wenye uzoefu kuhusu vichwa vya habari katika kazi yao. Sphere inakubali valere ya michango ya kila moja kupitia mwaka wa 2017 na 2018. Liste nzima ya kikundi cha wafanya kazi na referense ya kikundi cha wanamemba inaweza kupatikana katika site ya Sphere, spherestandards.org. Watungaji (auteurs) na wenye uzoefu (experts) wanaonyeshwa hapa chini.

Sura za musingi

- **Viwango vya shirika ya kimusaada ya kibinadammu na Nyongeza 1:** Dr Mary Picard
- **Kanuni za Ulinzi:** Simon Russell (Global Protection Cluster) and Kate Sutton (Humanitarian Advisory Group)
- **Wiwango vya musingi vya shirika ya kimusaada ya kibinadamu:** Takeshi Komino (CWSA Japan) and Sawako Matsuo (JANIC)

Sura ya kiufundi

- **Maji, usafi na fuatilia usafi:** Kit Dyer (NCA) and Jenny Lamb (Oxfam GB)
- **Usalama wa chakula:** Daniel Wang'ang'a (WVI)
- **MALISHO:** Paul Wasike (Save the Children USA)
- **Ukingo na Makao:** Seki Hirano (CRS) and Ela Serdaroglu (IFRC)
- **Afya:** Dr Durgavasini Devanath (IFRC), Dr Julie Hall (IFRC), Dr Judith Harvie (International Medical Corps), Dr Unni Krishnan (Save the Children Australia), Dr Eba Pasha (independent)

Uzaifu, uwezo na eneo la kutoa musaada

- **Watoto na ulinzi wa watoto:** Susan Wisniewski (Terre des Hommes)
- **Watu wazee:** Irene van Horssen and Phil Hand (HelpAge)
- **jinsia:** Mireia Cano (GenCap)
- **Unyanyasi wa jinsia:** Jeanne Ward (independent)
- **Watu wenye kuishi na ulemavu:** Ricardo Pla Cordero (Humanity and Inclusion)
- **Watu wenye kuishi na ukimwi HIV:** Alice Fay (UNHCR)
- **Afya ya kiakili na kutegemeza afya ya kisaikolojia:** Dr Mark van Ommeren (WHO), Peter Ventevogel (UNHCR)
- **Uadui wa siku nyingi:** Sara Sekkenes (UNDP)
- **Eneo la muji:** Pamela Sitko (WVI)
- **Kuongoza raia–na jeshi:** Jennifer Jalovec and Mark Herrick (WVI)
- **Mazingira:** Amanda George and Thomas Palo (Swedish Red Cross)
- **Kupunguza misiba na hatari:** Glenn Dolcemascolo and Muthoni Njogu (UNISDR)
- **usaidizi ya kipesa na soko:** Isabelle Pelly (CaLP)
- **kuongoza na njia ya kutolewa kwa vitu na logistique:** George Fenton (Humanitarian Logistics Association)
- **Kuchunguza, kuevaluer, kutoa hesabu na kujifunza:** Joanna Olsen (CRS)

Ushauri wa Sphere (Mai 2018)

Action by Churches Together (ACT) Alliance (Alwynn Javier) * Aktion Deutschland Hilft (ADH) (Karin Settele) * CARE International (Phillipe Guiton) * CARITAS Internationalis (Jan Weuts) * Humanitarian Response Network, Canada (Ramzi Saliba) * InterAction (Julien Schopp) * The International Council of Voluntary Agencies (ICVA) (Ignacio Packer) * International Federation of Red Cross and Red Crescent Societies (IFRC) (David Fisher) * International Medical Corps (IMC) (Mary Pack) * The Lutheran World Federation (LWF) (Roland Schlott) * Office Africain pour le développement et la coopération (OFADEC) (Mamadou Ndiaje) * Oxfam International - Intermón (Maria Chalaux Freixa) * Plan International (Colin Rogers) * RedR International (Martin McCann) * Save the Children (Unni Krishnan) * Sphere India (Vikrant Mahajan) * The Salvation Army (Damaris Frick) * World Vision International (WVI) (Isabel Gomes).

Tunapiga aksanti pia kwa wanamemba ambao walitoa wazo la kuongoza na kuchunguza upya kutokea wakati waliacha kuwa washauri: Sarah Kambarami (ACT Alliance) * Anna Garvander (Church of Sweden/LWF) * Nan Buzard (ICVA) * Barbara Mineo (Oxfam International – Intermón) * Maxime Vieille (Save the Children).

Waliotoa usaidizi

Tofauti na shirika zinazotajwa hapo juu, mipango ya kuchunguza upya(revision) ya kitabu hiki kiliweza kupata musaada wa kifeza ya:

Danish International Development Agency (DANIDA) * German Ministry of Foreign Affairs * Irish Aid * Australian Government – Department of Foreign Affairs and Trade (DFAT) * European Commission's Humanitarian Aid and Civil Protection Department (ECHO) through International Federation of Red Cross and Red Crescent Societies (IFRC) * USAID's Office of United States Foreign Disaster Assistance (OFDA) * Swedish International Development Cooperation Agency (SIDA) through Church of Sweden * Swiss Agency for Development and Cooperation SDC) * United Nations High Commissioner for Refugees (UNHCR) * United States Department of State Bureau of Population, Refugees and Migration (US-PRM).

Kamati ya wale waliochunguza upya kitabu Sphere

Christine Knudsen, Executive Director (Sphere)
Aninia Nadig, Advocacy and Networking Manager (Sphere)
Editors: Kate Murphy and Aimee Ansari (Translators without Borders)
Revision coordinators: Lynnette Larsen and Miro Modrusan

Utegemezo wa kikundi cha Sphere:
Tristan Hale, Learning and Training Manager
Wassila Mansouri, Networking and Outreach Officer
Juan Michel, Communications Manager through September 2017
Barbara Sartore, Communications Manager from October 2017
Loredana Serban, Administration and Finance Officer
Kristen Pantano and Caroline Tinka, Interns
Musaada kwa njia ya internet: Markus Forsberg, (PHAP)
Muundo ya kitabu: Non-linear (www.non-linear.com)
Uchapishaji, mpangilio na kuitokeza (production):
Practical Action Publishing (www.practicalactionpublishing.org)
Kimberly Clarke and Megan Lloyd-Laney (CommsConsult)

Aksanti sana kwa utegemezo muda wote wa kuchunguza upya (revision) kwa James Darcy, Malcolm Johnston, Hisham Khogali, Ben Mountfield, Dr Alice Obrecht, Ysabeau Rycx, Panu Saaristo, Manisha Thomas and Marilise Turnbull.

Mashirika yaliyochangia kurekebisha upya kitabu Sphere:

ADRA Argentina (Regional consultation with ADRAs South America)
Agency Coordinating Body for Afghan Relief (Afghanistan)
Alliance of Sphere Advocates in the Philippines (ASAP)
Amity Foundation (member of The Benevolence Standards Working Group, Focal Point for China)
BIFERD (Democratic Republic of Congo)
Community World Service Asia (Thailand and Pakistan)
Daniel Arteaga Galarza*, Sphere advisor to the National Risk Management System (Ecuador)
Dr Oliver Hoffmann* with the Sphere Focal Point for Germany
Grupo Esfera Bolivia
Grupo Esfera El Salvador
Grupo Esfera Honduras
Illiassou Adamou* with the Child Protection sub-cluster (Niger)
Indonesian Society for Disaster Management (MPBI)
Institut Bioforce (France)
InterAction (United States)
Inter-Agency Accountability Working Group (Ethiopia)
Korea NGO Council for Overseas Development Cooperation (Korea, Republic of)
Sphere Community Bangladesh (SCB)
Sphere India
Ukraine NGO Forum
UNDP Chile

*Individual focal points

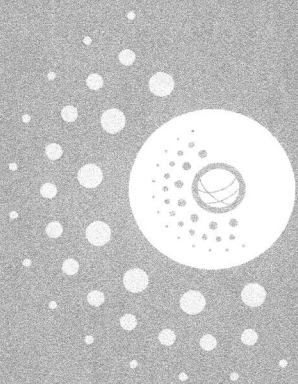

Sphere
ni nini?

Kitabu

Sphere ni nini?

KANUNI + MISINGI

Mapatano ya shirika ya musaada ya kibinadamu

Kanuni ya ulinzi

Kiwango cha musingi cha shirika ya kibinadamu

Kutoa maji, choo na kuendeleza usafi

Usalama wa chakula na malisho

Ukingo na makao

Afya

VIWANGO

NYONGEZA 1	Musingi wa sheria
NYONGEZA 2	Kanuni inayoongoza
NYONGEZA 3	Kifupi cha maneno

Habari zenye kuwa ndani

Sphere ni nini?

Miradi (projet) ya Sphere, ambayo sasa inajulikana kuwa Sphere, uliundwa mnamo mwaka wa 1997 na kikundi yenye haiko ya kiserikali na Shirika la Msalaba Mwekundu na Red Crescent Movement. Kusudi lake lilikuwa kufanya kwamba musaada ya kibinadamu iwe ya mzuri na kuwa ba responable ya matendo yao. Miradi ya sphere inategemea imani mbili za musingi:

- Watu walioguswa na misiba au uadui wana haki ya kuishi kwa heshima na, kwa hivyo, wana haki ya kusaidiwa; na
- Hatua zote zinazopaswa kukamatwa zinakamatwa ili kupunguza shida za wanadamu zinazotokana na msiba au mzozo.

Mapatano ya shirika ya musaada ya kibindamu na viwango vya sphere vinaweka imani ya musingi katika matendo. Kanuni za Ulinzi zinajulisha hatua zote za matendo ya wenye kutoa musaada ya kibinadamu, na Kiwango cha musingi cha shirika ya musaada kina ulazima ya kusaidia katika sekta zote kuhusu daraka hilo. Wanaunda Kitabu cha Sphere, ambacho kimeendelea kuwa moja kati ya reference kwa ajili ya mashirika za kimusaada duniani pote.

1. Kitabu Sphere

Watu wanaotumia sana Kitabu ya Sphere ni watendaji wanaohusika katika kupanga, kusimamia au kutimiza jibu la wale wenye kutoa musaada ya kibinadamu. Hii inatia ndani wafanyakazi wa eneo wenye kujitolea, wa taifa na shirika la kimataifa ya musaada ili kuleta suluhisho kwa magumu ya watu walioguswa. Kitabu sphere kinatumika pia kwa uteteaji wa shirika la musaada wa kibinadamu ili kufanya kwamba hali na daraka katika kutoa musaada na ulinzi iwe yenye kulingana na kanuni za shirika za musaada ya kibinadamu. Inazidi kutumiwa na serikali, watoaji, wanajeshi au sekta za prive ili kuongoza vitendo vyao wenyewe na kuwaruhusu kufanya kazi yenye kuzaa matunda na mashirika ya kibinadamu ambayo hutumia viwango.

Kitabu sphere kilitangazwa mara ya kwanza munano mwaka wa 1998, kikarekebishwa 2000, 2004, 2011 na 2018. Kila hatua ya kurekebisha upya inategemea mashauri ya sekta nzima na watu kibinafsi, shirika lisilokuwa la kiserikali (NGOs), serikali na ma agences za Umoja wa Mataifa. Matokeo ya kazi inayotokana na kutumikisha viwango na uongozi wa sphere ni yenye kuonekana wazi na inakuwa matokeo ya miaka 20 ambayo wanaotoa musaada walitumia ili kujaribu kupima katika dunia yote programu hii.

Toleo hili la ine linatimiza kukumbuka miaka 20 ya Kitabu Sphere na linaonyesha mabadiliko katika sekta ya shirika la musaada ya kibinadamu siku hizi. Inatia ndani namna mpya ya kufanya kazi katika miji, ili kutoa Viwango katika misiba iliyojitokeza, na kwa kutoa usaidizi kupitia masoko. Sura zote za kiufundi zilichunguzwa upya ili kutoa matumizi mapya na kuweka upya musingi wa viwango.

Sura ine za musingi na sura ine za kiufundi

Kitabu hiki kinaonyesha nia ya Sphere ya kufanya kwamba musaada ya kibinadamu iweze kutolewa kulingana na musingi wa haki na kanuni. Ina musingi inayo heshimia haki za watu ya kushirikishwa katika maamuzi inayohusu kurudilia hali yao nzuri.

Sura ine za musingi zinaonyesha musingi wa maadili, za kisheria na musingi yenye kufanya kazi kwa ajili ya majibu ya musaada ya kibinadamu. Zinatumika katika sekta zote za kiufundi na programu. Zinaeleza juu ya kutoa musaada yenye kufaa, na kutia moyo wanaotoa musaada watoe hesabu ya matendo yao kwa wale wanosaidiwa. Sura hizi zinasaidia kutumia viwango vya kadiri vizuri kulingana na hali. Ikiwa unasoma sura za kiufundi bila kusoma sura za musingi kuna hatari ya kupoteza mambo ya lazima ya viwango. Sura za musingi ni

Sphere ni nini? (sura hii): inaeleza umbo ya kitabu, jinsi ya kukitumia pia kanuni zinayoongoza. Ya lazima, inaonyesha namna ya kutumia kitabu hiki.

Mapatano ya shirika ya kibinadamu: Hii ni jiwe la musingi ya kitabu Sphere. Kinachangia ujitoaji wa mashirika ya kimusaada kwamba watu wote waliioguswa na magumu wanahaki ya kupata ulinzi na musaada. Haki hii inahakikisha musingi ya kuishi kwa heshima. Mapatano inakuwa musingi wa maadili na ya kisheria kwa ajili ya kanuni ya ulinzi, utaratibu wa viwango vya shirika ya kimusaada na viwango vya kadiri. Inaundwa na Kanuni ya 1994 ya uongozi kwa ajili ya shirika ya Musalaba Mwekundu na Red Crescent Movement na Mashirika ambazo si za kiserikali (NGOs) katika kutoa musaada wakati wa misiba. Utaratibu unaoongoza unabaki kuwa sehemu ya lazima ya kitabu Sphere ⬡ *ona Nyongeza 2.*

Ili kupata liste ya dokima ya lazima inayounda musingi wa kisheria kwa ajili ya mapatano ya shirika ya kimusaada ⬡ *ona Nyongeza 1.*

Kanuni za ulinzi: Tafsiri halisi ya kanuni ya kisheria na haki zinazoezwa katika mapatano ya shirika la kimusaada katika kanuni ine ambazo zinaeleza kuhusu majibu ya shirika ya kimusaada.

Musingi wa viwango vya mashirika ya musaada ya kibinadamu: Ujitoaji kenda inayoonyesha njia mbalimbali na daraka ya maana ili kufanya uwezekano wakuboresha na wakutumikisha viwango.

Sura ine za kiufundi ambazo zinatia ndani viwango katika kutoa musaada katika masekta:

- Kutoa maji, Kufuatilia usafi na kutetea usafi (WASH)
- Usalama wa chakula na malisho
- Ukingo na makao
- Afya

Kwa vyovyote, uhitaji wa musaada hautokane na sekta fulani ya kipekee. Majibu kwa musaada ya kibinadamu inahitaji kuangali hali ya watu kwa ujumla, na sekta zote zinapaswa kuungana pamoja ili kufikia mradi huo. Katika hali ya shida yenye kuendelea, hii inaweza kupanua majibu ya mashirika ya musaada kwa kutumika pamoja na vikundi vya maendeleo. Kitabu hiki kina marejeo ili kusaidia uungano huo. Wasomaji wanapaswa kuelewa sura zote ili kutumia ufundi unaofaa katika kutoa majibu ya musaada ya kibinadamu.

Kanuni zenye kuongoza: Kanuni kumi za musingi

1. Daraka la musaada ya kibinadamu inakuja kwenye mstari wa kwanza.
2. Musaada unatolewa bila kuangalia rangi, dini ao utaifa na bila kubagua jinsia. Utoaji wa Musaada unatokana tu na uhitaji.
3. Musaada hautatumiwa kwa ajili ya faida ya siasa ao dini.
4. Hatutatumikishwa kama chombo kinacholeta siasa geni ya serikali.
5. Tutaheshimu mila na tamaduni.
6. Tutajitahidi kutoa majibu ya musaada kulingana na uwezo wa eneo.
7. Tutajitahidi kushirikisha wanaopewa musaada katika mipango ya usaidizi
8. Musaada unapaswa kupunguza uzaifu utakaokuja katika misiba na kusaidia kupata musada unaohitajika.
9. Tunakuwa na uajibu kwa ajili ya wanaopata musaada na kwa wale wanaotoa.
10. Wakati wa Kazi yetu ya kupasha habari na ya propaganda tutaona kwamba wale wenye kupatwa na magumu ni watu ambao wanaendelea kuwa na heshima yao na si watu wenye hawana tumaini lolote.

Kanuni zenye kuongoza: Kanuni yenye kuongoza za shirika la ulimwenguni ya Msalaba mwekundu na wa Crescent Movement na pia NGOs programu ya majibu ya musaada ili kusoma maandishi yote

⊕ *ona Nyongeza 2*

Viwango vinotoa ufundi wenye nguvu

Viwango vinavyosindikizwa na mambo yenye kuonekana waziwazi na uzoefu katika shirika za musaada. Vinaonyesha matendo ya lazima sana ambayo inatokana na musingi ya makubaliano. Kwa kuwa inaonyesha kutokuvunja haki ya kibinadamu, vinatumika ulimwengunipote.

Ni lazima kuelewa wazi, kuchunguza na kufuatilia hali ambamo musaada uliweza kutolewa ili kutumia viwango kwa matoke.

Namna viwango vinaundwa

Viwango vinasaidia kutegemeza msomaji ili aweze kuelewa habari zenye kukubalika katika dunia yote, ni zenye kusindikizwa na matendo ya musingi, mambo yenye kuonyesha jinsi hali iko na maelezo ya mwongozo.

- **Viwango** vinatokana na kanuni yenye kuonyesha haki ya uzima yenye heshima. Kwa ujumla Haya yanakuwa ya kiujumla na ya kalite, infanya kwamba mambo yalazima yatimizwe wakati wa shida. Ufananisho katika ujitowa ya viwango ya shirika la musaada ni "ujitowa na takwa la muhimu"
- **Matendo ya musingi** yanaonyesha hatua zakufikia viwango vya musingi. Haya ni madokezo na hayawezi kutumika katika hali zote. Mwenye kutumia viwango hivi anastahili kuchunguza na kuchagua mambo kulingana na hali.
- **Mambo yenye kuonyesha jinsi hali iko.** Zinatayarisha njia ya kufuatilia hatua na matokeo ya progamu zidi ya viwango na kwa muda wote ambao musaada utahitajika. Matakwa yenye kukadiria hesabu fulani ndiyo nivo ya chini yenye kukubalika kwa ajili ya kuonyesha na zinatiwa wakati kunakuwa mapatano katika sekta.
- **Maelezo ya mwongozo** zinatayarisha habari zingine za ziada ili kutegemeza matendo ya lazima, ikiambatana na kanuni za ulinzi, viwango vya lazima kwa wanaotoa musaada na viwango vilivyo katika kitabu hiki. Ma rejezo mengine yanatolewa pia kwa viwango vingine vya shirika ya musaada.

Kutumika kwa kutumia kipimo ya lazima

Kipimo ya lazima ya Sphere ni njia za kupima ikiwa kiwango kiliweza kutimizwa; hazipaswi kufananishwa na kiwango chenyewe. Kiwango kinakubalika duniani pote, lakini vipimo vyenye kusaidia, Kama vile vipimo vya matendo, vinapaswa kufikiriwa kwa kuongozwa na hali na wakati wa kipindi cha majibu. Kuna aina tatu ya vipimo vya Sphere:

- **Kipimo ya kimupango** chunguza ikiwa matakwa fulani yaliweza kutimizwa. kwa mfano: Protokole yenye kuwa sawa na zingine zina tumia kuangalia u salama wa chakula, maisha na ufundi wa kuishi kulingana na hali ⊕ *ona Usalama wa chakula na hali ya kukula kiwango 1.1: Usalama wa chakula.*
- **Kipimo ya kuendelea mbele** inaweka inite ya kipimo ili kuongoza utimizo wa kiwango. Inapaswa kutumia ili kukusudia kuweka mradi pamoja na washiriki na kuongoza mabadikiko kulingana na mradi. Kwa mfano: Asilimia ya jamaa ambazo zilionekana kuwa zina weka maji ikiwa yenye kufunikwa vizuri wakati wote ⊕ *ona Kutoa maji Kiwango 2.2: Kalite ya maji.* Wakati ambao mradi ni ya asilimia 100, watendaji wanapaswa kuunganisha kipimo pamoja na hali ilio katika eneo wakati wanafanya hali nzuri ya maisha kulingana na musingi na maendeleo inayotokana na kielelezo na kufikia miradi, maendeleo iliyofanywa kulingana na miradi kutokana na mapatano yote zidi ya musingi na maendeleo kuelekea mradi yenye inatoka na makubaliano.
- **Kipimo ya muradi** ni yenye kuwa wazi, inaonyesha hesabu ya miradi yenye haikuweza kufikiwa. Miradi haya yanaopaswa kutimizwa bila kukawiya. Ikiwa ni ya chini inaweza kuleta matatizo kwa programu yote. Kwa mfano: Asilimia ya watoto wa umri wa miezi sita mpaka miaka 15 ambao walipata ndui ya mu mishipa: mradi ni asilimia 95 ⊕ *ona Yalazima katika kuhangaikia afya – kiwango kuhusu afya ya watoto 2.2.1: Ndui ya watoto kwa ajili ya kuwakinga na magonjwa.*

Upatano pamoja na viwango vingine

Kitabu Sphere hakieneze njia yote mbalimbali ya musaada ya kibinadamu yenye kuunga mkono haki ya kuishi kwa heshima Mashirika mengine tunazohusiano nawo ziliweza kueleza viwango vingine vya ziada katika sekta mbalimbali zikiwa na musingi wa filozofi ile ile na wanajitoa kama za Sphere. Mambo haya yanapatika kupitia Sphere, Site web ya Viwango vya mashirika ya musaada ya kibinadamu na mashirika mengine wanaoshirikiana.

- Miongozo na wivango kuhusu (LEGS): proje ya LEGS
- Viwango kuhusu ulinzi wa watoto katika matendo ya musaada ya kibinadamu. (CPMS): Ushirikiano wa ulinzi katika kuwalinda watoto wakati wa vitendo vya musaada ya kibinadamu
- Viwango kuhusu Elimu: Kujitayarisha, Kujibu, kupona: Ushirikiano ya vituo kwa ajili ya elimu uharaka (INEE)
- Viwango vya kdiri kwa ajili ya uchumi (MERS): Ushirikiano wa wanabiashara ndogo, elimu na Kampuni ndogo ya Elimu na maaendeleo (SEEP) Network
- Viwango ili kuchunguza soko (MISMA): Ushirikiano katika mambo ya pesa (CaLP)
- Viwango vya shirika ya kimusaada kuhusu wazee na walemavu: mu ungano wa miaka na ulemavu

2. Kutumikisha kanuni kulingana na hali

Majibu ya shirika ya kibinadamu yana kamata hali mbalimbali. Hali mbalimbali zinawewa kuwa na uvutano kwa namna viwango vinaweza kutumiwa katika mazingira ya musaada ili kutegemeza haki ya kuishi katika heshima. Hali hizi zinatia ndani:

- Nafasi ya kugawiya musaada;
- Utofauti kati ya wakaaji na utafauti kati ya mtu moja moja;
- Kazi ya usaidizi na vyombo vya musaada ambavyo vitakuwa na uvutano ya aina ya majibu inayotolewa na shirika ya musaada; na
- Musingi sahihi na kipimo katika hali tofauti, inatia ndani kueleza muda na mradi.

Utamaduni, luga, uwezo wa wanaotoa majibu ao musaada, usalama, Kupata nafasi, hali ya mazingira na mali itakuwa na uvutano kwa matendo ya musaada. Ni jambo la lazima kupiganisha kimbele matokeo mabaya yote ya majibu ya musaada na kutenda ili kuyapunguza ⊕ ona *Kanuni ya ulinzi 1 na 2*, na *Kiwango cha lazima cha ujitowa 3*.

Kitabu sphere ni kanuni ya kujitolea kwa ajili ya kuwa na kalite na daraka, inatumiwa ili kutia moyo kutumia viwango na kuvifanya viwe vya mwenye kuvitumia. Si mwongozo wa "namna" lakini kinaeleza jambo ambalo linapaswa kuwa hapo kuwa kitu cha lazima ili watu waweze kuishi kwa heshima na kurudilia hali yao nzuri.

Kujiambatanisha na viwango vya Sphere haimanishe kutumia Vitendo vyote vya musingi wala kutimiza ma vipimo vyote vya lazima. Nivo yenye shirika moja inaweza kufikia inategemea sababu mbalimbali, Moja kati yazo haziko chini ya uongozi wao. Kukutanana na wakaaji waliopatwa na magumu, Ukosefu wa usalama wa kisiasa ao wa kiuchumi, unaweza kufanya kwamba iwe vigumu kufukia viwango fulani katika hali ile ile.

Katika kisa ambamo jambo linalohitjika linpita namna ya kuishi ya wakaaji, tafuta njiaa ya kumpunguza fujo inayoweza kutokea, Kwa mfaano kujaribu kuwatia moyo wakaaji wafanye kazi ya maendeleo. Katika hali fulani wakuu wa nchi wanaweza kuweka viwango vyenye kuwa juu zaidi kuliko ya Sphere.

Viwango vya Sphere ni vyenye kuonyesha wazi haki ya musingi inayotokana na kuishi kwa heshima, na haibadilike. Vipimo na matakwa ya kadiri yanaweza kutumiwa kulingana na hali. Katika kisa ambako viwango haviheshimiwe, madokezo yote ya kupunguza matakwa yanaweza kufikiriwa kwa uangalifu. Kukubali mabadiliko ya kiumoja na kuripoti jambo lenye kukosekana kulingana na jinsi mambo yanavyoendeka. Kwa kuongezea, shirika la musaada ya kibinadamu inapashwa kufanya evaliwasio ya matokeo mabaya zidi ya wakaaji sababu ya kukosa kufuatilia viwango na kukamata hatua ya kupunguza hatari. Tumia jibu hii ili kusukuma na kujikaza kufikia ma vipimo haraka iwezekanavyo.

Viwango vinavyotumiwa katika kipindi cha programu

Viwango vya Sphere vinapaswa kutumiwa wakati wote wa kutolewa kwa programu, kuanzia ku evaluwasio na kuchunguza, Kupitia mbinu ao mbinu ya maendeleo, kupanga na kuweka programu, kutimiza na kufuatilia, ku evaliwe na kujifunza.

Kukagua ao Evaliwasio na uchunguzi

Viwango vya Sphere vina musingi ya ukaguzi na uchunguzi katika sekta zote, wakitumia liste ya uchunguzi katika kila sura. Shida inapotokea, viwango vya sphere vinasaidia kutambua mahitaji ya lazima ya haraka na waraweka kwenye mstari wa kwanza kazi ambazo zitatoa musaada kwa mahitaji hayo. Mupango na nivo ya musaada yanaonyeshwa kwa ujumla ili kutayarisha musaada yenye matokeo. Viwango vinasaidia kuboresha uongozi katika mashirika na sekta.

Mbinu ya maendeleo na kuandika na kutumia programu

Kiwango cha lazima Cha shirika ya musaada na viwango vya kadiri vinategemeza programu yote ya majibu kwa musaada za kibinadamu inayohitajika kwa wale wote wenye kuwa katika uhitaji. Ni jmbo la lazima kwa wakaaji waweze kuunga mkono wakishirikiana na wakuu viongozi wa eneo ao wa kitaifa ili kutimiza programu hii katika sekta zote.

Matendo ya musingi na kipimo vinatayarisha kazi ya kutambua bya lazima, kutiamupango na uongozi katika sekta. Hii inasaidia kujua kwamba majibu katika sekta inategemeza uweza wa wakaji wa kutimiza mahitaji yao. Kipimo za lazima zinaonyesha kalite ya musaada inayopaswa kutolewa. Piz yanaweka musingi ili kuongoza uchunguzi wa musaada ambao unachunguza njia nzuri ya kutambua uhitaji na kupunguza matokeo mabaya.

Programu inatayarisha uchunguzi unaohusika ya majibu mbalimbali kama vile akiba ya biashara, kutoa musaada wa kipesa, huduma ya kutoa chakula hapohapo, musaada ya kiufundi ao yote pamoja. Musaada ya lazima inayotumwa pamoja mara nyingi inatokea nyuma ya wakati. Kanuni ya kadiri inakazia juu ya kile kinachoweza kufanywa kuliko kutafuta kujua namna gani musaada utatolewa.

Musaada wa kipesa, aina ya programu inayotegemea soko, Inatumiwa sana ili kutosheleza mahitaji ya wanaotoa musaada. Ufikirio wakutumia musaada wa kipesa iliweza kuwekwa katika sura zote za kitabu Sphere. Musaada Wa kipesa inaweza kuwekwa katika sekta nyingi ao katika sekta yenye kuwa na uhitaji. Inaweza pia kutiwa ili kupinga ubaguzi unaofanywa ambao unapunguzia wanawake kufaidika na mali ao kushiriki maamuzi kuhusu mali. Lengo lote la kutoa pesa inaweza kuwa nji bora ya kusidia na kutimiza viwango kwenye sekta. Musaada wote wa pesa unapaswa kujulishwa kwa sekta inayochunguza mahitaji, hali na, soko, na ku evaliwe.

Si sekta zote zinatumika kama soko. Kwa mfano wale wanotoa musaada wa hapohapo ao wa kiufundi. Wanaotoa musaada wa chakula na afya, wanaweza kukusudia kutegemeza vituo vya afya vinavyopatikana katika eneo na ambavyo havitumike kama soko.

Ili kujua namna jinsi musaada unaweza kutolewa kwa matokeo, inaomba kuzungumza na wakaaji kuchunguza soko, kujua namna huduma zinatolewa na kupanga namna ya ugawaji na logistique. Uchunguzi huu unapaswa kuwekwa upya kulingana na wakati kwa kuangalia jinsi hali inavyobadilika ⊕ *ona Nyongeza: Kutoa musaada kupitia masoko.*

Kutenda

Ikiwa viwango vya Sphere haviwezi kutumiwa na watu wote au kikundi fulani kutoka kwa watu waliopatwa na shida, chunguza ni juu ya nini na ueleze uzaifu na pia ni nini kinaomba kubadilika. Angalia hatari mbaya ni gani, kutia ndani hatari juu ya usalama na afya. Andika hati hizi na ufanye kazi kikamilifu na sekta zingine na namba ya watu walioapatwa na shida ili kufikiria njia ya nzuri za kupunguza hartari zenye zinaweza kutokea.

Kufuatilia na ku evaliwe, kutoa hesabu na kujifunza

Kufuatilia na ku evaliwe, kutoa hesabu na kujifunza inategemeza na kusaidia kukamata maamzi kuhusu usimamizi na ambayo inategemea mambo yenye kuonekana wazi. Inasaidia wanaotoa musaada kutoa makurekebisho kulingana na hali. Kila kiwango kina kipimo yenye inaweza kuisaidia ili kutambua kiwa kiliweza kutimizwa na pia kutimizwa sawasawa kwa wakaaji wote, ao nini kingine kinachohiitjika kufanywa. Uchunguzi inasaidia kujifunza kuboresha ufundi na mazoezi ya baadaye, na inakomalisha ujitoaji. Kufuatilia na ku evaliwe, kutoa hesabu na kujifunza yanachangia juhudi za kujifunza zinazohusiana na hatua ya bidii ya mashirika ya musaada ya kibinadamu.

Kuelewa uzaifu na uwezo

Katika Kitabu hiki, neno "watu" limetumika kwa maana pana, kuonyesha imani ya Sphere kwamba watu wote wana haki ya kuishi kwa heshima na kwa hivyo wana haki ya kusaidiwa. "Watu" wanapaswa kuonwa kwa ujumla inamaanisha wanawake, wanaume, kijana mwanaume ao garso na kijana mwanamuke ao fiye, bila kujali umri wao, ulemavu, utaifa, rangi, kabila, hali ya kiafya, parti politke (chama), mwelekeo wa kijinsia, kitambulisho cha kijinsia au tabia yoyote ambayo wanaweza kutumia kujieleza wenyewe.

Watu wote hawana uwezo na pato moja. Kila mutu ao kikundi cha watu kina uwezo tofauti, maahitaji na uzaifu ambozo zinabadika kulingana na wakati. Mambo kama miaka, jinsia, ulemavu na hali ya kisheria au afya vinaweza kupunguza ufikiaji wa musaada. Sababu hizi na zingine pia zinaweza kuwa musingi wa ubaguzi wa kukusudia. Mazungumzo pamoja na wanawake, wanaume, wabinti na vijana waanaume wa kila kizazi na malezi walio katika kikundi kimoja na pia wale alio katika vikundi vilivyochanganyika ni ya lazima. Kuwa kijana au mzee, mwanamke au mwaanaume, mtu mwenye ulemavu au walio wachache katika kabila haiko sababu yakufanya mtu akuwe mzaifu. Badala yake, ni hali fulani katika kipindi cha maisha kinacho weza kufanya mutu ao kikundi aongeze uwezo wake ao kupata shida ya kufikia musaada.

Katika hali nyingi, wakaaji na vikundi wanaweza pia kuwa katika hali ngumu kwa sababu wanaishi mbali, kukosa usalama au katika eneo ambako ni vigumu kufika, au kwa sababu wametawanyika kijiografia kukiwa na shida ya kufikiwa, ya kupata masaada wa ulinzi. Vikundi vinaweza kutengwa na wengine kwa sababu ya utaifa, kabila, lugha, au ushirika wa kidini au kisiasa, ambayo inahitaji uangalifu sana ili kuonyesha kanuni ya kutokuwa na ubaguzi.

Wakati vikundi tofauti vinahusika katika kuunda programu, majibu ya musaada ya kibinadamu ni ya juu sana, inaunganisha wanaohusika na inaweza kuwa na matokeo yenye kudumu. Ushirikisho wa wakaaji walioguswa na shida ni yalazima ili wanamemba wao waweze kuishi maisha ya heshima.

Evaliwe hali ya sasa na muelekeo

- Ni nani aliyeguswa?
- Mahitaji na uzaifu
- Tumia mbinu na uwezo
- Walihamishwa ao wako katika eneo?
- Ni nini ilio ya lazima, kwa watu walioguswa?

- Kulindwa zidi ya hatari
- Hali ya usalama na sheria ya kuongoza
- Kufikia musaada
- Kufikia watu wenye shida
- Mabadiliko inayotokea kwa wakati usiotazamiwa

- Wenye kutoa mali na uwezo wakuwa na uhusiano
- Uwezo na azimio ya kutenda
- Plan ya majibu ya wenye mamlaka na wafanyakazi wengine
- Daraka ya wakaaji wanaokaribisha

- Biashara yenye kuwa hapo na huduma
- Soko na namna ya kupata vitu
- Uwezo wa majengo
- Wanaotoa huduma (kipesa na ingine)
- Uwezo wa vitu vinavyokusanywa, na shida

↓

Uchunguzi na mambo ya lazima

Ni shida gani inapashwa kujulishwa? Na kwa aina ya kikundi gani cha watu? Katika eneo gani? a kwa muda gani? Zidi ya viwango gani?

↓

Jaribu kurekebisha upya njia na kusudia namna majibu yatakavyoweza kutolewa

Fikiria njia iinayopatikana kulingana na hali yako:

- Ongoza huduma zinazotolewa
- Ugawaji wa vitu vya lazima
- Kutoa usaidizi wa kiufundi
- Panga mambo na soko
- Musaada ya kipesa

Chagua njia inayotegemea evaliwasio yako kutokana na mambo haya:

- Uharaka na utegemezo
- Uwezekano
- Uwezo
- Heshima
- Ulinzi zidi ya ugaidi, na hatari

- Uwezo na, garama
- Kutenda kwa upesi
- Ya kitaifa
- Mbinu ya serikali

↓

Kufanya programu juu ya kalite na daraka

Sehemu ya lazima

- Gawanya habari kwa kuonyesha hesabu ya wanamume na wanawake, umri, watu walemavu.
- Uzaifu na ulinzi
- Utegemezo ao mabadiliko

Upashanaji wa haari na daraka

- Feedback na njia ya kutoa malalamiko
- Uongozi
- Ujotoaji ya wakaaji

Hali ya kufuatilia, procedure, maendeleona matokeo

- Kuchagua indikate-
- Kugawa data

Tafsiri na mbinu

- Agajema ya mu eneo na ya kipekee
- Systeme ya taifa na kipekee
- Partenariat

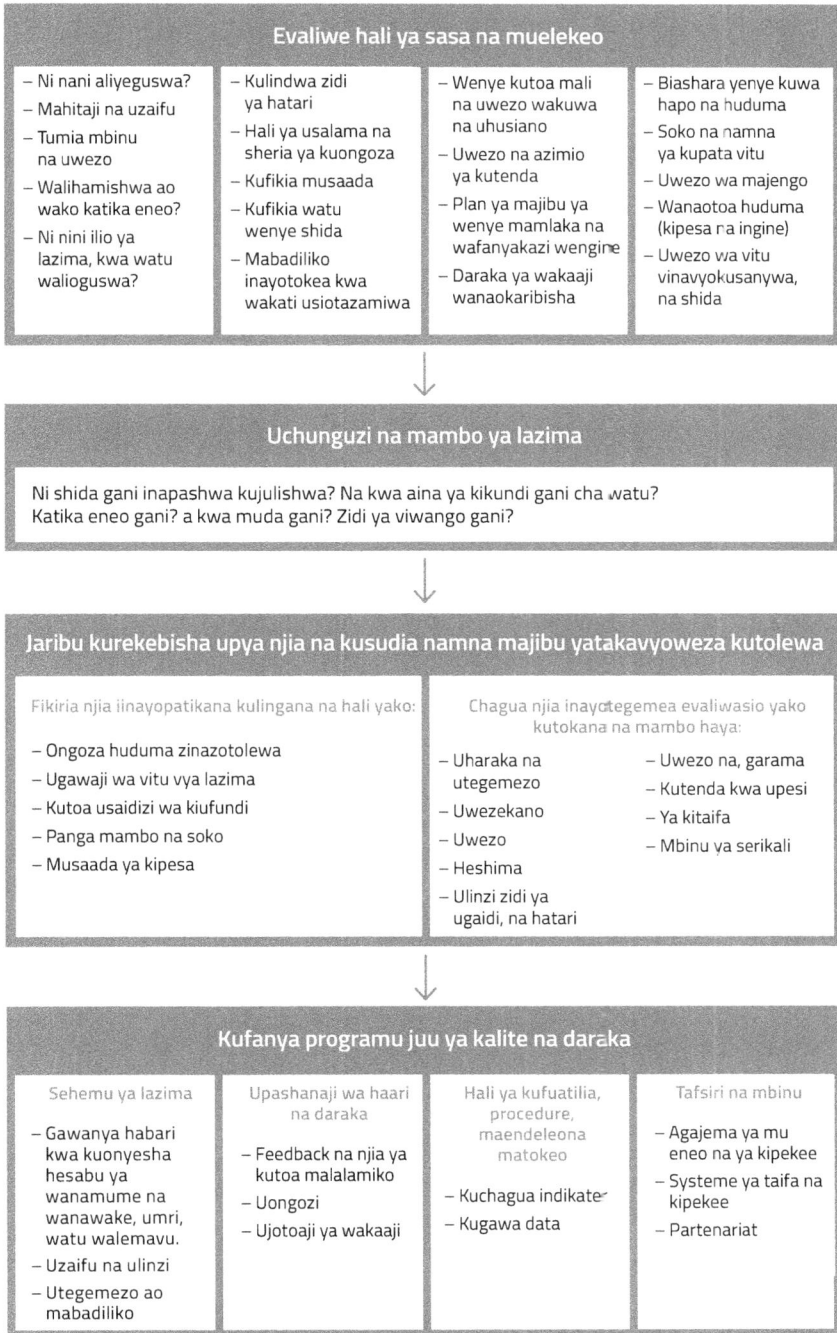

Kuelewa viwango vya kutumia kulingana na hali (Figure 1)

11

Kugawanya data (habari)

Katika hali nyingi, inakuwa vigumu kupata habari (data) inayohusu nivo ya wakaaji. Lakini, data isiyogawanywa inaweza kusaidia kutambua watu wenye kuishi katika hatari, na inaonyesha ikiwa wanaweza kupata musaada wa shirika la kibinadamu bila shida. Gawanya data kwa kadri inavyowezekana na aina zinazofaa kwa hali ili kuelewa tofauti kulingana na jinsia, uzee, ulemavu, jiografia, ukabila, dini, pato au mambo yoyote ambayo inaweza kuzuia kupata musaada bila ubaguzi.

Kuhusu data juu ya miaka, tumia statistike ya inchi. Ikiwa hakuna statistike ya inchi, tumia tablo yenye iko hapa chini. Kuwa na data zenye kuwa wazi ni ya lazima ili kukazia uangalifu kwa vikundi vya lazima kama watoto wachanga, watoto, vijana, wanawake au wazee.

Sex	Hali ya ulemavu	Miaka									
		0–5	6–12	13–17	18–29	30–39	40–49	50–59	60–69	70–79	80+
Wanawake	Bila ulemavu										
	Walio na ulemavu										
Wanaume	Bila ulemavu										
	Walio na ulemavu										

Watoto

Hesabu ya watoto wanopatwa na shida ni kubwa sana lakini mara nyingi haionekane. Uwezo na mahitaji ya watoto hutofautiana kulingana na miaka yao hali yao ya kibayolojia na jinsi wanavyokomala. Ni lazima kukamata mipango ya lazima ili kuhakikisha kama watoto wanalindwa kutokana na shida na wanapata musaada ya lazima bila ubaguzi.

Wakati wa shida, watoto wanakutanana na hatari kubwa zinazotia maisha yao katika hatari, inatia ndani ukosefu wa chakula, kutengwa na familia zao, usafirishaji, kutiwa katika vikundi vyenye silaha, na utendaji mbaya ya kimwili na kingono, hali ambazo zinaombwa kukamata mipango ya haraka.

Kwakuwa Kuna sababu nyingi zinazo ongeza hatari ya ulinzi. Kwa mfano, vijana wanaume wa chini ya miaka kumi na munane na vijana wana wanawake wana uwezekano wakupewa kazi ya kiaskari na vikundi vya jeshi na kushirikisha watoto katika namna mbaya zaidi ya kazi ijapo wangali watoto. Vija mabinti wana uwezekano wa kutiwa katika utumwa wa ngono au wanaouzishwa. Watoto wenye ulemavu wana uwezekano mkubwa wa kuachwa au kupuuzwa. Vijana mabinti wenye ulemavu wanahitaji uangalifu fulani kwa sababu wanapambana na hatari kubwa ya unyanyasaji wa kijinsia, unyanyasaji na ugonjwa wa bwaki.

Tafuta kwa bidii maoni ya mabinti na vijana wanaume wa kila kizazi na malezi, kwa hivyo wanaweza kuwa na matokeo ya jinsi musaada unavyotolewa, kufuatiliwa na ku evaliwe. Sharti ya Haki za Mtoto inasema kwamba neno "mtoto" inamaanisha kila mtu mwenye anamiaka chini ya 18. Angalia jinsi hesabu ya watu walioguswa na magumu inaeleza juu ya watoto, hakikisha kwamba hakuna mtoto au mtu mchanga mwenye banaima musaada.

Wazee

Hesabu ya wazee inaongezeka katika inchi nyingi, lakini mara nyingi wanasahulika katika musaada ya libinadamu.

Katika tamaduni (culture) nyingi, kuna hali winazohusisha uzee ijapokuwa mtu hana miaka ya uzee (kwa mfano mtu kuwa babu (tate) ao alama za mwili (mfano kuwa na imvi). Kuna watu ambao wanasema mtu akiwa na miaka 60 tayari ni mze, miaka 50 inaweza kufikiriwa katika hali ya shida ya kibinadamu inapotokea.

Wazee wanaleta ujuzi na uzoefu na ufundi yakuzoea hali. Wanatumika kama watunzaji, wenye kuongoza mali, viongozi, mwenye kuleta mapato. Wazee wanaweka historia ya tamaduni na wamekua chanzo cha kutafutia habari kuhusu mambo ya tamaduni(culture). Kutengwa, uzaifu wa kimwili, mvurugo ya kifamilia na utegemezo wa muundo ya wakaaji, Magonjwa ya kudumu, magumu na kozoofika kiakili inaweza kuongeza uzaifu wa watu katika wwakati wa utoaaji wa musaada.

Hakikisha kama wazee wanaonwa na kuhusishwa katika kla hatua ya majibu ya musaada wa kibinadmu. Fikiria kazi zinazofaa kulingana na miaka na mazingira na habari yenye kufaa ili kutumia data kulingana na umri kwa kusudi ya ufuatiliaji na uongozi wa programu.

Jinsia

"Jinsia" inarejezea tofauti ya kijamii inayowekwa kati ya mwanaume na mwanamuke kupitia kipindi cha maisha yao. Muundo huu unaweza kubadillika kupitia tamaduni na hali. Jinsia inaweza kusaidia kujua madaraka tofauti, uwezo na kufikiwa kwa mwanamuke, binti, kijana mwanaume na wanaume wakiwa mali. Kuelewa utafauti huu na mabadiliko yaliyotokea kulingana na wakati inasaidia wanaotoa misada ya kibindmu waweze kupanga na kutoa musaada inayohitajika huku wakitii haki yakibinadamu. Magumu inaweza kuwa okazio ao fursa ya kuonyesha ubaguzi wa jinsia na kuwezesha vijana wanume na wanawake.

Jinsia sio sawa na uume ao ukike (sexe), ambayo inahusu sifa za kibayoloja za mtu.

Neno "Jinsia" haimaanishe "wanawake pekee yao". Wakati ambako wanawake na binti wanapatwa na shida ya daraka ya kijinsia, waume na vijna wanaume wanapatwa pia na vizuizi sababu ya uume wao. Programu ya usawa wa kijinsia inahitaji kuwashirikisha katika maendeleo ya uhusianowa wanawake, wabinti, wanaume na vijana wanaume pasipo ubaguzi.

Jeuri zidi ya jinsia

"Jeuri ya kijinsia" inaeleza jeuri inayotokana na utofauti kati ya jinsia ya wanaume na wanawake. Inaeleza kama ukosefu wa usawa kati ya wanaume na wanawake ndio musingi ya namna yote ya jeuri inayofanyika kwa mwanamuke na wabinti katika dunia. Magumu inaweza kuongeza aina nyingi za jeuri inayotokana na jinsia, pamoja na jeuri ya wa bibi na bwana, ndoa ya watoto, unyanyasaji wa kijinsia na uchuuzi.

Mashirika yana daraka la kukamata hatua zote za kuzuia jeuri wa k jinsia na wa watu wanaopatwa na misiba, kutia ndani kazi zao. Wakati madai ya ukosefu wa adili inaonekana kuwa ya kweli, ni lazima viongozi wenye uwezo wafuatilie kesi na kujihakikishia kwamba zinashugulikiwa vizuri.

Watu wanaoishi na ulemavu

Karibu watu 15 juu ya 100 katika dunia wanaishi na aina fulani ya ulemavu. Watu wenye ulemavu wanatia ndani wale ambao wana shida ya muda mrefu ya mwili, kiakili, au ya ukosefu wakutumia maasa(sens), inaweza kuwa sababu ya kutuma mutu asiweze kushirikiana na wengine.

Katika hali ya usaidizi wa kibinadamu, inawezekana kwa watu wenye ulemavu kushindana na vizuizi kwa mazingira ya kimwili, usafirishaji, habari na upashano wa habari, na huduma ya shirika ya musaada ya kibinadamu. Programu ya kujibu na utayari inapaswa kufikiria sana uwezo na mahitaji ya watu wote wenye ulemavu na kufanya juhudi za kuondoa vizuizi vya kimwili, vya kuzungumza pamoja na vya kufikiwa na kushirikishwa. Hatari kwa wanawake na mabinti wenye ulemavu zinaweza kutokea kwa sababu ya ukosefu wa usawa wa kijinsia na ubaguzi.

⊕ *Ona marejezo: Kikundi cha maulizo cha Washington* kwa ajili ya kuweka data kulingana na wakati pamoja na hali ya ulemavu na ⊕ *Viwango vya wanaotoa musaada kwa ajili ya wazee na watu wanaoishi na ulemavu* ili,kupata habari ya ziada.

Watu wanaoishi na kuguswa na UKIMWI

Ni lazima kujua ukuu wa uambukizaji wa UKIMWI katika hali fulani ni ya lazima sana ili kuelewa udhaifu na hatari na kutolewa musaada wakufaa. Uhamishaji unaweza kuwa sababu ya kuongezeka kwa hatari za UKIMWI, na shida zinaweza kuleta usumbufu katika kuzuia, upimaji, utunzaji, dawa na huduma za musaada. Hatua ya lazima inahitajika mara nyingi kulinda zidi ya hatari na ubaguzi katikati ya watu walio katika hatari kubwa. Hii inaweza kuongezeka kwa usawa wa kijinsia na ubaguzi kulingana na hali ya ulemavu, kitambulisho cha kijinsia na mwelekeo wa kijinsia. Kwa upande mwingine, hii inaweza kuwavunja moyo watu wanaoishi na UKIMWI kutafuta huduma kwenye shida, ikiwa kuna yenye kupatikana. Jeuri, ubaguzi na mbinu mbaya kama vile biashara ya ngono inaongeza hatari ya kuambukizwa na UKIMWI, sana kwa wanawake, wabinti na jamii za LGBTQI. Wale walio katika hatari kubwa ni wanaume wanaofanya ngono na wanaume, watu ambao hujingiza dawa za kulevya katika mwili, wafanyabiashara ya ngono, watu wanaosoma, watu wenye ulemavu, na watu wenye kuwa katika gereza na mipangilio mingine iliyofungwa ⊕ *ona huduma ya afya Ya lazima afya ya kijinsia na uzazi 2.3.3: UKIMWI*.

Mambo kama vile kupunguza kutembea sana kupata huduma unaofaa kwa ajili ya wakaaji walioguswa inapunguza hatari ya UKIMWI. Tupilia mbali maoni mabaya juu ya kuwapo kwa watu wanaoishi na UKIMWI. Watu wanaoishi na UKIMWI wanapashwa kuishi kwa heshima na bila ubaguzi nawanapashwa kupata huduma bila shida.

Jamii ya LGBTQI

Watu wanaojulikana kuwa lesbian (wanawake wanaofanya ngono na wanawake), gay (watu wa njisia moja wanaofanya ngono), bisexual (watu wajinsia mbili), transgender (watu naoonekana kuwa wa jinsia isiyokuwa yao), queer(ngono ya wanaume kwa wanaume) ao (intersex) watu wanaokuwa na jinsia mbili (LGBTQI) Wakuwa na hatari ya kubaguliwa, kuzarauliwa, na jeuri ya kingono na ya kimwili. Wanaweza kukutanana na vizuizi vya kupata huduma ya afya, makao, elimu, kazi, habari, na vifaa vya musaada ya kibinadamu. Kwa mfano, jamii ya LGBTQI, wanakutanana na ubaguzi katika kuwazuia kuhuzuria kwa programu inayohusu umoja wa familia kama vile makao ya uharaka na ugawaji wa chakula. Vizuizi hivyo vinaweza kuwa na matokeo mabaya kwa afya na uzima wao na inaweza kuwa namatokeo katika kuzoea hali ya sasa. Tia ndani majibu yenye kulinda wakati wa kutayarisha na kupanga mambo. Jihakikishie kwamba kuna mazungumzo pamoja na jamiil la LGBTQI katika kila nivo ya musaada ya kibinadamu.

Afya ya akili na utegemezo wa kisaikolojia

Watu huitikia tofauti kwa mvurugo wa akili inayotokana na shida ya kibinadamu. Wengine wana uwezekano wa kupitwa na magumu, zaidi sana ikiwa wamehamishwa kwa kinguvu, kutengwa na familia, wanaokoka jeuri ao wamekwisha kuishi maisha yenye kugusa afya ya akili yao. Kutoa huduma za kimsingi na usalama katika njia yenye kukubalika kijamii na kitamaduni ni lazima kwa wote kuzuia shida kati ya hesabu ya watu walioguswa vibaya na ubaguzi.

Kuimarisha musaada wa kisaikolojia na kujisaidia inatia mazingira yenye ulinzi, kuruhusu wale walioguswa na shida waweze kujisaidia na kuzoea hali ya sasa katika jamii na kuwa mzuri kihisia. Utoaji wa musaada kwa mtu kipekee, kwa familia ao kwa kikundi-kutia ndani majibu ya kiafya ni ya maana, lakini si lazima itolewe na wataalamu wa afya ya kiakili. Yanaweza kutolewa na watu waliopata mazoezi na kufuatiliwa ⊕ *ona Kiwango cha lazima cha kuhangaikia afya ya akili 2.5: Matunzo ya afya ya akili*.

Mara fulani wakaaji waliopatwa na shida wanaonyesha imani ao dini yao na wanaweza kuungana na shirika Fulani ya kidini. Hii inakuwa moja ya sehemu ya mbinu na inaweza kusukuma kwa utoaji wa musaada katika sekta. Ushuhuda unaonyesha wazi kwamba watu walioguswa na shida wanapewa musaada kwa kufikiria Imani yao. Jamii ya kidini inakuwa na uwezekano wa kusaidia kutoa musaada ya kibinadamu. Ufundi yenye musingi wake ni mwanadamu unahitaji wanaotoa musaada ya kibinadamu wajue Imani ya watu walioguswa na shida. Kuna vifaa vinavyosaidia kufikia kusudi hilo.

Kuelewa eneo la musaada

Utoaji wa majibu ya musaada ya kibinadamu inayolingana na uhitaji wa wakaaji walioguswa na shida na inategemea hali ya kijeografia, kiusalama, kijamii, kiuchumi, kisiasa na ya kimazingira. Viwango vya musingi viliwekwa kwa ajili ya kutoa musaada ya kuokoa uzima, na zinatumiwa katika majibu ya musaada ya kibinadamu ambayo inadumu kwa masiku machache, majuma, miezi na hata miaka. Musaada ya kibinadamu inapashwa kubadilika kulingana na wakati na kuepuka hali ya kutegemewa.

Kuendelea kuchunguza muktaza ao context na hali itasaidia kujulisha wakati programu itawekwa kulingana na mabadiliko ya mazingira, kama vile usalama na majira yenye kuharibika na mvua muda wote wa uchunguzi kuhusu kujua matokeo yenye majibu ya musaada ya kibinadamu inakuwa nayo kwa wakaaji kama vile jinsi ya kupata biashara na huduma ya kukodisha gari ya usafirshaji ili kujihakikishia kwamba hakuna uadui unaoweza kutokea kutokana na mipango hayo ⊕ *ona Kanuni ya ulinzi 2*. Wakati uadui unakawiya sana, uzaifu wenye kuonekana unawewa kuongeza uhitaji na uzaifu, hali hii inahitaji ulinzi zaidi na uwezo kuwa na mafikiri mazuri ili kurudilia hali nzuri haraka. Mambo haya yanaweza kuelezwa kwa wenye kutoa musaada.

Uratibu kama vile ule wa mfumo wa vikundi ni wa lazima ili kuweza kugawa vizuri kazi na daraka na kutambua fasi yenye iko na shida. Ni lazima kuepuka kupoteza nguvu na mali. Kupashana habari pamoja na wenye kutegemeza programu ya musaada kwa kutia mpango na aktivite ao huduma, inaweza kuhakikisha kama shirika inaboresha jinsi ya kushindana na hatari na kufikiria matokeo ya musaada.

Kutegemeza wanaotoa musaada katika taifa na eneo

Ili kuelewa daraka la kwanza la taifa yenye kukaribisha, kitabu Sphere kinaongoza wale wote wenye kuhusika katika kutoa musaada ya kibinadamu na daraka ambalo shirika la kibinadamu inaweza kuwa nayo katika kutegemeza daraka hilo. Wakati wa uadui, utayari wa watendaji wanaotoa musaada iwe ni wa kitaifa ao hapana, katika kurahisisha wakaaji waweze kufikia musaada inaweza kuwa na matokeo.

Daraka la kitaifa katika kuongoza na kuratibu majibu itaweza kuundwa na mambo mengi kutia ndani yanayofuata:

- Kuwapo kwa shirika la serikali linalohusika moja kwa moja na uratibu kutimiza majibu ya musaada ya kibinadamu (mara nyingi hujulikana kuwa Mamlaka ya Usimamizi wa Misiba ya Kitaifa);
- Daraka na nguvu ya wizara zinazotoa viwango kama zile za malisho, za dawa na staff ya wafanyakazi wa matibabu (kiganga); na
- kukosekana kwa wizara za serikali zinazofanya kazi, kama vile katika maeneo yenye upinzani. Katika hali kama hizo za kushangaza, watendaji wanaotoa musaada ya kibinadamu wanaweza kuhitaji kuanzisha mifumo yao ya uratibu.

Shida yenye kuendelea siku nyingi

Wakati wanaotoa musaada wanaona kwamba majibu yao itakamata wakati ya zaidi ya miezi ao miaka mingi, wanahitaji kufikiria njia mbalimbali ya kutosheleza mahitaji na utegemezo wa maisha katika heshima. Chunguza uwezekano wakutumika pamoja na mashirika yenye kutoa huduma, viongozi waeneo, wakaaji, wanaotegemeza jamii, ao wanaofanya maendeleo waweze kusaidia kujibu kwa mahitaji. Ma uchunguzi zinaweza kufikiria hali, hangaiko kuhusu ulinzi na matokeo kuhusu haki ya wakaaji wanaopatwa na shida. inaombwa kufikiria watu wa jinsia tofauti, miaka, mahali walipozaliwa na ulemavu wao kutia ndani wakaaji waliojitangaza, katika uchunguzi, kufurahia hali, kukamata maamzi, ukaguzi na ya usindikizaji (l'accompagnement). Ni lazima kutafuta mapema suluhisho ya wakati mrefu na ya kudumu. Wakati wanaotoa musaada wanaokazia, mipango hiyo inapashwa kuchukuliwa kuleta suluhisho ya wakati mrefu, mipango hayo inapshwa kukamatwa kwa muda.

Jua kwamba watu walioguswa na shida wanakuwa wa kwanza kujibu kwa mahitaji yao na kujitolea ulinzi. Wakuu wa taifa na wa eneo, chama cha kiraia, mashirika na zingine zenye kutoa musaada wakati. Wa shida kali. Ni lazima kujua mipango yenye kuwa hapo na kutambua njia ya kuzitegemeza pahali pa kutafuta kuzipiganisha ao kutia zingine.

Eneo za Mutaa

Wakaaji wa duniani wanakua wenye kuhama zaidi na Zaidi katika miji na mitaa, mashirika ya musaada ya kibinadamu yanapashwa kujitayarisha kwa ajili ya kutoa majibu katika maeneo za mitaa. Eneo za mitaa zinatofautiana na eneo zingine katika hali zifuatazo:

- **Uwingi wa wakaaji:** Watu wanaishi humo niwengi na wenye kusongamana, nyumba nyingi, majengo, sheria na tamaduni katika eneo yenye kuwa ya kidogo sana;
- **Utofauti:** Vikundi mbalimbali vinaishi karibukaribu wakiwa na utofauti kijamii, kikabila, kisiasa, kiluga, kidini na kiuchumi; na
- **Nguvu:** Mazingira ya mitaa inaweza kubadilika pamoja na kuhama kwa wakaaji na kubadilika kwa uhusiano wa haraka.

Kwa kawaida, uongozi wa mtaa unaweza kuwa mamlaka ya musingi ya serikali, ikipatana na serikali zenye kutenda kama vile wizara. Kupata huduma ya lazima, chakula na mambo ya lazima kwa ajili ya kuishi inapashwa kuwaevaliwe, kutia ndani namna yote ya ubaguzi. Watu wanaoishi katika mitaa na miji wanaweza kununua vitu kwa kutumia pesa, ku panga, kununua chakula na kuenda kupata matibabu. Viwango vya musingi kuhusu juu ya kuishi kwa heshima bila kuangalia namna gani musaada inatolewa.

Viwango vya musingi vya Sphere vinaweza kutumiwa kusaidia vituo vingi vya kuingia kwa kutoa musaada katika maeneo ya mijini, kutia ndani njia za makao, ujirani au njia za musingi wa eneo. Vikundi vilivyoanzishwa vilivyo na faida ya pamoja, kama masomo, nafasi ya kunywiya pombe, vikundi vya wanawake na dereva wa taksi, vinaweza kutoa mawazo ya lazima. Kufanya kazi na watendaji wa ndani (kama vile sekta binafsi, serikali za mitaa, viongozi wa kandokando na vikundi vya jamii) inaweza kuwa ya lazima katika kuanza tena, kusaidia na kuimarisha huduma zenye ziko pahali pa kuzibadilisha. Kumbuka jinsi musaada wa kibinadamu unavyoweza kusaidia kupanga mambo ya lazima wakati wa shida na kwa muda mrefu.

Kama ilivyo katika mpangilio wowote, uchambuzi wa hali katika mazingira ya mijini unapaswa kuangalia mali yenye iko na okazio, kama biashara, pesa, teknolojia, nafasi za watu wengi, watu walio na uwezo fulani za ustadi, na utofauti wa kijamii na kitamaduni, hatari na usalama. Uchunguzi unapaswa kufahamisha uchaguzi za majibu ao musaada na chaguo la mwisho la hali ya utoaji, kama vile kuamua kutoa musaada wa vitu-au musaada wa pesa (na njia bora ya kufanya hivyc). Uchumi unaotegemea pesa za miji na miji inatoa okazio kwa kushirikiana na watendaji katika masoko na teknolojia, ambayo inaweza kuwezesha utumiaji wa musaada wa pesa.

Makao kwa watu wote

Makao yaliopangwa na kambi, kutia ndani vituo vya watu wengi na makao ya muda, ni maelfu ya watu waliolazimishwa kukimbia makao ndio wanakaa hapo. Viwango vya Sphere vinaweza kutumiwa ili kujihakikishia kalite ya musaada kwa wakaaji. Zinaweza pia kusaidia kutambua mambo ya lazima sana kwa ajili ya programu ili kufikiria swali la afya, na jinsi ya kufikia huduma mbalimbali ya lazima katika makao ya muda.

Makao yaliopangwa kwa ajili ya watu wengi, uwezo wa kambi zilizotayarishwa, zinaweza kuchangia katika kuongoza huduma na ulinzi. Kwa upande mwengine, Makao kwa ajili ya watu wengi inachangia kutoa ulinzi zidi ya hatari. Kwa mfano, wakati mtu hana uhuru na haki ya kutoka ku makao yake, watu hawawezi kuenda kusoko na kuendelesha Maisha yao inavyofaa. Inaomba pia kufikiria wakaaji wanaokaribisha wageni, kwa sababu ikiwa hawatendewi vizuri, hali hii inaweza kuongoza kwenye mvurugo na uadui. Katika hali kama hizi, kutetea njia ya mipangilio kama ya kambi na kuhangaikia mahitaji ya wakaaji pia kunaweza kusaidia kuhakikisha kuwa idadi ya watu waliopatwa na shida wanaweza kuishi kwa heshima.

Mupangilio ya vikosi vya jeshi la nyumbani ao la kitaifa

Wakati, mashirika ya kimusaada yanajibu katika eneo moja kama vikosi vya jeshi la nyumbani ao la kimataifa, ni jambo la lazima kujua manda ya kila moja na namna ya kutenda ya kila moja(modus operandi), uwezo na uzaifu. Wakati wa msiba na uadui, mashirika ya musaada wanaweza kuona kama ni lazima kutumika pamoja na vikosi vya jeshi, kutia ndani vikosi vya jeshi vya serikali vikosi visivyo vya serikali na walinda amani wa kimataifa.

Mashirika ya musaada ya kibinadamu wanapaswa kutambua kuwa serikali zinalazimika kutoa musaada na kulinda watu waliopatwa na misiba katika eneo lao. Vikosi vya majeshi ya nyumbani mara nyingi hupewa daraka la kufanya hivi.

Kanuni za mashirika ya musaada inapswa kuongoza mazungumzo ya mashirika ya musaada na kuratibu nivo zote za utendaji. Kupashana habari, kupanga na kugawa kazi ni sehemu ya lazima katika kuongoza raia na jeshi. Habari zinazotolewa kati ya wanaotoa musaada na majeshi zinaweza kutokea kwa kutegemea hali ya utendaji. Ma ajanse zinazotoa musaada hazipaswi kutoa habari ambazo zinaweza kupatia sehemu moja yenye kuwa katika uadui ufundi wa kutia raia katika shida.

Wakati mwingine, mashirika ya musaada ya kibinadamu yanaweza kuwa na lazima ya kutumia uwezo wa kipekee wakisilaha ili kusaidia na kuongoza kazi ya musaada ya kibinadamu. Utegemezo wa kijeshi kwa mashirika ya musaada ya kibinadamu unapaswa kutumiwa katika utegemezo wa majengo na usaidizi usio wa moja kwa moja; musaada wa moja kwa moja ni njia ya mwisho.

Ushirikiano pamoja na vikosi inakuwa na matokeo halisi na yenye kuonekana juu ya kutokuamo (neutralité) na uhuru wa utendaji, mambo haya yanapaswa kufikiriwa kimbele. Maandishi ya miongozo inayokubalika kimataifa inapasha kujulisha ushirikiano wowote kati ya mashirka ya musaada na vikosi vya jeshi ⊕ *ona Ujitoaji ya 6 ya Kiwango cha Musingi cha shirika ya musaada ya kibinadamu* na *Marejezo.*

Matokeo katika mazingira kuhusu jibu ya shirika ya kimusaada

Mazingira kwenye watu wanaishi na kutumika ni ya lazima sana kwa afya yao, hali yetu njema na kurudilia hali yetu ya mzuri kiisha magumu. Kujua kwamba watu walioguswa na shida wanaishi kwa kutegemea mazingira ili waweze kurudilia hali yao nzuri inaweza kurekebisha na kuongoza kwenye utegemezo unaoweza kupambana na shida na kupunguza hatari za wakati ujao.

Majibu ya musaada ya kibinadamu yanamatokeo kwa mazingira kwa njia ya moja kwa moja na kwa njia isiyokuwa ya moja kwa moja. Majibu ya musaada ya kibinadamu inapashwa kuchunguza na kuevaliwe hatari ya mazingira. Programu zinapashwa kupunguza matokeo mabaya juu ya mazingira kwa kufikiria ununuaji, usafirishaji, chaguo la vifaa, na namna mali ya udongo na ya asili inayotumiwa inaweza kulinda ao kuharibu sana mazingira ⊕ *ona Kiwango cha 7 kuhusu ukingo na makao: Utegemezo wa Mazingira.*

Inchi na jimbo zenye wanaishi katika umaskini kutia ndani uzaifu wa ma ofisi ya kiserikali na wa mifumo ya dunia (ecology) ni hatari kubwa ya misiba ya asili na ukosefu wa usawaziko, inayotokeza hangaiko ya jamii na uharibifu wa mazingira. Hali hii inakuwa na matokeo mabaya kwa afya, mafunzo, maisha na njia ingine ya usalama, heshima hali nzuri ya watu. Utegemezo wa mazingina inakuwa sehemu ya lazima kwa kalite ya muzuri ya majibu ya musaada ya kibinadamu ⊕ *ona Ujitowa ya 3,9 ya viwango vya musingi vya shirika ya musaada ya kibinadamu* na *Kiwango cha 7 kuhusu ukingo na makao: Utegemezo wa Mazingira.*

Nyongeza
Kutoa musaada kupitia soko

Nyongeza hii inakomplete na inakamilisha utangulizi wa Kitabu Sphere, kwa kutoa habari za ziada na mwongozo kuhusu jinsi ya kutumia soko ili kufikia kiwango cha kadiri na kusaidia watu watosheleze mahitaji yao waliopata juu ya shida. Inaundwa kupitia sura za musingi na inamitajo katika sura zake za kiufundi. Kwa hiyo, ni sehemu ya kitabu Sphere. Ili kujibu inavyofaa, mashirika ya musaada yakibinadamu wanapashwa kujua mahitaji ni gani na namna ya kuitosheleza. Uchunguzi huu unatia ndani uwelewaji wa namna soko inatumika na kujua ni biashara na huduma gani ziko tayari ku nivo ya eneo, taifa na kimataifa. Uwelewaji huu unasaidia kutegemeza ao kutovuruga soko wakati wa kutoa musaada.

Uchunguzi wa soko ikiwa sehemu ya jibu ya uchunguzi

Wakati tu mahitaji na uwezo vimefikiriwa ili kutambua mambo ya lazima sana, njia mbalimbali za kujibu kwa mahitaji zinapashwa kuchunguzwa. Uchunguzi wa majibu unapashwa kuhakikisha kwamba hali, fursa ao okazio na hatari zimefikiriwa wakati wakuhakikisha kwamba musaada unapshwa kutolewa. Namna ya kufanya mambo hivi inaitwa "chaguo la takwa".

Kutambua njia nzuri ya kusaidia ili kujibu inavyofaa kwa mahitaji inaomba:

- Kukusanya habari kwa kufikiria mambo ya lazima na jinsi gani watu wanapenda kufikia kupata musaada, katika sekta zote kulingana na wakati, na
- Kuelewa uzaifu wa kiuchumi, ambayo ilikuwa mbele ya shida na zile zenye zinatokana na shida yenye iko.

Ikiwa sehemu ya uchunguzi, uchunguzi wasoko inasaidia kutambua ni njia gani yenye kuwa na matokeo ili kutosheleza mahitaji ya lazima: musaada yenye haiko ya kipesa, vifaa vya kazi, pesa ao hizo zote kulingana na hali. Uchunguzi wa soko inasaidia kutambua shida zinazo kuwa na matokeo kwa soko: shida kutokana na ombi na majibu mbinu, kanuni ao maandalizi mengine.

Ni jambo la lazima kufikiria hali ya soko na kulinda njia yote ya maisha, kazi za mu eneo, na biashara. Sphere inamusingi ya heshima kwa watu walioguswa na shida na kutii chaguo lao ili kurahisisha kurudilia hali yao nzuri. Kwa kufikiria jinsi watu wanavyoshirikiana na soko ya eneo ili kupata biashara, huduma na pato ni jambo ya lazima kuchunguza soko.

Kutoa musaada kupitia soko

Musaada inaweza kutolewa kupitia soko katika njia za mueneo, ya kitaifa ao katika muji. Kupitia programu hii, musaada inaweza kutolewa hapohapo ao soko inaweza kutumiwa ili kusaidia wakaaji walioguswa.

- Kupata chakula na vitu visivyokuwa chakula vingine katika eneo inategemeza wenye kutoa vitu ku soko.
- Musaada wa kipesa inasaidia watu wanunue biashara yenye kupatikana katika soko na inategemeza soko ya mu eneo.
- Utegemezo wa ujenzi wa mabarabara ili kufikia kwenye masoko, ao kuboresha sheria ili kutia bei inategemeza soko ili kusaidia wakaaji wenye kuguswa na shida.

Jinsia, jamii ao ulemavu inakuwa na uvutano ya kimwili, kipesa na ya kufikia kwenye soko. Namna gani wanaume, wanawake, vijana na wazee wanafikia soko namna tofauti? Je wanabiashara wajamii fulani wanaweza kupewa deni bila shida? Hali hizi na kutia zingine zinaweza kuonyesha nivo yenye kila moja anaweza kushiriki katika soko.

Ufikirio wa kijamii na ya mazingira yanapaswa kufikiriwa wakati wakuweka programu za soko. Kuwa waangalifu ili soko zinazotumia mali ya asili, ya mazingira zisiweze kutia mara ingine wakaaji katika hatari.

Biashara, huduma na soko: Unapotoa huduma za lazima kwa mahitaji ya musaada wa kibinadamu fikiria biashara na huduma. Viwango vya Sphere vinatia ndani aina ya vitu vya musingi na ufikio wa biashara. Sekta za kijamii kama vile afya na masomo, zinaboresha namna ya kufikia huduma, na utoaji kupitia soko inawezakua njia ingine. Unapotumika pamoja na wenye kutoa huduma ao wa sous traitance, inaomba kukamata hatua ya kuchunguza pamoja nao kalite ya hudumu na mazao ⊕ *ona Viwango vya mfumo vya Afya 1.4: Kulipa feza kwa ajili ya matunzo ya afya.*

Katika hali nyingine, mipango ya musingi wa soko ambayo irasaidia moja kwa moja ufikiaji wa huduma inafaa. Musaada unaotegemea pesa unaweza kusaidia usafirishaji kwa vifaa vya huduma ya afya au ufikiaji wa elimu (kununua iniforme na vifaa). Kufuatilia garama za familia inatoa habari wazi juu ya garama ya kupata huduma, pamoja na ile ambayo inapaswa kuwa ya bure. Uangalizi wa matumizi ya garama unapaswa kuungwa mkono kila wakati na ufuatiliaji wa matokeo ya musaada wa pesa.

Sekta zinazotegemea huduma pia zinaweza kufikiria programu inayotokana na soko kwa biashara kama mustikere, vifaa vya kuongeza malisho na dawa ikiwa ikiwa matakwa ya hali ya mzuri inaheshimika ⊕ *ona Kiwango cha Mufumo wa Afya 1.3: Dawa na vifaa vya kinganga vya lazima.*

Katika hali nyingine, mchanganyiko wa musaada unaohusisha soko utahitajika. Programu za musingi wa soko zinaweza kuhitaji kuungwa mkono na shughuli zingine kama zile zinazotoa musaada wa kiufundi. Mchanganyiko huu pia utabadilika kwa kipindi chote cha programu hiyo na inaweza kubadilika kutoka kwa aina moja kwenda kwa pesa au vocha au kinyume chake. Pamoja na ufuatiliaji wa programu, ufuatiliaji wa soko ni wa lazima katika ku rekebisha aina ya usaidizi.

Ushirikiano kati ya njia ya kutoa vifaa na kazi za mpango inahitajika wakati wote. Kwa mwongozo zaidi juu ya vifaa vinavyounga mkono chaguo hili na uchunguzi ⊕ *ona Marejezo.*

Kuchunguza liste

Kuchunguza liste wakati wa musaada wa kipesa

Sehemu. hii inatia liste ya mambo ya kufuatilia kwa ajili ya musaada inayokuwa na musingi ya soko. Baadaye inatoa namna ya kujere programu na mambo mengine ya kufikiria ili kuheshimu viwango vya kadiri kila hali itakuwa tofauti, na njia ya kutoa itategemea majengo, ulinzi wa habari (data), garama na pesa.

Kutunga programu

- Kifikiria matakwa ya lengo kulingana na miradi na kutia ndani ufikirio wa musaada wa kipesa.
- Kwa ungalifu wote inaomba kufikiria ni nani katika familia anaweza kupokea musaada wa kipesa, na kuchunguza hatari na mipango ya ulinzi.
- Fikiria njia yoyote yenye usalama, inayoweza kufikiriwa ili kutoa musaada ya kipesa, miradi na ukubwa wa programu na ujuzi na mapendezi ya kipesa ya wenye kufaidika nayo.
- Kufikiria pesa za kutuma kulingana na uhitaji.
- Fikiria ni mara ngapi na muda ambayo pesa inapashwa kutumwa kulingana na mahitaji na majira na uwezo ya wenye kutuma pesa na hatari ya ulinzi wa pesa.
- Ikiwezekana tumia matarajio ya masekta nyingi.
- Eleza shida za lazima na ma vipimo zake ili kuweza ku kontrole huduma, matokeo na nivo ya utimizo.

Matumizi

- Tia ndani hali ya na mambo mengine ya lazima kwa ajili ya wenye kutoa huduma na kwa ajili ya pesa na kufikiria matakwa ya ku kuchagua.
- Fikiria njia ya kutoa yenye iko tayari kwa ajili ya ulinzi wa jamii.
- Fikiria njia ya uandikishaji na ya kutambua (identification) ya habari za kipekee.
- Jihakikishie kwamba uandikaji na utambulishi inakuwa na data zinazohitajika na huduma zinazoitoa huduma.
- Tumia njia za kulinda habari.
- Tumia ufundi wakuweka habari kielektroniki kwa kuungana na mashirika ikiwezekana ("inter-operable systems").
- Kueleza waziwazi ufundi, daraka, kuhusu namana ya kutoa pesa na namna ya kushugulikia hatari.
- Jihakikishie kama njia za kutoa musaada ya kipesa ni yenye kutumika na kufikiwa.
- Jihakikishie kwamba vikundi vinavyotumwa vinaweza kufikia njia ya musaada iliyochaguliwa, muda wote wa proje.
- Kujihakikishia kwamba wenye kufaidika na musaada wanapata habari kuhusu kusudi na muda amao musaada wakipesa utakamata hivi kwamba watu waweze kufanya depanse zao kwa hekima.
- Jihakikishie kwamba wenye kutoa huduma ya kipesa wanatoa hesabu kwa wenye kufaidika na jestio na ufuatiliaji wa kontra ⊕ *ona Ujitowa ya 4 na 5 ya viwango vya shirika ya musaada ya kibinadamu.*

Kufuatilia, kuevaliwe na kujifunza

- Kufuatilia musaada ya kipesa, huduma, matokeo na hatar, kutia ndani ufuatiliaji wa ugawaji
- Kufuatilia ikiwa pesa ziliweza kupokelewa na mutu anayestahili, kwa usalama, kwa wakati na hesabu ya pesa iliotumwa.
- Fuatilia matumizi ya pesa na ugawanyaji na data ya ufuatliaji wa soko ili kuona ikiwa mahitaji yanaweza kutimizwa kupitia usaidizi wa musingi wa pesa ao kupunguza mbinu ambazo si za lazima.
- Futilia hatari inayoweza kutokana na musaada wa kipesa, kutia ndani na hatari ya ulinzi na matokeo mabaya yote kwa mali ya asili.
- Evaliwe matokeo ya musaada ya kipesa.
- Kuchunguza kikawaida ikiwa chaguo ya musaada kutokana na pesa ni yenye kufaa hivi kwamba inajibu kwa mahitaji yenye kubadilika, kupatanisha programu na hali na kuedelea kutegemeza mafunzo yenye kuendellea kwa ajili ya programu ya wakati ujao.

Liste ao oroza ya utaratibu ya kutoa vifaa

Sehemu hii inaonyesha liste ya mambo yenye inapashwa kufuatiliwa katika kugawanya vitulnafuatia kipindi chote cha programu na inatia ndani mabo ambayo inapashwa kufuatiliwa.

Tegemeza njia ya ugawaji (SCM) Anza na kuchagua vitu na huduma Inatia ndani kutambua chanzo cha vitu vinavyohitajika, jinsi ya kuvipata, kalite, na hatari (kutia ndani asuranse), upakizaji, kusafirisha, kutia mu depo, invantere, kutoa na kugawa. SCM inatia ndani wafanyakazi wenzi na ni ya lazima kuungoza huduma ⊕ *ona Ujitowa ya si 6 ya viwango vya lazima vya shirika ya kimusaada.*

Kunahitajika uchunguzi wa kipekee wa SCM inayotia ndani matayarisho ya ma kontra, usfirishaji na kuweka mu depo, uchunguzi wa njia ya kusafirshia maji ao petrole na kuchunguza habari, usafirishaji na kuingiza vitu kutoka inchi ya kigeni. Kuchunguza mambo haya inaweza kuhakikishia kama vitu ni vyenye kulindwa vizuri na kutayarishwa kwa ajili ya kugawanywa. Lakini, mashirika ya kimusaada wanakuwa pia na daraka la kuhakikishia kama vifaa na huduma vinalindwa (kutia ndami musaada wa kipesa) na vinafikia wale wenye kuhitaji musaada.

Kununulia vitu katika eneo vinawatia moyo kuendesha soko bila tatizo, ambayo inaweza kusukuma wanaofuga na wanaotengeneza vitu kutoa zaidi na kuendelesha uchumi wa eneo. Kwa upande mwengine, wakati vitu vya kununua vinakuwa vidogo, inaweza kuwa shida kununua vitu katika masoko na hivi kufanya kwamba sababu ya kununua yenye ilikuwa tayari kuwekwa iharibike.

Programu

- Evaliwe mahitaji ya biashara inayohitajika mbele ya kuitafutia mu eneo ingine.
- Fikiria kutumika na watu wanaosafishirisha biashara ambao wanajulikana sana na wanajua sheria ya usafirijashi vifaa na wanaweza kutuma barua kwa wenye kukaribisha wagani na kutuma haraka vitu.
- Katika mazingira ya fujo, chagua vizuri wenye wanaweza kutoa huduma
- Hakikisha kwa uangalifu kwamba kutafutia vitu katika ereo haiwezi kuleta shida na uadui

- Fikiria ikiwa matumizi ya mali ya asili inakubalika na kutegemezwa ao matumizi yake inaweza kuongoza kwenye uadui.
- Kutumia njia yenye kuwa wazi, yenye kuaminika na kufanya mapatano kwa kufukiria chaguzi ya ndani ya kitaifa ao kimataifa.
- Ikiwa mashirika mengi yanahusika fikiria uwezekano wakupata vitu ndani ya eneo ao ingine.

Matumizi

- Fanya uhusiano relation na wenye kuuzisha ikuwe mzuri, iwe wafanya biashara wa eneo ao watu wengine wenye kutoa huduma.
- Heshimisha kalite ya biashara na huduma kupitia ma kontra na mazoea ya kimaadili na ya maendeleo ya kimazingira
- Zoeza kuhusu usalama, (kwa wenye kufaidika na kwa wafanya kazi) pia kwa mazoea ya kimaadili na ya maendeleo ya kimazingira
- Shirikisha wafanya kazi ya wale wenye kutoa huduma katika mafunzo na mwenendo wa mafunzo kwa luga ya kienyeji.
- Onyesha njia ya kutoa hesabu, kutia ndani jinsi ya kupata vitu, usafirishaji na jinsi ya kuzeka vitu, kufanya invatere, kutoa ripoti na mufumo wa kipesa.
- Epuka kutumia chakula ili kulipisha huduma za kununua vitu kama vile ku kupakula mu madepo. Depanse za namna hizo zinapashwa kutiwa katika bajeti (budget) ya musingi.
- Inapendekezwa kutofautisha depo za chakula na vitu vyenye haviko vya chakula. Wakati wa kuchagua depo, hakikisha kuwa haijatumiwa kulinda biashara zenye hatari na kwamba hakuna hatari ya uchafu. Mambo ya kukazia inatia ndani: usalama, uwezo, urahisi wa kukufika pale, yenye kujengwa vizuri na hakuna woga kama maji inaweza kuingia ndani.
- Evaliwe na kujere hatari juu ya usalama ya usafirishaji na ya depo.
- Wakati wa hali ya shida, inaomba kutia njia ya kufikiria mambo na kuchunguza njia yote ya kupata vifaa ili kupunguza hatari ya uporaji ao ya kukamata watu na vitu kinguvu.
- Chunguza na uhangaikie hatari kubwa za kisiasa na usalama, kama vile uwezekano wa hali zinazochochea uadui wa silaha ⊕ *ona Kanuni ya 2 ya Ulinzi.*
- Punguza na ripoti vitu vyenye kupotea.
- Je vitu vyenye kuharibika viliweza kuchunguzwa na wa inspecteurs wenye uzoefu (kwa mfano wanao ujuzi kuhusu usalama wa chakula na laboratoire za hafya) na njia ya kutupa vitu vilivyoharibika.
- Tupa bila kukawiya vitu vilivyo haribika, kabla azijakuwa hatari kwa watu na kwa usalama. Njia ya kutupa vitu vilivyoharibika inatia ndani kuuzisha (kwa mfano chakula cha wanyama) nanma ya kuzika na kuunguza inayoruhusiwa na kuweza kushuhudiwa na wenye mamlaka. Katika hali zote, vifaa vyote vyenye haviko mzuri aviwezi kupanwa kwa watu, na vyenye vinaweza kuwa hatari kwa mazingira ao maji inayotiwa uchafu ⊕ *ona WASH kushugulika na takataka viwango vya 5.1 mpaka 5.3.*
- Kila siku inaomba kutoa ripoti kuhusu kuchelewa ao kukengeusha njia ya kutoa vitu. Inaomba kuandika fomu nyingi katika luga yenye watu wanaongea katika eneo kwenye biashara inapokelewa, inawekwa ao kusambazwa. kufanya hivyo kunaraisisha kazi ya uchunguzi kuhusu vitu.

Kufuatilia, evaliwasio na usomaji

- Kufuatilia na kusimamia njia ya kusafirisha biashara ya majimaji ili kuzuia kupotea na kukata ugawaji, pia kuharibisha soko.
- Kujulisha kila mara washiriki kuhusu jinsi juhudi yaugawaji inaendelea.
- Julisha nivo ya stock, na yenye kutazamiwa kufika na ugawaji kupitia njia yenye washirikia. Fuatilia vizuri stock ili kuepuka upngufu ao ukosefu mbele ya wakati. Pashana habari pamoja na wanaotoa musaada inaweza kuwezesha mikopo ambayo inazuia upungufu wa biashara. Ikiwa hakuna mali ya kutosha, biashara itakuwa na lazima ya kuwekwa panafasi ya kwanza. Zungumza na wanaotoa musaada ili kufikiria suluhisho.
- Kujihakikishia kama daraka na njia ya kupashana habari zinaonyesha waziwazi njia ya kutoa vitu.
- Hakikishia ufuatiliaji wa hali njema na wa habari unawekwa kuanzia mwanzo mpaka mwisho wa huduma.
- Evaliwe kikawaida ikiwa musaada unatolewa inafaa na inatosheleza mahitaji yenye kubadilika, kulinganisha programu na hali pia kuencelea kutegemeza mafunzo kwa ajili ya programu ya wakati ujao.

Marejezo na usomaji wa ziada

Kuelewa udhaifu na uwezo
Viwango vya shirika ya kimusaada ya kibinadamu kuhusu wazee na vilema (walemavu). Age and Disability Consortium as part of the ADCAP programme. HelpAge, 2018. www.helpage.org

Programu ya musingi ya imani
Programu ya musingi ya imani katika mpango ya shirika ya musaada ya kibinadamu: Uongozi kuhusu progamu ya afya ya kiakili na saikolojia ya jamii. The Lutheran World Federation and Islamic Relief Worldwide, 2018. https://interagencystandingcommittee.org

Kuchunguza soko na programu inayotegemea soko
Minimum Economic Recovery Standards (MERS): Core Standard 2 and Assessment and Analysis Standards. The Small Enterprise Education and Promotion Network (SEEP), 2017. https://seepnetwork.org

Minimum Standard for Market Analysis (MISMA). The Cash Learning Partnership (CaLP), 2017. www.cashlearning.org

Musaada unaotegemea pesa
CBA kalite ya programu Toolbox. CaLP. http://pqtoolbox.cashlearning.org

Utaratibu katika kutoa vifaa
Cargo Tracking: Relief Item Tracking Application (RITA). Logistics Cluster. www.logcluster.org

HumanitarianResponse.info: Logistics references page. UNOCHA. https://www.humanitarianresponse.info

Logistics Operational Guide (LOG). Logistics Cluster. http://dlca.logcluster.org

Oxfam Market Systems and Scenarios for CTP – RAG Model 2013. Logistics Cluster. www.logcluster.org

Toolkit for Logistics in C&V. Logistics Cluster. www.logcluster.org

Usomaji wa ziada
For further reading suggestions please go to www.spherestandards.org/handbook/online-resources

Mapatano ya shirika ya musaada ya kibinadamu

Mapatano ya shirika ya musaada ya kibinadamu

Patano la shirika ya musaada ya kibinadamu inaeleza juu ya hali ya kiadili na ya kisheria ya kanuni za Ulinzi, Kiwango cha Kibinadamu cha Musingi na Viwango vya kiasi zenye kuwa katika Kitabu. Kwa sehemu Fulani, kitabu hiki ni sehemu yenye kueleza juu ya haki, na matakwa ya kisheria inayojulikana pia ni yenye kujulisha wazi mambo inayotugusa.

Kulingana na sheria na matakwa ya kisheria, patano la shirika la musaada ya kibinadamu inaeleza kwa kifupi kanuni ya kisheria ya lazima yenye kuwa na uvutano katika hali ya muzuri ya watu walioguswa na musiba fulani ao uadui ya watu wanotumia silaha. Mambo yanayotugusa ni jamo ambalo linatokana na masikilizano kati ya ma ajanse ya kimusaada kuhusu kanuni zenye zinapaswa kuongoza kazi ya musaada ya kibinadamu wakati wa misiba ao uadui na inatoa maelezo kuhusu daraka ya wale wote wenye kutoa musaada.

Mapatano ya shirika ya kibinadamu inamusingi juu ya ujitowaji ya ma ajanse ya musaada ya kibinadamu ambayo inashirikiana na Sphere. Inakuwa mwaliko kwa wote wenye kujitoa mu matendo ya musaada ya kibinadamu ili waweze kutumia kanuni moja.

Mambo tunayosadiki

1. Patano la shirika ya kimusaada ya kibinadamu ni yenye kuonyesha usadikisho wake katika njia tofauti, ikiwa kama ajense ya musaada ya kibinadamu, inaonyesha kama watu wote walioguswa na msiba ao uadui ya kisilaha wana haki ya kulindwa na ya kutolewa musaada ambayo itasaidia kuweza kuishi katika heshima. Tunasadikishwa kwamba kanuni zinazoelezwa katika mapatano ya shirika ya kibinadamu ni yenye kukubalika duniani pote, inatumiwa kwa watu wote na fasi yote kwenye wanaishi na kwa watu wote wenye kupenda kuwasaidia na kuwalinda. Kanuni hizi zinapatikana katika sheria ya kimataifa, lakini nguvu yao inatokana na kanuni ya musingi ya adili ya **kibinadamu**: Watu wote wanazaliwa wakiwa huru na wako sawasawa kiheshima na wana haki moja. Kwa musingi wa kanuni hii, tunahakikisha kwamba **musaada ya kibinadamu inahitaji kuwekwa panafasi ya mbele**: inaomba kutenda ili kuzuia ao kupunguza mateso ya wanadamu inayotokana na hali ya msiba ao uadui wa kisilaha na hakuna kitu yenye inaweza kuwa juu ya kanuni hii.

Tukiwa ma ajanse ya kimusaada ya kibinadamu katika eneo, taifa, na kimataifa, tunajitoa kutegemeza na kuheshimu kanuni ya patano hii, na kutumia viwango vya musingi katika jitihada tunayotumia ili kusaidia watu walioguswa na misiba na kuwalinda. Tunaalika watu wote wanaojitoa katika kazi ya kusaidia wanadamu, iwe ni watendaji wa serikali ao wa sekta isiyo kuwa ya serikali waweze kubali kuongozwa na kanuni ya umoja inayotolewa hapa chini ambayo inaonyesha mambo tunayosadiki.

Daraka letu

2. Tunajua kama watu walioguswa na musiba ao uadui wa kisilaha wanaweza kutosheleza kwanza mahitaji yao ya musingi kupitia jitihada ambayo wanafanya ao utegemezo wa mashirika ya wakaaji wa eneo. Tunajua daraka ya kwanza ni ya serikali yenye kuhusika ili kusaidia kwa wakati unaofaa watu walioguswa na shida, ili kuwatolea ulinzi na ukingo ili kuwatolea musaada wanaohitaji ili kuwatosha katika shida waliopata. Tunasadiki kwamba inaomba nguvu zote za wakuu wa serikali na wa volontere ziweze kuwekwa pamoja ili kukamata hatua ya kuzuia misiba na kutoa musaada yenye kuhitajika. Kwa hiyo, sosaiti ya kitaifa ya Mouvement international de la Croix-Rouge et du Croissant-Rouge na watendaji wengine wa wanaotetea raia wanadaraka kubwa ya kutegemeza viongozi. Wakati uwezo unakuwa mdogo, ku nivo ya taifa tunahakikisha kuhusu daraka ambayo Kamati ya kimataifa inaweza kutimiza pamoja na wenye kutoa musaada wakiserikali na mashirika ya eneo ili kusaida Mataifa iweze kutimiza daraka lao. Tunakubali na kutegemeza mashirika yanayotenda chini ya manda ya Umoja wa Mataifa na ya Kamati ya Kimataifa ya Musalaba Mwekundu.

3. Tukiwa agense ya musaada ya kibinadamu, daraka letu linalingana na uhitaji na uwezo wa watu waliopatwa na msiba, na kulingana na madaraka ya serikali ao uwezo wenye kuongoza. Musaada yetu inategemea uhakika wa mambo fulani: wale wenye kuwekwa katika mstari wa kwanza hawako na uwezo ya kutimiza daraka lao. Ikiwezekana, na kufuatana na matakwa ya shirika ya kimusaada na kanuni zinazopatikana katika mapatano hii, tutategemeza jitihada zote za serikali zenye uwezo ambazo zina kusudi ya kulinda na kusaidia watu walioguswa na misiba. Tunaomba wote wanaotenda katika kutoa musaada, iwe wa kiserikali ao hapana ili waheshimu daraka lisilo na ubaguzi, huru na isiopendelea ma ajanse ya kimusaada ya kibinadamu na waweze kufanya kazi yao ikuwe rahisi kwa kuordoa vizuizi vya kisheria na matendo yenye haiko ya lazima; kwa kutia usalama na kuwa ruhusu waweze kuona watu walioguswa na shida bila tatizo.

Kanuni zinazotumika fasi yote, haki na daraka

4. Tunatoa huduma yetu tukiwa ajanse ya kimusaada ya kibinadamu ikitegemea kanuni za shirika ya kimusaada na mambo ya lazima ya shirika la musaada ya kibinadamu tukitambua haki ya watu wote walioguswa na musiba ao uadui wanawake, wanaume, vijana wanaume, vijana wanawake. Hii inatia ndani haki ya ulinzi na ya musaada kulinga na matayarisho yenye kutokana na sheria ya kimatafa ya, haki ya kibinadamu, na sheria ya wakimbizi. Kuhusu miradi ya patano hii, tunaweka kifupi ya haki hii kama ifuatayo:

- **haki ya kuishi kwa heshima;**
- **haki ya kupokea musaada ya kibinadamu; na**
- **haki ya ulinzi na usalama.**

Ijapokua haki hii haitumie maneno sawasawa na ile ya haki ya kimataifa, lakini haki kizi ni jumla ya haki zinazokubalika kisheria na inatoa wazo juu jambo ya lazima katika kutoa musaada ya kibinadamu.

5. **Haki ya kuishi kwa heshima** inapatikana katika haki ya kimataifa, sanasana katika mipango inayogusa haki za kibinadamu kuhusu haki ya kuishi, haki ya kuishi katika hali

nzuri, haki ya kutoteseka ao kutotendewa kinyama ao yenye kuvunjia mutu heshima. Haki ya kuishi inaleta daraka la kulinda uzima wakati iko katika hatari. Kwa hiyo, inatia daraka la kusitokatala musaada ambayo inakusudi ya kuokoa maisha. Kuhusu heshima, inatia zaidi ya kujisikia vizuri kimwili. Inalazimisha kuheshimu mutu, kama vile valere na Imani ya mutu na ya wakaaji wanaohusika na heshima ya haki ya kibinadamu wanayohitaji kama vile uhuru kwa ujumla, uhuru wa zamiri na wa dini.

6. **Haki ya kupokea musaada ya kibinadamu;** Haki ya kuishi kwa heshima ni ya lazima sana, inatia ndani haki ya kuwa katika hali nzuri, kama vile kuwa na chakula, maji, nguo, makao ya muzuri, na kuwa na afya nzuri, mambo hayo imekua na garanti katika mapatano ya kimataifa. Kanuni ya musaada ya kibinadamu na viwango vya musingi ya Sphere inaonyesha wazi haki hizi kuhusu sanasana musaada kwa wale walioguswa na msiba ao uadui ya kisilaha. Wakati ambako serika na watendaji wengine wasiokuwa wa kiserikali hawatoe musaada, tunafikiri kwamba wanapashwa kuruhusu wengine waweze kuitoa. Musaada huu unapashwa kutolewa kwa kuheshimu kanuni ya kutokubaguana, amabayo inaomba musaada itolewe kulingana na mahitaji. Hali inaonyesha wazi kanuni ilio kuu zaidi inayopinga ubaguzi: Hakuna mutu yeyote anayepashwa kubaguliwa haizuru sababu ni gani: mwaka, jinsia, rangi, kabila, tamaduni, luga, dini, ulemavu, afya, maoni ya kisiasa ao mengine ya kitaifa ao ya kijamii.

7. **Haki ya ulinzi na ya usalama** ni yenye kuwa na musingi kutokana na haki ya kimataifa, juu ya maazimio mengi ya Umoja wa Mataifa na mashirika mengine ya serikali mbalimbali, na juu ya mamlaka ya juu ya Mataifa ya kulinda mutu yeyote anayepatikana chini ya uongozi wao: Usalama wa mwanadamu ndio ilio hangaiko kubwa ya wanaotoa musaada, kati yao ulinzi ya wakimbizi na watu waliohama katika eneo ndani ya inchi yao. Kwa kuwa haki inajua kama kuna watu ambao wako katika hatari ya kutendewa vibaya sababu ya miaka yao, jinsia ao rangi yao, na wanaweza kuwa na uhitaji wa kipekee wa ulinzi. Ikiwa serikali haina uwezo wa kulinda watu hawa, tunafikiri kwamba wanapashwa kutafuta musaada ya kimataifa ili kuitimiza.

Sheria kuhusu ulinzi wa raia na watu waliohama inaomba uangalifu wa kipekee unaofuata:

i. Wakati **wa uadui wa kisilaha** kama vile inaelezwa katika haki ya kimataifa, maandalizi ya kisheria inakamatwa ili kulinda na kutoa musaada kwa watu ambao hawako katika uadui ule. Katika Mapatano ya Geneva ya 1949 na protokole yake ya 1977 inatoa mashurti kwa sehemu mbili ya uadui ya kisilaha ya kimataifa na isiyo ya kimataifa. Yanakazia ulinzi wa raia wakiwa wakaaji zidi ya shambulio na ulazima wa:

   - kanuni ya **tofauti** kati ya raia na wapiganaji, na kati ya vitu vya kiraia na miradi ya askari;
   - kanuni ya **usawa** katika kutumia nguvu na katika kukamata mipango zidi ya shambulio;
   - shurti yakutotumia silaha ambazo zinapiga bila kuchagua ao silaha zinazoongeza vidonda zaidi ao zinazoletea watu mateso; na
   - Shurti ya kuruhusu musaada itolewe bila ubaguzi.

   Mateso mengi inayopata rahia katika uadui wa kisilaha na ambayo ingeweza kuepukika inatokana na kutokuheshimu kanuni hizi za musingi.

ii. **Haki ya kutafuta fasi ya kukimbilia** ni ya lazima kwa ajili ya kulinda watu wanaokutana na mateso ao ujeuri. Watu wenye wanaguswa na hali ya vita ao misiba wanashurutishwa kuacha makao yao ili kuwa salama na kutafuta namna ya kuishi. Maandalizi ya mapatano ya mwaka wa 1951 kuhusu statut ya wakimbizi (kama vile ilivyo rekebishwa) na mapatano mengine ya kimataifa na ya miji inatayarisha mashurti ya ulinzi ya watu ambao hawawezi kupata ulinzi wa taifa ijapo wao ni raia na ambako wanaishi na wanaoombwa kutafuta makimbilio fasi ingine ya lazima ni kanuni ya kutofukuza watu: hakuna yanayepashwa kufukuzwa na kutumwa katika inchi ambako uzima, uhuru, usalama wa kimwili unaweza kutiwa katika hatari, ao mahali anawezakutiwa katika mateso makali ao kutendewa kinyama ao vibaya sana. Kanuni hii inatumiwa kwa wote waliohama katika eneo ya inchi yao, kama inavyotayarishwa katika haki ya kimataifa ya haki ya mwanadamu na jinsi iliweza kuelezwa zaidi katika Kanuni zenye kuongoza ya 1998 kuhusu watu wanahama katika eneo la inchi yao na katika sheria ya muji na ya taifa.

Ujitowaji wetu

8. Tunatoa huduma yetu tukiwa na usadikisho kama wakaaji walioguswa na msiba ni wao waliochanzo cha musaada ya kibinadamu na tunajua kama ujitoaji wao ni walazima sana hivi kwamba musaada iweze kutolewa kulingana na uhitaji wao, kutia ndani wale walio na uzaifu na wanafukuzwa katika jamii. Tutajitolea kwa kutegemeza mipango juhudi za wakaaji wa eneo ili kuzuia, kujitayarisha ili kutoa musaada kwa misiba na kwa matokeo ya vita, na kuimarisha uwezo wa wakaaji katika n vo yote.

9. Tunajua kama musaada tunayoleta inaweza kuleta matokeo isiyo nzuri na ambayo haikutazamiwa kutokea. Kwa kuungana pamoja na wakaaji wanaohusika na viongozi, tunakuwa na mradi ya kupunguza matokeo mabaya inayoweza kutokana na musaada juu ya watu na mazingira. Namna tunayotolea watu musaada wakati vita, inaweza kutia wenye kupokea musaada huo katika hatari. Ao sehemu moja ao zaidi yenye kupingana. Tunajitoa kupunguza kadiri inavyowezekana matokeo mabaya ya musaada, kwa kutii kanuni zinazotiwa juu.

10. Tutatenda kulingana na kanuni ya matendo ya kibinadamu inayoeleza katika Patano hii na maagizo mengine inayopatikana katika kanuni yenye kuongoza ya Shirika la kimataifa ya Msalaba Mwekundu, croissant Rouge na Mashirika isiyo ya kiserikali (NGOs) katika kutoa musaada wakati wa misiba (1994).

11. Kanuni ya musingi na kiwango cha Sphere ni muundo wa kanuni zilizowekwa pamoja za Patano hii, inayotegema maelezo ambayo ma ajanse ya musaada ya kibinadamu yanatoa na mahitaji ya musingi inayohitaji ili kufanya mtu aishi katika heshima na juu ya uzoefu waliopata katika utoaji wa musaada. Ijapokuwa utimizo wa viwango inatia ndani mambo tofauti, na mengine ambayo hatuwezi kuzibiti, Tunajitoa kujaribu kuzifikia bila shaka na ni katika hali hii ndio tutatoa hesabu. Tuna alika sekta zote zinazohusika, serikali ya eneo ilioguswa na serikali zinazotoa musaada, mashirika ya kimataifa, wanaotoa musaada zisizokuwa za kiserikali, waweze kutumia Kanuni ya Musingi ya Musaada ya kibinadamu na viwango vya musingi ya Sphere kuwa kanuni yenye kukubalika.

12. Kwa kukubali Kiwango ya musingi ya musaada ya kibinadanu na viwango vya Kiasi tunajitoa kutia jitihada zetu zote ili kuhakikisha kwamba watu wanaoguswa na

musiba ao vita wanaishi kwa heshima na wana usalama, kutia ndani maji ya mzuri, choo, chakula chenye malisho mazuri, makao, afya. Kwa hiyo, tunaomba serikali iweze kuzungumza na sehemu zote zenye kuhusika waweze kutimiza matakwa ya kisheria na ya kiadili kwa ajili ya wakaaji. Kwa upande wetu, tunajitoa kutoa musaada yenye kustahili, kwa kufanya uchunguzi ya mzuri na kufuatilia jinsi mambo yanaendelea katika eneo, kwa kutoa habari yenye kuwa wazi, na hatua mbalimbali ya kukamata maamzi kwa kuongoza na kushirikiana vizuri na watendaji wengine wanaohusika katika nivo yote, kama inavyoelezwa katika Kiwango cha shirika ya musaada ya kibinadamu na Kiwango cha kiasi, zaidi sana tunajitoa kutumika pamoja na wakaaji walioapatwa na msiba, kwa kuimarisha ushirika wao katika kutoa musaada. Tunajua kwamba sisi tutatoa hesabu kwa wale ambao tunatolea musaada.

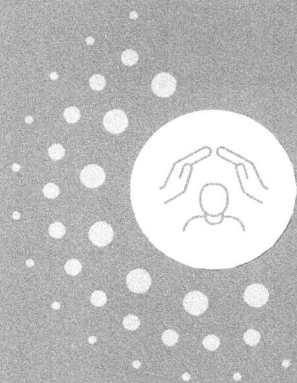

Kanuni ya ulinzi

Mapatano ya shirika ya musaada ya kibinadamu

Kanuni ya ulinzi

KANUNI 1

Ongeza, usalama, heshima na haki za watu, na kuepuka kuwatia katika hali ya kuwaongezea maumivu

KANUNI 2

Hakikishia kama watu wanapata musaada kulingana na uhitaji wao bila ubaguzi

KANUNI 3

Kusaidia watu wapate hali nzuri kutokana na vitendo vilivyokuwa na matokeo mabaya ya kimwili na ya kisaikolojia sababu ya kutendewa vibaya na ujeuri halisi, kulazimishwa ao kunyimwa kimakusudi

KANUNI 4

Saidia watu watetee haki yao

NYONGEZA Kifupi cha viwango vya juu kwa ajili ya kazi na ulinzi

Habari zenye kuwa ndani

Kanuni ya ulinzi

Kanuni ine zinazotumiwa kwa kazi ya shirika ya musaada na wote wanaoshiriki katika kutoa musaada.

1. Ongeza usalama, heshima na haki za watu, na kuepuka kuwatia katika hali ya kuwaongezea maumivu.
2. Hakikishia kama watu wanapata musaada kulingana na uhitaji wao bila ubaguzi.
3. Kusaidia watu wapate hali nzuri kutokana na vitendo vilivyo kuwa na matokeo mabaya ya kimwili na ya kisaikolojia sababu ya kutendewa vibaya na ujeuri halisi, kulazimishwa ao kunyimwa kimakusudi.
4. Kusaidia watu waombe haki zao.

Kanuni zenye kulinda zinasaidia haki zilizowekwa katika mkataba wa shirika za kimusaada: haki ya kuishi na heshima, haki ya usaidizi wa shirika la musaada na haki ya ulinzi na usalama. Kanuni zinaeleza kazi ambaoyo wale wanotoa musaada wanaweza kufanya katika kusaidia na kulinda watu. Kwa hiyo, wakaaji wa mjini wanakuwa katika mustari wa pili katika kufaidika na musaada ya mashirika ya kimsaada. Viongozi wa inchi wanadaraka la kusaidia watu waishi katika eneo lao ao kuwalinda wakati wa vita, Kwa vyovyote, ni viongozi wa serikali hao wanaodaraka la kuhakikisha kama wakaaji wana usalama kupitia hatua fulani ao kuzuia. Daraka la wale wanaotoa musaada ni kutia moyo na kushawishi viongozi wakiserikali kutimiza daraka lao, ikiwa hawawezi kufanya hivyo, wasaidie watu ili waweze kushindana na matokeo ya hali yenye wanakutana nayo.

Sura hii inatoa mwongozo juu ya namna mashirika ya musaada yanaweza kuchangia kulinda, kusaidia watu kuwa salama, kupata musaada, na kuwa na hali nzuri kiisha kipindi cha kutendewa vibaya na kujua namna ya kuomba haki zao.

Ulinzi inapatana na usalama, heshima na haki ya watu waliogusswa na musiba ao vita "The Inter-Agency Standing Committee" (IASC) inaeleza neno ulinzi kuwa:
"... Utendaji wote wenye kuwa na mradi ya kupatia heshima kwa haki za kibinafsi kulingana na barua na wazo wa mufumo wa sheria inayohusika (i.e. sheria ya kimataifa ya haki za binadamu, sheria ya kimataifa ya musaada ya kibinadamu, sheria ya wakimbizi ya kimataifa)."

Kwa upande mwingine, ulinzi unatia ndani jitihada zote zenye kufanywa na wote wanaotoa musaada pia na wale wanaotetea haki za kibinadamu ili kujihakikishia kuwa haki za watu wanaogusswa na pia uwajibu (devoir) yakulinda haki hizo chini ya sheria ya kimataifa zinaeleweka, zina heshimika, zina lindwa na kutimizwa bila ubaguzi.

Ulinzi ni kukamata hatua ya kulinda watu zidi ya jeuri, kulazimishwa, na kunyimwa kimakusudi. Mara nyingi, ni lazima kukamata hatua ya ulinzi kwa ajili ya wakaaji wote wanaogusswa na hali inayohusisha musaada ya kibinadamu, ambazo zinahitaji kuchukuliwa hatua zenye kufaa. Ili majibu ya shirika ya kimsaada iweze kuwa yenye kulinda na kuongoza ni lazima kuelewa na kupunguza hatari ya watu wanaogusswa, kutia ndani maumivu makali yanatokana na kushindwa kuheshimia sheria ya shirika ya mataifa ya kimusaada, wakimbizi na haki za kibinadamu.

Kutumikisha kanuni

Kila mtu mwenye anatumia kanuni za musingi za Sphere anapashwa kuongozwa na kanuni za ulinzi, hata ikiwa hawana mamlaka yoyote ya ulinzi ao mazoezi ya juu ya ulinzi. Hii inatia ndani kuelewa hali na kukamata hatua ili kuzuia, kupunguza, ao kumaliza uvunjaji na hatari za ulinzi wa wakaaji. Ni lazima kujulisha na kutoa ripoti na kutegemeza uwezo wa watu wa kukamata maamzi juu ya hali yao na kupona kwao.

Wale walio na mazoezo kuhusu ulinzi wanapashwa kufuata kanuni kuongezea zile kanuni za musingi za kipekee. Wale walio na uzoefu juu ya ulinzi wanatumika kwa uhuru kuhusu habari kama:

- Ulinzi wa mtoto;
- Jeuri kuhusu jinsia;
- Makao, udongo na haki ya kuwa na mali;
- Kampuni ya mawe ya bei;
- Sheria na haki;
- Shauri la kisheria
- Kutetea haki za kibinadamu
- Watu waliohama ndani ya inchi; na
- Haki ya wakimbizi.

Ona Marejezo na *Nyongeza: Viwango vyenye utaalamu na kazi ya ulinzi*, ambao inashugulika na familia na kuweka upya dokima, habari za ulinzi na; maeneo mengine.

Utendaji wa ulinzi

Kanuni za ulinzi zinaweza kuwa za kuzuia, kutenda, kurekebisha, kujenga mazingira. Ili kuheshimu kanuni hizi za ulinzi, inaomba kutia pamoja utendaji zote hizi.

- **Kuzuia:** Kuzuia hali za hatari kwa usala, heshima ao haki, ao kupunguza matokeo mabaya ya hatari hizo.
- **Kuwa chonjo:** Kuzuia kuongezeka kwa jeuri na kuwatendea watu vibaya kingono kwa kujibu kwa haraka kwa hali ya ujeuri kutendewa kwa kushurutishwa na kunyimwa.
- **Suluhisho:** Toa suluhisho kwa hali ya kutendewa vibaya inayoendelea ao iliyopita kwa kuangaikia afya (kutia ndani musaada wa kisaikolojia), musaada wa kisheria ao musaada ingine ili kusaidia watu wapate heshima yao.
- **Kujenga Mazingira:** Kuchangia katika ufundi, kijamii, kitamaduni (culturel), ya kiserikali na ya kisheria ambayo inategemeza heshima ya haki ya watu walioguswa na shida. Hii inatia ndani kutia moyo heshima kwa haki kupatana na sheria ya kimataifa.

Uteteaji, unafuata hatua zote ine iwe ni kwa ajili ya kutetea watu faragani (en privé) ao mbele ya watu wengi (publiquement). Wakati wakaaji wanapatwa na shida inayotokana na kukamata maamuzi ya kimakusudi, mipango ao ufundi, unapashwa kukamatwa pamoja na wale wanaoleta musaada na kutetea haki za kibinadamu ili kubadilisha maamuzi inayofanya kwamba wakaaji waliopatwa na shida waweze teseke. Hii inaweza kusukuma watu ao mashirika wabadilishe tabia yakuwaumiza watu waliopatwa na shida vilevile kufuatilia mabadiliko katika mpango wa kubagua watu ao mifumo ya kisheria.

Kanuni ya ulinzi 1:
Ongeza, usalama, heshima na haki za watu, na kuepuka kuwatia katika hali ya kuwaongezea maumivu

Mashirika yenye kutoa musaada wanakamata hatua ya kupunguza hatari zote na uzaifu wa watu kutia ndani matokeo mabaya ya mipango ya wale wenye kutoa musaada ya kibinadamu.

Kanuni ya ulinzi inatia ndani:

- Kuelewa hatari ya ulinzi kulingna na hali;
- Kutoa musaada yenye kupunguza hatari yenye watu wanaweza kukutana na kujibu kwa uhitaji wao kwa heshima;
- Kutoa musaada katika hali ambayo haitawatia katika hatari ya kimwili, jeuri ao kutendewa vibaya na
- Kutegemeza uwezo wa watu wa kujilinda wenyewe.

Jambo la lazima katika kanuni hii ni lazima kuepuka matokeo mabaya kuhusu mipango ya wanaotoa musaada ⊕ *ona ujitoaji ya 3 ya kiwango cha lazima ya shirika ya musaada ya kibinadamu.*

Namna ya kutenda

Kuelewa hali: kuelewa hali na kuzuia matokeo ambayo inayoweza kuzuia usalama, heshima, na haki za wakaaji walioguswa. Kutumika pamoja na wale wanaotoa musaada na vikundi vya wanaume, vijana, mabinti ambao wanaguswa na hali ili kuchunguza pole kwa pole hatari kulingana na wakati.

Liste yenye kufuata inaweza kusaidia kwa uchunguzi wa namna hiyo:

- Wakaaji wanakutana na hatari gani, uzaifu gani yenye kuhusiana na ulinzi. Wakaaji wanauwezo gani ya kuyapunguza?
- Je, kuna vikundi ambavyo vinapatikana katika hatari Fulani? Sababu gani? Kwa mfano, kufikiria kabila yao, historia yao, hali yao ya maisha, jinsia yao, mwaka, hali yao ya ulemavu na uongozi kingono.
- Je, kuna hali zinazozuia wakaaji kufaidika na musaada ao kuhusishwa katika kukamata maamzi? Inaweza kutia ndani usalama, kizuizi ya kimwili, ao namna ya kutolewa kwa habari.
- Wakaaji wanafanya nini ili kujilinda? Namna gani wanaotoa musaada wanaweza kutegemeza jitihada hizi badala ya kuzuia? Je, kunaweza kuwa na hatari yoyote ikiwa wakaaji wanajilinda?
- Je, watu wanajiingiza katika mambo isiyo sawa kama vile uchuruzi wa kingono, kuoa ao kuolewa mbele ya miaka, kuwatumikisha watoto, kuhamia mahali pengine kwa hatari? Jambo gani inapashwa kufanywa ili kupunguza uzaifu huu?
- Je, Kazi ya shirika la musaada inamatokeo mabaya isiyofikiriwa kimbele, kwa mfano kutia watu katika hatari kwenye eneo la kugawiya musaada ao kusukuma wakaaji waweze kugawanyika kati yao ao pamoja na wakaaji wengine? Jambo gani linaloweza kufanya ili kupunguza hatari hiyo?

- Je kuna sheria ambozo zinatoa malipizi, kulinda zidi ya hatari, kama vile kupimishwa virusi vya ukimwi kwa kulazimishwa, kuona husiano wa kingono kati ya watu wa jinsia moja kuwa isiyohalali ao nyingine?

Kuweka na kulinda namna ya kupashana habari na husiano pamoja na wakaaji kutia ndani na wote wenye kuwa katika hatari, ili kuwaorodhesha na kuwatolea musaada unaohitajika.

Epuka kuungana na wenye nia mbaya ya kuvunja haki za watu kupitia kazi zinazotoa ruhusa kwa mipango na vitendo vinayokuwa sababu ya matatizo. Kwa mfano kuhamishwa kwa wakaaji kwa kingufu sababu za kisiasa na za kijeshi, ao kuongeza matatizo kwa sababu ya kuchagua bila kujali washiriki ao wanabiashara. Uchunguzi huu unaweza kutia ndani matatizo ambayo yanapaswa kufikiriwa kulingana na hali.

Musaada ya kibinadamu: Musaada inaweza kufanya watu wawe na matatizo, maumivu, na kulazimishwa.

- Kutoa musaada katika nafasi yenye haina matatizo na kutafuta njia yote ya kupunguza hatari na uzaifu. Kwa mfano, kutoa mafunzo kuhusu afya katika nafasi ambako watu wote watafuata bila tatizo ⊕ *ona kitabu INEE*.
- Kamata hatua yenye usawaziko wakati wakutayarisha na kutoa musaada ili kulinda watu zidi ya hatari ya kimwili na ya kingono. Kwa mfano, musaada ya kifeza na ya vitu vyenye valere yanaweza kusukuma watu wenye nia mbaya kuviiba na kuhatarisha uzima ya wenye kuvipokea.
- Saidia watu wapate suluhisho ya shida zao ili kupunguza hatari inayoweza kutokea. Kwa mfano, kuwapatia petrole ao njia ingine yakupikia chakula, ili kupunguza hatari inayoweza kutokana na kutafuta kuni katika eneo yenye hatari.
- Fikiria kazi zinazolinda vinjana wanawake na vijana wanaume na ambazo hazi lete hatari ya ziada kama vile kuandikisha watoto ili waweze kutumika kazi, kuwaiba ao kuwatenganisha na familia zao ⊕ *ona kitabu CPMS*.
- Kuungana na wakuu wa serikali na mashirika wanaouzoefu ili kuondoa bomu ambazo hazijaripuka katika eneo ambako musaada inato ewa ⊕ *ona International Mine Action Standards*.
- Fikiria matokeo isiyotazamika kwa mazingira ambayo inaweza kugusa usalama heshima na haki ya watu.
- Kuongea na aina tofauti ya wakaaji kama vile vikundi vyenye kuwa katika hatari, na mashirika zenye wanatumainia ili kupata njia mzuri ya kuwasaidia. Kwa mfano, kutumika pamaoja na watu wenye ulemvu, ili kujua njia nzuri ya kuwasaidia. Hakupashwi kuwa hatari ya ziada kuhusu hali nzuri ya watu wanaotumainika ambao wanatafuta musaada kwa ajili yao.

Namna ya kujilinda kwa wakaaji: kuelewa njia mbalimbali ambazo watu wanatumia ili kujaribu kulinda wakaaji. Kutegemeza mipango ya maendeleo ya wakaaji inayokusudi ya kujitegemeza. Misada ya kibinadamu haiweza kuzuia mipango ya watu yakujilinda na kulinda wengine.

Habari yenye kugusa hisia sana: Jihakikishie kwamba namna ambayo washirika wa musaada wanatafuta habari haitie watu katika hatari. Kuweka kanuni za kukusanya habari na za kupasha habari zenye kugusia hisia za watu. Kanuni hizi zinapashwa kueleza hali ambazo habari hizo zinapashwa kutolewa na kuheshimu kanuni inayotaka kila mtu aneyetoa habari azilazimishwe. Kama sivyo, hali hii inaweza ku eta shida juu ya usalama ya waliokimbia na ya wafanya kazi.

Kanuni ya ulinzi 2:
Hakikishia kama watu wanapata musaada kulingana na uhitaji wao bila ubaguzi

Wanaotoa musaada wanatafuta kujua shida ambazo zinazuia watu kupata musaada pia wanakamata hatua ambazo zinasaidia kuhakikisha kama musaada inatolewa kwa usawaziko kulingana na uhitaji na bila ubaguzi.

Kanuni hii inatia ndani:

- Kupiganisha, kupitia kanuni ya mashirika ya musaada na sheria zenye kutenda, kila tendo amabayo inazuia watu kimakusudi kupata musaada ili kujibu kwa mahitaji yao ya lazima ⊕ ona *Mapatano ya shirika ya Musaada ya kibinadamu*;
- Kuhakikisha kwamba watu wanapata musaada kulingana na uhitaji wao wa lazima na kwamba hawatendewe kwa ubaguzi na kikundi; na
- Kuhakikisha kwamba watu wanaopatikana katika sehemu zote zenye kuwa na shida wanapata musaada.

Wazo ni kwamba Wakaaji napashwa kupata musaada wanayohitaji kupitia shirika ya kimusaada ⊕ ona *Ujitoaji ya 2 ya Kiwango cha lazima cha Shirika ya musaada ya kibinadamu*.

Namna ya kutenda

Bila ubaguzi: kutambua kwanza mambo ya lazima kulingana na uhitaji na kutoa musaada kulingana na uhitaji huo. Hii ndio kanuni ya kutokuwa na ubaguzi, hakikisha katika sheria inayoongoza Shirika la Kimataifa ya Musalaba Mwekundu na la Red Crescent Movement na Mashirika ya Maendeleo ambazo si za kiserikali (NGOs) katika utoaji wa musaada wakati wa matatizo ⊕ ona *Nyongeza 2* na *mapatano ya shirika la Kimusaada*. Mashirika ya kimusaada haipashwi kuhangaikia tu kikundi fulani cha watu (kwa mfano, kuhamisha watu katika kambi ao kikundi fulani cha jamii ambao ni wadogo) ikiwa mpango huu unaweza kuwa wenye kugandamiza kikundi kingine cha watu walioguswa na ambao ni wenye mahitaji.

Haki ya kupata musaada: Tetea haki kwa faida ya wale wanaoguswa na matatizo kupata musaada wa shirika la kimsaada. Wakati ambao watu wanaoguswa na matatizo hawana uwezo wakutosheleza mahitaji yao ya lazima na viongozi wa kiserikali hawana uwezo ya kutoa musaada hayo, wakuu hao hawapashwe kuzuia mashirika ya kimusaada isiyokuwa kwa upande wowote. Katazo la namna hiyo inaweza kuonwa kuwa uvunjaji wa sheria ya kimataifa sana wakati uadui wa kisilaha. Watu walioguswa na matatizo hawahitaji kulazimishwa kuwa na kitambulisho Fulani ya kisheria ili kupewa musaada na ulinzi wa mashirika ya kimusaada.

Viongozi wa kiserikali hawapashwi kukatala kama kuna uhitaji wa musaada wa mashirika ya kimusaada ao kutumia vizuizi Fulani vya kiofisi ili kuzuia kuingia kwa wafanya kazi wa mashirika ya kimusaada.

Vizuizi: Ongoza watu ili waweze kupata musaada kutokana na shirika va musaada ili kuona na kuelewa vizuizi ambavyo wanaweza kukutana navyo. Kamata hatua ya kueleza jambo hili mahali ambako ni lazima.

- Jifunze kujua vizuizi ambavyo vinakuwa shida kwa uhuru wa watu wakupata musaada wa shirika la musaada. Hii inatia ndani vizuizi, maeneo ya bomu na maeneo ya kuchunguza. Katika uadui unao tia matumizi ya kisilaha, wale wenye wako hapo wanaweza kutia nafasi ya uchunguzi lakini hii naipashwi kubagua watu wanaoguswa kulingana na hali yao, ao kuwazuia kupata musaada kutoka kwa shirika la kimusaada.
- Kuondoa vizuizi vinavyoweza kupunguzia kikundi fulani ya watu, amboyvo vinaweza kufanya ukosefu wa usawaziko katika kutoa musaada. Vizuizi hivyo vinaweza kuongoza kwenye ubaguzi zidi ya wanawake na watoto, wazee wazee, watu wanaoishi na ulemavu ao jamii ya wasio wengi Wanaweza pia kuzuia watu wasipate musaada sababu ya kabila, dini, s asa, hali jinsia, luga, na mambo mengine.
- Kupasha habari katika lugha inaeleweka. Kupanga jinsi ya kupashana habari na kikundi kinacho kuwa katika hatari kama vile watu wanacishi na ulemavu, vijana wanaoishi katika barabara, ao wale wanaoishi katika eneo ambako s vigumu kufika ili kufanya ikuwe rahisi kwao kupata ulinzi na musaada.

Kanuni ya ulinzi 3:
Kusaidia watu wapate hali nzuri kutokana na vitendo vilivyokuwa na matokeo mabaya ya kimwili na ya kisaikolojia sababu ya kutendewa vibaya na ujeuri halisi, kulazimishwa ao kunyimwa kimakusudi

Wenye kutoa musaada wanapashwa kutegemeza bila kukawiya watu wanaotendewa bila haki kwa kuwaongoza kwenye nafasi zingine ili waweze kupata musaada ikiwa ni lazima.

Kanuni hii inatia ndani:

- Kuongoza watu walioponyoka kwenye nafasi inayolingana na hali yao;
- Kukamata hatua nzuri ili kuhakikisha kwamba wakaaji walioguswa hawaingizwe katika hatari ya kutendewa kijeuri, kulazimishwa, ao kunyimwa; na
- Kutegemeza watu kwa jitihada zao ili kupata heshima yao na haki zao katika maeneo zao ili kuwa katika usalama.

Musingi wa kanuni hii linawazo ya kwamba jamii na watu wanaoguswa na shida kutolewa musaada wa ziada wenye kuongozwa vizuri ⊕ *ona ujitoaji ya 6 ya Kiwango cha lazima cha shirika la musaada wa kibinadamu.*

....

Jinsi ya kufanya

Uongozi: Kujua kwamba kuna kazi ya kuongoza na kusadia waliogɩswa na jeuri waweze kupata usalama kutokana na mashirika zenye kustahili. Watu wengine hawatafutaki musaada kisha kutendewa isiyo haki. Kamata hatua ya kutafuta kujua ni kitu gani kinazuia watu wasiombe musaada, na kuongoza watu kulingana na hali.

Tegemeza wale walioponyoka jeuri za kingono ao kimwili, ili waweze kupata musaada wa kiafya, ya kiakili, na kisaikolojia na mengine. Huduma hii inapashwa kutolewa huku wakifikiri hali ya jinsia ya mtu, miaka, ulemavu, na mambo mengine ⊕ *ona Guidelines for Integrating Gender-based Violence Interventions in Humanitarian Action*.

Kutia na kueleza namna ya kuongoza watu kwenye huduma ao, kazi ya kulinda watoto ambao waliweza kuokolewa kutoka katika hali ya jeuri, kuwafanya watumwa, na kuwatendea vibaya, na kuwapuuzi na kuwazarau.

Kazi ya wakaaji: kutegemeza kazi ya wakaaji na kazi zingine za kujisaidia ambayo inasaidia watu kuwa na uwezo na kujilinda. Kutegemeza na kuboresha namna ya kujilinda, na afya ya kiakili, na kutegemeza kisaikolojia.

Wanahitaji kuwa na wakati ya kuzungumzia hali yao, kufikiria hatua mbalimbali ya kujilinda zidi ya hali mbaya na kuizungumzia.

Saidia vikundi vya watu kama vile vikundi ya vijana, vya wanawake, ao vya kidini waweke mpango ya kujilinda bila kutumia jeuri. Na kusaidia waliozaifu.

Ikiwa hali inaruhusu, tia jamaa pamoja, kutia ndani jamaa ambazo si zakawaida, na kuruhusu watu wanaotoka katika kijiji kimoja ao wako katika kikundi kimoja ya maendelo ili waweze kuishi pamoja.

Kutegemeza mipango mbalimbali inayowekwa na wakaaji ili kusaidia watu waweze kuzoea hali bila shida, kama vile mipango juu ya kuzika inayokubalika na tamaduni yao, sherehe na mambo ya dini, na mipango inayotia kiltire na sosaiti ambayo haina hatari.

Kuendelea kwa uvunjaji wa sheria, kufuatilia na kuripoti: kujua njia mbalimbali inayoweza kusaidia kuripoti uvunjaji wa sheria wa kibinadamu na kufuatilia utaratibu na mipango ya mahali ili kupashana habari za lazima sana ⊕ *ona Kanuni ya ulinzi 1 na Nyongeza: Viwango vyenye uzoefu kwa ajili ya ulinzi wa kazi.*

Kuendelea kwa uvunjaji wa sheria kunapaswa kushugulikiwa na kufuatiliwa na wanaotoa musaada kutia ndani vituo vyenye uzoefu. Serikali na viongozi wengine wana daraka la kwanza la kulinda watu na Kutumika pamoja na wenye uzoefu ili kutambulisha wale wanakubalika kisheria kuwa na daraka la kulinda na kuwakumbusha ma daraka zao.

Idara la usalama, na yenye kutia utaratibu, polisi, maaskari na watu wanaoweka usalama wana daraka la lazima ya kutoa usalama ya wakaaji. Kunapokuwa ukosefu wa usalama, ita polisi, wanaotetea usalama ao maaskari jeshi juu ya uvunjaji wa sheria wa kibinadamu.

Kunapotokea uadui wa jeshi ni lazima kufuatia uongozi ya idara zinazotoa utumishi na wenye kuwa na uzoefu na wenye kulindwa chini ya sheria ya kimataifa ya haki ya kibinadamu kama vile masomo, hopitali, na kuripoti shambulio zote zidi yao. Kufanya nguvu yote ili kupunguza hatari na shambulio ao kuandikisha kwa kingufu inayoweza kutokea katika fasi hiyo.

Kushugulika na habari ya lazima: shirika la musaada ya kimataifa zinapaswa kuwa na mipango ya wazi na utaratibu yakuongoza wafanya kazi juu ya namna ya kutenda ikiwa wanasikia ao wako mashahidi ya ukosefu wa haki na namna ya kuongoza wafanyakazi wenye kuguswa kwenye walio na uzoefu ao shirika zenye uzoefu. Mipango haya yanapaswa kueleza kwamba habari zinapaswa kuwekwa siri.

Ushuhuda kama vile ule wa mashahidi, wakaaji, ambayo wakaaji wanastahili kupata umbo na picha ambazo zinasaidia kutambulisha watu zinaweza kuwa za siri na zinaweza kutia watu katika hatari. Habari za siri juu ya kutendea watu vibaya ao uvunjaji wa sheria yanaweza kukusanywa na shirika zenye kuwa na uzoefu kwa kutumia uwezo, ufundi na uongozi wa hapo hapo ⊕ *ona Nyongeza: Viwango vya juu kwa ajili ya kazi na ulinzi.*

Kanuni ya ulinzi 4:
Saidia watu watetee haki zao
Watoaji wa musaada wa shirika la kimusaada wanasaidia wakaaji wanaoguswa ili watetee haki zao kupitia habari na maandishi na kutegemeza jitihada za kuimarisha heshima ya haki.

Kanuni hii inatia ndani:

- Kutegemeza watu ili kutetea haki zao na kupata suluhisho kutoka kwa serikali ao fasi zingine;
- Kusaidia watu wapate maandishi wanaohitaji ili kutetea haki zao; na
- Kutetea heshima ya haki ya wakaaji na kuweka hali ya usalama.

Watu wanaoguswa na shida wanapaswa kujua haki zao ⊕ *ona Ujitoaji ya 4 ya Viwango vya lazima vya shirika ya musaada wa kibinadamu.*

Jinsi ya kufanya

Kupata habari: kuwafundisha na kupasha habari ambayo naweza kusaidia watu kuelewa na kutetea haki zao. Julisha watu kuhusu haki yao, kwa mfano kuhusu haki yao ya kurudia na uwezekano wakuikaa tena kwao. Tumika pamo na shirika zenye kuzoezwa kwa kutoa musaada wakisheria na kujulisha watu kuhusu haki yao kupatana na kanuni na sheria ya inchi.

Kutoa habari katika luga yenye kusikiwa na watu walioguswa. Tumia ma fomu mbalimbali (kama vile zenye kuandikwa, kuchapwa na za kusikiliza) ili kueneza habari fasi yote iwezekanavyo. Jaribu kupima kama watu wa vikundi mbalimbali vya watu, wanaume, wanawake, na watoto na watu kulingana na nivo ya masomo na luga ya kiasili wanaelewa habari.

Vitambulisho: Kwa ujumla watu wote wana haki, na haiangalie kiwa wana vitambulisho vya kipekee ao hapana. Ila ukosefu wa vitambulisho kama vile kitabu cha kuzaliwa, cha ndoa, cha kifo, passseport, kitabu cha kiwanja, vitabu vya masomo, inaweza kufanya watu wanaweza kuzuiwa kupata na kutetewa haki zao. Uwaongoze kwa shirika ambazo zinaweza kutoa ao kuwatolea vitambulisho hayo.

Inaomba kutofautisha vitambulisho ambavyo leta anatoa na zile ambazo shirika la kimusaada inatoa, kama vile karte ya kupokelea chakula, ao za kuandiskishwa.

Vitambulisho vinavyotolewa na leta havipaswa kukata kauli kama ni nani anayeruhusa ya kupata musaada ao hapana kutoka kwa shirika la musaada.

Kutegemezwa na sheria na mufumo ya kisheria: Kila mutu ana haki ya kuomba rekebisho kutoka kwa serikali na wakubwa wengine wenye uzoefu kuhusu ukosefu wa heshima kuhusu haki yao. Inaweza kutia ndani kulipa vitu vilivyo potea, ao kurudisha vitu hivyo. Watu wana haki ya kutazamia kwamba wale waliokuwa na ukusefu wa haki wanapelekwa mahakamani.

Saidia watu ambao wanatafuta musaada wa kisheria waweze kukutanana na wanasheria bila magumu. Kujua ni shirika gani la kisheria kinaweza kuleta musaada wa kisheria.

Epuka musaada yoyote ya kisheria ambayo inaweza kuleta matatizo mengi kwa wenye kutafuta musaada. Kwa mfano, madaktari na wale wanaotoa uongozi wa kiafya kulingana na sheria wanapaswa kujua namna matunzo katika eneo inaongozwa na sheria kuhusu kutendewa vibaya kingono. Julisha wagonjwa kama ni lazima walioponyoka shida wajue kwamba ni lazima kujulisha hali yote inayoweza kuonwa kwamba siri ya wagonjwa hazilindwe. Jambo hili linaweza kusukuma walioponyoka kuendelea kufuatilia matunzo ao kuripoti habari. Jambo hilo linapaswa kuheshimika ⊕ *ona Afya: Kiwango cha afya ya uzazi na ngono 2.3.2.*

Wakati wa shida, wakaaji walioguswa wanapaswa kuwa na uwezo wakutumia njia mbalimbali yenye si mbaya za kutafuta suluhisho kwa magumu kama vile musaada ya wakaaji. Ikiwa mpango huu unapatikana elezea watu ili waweze kutafuta musaada.

Ubishi inaweza kutokea wakati mtu anatafuta kuwa na udongo ao parsele. Tia viongozi moyo na wakaaji waweze kuleta suluhisho kwa magumu hii.

Nyongeza
Kifupi cha viwango vya juu kwa ajili ya kazi na ulinzi

Katika vita vyenye silaha ao zingine za mvurugo, ni lazima kulinda raia ambao wanaweza kukutana na mateso. Jibu la usalama linalohitaji ustadi na uzingatiaji wa viwango vya chini vya kitaalamu vilivyokubalika na ambavyo vinatumika kwa watendaji wote wa ulinzi.

Viwango vya kitaalamuu vya Kazi ya Ulinzi vilianzishwa ili kuunda musingi wa pamoja wa kazi ya ulinzi kati ya wanaotoa musaada ya kibinadamu nawanaotetea haki ya binadamu, na kufanya vizuri zaidi kazi kwa ajili ya wale wanaoguswa na hali. Zinatimiza kanuni za Ulinzi.

Viwango vinaonyesha mtazamo kwamba kwa mstari wa mbele katika hatua zinazokamatwa kwa ajili yao. Watu wana daraka ya maana sana katika kuchunguza, kuendelesha, na kuongoza majibu ya ulinzi kwa maumivu na hatari wanazokutana nazo. Zaidi ya kufanya kwamba usalama wa mwili wa watu uwe mzuri, juhudi za ulinzi zinapaswa kukazia heshima ya haki, heshima na uadilifu wa wale walio katika hatari au chini ya uvunjaji wa sheria na kutendewa vibaya.

Aina ya huduma zinazotolewa na wanaotoa musaada ya kibinadamu ziko tofauti sana, na ni lazima kwa wenye kutoa musaada kutia wazo la ulinzi katika mazoezi yao kulingana na kanuni za Ulinzi. Viwango vya utaalamu ni ya lazima kwanza kwa ajili ya ulinzi ya wale wanaojitolea kutia ulinzi katika maeneo yenye kuwa na uadui unaotumia silaha na hali zingine zenye kuleta ujeuri.

Viwango vya kitaalamu vinatolea mashirika musingi ambao kupitia hiyo zinaweka nakuendeleza ufundi za ndani, miongozo na vifaa vya mazoezi. Na inafanywa kuwa chanzo cha kupata habari zaidi ambayo inaweza kusaidia watu wengine. Pia, zinakuwa kielelezo ya lazima sana ili kusaidia watendaji wengine waelewe kwamba usalama ya wenye kutoa ulinzi ni wa lazima sana kwa sababu kazi yao n kutia usalama ya watu na jamii.

Viwango hivi havitafuti kusimamia kazi ya ulinzi au kuzuia utofauti, lakini inakamilisha kanuni zingine za kitaalamu na kuwatia moyo watendaji wa ulinzi kuwaunganisha katika mazoea yao wenyewe, miongozo na mafunzo.

Viwango vya utaalamu vya 2018 vimepangwa kama ifuatavyo:

1. Kanuni zinazoongoza kazi ya ulinzi
2. Kutayarisha mipango mbambali ya ulinzi
3. Kutoa programu ya ulinzi
4. Kuijenga kwenye musingi wa kisheria wa ulinzi
5. Kupendekeza hali ya kuungana
6. Kusimamia data na habari kwa matokeo ya ulinzi
7. Kuhakikisha uwezo wa kitaalamu

Viwango vinatia ndani maoni juu ya matokeo ya upashani wa habari kupitia teknolojia (ICT) na sheria inayokua juu ya ulinzi wa data, na mwongozo mzuri juu ya uongozi wa habari ya ulinzi.

Mazungumzo na utendaji kati ya wanaotoa musaada na wanaotetea haki za binaadamu pamoja, utendaji ya Umoja wa Mataifa ya kulinda amani na vikundi vingine vya jeshi na polisi mara nyingi ni vya lazima kutoa ulinzi. Viwango vya kitaalamu vinatoa mwongozo ya kufuatilia katika utendaji huu.

Jitiahada za kitaifa, ya eneo na ya kimataifa yakupinganisha jeuri ya juu kupitia sheria zidi ya jeuri inawekwa pia kwenye mustari wa viwango vya utaalamu, vikionyesha waziwazi jinsi namna ya sheria hii inaweza kua namatokeo juu ya utendaji ya wale wanaotoa ulinzi.

Pakua viwango vya kazi kwa ajili ya ulinzi wa kazi kutokana na mapatano ya kimataifa ya Musalaba Mwekundu maktaba ya mtandao:
https://shop.icrc.org/e-books/icrc-activities-ebook.html.

Marejezo na usomaji wa ziada

Ulinzi wa ujumla: Historia na vifaa
Minimum Agency Standards for Incorporating Protection into Humanitarian Response – Field Testing Version. Caritas Australia, CARE Australia, Oxfam Australia and World Vision Australia, 2008. https://drc.ngo

Policy on Protection in Humanitarian Action. IASC, 2016.
www.interagencystandingcommittee.org

Professional Standards for Protection Work Carried Out by Humanitarian and Human Rights Actors in Armed Conflict and Other Situations of Violence. ICRC, 2018.
https://shop.icrc.org

Kutendea vibaya watu sababu ya jinsia yao
Guidelines for Integrating Gender-based Violence Interventions in Humanitarian Action: Reducing risk, promoting resilience, and aiding recovery. IASC, 2015. gbvguidelines.org

Nyumba, Udongo na haki ya kupata fasi ao udongo
Principles on Housing and Property Restitution for Refugees and Displaced Persons. OHCHR, 2005. www.unhcr.org

Watu wanaohama ndani ya inchi
Handbook for the Protection of Internally Displaced Persons. Global Protection Cluster, 2010. www.globalprotectioncluster.org

Afya ya Akili na utegemezo wa saikolojia
IASC Guidelines on Mental Health and Psychosocial Support in Emergency Settings. IASC, 2007. https://interagencystandingcommittee.org

Matendo ya mali za udongo
International Mine Action Standards. www.mineactionstandards.org

Wazee na watu wanaoishi na ulemavu
Humanitarian Inclusion Standards for Older People and People with Disabilities. Age and Disability Consortium as part of the ADCAP programme. HelpAge, 2018.
www.helpage.org

Watoto na ulinzi wa mtoto
INEE Minimum Standards for Education: Preparedness, Response, Recovery. INEE, 2010.
https://inee.org/standards

Minimum Standards for Child Protection in Humanitarian Action: Alliance for Child Protection in Humanitarian Action, 2012. http://cpwg.net

Usomaji wa ziada
For further reading suggestions please go to
www.spherestandards.org/handbook/online-resources

Usomaji wa ziada

Ulinzi kwa ujumla: Historia na vifaa

Aide Memoire: For the Consideration of Issues Pertaining for the Protection of Civilians. OCHA, 2016.
https://www.unocha.org/sites/unocha/files/Aide%20Memoire%202016%20II_0.pdf

Enhancing Protection for Civilians in Armed Conflict and Other Situations of Violence. ICRC, 2017. www.icrc.org/eng/resources/documents/publication/p0956.htm

FMR 53: Local communities: first and last providers of protection. University of Oxford and Refugee Studies Centre, 2016. www.fmreview.org/community-protection.html

Giossi Caverzasio, S. *Strengthening Protection in War: A Search for Professional Standards.* ICRC, 2001. https://www.icrc.org/en/publication/0783-strengthening-protection-war-search-professional-standards

Growing the Sheltering Tree — Protecting Rights through Humanitarian Action — Programmes & practices gathered from the field. IASC, 2002.
http://www.globalprotectioncluster.org/_assets/files/tools_and_guidance/IASC_Growing_Sheltering_Tree_2002_EN.pdf

Operational Guidelines on the Protection of Persons in Situations of Natural Disasters. IASC, 2011.
www.ohchr.org/Documents/Issues/IDPersons/Operational Guidelines_IDP.pdf

O'Callaghan, S. Pantuliano, S. *Protective Action: Incorporating Civilian Protection into Humanitarian Response.* HPG Report 26. ODI, 2007. https://www.odi.org/sites/odi.org.uk/files/odi-assets/publications-opinion-files/1640.pdf

Protection and Accountability to Affected Populations in the HPC (EDG Preliminary Guidance Note). IASC, 2016. https://interagencystandingcommittee.org/system/files/edg_-aap_protection_guidance_note_2016.pdf

Protection Mainstreaming Training & Sector-Specific Guidance. Global Protection Cluster. http://www.globalprotectioncluster.org/themes/protection-mainstreaming/

Safety with Dignity: A field manual for integrating community-based protection across humanitarian programs. Action Aid, 2009.
https://actionaid.org/publications/2010/safety-dignity

Statement on the Centrality of Protection in Humanitarian Action. IASC, 2013. https://interagencystandingcommittee.org/principals/content/centrality-protection-humanitarian-action

Slim, H. Bonwick, A. *Protection — An ALNAP Guide for Humanitarian Agencies.* ALNAP, 2005. www.alnap.org/resource/5263

Mbinu na uwezo wa kujilinda

Local Perspectives on Protection: Recommendations for a Community-based Approach to Protection in Humanitarian Action. Local to Global Protection, 2015.
www.local2global.info/wp-content/uploads/L2GP_pixi_Final_WEB.pdf

Thematic Policy Document no 8 – Humanitarian Protection: improving protection outcomes to reduce risks for people in humanitarian crises, page 24. DG ECHO, EC, 2016.
https://ec.europa.eu/echo/sites/echo-site/files/
policy_guidelines_humanitarian_protection_en.pdf

Musaada ya kipesa
Guide for Protection in Cash-based Interventions. UNHCR and partners, 2015. www.
globalprotectioncluster.org/_assets/files/tools_and_guidance/cash-based-
interventions/erc-guide-for-protection-in-cash-based-interventions-web_en.pdf

Watu wanaoishi na ulemavu
Including Children with Disabilities in Humanitarian Action: Child Protection. UNICEF, 2017.
training.unicef.org/disability/emergencies/protection.html

Need to Know Guidance: Working with Persons with Disabilities in Forced Displacement.
UNHCR, 2011. www.unhcr.org/4ec3c81c9.pdf

Washington Group on Disability Statistics. 2018. www.washingtongroup-disability.com

Kutendea vibaya watu sababu ya jinsia yao
Building Capacity for Disability Inclusion in Gender-based Violence Programming in Humanitarian Settings: A Toolkit for GBV Practitioners. Women's Refugee Commission & International Rescue Committee, 2015. www.womensrefugeecommission.
org/?option=com_zdocs&view=document&id=1173

Ethical and safety recommendations for researching, documenting and monitoring sexual violence in emergencies. WHO, 2007. http://apps.who.int/
iris/bitstream/handle/10665/43709/9789241595681_eng.pdf;jsessionid=
9834DA17763D28859CAD360E992A223B?sequence=1

Gender-based Violence Against Children and Youth with Disabilities: A Toolkit for Child Protection Actors. Women's Refugee Commission, ChildFund International, 2016. www.womensrefugeecommission.org/populations/disabilities/research-
and-resources/1289-youth-disabilities-toolkit

Nyumba, Udongo na haki ya kupata fasi ao udongo
Checklist of Housing, Land and Property Rights and Broader Land Issues Throughout the Displacement Timeline from Emergency to Recovery. Global Protection Cluster, Housing, Land and Property Area of Responsibility, 2009.

Handbook on Housing and Property Restitution for Refugees and Displaced Persons. Implementing the "Pinheiro Principles". Internal Displacement Monitoring Centre, FAO, OCHA, Office of the UN High Commissioner for Human Rights, UN-Habitat and UNHCR, 2007. www.unhcr.org/refworld/docid/4693432c2.html

Land and Natural Disasters: Guidance for Practitioners. UN Human Settlements Programme. UN-Habitat, FAO, Global Land Tool Network and Early Recovery Cluster, 2010. https://www.alnap.org/help-library/
land-and-natural-disasters-guidance-for-practitioners

Watu wa eneo waliokimbia makao yao

Addressing Internal Displacement: A Framework for National Responsibility. Brookings Institution – University of Bern Project of Internal Displacement, 2005. https://www.brookings.edu/research/addressing-internal-displacement-a-framework-for-national-responsibility/

Bagshaw, S. Paul, D. *Protect or Neglect? Toward a More Effective United Nations Approach to the Protection of Internally Displaced Persons.* Brookings-SAIS Project on Internal Displacement and UNOCHA, Interagency Internal Displacement Division, 2004. https://www.brookings.edu/research/protect-or-neglect-toward-a-more-effective-united-nations-approach-to-the-protection-of-internally-displaced-persons/

Framework on Durable Solutions for Internally Displaced Persons. IASC, 2010. www.brookings.edu/research/iasc-framework-on-durable-solutions-for-internally-displaced-persons/

Implementing the Collaborative Response to Situations of Internal Displacement: Guidance for UN Humanitarian and/or Resident Coordinators and Country Teams. IASC, 2004. www.refworld.org/pdfid/41ee9a074.pdf

UN Guiding Principles on Internal Displacement. UN Economic and Social Council, 1998. www.unhcr.org/protection/idps/43ce1cff2/guiding-principles-internal-displacement.html

Afya ya Akili na utegemezo wa saikolojia

Community-based Protection and Mental Health & Psychosocial Support. UNHCR, 2017. https://cms.emergency.unhcr.org/

Mental Health and Psychosocial Support (MHPSS) in Humanitarian Emergencies: What Should Protection Programme Managers Know? IASC Reference Group on Mental Health and Psychosocial Support, 2010. https://interagencystandingcommittee.org/system/files/legacy_files/MHPSS%20Protection%20Actors.pdf

Wazee

Humanitarian Action and Older Persons: An essential brief for humanitarian actors. WHO, HelpAge International, IASC, 2008. www.globalprotectioncluster.org/_assets/files/tools_and_guidance/IASC_HumanitarianAction_OlderPersons_EN.pdf

Watoto na ulinzi wa mtoto

Handbook for Professionals and Policymakers on Justice in matters involving child victims and witnesses of crime. UNODC, 2009. https://www.unodc.org/documents/justice-and-prison-reform/hb_justice_in_matters_professionals.pdf

Integrated Disarmament, Demobilization, and Reintegration Standards. UN-DDR, 2006. www.unddr.org/iddrs.aspx

Inter-agency Guiding Principles on Unaccompanied and Separated Children. ICRC, International Rescue Committee, Save the Children, UNICEF, UNHCR and World Vision, 2004. www.icrc.org/eng/assets/files/other/icrc_002_1011.pdf

INSPIRE: Seven Strategies for Ending Violence against Children. WHO, 2016. www.who.int/violence_injury_prevention/violence/inspire/en/

Paris Principles and Commitments to Protect Children from Unlawful Recruitment or Use by Armed Forces or Groups. UNICEF, 2007.
https://www.unicef.org/protection/57929_58012.html

Responding to the Worst Forms of Child Labour in Emergencies. CPWG, 2010.
https://resourcecentre.savethechildren.net/library/
responding-worst-forms-child-labour-emergencies

HIV

Consolidated Guidelines on HIV Prevention, Diagnosis, Treatment and Care for Key Populations. Update. WHO, 2016. www.who.int/hiv/pub/guidelines/keypopulations-2016/en/

Implementing Comprehensive HIV and STI Programmes with Transgender People: Practical guidance for collaborative interventions. UNDP, 2016. www.undp.org/content/undp/en/home/librarypage/hiv-aids/implementing-comprehensive-hiv-and-sti-programmes-with-transgend.html

Implementing Comprehensive HIV and HCV Programmes with People Who Inject Drugs: Practical guidance for collaborative interventions. UNODC, 2017.
www.unodc.org/unodc/en/hiv-aids/new/practical-guidance-for-collaborative-interventions.html

Implementing Comprehensive HIV/STI Programmes with Sex Workers: Practical approaches from collaborative interventions. WHO, 2013. www.who.int/hiv/pub/sti/sex_worker_implementation/en/

Implementing Comprehensive HIV/STI Programmes with Men Who Have Sex with Men: Practical guidance for collaborative interventions. UNFPA, 2015.
www.who.int/hiv/pub/toolkits/msm-implementation-tool/en/

Joint United Nations Statement on ending discrimination in health care settings. WHO, 2017. www.who.int/mediacentre/news/statements/2017/discrimination-in-health-care/en/

Jamii ya LGBTQI watu walio na hali mbalimbali ya kingono, utambulisho wa jinsia na hali ya jinsia

Joint UN Statement on ending violence and discrimination against lesbian, gay, bisexual, transgender and intersex (LGBTI) people. OHCHR, 2015. www.ohchr.org/EN/Issues/Discrimination/Pages/JointLGBTIstatement.aspx

Mean Streets: Identifying and Responding to Urban Refugees' Risks of Gender-Based Violence – LGBTI Refugees. Women's Refugee Commission, 2016. https://www.womensrefugeecommission.org/gbv/resources/document/download/1284

Training Package on the Protection of LGBTI Persons in Forced Displacement. UNHCR, 2015. https://lgbti.iom.int/lgbti-training-package

The Yogyakarta Principles: Principles on the Application of International Human Rights Law in Relation to Sexual Orientation and Gender Identity. International Commission of Jurists, 2007. www.yogyakartaprinciples.org

Working with Lesbian, Gay, Bisexual, Transgender & Intersex Persons in Forced Displacement. UNHCR, 2011. www.refworld.org/pdfid/4e6073972.pdf

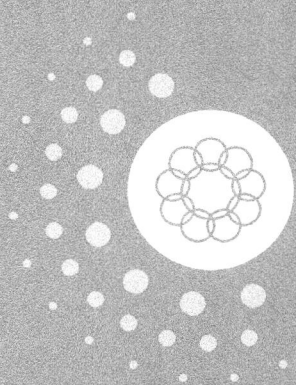

Kiwango cha musingi cha Shirika ya musaada ya kibinadamu

Mapatano ya misada ya kibinadamu na kanuni za ulinzi inategemeza kiwango cha musingi. Sura hizi tatu zinakuwa musingi na ya viwango vya musingi vya Sphere.

Kiwango cha musingi cha shirika ya musaada ya kibinadamu (Picha 2)

NYONGEZA Maulizo kwa ajili ya kuongoza matendo ya lazima na madaraka katika kuongoza (kwenye mtandao)

Habari zenye kuwa ndani

Kiwango kimoja kyenye Ujitoaji kenda

Mashirika mengi na watu wanatoa musaada wakati wa shida ya ukosefu wa musaada ya kibinadamu. Kutia Mambo fulani pamoja na kutenda kwa umoja ni ya lazima sana ili kutoa musaada ya lazima. Ikiwa watu hawatende kwa umoja, matokeo haiwezi kufurahisha na haiwezi kuwa ya muzuri.

Kiwango cha lazima cha shirika la musaada ya kibinadamu juu ya kalite na daraka ambayo watu na mashirika yanayotoa musaada wanaweza kutumikisha ili kutoa musaada ya lazima. Inasaidia sana watu na wakaaji walioguswa na shida, wafanyakazi, wanaotoa musaada, serikali na watu wengine wenye kuwa na uwezo. Kujua Ujitoaji zenye mashirika ya musaada ya kibinadamu ilikamata itasaidia ile mashirika kutoza hesabu. Kazi ile inafanywa na kila mutukipekee na mashirika bila kusukumwa.

Kiwango kinatumia majibu na nivo ya programu pamoja na hatua ya majibu. Kwa vyovyote, hatuseme kama zile Ujitoaji kenda zinaweza kuambatanishwa na hatua ile ya kipekee ya muda wote wa programu. Kuna yale ambayo yanaweza kutumiwa katika hatua fulani na ingine inastahili kutumiwa kwenye hatua ingine. kwa mfano kupashana habari pamoja na watu waliopatwa na magumu, inapashwa kutumikishwa katika hatua zote.

Mapatano ya Kiwango cha lazima cha mashirika ya musaada ya kibinadamu kutia Mapatano ya shirika la musaada ya kibinadamu na kanuni za ulinzi yanaunda musingi wenye kuwa na nguvu katika Kitabu Sphere na yanategemeza viwango vyote vya kiufundi. Katika kitabu Sphere kuna upatano wa marejezo ao marejezo kati ya sura za kiufundi na misingi haya.

Habari ingine zaidi juu ya viwango vya lazima vya shirika la musaada, kutia ndani mambo ya lazima ili kusaidia wenye kuvitumia waitumikishe kihalisi, yanaweza kupatikana corehumanitarianstandard.org.

Muundo moja

Kiwango cha lazima cha shirikia ya musaada ya kibinadamu ni tunda ya jitihada za sekta zote ili kupatanisha viwango vya lazima kupitia Sphere, the Humanitarian Accountability Partnership (HAP), People In Aid, na Groupe URD into a single framework. Imetayarisha kwa ajii ya sekta kupitia Sphere, the CHS Alliance and Groupe URD, ambao waliungana kwa ajii ya uchapishaji.

Kila Ujitoaji katika Ujitoaji kenda inakazia hali ya kipekee katika kutoa musaada. Ma Ujitoaji haya yote pamoja yanaunda ufundi kwa ajili ya kutimiza na kutoa hesabu ya matendo ya musaada ya kibinadamu.

Muundo wa viwango vya shirika ya musaada ya kibinadamu vina tofauti ndogo na ile ya Sphere:

- **Komisio** inaangalia ile ambayo wakaaji na watu walioguswa na shida wanaweza kungojea kutoka kwa mashirika na mutu moja moja katika mpango ya kutoa musaada.
- **Takwa ya lazima** inaeleza hali ambamo ma Ujitoaji iliweza kutimizwa na namna mashirika ya kimusaada na wana memba wa shirika la musaada wanapashwa kutumika kusudi watimize Ujitoaji yao.
- **Vipimo vya ufundi** inapima maendeleo katika kutimiza maUjitoaji inaongoza mafunzo na inatia moyo kuboresha na Inasaidia kulinganisha vipindi vya wakati na mahali.
- **Matendo ya musingi na madaraka katika kuongoza mambo** inaeleza ni wafanyakazi gani wanapashwa kutoa na kutia pamoja ufundi, hatua na mfumo ambayo shirika inakuwa nayo lazima kusudi ya kujihakikishia kama Wafanya kazi wanatoa musaada wenye kufaa.
- **Maelezo ya mwongozo** matendo ya musingi na ya madaraka katika kuongoza kupitia mifano na mahabari ya ziada.
- **Maulizo yenye kuongoza** inategemeza mipango, kuevaliwe na kuona shuguli ⊕ ona Nyongeza 1 (inapatikana kwenye internet).
- **Marejezo** inatoa mafunzo ya ziada na matokeo.

Picha yenye kufuata inaonyesha namna kiwango cha musingi cha shirika ya musaada inaweza kutumikishwa katika hatua mbalimbali. Kikundi cha Sphere, kikundi URD na the CHS Alliance inapendekeza vifaa vya ziada ambavyo vinaweza kupatikana katika corehumanitarianstandard.org.

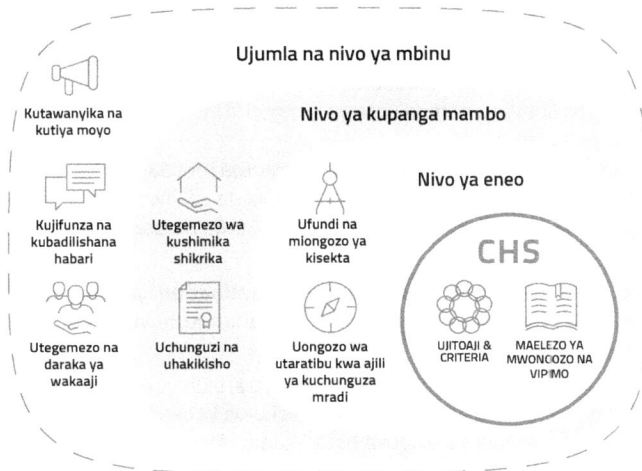

Kutumikisha wiwango vya lazima ya shirika ya musaada ya kibinadamu (Picha 3)

Ujitoaji 1

Wakaaji wanaoguswa na msiba wanapata musaada unaofaa kutokana na uhitaji wao.

Takwa ya lazima

Majibu ya mashirika ya musaada inastahili na inalingana na hali.

Vipimo vya ufundi

1. Watu walioguswa na msiba wanapashwa kuona kwamba musaada wanayopata inafikiria sana mahitaji yao, tamaduni na mambo wanayopendezwa nayo.
2. Musaada na ulinzi, wanaopata inalingana na hatari zilizo chunguzwa, uzaifu na mahitaji.
3. Majibu yanafikiria uwezo na ujuzi wa watu wanaohitaji musaada na ulinzi.

Matendo ya musingi

1.1 **Kuendelea kuchunguza kwa uhaki na ufundi hali na sehemu zenye kuhusika.**

- Evaliwe daraka na uwezo wa serikali na watoaji wa musaada wa kisiasa na wasiokuwa wakisiasa na pia matokeo ya shida kwa maisha yao.
- Evaliwe uwezo ambao wakaaji wako nayo (vifaa, watu, soko) ili kutimiza musaada ya lazima na uhitaji wa ulinzi na kuelewa kwamba hii inaweza kubadilika kulingana na wakati.
- Kuchunguza habari, na kujua kama habari zinazotokana na evaliwasio haziwezi kuwa bila kasoro lakini haipashwe kuzuia matendo ambayo yanaweza kuokoa uzima.
- Evaliwe usalama wa wakaaji walioguswa na msiba, waliohama na waliokaribisha wageni ili kutambulisha kila namna ya jeuri na namna yote yakulazimisha ao yenye kutupilia mbali haki ya kibinadamu.
- Evaliwe uwezo na jinsia na namna yote ya ubaguzi ili kutayarisha musaada yenye kufaa na ya kudumu.
- Kutumika pamoja na mashirika mengine yenye kutoa musaada ili kuepusha wakaaji kupata evaliwasio nyingi kuhusu mahitaji. Ma evaliwasio na maamuzi yanapashwa kushirikishwa kwa mashirika yenye kutoa musaada katika eneo, serikali na wakaaji.

1.2 **Kutunga na kutia programu isioyo kuwa na evaluation ya ubaguzi kuhusu mahitaji na hatari na ambayo inaelewa wazi habari kuhusu uzaifu na uwezo wa kila kikundi.**

- Kuevaliwe ulinzi na musaada ambao wanawake, wanaume, watoto na matineja (adolescents) wanahitaji zaidi sana wale wanaokuwa katika maeneo iliyo ngumu kufikiwa na wanaokuwa katika hatari kama vile watu wanaoishi na ulemavu, wazee, watu wanaotengwa na wengine wanawake wanaokuwa vichwa vya familia watu walio wachache katika kusema luga ao kabila ao watu wanaozarauliwa (kwa mfano wale wenye kuishi na ugonjwa wa ukimwi (VIH).

1.3 Kutia programu kulingana na uwezo na mabadiliko yanayotokea katika hali Fulani.

- Fuatilia hali ya politike na kufanya uchunguzi ulingane na hali na husalama ya wanaohusika.
- Kuongoza kwa ukawaida mambo yanaohusu magonjwa ya kuambukiza na kujulisha habari kuhusu hali na maamuzi kuhusu jinsi ya kulinda uzima ya watu kupitia musaada.
- Kuwa tayari kubadilika kulingana na hali ili kufikiria musaada mengine kulingana na mahitaji mapya.

Madaraka katika kuongoza

1.4 Ahadi ya kutoa musaada bila upendeleo unaotokana na mahitaji na uwezo ya waakaji na watu wanaoguswa na shida bila ubaguzi.

- Mashirika yanashikilia ahadi, hatua na mfumo yenye kutegemeza mashurti ya kanuni ya shirika ya musaada na umoja.
- Wafanya kazi wote wanaelewa daraka lao na namna wanaweza kutoa hesabu.
- Mashirika yanachangia ahadi hizi katika njia ilio wazi, pamoja na wanaohusika.

1.5 Mbinu zinatokeza ahadi zinazoweza kufikiria jinsi watu wako tofauti, kutia ndani watu wenye hawapate faida yoyote ao wenye kuzarauliwa na kukamata habari zilizo halisi.

- Nivo ya habari zilizo wazi zenye kuhitajika katika kuevaliwe na kutoa ripoti inaonyeshwa waziwazi.

1.6 Hatua zinawekwa ili uchunguzi uweze kufanywa kwa ukawaida kulingana na hali.

- Wafanyakazi wanaotoa musaada ya kibinadamu wanapata utegemezo na mashirika yao katika kuongeza ujuzi, uwezo, kuboresha mwenendo na namna ya kuishi na wengine ili kutayarisha na kukamata maamzi.

Jinsi ya kutenda

Kuevaliwe na kuchunguza ni hatua lakini si tukio la hapohapo. Wakati inaporuhusu, kunahitaji uchunguzi wa ndani uweze kufanyika. Uwezo na mahitaji ya watu na wakaaji walioguswa na shida haipashwi kuwa ya kujiwazia tu lakini yenye kuhakikishiwa na evaliwasio ambayo inafanya mazungumzo iwezekane ili kutoa musaada inayohitajika.

Fikiria mazoezi ili kutoa musaada wa kisaikolojia kwa ajili ya wafanyakazi wanaohusika katika kukamata maamzi. Jambo hii inaweza kusaidia wafanyakazi watayarishe wakaaji waliopatwa na shida muda wa kukamata maamzi.

Hakikishia kwamba evaliwasio ya kipekee ili kujua ikiwa kuna kikundi kinachokutana na hatari ya ulinzi. Kufanya evaliwasio kwa wanawake, wanaume vijana na mabinti ili kuelewa hatari ya jeuri ambayo wanakuwa ndani na ubaguzi na mambo mengine yenye kuumiza hii ni mfano ya moja kati ya mambo wanayokutana nayo.

Evaliwasio ya bila upendeleo: kutenda bila upendeleo haimaanishe tu kutendea watu wote sawasawa. Kutoa musaada unaotegemea kuheshimu haki ya kibinadamu inaomba kuelewa kwamba kuna uwezo mbalimbali, mahitaji na uzaifu mbalimbali. Watu wanaweza kuwa wazaifu sababu ya ubaguzi unaotegemea hali ya mtu kipeke kama vile miaka, jinsia, ulemavu, afya, hali ya kingono, ao sababu wanahangaikia wale wenye uzaifu.

Uzaifu: Jamii na hali zingine zinachangia kuwa wazaifu. Inatia ndani ubaguzi na uzaifu, kutengwa na wengine, kuharibiwa kwa mazingira, uchafuzi wa hewa, umaskini, ukosefu wa udongo, uongozi ubaya, kabila, hali ya mapato, dini na kuwa mutu wa chama fulani.

Kuwa na uwezo: Watu, wakaaji, mashirika, na viongozi wanaoguswa na shida wamekuwa tayari na uwezo fulani, ujuzi na namna ya kuishi na hali, kujibu na kushindana na magumu. Kuwa na maisha yenye heshima, inaomba kushirikisha watu kukamata maamzi inayowahusu. Jitihada zenye kuongozwa vizuri zinahitajika kupitia vikundi fulani kama vile vya wanawake, watoto, wazee, walemavu, walio wachache juu ya luga na jamii ili kuimarisha matendo yao.

Kutoa Data: ni yalazima ili kupata matokeo ya matendo ya usaidizi ao matukio kwa vikundi tofauti. Kwa ujumla, ni muzuri kutoa data kulingana na miaka, jinsia, na ulemavu. Mambo mengine yanweza kufuikiriwa kulingana na hali.

Uchunguzi wa data ni wa lazima sana kwa kutumia viwango kulungana na hali na kuchunguza. Matumizi mazuri ya data inaonyesha ni nani aliweza kuguswa sana nani mwenye kuweza kufikia musaada bila shida, na wapi kwenye kuko mahitaji mengi na namna gani kufikia mahali ambako kuna hatari nyingi ⊕ *ona Sphere nini?*.

Kuendelea kufanya uchunguzi na matumizi ya data: Wanaohusika na mambo ya kibinadamu, wanapaswa kutuma kwa uharaka timu yenye itatumika juu ya kuevaliwe. Kutayarisha progamu ya bajiti na mambo mengine kulingana na uhitaji Pesa inahitajika ili kutegemeza uchunguzi na mahitaji ya ulinzi najinsi ya kuishi kulingana na hali. Na kusahihisha programu. Pia kufanya iwe rahisi kupata vifaa na kupashana habari.

Ujitoaji 2
Wakaaji wanapata musaada wanayohitaji kwa wakati wenye kufaa.

Takwa ya lazima
Majibu ya mashirika ya musaada inatolewa kwa wakati.

Vipimo vya ufundi

1. Wakaaji na vikundi vilivyo patwa na shida wanaona kwamba musaada na ulinzi wanaopata inatolewa kweli kweli na kwa wakati.
2. Watu walipatwa na shida wanaona kwamba musaada wanaopata inatosheleza mahitaji yao.
3. Ripoti ya uongozi na ya kuevaliwe inaonyesha kwamba musaada ya kibinadamu inafikia kusudi yake kulinga na wakati na kalite na kantite.

Matendo ya musingi

2.1 Kuunda programu ambayo inaonyesha shida ili kutenda na kutoa ulinzi unaofaa kwa wakaaji.

- Kutambua hali na mipaka yoyote ikiwa haiwezekane kupata nafasi na kutosheleza mahitaji ya eneo fulani ao aina fulani ya kikundi cha wakaaji, kutia ndani magumu yakutambua makao yao.
- Kutia panafasi ya kwanza uwezo ya musaada ambayo wakaaji wanaweza kutoa mahali ambako wakaaji wako katika hatari ao inaweza kuwa magumu kutuma musaada wakati ujao.

2.2 Toa musaada kwa wakati unaofaa, kukamata maamzi na kutenda bila kukawiya.

- Kujua hali ya maisha, tabia ya asili, majira, kalenda ya milimo na mambo mengine yanayoweza kuwa na matokeo katika kutoa musaada kwa wakati unaofaa.
- Tia ndani vipindi vya wakati ili kutoa na kuongoza hali kulingana na programu; kuona kimbele ili mambo yasichelewe.
- Kujua kwamba uamzi zote zinazokamatwa mapema wakati wa shida si zenye kukamilka lakini ukamilisho unawezekana wakati kunakuwa kupashana habari.
- Kuongoza pamoja na wengine ili kubadilishana ufundi ili kutoa miongozo yenye itasaidia kusuluhisha mambo inayozuia kutolewa kwa musaada kwa wakati.

2.3 Kutumwa kwa kesi zote zenye hazitosheleze mahitaji kwa mashirika ambazo zina ufundi na zinaruhusa ya shugulika na mahitaji haya

- Hii inatia ndani habari zote zinazohitajiiwa lakini hazipatikane vilevile uhitaji wakupata musaada na ulinzi.

2.4 Tumia viwango vya kiufundi na mazoezi mazuri inayofanywa na sekta ya musaada ya kibinadamu ili kupanga na kuevaliwe programu.

- Tumia viwango vya ufundi, mahali vinapopatikana, na vyenye kulingana na hali ya kimusaada ya kibinadamu.
- Kuongoza pamoja na wanaohusika wenye uzoefu kwa ajili ya kutumia viwango vya kimataifa vyenye kukubalika na uzoefu (kutia ndani viwango vya Sphere na washiri katika masekta).

2.5 Kufuatilia kazi, kujua matokeo ya musaada ya kibinadamu ili kufanya programu ilingane na hali na kurekebisha uzaifu.

- Eleza wazi Vipimo ya Ufundi na hali. Rudilia azo mara njingi ili kupima maendeleo katika kutoa musaada na uhitaji wa ulinzi.
- Tia ndani maendeleo kulingana na miradi na Vipimo ya Ufundi, Zaidi ya aktivite na matokeo kama vile hesabu ya wc zenye kujengwa.
- Chunguza upya hali kikawaida kusudi kukusanyisha habari za lazima tena za kisasa kulingana na hali (kama vile namna soko inatumika pia mabadiliko kuhusu usalama).

Daraka katika uongozi

2.6 **Ma Ujitoaji ya programu inahusiana na uwezo wa kuongoza.**

- Mupango inaonyesha lazima ya kutumia viwango vya ufundi vinavyokubalika na shirika ya musaada na inajitahidi kufanya mautafiti ili kujua ni eneo gani inastahili kwa ajili ya musaada.

- Kujua hali ambayo shirika inaweza kuhitaji ili kutoa musaada katika eneo isiyokuwa katika uchunguzi iliyofanya mpaka wakati mashirika mengine yatafanya hivyo.

2.7 **Mipango ya Ujitoaji inatoa uhakikisho huu:**

a. **Huduma zote na matokeo yazo zinapashwa kufuatiliwa na kukuwa evaliwe, zikiwa na muradi na yenye kuendelea;**

b. **Matokeo ya evaliwasio inapaswa kutumiwa ili kuboresha programu; na**

c. **Maamzi yanapashwa kukamatwa kwa wakati na itegemezwe vizuri.**

Jinsi ya kutenda

Kushindana na mambo yanayoweza kuwa kizuizi na kutia programu yenye matokeo: Wakati shirika Fulani inapata shida ya kukutana na wakaji ao kuwatolea musaada unahitajika ni lazima kuelezea watu wenye kutoa musaada wenye uzoefu (kutia ndani watendaji wakiserikali na wasiokuwa wakiserikali) ⊕ *ona Viwango vya ulinzi 3.*

Panga kimbele matukio inayoweza kutokea pia namna ya kuharifu watu kimbele kuweka ufundi mbalimbali mbele ya hatari kutokea ili kusaidia wakaaji. Hii itasaidia wakaaji kujilinda mbele ya uzima wao na vitu vyao vya lazima kuingia katika hatari.

Weka hatua za kukamata maamzi zenye haina magumu ilikufikiria habari za mupya zinazotokana na evaliwasio pana ma amzi kwa wale wanaoweza kutenda katika shirika.

Andika hatua na maamzi ya kukamata ili kuonyesha waziwazi mambo. Hatua zinapaswa kuwa na musingi katika kuuliza maoni ya wengine ⊕ *ona Ujitoaji 6.*

Fuatilia shuguli na matokeo: Fuatilia, mipango iliochunguzwa upya, ona matumizi yake ya matakwa iliochaguliwa na kuhakikisha ikiwa watu wenye kuwa katika uhitaji wanapata musaada. Angalia mabadiliko katika programu inatokana na kufuatilia hali inayotegemea watu walioguswa na misiba na wanaohusika ⊕ *ona Ujitoaji 7.*

Tumia Vipimo ya ufuatiliaji yenye inatumika kwa majibu yote inayotolewa.

Kukamata maamzi ku nivo ya uongozi: Madaraka na hatua ya kukamata maamzi inapashwa kuwekwa wazi na kueleweka kutia ndani kujua ni nani njo atakuwa responsable, ni nani njo bataona na ni habari gani iko ya lazima kusudi ya kujulisha maamzi yenye itatolewa.

Mipango, hatua na namna ya uongozi: Mashirika yanapashwa kuonyesha wazi namna mashirika ya musaada yanendelea kuboresha matokeo ya kazi yao kwa kufuatilia, na kufanya evaliwasio yenye wanahitaji. Onyesha namna habari inatokana na kufuatilia mambo na evaliwasio inatumiwa ili kufanya kwamba programu ilingane na hali, mipango na ufundi, inafanya kiwango kya matayarisho kwe nguvu, na inaboresha mambo kwa wakati unaofaa ⊕ *ona Ujitoaji 7.* Hii inaweza kutia ndani pesa zinazowekwa kwa ajili ya matukio ya arakae ao kutuma vikundi vya usaidizi na staf yenye uzoefu wakati inahitajika.

Ujitoaji 3

Wakaaji na watu wanaoguswa na matatizo hawana matokeo mabaya yotote ya musaada inayotolewa na mashirika ya musaada ya kibinadamu kupitia hilo wanatayarishwa vizuri na wanakuwa na nguvu.

Takwa ya lazima

Majibu ya musaada ya kibinadamu inahimarisha uwezo ya wakaaji na inaepuka matokeo mabaya.

Vipimo vya ufundi

1. Wakaaji wanaoguswa na magumu wanaona kwamba wako tayari kushindana na shida yenye inaweza kujitokeza wakati ujao, hii ikiwa matokeo ya musaada ya kibinadamu.
2. Mashirika ya mjini, vionguzi, wenye kujitolea kumustari ya mbele (leader) na mashirika yaliyo na daraka la kutoa musaada wanaona kama uwezo wao unaongezeka.
3. Wakaaji na watu wanaoguswa na shida, kutia ndani wale wanaoonewa, hawaone matokeo mabaya ya musaada waliopewa.

Matendo ya musingi

3.1 **Hakikisha kwamba programu zinawekwa kufikiria uwezo wa wakaaji na watu wanaoguswa na shida na inatumika kwa ajili ya kufanya wakaaji wawe nguvu.**

- Weka shuguli (kwa mfano, kushindana na ukame (secheresse), kuweka mipango ya kushindana na mafuriko ya maji (inondations, mvuwa ya upepo na matetemeko ya inchi) inapunguza misiba ya asili.
- Kutegemeza matendo ya usaidizi kati ya wakaaji na mipango ambayo wakaaji wanatayarisha.

3.2 **Tumia matokeo ya evaliwasio kuhusu hatari pia ma mupango ya matayarisho ya wakaaji ili kupanga ma shuguli (activités).**

- Elewa na eleza mahitaji na uwezo wa vikundi mbalimbali ambao wanapatika katika hatari fulani.

3.3 **Fanya kwamba maendeleo ya wakaaji katika eneo iwezekane katika uongozi katika uwezo wao wakutoa musaada mu kipindi ya shida wakati ujao. Kujihakikishia kwamba kikundi kinacho baguliwa kinawakilishwa bila shida.**

- Tumika pamoja na wakuu wa eneo na guvernema kadiri inavyo wezekana.
- Kutetea wafanya kazi wa eneo watendewe sawasawa na wakue na nafasi ya kushirikishwa katika kuweka programu na kuongoza majibu ya musaada ya kibinadamu.
- Kutegemeza ma inisiative ya vikundi ya mgini, mashirika, kama vile kikundi kwa ajili ya kujifunzana kuongeza uwezo wa kujenga na kuimarisha majibu ya kwanza ya musaada katika shida ya wakati ujao.
- Ikiwezekana tumikisha zaidi wakaaji wa aina mbalimbali kuliko tu kutumikisha wageni.

3.4 **Panga kimbele na kutoa ufundi mapema sana kuhusu programu ya musaada ya kibinadamu ili kujihakikishia kama kuna matokeo ya siku nyingi na kupunguza hatari ya kuishi kwa kutegemea musaada.**

- Tayarisha kutegemeza na kuimarisha taifa na mfumo wa kijamii, badala ya kutumia nguvu ambayo haitadumu muda wote wa musaada.

3.5 **Kuunda na kutia programu ambayo itasaidia wakaaji wapate hali nzuri kutokana na misiba na inayotegemeza uchumi katika ineo.**

- Kamata hatua yakurudisha kazi za maisha, masomo, soko, kutuma biashara na mambo mengine ya maisha ili kujibu kwa mahitaji ya kikundi chenye kuwa zaifu.
- Kufikiria hali ya soko wakati wa uchunguzi ili kujua ni namna gani ya musaada (pesa, coupon, ao musaada ya vitu vingine) itakayokuwa na matokeo mazuri.
- Nunua chakuka katika eneo ikiwezekana.
- Punguza namna inayowezekana matokeo mabaya kwenye soko.

3.6 **Kutambulisha na kutenda zidi ya uwezekano wa matokeo mabaya na kujibu kwa wakati Zaidi sana katika mambo ifuatayo:**

   a. **Usalama wa watu, heshima na haki;**
   b. **Kuwatumikisha kingono na kuwatendea vibaya kingono kwenye Wafanya kazi;**
   c. **Jamii, jinsia, na uhusiano wakijamii ao ya kisiasa;**
   d. **Maisha ya kila siku;**
   e. **Uchumi katika eneo; na**
   f. **Mazingira.**

Daraka katika uongozi

3.7 **Mipango, ufundi na uongozi zinawekwa kwa:**

   a. **Kuzuia programu isikue na matokeo mabaya kama vile, kutumikisha watu isivyo faa, kutendea watu vibaya ao ubaguzi ya staf zidi ya wakaaji na watu wanaoguswa na shida; na**
   b. **kufanya uwezo wa wakaaji uwe nguvu.**

3.8 **Mfumo unawekwa ili kulinda kabari ya siri zenye kukusanywa kutoka kwa wakaaji na watu walioguswa na shida ambayo ingeweza kuwatia katika hatari.**

- Kuweka mipango yenye kuwa wazi kuhusu kulinda habari, kutia ndani habari zilizo rekodiwa za kielektroniki na mfumo ya ugawaji.
- Julisha wale waliopata musaada kuhusu kulinda habari zao, namna wanaweza kupata habari kuwahusu ambazo mashirika yaliweza kukusanyisha na namna wanaweza kujitetea wakati habari nizo zinatumiwa vibaya.

Jinsi ya kutenda

Uwepesi wa wakaaji wa kufanya mambo na wakukamata uongozi: wakaaji na viongozi wanakuwa wakwanza kutenda na ni wao wanaojua vizuri hali na mahitaji. Wafanya kazi hao wanapaswa kuwa washiriki na wanaweza kuwa na daraka la kutoa musaada

Hii inafanya kwamba ma ajanse ya kimataifa na ya eneo wa jitolee ili kutia programu kulingana na hali kwa njia ya mazungumzo na uchambuzi wenye kujenga. Mfumo ya eneo inapswa kutumiwa wakati wote inavyowezekana ili kuepuka kutia ramna mbili ya uongozi.

Ufundi ya uongozi wa muda na wa kumaliza utoaji wa musaada. Kwa kushirikiana na wakuu wa eneo yenye kupatwa na msiba inaomba kutia huduma (service) kwa uharaka yenye itaendelea kutumika wakati programu ya musaada itaisha (kwa mfano namna ya kuilipa pesa fulani, kutumia mali yenye kupatikana katika eneo ao kuimarisha uwezo wa ekipe yenye kuongoza.

Matokeo mabaya na "usiumize": valere, kubwa ya pesa yenye inawekwa kwa ajili ya musaada inaweza kufanya kuongoza kwenye matumizi mabaya ao kuiba musaada na pia kutenda vibaya, mashindano uadui,na matumizi mabaya wala kujipatia musaada. Musaada inaweza kuleta kuharibu namna ya maisha na soko. inaweza kuleta uadui kutokana sababu ya pesa zilizotolewa juu ya kusaidia watu, na kuleta shida katika uhusiano kati ya vikundi tofauti. Elewa kimbele hatari hizi, fuatilia na kukamata maamzi ili kuziepuka ikiwa inawezekana.

Elewa matendo ya kijamii ambayo inaweza kutokeza matokeo mabaya kwa vikundi tofauti: Kwa mfano kuwalenga mabinti isivyo halali, vijana wanaume, ao kikundi kingine; ukosefu wa usawaziko katika kusomesha mabinti; kukataa ndui: na namna ingine ya ubaguzi ao upendeleo.

Ulinzi na kupashana habari na namna ya kutatua mashtaka inaweza kupunguza matendo na matumizi mabaya. taf inapaswa kusikiliza madokezo na mashtaka. Wanapashwa kuzoezwa juu yakuweka siri na kutuma habari za siri sana kwa wenye kuhusika, kama vile kuripoti matumizi na matendo mabaya.

Wakati wafanyakazi wanawawatendea watu vibaya kingono: Wafanyakazi. wenye kuongoza (staf) wanadaraka yakupiganisha utendeaji wa mubaya kingono. Wanamemba wa staf wanadaraka la kuripoti utendaji wa mubaya kingono ambao wanawazia ao wanaona inaweza kutokea katika shirika lao ao nje Mujue ya kwamba watoto (zaidi mabinti) wanakuwa kwenye hatari sana, na wanapaswa kulindwa na polisi ili wasitumiwe vibaya kingono ⊕ *ona Ujitoaji 5*.

Shida kuhusu mazingira: Majibu ya mashirika ya kibinadamu inaweza kuharibu mazingira (kwa mfano miporomoko ya udongo, uchafuziwa mazingira, uharibifu wa maji ya ndani ya udongo, kuvua samaki kupita kiasi na kukata miti bila kufikiri). Kuharibu mazingira kunaweza kuhatarisha hali i na kupunguza namna ya watu ya kupambana na maumivu.

Mipango ya kupunguza kuharibika kwa mazingira kutia ndari kukata miti, kutosha maji ya mvua, utumiaji wa mali kwa hekima na kutumia unyofu kuhusu vitu vinavyogawanywa. Ujenzi kubwa yanapaswa kufanywa kisha kujifunza matokeo juu ya mazingira ⊕ *ona Ujitoaji 9*.

Ufundi katika uongozi ili kuepuka matokeo mabaya na kuimarisha uwezo wa wakaaji: Mashirika yanapaswa kuwa na habari kuhusu jinsi ya kushindana na hatari. Mashirika isiyokuwa ya kiserikali (NGO) ambazo haziweze kupiganisha tabia ambazo hazilingane na adili inaongeza hatari kwa watendaji wengine. Mipango yote yanapaswa kuonyesha kujitolea ili kukulinda watu walio wazaifu na kuepuka utenji wa mubaya na kufanya utafuti kuhusu ukosefu wote wa haki

Mipango na hatua zinaapswa kuonyesha Ujitoaji ya ulinzi ya watu walio zaifu na kuonyesha njia mbalimbali zinazoweza kuchunguza nguvu za kutendea watu vibaya. Tabia ya kuandikisha isiyokuwa ya uzembe, yakuchagua na kupewa kazi inasaidia kupunguza hatari ya mwenendo isiyofaa ya wafanya kazi na kanuni za mwenendo zinapashwa kueleza waziwazi tabia ambazo hazikubaliwe.Wafanya kazi wanapashwa kutumikisha kanuni zote nakujulishwa kimbele malipizi wanayoweza kupata ikiwa wanavunja kanuni hizo ⊕ *ona Ujitoaji 8.*

Kulinda habari sa siri za mtu: Habari zote zinazohusu mutu fulani zilizokusanywa kutoka kwa mutu ao kikundi kya wakaaji zinapaswa kulindwa kwa siri. Hii inahusu zaidi wakati inaomba kutoa kuripoti kuhusu habari ya uvunjaji wa sheria, kutendewa vibaya kingono, kutumikisha watu isivyofaa, ujeuri zidi ya jinsia. Mfumo unaochunga siri, ni ya lazima kuzuia maumivu makuu ⊕ *ona Kanuni za Ulinzi* na *Ujitoaji 5 na 7.*

Kuenea kwa uandikaji wa kielekroniki na namna ya ugawaji katika mfumo wa kimusaada wa kibinadamu inaonyesha waziwazi uhitaji wa mipango wenye kueleweka na ulinzi wa habari. Makubaliano inashurutisha sehemu zote tatu kama vile benki na mashirika ya biashara zilinde habari za lazima. Uongozi mzuri kuhusu ukusanyaji wa habari, namna ya kuziweka, matumizi na kuondoa habari sisizokuwa za lazima, zinakubaliana na viwango vya kimataifana ulinzi wa habari katika eneo ni ya lazima sana. Mfumo ya kulinda ao kurudisha habari zilizopotea inapashwa kutiwa. Habari zinapashwa kuharibiwa ikiwa hazikotena za lazima.

Ujitoaji 4
Wakaaji waliogusiwa na shida wanajua haki na daraka lao, Wanapata habari bila shida na wanashiriki katika maamzi zinazowahusu.

Takwa ya lazima
Majibu ya musaada ya kibinadamu inategemea kupashana habari, kushiriki na kuonyesha itikio (Maoni).

Vipimo vya ufundi

1. Wakaaji na watu walioguswa na shida wanaelewa hakina daraka yao.
2. Wakaaji na watu walioguswa na shida wanapata bahari bila shida, kutia ndani habari kuhusu hatari ambayo wanaweza kukutana nayo.
3. Wakaaji na watu wanarizika na uvutano yao katika musaada.
4. Staf yote wanazoezwa ili waweze kutoa miongozo kuhusu haki ya wale walioguswa na shida.

Matendo ya musingi

4.1 **Tayarisha habari kwa ajili ya wakaaji na watu walioguswa na shida kuhusu shirika, kanuni ambazo wanapashwa kutii, maoni yao kuhusu jinsi wanapenda staf ijiongoze kuwaelekea, mipango kuhusu mambo anayotarajia kutimiza.**

- Ona kama habari unayopokea ni ufunguo kwa ajili ya ulinzi. Kukosewa habari kuhusu musaada na daraka inayokuwa nayo; inaweza kuongoza watu wakuwe zaifu na kuangukia katika shida ya matumizi mabaya na kutendewa vibaya ⊕ *ona Kanuni ya Ulinzi 1.*
- Julisha waziwazi tabia ambayo watu wangependa kuona kwa wafanyakazi wa shirika la kimusaada na namna yakujitetea ikwa hawarizike.

4.2 **Pasha habari katika luga, forma, na media yenye kueleweka bila shida, yenye kuheshimika na kukubalika na jamii ya watu tofauti, sana wale walio wazaifu ao kikundi chenye kuonewa.**

- Tumia mfumo wa kupashana habari ilio katika eneo na kuzungumza na watu juu ya namna ya kupashana habari wanayopendelea. Fikiria sana umaana wa siri inayohitajika kwa kila mazoezi na viombo vya habari.
- Kuwa na uhakika kwamba teknolojia ya kisasa ao ya zamani inatumiwa bila shida na kwa matokeo.

4.3 **Jihakikishie kama wakaaji walioguswa na shida wanashirikishwa kwa umoja na wanajitoa katika mipango yote ya kazi.**

- Kuhangaikia vikundi ao watu wanaotengwa na wengine katika kukamata maamzi. Fikiria njia yakushirikiana na watu na vikundi hivi ili kuheshimu azama yao na kuepuka wasiwe wenye kuzarauliwa sana.
- Fikiria usawaziko kati ya huduma ya wakaaji na ya waaki ishi wa wale wanotoa musaada katika njia mbalimali yenye musaada inatolewa.

4.4 **Tia moyo na kurahisisha mazungumzo kati ya wakaaji na watu waliopatwa na magumu ili kuweze kuwa habari ya kujulisha juu ya namna wanarizika kwa kalite ya musaada wanayopata, kwa kutia uangalifu zaidi juu ya jinsia, mwaka wa kuzaliwa, utafauti ya wale wanaotoa maelezo kuhusu musaada (Maoni).**

- Zoeza staf ili waweze kutumainika na watu, kujua jinsi ya kujibu ku maoni ya watu iwe yenye kuwasifu ao hapana na kuangalia itikio ya wakaaji katika nivo yote yenye musaada inatolewa.
- Kutia maoni yote kwa mashirika ao sekta ili kuchunguza upya na kutenda kwa haari kuhusu maoni yao.
- Changia majibu ya Maoni pamoja na wakaaji.

Daraka katika uongozi

4.5 **Ufundi kuhuhsu kuchangia habari inawekwa, ili watu wakuwe na tabia ya kuzungumza pamoja.**

- Eleza na toa habari zaidi kuhusu namna ya kuchangia habari.
- Kujitahidi kuchangia habari ya mashirika kuhusu kufanikiwa ao kushindwa pamoja na wanaohusika ili kurahisiasa tabia ya kupanuka na ya daraka katika mufumo.

4.6 **Ufundi mbalimbali unawekwa ili kuajibisha wakaaji na watu waliopatwa na shida, kuonyesha mambo ya kuweka panafasi ya kwanza na hatari wanayokutana nayo katika nivo yote ya kazi.**

- Kutia liste ya namna wanamemba ya Wafanya kazi wanazoezwa na kutiwa moyo ili kurahishisha wakaaji katika ujitowaji na katika maamzi inayotolewa, kusikiliza wakaaji mbalimbali na kufikiria itikio yao ambayo inaonyesha kutokupendezwa kwao.
- Tia ufundi na mbinu ili kusaidia kuwepo nafasi ya wakaaji kupashana habari, kukamata maamzi na kusaidiana.

4.7 **Upashano wa habari pamoja na watu wa nje, kutia ndani wakati wakukusanya pesa ni yenye kuwa na usibitisho na yenye kufuatilia adili na kuheshimika zaidi sana heshima ya wakaaji na watu walioguswa na shida.**

- Changia habari inayotegemea evaliwasio ya hatari. Fikiria mambo yanaoyweza kuzuru wakaaji wakati wakuzungumzia ugawaji wa pesa, na makao kwa ajili ya wakaaji ambayo inaweza kuwatia katika hatari ao mashambulizi.
- Tumia kwa busara picha na historia zinazoonyesha watu walioguswa na shida ili wasiweze kufikiri kwamba haki yao ya kuwa na mambo ya kuweka siri inavunjwa Zaidi sana ikiwa hawakupana ruhusa ⊕ *ona Kanuni ya Ulinzi ya 1 kuhusu mapatano.*

Jinsi ya kutenda

Kuchangia habari pamoja na wakaaji: Changia habari zenye kuwa za haki, kwa wakati, na zenye kueleweka, rahisi kupata, kutia ngufu uwezo wao wakushiriki na kuboresha matokeo ya proje. Hii ni ufunguo unaonyesha wazi mambo na inaboresha matokeo ya projet. Kuchangia mambo ya uchumi pamoja na wakaaji inasaidia kutambua na kuona vizuri mambo kuhusu matumizi mabaya na wizi wa vitu.

Wakati shirika Fulani inakosa kuchangia habari pamoja na wakaaji ambao wanakusudia kusaidia, hali hii inaweza kutokeza kutokuelewana kisha muda fulani, inaweza kusukuma kutekeleza proje yenye haitakuwa na faida na yenye kutumia pesa vibaya na mafikiri mabaya kuhusu organizasio inaweza kutokea na kuleta hasira, uzuni na ukosefu wa usalama.

Upashaji wa habari wenye nguvu, kufikiwa na watu wote: kila. kikundi kina lazima ya habari na ya vyanzo tofauti vya habari Wanaweza kuwa na lazima ya kuzungumza pamoja ili kuchunguza habari na matokeo yake.

Maoni yenye kueleweka: Mujue kama watu Fulani wanaweza kutoa maoni yao bila kujua mambo yenye kuhusika.Inawezekana kufikiria, ijapokuwa si lazima sana, nivo ya upendezi wa wakaaji kushiriki bila kusukumwa katika ma aktiv te ya proje, kutazama, kujua, ma kartasi ya kisheria (kama vile mapatano pamoja na wakaaji) *ona Kanuni ya Ulinzi 1*.

Kushiriki na ujitowaji: Nzungumza. mapama ya utoaji wa musaada pamoja na watu walioguswa na shida pia na viongozi wa eneo ili kujenga kwa musingi ya mambo yenye kupatikana. Kufanya hivyo ni kutumia vizuri wakati badala ya kutia maamzi isiyo ya lazima baadaye Mapema ya utoaji wa musaada inawezeka kuzungumza na watu wachache walioguswa na shida. Kisha siku fulani, itawezekana watu wengi wajue namna maamzi yana kamatwa.

Mujue ya kwamba wakati wa uadui kati ya vikundi, kutia moyo juu ya kutia mazungumzo pamoja na vikundi inaweza kuonwa kuwa kufanya hivyo inachochewa na politike na inaweza kuwa na matokeo yakuletea watu maumivu. Boresha ma ufundi mbalimbali ili kuboresha namna ya wakaaji kushiriki kurudisha habari (Maoni).

Maoni: Maoni ya mzuri inaweza kuombwa wakati wa kuevaliwe (kwa kutumia majadiliano (discussion) ao mahojiano interview), kwa kutoa maulizo yenye kuongoza mbele ya wakati. Maoni yenye kutolewa kila siku zinaweza kutolewa ili kuguza matumaini na kuboresha programu. Pata maoni kuhusu wanawake, wanaume, wasichana na wavulana wanajisikia kuheshimiwa na kuridhika na uvutano wao wa kukamata maamuzi

Watu wanaweza kuwa na woga kwamba maoni yenye kuchambuliwa zinaweza kuwa na matokeo mabaya. Kunaweza pia kuwa na sababu ya mila inayoweza kufanya kwamba machambuzi (critique) juu ya musaada inayotolewa isiweze kukubaliwa. Fikiria ufundi mbalimbali inayoweza kusaidia kwa kutolewa maoni katika njia inayofuata mupangilio fulani ao hapana ikitia ndani ufundi wa kulinda siri zinazotokar a na kuchangia maoni.

Tumia ufundi wa kupata maoni pamoja na agence zingine na kujihakikishia kama watu wanaweza kufikahuko bila shida. Zinaweza kuonwa kuwa tofauti na mpango unaohusika na mashtaka inayowekwa wakati kunakuwa uvunjaji wa sheria kuhusu mwenendo *ona Ujitoaji 5*, Ijapokuwa kwa mara nyingi kunakuwa na uhusiano kati ya maoni na aina ya mashtaka tunayopata. Kujulisha namna tunapata maoni na kufuatilia ili ku adapter programu inapohitajika. Kutia maoni katika mupango ya uongozi na mfumo wa kuevaliwe.

Kutia moyo tabia ya kuonyesha mambo wazi: mashirika yanapashwa kuonyesha wazi wazi mbele ya watu wote(web site ao nafasi zingine zenye zinaonyesha vifaa vyenye watu walioguswa na shida wanaweza kupata bila matatizo) kupendezwa yoyote ya kipolitike ao yakidini.

Ujitoaji ya shirika kwa ajili ya kushirikisha na kusikiliza wakaaji: mbinu mbalimbali inaweza kusaidia kuona valere na Ujitoaji ya shirika na kutoa mfano ya tabia ambayo inahitajika. Maoni kutoka kwa watu walioguswa na shida inapashwa kuonyesha mbinu na namna programu inaendeshwa.

Kuchunga siri: Si habari zote zinaweza kuelezwa kwa wenye kuhusika. Fikiria namna habari zinaweza kuonyesha vikundi (watu)ao mtu moja moja inaweza kuwa sababu yakuletea watu matatizo na kutokeza shida kwa ulinzi wao *ona Kanuni za ulinzi*.

Mwenendo wa kufuata wakati wa kuchukuwa habari za inje: Vifaa na foto vya kutumia kwa kukusanya pesa zinaweza kudanya na inaweza kuongeza hatari ya ul nzi. Mbinu na uongozi kuhusu habari za nje zinapaswa kutolewa kwa Wafanya kazi na kujihakikishia kama hakuna makosa yanayowekwa.

Habari Zaidi zinazowekwa kwenye picha kutia ndani historia hazipaswi kuonyesha mahali ambako watu wanaishi (sana sana watoto) (uwezo wakuona eneo na mahali) inapaswa kutoweka wakati wakukamata picha.

Ujitoaji 5

Wakaaji na watu waliogoguswa na shida wanaenda mahali yenye kustahili kusudi ya kupata majibu kwa mashtaka yao.

Takwa ya lazima
Mashtaka yanakaribiya na kutatuliwa.

Vipimo vya uwezo

1. Wakaaji na watu waliopatwa na shida wanajua kwamba njia ya kutumia malalamiko inawekwa kwa ajili yao.
2. Wakaaji na watu waliopatwa na shida wanajua kwamba njia ya kutumia malalamiko iko wazi na ni ya siri na yenye kulindwa.
3. Mashtaka yote nayachunguzwa na kutatuliwa, pia wanohusika wanajulishwa kwa wakati jinsi yalitatuliwa.

Matendo ya musingi

5.1 ⟩ **Kuhusisha wakaaji na watu waliogoguswa na shida kuhusi kutumikisha na kufuatilia mipango kuhusu mashtaka.**

- Kuweka wazi ma data (données) kulingana na ginsia, mwaka, na ulemavu, matakwa haya yanweza kuwa na uvutano kwa maoni ya watu kuhusu kufikia na vizuizi ya njia ya kutoa mashtaka.
- Kupatana namna ya kutoa mashtaka, nini inaweza kuzuia watu na Wafanya kazi kutoa mashtaka na namna gani wanapenda kupata majibu ya malalamiko. Fikiria namna gani mashtaka yataandikwa na kufuatiliwa na somo gani yanaweza kupatwa na kuitia katika mipango ya wakati ujao.
- Pamoja na ajanse zingine ona ufundi yakuweka ili kutatua malalamiko ya wenye kuhusika.
- Zoeza Wafanya kazi juu ya njia ya kutoa malalamiko.

5.2 ⟩ **Karibisha na kubali malalamiko, na julisha namna ya kufikia njia ya malalamiko na matumizi yake.**

- Anzisha kampeni ili kusaidia watu wapate habari kuhusu mipango, muda wa kampeni hiyo watu wanaweza kuuliza maulizo mengi kuhusu namna inatumika.

5.3 ⟩ **Husika na malalamiko kwa wakati, kwa usawaziko na namna inayofaa kwa kutia panafasi ya kwanza usalama wakati wote wa kutafuta suluhisho kwa malalamiko.**

- Tatua lalamiko kipekee ijapokuwa mengi yana matokeo ya sawasawa.

- Tayarisha jibu kwa wakati unaofaa. Mwenye kushtaki anapashwa kujua wakati ambako atapata jibu.
- Fikiria Ujitoaji ya wakaaji katika njia ya kutoa suluhisho kwa malalamiko.

Daraka katika uongozi

5.4 Majibu ya malalamiko ya wakaaji waliopatwa na msiba yako tayari. Mipango yanapashwa kutia ndani mambo kama, kutumikisha na kutendea watu vibaya kingono na matendo mengine ya kuwatumia vibaya.

- Weka maandishi ya namna mashtaka ya watu inaongozwa, matakwa ya maamzi, mashtaka yote iliyowekwa, namna gani ziliweza kujibiwa na kwa muda gani.
- Kujihakikishia kama habari ao mashtaka yaliokusanywa yanawekwa siri kulingana na namna ya kuweka data.
- Tumika na mashirika mengine kuhusu njia mbalimbali ya kutoa mashtaka, hii inaepusha wakaaji na Wafanya kazi kuingia katika muvurugugo.

5.5 Shirika ya kijamii ambako mashtaka yanatolewa yanapashwa na zinashugulikiwa kulinga na mipango iliyowekwa.

- Kuweka njia mbalimbali ya ankete kulingana na kanuni ambayo ina mradi yakuhangaikia watu wanotaka kusaidia, pia mwenendo wa kufuatilia na namna yakulinda kikundi kilicho zaifu, kama vile wanawake, watoto, na watu wanaoishi na ulemavu.
- Kuweka mipango na kanuni za kufanya ankete zinazoambatana na kanuni za njinsi ya kuchunga siri, ya kujitegemea na heshima. Fanya ankete kwa njia ya ufundi wenye kuzoezwa na kwa wakati uliowekwa, kwa kuheshimu kanuni za kisheria na za eneo ya kazi. Kuzoeza wasimamizi kuhusu ankete na jinsi ya kuleta suluhisho kwa matatizo kuhusu mwenendo ya wafanya kazi na kutafuta mashauri kwa wenye uzoefu.
- Kutia vikumbusho vya kuruhusu watu waombe haki zao na kutia nafasi ya kusaidia kutatua malalamiko na kufanya kwamba Wafanya kazi iweze kujulishwa kuhusu shida hizo.

5.6 Wakaaji na watu waliogoswa na shida wanajua mwerendo ambao wanaotoa musaada wanapashwa kuwa nayo kutia ndani Ujitoaji ya shirika kuhusu kuzuia kutumukisha watu vibaya na kutendea watu vibaya kingono.

- Fasiria wakaaji na Wafanya kazi namna ya kutoa mashtaka ao malalamiko. Tia ndani ufundi kuhusu namna ya kutoa habari za siri na zenye uvutano (kama vile habari kuhusu rushwa, Kutumia watu vibaya kingono na kutendea watu vubaya kingono, kujiongoza vibaya kiadili) na habari ambazo haziko za siri na hazina uvutano (kama vile shida inaoyotekea kwa kutumikisha matakwa fulani ili kuchagua).

5.7 Mashtaka ao malalamiko yenye haiwezi kutatuliwa na shirika zinapelekwa kwa mashirika yenye uzoefu.

- Kueleza waziwazi ni mashtaka gani yanapshwa kutatuliwa na shirika na ile ambayo inapashwa kupelekwa kwa mashirika mengine.

Jinsi ya kutenda

Kutunga njia ya kutoa mashtaka: vikundi vinavyotetea haki ya wakaaji na wenye mamlaka wanapashwa kuevaliwe mbele ya kuamua juu ya njia nzuri ya kutenda pamoja na wakaaji. Fikiria mahitaji ya watu wenye kuzeeka, wanawake na mabinti, vijana wanaume na wanaume, watu wanaoishi na ulemavu ao wenye kuzarauliwa. Mujihakikishie kama wana jambo la kusema katika mipango ya kutoa mashtaka.

Kuelezea watu namna ya kutoa mashtaka: Wakati na pesa itahitajika ili kujihakikishia kwamba watu walioguswa na shida wanajua ni kazigani, tabia ya Wafanya kazi na tabia gani wanatazamia kutoka kwa mashirika ya kimusaada. Wanapshwa kujua wapi wanaweza kutoa mashtaka yao ikiwa shirika ya kimusaada inashinwa kutumia ma Ujitoaji hizi.

Njia inayopashwa kuwekwa ili kuhakikisha kwamba mashtaka inayotolewa yanapaswa kuwekwa siri na wanaotoa mashtaka hawana woga ya kushambuliwa.

Kujua njia yaku jere matazamio ya watu. Wakaaji wanaweza kufikiri kwamba njia ya kutoa mashtaka inaweza kutatua shida zao zote. Hii inaweza kutokeza kuvunjika kwa moyo ikiwa ajanse haina kontrole ya mambo.

Jinsi ya kujere mashtaka: Fasiria vizuri kwa mwenye kushtaki wakati mashtaka haiwezi kutatuliwa na shirika. Ikiwezekana kwa kukubaliana na mushtaki, peleka mashtaka kwa mashirika yenye itaweza kushugulika nayo.

Ni watu waliozoezwa peke yao ndio wanaweza kufanya ankete kuhusu ukosefu wa adili iliotendwa na wafanyakazi wa mashirika ya musaada

Siri kuhusu matibabu na utegemezo mwingine wa ziada (kama vile afya na utegemezo wa saikolojia na matunzo mengine ya kiafya) inapashwa kutolewa kwa wenye kushtaki kulingana na mapendezi yao.

Mashtaka yanaotolewa na watu wasiojitambulisha yanaeleza mambo ya kipekee. Inaweza kuhusu malalamiko yenye sababu ambayo inatolewa kuwa alama kwa kusudi shirika iweze kushugulika nayo huku wakifikiria sababu ya mashtaka.

Kuwalinda wenye kushtaki: Amau ni mwenye anayeweza kufikia habari sa siri za shirika Watu wanaotoa ripoti kuhusu kutendea watu vibaya kingono wanaweza kuonwa vibaya na watu. Fikiria mpango inayohakikisha kwamba mashtaka itawekwa siri. Ni njia ya kuharifu watu inapshwa kuwekwa ili kulinda Wafanya kazi kwenye wanatoa mwangaza kuhusu programu ao tabia za wafanyakazi.

Ulinzi wa data ao habari inapshwa kukamata wakati gani na ni habari gani zinapshwa kulindwa, kulingana na sheria ya ulinzi wa habari.

Namna ya kujere mashtaka: Hakikisha kuwa wafanyikazi wa shirika na jamii zinazotumikia zinayo okazio ya kuripoti malalamiko. Malalamiko kama haya yanaweza kuonekana kama okazio ya kufanya shirika na kazi yake iwe mzuri. Malalamiko yanaweza kuonyesha matokeo na ubora ya musaada, hatari zinazowezekana na uzaifu, na kiwango ambacho watu wanaridhika na huduma zinazotolewa.

Kutumikisha kingono na kuwatendea vibaya kingono (SEA) watu walioguswa na shida: Shirika na namna yake ya kuongoza na daraka ya kujihakikishia kama malalamiko na njia ya kuvitoa vinawekwa na ni vyenye kulindwa, viko wazi vinaweza kufikiwa na kuwekwa siri. Ikiwa inawezekana, shirika inapashwa kufanya utafiti katika kisa cha SEA mu makubaliano yao.

Utaratibu: Viongozi na Wafanyakazi wanapashwa kuonyesha mfano mzuri kwa kuheshimia wenzao, wenye kutegemeza shirika, wafanyakazi wenye kujitakia na watu walioguswa na shida. Tegemezo lao kwa malalamiko ya wakaaji ni ya lazima sana. Wafanya kazi wanapashwa kuruhusu kusuluhisha malalamiko na matendo ya kutendewa vibaya. Katika kisa cha mauaji ao mahali ambako sheria ya kimataifa iliweza kuvunjwa, wafanyakazi wanapshwa kujua namna ya kukutanana na wakuu wenye kustahili. Mashirika zinazotumika pamoja na wale wanaowategemeza wanapashwa kujua njia ambayo wanaweza kutumia ili kumaliza malalamiko (kutia ndani ile yenye kuwahusu).

Mwenendo wa wafanya kazi na kanuni ya kujiongoza: Shirika linapashwa kuwa na kanuni yenye kuongoza wafanya kazi ambayo inakubalika na Direction Générale na kuionyeha kwa watu wote. Wafanyakazi na wanaotegemeza shirika wanapashwa kutii kanuni ya kuwalinda watoto, wanapashwa kupata habari na kuzoezwa kuhusu kanuni ya kazi. Wafanyakazi wanapashwa kujua matokeo mabaya ya kuvunja sheria ya mwenendo ⊕ *ona Ujitoaji 3 na 8.*

Ujitoaji 6

Wakaaji utaratibu na watu walioguswa na shida wanapata musaada wa ziada kwa.

Musaada ya kibinadamu ni yenye kufuata utaratibu na ni ya ziada.

Vipimo vya ufundi

1. Mashirika yanapunguza kasoro na watu waliojiandikisha zaidi ya mara moja. Tendo hili linafanywa kupitia mpango wenye utaratibu kwa musaada ya wakaaji waliopatwa na shida.
2. Mashirika yanayohusika na ya eneo wanachangia habari wa lazima kupitia mpango wa wenye utaratibu.
3. Mashirika yanatia utaratibu, yanapanga musaada ya kibir adamu na kufuatilia utimizo wa programu hiyo.
4. Mashirika ya eneo yanaungana katika kufanya mambo kwa utaratibu.

Matendo ya musingi

6.1 **Tambua daraka, uwezo, na mapendezo ya sehemu zinazohusika.**

- Fikiria ushirikiano ili kutia pamoja uwezo ya wakaaji na serikali ya eneo, watoaji, sekta za kipekee, na mashirika ya kimusaada (ya eneo, ya kimataifa) wakiwa na manda na namna ya kufanya yenye kutofautiana.

- Toa madokezo na kuongoza evaliwasio, mazoezi na uchunguzi pamoja na mashirika na sehemu zinazohusika ili kutoa njia ya kutenda yenye nguvu.

6.2 **Fanya kwamba musaada ya kibinadamu ikuwe ya ziada kwa musaada iliyotolewa na serikali na mashirika mengine ya kibinadamu.**

- Kujua ya kwamba mipango na uongozi wa jitiada zote kwa ajili ya musaada ya kutenda kwa uharaka ni daraka la serikali inayokuwa hapo. Mashirika ya musaada ya kibinadamu inadaraka la kutegemeza matendo ya majibu ya serikali na kuiongoza kwa utaratibu.

6.3 **Kushiriki katika kuongoza mambo kwa utaratibu kwa kushirikiana na wengine ili kupunguza mzigo unaolemea wakaaji na kufanya kwamba jitihada za kazi ya mashirika ya musaada iweze kuenea mahali panapohitajika.**

- Kutetea ili kuheshimia viwango kwa utaratibu. Tumia wanaoongoza ili kutumia viwango kulingana na hali zaidi sana ma Vipimo ili kuongoza huduma na majibu kwa ujumla.
- Fikiria eneo ya utendaji na ya Ujitoaji na pia mahali ambako daraka zinakutana na za watu wengine wenye kuongoza kwa mfano katika hesabu, ulinzi wa jinsia na ulinzi katika kutoa mambo kwa utaratibu.

6.4 **Kupashana habari za lazima pamoja na wele washiriki, vikundi vinavyoongoza kupitia njia yenye kustahili kwa kupashana habari.**

- Heshimu matumizi ya luga ya eneo katika mikutano na katika mazungumzo. Chunguza vizuzi vya kupashana habari ili wanaohusika wawe na uwezo wakushiriki.
- Pashana habari waziwazi na uepuke kutumia maneno ya mubarabara yenye haziheshimu sarufi ya luga, zaidi sana wakati wanaotumia luga hiyo hawaijue
- Tayarisha wanaoweza kutafsiri luga ikiwa inahitajika.
- Fikiria sana nafasi ya mikutano ili kuruhusu watu wa eneo wanaotoa musaada waweze kushiriki.
- Tumika pamoja na wanaotetea haki ya raia ili kujihakikishia kwamba mchango ya wanamemba yao inafika.

Daraka katika uongozi

6.5 **Ufundi na mbinu inatia ndani Ujitoaji ya kuongoza na kushirikiana na wengine, kutia ndani viongozi wa eneo bila kuvunja kanuni vya shirika vya shirika ya musaada ya kibinadamu.**

- Uongozi na mbinu katika kukusanyisha mali zinapashwa kuonyesha waziwazi ginsi wataweza kuungana na viongozi wa eneo na, viongozi wanaowakaribisha, na watendaji wanaotoa musaada ya kibinadamu ao watendaji wenye hawako katika utoaji wa musaada ya kibinadamu.
- Wafanya kazi inawakilisha ajanse katika kuongoza mikutano zinapashwa kuwa na habari zenye kufaa, ujuzi na mamlaka ya kuchangia katika kutayarisha na kukamata maamzi. Kuonyesha waziwazi namna ya utaratibu wa kazi.

6.6 **Kutumika pamoja na washiriki wengine kupitia makubaliano yaliowazi na yenye kuheshimu manda ya kila mushiriki, matakwa na ujitegemeaji, na kutambua shida na Ujitoaji yao.**

- Shirika ya eno na ya inchi inaangaje ao kushirikiana na washiriki wengine katika kuchangia uelewaji wa manda katika uongozi na role yao na madaraka, ili kutoa musaada yenye kustahili.

....

Jinsi ya kutenda

Kutumika na sekta isiyo yakiserikali: sekta zisizokuwa za kiserikali zinaweza kufanya kwamba mambo ya biashara iweze kufanikiwa, kuleta mambo haya ya ziada katika uongozi ya watendaji wa shirika ya kimusaada Kwa vyovyote habari wanzochangia hazipshwi kuwa tofauti na zinapashwa kusaidia watoaji wa musaada wa kibinadamu kutenda vizuri. Kujihakikishia kwaba kampuni zinazotumika wanajitoa kuheshimu haki za kibinadamu na kama hawakuweza kuhusika wakati uliopita katika matendo ya uonewaji na ya ubaguzi. Watendaji wa musaada ya kibinadu na sekta zenye haziko za kiserikali wanapashwa kutumika kwa faida ya watu walioguswa na shida, wakati uleule inaomba kujua kama masekta zenye haziko za kiserikali zinaweza kuwa ma miradi yao.

Uongozi ao uratibu kati ya raia na jeshi: Shirika ya kimusaada yanapashwa kuwa tafauti sana na jeshi ili kuepuka kuonwa kwamba wanajiingiza katika siasa na mipango ya kijeshi ambayo inaweza kutia hatarini kutokupendelea kwa ma ajanse, kujitegemea, kuaminika, usalama na kufikiria wakaaji walioguswa na shida

Jeshi lina mipango na vifaa vyake mwenyewe, vyenye kutia ndani usalama wa vifaa, usafirishaji na upashano wa habari. Lakini wanapohusisha jeshi katika mipango, kazi ya sheji inapashwa kuwa chini ya uongozi wa ajanse ya kimusaada ya kibinadamu kulingana na utaratibu wao unaowaongoza ⊕ *ona Sphere ni nini? Mapatano ya shirika ya musaada* na *Kanuni za ulinzi*. Mashirika Fulani yanaendeleza mazungumzo ili kujihakikishia kama musaada yanatolewa kwelikweli, na mashirika mengine yanaweza kuweka umoja wenye nguvu.

Mambo matatu ya lazima katika uongozi wa raia na jeshi ni kuchangia habari, kupanga na kugawa kazi, mazungumzo yanapashwa kufanya katika nivo na hali mbalimabli.

Musaada wa ziada: Mashirika yaeneo, viongozi na wanaotetea haki za wakaaji wanakuwa na uzoefu mukubwa. Wanaweza kuwa na lazima ya kurudilia hali yao kutokana na shida na wanapashwa kushirikishwa katika uongozi na jitihada za utoaji wa musaada.

Wakati wakuu wanakuwa moja kati ya sabau ya shida, watendaji wa musaada ya kibinadamu wanahangaikia sana faida ya wakaaji walioguswa na shida.

Uongozi ao uratibu: Sekta zenye kuongoza zinaweza kueleza mahitaji ya wakaaji kuliko ya mutu mojamoja. Kwa mfano, uongozi unaohusu afya ya kiakili na saikolojia na kutegemezwa kijamii na kisaikolojia inapashwa kutegemezwa kwa njia ya sekta ya afya, ya ulinzi na ya masomo, kwa kuunda kikundi kimcja kinachoundwa na wa taalamu ao spesialiste.

Wenye kuongoza wanapashwa kujiahakikishia kwamba mikutano na habari wanaoyochangia inatayarishwa vizuri, ni yenye nguvu na yenye matokeo. Watendaji wa eneo hawapashwi kuhusishwa katika mipango ikiwa utimizo wayo inahusu ma ajanse ya kimataifa sababu ya luga ao eneo. Wakati mwingine uongozi wa kitaifa unaweza kuhitajika na unapashwa kuripotiwa.

Kuhusika katika uongozi mbele ya kutokea kwa musiba inaunganisha na uhusiano wakati wamajibu ya musaada. Husisha uongozi katika kutenda kwa uharaka na ma Mupango ya maendeleo ya muda murefu.

Ufundi ya ma ajaanse ya kimataifa kwa ajili ya uongozi zinapashwa kutegemeza uongozi wa taifa. Musaada kwa ajili ya wakimbizi inapashwa kutumia ufundi ambayo UNHCR inatumia.

Kuchangia habari (ya kifeza pia): kupitia wanaohusika na ufundi mbalimbali katika kuongoza inasaidia kurekebisha tatizo na kutambua kwamba mashirika yalitoa musaada tofauti.

Kutumika pamoja na washiriki wengine (partanires): Inawezekana. kuheshimia kuwa na aina mbalimbali ya washiriki wanaweza kupatana juu ya namna ya kugawanya mali na kwa kukamata maamzi pamojaKuheshimia manda na miradi ya mipango ya washiriki na uhuru wayo. Tambua njia zenye kuwa kwa ajili ya kujifunzo na maendeleo kwa umoja. Tambua mambo ambayo sehemu zote mbili zitapata kama faida kwa kutumika kwa umoja huku wakiongeza ujuzi na uwezo ili kutoa matayarisho mazuri wakati wa utoaji wa musaada.

Kushirikiana kwa muda mrefu kati ya waongozi ya wakaaji na shirika la kimataifa inaweza kusaidia washiriki (partenaire) wote kuongeza ujuzi na uwezo wao na kujihakikishia kwamba musaada inatolewa inavyofaa.

Ujitoaji 7

Wakaaji na watu walioguswa na shida wanatazamia kupata musaada ya lazima kwa sababu shirika liliweza kujifunza kutokana na na mambo waliokutana nayo na pia maoni yao.

Takwa ya lazima

Watendaji wanaotoa musaada ya kibinadamu wanaendelea kujifunza na kuboresha kazi yao.

Vipimo vya ufundi

1. Wakaaji na watu waliopatwa na shida wanaona jinsi musaada na ulinzi wanaopata yanaendelea kuwa muzuri ya mzuri.
2. Marekebisho juu ya musaada na ulinzi yanatolewa sababu ya kupata somo juu ya musaada yenye kutolewa.
3. Marekebisho ya Musaada na ulinzi inaonekana sababu ya kujifunza kutokana, na majibu ya musaada mengine.

Matendo ya musingi

7.1 **Toa somo juu ya mambo uliojifunza na kujua jambo la kuweka panafasi ya kwanza katika programu.**

- Kuunda namna yakufuatilia mambo yenye kuwa mwepesi kwa kujua kwamba habari zilipashwa kuhusisha sehemu mbalimbali ya vikundi, wakijulisha waziwazi ni nani waliofaidika na programu ao hapana.
- Fikiria mafanikio vile vile kushindwa.

7.2 **Kujifunza, kuleta mambo mapya, na kuweka mabadiliko kutokana na jinsi mambo iliweza kufuatiliwa kutia ndani komantere na maoni na mashtaka.**

- Kutumia ufundi ya kusikiliza watu na kuwashirikisha. Watu walioguswa ni wao wanastahili kutoa habari kuhusu mahitaji yao na mabadiliko katika hali yao.
- Changia na kuzungumza na wakaaji, kwa kuwauliza namna wangefurahia kutenda tofauti na namna yakufanya daraka lao katika kukamata maamzi na mambo mengine.

7.3 **Changia mambo mapya ya kindani, pamoja na wakaaji na watu waliopatwa na msiba na washiriki wengine.**

- Toa habari zilizokusanywa kupitia kufuatilia mambo na evaliwasio yenye kupatikana bila shida ambayo inasaidia kuchangia na kukamata maamzi ⊕ *ona Ujitoaji 4.*
- Kutambua namna ya kutegemeza ma aktivite ya majifunzo katika sisteme.

Utaratibu katika uongozi

7.4 **Evaliwasio na ufundi wakujifunza yanawekwa, na njia ya kujifunza inapatikana katika eneo na kujifunza na kuboreshwa kupitia mambo yalioonwa zinakuwa hapo.**

- Utaratibu unatia ndani kufikiria upya namna ya kutenda kwa matokeo, na kuwa na mipango yenye miradi ya kweli kweli na kuwa na Vipimo zenye miradi wakati wato wa majifunzo.
- Wafanya kazi zote zinaelewa daraka zao kwa kufuatilia maendeleo ya kazi zao na namna ya kujifunza kunaweza kuchangia kwa maendeleo katika kazi yao.

7.5 **Kuna ufundi wenye kusaidia kurekodi na kuchangia uwelewaji na uzoefu katika mashirika.**

- Mafunzo ya mupango wenye kuwekwa katika utaratibu unaongoza kwenye mabadiiko (kama vile ufundi katika mambo kupanga upya ekipe ili ekipe ikuwe na nguvu zaidi katika kutoa majibu ya musaada ya kibinadamu. Na kueleza vizuri juu ya madaraka katika kukamata maamzi ya uongozi).

7.6 **Shirika lina changia mafunzo na kufanya kwamba majibu katika musaada inayotolewa katika sekta.**

- Kusanya na kutangaza kazi ya musada, kutia ndani somo iliopatwa na mapendekezo ili kuchunguza upya matendo muda wa majibu yatakayokuja.

Jinsi ya kutenda

Kujifunza kutokana na uzoefu: Ufundi mbalimbali na inasukuma kwenye Ufundi tofauti, mafunzo na kutoa sababu ya matendo:

Uongozi – ukusanyaji wa data za mipango na ya uwezo kwa ukawaida inaweza kutumiwa kwa kurekeisha makosa. Kutumia ma données ya nambari na za kalite ili kufuatilia na kuevaliwe, kukutanisha ma data na kulinda habari ya maana sana. Tayarisha ufundi wa kukusanya, jinsi ya kuitumia kulingana na hali. Tumia data zenye zitachunguzwa na kutumiwa.

Kuchunguza kwa wakati unaofaa kuevaliwe kwa wakati wa uharaka inatia ndani wanaotumika ku projet na wanaweza kusaidia kurekebisha makosa.

Maoni – habari zinazotolewa na watu walioguswa na shida zinaweza kutumiwa ii kurekebisha makosa badala ya kukamata tu zile zilizo kusanywa na shirika. Watu walioguswa na shida ni wao walio wa amzi wakuu kwa ajili ya kuleta mabadiliko katika maisha yao.

Kiisha kuchunguza matendo upya – uchunguzi huu unahusu sana watu wanaotumika ku projet, na unatimizwa mwisho wa projet. Tambua jambo la kukamata na la kubadilisha mu projet ingine yenye itakuja.

Evaliwasio – kazi inayofanywa inasaidia kujua valere yake, projet ao programu, yenye kuongozwa na watu ambao hawako katika projet, inaweza kutumiwa kwa wakati unaofaa (ili kufanya marekebisho) ao mwisho wa projet, kusaidia kujifunza kutumia mashauri hayo kwa ufundi katika hali yenye kufanana.

Utafiti – inatia ndani uchunguzi kuhusu jambo linalotokana na matendo ya wenye kutoa musaada ya kibinadamu.

Mambo mapya: Majibu kwa shida inaongoza mara kwa mara kwenye mambo mapya ambayo inasukuma watu na mashirika kujihambatanisha na hali ya eneo na ya mazingira. Watu walioguswa na shida wanatumia njia mpya na wanafaidika na musaada inayowasaidia kufanya mendeleo na kujiambatanisha na hali.

Kushirikiana na kupata somo: Kushirikiana pamoja na ajanse zingine, za kiserikali na ambazo si za kiserikali na pamoja na viongozi wa masomo ya juu inalazimika katika kufanya kazi na inaweza kuleta matumaini ya wakati ujao na maoni,vilevile kusaidia namna ya kutumia mali ya kidogo. Kushirikiana kunasaidia pia kupunguza evaliwasio ya mara kwa mara katika eneo ile ile.

Mazoezi ya kujifunza iliweza kutumiwa na mashirika tofauti na inaweza kutumikishwa ili kuongoza katika kipindi fulani ao kufikiri mbele shida itokee.

Muungano na wakaaji katika kutumia mambo yaliofundishwa (kutia ndani kikundi cha wanashule ya chuo kikuu) inaweza kuraisisha kujifunza kutokana na vikundi viwili katika eneo na kiisha uchunguzi upya wa matendo ao kutokana na mafunzo katika mukutano. Hii inaleta mchango kubwa katika uongozi na mafunzo. kuchangia matatizo kati ya watu inaweza kusukuma wanatoa musaada waweze kutambua hatari na kuepuka makosa.

Habari zenye kutumainika ambazo sekta iko nazo ni za maana sana. Uchunguzi wa habari hizo zenyekutumainika unaweza kuchangia ushirikiano katika ubadilishanaji wa maoni kuliko somo kutoka kwa shirika moja.

Kufuatilia mambo inayofanyika na walioguswa na shida inaweza kusaidia kuona mambo waziwazi na kalite pia kuwafanya kwamba wanakuwa vyanzo vya kutoa habari.

Kuevaliwe na ufundi wakujifunza: Somo ya lazima kwa ajili ya kuboresha mambo haionekane siku zote waziwazi, na mafunzo haiwezi kuonwa kwamba yanatolewa isipokuwa kama yalileta mabadiliko yenye usibitisho (preuve) katika majibu kwa musaada inayotolewa ao itakayotolewa baadaye.

Inahusu ujuzi na uongozi: Kujua inamaansha kukusanya, kueleza, kuchangia, kuweka na kutumia ujuzi katika uongozi na mafunzo. Watumishi wa wakati wote wanaotumiwa na serikali wanakuwa vyanzo vya ulinzi ya ujuzi. Mafunzo yanapashwa kuenea katika taifa, jimbo, na watendaji wa eneo na kuwasaidia kuwa na maelezo mengi ao kuweka Mupango yao ya wakati wa shida iwe ya kisasa.

Ujitoaji 8

Wakaaji na watu walioguswa na shida wanapata musaada kutoka kwa Wafanya kazi yenye kutayarishwa na yenye kujitolea.

Takwa ya lazima

Wafanya kazi wanategemezwa ili wafanye kazi yao vizuri na wanatendewa vizuri tena sawasawa.

Vipimo vya ufundi

1. Wafanya kazi zote zinajisikia kuwa wanategemezwa na shirika lao katika kazi yao.
2. Wafanya kazi wanafikia kwa ufanisi miradi yao ya kutenda vizuri bila shida.
3. Wakaaji na watu walioguswa na shida wanaona kwamba wafanyakazi wanatumika vizuri kwa njia ya ujuzi, uwezo, tabia na hali yao.
4. Wakaaji na watu walioguswa na shida wanajua kwamba kuna kanuni inayoongoza wanaotoa musaada ya kibinadamu na namna ya kujulisha hali ya kuvunja kanuni.

Matendo ya musingi

8.1 **Wafanya kazi wanatumika kulingana na manda na valere ye shirika na miradi na viwango vya Ufundi inayokubalika na wote.**

- Mapatano mbalimbali na shurti zinaweza kutumiwa kwa Wafanya kazi ku nivo tofauti. Sheria kuhusu wafanyaka kazi katika taifa inaeleza statut ya kila mtu na inapashwa kuheshimika. Kila mushiriki wa Wafanya kazi anapashwa kujua statut na shirika yao kisheria iwe ni ya kitaifa ao kimataifa.

8.2 **Wafanya kazi inajiambatanisha na sheria yenye kuwaongoza na wanaelewa matokeo ya kutokuheshimu sheria hiyo.**

- Ulazima wa kupata formasio kuhusu muda ya kuongoza, kanuni ya mwenendo inayotumika katika hali zote, hata inapolazimika kutumwa ekipe kwa uharaka.

8.3 **Wafanya kazi wanatumia uwezo wao, ufundi, na namna ya kuongoza kazi yao na kuelewa namna gani shirika lao linaweza kuwategemeza ili kutimiza daraka lao.**

- Shida inapoanza, uwezo ya wafanya kazi unaweza kuwa na mipaka, lakini wenye kuongoza wanaweza kutoa maoni na kuzoeza wafanya kazi.

Madaraka katika uongozi

8.4 **Shirika lina uwezo na watu ili kutumia programu.**

- Patia watu kazi wanaoweza kuingia bila shida kwenye huduma na wanaoepuka kila namna yote ya ubaguzi juu ya luga, kabila, jinsia, ulemavu na miaka.
- Fikiria jinsi shirika itakiwa na maombi ya wafanya kazi wenye kustahili mbele ya wakati. Eleza waziwazi ku hali ya inchi juu kazi na daraka juu ya maamzi ya ndani na juu ya kupashana habari.
- Epuka kutuma Wafanya kazi kwa muda mufupi, sababu inaweza kusukuma kubadilisha wafanya kazi kila mara na inaweza kuwa na matokeo mabaya kuhusu kuendeeza kazi wakati wote ya mission yao.
- Patia watu kazi lakini kusikuwe na matokeo mabaya juu ya uwezo wa shirika lisilokuwa la kiserikali ya mahali (NGO).
- Pana kazi kwa wafanya kazi wa eneo wanaoweza kufanya siku mingi. Shirika ambazo zina manda ya mingi inazoeza wafanyakazi wanaotumika kwa ajili ya maendeleo wanazoezwa ili wakuwe tayari kutoa musaada ya kibinadamu.

8.5 **Wafanya kazi winatendewa sawasawa, waziwazi, bila ubaguzi na kulingana na sheria ya kazi ya eneo.**

- Mupango za shirika na matendo yake inapashwa kusongesha mbele daraka ya wafanyakazi wa taifa katika gestion na uongozi ili kujihakikisha kama kazi inaendelea kufanywa na kulinda mambo ya lazima ya kumbukumbu ya inchi na kutayarisha majibu kulingana na hali.

8.6 **Kueleza wazi juu ya kazi (job descriptions), mradi ya kazi na njia ya kurudisha habari (Maoni) zinawekwa kusudi wafanyakazi waelewe ile wanayopashwa kufanya.**

- Habari kuhusu mipangilio ya kazi na yenye kuwa ya kisasa.
- Wafanyakazi (Wafanya kazi) wanaeleza juu ya miradi na uwezo wao wakutumika inayolingana na miradi yao juu ya kazi na hii inatumiwa katika Mupango ya maendeleo.

8.7 **Kakuni yenye kuongoza inawekwa inayoonyesha waziwazi juu ya kutotumikisha watu vibaya, ukosefu wa adili na ubaguzi zidi ya watu.**

- Sheria ya shirika kuhusu namna ya kujiongoza inaeleweka, inawekwa sinyatire, na kulindwa pia ni yenye kuwa wazi kwa waakilishi (représentant) wa shirika (kutia ndani wafanyakazi, wafanyakazi wenye kujitakia ao wa volontere, wa kolaboratere, washiriki wengine) na inaeleza juu ya wiwango kuhusu mwenendo ambayo inahitajika na matokeo ikiwa sheriainavunjwa.

8.8 **Mbinu zinawekwa ili kutegemeza Wafanya kazi ili waweze kuboresha uwezo na uzoefu wao.**

- Shirika linapashwa kuwa na njia ya kuchunguza uwezo ya wafanya kazi, kuevaliwe shida yao na kuhusu uwezo wao wakufanya kazi.

8.9 **Mipango inawekwa kwa ajili ya usalama ya wafanya kazi na juu ya kukaa kwao vizuri.**

- Ajanse zinapashwa kulinda wafanyakazi. Wa responsable wanapashwa kujulisha wafanya kazi wanaotoa musaada ya kibinadamu kuhusu hatari, kuepuka kuwatia katika hali yakuwaletea shida na kuwalinda zidi ya hatari juu ya afya yao.
- Kukamata mipango kuhusu jinsi ya kuangaikia usalama, kutoa mashauri kuhusu afya, kutumika kwa kiasi na utegemezo wa kisaikolojia.
- Mupango ya kutovumilia hata tendo moja la ubakaji ao utendeaji watu vibaya kingono kwenye nafasi ya kazi.
- Kuweka mbinu ya kuzuia na kutoa majibu ili kutatua kesi ya kutendea watu vibaya kingono na ubakaji wa kingono ambao watu walipata kutoka kwa wafanya kazi.

Jinsi ya kutenda

Wafanya kazi na wafanya kazi wenye kujitoa: Wajumbe wote wa shirika, kutia ndani wa kitaifa, na wakimataifa, wawakati wote ao wa muda, pia wale wenye kujitakia, na wanaotumikia kwa wakati Fulani (consultant) wanaonwa kuwa wao wote ni wanamemba ya wafanya kazi (Wafanya kazi).

Shirika inapaswa kujulisha wafanya kazi kuhusu kikundi ambacho kinazarauliwa na kuepuka matendo ya kuwasema watu vibaya ao kuwabagua.

Kukubali manda, valere na mipango ya shirika: Wafanya kazi wanapshwa kutumika kulingana na sheria, na mission, thamani na mipango ya shirika, ambayo inapashwa kuelezwa waziwazi kwao. zaidi ya kujua daraka lao na namna ya kutumika ya shirika, kila moja anapashwa kutumika ili kufikia miradi ya kufarya vizuri kulingana na matazamio ya viongozi.

Wafanyakazi na ba volontere wanapaswa kujulishwa mipango ya shirika kama wanaume na wanawake wana haki moja bila ubaguzi.

Kazi inapashwa kufanyika katika hali yenye kuwa wazi yenye kuunganisha watu na kuondoa vizuizi vyote zidi ya watu wanaoishi na ulemavu. Hii inaweza kutia ndani: kuondoa vizuizi vyote ili watu wafike kwenye mahali ya kazi bila shida; Kataza ubaguzi zidi ya walemavu; kufanya watu wapate mapendeleo sawasawa, Kupokeza watu sawasawa; kufikiria kurekebisha mahali ya kazi kwa ajili ya watu wanaoishi na ulemavu.

Washiriki wa inje na wanaotoa ma kontra na kampuni zinazoleta kazi wanapashwa kujua mipango hiyo na kanuni yanye kuongoza yenye kutumika kwao, na matokeo inayotokana na kutokuheshimu kanuni.

Viwango kuhusu uwezo na kukuza ustadi: wafanya kazi na wakuu wa kazi wana daraka kuhusu maendeleo katika uwezo na ustadi wao katika kuongoza mambo. kupitia musaada katika viwango kuhusu uwezo, wanapashwa kuelewa ni uwezo, ufundi na ujuzi gani unahitajika ili kutimiza daraka lao. Wanapashwa kujua ni mapendeleo gani iko tayari kwa ajili ya ukuzi na maendeleo yenye kuhitajika. Ustadi inaweza kukomaa kupitia uzoefu, mafunzo, na kuongozwa.

Kuna metode mbalimbali inayoweza kutumiwa ili kuevaliwe uwezo na tabia ya wafanya kazi, kutia ndani kutazama, kuchunguza upya matokeo ya kazi, kuzungumza nao kwa kutoa maulizo kwa wafanya kazi wenzao. Kuchunguza kwa kikawaida uwezo inaweza kusadia kutambua mahali ambako utegemezo na mafunzo yanhitajika.

Uwezo wa wafanya kazi ao wa Wafanya kazi: Namna ya kuongoza wafanyakazi inatofautiana na ajanse moja na ingine lakini inapashwa kutegemea matendo ma zuri zinapashwa kufikiriwa na kuwekwa kwenye fasi ya mbinu huku wakitegemezwa na mongozo. Mupango na proje ya shirika zinapashwa kufikiria uwezo wa wafanya kazi na kuona kama hakuna utofauti katika jinsia. Kunapashwa kuwa hesabu sahihi ya wafanya kazi, kila mtu akiwekwa panafasi inayolingana na ustadi na uwezo wake kwa wakati unaofaa ili kutimiza miradi ya shirika ya wakati mfupi ao ya wakati mrefu.

Shirika zinapashwa kujihakikishia kama wafanya kazi wana uwezo unaohitajika ili kutegemeza wakaaji, maamzi na matendo. Wafanya kazi wanapashwa kuzoezwa namna ya kutumia viwango kuhusu utoaji ya musaada, jambo hii inaruhusu kuwe delegation ya juu na majibu ya haraka.

Mupango ya kuchunguza upya uwezo inapaswa kuwa nyepesi kuchunguza wafanyakazi wote wanaotumika kwa muda vile vile wale wanaotumika kwa wakati wote. Ni jambo ya lazima kufikiria sana juu ustadi wa kusikiliza, kuruhusu watu waweze kuzoea hali na kufanya ikuwe rahisi kupashana habari kati ya wakaaji na inaweka katika kukamata maamzi na initiative. Shirika zinazotumika pamoja zinapashwa kukubaliana juu ya ustadi unaohitajika ii kutimiza maamzi yenye kukubalika.

Mipango na Mbinu kuhusu wafanyakazi: Ukubwa. wa mipango na mbinu ya wafanya kazi inategemea ukubwa na hali ya kila ajanse. Lakini ajanse iwe ya kidogo ao ya mukubwa, wafanyakazi wanapashwa kushiriki katika maendeleo na kuchunguza upya mipango yao ikiwezekana ili kujihakikishia kama miradi yao inafuatiliwa Wenye kuongoza wanajulisha wafanyakazi kuhusu mipango kuwahusu, inasaidia kuwe na upashani wa habari na kujulisha matokeo ya kukataa kukubali mipango.

Uwongozi ya wafanya kazi: kila washriki wa Wafanya kazi wanapashwa kutambua miradi yo ambayo inahusiana na matakwa ya kazi yao na ustadi ambao wanataka kufikia, na kuiandika Mupango ya mambo hayo

Jibu inayofaa haihusu kuhakikisha tu kwamba kuna wafanyakazi wenya uwezo, lakini pia inategemea namna kila moja anashugulikiwa. Utafiti uliofanywa katika hali ya haraka inaonyesha kwamba kushugulikia, hali na namna ya kutenda ni ya maana sana ili utendaji uwe na matokeo kuliko kuwa na uwezo wa wafanya kazi.

Usalama na kuwa na hali nzuri: Wafanya. kazi wnatumika saa nyingi zenye hatari na katika hali ya kusumbua akili Kazi ya Ajanse yakuhangaikia wafanyakazi wake wa taifa na wa kimataifa inatia ndani matendo ya kuhangaikia hali nzuri ya afya, ya kiakili na kuepuka hali ya kuleta mafikiri, kuchoka sana ya kuumiza na ya kuleta magonjwa.

Wakubwa wa kazi wanaweza kufuatilia hali ya ulinzi kwa kufukiria hali ya matendo mazuri na kuheshimu mipango. Wafanyakazi wanaotoa musaada yakibinadamu wanapashwa kutumika kwa kufikiria hali yao. Wafanya kazi walioishi katika hali ambayo ilikuwa na matokeo mabaya ya kiakili wanapashwa kupata musaada wa saikolojia.

Kuzoeza wafanyakazi jinsi ya kupata habari inayohusu matendo mabaya ya kingono iliyofanywa na wafanyakazi wenzao. Ruhusu njia yote ya kufanya ankete na kukamata hatua juu ya kushugulikia visa kwa njia yenye kutumainika. Kunapokuwa visa fulani, utegemezo wa kisaikolojia unahitajika kwa ajili ya waliotendewa vibaya hasa kuhusu hali ya kuvurugwa kiakili. Utegemezo unapashwa kufanywa kwa kufikikria mahitaji ya wafanyakazi wageni na wa taifa.

Madaktari wanaokuwa na ujuzi katika afya ya kiakili na wenye kuelewa tamaduni na luga ya wakaaji wanapshwa kuzungumza na wafanyakazi wa taifa na wa kimataifa katika kipindi yenye haitambuke miezi mitatu kiisha kuokoka kutoka katika misiba. Madaktari wanapshwa ona hali ya mwenye kutendewa vibaya na kuwatuma kuhopitali ili kupata matunzo.

Ujitoaji 9

Wakaaji na watu waliopatwa na msiba wanatumaini kupata musaada kutoka kwa shirika ya musaada huku wakitayarisha mali kwa njia ya matokeo kulingana na kanuni ya mwenendo.

Takwa ya lazima

Mali inatayarishwa na kutumiwa kulingana na miradi.

Vipimo vya ufundi

1. Wakaaji na watu waliopatwa na shida wanajua nivo ya bageti ya wakaaji; depensesao garama na matokea waliopata.
2. Wakaaji na watu waliopatwa na shida wana hakika kwamba mali iliyotolewa kwa ajili yao inatumiwa:
   a. kwa jinsi ilivyopangwa; na
   b. bila kuitumia ovyovyo.
3. Mali iliyotayarishwa kwa ajili ya musaada inatumiwa na kuongozwa kulingana na Mupango yenye iliwekwa na kukubaliwa mbele ya wakati, kulingana na miradi na kwa wakati uliowekwa.
4. Musaada inapashwa kutolewa kulingana na mahitaji.

Matendo ya musingi

9.1 **Kutia programu yenye itatumika kwa matokeo katika kutumia mali, yenye usawaziko katika kalite na inatumiwa kwa wakati uliowekwa kwa muda wote ambao utahitaji musaada.**

- Kunapotokea shida isiyotazamiwa, kunahitaji kuweka programu ya haraka ambayo itasaidia kukamata maamzi kuhusu pesa na kupiganisha shida (inaweza kutia ndani ukosefu ya watu wanaoweza kuuzisha vitu).

9.2 **Tayarisha na tumia mali ili kufikia muradi, epuka kutumia vitu ovyoovyo.**

- Tumia wafanyakazi ambao wanauzoefu katika kutumika katika hali yenye inaweza kuleta hatari wakati wa kutoa musaada na matumizi ya pesa na kujere stock.

9.3 **Kuongoza na kuripoti matumizi yote ya pesa ambayo ni ya kinyume na budget.**

- Kuweka Mupango ya matumizi ya pesa na kujihakikishia kwamba miradi ya programu ni yenye kufikiriwa na kuweka mipango itakayo epusha kwenye hatari ya matumizi ya pesa ovyoovyo.
- Fuatilia matumizi yote ya pesa.

9.4 **Wakati munatumia mali ya mu eneo fikiria matokeo yake juu ya mazingira.**

- Fanya evaliwasio ya matokeo yake katika mazingira na kukamata mipango ili kuepuka hatari wakati wa kutoa musaada.

9.5 **Fikiria hatari ya rushwa na kamata hatua ikiwa inatambuliwa.**

- Weka alama zote za matumuzi ya pesa.
- Tia moyo wakolaboratere waweze kutoa ripoti isiyo na uzembe juu ya kutendea watu vibaya kingono.

Madaraka katika uongozi

9.6 **Mpango inawekwa kwa ajili ya matumizi ya pesa inatia ndani namna shirika ina:**

a. kubali na inatia pesa na zawadi katika njia inayokubalika kisheria na kiadili;

b. kutumia mali katika mazingira yenye haina shida;

c. zuia na kupiganisha rushwa, wizi, vita ya kutafuta faida za kibinafsi na wizi wa pesa;

d. kuchunguza kwa kutumia maulizo ili kujihakikishia kama hakuna shida katika utumizi wa pesa;

e. evaliwe, jere na punguza hatari katika njia yenye kuendelea; na

f. jihakikishie kama kukubaliwa kwa mali haikoseshe uhuru.

Jinsi ya kutenda

Kutumia mali kwa njia yenye kutenda: Neno "mali" linamaanisha mahitaji ya shirika yenye inatayarisha juu ya kutimiza kazi yake. Mambo haya yanatia ndani pesa, wafanyakazi, biashara, udongo na mazingira kwa ujumla.

Wakati shida ya haraka inatokea na inapojulishwa kupitia viombo vya habari, mashirika yanasukumwa kutenda kwa uharaka na hapo kutenda kwao kunaonekana kwamba wanapenda kuleta jibu kwa shida. Matokeo ni kwamba, wakati mwingine mipango kuhusu proje haitengenezwe vizuri kunakuwa kutiliwa mkazo juu ya ulazima wakujaribu njia ingine ya kupata pesa (kwa mfano kutafuta musaada wa kipesa) ambayo ingeweza kuwa ya faida sana. Lakini, ili kuepuka hatari ya rushwa katika hali kama hii ni lazima kuzoeza watu na kutegemeza wanafanya kazi na kutia hali ambayo itaruhusu watu watoe malalmiko ili kuzuia rushwa katika mfumo ⊕ *ona Ujitoaji 3 na 5.*

Kutuma wafanyakazi wenye uzoefu wakati huu inaweza kupunguza hatari na kutoa garanti juu ya usawaziko katika utoaji wa musaada kwa kuchunga viwango na kuepuka ku tumia mali ovyovyo.

Kutumika pamoja kati ya shirika (na wakaaji) inaweza kuchangia kutoa musaada wenye kufaa. (Kwa mfano, kwa kufanya evaliwasio pamaja ao kusaidia ku rekodi ao mfumo ya logistique ya mashirika).

Proje inapofikia mwisho, vitu ambavyo vilibakia vinaweza kupewa, kuuzishwa wala kurudishwa.

Kutumia mali kulingana namna iliyokusudiwa: watoaji wote wa musaada wana daraka kuelekea wale wote waliopana musaada na kwa watu waliopatwa na shida na wanapashwa kuonyesha kwama musaada inatumiwa kwa hekima, jinsi inavyofaa na kwa matokeo mazuri.

Vitabu vya akaunti vinapashwa lingana na viwango vya taifa na kimataifa na vinapashwa kutumiwa katika shirika.

Magendo (Fraude), rushwa na kutumia mali ovyoovyo mahali pengine au lieu ya kuitumia watu wenye wako na lazima yake sana. Kwa vyovyote, utoaji wa musaada ambayo haina matokeo mazuri sababu ya ukosefu wa wafanyakazi haiwezi kuonwa kuwa ya uzaifu. Kupata akiba haimaanishe kwamba kunakuwa ulinzi wa pesa. kupata usawaziko kati ya uchumi, uwezo na matokeo.

Kufuatilia na kutoa ripoti ya pesa: Wafanyakazi wote wanachangia daraka la kujihakikishia kwamba mali yote inatumiwa vizuri. Wafanyakazi wanaombwa kuripoti namna yote ya frode, rushwa na matumizi mabaya ya mali.

Matokeo ya mazingiri na matumizi ya mali ya asili (resource naturel): Majibu ya musaada ya kibinadamu inaweza kuwa na matokeo mabaya katika mazingira. Kwa mfano, inaweza kufanya kutumia pesa ovyoovyo, kuharibu mali ya asili, inaweza kuchangia kwa upungufu ao uchafuzi wa maji na kukata miti bila mupaka ao misiba katika mazingira. Matokeo yote juu ya mazingira inapashwa kuwa jambo la kuzungumzia katika ma sekta, sababu hii inaweza kuleta misiba mengi zaidi kwa uzima, afya, njia malimbali yakutusaidia kuishi. Ni jambo la lazima sana kushirikisha watu walioguswa na msiba katika mpango. Utegemezo wa wakaaji kwa ajili ya kulinda mali ya asili unapashwa kutiwa katika mpango.

Kushugulika na hatari ya rushwa: Neno rushwa inamafasirio mbalimali kulingana na utamaduni (tamaduni. Maelezo yenye kuwa wazi kuhusu mwenendo ambayo wafanya kazi wanapashwa kuwa nayo (kutia ndani wenye kufanya kazi ya kujitakia) ni ya lazima sana wakati tunafikiria hatari hizo ⊕ *ona Ujitoaji 8*. Kwa kuungana kwa njia ya heshima pamoja na wakaaji, na kutia fasi kwa ajili ya kufuatilia mambo na kuwa wazi pamoja na wale wenye kuhusika inaweza kupunguza hatari ya rushwa.

Musaada kwa kupatia watu zawadi ya vitu inaweza. kuleta mahangaiko ya kiakili Kupana zawadi inaweza kuonwa kuwa jambo lakawaida katika maisha ya kila siku ya wakaaji. Na inaweza kuonwa vibaya ikiwa mtu anakataa zawadi. Ikiwa zawadi inaweza kutia mutu katika madeni, mwenye kupokea zawadi hiyo anapashwa kuikatala kwa heshima. Ikiwa inakubalika, julisha na zungumuzia jambo hilo pamoja na wenye kuongoza na ikiwa jambo hilo ni lenye kuendelea. Punguza hatari za uhuru wa kufanya kazi kwa kutoa mwongozo kwa wafanyakazi na kutia moyo kwa ajili yakufanya mambo iwe wazi. Wafanyakazi wanapashwa kuelezwa juu ya mambo hayo na kujua shida ni gani.

Mali ya asili na hatari ya mazingira: Shirika zinapashwa kuwa na mipango na matendo (kutia ndani Mupango za kutenda na evaliwasio juu ya matokeo ya mazingira) na kutumia miongozo iliyowekwa tayari ili kusaidia kutoa suluhisho ya shida ya mazingira wakati wa kutenda kwa uharaka. Kutoa musaada kunaweza kupunguza matokea katika mazingira lakini inahitaji kutayarishwa ili kuepuka kukawiya kwa kutoa musaada.

Rushwa na njia ya magendo: njia ya magendo inatia ndani wizi, kubadilisha biashara na mali, na uwongo wa maandiko kama vile garama iliyofanywa. Kila shirika inapashwa kuweka maandishi ya ki pesa ili kuonyesha namna gani pesa zilitumiwa. Kuweka mufumo na njia mbalimbali ya kuhakikisha kwama uchunguzi ya mali inafanyika ndani ya shirika ili kuzuia fraude na rushwa.

Mashirika yainapashwa kutambua tabia nzuri katika mambo ya kipesa na ripoti. Mipango ya shirika yanapashwa kuhakikisha kwamba mufumo ya kununua vitu vinapashwa kuwa wazi yenye nguvu na kutia hatua ya kushindana na terrorisme.

Shida sababu ya faida fulani: wafanya kazi wanapashwa kujihakikishia kama hakuna kutopatana kati ya miradi ya shirika na faida zao na za kipesa. Kwa mfano, hawaruhusiwe kufanya mapatano pamoja na wa fournisseurs, mashirika, ao watu ikwa wao ao familia zao zinapata faida fulani.

Kuna aina mbalimbali ya shida sababu ya faida Fulani, na watu hawajue kwamba wanakuwa wenye kuvunja kanuni za shirika na mipango. Kwa mfano, kutumia mali ya shirika bila kupewa ruhusa ao kukamata zawadi kwa fournisseur inaweza kuonwakuwa shida sababu ya kupata faida.

Kuweka hali ambayo itasaidia watu wajisikie kuwa huru ili kueleza aina yote ya shida sababu ya faida fulani yenye kuwa ya kweli na yenye inaweza kuja, ni ufunguo wa ku jere shida hizo.

Ukaguzi (audite) na kuonyesha mambo yote wazi: ukaguzi inaweza kuwa ya namna mingi. Ukaguzi wa ndani (audite interne) inaangalia kama mipango inafuatwa vizuri. Ukaguzi wa inje unaangalia kama ripoti ya kipesa ya shirika ni ya kweli na haki. Ukaguzi wa uchunguzi ya sana inafanyika wakati shirika inatamubua shida Fulani, kwa kawaida ya magendo.

Nyongeza
Maulizo kwa ajili ya kuongoza matendo ya lazima na madaraka katika kuongoza (kwenye mtandao)

Maulizo yenye kusaidia inapatinaka hapa chini kuhusu viwango vya musingi vya lazima vya shirika ya musaada na daraka katika kuongoza. Hii maulizo inaweza kutumiwa ili kutegemeza kufanya programu ao kuwa chombo cha kuangalia upya proje, kutoa jibu ao kufanya mpango.

Ujitoaji 1   Majibu ya mashirika ya musaada inastahili na inalingana na hali.

Maulizo yenye kuongoza kwa ajili ya kufuatilia matendo ya musingi

1. Je evaliwasio ya uwezo na ya mahitaji imefanywa ili iweze kutumiwa kujulisha juu ya mipango ya majibu?
2. Je, watu na wakaaji walioguswa na shida, uongozi wa eneo, na wasaidizi wengine (kutia ndani wa wakilishi (representant) wa kikundi cha wanawake, wanaume, mabinti, na vijana wanaume) wanashirikishwa wakati wa kufikiria mahitaji, hatari, uwezo, uzaifu, na hali? Je, kuna habari zinawekwa kulingana na utofauti juu ya jinsia, miaka, na ulemavu?
3. Namna gani Vikundi vyenye kuwa katika hatari viliweza kutambulishwa?
4. Je, maulizo ya lazima yanafuatiliwa katika mahitaji kulingana na hali?
5. Je majibu yanafikiria musaada ambayo itaweza kupatana na hali na mahitaji na matakwa ya watu walioguswa na shida (kwa mfano, aina na pesa)? Je kuna aina tofauti ya musaada na ulinzi kwa ajili ya vikundi tofauti vya wakaaji?
6. Ni matendo gani inakamatwa kwa ajili ya kukamata mbinu ya majibu kwa vikundi tofauti vya watu, inayotegemea mabadiliko ya mahitaji, uwezo, hatari na hali?

Maulizo yenye kuongoza kwa ajili ya kufuatilia daraka katika kuongoza

1. Je shirika ina mupango yenye kuwa na musingi wa haki, isiyokuwa na ubaguzi na matendo ya kimusaada yenye kuwa huru, na wafanyakazi wanajua jambo hilo?
2. Je wafanya kazi washiriki wanaona kama shirika kuwa lisilo na upendeleo, lenye kuwa huru, na lisilokuwa na ubaguzi?
3. Mipango ya kazi inatia ndani ufundi ya kukusanya habari kulingana na jinsia, miaka, ulemavu, na mambo mengine?
4. Je habari hizi zinatumiwa kikawaida ili kuongoza programu na kuisimika?
5. Je, shirika linaweza kupata musaada wa kipesa, na ufunci wakuchagua wafanya kazi na katika kupanga mambo kwa ajili ya utoaji wa musaada kulingana na mahitaji yenye kubadilika?
6. Je shirika linachunguza soko ili kutambua namna ya musaada unaohitajika?

Ujitoaji 2   Majibu ya mashirika ya musaada inatolewa kwa wakati.

Maulizo yenye kuongoza kwa ajili ya kufuatilia matendo ya musingi

1. Je kuna vizuizi kama vile vya kimwili, ubaguzi, hatari zinazotambulishwa kikawaida na kuchunguzwa, na mipango inayokamatwa pamoja na wakaaji kulingana na hali?
2. Je mipango inafikiria wakati juu ya aktivite, ikifikiria mambo kama vile hali ya hewa, majira, jamii, urahisi wakufika kwenye nafasi, na uadui?
3. Je kuna kuchelewa katika kutimiza mipango na suguli?
4. Je mfumo ao système ya kuonya watu na Mupango zingine zinatumiwa?
5. Je kuna viwango vyaufundi vyenye kueleweka vinavyotumiwa na kuvifikia?
6. Je mahitaji ambayo haitimizwi yanatambulishwa na kuelezwa?
7. Je matokeo ya kufuatilia mambo yanatumiwa ili kufanya programu ilingane na hali?

Maulizo yenye kuongoza kwa ajili ya kufuatilia daraka katika kuongoza

1. Je kuna mipango yenye kuwa wazi ili kuevaliwe ikiwa shirika ina uwezo wenye kutosha, pesa na wafanyakazi wenye kuwa tayari mbele ya kukamata ma Ujitoaji juu ya programu.
2. Je kumekuwa na ufundi na njia mbamimbali yenye kuwa wazi ili ku jere jinsi mambo yanafuatiliwa na kutumikisha matokeo (resultat) kwa ajili ya jestion na kukaamata maamzi ? Wafanyakazi wanajua jambo hilo?
3. Je kuna ufundi wenye kuwa wazi wenye kueleza daraka na wakati unawekwa kwa maamzi kuhusu mali?

Ujitoaji 3   Majibu ya misaada ya kibinadamu inahimarisha uwezo ya wakaaji na inaepuka matokeo mabay.

Maulizo yenye kuongoza kwa ajili ya kufuatilia matendo ya musingi

1. Je eneo linauwezo unaotegemeza Ujitoaji stiktire shirika, vikundi, waongozi na vikundi vya kutegemeza) viliweza kutambulishwa na je kunamipango yakuimarisha uwezo huu?
2. Je, kuna hatari yoyote kuhusu hatari, matukio isiyopangwa, uzaifu, na mipango inayotumiwa katika kupanga shuguli ao aktivite?
3. Je, programu inachunguzwa vizuri wakati yenye raia wa eneo, guvernema, ao wafanyakazi wasio wa serikali njoo wanashugulikia? Je kuna mipango ya kutegemeza wafanyakazi hao ?
4. Je, kuna ufundi ao inayopunguza hatari na kutegemeza Ujitoaji katika kushirikisha wengine ao kuongozwa na watu na wakaaji walioguswa na shida ?
5. Ni katika njia gani viongozi katika eneo na wakubwa wanashirikishwa ili kuhakikisha kwamba musaada inatolewa kulingana na mahitaji ya taifa?
6. Je wafanyakazi ni wenye kutegemeza ma initiative ya kutia ndani musaada ambayo wakaaji wanaleta na kati yao, hasa kwa kikundi cha watu wanaonewa, watu wa kabila fulani wanaonwa kuwa ni wadogo(minorité), majibu ya kwanza kwanza na kujenga uwezo kwa ajili ya wakati ujao?
7. Je, majibu kwa musaada inawekwa kwa ajili ya kufanya iwe mwepesi kutoa musaada mapema?

8. Je, wakaaji wanajifungia ku habari na maamzi inayotolewa na watu?
9. Evaliwasio ya soko iliweza kufanywa ili kutambua uwezekano wa matokeo juu ya uchumi wa eneo?
10. Je, mabadiliko ao ufundi mwingine iliweza kuelezwa kwa kuhusisha watu walioguswa na shida na wegine wenye kusika?

Maulizo yenye kuongoza kwa ajili ya kufuatilia daraka katika kuongoza

1. Je kuna ufundi fulani ambao unahitaji kutimiza evaliwasio ya hatari na kupunguza kwa hatati ya watu walio zaifu katika eneo yer ye programu inatimizwa? Je wafanya kazi wanajua jambo hilo?
2. Je kuna ufundi ya ku evaliwe na kupiganisha matokeo mabaya ya musaada? Je wafanya kazi wanajua jambo hilo?
3. Je kuna mipango ambao unahusika na matendo ya kutencea watu vibaya kingono, ubaguzi, kutia ndani mambo mengine ya kingono? Je wafanya kazi wanjua jambo hilo?
4. Je ufundi na matendo inayotumiwa ili kupunguza hatari na utegemezo kwa shida itakayokuja. Je wafanyakazi wanajua jambo hilo?
5. Je wafanya kazi wanajua kile ambacho wanahitaji kufanya kuhusu ulinzi, usalama na hatari?
6. Je shirika lina ruhusu na kusaidia wakaaji waongoze ma actions zao na kujisaidia?

Ujitoaji 4   Majibu ya musaada ya kibinadamu inategemea kupashana habari, kushiriki na kuonyesha itikio (Maoni).

Maulizo yenye kuongoza kwa ajili ya kufuatilia matendo ya musingi

1. Je habari kuhusu shirika inafikia vikundi vilivyo guswa na shida bila matatizo ?
2. Je wanaume, wanawake, mabinti, vijana wanaume (Zaidi sana wale wanaoonewa na wazaifu) wanapata habari inayotolewa na wanaielewa ?
3. Je maoni ya wale walioguswa na shida zaidi sana wale wenye kuonewa inaombwa na kufikiriwa wakati ya kufanya programu ?
4. Je vikundi vyote vya wale walioguswa na shida wanajua namna ya kutoa itikio yao (Maoni) kwa musaada inayotolewa, na je wanajisikia kuwa salama kwa kutumia njia hiyo?
5. Je ikiwa itikio ya watu (Maoni) itatumiwa? Programu inaweza kugusia nukta ambazo zilitokana na mabadiliko sababu ya itikio (Maoni) ▧ *Ona Maneno ya musingi 1.3 na 2.5.*
6. Kuna vizuizi juu ya itikio (Maoni)?
7. Je, habari zinazotokana na itikio (Maoni) kulingana na jinsia, miaka, na ulemavu na hali zingine?
8. Je musaada inatolewa kupitia njia ya elekroniki, je namna yakuonyesha itikio inapatikana kwa watu hata mahali ambako ni vigumu kukutana na wafanya kazi?

Maulizo yenye kuongoza kwa ajili ya kufuatilia daraka katika kuongoza

1. Je ufundi na Mupango ya programu ya kupashana habari, kutia ndani matakwa kuhusu habari ambazo zinapashwa kuelezwa na zile ambazo hazipashwi kuelezwa. Je wafanyakazi wanajua hivyo?
2. Je ufundi na Mupango ya programu na inatia maandalisi ili kuchunga ma habari? Je kuna mashurti (critère) ya kuchunga ma habari (données) (katika fasi yenye kufungwa kwa funguo ikiwa habari zinaandikwa kukartasi ao mot de passe ikiwa ni ya elekroniki), usiruhusu watu kujua hiyo, kuharibu data ao données wakati wakuombwa kutoka haraka katika eneo ao kuhusu njia ya kupashana habari inakuwa yenye kuelezwa waziwazi? Mujue kwamba inaomba kupashana habari kupitia musingi wa kanuni na haipashwi kutoa maelezo zaidi ao historia isipokuwa ni ya lazima.
3. Je ufundi unatia ndani maandalizi ya namna ya kushugulika na habari zilizo za siri, habari ambazo zinaweza kuleta uzima ya wafanya kazi ao watu walioguswa na shida? Wafanya kazi wanajua jambo hili?
4. Je kuna ufundi fulani na miongozo ya inje kwa mfano njia inayotumiwa kukusanya pesa. Je wafanya kazi wanajua hilo?

Ujitoaji 5   Mashtaka yanakaribiya na kutatuliwa.

Maulizo yenye kuongoza kwa ajili ya kufuatilia matendo ya musingi

1. Je watu na wakaaji wenye walipatwa na shida waliweza shirikishwa katika kujua namna ya kutoa mashtaka?
2. Je mapendezi ya vikundi vyote vya watu inafikiriwa, zaidi sana yenye kuhusiana na usalama na mambo ya siri na namna ya kushugulikia mashtaka?
3. Je, habari zinazotolea na kueleweka na vikundi mbalimbali kwa jinsi mashtaka inashugulikiwaka na ni mashtaka gani wanaweza kutolewa kupitia wao?
4. Je, kuna muda kamili uliowekwa kwa ajili ya kufanya ankete na kutoa suluhisho kwa malalamiko?
5. Je mashtaka kuhusu kutumia na kuwatendea watu vibaya kingono na ubaguzi inaomba kufanya ankete haraka iwezekanavyo pamoja na wafanyakazi wakiwa na uwezo unaostahili na mamlaka fulani?

Maulizo yenye kuongoza kwa ajili ya kufuatilia daraka katika kuongoza

1. Kuna ufundi wa kipekee, bajeti na njia mbalimbali ya kumaliza mashtaka?
2. Je wafanya kazi wanapata mazoezi kwa ajili ya kumaliza mashtaka?
3. Je namna ya shirika ya kumaliza mashtaka inatia ndani ile yenye inahusu matumizi na kutendea wengine vibaya kingono na ubaguzi?
4. Je, Ujitoaji ya shirika na njia mbalimbali ya kuzuia matumizi mabaya ya kingono, kutendea wengine vibaya kingono na ubaguzi inashirikisha watu walioguswa na shida?
5. Je, mashtaka yote ambayo shirika haiwezi kutatua yanatumwa kwenye mashirika yenye iko na uwezo ya kushugulikia mashtaka hayo?

Ujitoaji 6 Musaada ya kibinadamu ni yenye kufuata utaratibu na ni ya ziada.

Maulizo yenye kuongoza kwa ajili ya kufuatilia matendo ya musingi

1. Je, habari kuhusu uwezo, mali, eneo na sekta ya kazi, zinagawanywa kwa wakati unaofaa ili kutoa musaada kuhusu shida?
2. Je? Habari kuhusu uwezo, mali, eneo, na sekta ya kazi ya mashirika mengine, kutia ndani wakuu wa inchi zinapatikana na kutumikishwa?
3. Je, structure zenye kuongoza zimetambulishwa na kutegemezwa?
4. Je, programu ya mashirika mengine na wakuu wengine yanachunguzwa wakati wakutunga, kutayarisha na kuweka programu?
5. Je kuna shida yoyote na jambo yoyote yenye kufanywa marambili iliyotambulishwa na kuelezwa?

Maulizo yenye kuongoza kwa ajili ya kufuatilia daraka katika kuongoza

1. Je kuna Ujitoaji yenye kuwa wazi katika mipango ya shirika ili kutumika pamoja na wafanyakazi wengine?
2. Je kuna matakwa yoyote ya kuchagua washiriki wengine, wafanya kazi wengine na namna ya kuongoza yamekwisha kuwekwa?
3. Je, kuna mupango ya ushirikiano katika eneo?
4. Je, ushirika, na makubaliano kutia ndani maelezo yaliyowazi kuhusu daraka, Ujitoaji, ya kila mushiriki, kutia ndani namna kila mushiriki atachangia kutimiza kanuni ya mashirika ya kibinadamu?

Ujitoaji 7 Watendaji wanaotoa musaada ya kibinadamu wanaendelea kujifunza na kuboresha kazi yao.

Maulizo yenye kuongoza kwa ajili ya kufuatilia matendo ya musingi

1. Evaliwasio na revision ya majibu kwa musaada kuhusu hali na magumu yenye kufanana zinachunguzwa na kutiwa kama ilivyo onyeshwa katika mipango ya programu?
2. Je ufuatiliaji na evaliwasio, itikio na mashtaka inaongozwa kwanye badiliko ao inaleta mambo mapya katika kutunga programu na kutumikisha programu?
3. Mafunzo yanatayarishwa vizuri?
4. Kuna mifumo ya kipekee (specific systems) inayotumiwa ili kuchangia pamoja na watu walioguswa na shida kutia ndani washiriki wengine?

Maulizo yenye kuongoza kwa ajili ya kufuatilia daraka katika kuongoza

1. Je, kuna mipango na mali inayosaidia kwa ajili ya evaliwasio na mafunzo? Je wafanyakazi wanajua hilo?
2. Je kuna muongozo wa wazi ii kuandika na kueneza kwa mafunzo kutia ndani uongozi wa kipekee wenye kutumiwa kwa mashirika ya musaada wakati wa shida?
3. Je mafunzo yanaonyeshwa wazi katika nivo ya programu, yenye kutayarishwa vizuri na kuchangia pamoja katika shirika?
4. Je shirika linakuwa lenye kutenda katika mafunzo na kuleta mambo mapya katatika mikutano? Namna gani shirika linachangia katika mikutano hayo?

Ujitoaji 8   Wafanya kazi wanategemezwa ili wafanye kazi yao vizuri na wanatendewa vizuri tena sawasawa.

Maulizo yenye kuongoza kwa ajili ya kufuatilia matendo ya musingi

1. Je manda na valere ya shirika inaelezwa kwa wafanya kazi?
2. Uwezo wa wafanya kazi inatumiwa vizuri, na ukosefu wa uwazo ulioonwa na uwezo mzuri unajulikana? Je wafanya kazi wanajua hilo?
3. Je wafanyakazi wanasinye kanuni zenya kuongoza ao maandishi mengine yenye kulingana na yenye kushurutisha ili kutii kanuni? Ikiwa ndio, Je wafanya kazi wanazoezwa ili kuelewa kanuni hizo za mwenendo na ufundi mwengine wa namna hiyo?
4. Je, shirika linapokea mashtaka kuhusu wafanyakazi wake? Wanaishugulikia namna gani?
5. Je, wafanyakazi wanajua utegemezo (soutien) yenye iko tayari ili kufanya kuwe na maendeleo ya uwezo unaotokana na daraka lao, na je, wanaitumikisha?

Maulizo yenye kuongoza kwa ajili ya kufuatilia daraka katika kuongoza

1. Mipango ya evaliwasio ya mahitaji ya wafanya kazi yenye kulingana na ukubwa na uwingi wa programu, umewekwa?
2. Je, mupango ya shirika inafikiria mahitaji ya viongozi wa wakati ujao na watu wenye kujua mambo vizuri?
3. Mipango kuhisu wafanya kazi, inalingana na sheria kuhusu wafanyakazi katika taifa na inafuatilia mambo kuhusu jinsi ya kuongoza wafanyakazi ?
4. Mipango kuhusu usalama na faida ya wafanya kazi, je ni yenye kutosheleza kweli kweli mahitaji ya wafanyakazi wa mueneo na kutosheleza mahitaji ya kisaikolojia na ya kijamii ya wafanyakazi waliopatwa na shida?
5. Je uwezo wa kijamii inayohusu wafanyakazi kusikiliza watu waliopatwa na msiba na kueleza maoni yao, je ni yenye kufikiriwa wakati ya kupatia watu kazi, kuwaforme, na kuevaliwe wafanyakazi?
6. Je, wafanyakazi wana dokima yenye kueleza vizuri juu ya kazi yenye kila moja anapashwa kufanya (job description) na miradi ya kisasa, kama vile kuhusu madarka ya kipekee?
7. Je, hali ya kulipwa ni ya haki, wazi na yenye kutumiwa jinsi inastahili? Je namna ya kulipa kwa shirika ni yenye kutumainika, wazi na kutumiwa kikawaida?
8. Je wafanyakazi wanaongozwa vizuri na kupata mazoezi na habari mara kwa mara juu ya jere wafanya kazi, na mipango ya maendeleo ya wafanyakazi?
9. Je wafanyakazi wote wanaombwa kujaza fomu ya namna ya kujiongoza (ambayo inatia ndani kuepuka kuwatumia na kuwatendea watu vibaya kingono) na je amepata maelezo kuhusu kanuni ya kujiongoza?
10. Je mapatano ifanywa wakati uliopita pamoja na wenye kutoa kazi katika mfumo wa kipesa na wafanya biashara, na je wana mapatano yototote ya wazi na kanuni ya mwongozo ili kupiganisha namna yote ya kutumikisha na kutendea watu vibaya kingono?
11. Je shirika lina mwongozo wakipekee ili ku jere malalamiko yote? Je, wafanya kazi wanajua hilo?
12. Je, wafanya kazi wanaelewa, kutambua na kujibu kwa ubaguzi katika programu na shuguli (activités) zao?

Ujitoaji 9   Mali inatayarishwa na kutumiwa kulingana na miradi.

Maulizo yenye kuongoza kwa ajili ya kufuatilia matendo ya musingi

1. Je wafanyakazi wanatumia garama kulingana na mupangc na kanuni za shirika?
2. Je, garama zinafuatiliwa kikawaida na ripoti zinatolewa ili kubadilishana pamoja na wakuu wa proje? ?
3. Je tangazo la kuomba wafanya biashara wakuje kuuzisha vitu vyao inatolewa kwa shirika inatolewa?
4. Je, kuna suivi juu matokeo mabaya kuhusu mazingira (maj , udongo, hewa, namna ingine ya uzima) je na hatuwa zinakamatwa ili kuzuia matokeo hayo?
5. Je wenye kutoa habari za kuharifu (alerte) wanakuwa wenye kulindwa vizuri na je, jambo hili hinajulikana na wafanyakazi, na wale waliogúswa na msiba na wafanya kazi wengine?
6. Matokeo kwa ajili ya jamii, niyenye kufuatiliwa?

Maulizo yenye kuongoza kwa ajili ya kufuatilia daraka katika kuongoza

1. Je kuna ufundi na mipangilio yenye kutegemea adili katika kununua, matumizi na namna ya kujere mali?
2. Ina ma dispozisio yenye kufuata:
    - Inakubali matakwa inayoongoza katika utoaji wa pesa?
    - ukubali na utoaji wa zawadi ya vitu?
    - kupiganisha na kuzuiia matokeo ya mazingira?
    - kupiganisha na kuzuia magendo (fraude) na wizi wa mali?
    - uadui unaotokana na kutafuta faida za kipekee?
    - uchunguzi, na kuripoti?
    - jere na kuevaliwe hatari ya vitu vinavyotoakana na mali?

Marejezo na usomaji ya ziada

Additional resources for the Core Humanitarian Standard: corehumanitarianstandard.org

CHS Alliance: www.chsalliance.org

CHS Quality Compass: www.urd.org

Overseas Development Institute (ODI): www.odi.org

Daraka

Child Protection Minimum Standards (CPMS). Global Child Protection Working Group, 2010. https://www.alliancecpha.org/en/cpms

Complaints Mechanism Handbook. ALNAP, Danish Refugee Council, 2008. www.alnap.org

Guidelines on Setting Up a Community Based Complaints Mechanism Regarding Sexual Exploitation and Abuse by UN and non-UN Personnel. PSEA Task Force, IASC Taskforce, 2009. www.pseataskforce.org

Humanitarian inclusion standards for older people and people with disabilities. Age and Disability Consortium, 2018. www.refworld.org

Lewis, T. Financial Management Essentials: Handbook for NGOs. Mango, 2015. www.humentum.org

Livestock Emergency Guidelines and Standards (LEGS). LEGS Project, 2014. https://www.livestock-emergency.net

Minimum Economic Recovery Standards (MERS). SEEP Network. 2017. https://seepnetwork.org

Minimum Standards for Education: Preparedness, Recovery and Response. The Inter-Agency Network for Education in Emergencies INEE, 2010. www.ineesite.org

Minimum Standard for Market Analysis (MISMA). The Cash Learning Partnership (CaLP), 2017. www.cashlearning.org

Munyas Ghadially, B. Putting Accountability into Practice. Resource Centre, Save the Children, 2013. http://resourcecentre.savethechildren.net

Top Tips for Financial Governance. Mango, 2013. www.humentum.org

Kusaidia wafanyakazi kuboresha uwezo wao

A Handbook for Measuring HR Effectiveness. CHS Alliance, 2015. http://chsalliance.org

Building Trust in Diverse Teams: The Toolkit for Emergency Response. ALNAP, 2007. www.alnap.org

Protection Against Sexual Exploitation and Abuse (PSEA). OCHA https://www.unocha.org

Protection from Sexual Exploitation and Abuse. CHS Alliance. https://www.chsalliance.org

Rutter, L. *Core Humanitarian Competencies Guide: Humanitarian Capacity Building Throughout the Employee Life Cycle*. NGO Coordination Resource Centre, CBHA, 2011. https://ngocoordination.org

World Health Organization, War Trauma Foundation and World Vision International. *Psychological First Aid: Guide for Field Workers*. WHO Geneva, 2011. www.who.int

Evaliwasio
Humanitarian Needs Assessment: The Good Enough Guide. ACAPS and ECB, 2014. www.acaps.org

Multi-sector Initial Rapid Assessment Manual (revised July 2015). IASC, 2015. https://interagencystandingcommittee.org

Participatory assessment, in *Participation Handbook for Humanitarian Field Workers* (Chapter 7). ALNAP and Groupe URD, 2009. http://urd.org

Musaada ya kipesa
Blake, M. Propson, D. Monteverde, C. *Principles on Public-Private Cooperation in Humanitarian Payments*. CaLP, World Economic Forum, 2017. www.cashlearning.org

Cash or in-kind? Why not both? Response Analysis Lessons from Multimodal Programming. Cash Learning Partnership, July 2017. www.cashlearning.org

Martin-Simpson, S. Grootenhuis, F. Jordan, S. *Monitoring4CTP: Monitoring Guidance for CTP in Emergencies*. Cash Learning Partnership, 2017. www.cashlearning.org

Watoto
Child Safeguarding Standards and how to implement them. Keeping Children Safe, 2014. www.keepingchildrensafe.org

Uongozi
Knox Clarke, P. Campbell, L. *Exploring Coordination in Humanitarian Clusters*. ALNAP, 2015. https://reliefweb.int

Reference Module for Cluster Coordination at the Country Level. Humanitarian Response, IASC, 2015. www.humanitarianresponse.info

Utungaji na majibu
The IASC Humanitarian Programme Cycle. Humanitarian Response. www.humanitarianresponse.info

Watu wanaoishi na ulemavu
Convention on on the Rights of Persons with Disabilities. United Nations. https://www.un.org

Washington Group on Disability Statistics and sets of disability questions. Washington Group. www.washingtongroup-disability.com

Mazingira

Environment and Humanitarian Action: Increasing Effectiveness, Sustainability and Accountability. UN OCHA/UNEP, 2014. www.unocha.org

The Environmental Emergencies Guidelines, 2nd edition. Environment Emergencies Centre, 2017. www.eecentre.org

Training toolkit: Integrating the environment into humanitarian action and early recovery. UNEP, Groupe URD. http://postconflict.unep.ch

Jinsia

Mazurana, D. Benelli, P. Gupta, H. Walker, P. *Sex and Age Matter: Improving Humanitarian Response in Emergencies.* ALNAP, 2011, Feinstein International Center, Tufts University.

Women, Girls, Boys and Men: Different Needs, Equal Opportunities. A Gender Handbook for Humanitarian Action. IASC, 2006. https://interagencystandingcommittee.org

Ujeuri zidi ya jinsia

Guidelines for Integrating Gender-based Violence Interventions in Humanitarian Action: Reducing risk, promoting resilience, and aiding recovery. GBV Guidelines, IASC, 2015. http://gbvguidelines.org

Handbook for Coordinating Gender-based Violence Interventions in Humanitarian Settings. United Nations, UNICEF, November 2010. https://www.un.org

Watu walio kwenye nafasi ya kwanza kwa musaada

Bonino, F. Jean, I. Knox Clarke, P. *Closing the Loop — Effective Feedback in Humanitarian Contexts.* ALNAP, March 2014, London. www.alnap.org

Participation Handbook for Humanitarian Field Workers. Groupe URD, ALNAP, 2009. www.alnap.org

What is VCA? An Introduction to Vulnerability and Capacity Assessment. IFRC, 2006, Geneva. www.ifrc.org

Ufundi, uongozi na evaliwasio

Catley, A. Burns, J. Abebe, D. Suji, O. *Participatory Impact Assessment: A Design Guide.* Tufts University, March 2014, Feinstein International Center, Somerville. http://fic.tufts.edu

CHS Alliance and Start, A. *Building an Organisational Learning & Development Framework: A Guide for NGOs.* CHS Alliance, 2017. www.chsalliance.org

Hallam, A. Bonino, F. *Using Evaluation for a Change: Insights from Humanitarian Practitioners.* ALNAP Study, October 2013, London. www.alnap.org

Project/Programme Monitoring and Evaluation (M&E) Guide. ALNAP, IRCS, January 2011. https://www.alnap.org

Sphere for Monitoring and Evaluation. The Sphere Project, March 2015. www.spherestandards.org

Ulinzi
Slim, H. Bonwick, A. *Protection: An ALNAP Guide for Humanitarian Agencies.* ALNAP, 2005. www.alnap.org

Kupona
Minimum Economic Recovery Standards. SEEP Network, 2017. https://seepnetwork.org

Uvumilivu
Reaching Resilience: Handbook Resilience 2.0 for Aid Practitioners and Policymakers in Disaster Risk Reduction, Climate Change Adaptation and Poverty Reduction. Reaching Resilience, 2013. www.alnap.org

Turnbull, M. Sterret, C. Hilleboe, A. *Toward Resilience, A Guide to Disaster Risk Reduction and Climate Change Adaptation.* Catholic Relief Services, 2013. www.crs.org

Usomaji wa ziada
For further reading suggestions please go to www.spherestandards.org/handbook/online-resources

Usomaji wa ziada

Kutowa hesabu

Hees, R. Ahlendorf, M. Debere, S. *Handbook of Good Practices: Preventing Corruption in Humanitarian Operations*. Transparency International, 2010. www.transparency.org/whatwedo/publication/handbook_of_good_practices_preventing_corruption_in_humanitarian_operations

Value for Money: What it Means for UK NGOs (Hintergrundpapier). Bond, 2012. https://www.bond.org.uk/sites/default/files/resource-documents/assessing-and-managing-vfm-main-report-oct16.pdf

Musaada kwa fanya kazi ili watumike vizuri

Centre of Excellence – Duty of Care: An Executive Summary of the Project Report. CHS Alliance, 2016. https://www.chsalliance.org/files/files/Resources/Articles-and-Research/Duty%20of%20Care%20-%20Summary%20Report%20April%202017.pdf

CHS Alliance and Start, A. *HR Metrics Dashboard: A Toolkit*. CHS Alliance, 2016. www.chsalliance.org/files/files/Resources/Tools-and-guidance/CHS-Alliance-HR-metrics-dashboard-toolkit.pdf

CHS Alliance and Lacroix, E. *Human Resources Toolkit for Small and Medium Nonprofit Actors*. CHS Alliance, 2017. www.chsalliance.org/files/files/Resources/Tools-and-guidance/HR%20Toolkit%20-%202017.pdf

Debriefing: Building Staff Capacity. CHS Alliance, People In Aid, 2011. http://chsalliance.org/files/files/Resources/Case-Studies/Debriefing-building-staff-capacity.pdf

Nightingale, K. *Building the Future of Humanitarian Aid: Local Capacity and Partnerships in Emergency Assistance*. Christian Aid, 2012. www.christianaid.org.uk/resources/about-us/building-future-humanitarian-aid-local-capacity-and-partnerships-emergency

PSEA Implementation Quick Reference Handbook. CHS Alliance, 2017. www.chsalliance.org/what-we-do/psea/psea-handbook

Kutayarisha programu na majibu

Camp Management Toolkit. Norwegian Refugee Council, 2015 http://cmtoolkit.org/

IASC Reference Module for the Implementation of The Humanitarian Programme Cycle (Version 2.0). IASC, 2015. https://interagencystandingcommittee.org/iasc-transformative-agenda/documents-public/iasc-reference-module-implementation-humanitarian

Mazingira

Environment and Humanitarian Action (factsheet). OCHA and UNEP, 2014. www.unocha.org/sites/dms/Documents/EHA_factsheet_final.pdf

Wakaaji wanawekwa kuwa wenye kustahili kupata musaada

A Red Cross Red Crescent Guide to Community Engagement and Accountability (CEA): Improving Communication, Engagement and Accountability in All We Do. IFRC, 2016. http://media.ifrc.org/ifrc/wp-content/uploads/sites/5/2017/01/CEA-GUIDE-2401-High-Resolution-1.pdf

Communication Toolbox: Practical Guidance for Program Managers to Improve Communication with Participants and Community Members. Catholic Relief Services, 2013.
www.crs.org/our-work-overseas/research-publications/communication-toolbox

How to Use Social Media to Better Engage People Affected by Crises. FRC, 2017. http://media.ifrc.org/ifrc/document/use-social-media-better-engage-people-affected-crises/

Infosaid Diagnostic Tools. CDAC Network, 2012.
www.cdacnetwork.org/tools-and-resources/i/20140626100739-b0u7q

Infosaid E-learning course. CDAC Network, 2015.
www.cdacnetwork.org/learning-centre/e-learning/

Uwezo, kufuatilia na kuevaliwe

Buchanan-Smith, M. Cosgrave, J. *Evaluation of Humanitarian Action: Pilot Guide.* ALNAP, 2013.
www.alnap.org/help-library/evaluation-of-humanitarian-action-pilot-guide

Norman, B. *Monitoring and Accountability Practices for Remotely Managed Projects Implemented in Volatile Operating Environments.* ALNAP, Tearfund, 2012. www.alnap.org/resource/7956

Kutoa maji, choo na kuendeleza usafi

Kanuni ya ulinzi

Kiwango cha musingi cha Shirika ya musaada ya kibinadamu

Kutoa maji, choo na kuendeleza usafi

Kuendeleza usafi	Kutoa maji	Kushugulika na mavi ao mukojo	Kupiganisha vidudu vyenye kuambukiza	Kusimamia takataka ngumungumu	WASH katika magonjwa ya kuambukiza na nafasi za kutunzia
KIWANGO 1.1 Kuendeleza usafi	**KIWANGO 2.1** Kupata kipimo cha maji	**KIWANGO 3.1** Mazingira yenye hamuko mavi ya watu	**KIWANGO 4.1** Kupiganisha vidudu vya kuambukiza karibu na makao	**KIWANGO 5.1** Mazingira yenye haichafuliwe na takataka ngumungumu	**KIWANGO 6** WASH na vituo vya afya
KIWANGO 1.2 Kutambua, kufikia na kutumia usafi	**KIWANGO 2.2** Aina ya maji	**KIWANGO 3.2** Kufikia choo na kuzitumikisha	**KIWANGO 4.2** Familia na matendo ya kipekee ya kupiganisha vidudu vya kuambukiza	**KIWANGO 5.2** Matendo ya familia ao mutu kipekee ya kusimamia takataka ngumungumu kwa njia salama	
KIWANGO 1.3 Kushugulika na usafi kuhusu kawaida ya ezi ya wanawake na ya wenye kushinda kuzuia choo		**KIWANGO 3.3** Kushugulika na kutengeneza kukusanya, kuchukua, kutupa na kutunza mavi		**KIWANGO 5.3** Kusimamia takataka ngumungumu ya wakaaji	

NYONGEZA 1	Liste ya mambo ya kuchunguza juu ya mahitaji ya musingi ya kutoa maji, choo na kuendeleza usafi
NYONGEZA 2	Chati F: inaonyesha namna choo kubwa inaambikiza kupitia kinywa na kuleta ugonjwa wa kuhara
NYONGEZA 3	Kipimo kya chini kya kiasi ya maji: kipimo ya kutosha ili mutu aishi na kipimo ya maji yenye inahitajiwa
NYONGEZA 4	Hesabu ya chini ya kiasi ya choo: jamii, nafasi za watu wote na mashirika
NYONGEZA 5	Magonjwa yenye kuletwa na maji pia na choo
NYONGEZA 6	Namna ya kutunza pia kulinda maji ya kutumia nyumbani

Habari zenye kuwa ndani

Mawazo ya musingi juu ya kutoa maji, choo na kuendeleza usafi

Kila mtu ana haki ya kuwa na maji na choo

Kipimo mutu iko na haki ya kuwa na maji na choo ya chini ya Sphere juu ya kutoa maji, choo na kuendeleza usafi (WASH) ni njia ya mwepesi ya kusemea haki ya kuwa na maji na choo katika mupango wa kutoa musaada. Musingi wa zile kanuni unafuatana na mambo yenye watu wanaamini, kanuni, haki na mapaswa zenye kutangazwa ndani hati ya katiba ya Mashirika ya kutoa musaada. Mambo ingine yenye iko ndani ni haki ya kuwa na maisha yenye kustahili, haki ya kuwa na ulinzi na usalama, na haki ya kupata musaada yenye kulingana na mahitaji.

Juu ya liste ya dokima za musingi za mambo ya kisheria na miongozo zenye kujulisha hati ya katiba ya Mashirika ya kutoa musaada, ⊕ *ona Nyongeza 1.*

Watu wenye wanashambuliwa na matatizo wanaweza kuambukizwa kwa wepesi na magonjwa ao kuuwawa na magonjwa, zaidi sana kuhara na magonjwa ya kuambukiza. Ile magonjwa inaletwa zaidi sana na choo zenye hazistahili, kutoa maji na usafi kidogo. Programe ya WASH iko na muradi ya kupunguza hatari ya magonjwa yenye inapata watu wote.

Njia kubwa zenye zinaletea watu magonjwa ya kuambukiza ni mavi, maji, mikono, vidudu na chakula. Muradi mukubwa ya programe ya WASH ndani ya mupango ya mashirika ya kutoa musaada ni kupunguza hatari ya magonjwa yenye inapata watu wote kwa kufunga zile njia kwenye magonjwa inapitia ⊕ *ona Nyongeza 2: Chati F.* Kazi kubwa kubwa ni:

- kuendeleza mazoezi ya usafi muzuri;
- kutoa maji safi ya kunywa;
- kujenga choo zenye kustahili;
- kupunguza hatari za kuleta magonjwa katika mazingira; na
- kujikaza kutia hali za muzuri zenye zinawezesha watu kuishi kuwa na afya ya muzuri, hali yenye kustahili, nyumba yenye kufaa na usalama.

Ndani ya Programu za WASH, ni jambo la lazima:

- kutengeneza njia yote ya kutoa maji: chemuchemu ya maji, njia ya kusafisha, kugawanya, kukusanya, kuweka maji mu nyuma na kukunywa;
- kutengeneza muzuri sehemu zote za choo mu njia yenye kuunganishwa;
- kusaidia watu wakuwe na desturi za muzuri zenye kuendeleza afya; na
- kuhakikisha kama wako na vifaa vya kusaidia usafi.

Kushiriki kwa jamii ni kwa lazima sana

Kushiriki kwa jamii mu mupango wa WASH ni mupango wenye nguvu wenye kuunganisha jamii pamoja na washiriki wengine ili watu wenye wanapatwa na musiba washiriki ku majibu yenye inaletwa ku magumu yao na kujuwa faida yenye musaada itawaletea. Kushiriki kikweli kunaunganisha jamii na vikundi vya wenye kutoa musaada ili jamii ishiriki kabisa katika kupunguza harari ku afya ya watu wote, kufanya kazi yenye kufaa, yenye kupatikana kwa wepesi, kufanya Programu ikuwe ya nuzuri zaidi na kutambua ulazima wa kutoa hesabu. Inasaidia kujua uwezo na utayari wa jamii wa kutumikisha na kutengeneza mupango wa WASH ⊕ *ona Shemc ya 3 Kushiriki kwa Jamii mu WASH.*

Kushirikisha jamii kunasaidia kukuwe kuelewa mawazo, mahitaji, kushidana na matatizo, uwezo mbalimbali, kawaida zenye ziko, mipangiliyo ya uongozi na mambo ya kutanguliza, na pia hatua zenye kufaa zenye zinaomba kuchukuliwa. Mipango ya kuendelea kuchunguza na kupima namna mambo inaendelea, pamoja na ipoti zenye kuonyesha namna watu wanafurahia, inasaidia kujua kama musaada ya WASH ni yenye kufaa ao hapana ao kama inapaswa kurekebishwa. ⊕ *cna Mapatano 4 na 5 ya Kanuni za Musingi za Mashirika ya Kutoa Musaada.*

YENYE KULINGANA NA HALI
Aina/kujua mahali ambako kuna shida; majibu ya wenye kutoa misaada na mashirika; chunguza hatari ya afya ya watu; Majengo ya WASH; chakula, namna yamaisha na kuchunguza ulinzi

WANAINCHI
Hesa buya watu, uongozi, jinsia na uwezo, historia, masomo, dini, familia, uvutano wakipekee/vikundi

TABIA + MATENDO
Mbele/kisha shida; kutumia mbinu, kanuni, imani, habari ya kuwazia; kuzuia hatari kwa kulinganisha na matendo; kufikia kwa/utumizi wa huduma; kinachochochea kubadilisha mwenendo/Matendo

KUTEGEMEZA
Kwa ajili ya WASH na mambo ya lazima kwa wakaaji

UONGOZI + USHIRIKIANO
Pamoja na wanaotoa misaada wa kitaifa, mataifa/na washiriki wa eneo na uvutano wa maamzi

KUFUATILIA, KUEVALUER + KUJIFUNZA
Kuanalize data za ufuatiaji, kushangia pamoja na wakaaji na kukubali kulinganisha programuna hali ikiwa inawezekana

UJITOAJI YAWAKAAJI KUJITOLEA KWA JAMII

HABARI + UPASHANO WAHABARI
Yenye kutumika, yenye kulingana na hali, kutoa kupitia njia mbalimbali. Kufikia huduma na kupunguza hatari

UWEZO WA KUJENGA
Pamoja na wafanyakazi, washiriki, na wakaaji

SHIRIKI
Kuongeza mambo ya wakaaji, kukamata maamzi, na kuzibiti uchunguzi muda wote wa procedure, na kazi

DARAKA
Kukubali na kutoa malalamiko. Tumia uwezo wa daraka

Uchunguzi ☐
Programu ☐
Ujitoaji wa inje ☐

Kushiriki kwa Jamii mu WASH (Schema ya 3)

WASH inaomba ifikiriwe kwa njia ya pekee mu sehemu za miji mikubwa

Kushiriki kwa jamii kunaweza kuwa magumu mu sehemu za miji mikubwa, sababu watu ni wengi sana na haiko mwepesi kuona vikundi vya watu wenye kuteseka. Hata hivyo, mu sehemu za miji mikubwa, nafasi za watu wote, vyombo vya kupasha habari na teknolojia vinaweza kutoa uwezekano mukubwa wa kufanya maongezi yenye matokeo mazuri. Aina mbalimbali za mali na vitu vya watu (ya familia mu sehemu za mashamba, muchanganyiko ya mali ya watu wote na ya kipekee mu sehemu za miji mikubwa) inaomba kufikiriwa wakati wa kuchagua aina ya musaada na namna ya kuitoa.

Kutumikisha ufundi mbalimbali katika kutoa musaada ni kwa lazima

Musaada wenye unategemea soko unaweza kuwa na matokeo mazuri na unapatana na mahitaji ya WASH kama vile kuhakikisha kupatikana kwa vifaa kwa ajili ya usafi wa mazingira. Musaada wenye unategemea kutoa feza mukono kwa mukono (moja kwa moja na/ao kupana bon ao reçu) unapashwa kutumikishwa pamoja na kazi zingine za WASH, inapaswa kutumikishwa pamoja musaada wa kiufundi na ushirikiano wa jamii. Kuhusu kutumikisha ufundi mbalimbali, njia za kuchagua zinatofautiana kutokea majengo kufika ku kuendeleza usafi na kuchochea jamii ili washiriki. Moteur ya umeme ao choo ya kutumikisha kwa muda vinaweza kutolewa mara moja, ijapokuwa kushimika mashini za kusafisha maji ni mupango wenye kuomba muda murefu. Kuhakikisha kama hali ya kazi iko muzuri sana musaada wa kiufundi ni vya lazima sana ili kujali afya na usalama. Musaada ya kiufundi lazima ikuwe yenye kustahili kabisa. Ni lazima isikuwe ya kukatikakatika, mwepesi kupatikana na kufikiwa ili itumike kwa kudumu.

Musaada ya WASH lazima ielendeleze miradi ya jamii kwa muda mrefu na ikuwe na hasara kidogo juu ya mazingira. Kuunganisha pamoja mupango wa kutoa maji na wa kusimamia usafi wa mazingira lazima kupatane na mahitaji ya binadamu na kulinda mazingira. Hii inaweza kufikiriwa wakati wa kuchagua teknolojia, muda wa kutumika na kumalizika kwa vipindi vya kazi, ushiriki wa jamii, namna soko na kazi za watu pekee, na njia mbalimbali za kutoa feza.

Vipimo Hivi vya Chini vya Kanuni Havipaswe Kutumikishwa Pekee Yavyo

Haki ya kupata maji ya kutosha na choo iko na upatano na haki ya kuwa na mahali pa kulala, chakula na afya. Maendeleo ya kweli katika kufikia Vipimo vya kadiri vya Kanuni katika eneo moja fulani inaleta maendeleo katika maeneo mengine. Utaratibu na ushirikiano wa karibu pamoja na sekta zingine na pia kushirikiana na wakubwa wa serikali wa mahali na mashirika mengine ya musaada inasaidia kuhakikisha kama mahitaji imehangaikiwa, na kuepuka vikundi viwili vitie juhudi ku jambo moja, na inasaidia kazi ya WASH izae matunda mazuri zaidi. Kwa mfano, nafasi kwenye kanuni juu ya chakula chenye kustahili hazifuatwe, kunakuwa uharaka wa kujikaza kutumikisha na kufikiriya sana kanuni juu ya maji na choo kwa sababu kuko hatari ya watu kupatwa na ugonjwa iko kubwa sana. Ile ile hali inatumika kwenye idadi kubwa ya wakaaji iko na ukimwi (VIH). Marejezo (renvois) yenye kuwa ndani ya kitabu inapendekeza viunganisho vyenye vinaweza kufanywa.

Kwenye kanuni za inchi ziko chini kuliko Kanuni za Chini za Sphere, mashirika ya kutoa musaada inapaswa kufanya kazi pamoja na serikali kuendelea kuziinua.

Sheria ya Kimataifa inakinga kipekee haki ya kuwa na maji na choo

Ndani ya ile haki muko mambo mbalimbali kama vile kuhakikisha kama kila mutu anapata maji yenye iko safi ya kutosha na yenye inalingana na uwezo wa kila mutu ili kuitumikisha nyumbani, na jingo ya choo ya pekee yenye iko salama na safi. Serikali inalazimishwa kuhakikisha kama ile haki inafwatwa wakati wa matatizo ⊕ *ona Nyongeza 1: Musingi wa kisheria wa Sphere.*

Maji safi na majengo yenye kufaa ya choo ni ya lazima sana ili:

- kutegemeza uzima, afya na heshima;
- kuzuia kifo yenye kutokea ku kukauka kwa maji mu mwili;
- kupunguza hatari ya kupata magonjwa yenye inatokea ku maji, choo na usafi; na
- kusaidia kukula, kupika, na usafi wa mutu yeye mwenyewe na wa nyumbani, namna inafaa.

Haki ya kuwa na maji na majengo ya choo ni sehemu ya haki za ulimwengu wote zenye ziko za lazima kwa ajili ya binadamu kuendelea kuishi na kuheshimika, pia serikali na mashirika yenye haiko ya kiserikali wako na daraka ya kutimiza ile haki. Kwa mfano, wakati wa vita, kushambulia, kuharibisha, kuondoa mufumo ya maji ao mifereji ya maji vinakatazwa.

Viunganisho pamoja na Kanuni za Ukingo pamoja na Sehemu ya Maana ya Viwango vya Mashirika ya kutoa Musaada

Namna ya kutumia maji iko na matokeo juu ya ulinzi. Vita na ukosefu wa haki vinatia usalama wa maji, wa kila mutu na vikundi vya watu mu hatari. Maombi mengi ya maji kwa ajili ya kunywa na ya kutumikisha mu nyumba na kukusudia kupata kazi juu ya maisha vinaweza kuleta matatizo juu ya ukingo kama kazi za muda mufupi na za muda murefu hazipangwe muzuri. Mara nyingi WASH inafikiria ulinzi katika mupango wa kutoa musaada ili kila mutu kipekee akuwe na ukingo na usalama, kwa kutambua hatari yenye iko zaidi sana wakati wa kutafuta maji, wakati wa kufanya choo kubwa ao wakati mama anatafuta kujisafisha juu ya mambo yake ya mwezi. Ile mambo ya ukingo wa mutu mumoja mumoja ni ya lazima, lakini kuhangaikia ukingo wa watu wengi pia ni jambo la musingi. Ku mwanzo hatua rahisi, kama vile kutia kufuli ku milango ya choo, kuweka taa za kutosha na vibambazi vya kugawanya choo mbalimbali, zinaweza kupunguza hatari ya kubakwa mabaya ao ya kutendewa kwa jeuri.

Programe yenye kupangwa muzuri na yenye kukutanisha watu wote ni ya lazima ili kuepuka ubaguzi, kupunguza uwezekano wa hatari na infanya kazi na namna ya kuitimiza vikuwe muzuri zaidi. Kwa mfano, kuhakikisha kama watu wenye kuwa na ulemavu wanaweza kufika kwa urahisi ku majengo ya usafi, na wanawake au watoto wako na vyombo vyenye viko na ukubwa wenye kufaa ili kubeba maji. Kuhusisha watu kipekee na jamii katika hatua zote za kutoa musaada kunaweza kusaidia kuingiza kuhangaikia ukingo katika programu za WASH.

Wafanyakazi wa kutoa musaada wanapaswa kuzoezwa juu ya ulinzi ao ukingo wa mutoto na kujua namna ya kutumikisha mifumo yenye iko ili kuongoza mambo ku huduma zenye kustahili wakati inazaniwa kwamba mutu ametendewa kwa jeuri, kutendewa mubaya ao kutumikishwa mubaya, kutia ndani watoto.

Ushirikiano na uratibu kati ya raia na jeshi ni lazima vifikiriwe kwa uangalifu kwa ajili ya mashirika ya kutoa musaada, zaidi sana wakati wa vita. Kutambua kutoegemea upande wowote na kutokuwa na upendeleo kunaweza kusaidia kukubali kwa jamii. Mashirika ya kutoa musaada inaweza kukubali musaada wa jeshi katika hali fulani, kwa mfano katika kusafirisha na kugawanya musaada. Hata hivyo inafaa kufikiria sana matokeo juu ya kanuni za mashirika ya kutoa musaada na kujikaza kupunguza hatari yenye inaweza kuwa juu ya ukingo ⊕ *ona Kitabu Mapatano ya shirika ya Kibinadamu na Mazingira,* na *Kuwapo kwa majeshi ya kitaifa na ya kimataifa* Sphere ni nini?

Katika kutumikisha Kanuni za chini, ahadi zote kenda za *Norme humanitaire fondamentale* (CHS) zinapaswa kuheshimiwa ili zikuwe musingi kwa Programu ya WASH kutoa hesabu.

1. Kuendeleza usafi

Magonjwa usafiyenye inatokea ku maji, choo na, inaleta magonjwa na vifo vyenye vinaweza kuepukika wakati wa matatizo. Usafi wenye kutegemeza mwenendo, kujitolea kwa jamii, na matendo yenye inapunguza hatari ya magonjwa ni ya maana sana ili musaada ya WASH ikuwe na matokeo.

Namna ya kutumika kwa kufuata jumla ya viwango yenye inategemea zaidi sana kufundisha ujumbe na kugawanya vifaa vya usafi inaonekana kuwa na matokeo mazuri kabisa. Hatari – na maoni juu hatari –vinabadilikabadilika kulingana na hali. Watu wako na mambo yenye wameona katika maisha, ufundi wa kushindana na magumu, na viwango vya malezi na tabia tofauti tofauti. Ni jambo la lazima kupatanisha namna ya kutoa musaada na kila hali juu ya musingi wa uchunguzi wa zile hali zote. Kuendeleza usafi kwenye kuko na matokeo kunapashwa kutegemea:

- kutumika pamoja na jamii ili kuwachochea watende na washiriki katika kufanya maamuzi;
- kuongea kwa kusema na kusikiliza wengine na kupokea ripoti zenye kuhusu hatari, mambo ya kutanguliza na huduma; na
- kuweza kufika ku majengo, huduma na vyombo vya WASH na kuvitumikisha.

Kendeleza usafi inafaa isimamie juu ya ujuzi wenye watu wako nayo ya hatari na kuzuia magonjwa ili kukomalisha tabia ya muzuri ya kutafuta afya.

Kufuatilia kazi na matokeo ya mara kwa mara ili kuhakikisha kwamba kuendeleza usafi na programe ya WASH vinasonga mbele. Kuratibu pamoja na wafanyakazi wa mambo ya afya ili kufuatilia matokeo ya WASH juu ya magonjwa kama vile ugonjwa wa kuhara, kipindupindu, ugonjwa wa tifoide, ugonjwa wa macho wenye kuitwa trachome, minyoo ya matumbo na ugonjwa wa kichocho ao schistosomiase ⊕ *ona Viwango juu ya matunzo ya musingi ya magonjwa ya kuambukiza 2.1.1 mupaka 2.1.4 na Kiwango juu ya mifumo ya afya 1.5.*

Kiwango cha kuendeleza usafi 1.1: Kuendeleza usafi

Watu wanajua hatari kubwakubwa zenye kugusa afya ya watu wote zenye kutokea ku maji, choo na usafi, na wanaweza kukamata hatua kipekee, kama famiia na kama jamii ili kuipunguza zile hatari.

Matendo ya lazima

1 ⟩ Kutambua hatari kubwakubwa za afya na mazoea ya sasa ya usafi yenye inachangia kufikisha ku zile hatari.

- Tayarisha maelezo ya kuonyesha jinsi watu wa jamii wanakuwaka (profil) ili kusaidia kuamua ni watu gani na vikundi gani wanaweza kupata kwa urahisi hatari zenye zinahusiana na WASH na sababu gani.

- Tambua mambo yenye inaweza kufanya watu wafurahie kukomalisha tabia za muzuri na kuwa matendo ya kusaidia kuzuia hatari.

2 〉 Fanya kazi pamoja na watu wenye walipatwa na hatari ili kupanga na kusimamia njia ya kuendeleza usafi na musaada mapana wa WASH.

- Tengeneza ufundi wa mawasiliano kwa kutumia vyombo vya kupasha habari na maongezi pamoja na jamii ili kupashana nao habari zenye zitasaidia.
- Tambua na kufundisha watu wenye wako na uwezo wa kuchochea watu wengine kipekee, vikundi vya jamii na wafanyakazi wa kujipendea wa mashirika ya kutoa musaada.

3 〉 Tumikisha maoni ya jamii na habari za usimamizi wa afya ili kurekebisha na kutengeneza muzuri zaidi mupango wa kuendeleza afya.

- Kufuatilia namna ya kufikia na matumizi ya majengo vya WASH, na jinsi kazi za kuendeleza afya zinagusa tabia na mazoea.
- Badilisha kazi na utambue mahitaji yenye haikutimizwa sawa sawa.

Mambo yenye kuonyesha jinsi hali iko

Asilimia (%) za familia zenye zilipatwa na hatari zenye zinaelezea sawasawa hatua tatu za kuzuia magonjwa yenye kuhusiana na WASH

Asilimia (%) za wakaaji wenye kulengwa wenye wanaeleza sawasawa nyakati mbili za maana sana za kunawa mikono

Asilimia (%) ya watu wenye walilengwa wenye walionwa na wako wanakutumikisha vituo vya kunawia mikono wakati wanatoka kwenye choo ya jamii

Asilimia (%) ya familia zenye zilipatwa na hatari zenye kuwa tayari na sabuni na maji ii kunawa mikono

Asilimia (%) ya watu wenye walipatwa na hatari wenye wanashota maji kutoka zenye zilitengenezwa muzuri

Asilimia (%) za familia zenye zinaweka maji ya kunywa ndani ya vyombo safi na vyenye kufunikwa

Asilimia (%) ya walezi-watoto wenye wanaripoti kwamba wanaondoa choo kubwa ya watoto kwa usalama

Asilimia (%) za familia zenye ziko na wagonjwa wenye hawawezi kuenda chooni na hivi zinatumikisha vyombo vya kuwasaidia kufanya choo (kushe, chupa za mikojo, pot, viti vyenye kutobolewa) zenye zinaripoti kwamba wanaondoa choo za wagonjwa hao kwa usalama

Asilimia (%) za familia zenye zilipatwa na hatari zenye zinaondoa takataka ngumungumu namna inafaa

Asilimia (%) ya watu wenye wametoa maoni na kusema kwamba maoni yao yalitumikishwa kurekebisha na kutengeneza muzuri zaidi majengo na huduma za WASH

Mu mazingira ya ile eneo hamupatikane mavi ya watu na wanyama

Maelezo ya mwongozo

Kuelewa na kushugulika na hatari zenye zinaweza kufikia WASH: Kutanguliza kupunguza hatari zenye zinaweza kutokea ku WASH katika hatua ya mwanzo ya matatizo inaweza kuwa vigumu. Ukazia kutumia maji yenye iko salama, kushugulika jinsi inafaa na choo na kunawa mikono, kwa sababu kufanya vile kunaweza kuwa na matokeo makubwa katika kuzuia magonjwa ya kuambukiza. Ili kuchunguza hatari za afya ya watu wote zenye kuhusiana na WASH pamoja na hatua za kuzipunguza itahitaji kuelewa:

- matumizi ya sasa ya vifaa na huduma za WASH;
- kuweza kupata vifaa vya lazima vya usafi wa nyumbani ⊕ *ona Viwango vyenye kuhusu kuendeleza usafi 1.2 na 1.3*;
- ufundi wa sasa ya kujipatanisha na hali, desturi na imani za eneo;
- utaratibu wenye uko katika jamii na nguvu za utawala katika jamii;
- kwenye watu wanaenda juu ya kupata matunzo (hata ku wanganga wa asili, maduka ya dawa, klinike);
- ni nani mwenye anasimamia kutumikishwa na kutunzwa kwa majengo ya WASH;
- habari za uchunguzi wa magonjwa yenye kuhusiana na WASH;
- hali zenye kuzuia kuongea na WASH na kufika ku majengo yake, ikuwe hali za kijamii ao za kimwili, hasa kwa wanawake na wabinti, wazeewazee na watu wenye ulemavu;
- tofauti za mapato; na
- hali ya mazingira na hali ya kubadilika kwa majira ya magonjwa.

Ili hali ya kuchochea idumu, inafaa mabadiliko ya tabia na mazoezi ikuwe rahisi. Majengo inapaswa kuwa yenye kufaa na mwepesi kupatikana, salama, yenye heshima, safi na ya yenye kufaa kulingana na malezi kwa wote wenye kuitumikisha. Inafaa kuhusisha wanamume na wanawake katika kazi za kuendeleza usafi, kwa sababu kama wanamume wanajihusisha kabisa mu kazi ya usafi ile inaweza kuwa na matokeo juu ya tabia ya familia.

Kuchochea jamii ili waunge mukono: Fanya kazi pamoja na taratibu zenye ziko mu eneo, hakikisha kwamba wafanya kazi wa kulipwa ao wale wakujipendea wanapatikana kwa usawa kati ya wanawake na wanamume. Wakubwa ao wasimamizi wa kidini, na wenye kuendelesha vikundi vya vijana wanawake ao wanamume ya na wafanya kazi wakujipendea wenye kuaaminika katika Jamii wanaweza kuwezesha kurahisha kuchochea jamii na hatua za kuzuia hatari.

Kugawa wafanyakazi wakujipendea wawili ndani ya vikundi vya watu 1,000 ni jambo la kawaida. Wafanyakazi wakujipendea na wengine wenye kujitolea wanapaswa kuwa na ufundi muzuri wa mawasiliano, kuweza kuwa na uhusiano wenye heshima na jamii za eneo, ni wakuwe na ufahamu kamili wa mahitaji na matatizo ya eneo. Kama inahitajika, wafanyikazi wakujipendea wenye kuchochea wengine wanapaswa kukubaliwa kupitia mukutano wa uratibu wa eneo ili kuendeleza usawa na kuepuka muvurugo.

Wafanyakazi wa mambo ya afya wa jamii wanaweza kuwa na kazi yenye kufanana na ile ya wafanyikazi wakujipendea wa WASH, lakini wako na madaraka tofauti ⊕ *ona Viwango vya mifumo ya afya 1.2: Wafanyakazi wa mambo ya afya.*

Kutumika pamoja na watoto: Watoto wanaweza kuendeleza tabia ya muzuri kwa wenzao na katika familia. Idara ya elimu au huduma za kijamii inaweza kutambua njia zenye zinapatikana za kuendeleza afya katika masomo, nyumba za wageni, familia kwenye mutoto ndiye kichwa, na kwa watoto wenye wanaishi mu marabara. Shirikisha watoto katika kuendeleza ujumbe ⊕ *ona Vitabu INEE na CPMS.*

Njia za mawasiliano na ufundi: Toa habari mu fomati na lugha mbalimbali (zenye kuandikwa, picha, sauti) kuifanya ipatikane kwa urahisi kadiri inawezekana. Zipatanishe na watoto na watu wenye ulemavu tena uendeleze ujumbe na kufanya uchunguzi ili kuhakikisha kama unaeleweka kwa watu wa umri, jinsia, elimu na lugha tofauti.

Kiwango cha uwezo wa jamii wa kuzungumuza ni cha lazima sana katika kutatua shida na kupanga hatua za kukamata. Vyombo vya kupasha habari vinaweza kutia mukazo ku habari ya kawaida kwa kufikia watu wote. Njia zote mbili ni za lazima kama zinatumiwa kwa kulenga wasikilizaji fulani kipekee. Upange mifumo kamili ya kusaidia kupata ripoti juu ya maoni pamoja na watumiaji na usimamie mambo ili kujua kama inatembea muzuri. Ujulishe ile ripoti ya maoni ku jamii, uwatie moyo ili wao pia wajibie kwa zamu yao ⊕ *ona Kujitoa 5 ya Kiwango cha Musingi cha Mashirika ya Kutoa Musaada.*

Kunawa mikono na sabuni ni njia ya maana sana ya kuzuia kuambukizwa na magonjwa ya kuhara. Vifaa vya kunawia mikono vinahitaji kujazwa maji mara kwa mara, sabuni ikuwe tayari na mifereji salama ya kuteremusha maji. Kutia vifaa hivyo nafasi yenye inaruhusu kunawa mikono mbele ya kugusa chakula (kula, kupika chakula au kulisha mutoto) na kisha kugusa uchafu (kisha kutoka ku choo au kusafisha mtoto mwenye amefanya choo) ⊕ *ona Viwango vya kutoa maji 2.2: Hali nzuri ya maji.*

Kuendeleza matumizi ya choo: Tatizo kubwa kwa wafanyikazi wa kuendeleza usafi ni kuweza kuwekea watu wote majengo ya choo yenye kufaa pamoja ya vifaa vya kutumikisha. Zaidi ya matatizo ya kulinda usafi na ya harufu, sababu kubwa zenye watu hawatumikishe choo ni haya, desturi za malezi, matatizo ya mwili na wasiwasi juu ya siri na usalama ⊕ *ona Kiwango cha kusimamia na uchafu 3.2: Kufikia choo na kuitumia.*

Kukusanya, kuchukuwa na kuweka maji ya kunywa kwa usalama ndiyo siri kubwa ya kupunguza hatari za magonjwa ya kuambukiza. Familia zinahitaji kuwa na vyombo tofauti juu ya kukusanya maji na juu ya kuwekea maji ya kunywa ⊕ *ona Kiwango cha kuendeleza usafi 1.2* na *Viwango vya kutoa maji 2.1 na 2.2.*

Watu wenye wako wanahama: Tafuta njia ya kupatana na watu wenye wako wanahama, pengine kwa kusafiri nao kwa muda fulani ao kwa kukutana nao nafasi kwenye wanapumuzikia. Tumia chombo cha kupasha habari kama vile radio, SMS, vikundi vya kupashana habari ku résau social na njia za simu zenye kutolewa bila malipo juu ya kutangaza habari zenye zinahusu usafi na omba upewe ripoti ya maoni. Kuunda chombo cha "vifaa kwa familia" juu ya hiyo kusudi kwa kutia ndani telefone ao kifaa cha kutumikisha jua ili kutia moto ya umeme mu telefone, yenye itaruhusu pia watu wapashane habari pamoja na familia zao, kupata habari na kutoa ripoti ya maoni yao.

Kiwango cha kuendeleza usafi 1.2:
Kutambua, kufikiria na kutumia usafi

Vifaa vyenye kustahili ili kutegemeza usafi, afya, hali ya kuheshimika, afya ya muzuri viko tayari na vinatumikishwa na watu wenye wako mu matatizo.

Matendo ya lazima

1 > Tambua vifaa vya usafi vya lazima vyenye kila mutu kipekee, familia na jamii wanahitaji.

- Fikiria mahitaji tofauti ya wanamume na wanawake, wazee, watoto na watu wenye ulemavu.
- Tambua na toa vifaa vya zaida vya kutumikishwa na watu wote ili kuendeleza usafi wa mazingira, kama vyombo vya takataka ngumungumu na vifaa vya usafi.

2 > Kutoa vifaa vya musingi kwa wakati unaofaa.

- Chunguza kupatikana kwa vifaa kupitia soko, ya mahali, ya eneo ao ya kimataifa.

3 > Tumika pamoja na watu wenye walipata matatizo, wakubwa wa mahali na wengine wenye kuhusika ili kupanga namna watu watakusanya ao kununua vifaa.

- Toa habari kuhusu wakati, mahali, liste ya vifaa na wenye watafaidika na musaada wa feza na/ao vifaa vya usafi.
- Uratibu pamoja na sekta zingine ili kuleta musaada wa kifeza na/ao vifaa vya usafi na kuamua kuhusu namna ya kugawanya.

4 > Utafute ripoti ya maoni kutoka kwa wenye walipata matatizo kuhusu kufaa kwa vifaa vya usafi vyenye viichaguliwa na kujua kama wanarizika na mupango wa kuvigawanya.

Mambo yenye kuonyesha jinsi hali iko

Familia zote zenye zilipata matatizo wako na uwezo wa kupata vifaa vya musingi kwa ajili ya usafi:

- Vyombo mbili vya kuweka maji kwa kila familia (litre 10–20; moja ya kushotea, moja ya kuwekea);
- Grame 250 ya sabuni ya kuoga kwa kila mutu na kwa mwezi;
- Grame 200 ya sabuni ya kufula kwa kila mutu na kwa mwezi;
- Sabuni na maji ku chombo cha kunawia mikono (chombo kimoja kwa choo yenye kutumikishwa na watu wengi ao kwa kila familia); na
- Pot, pao ao kushe ili kuondoa choo ya watoto.

Asilimia (%) ya watu wenye walipata matatizo wenye wanatoa ripoti/ wameonwa na wako wanatumikisha vifaa vya usafi kikawaida kisha kugawanywa

Asilimia (%) ya mapato ya familia yenye inatumiwa ili kupata vifaa vya usafi vyenye vinatambuliwa kuwa mahitaji ya kutanguliza

Maelezo ya mwongozo

Tambua vifaa vya maana zaidi: Upatanishe vifaa vya usafi na chombo cha "vifaa kwa familia" na malezi na mazingira. Ku mwanzo wa kazi utangulize vifaa vya musingi (kama vile sabuni, vyombo vya kuwekea maji, na vifaa vya kusaidia wakati wa kawaida ya ezi ya wanawake na vile vya kusaidia wenye hawawezi kujipeleka ku choo) kuliko vifaa "vyenye watu wanaweza kutamani" (kama vile brose ya nywele, shampwe, dawa ya kusafisha meno, brose ya meno). Vikundi fulani vitakuwa na mahitaji ya pekee ⊕ *ona Maandashi ya muongozo kwa vikundi vyenye viko mu hatari* (hapa chini).

Vyombo vya kuwekea maji: Tafuta vyombo vya litre 10–20 vya kushotea maji na kuwekea maji ya kunywa na ya kutumikisha mu nyumba. Ukubwa wa vyombo vya kushotea maji unapaswa kulingana na nguvu ya kubeba ya wenye wanazoea kushota maji. Vyombo vya maji vinapaswa kuwa na kifuniko, vinapaswa kuwa safi na vyenye kufunikwa. Vyombo vya kuwekea maji vinapaswa kuwa na shingo ya kidogo ao robine ili kutia ndani maji, kuiweka na kuikunywa vifanyike na usalama.

Kama kutolewa ya maji haiko ya kuendelea kwa kawaida, utoe vyombo vya kuwekea maji vikubwa vikubwa. Mu miji mikubwa ao ku eneo kwenye kuko jingo ya kukusanya maji kwa ajili ya watu wote, vyombo vya kuwekea maji kwa ajili ya familia vinapaswa kuwa tu vya kawaida wakati maji inakatika (bila kusahau kufikiria wakati wenye inaomba kutumikisha maji mengi kuliko kawaida).

Kwa vikundi vyenye viko mu hatari: Vikundi fulani vinaweza kuwa na mahitaji tofauti ao vipimo vikubwa zaidi vya vifaa vya usafi kwa ajili ya usafi wa kipekee sababu ya umri wao, hali ya afya, ulemavu, uwezo wa kutembea ao kutoweza kujipeleka ku choo. Watu wenye wako na ulemavu ao wenye wako na mipaka ya uwezo wa kutembea wanaweza kuhitaji vifaa zaidi. Inaomba kuwaongezea sabuni zaidi, vifaa vya kuwasaidia kwa kusababu hawawezi kujipeleka ku choo, vyombo vya kuwekea maji, vyombo vya kufanyia choo kitandani, kiti yenye iko na shimo ao matandiko ya plastike yenye kuzuia choo ku matela. Uulize watu ao wenye kuwachunga kama wanahitaji musaada ili kukusanya ao kuondoa uchafu wao mu njia yenye inafikiria heshima yao. Uzungumuze nao na familia zao ao wenye kuwachunga juu ya musaada yenye inawafaa kabisa.

Programe yenye inategemea soko kwa vifaa vya usafi: Mupango wa kutolewa kwa vifaa unapaswa kutegemeza soko za eneo kama inawezekana (kwa mufano kwa kutoa feza mukono kwa mukono ao bon ao kwa kutengeneza majengo ya depo ikuwe muzuri zaidi). Maelezo ya soko na uchunguzi wa mapato ya familia, pamoja na madaraka ya wanamume na wanawake katika kuamua juu ya matumizi ya feza, inapaswa kujulisha mipango ya kupata na kutumikisha vifaa vya usafi. Fuatilia ili kujua kama soko inatoa vifaa kwa kuheshimu uwingi na uzuri, na urekebishe kama ni lazima ⊕ *ona Kutoa musaada kwa njia ya masoko.*

Kugawanya: Wakati kuko mupango wa kugawanya utangulize usalama na ukingo wa watu ⊕ *ona Kanuni ya ukingo 1.*

Utayarishe kikundi chenye kinajitoa juu ya kugawanya. Ujulishe watu kimbele wakati, nafasi, liste ya vifaa na mapaswa ya kutimize ili kuvipokea. Upinge ubaguzi ao kuhamakiana na, kama ni lazima, ugawanye kwa familia ao ku kufuata mistari ya kugawanyia yenye kutengana. Utambue na kurekebisha upinzani yoyote ya kuzuia watu kufika nafasi ya kuwanyia ao kufaidika na mufumo wa ugawanyaji, zaidi sana kwa wanawake na wabinti, wazee na walemavu.

Kujaza tena stoki ya vifaa vya kutumikishwa: Uweke mupango wa kawaida wenye kutegemeka wa kutoa kwa kawaida vifaa vya kutumikishwa kama vile sabuni na vifaa juu ya kawaida ya eziya wanawake na vifaa vya kutumikishwa na wenye hawawezi kujipeleka chooni.

Uratibu wa kugawanya vitu vingi wakati moja: Upange kuzungumza na watu wa jamii pamoja ili kuelewa mahitaji na mipango ya kuiambatanisha kwa njia ya sekta mbalimbali. Ujibie ku mahitaji mbalimbali kwa wakati moja ili ifaidishe watu wenye wanalengwa na kukomboa wakati na feza kwa njia ya sekta zote. Uhakikishe ya kama familia zinaweza kukamata vifaa kwa usalama mupaka nyumbani kasha kuwagawanyia.

Watu wenye wako wanahama: Kwenye watu wako wanahama, uhakikishe kama kuko uwezekano wa kukamata vifaa vya usafi (kwa mfano sabuni yenye iko na kipimo chenye kufaa juu ya safari). Acha watu wachague vitu vyenye wanapenda, kuliko kuwapangia chombo chenye kuwa ni vifaa vilivile kwa watu wote. Utayarishe mufumo wa kukusanya na kutupa mifuko ya kufungia vifaa wakati watu wako mu safari.

Kiwango cha kuendeleza usafi 1.3:
Kushugulika na usafi kuhusu kawaida ya ezi ya wanawake na ya wenye kushinda kuzuia choo

Wanawake na wabinti wenye wako na umri wa kuwa na kawaida ya kila mwezi, na pia wanamume na wanawake wenye wako na shida ya kushindwa kuzuia choo, wako na njia ya kufikia vifaa na majengo ya WASH yenye inategemeza heshimia yao afya yao.

Matendo ya lazima

1 〉 Uelewe mazoea, viwango na itikadi za kiasili kuhusu usafi wa kawaida ya ezi ya wanawake pia na namna ya kushugulikia shida kushindwa kuzuia choo, na uambatinishe vifaa na majengo ya usafi.

2 〉 Zungumuza na wanawake, wabinti na watu wenye wako na shida ya kuzuia choo kuhusu muundo, nafasi kutia na namna ya kushugulika na majengo (ya choo, nafasi ya kuogea, kutunza nguo, nafasi ya kutupa takataka, na maji).

3 〉 Uwatolee namna ya kuweza kushugulikia jinsi inafaa usafi wa kawaida ya ezi ya wanawake na vifaa vya kusaidia wenye shida ya kuzuia choo, sabuni (juu ya kuoga, juu kufula, na kunawa mikono) na vifaa vingine vya usafi.

- Wakati wa kugawanya, toa vifaa nafasi hawaonwe na wengine juu ya kuhakikisha kulinda heshima yao na kupunguza kufezeeka, na kuonyesha namna ya kuvitumia kwenye hawazoee vile vifaa.

Mambo yenye kuonyesha jinsi hali iko

Asilimia (%) ya wanawake na wabinti wenye wako na umri ya kuwa na kawaida ya mwzezi wako na njia ya kupata vifaa vyenye kustahili juu ya kushugulikia usafi wa kawaida ya mwezi

Asilimia (%) ya wenye walipokea vifaa wenye wanarizika na vifaa na majengo ya kusadia kushugulika na kawaida ya mwezi

Asilimia (%) ya watu wenye wako na shida ya kuzuia choo wenye wanatumikisha vifaa na majengo yenye kustahili

Asilimia (%) ya wenye walipokea na wanarizika na vifaa na majengo ya kushugulikia shida ya kushindwa kuzuia choo

Maelezo ya mwongozo

Kushugulika na kawaida ya ezi na shida ya kushindwa kuzuia choo wakati wa matatizo: Kushugulika muzuri na usafi wa kawaida ya ezi na shida ya kuzuia choo inasaidia watu kuishi na heshima na kushiriki mu kazi za kila siku. Zaidi ya kutolea watu vifaa vya usafi, ni lazima kuzungumuza nao kuhusu mipango ya kutupa takataka nyumbani na pia mu majengo ya watu wengi na nafasi ya watu wote sawa ku masomo. Majengo ya choo inapaswa kuwa yenye kuparana na hali na pia nafasi yenye kutayarishwa juu ya kufula na kukausha nguo *ona Kushugulika na choo kubwa ao ndogo 3.1 na 3.2.*

Itikadi za kisasili kuhusu kawaida ya ezi ya wanawake: Mambo yenye watu wameamini juu ya kawaida ya ezi, viwango na itikadi za kiasili vitakuwa na matokeo juu ya maendeleo ya musaada. Kutafuta kujua magumu yenyewe kunaweza kuwa vigumu ku mwanzo ao wakati matatizo iko nguvu sana, lakini inapaswa kufanywa mapema kadiri inawezekana.

Kushindwa kuzuia choo inaweza kuwa maneno yenye haisemewe sana katika mazingira fulani, hata katikati ya wafanyakazi wa mambo ya afya. Kushindwa kuzuia choo ni tatizo ya afya na pia tatizo ya kijamii yenye inatokea wakati mutu anashindwa kufunga kutoka kwa mikojo ao kwa mavi. Inaweza kuletea mutu haya kubwa, kujitenga na jamii, mukazo (stress) na kushindwa kufika kwenye kuko huduma mbalimbali, na kupata masomo na kazi. Inaweza kuonekana kama hali yenye haitawanyike sana, kwa sababu watu wengi wanaweka siri, lakini watu wengi wanaweza kuishi na shida ya kushindwa kuzuia choo. Kati yao kuko:

- watu wazee-wazee;
- watu wenye kuwa na ulemavu ao wenye hawana uwezo wa kutembea;
- wanawake wenye walizaa na pia wabinti, wenye wanaweza kupata hatari ya kupasuka ndani ya sehemu ya uzaei (fustile);
- watu wenye wako na ugonjwa yenye haiwezi kupona kama vile kushindwa kupumua (asthme), ugonjwa wa sukari, kupooza (AVC) ao kansa (cancer);
- wabinti ao wanawake wenye walipatwa na hatari ya jeuri juu ya wanawake ao ya kutahiriwa kwa wanawake (mutilations sexuelles);
- watu wenye walipasuliwa juu ya kuondoewa kwa prostate;
- wanawake wenye wanapitia kipindi cha kumalizika kwa ezi (menopause); na
- watoto wadogo ao vijana wenye wamevurugika kisaikolo ia juu ya vita ao misiba.

Kama usafi wa wenye kushindwa kuzuia choo haushugulikiwi muzuri inaweza kuwa chanzo cha magonjwa wakati wa hali ya hatari. Kuwa na sabuni na maji mengi zaidi ni kwa lazima sana. Watu wenye wako na shida ya kuzuia choo na wenye kuwachunga wanastahili kupewa sabuni na maji mara tano zaidi ya watu wengine. Watu wenye wako na shida ya kushindwa kuzuia choo na wenye kubaki tu nafasi moja ni vizuri wakutane na munganga mwenye ufundi wa afya ao wa ulemavu wenyewe ili kujifunza namna ya kuzuia na kuushugulikia na ugonjwa wenye kuitwa escarre (kuharibika kwa ngozi yenye inakuwa ngumu juu ya kukosa kutembea muzuri kwa damu) wenye unaweza kuleta kifo.

Vifaa na majengo: Uzungumuze juu uwezekano mbalimbali pamoja na watu wenye kuteseka ili uelewe mapendezi yao juu ya: vitu vya kutupa ao vyenye vinaweza kutumikishwa tena, mipango ya kukusanya uchafu mu manyumba, masomo, vituo vya afya na majengo ya kutumikisha pamoja; majengo ya kufulia na kukaushia mavazi; na choo na nafasi ya kuogea. Ufikirie viwango na mapendezi kuhusu watu wa umri fulani kamili, kwa sababu aina na wingi wa vifaa inaweza kubadilika kulingana na myaka. Ufanye maonyesho ya kutumikisha vifaa fulani vyenye watu hawazoeye.

Aina tofauti za kushe zinahitajika kwa ajili ya wenye kuwa na shida ya kushindwa kuzuia mavi na mikojo, na pia juu ya aina tofauti ya ukali wa ugonjwa wa kushindwa kuzuia choo. Inafaa kujua kipimo chenye kufaa kila mutu juu ya matumizi salama. Utoe kushe za vipimo na aina mbalimbali juu ya wenye kushindwa kuzuia kutoka kwa mavi na mikojo.

Ufikirie ukaribu na choo juu ya watu wenye kuwa na shida ya kushindwa kuzuia choo. Watu wengine wanaweza kuzuia choo kwa vipindi fulani kama wanawzea kufika upesi ku choo. Inaweza kuwa lazima kuwatolea kiti yenye iko na shimo ya kufanyia choo, nguo ya kukinga matela na/ao chupa ya mikojo.

Hesabu ya chini ya vifaa: *Vya kushugulikia usafi kuhusu kawaida ya ezi ya wanawake na ya wenye kushindwa kuzuia choo:*

- chombo chenye kuwa na kifuniko kwa ajili tu ya nguo zenye ziko na takataka na kuwekea kushe/nguo; na
- kamba na epengle juu ya kakausha nguo.

Juu ya usafi kuhusu kawaida ya ezi:

- ifaa vya pamba (coton) ya kunyonya uchafu (metre 4 kwa mwaka), serviete za usafi za kutupa (15 kwa mwezi) ao serviete za kutumikisha tena (6 kwa mwaka), kulingana na mapendezi ya wanawake ao ya wabinti;
- nguo ya ndani (6 kwa mwaka);
- sabuni ya zaidi (grama 250 kwa mwezi) ⊕ *ona Kiwango cha kuendeleza usafi 1.2: kitambulisho, kupata na kutumia vifaa vya usafi.*

Juu ya vifaa vya kusaidia kushindwa kuzuia choo, vifaa vitatolewa kulingana na ukali na aina shida ya kushindwa kuzuia choo na mapendezi ya wenye kuhusika. Kiasi cha chini chenye kinapendekezwa ni:

- vifaa vya pamba (coton) ya kunyonya uchafu (metre 8 kwa mwaka), serviete za usafi za kutupa (150 kwa mwezi) ao serviete za kutumikisha tena (12 kwa mwaka);
- nguo ya ndani (kwa mwaka);
- sabuni ya zaidi (grama 500 juu ya kuoga na grama 500 ya kufua kwa mwezi);
- nguo mbili ya kukinga matela yenye inaweza kufuliwa;
- vyombo vya zaidi vya kuwekea maji;

- dawa za usafi kama vile javel (litre 3 ya dawa yenye haijachangiwa kwa mwaka);
- pot juu ya choo na chupa juu ya mikojo (kwa wanawake na kwa wanamume), kiti chenye kuwa na tundu juu ya choo (kama kinastahili).

Kuongeza vifaa mu stoki: Panga jinsi na wakati wa kuongeza vifaa. Musaada wa feza ao kugawanya vifaa unaweza kutumiwa mu njia tofauti mwenda-siku. Uchunguze uwezekano wa kampuni ndogondogo kuweza kutoa vifaa ao watu wao wenyewe kujitengenezea vifaa kwa ajili ya ulinzi wao ⊕ *ona Kutoa musaada kwa njia ya masoko.*

Masomo, nafazi zenye kuwa salama na vituo vya kujifunzia: Kutegemeza kwa WASH ndani ya masomo na nafasi zenye kuwa salama kunapaswa kufikiria majengo ya WASH na kutoa mazoezi kwa waalimu. Majengo inapaswa kuwa na njia ya kuondoa uchafu yenye kufichama, chombo chenye kuwa na kifuniko, pamoja na mufumo wa kukusanya na kuondosha uchafu ao mufumo wa kupitisha uchafu mu mufereji na kuupeleka nafasi ya kuuchoma. Uweke majengo ya WASH yenye kutunzwa muzuri na yenye kutenganisha wanawake na wanamume na yenye kuwa na kulabu (crochets) na maetajere ya kuwekea vifaa vya usafi.

Tia moyo waalimu waingize mu prorame ya kufundisha namna ya kushugulika na usafi wa kawaida ya eziikuwe sehemu ya elimu ya musingi. Uzoeze waalimu ku:

- kutegemeza mazoea ya usafi wa kawaida ya ezi kwa wadinti;
- kuweka vifaa kwa ajili ya usafi wa kawaida ya ezi ku masomo;
- kutegemeza wanafunzi wenye kuwa na shida ya kushindwa kuzuia choo kwenye kutokana na matatizo ya kisaikolojia sababu ya matatizo ⊕ *ona Kitabu INEE.*

Nafasi ya kujificha: Tumika pamoja na sekta yenye kushugulika na nafasi ya kufichama ili uhakikishe kwamba kuna nafasi ya kujificha juu ya usafi wa kawaida ya ezi kwa ajili ya wanawake na kushugulika na shida ya kushindwa kuzuia choo ndani ya familia ao ku makao ya watu wengi. Ile inaweza kuomba kutia visitiri (panneaux de séparation) ao kutayarisha nafasi zenye kujitenga ili kujibarisha.

Watu wenye wako wanahama: Utoe vifaa kwa ajili ya kushugulika na kawaida ya ezi na shida ya kushindwa kuzibiri choo kadiri watu wanapita ku vituo vya kutoa vifaa

2. Kutoa maji

Maji yenye haitoshe ao yenye haiko safi ndio sababu ya kufichama ya matatizo ya afya ya watu wote katika hali ya matatizo. Inawezekana kusikuwe na maji ya kutosha yenye inaweza kutosheeza mahitaji musingi, kwa hiyo ni jambo la maana sana kutoa kiasi cha maji safi ya kunywa ili kulinda uhai. Kwa hiyo inafaa kutanguliza kutoa kiasi cha kutosha cha maji, hata kama ni hali ya katikati. Ile itaweza kusaidia mupaka wakati maji yenye kutimiza kiwango cha chini na ya kiasi cha kutosha itapatikana.

Pompi za maji, shimo na tiyo mara nyingi vinaharibika wakati wa vita, misiba ya asili ao juu ya kukosa murumo wa muzuri wa kuvirekebisha. Wakati wa vita, kuzuia watu kupata maji inaweza kutumikishwa kimakusudi kama mupango wa vita na vikundi vya wenye kupigana. Lile jambo ni lenye kukatazwa kabisa katika sheria za kimataifa za mashirika ya kutoa musaada.

Zungumuza pamoja na wasjiriki wa jamii na wenye kuhusika mu kazi ya ugawanyaji wa maji ili uelewe namna wanatumikisha na kupata maji, kama kunaweza kuwa mipaka juu ya kupara maji, na namna gani hali hiyo inaweza kubadilika kulingana na majira.

Kiwango cha kutoa maji 2.1:
Kupata na kipimo cha maji

Watu wako na uwezekano sawasawa wa kupata maji kwa kisasi cha kutosha na yenye kuwa salama ili kutimiza mahitaji yao ya kunywa na kutumikisha nyumbani.

Matendo ya lazima

1 ⟩ Tambua chemchemu ya maji ya chini ya udongo ao ya juu ya udongo yenye kustahili kabisa, kwa kufikiria matokeo juu ya mazingira.

- Fikiria kubadilika kwa majira katika mambo ya kutoa na maombi ya maji, na mipango ya kupata maji ya kunywa, maji ya kutumikisha nyumbani na maji ya kusaidia maisha.

- Uelewe chemchemu mbalimbali za maji, wenye kutoa maji na wenye kutumika kazi ya kufikishia watu maji, na jinsi ya kupata maji mu jamii na mu mafamilia.

2 ⟩ Uamue kiasi cha maji chenye kuhitajiwa na mufumo wenye unahitahika ili kutoa maji

- Tumika na wenye kufanya kazi ya kutoa maji ili kutambua nafazi zenye kutoa maji safi na uwezekano wa sawasawa wa kupata maji kwa ajii ya washiriki wote wa jamii.

- Upange mufumo wa kufanya kazi na kutengeneza kwa kupatia wenye kuhusika madaraka yenye kuwa wazi na wenye kufikiria mahitaji ya wakati wenye kuja ili kuendelea kutoa maji.

3 〉 Uhakikishe njia ya kufikisha maji nafasi ya kuitumikisha mu familia na nafasi za kufulia za jamii, na nafasi za majengo ya kuogea na kupikia na kunawa mikono.

- Tafuta uwezekano wa kutumikisha tena maji, kwa mufano kwa kumwagilia maji mu bustani ya mboga za majani, kutengeneza matofali ao kuipitisha mu mifereji ya kupeleka maji mu mashamba.

Mambo yenye kuonyesha jinsi hali iko

Kiasi cha kadiri cha maji yenye kutumiwa kwa kunywa na kwa kazi ya usafi ya nyumbani kwa kila familia

- Kiasi kidogo cha litre 15 kwa kila kwa siku
- Amua kiasi kwa kufikiria mazingira na hatua ya musaada

Hesabu ya juu ya watu wenye kutumikisha kituo cha kutoa maji

- watu 250 kwa robine moja (juu ya musingi wa hesabu ya litre 7.5 kwa dakika)
- watu 500 kwa pompi ya mukono (juu ya musingi wa hesabu ya litre 17 kwa dakika)
- watu 400 shimu ya maji ya kushota kwa mukono (juu ya musingi wa litre 12.5 kwa dakika)
- watu 100 kwa jengo moja la kufulia
- watu 50 kwa jengo la kuogea

Asiliamia (%) ya mapato ya familia yenye wanatumia ili kununua maji ya kunywa na ya usafi wa nyumba

- Lenga 5 kwa mia ao chini

Asilimia (%) ya familia zenye zinalengwa zenye kujua ni wapi na ni wakati gani zitapata tena maji

Urefu wak kutembea toka makao yao mupaka kwenye wanashota maji kwenye kuwa katibu

- chini ya metre 500

Muda ya kusimama ku mustari ili kungoja kushota

- chini ya dakika 30

Asilimia (%) ya nafasi za jamii za kushota maji yenye haiteremuke kwa bure

Asilimia (%) ya mifumo/majengo yenye kuwa na mupango wa kusimamia na kupima maji

Maelezo ya mwongozo

Kuchagua chemchemu ya maji inafaa kufikiria:

- kupatikana, usalama, ukaribu na na kuhakikisha kama itadumu muda murefu na kutoa kiasi cha kutosha cha maji;
- uhitaji na uwezekano wa kusafisha maji, ikuwe ku kiasi cha tanki kubwa ao cha nyumbani; na

- kufikiria hali ya kijamii, ya kisiasa ao ya kisheria yenye inaweza kuwa na matokeo ya kusimamia chemchemu ya maji, jambo lenye linaweza kutokeza fujo, zaidi sana wakati wa vita.

Kuchanga ufikirio mbalimbali na kufikiria chemchemu mbaimbali inaweza kuwa ya lazima mu hatua ya kwanza ya kupambana na matatizo ili kutimiza mahitaji ya kulinda uzima. Maji yenye kuwa juu ya udongo, hata kama inaomba kusafishwa zaidi, inaweza kuwa musaada wa haraka kupatikana. Maji yenye kutiririka kutoka chemchemu chini ya udongo na/ao yenye kutiririka kutoka shimo ndani ya mwamba chini ya udogno ni yenye kupendelewa zaidi. Haiombe kazi mingi ya kusafishiwa, na kutiririka haiombi mashine ya kuipandisha. Simamia chemchemu zote za maji ili kuepuka kushota kwa kupitisha kipimo ⊕ *ona Kiwango juu ya nafasi ya kujikinga na makao 2: Mahali na mupango makao.*

Mahitaji: Kipimo cha maji yenye inahitajiwa ya kunywa, usafi na kazi za nyumba inategemea hali na hatua ya musaada. Itategemea mambo mbalimbali kama vile namna watu walikuwa wanatumikisha maji na mazoea yao mbele ya matatizo, mupango wa kukusanya mavi na desturi za malezi ⊕ *ona Kuelewa na kushugulika na hatari ya WASH ndani Kiwango cha kuendeleza usafi 1.1* na *Kiwango cha kushugulika na mavi 3.2.*

Kiasi kidogo cha maji yenye kukubalika kwa kawaida ni litre 15 wa kila mutu kwa siku moja. Haiko njo "kiasi cha juu" na haiwezi kufaa mu hali zote ao mu hatua zote za musaada. Kwa mufno kipimo kile hakiwezi kufaa kwenye watu wanahamia kwa miaka mingi. Wakati wa kipindi kigumu sana cha kukosekana kwa maji litre 7.5 ya maji kwa kila mutu kwa siku inaweza kufaa kwa muda mufupi. Mu miji miji mikubwa mu hali ya watu wa mapato ya kadiri, litre 50 kwa kila mutu kwa siku inaweza kuwa kiasi cha chini chenye kukubalika ili kulinda afya na heshima.

Matokeo ya kutoa kipimo tofautitofauti cha maji inapaswa kuchunguzwa kwa kulinganisha na kiasi cha magonjwa yenye watu wanapata mu muda fulani na cha vifo kufuatana na vipimo vya WASH kuhusu magonjwa. Uratibu pamoja na wengine wafanya kazi wa WASH ili kukubaliana kuhusu kipimo cha chini kwa watu wote cha maji kulingana na hali. Ili kupata muongozo juu ya kuamua vipimo vya maji juu ya watu, wanyama wa kufuga maofisi na matumizi mengine ⊕ *ona Viwango juu ya matunzo ya musingi ya magonjwa ya kuambukiza 2.1.1 to 2.1.4* na *WASH Nyongeza 3.* Kuhusu mahitaji ya maji wanyama wa kufugwa wakati wa hatari ⊕ *ona Kitabu LEGS.*

Mahitaji	Kipimo (Ilita/mutu moja/siku)	Inalingana na hali ya eneo
Kwa ajili ya kuishi: majii (ya kukunywa na chakula)	2.5–3	Majira na hali ya mwili ya kila mtu
Matumizi ya usafi	2–6	Viwango vya jamii na tamaduni
kwa ajili ya kupika chakula	3–6	Aina ya chakula na viwango vya jamii na tamaduni
Jumla ya kipimo cha maji	7.5–15	

Kipimo cha kadiri cha maji chenye kuhitajiwa ili kuendelea kuishi: Mahitaji ya maji itatofautiana kulingana na hali ya watu mbalimbali, zaidi sana kwa ajili ya watu wenye kuwa na ulemavu ao wenye wako na mipaka juu ya kutembea, na kati ya vikundi tofauti vya kidini.

Vipimo: Usigawanye tu kiasi ya maji yenye inapatikana ku idadi ya watu wenye wanaipewa. Uchunguzi wa familia, kuona na kuzungumuza na vikundi vya jamii inakuwa na matokeo mazuri ili kukusanya habari juu ya kutumikisha na kunywa maji kuliko tu kupima wingi wa maji yenye inachukuliwa ao inashotewa kwa kutumia mashini ya kuipandisha ao pompi ya mukono. Tumia vipimo vya kulinganisha mufumo wa ripoti ya utoaji wa maji pamoja na ripoti za mafamilia.

Kupata na usawa: Ndani ya vituo vya kushotea maji muko nafasi ya kuogea, majengo ya nafasi za kupikia na kufulia mavazi na choo, pia na majengo ya masomo ao nafasi ya matunzo kwa ajili ya jamii.

Vipimo vya kadiri vyenye kuzungumuziwa (ona Mambo yenye kuonyesha jinsi hali iko) iko juu ya musingi kwama inaweza kupatikana karibu saa 8 kwa siku bila kukatika nafasi ya kukamata maji. Tumikisha vile vipimo kwa busara, kwa kuwa hakuna uhakika wa kipimo cha chini cha maji ao kupatikana kwa usawa.

Musaada ya maji na choo inapaswa kujibu ku mahitaji ya wakaaji na ya wahamiaji kwa usawa ili kuepuka mikazo na mizozo.

Wakati wa kupanga namna ya kutoa musaada, ujuwe kwamba mahitaji inabadilika kulingana na umri na vikundi vya wanamume ao wanawake, na pia kwa watu wenye ulemavu na wenye kuwa na mipaka kwa kutembea. Utafute nafasi ya kushota maji yenye iko rahisi kufikia karibu na familia ili kupunguza hatari kuhusu usalama.

Julisha watu wenye kuhusika juu ya wakati na nafasi kwenye watapata maji, haki yao ya kuwanyiwa maji kwa usawa, na nmna wanaweza kuleta ripoti ya maoni yao.

Saa ya kwenda na kurudi na ya kungoja ku mustari: Saa mingi kupita kipimo ya kwenda na kurudi na ya kubaki ku mustari ni alama ya kwamba jumla ya chemchemu za maji haitoshe ao kwamba maji haitoke kiasi cha kutosha. Hali ile inaweza kusukuma watu wasikunywe maji kiasi cha kutosha na ongezeko ya kutumia maji ya chemchemu za juu ya udongo yenye haiko salama, na kufanya watu wapitishe wakati mudogo ku kazi zingine kama kufundisha watoto na kazi za kusaidia kupata pato. Kupitisha muda murefu ku mustri kwa kngoja kushota kunaongeza hatari ya ugomvi ku nafasi ya kushotea maji ⊕ ona Kanuni ya ulinzi 1 na Kiwango 1 cha Musingi cha Mashirika ya Kutoa Musaada.

Vyombo vya kuwekea maji vyenye kufaa: ⊕ Ona Kiwango cha kuendeleza usafi 1.2: Kutambua, kupata na kutumikisha vifaa vya usafi. upatanishe hesabu na ukubwa wa vyombo na hali. Kwa mufano, kuyafanya igande, kuifanya ifungane-fungane na kuua chembe za kuleta magonjwa, kunaweza kuomba mbegeti mbli, nguo safi ya kuichuya na chombo cha kukoroga.

Programu yenye kutegemea soko ya maji: Uchunguze namna familia zilipata maji na vifaa vya kuiweka mbele na kasha hali ya matatizo. Ile namna ya kupima mambo itasaidia kukamata maamuzi mazuri juu ya namna ya kutoa maji kwa muda mufupi na muda murefu. Uamue namna ya kutumikisha, kutegemeza na kuendeleza soko ya maji, fikiria kutumikisha njia mbalimbali pamoja - ya musaada ya feza kwa familia, kusaidia wachuuzi na wenye kutoa vifaa ili waendeleze ufundi na uwezo wao, ao njia ingine. Ufwatilie namna bei zinaendela kila mwezi mu soko (maji, petrole) na kuona matokeo juu ya matumizi ya feza ya familia, na utumie hali ya soko kuwa musingi wa mabadiliko wakati wa kupanga Programu ⊕ *ona Kutoa musaada kupitia masoko.*

Malipo: Bei ya maji haipaswe kupita asilimia (%) 3–5 ya mapato ya familia. Ujue namna gani familia wanalipa bei ya juu ya maji wkati wa matatizo na kukamata mipango ili kupinga njia yenye haifae ya kushindana na magumu ⊕ *ona Kanuni ya Ulinzi 1.* Hakikisha kama mupango wa kushugulika na feza unafanyika wazi mbele ya wote bila kuficha jambo.

Kushugulika na mufumo wa maji na majengo: Tumika pamoja na jamii na wengine wenye kuhusika ili kuamua juu nafasi, muundo na namna ya kutumikisha vituo vya maji (mipango ya muda mufupi na ya muda murefu). Kati ya ile mambo muko majengo ya nafasi za kuogea, kupikia na kufulia, choo, na ofisi kama vile masomo, masoko na vituo vya afya. Tumikisha ripoti za maoni na upatanishe na kutengeneza muzuri zaidi namna ya kufikia majengo ya maji.

Fikiria mipango ya uongozi ya maji ya zamani na ya sasa, uwezo na kupendezwa kwa watu kulipa maji na huduma mbalimbali za usafi, na mupango wa kukusanya malipo. Fikiria kuingiza feza ndani ya biashara ya mufumo wa kutoa maji wenye utaruhusu kuokoa feza ao uchumi wenye kuruhusu kutumikisha feza kidogo na kupata mazao mengi. Linganisha njia tofauti kama vile kutumikisha umeme wenye kutokana na jua ili kuendesha mashine ya kusukuma maji ao mufumo wa kupitisha maji mu tuyo na kubeba maji mu magari, zaidi sana wakati wa matatizo mu miji mikubwa ao kwenye makao ya watu wengi.

Tolea watu uwezo wa kutumikisha na kutengeneza mufumo wa maji kupitia komite za WASH ao kwa kushirikiana na wenye kuhusika wenye kutumika kipekee ao sekta ya watu wote.

Kutumia maji ya machupa: Maji yenye imesafishwa inakuwa na bei ya muzuri, yenye kufaa kiufundi na safi kuliko maji ya machupa, sababu ya kusafirisha, bei, uzuri na kutokeza uchafu mwingi. Inawezekaka kukubali kuyatumia kwa muda mufupi tu (kwa mfano, kwa watu wenye wako wanahama). Uweke mupango wenye kufaa wa kushugulika na takataka za plastike.

Majengo ya kufulia, kusafishia na kuogea: kama kutilia kila familia nafasi ya kipekee ya kuogea hakuwezekani, tayarisha majengo tofauti kwa wanamume na kwa wanawake yenye kufuata kanuni ya usalama, siri na heshima.

Zungumuza na wenye kuvitumikisha, zaidi sana wanawake, wabinti na watu wenye ulemavu, ili kuamua nafasi muundo na usalama wa majengo. Ufikirie kutoa maji ya moto ya kuoga na kufula mu vipindi fulani vya pekee ili kupiganisha upele, ao juu ya kubadirika kwa hali ya hewa.

Njia za kutosha maji nafasi ya kushotea, nafasi za kufulia, nafasi za kuogea na za kunawia mikono: wakati wa kujenga ao kutengeneza njia za kutoa maji na nafasi za kuitumia, hakikisha kwamba maji ya muchafu haitatokeza matatizo ya afya ao kufanya matope yenye itazaa mikrobe ya kuleta magonjwa. Weka mufumo wenye kuunganishwa kwa kushirikiana na wenye walifanya Mupango ya mahali, sekta ya mahali pa kujikinga na/ ao wakubwa wa mutaa.

Unda mifumo na majengo ya WASH yenye kuwa na upatano na viwango vya kuondoa maji ya muchafu. Kwa mufano, kipimo cha nguvu ya maji ku robine, ukubwa wa kituo cha kushotea maji na/ao cha kufulia, pia urefu kati ya robine na vyombo vyenye kuweka maji unapaswa wenye kufaa ⊕ *ona Kiwango juu nafasi ya kujikinga na makao 2: Mahali na kupanga nafasi za makao.*

Kiwango cha kutoa maji 2.2:
Aina ya maji

Maji na onjo ya kupendeza na ya mutindo wenye kutosha kwa kunywa na kupika, pia juu usafi wa mutu kipekee na wa nyumbani, bila kuleta hatari ku afya.

Matendo ya lazima

1 〉 Tambua hatari juu ya afya ya watu wote yenye inatokea ku maji yenye wako nayo na njia yenye kufaa ya kupunguza zile hatari.

- Ukinge chemchemu za maji na kufanya uchunguzi mara kwa mara kwenye chemchemu na vituo vya maji.

2 〉 Uamue njia yenye iko muzuri zaidi ya kutolea watu maji ya kunywa yenye iko salama ku nafasi za kukunywia ao kutumikishia.

- Mu njia mbalimbali za kusafisha muko kusafisha na kusafirisha maji mengi, na pia kukusanya na kuweka maji ku mafamilia mu njia salama, ao kusafisha na kuweka maji ku njia salama ku mafamilia.

3 〉 Fanya mipango ya kupunguza kabisa hatari ya kuambukizwa kwa maji kisha kutolewa ku nafasi ya kuikunywia ao kuitumikisha.

- Patia familia vyombo vya kukusanya na kuwekea maji ya kunywa vyenye kuwa salama, na uwezekano wa kushota maji ya kunywa kwa usalama.
- Pima viwango vya mutindo wa maji (chlore résiduel libre - CRL et bactéries coliformes - CFU) ku nafasi ya kukamata maji na ku nafasi ya kukunywia maji ao kuyatumikisha.

....

Mambo yenye kuonyesha jinsi hali iko

Asiimia (%) ya watu wenye kuhusika wenye kukusanya maji ya kunywa kutoka visima vyenye kuwa salama

Asiimia (%) ya familia zenye zilichunguzwa zenye kuweka maji kwa njia salama ndani ya vyombo safi vyenye kufunikwa kila wakati

Asiimia (%) ya vipimo vya mutindo wa maji wenye kupatana na viwango vya kadiri vya maji

- <10 CFU/100ml ku nafasi ya kutolea maji (maji yenye haina chlore)
- ≥0.2–0.5mg/l ya chlore résiduel libre (CRL) ku nafasi ya kutolea maji (maji yenye kuwa na chlore)
- Turbidité yenye kuwa chini 5 NTU

Maelezo ya mwongozo

Kulinda salama njia ya kutoa maji: Magonjwa yeenye kutokea ku maki iko hatari juu usalama wa njia ya kutoa maji. Mambo yenye inasaidia kuzuia magonjwa ya kuambukiza kwa microbe ya mavi kuingia ku kinywa ni kufngia mavi nafasi moka, kufunika chakula, kunawa mikono kwa wakati wenye kufaa, kushota na kuweka maki kwa njia salama ⊕ *ona Kiwango cha kuendeleza usafi 1.1; Kiwango cha kushugulika na choo 3.2* na *Nyongeza 2: Chati F.*

Mu uchunguzi wa hatari yenye inaweza kuwa mu njia ya kutoa maji, tangu chemchemu ya maji mupaka ku chombo cha kuwekea maji ya kunywa, muko mambo yenye kufuata:

1. uchunguzi wa usafi ku kituo cha maji;
2. kufuata maagizo ya kutumikisha vyombo tofauti vya kushota na vya kuweka maji;
3. kufuata maagizo ya kusafisha na kufunika vyombo vyenye kuwa na maji ya kunywa; na
4. kupima mutindo wa maji.

Kwenye kuko uwezekano wa kutumia maji yenye haiko salama, hatua hizo zinaweza kuuonyesha hatari yenye kuwa wazi bila kufanya uchunguzi muzito wa mutindo wa maji.

Uchunguzi wa kiafya unaangalia hali na mazoea yenye inaweza kuwa hatari ku afya ya watu wote ku nafasi ya kushotea maji. Unaangalia namna nafasi ya kushotea maji imetengenezwa, namna maji ya uchafu inatiririka, luba, mazoea ya kufanya choo kubwa na namna ya kushugulika na takataka ngumungumu sawa vitu vyenye vinaweza kutokeza kuambukiza. Uchunguzi unaangalia pia vyombo vya kuwekea maji ndani ya manyumba.

Mutindo wa maji: Wakati wa kutayarisha chemchemu mupya ya maji, pima maji yenyewe ili kujuwa nini iko ndani, kuangalia mikrobe na chimie. Ufanye hivyo mbele na kisha mabadiliko ya hali ya hewa ya eneo. Usipuuze kuchunguza hali ya chimie ya maji (kama vile kujua kipimo cha fluorure na arsenic) yenye inaweza kutokeza matatizo ya afya kisha muda murefu.

Mikrobe ya aina ya coliform ndani ya mavi (asilimia (%) zaidi ya 99 ya mikrobe yenyewe ni *E. coli*) inaonyesha kiasi cha kuambukizwa kwa maji na mavi ya watu ao ya wanyama na kwamba kunaweza kuwa mikrobe ingine yenye inaweza kuleta hasara ya magonjwa. Kama mikrobe yoyote ya aina ya koli yenye kutokea ku mavi inaonekana, safisa ile maji. Hata kama *E. coli* haipatikane, maji iko na hatari ya kuambukizwa tena kama haina ndani yake dawa yenye kuendelea kuikinga.

Kwenye maji imewekwa ndani klore (mbele ya kugawanywa ao ku manyumba) fanya uchunguzi ya bahatisha mu manyumba ili kupima kiasi ya CRL na kusafisha maji kama ikikuwa lazima. Kadiri ya ukawaida wa kutoa maji, hali ya kivukutu na urefu wa muda yenye maji inalindwa yote ile inakuwa na matokeo juu ya vipimo vya CRL mu manyumba (kupotea polepole kwa klore).

Undelea kujulisha uzuri wa chemchemu za maji yenye kukingwa: Watu wanaweza kupendelea chemchemu za maji yenye haikingwe kama ile ile ya mito, bahari na visima vyenye havikingwe labda juu ya onjo, ukaribu na zoezi ya kufanya vile katika jamii. Uelewe sababu zenye zinawasukuma kufanya vile na uanzishe na kuendeleza ujumbe na matendo mbalimbali yenye itasaidia kuendeleza kutumia chemchemu za maji yenye kukingwa.

Onjo ya maji: Kama onjo ya maji haiko muzuri (sababu ya onjo ya chumvi, sulfure ya hydrojene ao kiasi ya klore yenye wary hawazieye), watu wanaweza kuzoeya kunywa maji yenye iko na onjo ya muzuri lakini yenye inatoka ku chemchemu yenye haiko salama. Utumikishe kujitolea ya jamii na matendo mbalimbali ya yenye kuendeleza usafi ili kuendelea kujulisha uzuri wa kunywa maji kutoka ku chemchemu zenye ziko salama.

Kusafisha maji: Maji inapaswa kusafishwa na dawa yenye inazoea kudumu kama vie klore kama kuko hatari ya maji kuambukizwa upya kwenue chemchemu ao kisha kutolewa. Yenye itasaidia kujua ile hatari ni wingi wa watu, mipango ya kuondosha mavi, mazoea ya usafi na kawaida ya magonjwa ya kuhara. Kipimo ya turbidité inapaswa kuwa chini 5 UTN. Kama kile kipimo kinakuwa juu, uzoeze watumiaji kupitisha maji ndani ya filtre mbele ya kuisafisha na dawa. Fikria kutumikisha vipimo mbili vya klore kwa muda mufupi kama hakuna uwezekano ingine. Ujuwe kwamba kupotea kwa klore mu maji kunabadilika kufuatana na urefu wa muda wa kulinda maji na kipimo ya kivukutu, ufikirie ile mambo wakati wa kukadirisha vipimo vya dawa na saa za kuchanga ⊕ *ona Nyongeza 6: Arborescence ya uamuzi juu ya namna ya kusafisha na kuweka maji ya kutumia nyumbani.*

Uwingi na mutindo wa maji: Wakati haiwezekane kupata maji yenye kupatana na Viwango vya kadiri kuhusu wingi na mutindo, utangulize wingi mbele ya mutindo. Hata maji yenye iko na mutindo wa katikati inaweza kutumiwa ili kuepuka kukauka kwa maji mu mwili, kupunguza mukazo na kuepuka magonjwa ya kuhara.

Kuambukizwa yenye inatokea kisha kutoa maji: Maji yenye iko salama ku kituo cha kugawanya maji inaweza kuambukizwa wakati wa kuipakiza, kuiweka na wakati wa kuishota wakati wa kunywa. Punguza ile hatari kwa njia ya mazoea yenye kuwa salama ya kupakiza na kuweka maji. Safisha tanki za kuwekea maji mu manumba ao za makao ya jamii kwa ukawaida na zoeza jamii kufanya hivi ⊕ *ona Viwango vya kuendeleza usafi 1.1* na *1.2.*

Mupango wa kusafisha na kuweka maji kwa usalama mu manyumba (TEDS): Tumikisha ile mupango ya TEDS wakati mufumo wenye kuunganishwa wa kusafisha maji hauwezekane. Ndani ya mupango wa kuchagua kutumikisha TEDS yenye inapunguza hatari ya ugonjwa wa kuhara na kufanya mutindo wa chembe hai ndogongogo zenye kuwa ndani ya maji yenye kuwekwa mu manyumba ukuwe muzuri zaidi, muko kutokotesha, kutia klore, kupitisha mu filtre ya seramike, kupitisha kidogokidogo mu filtre ya muchanga, kutumia ufundi yenye inaitwa floculation na kutia dawa ya kuua mikrobe. Tumika pamoja na watu wa sekta zingine ili kuheshimia viwango vya kutumikisha petrole mu familia kwa kupata na kutokotesha maji. Epuka kuanzisha njia ya kasafisha maji yenye watu hawazoee mu wakati wa matatizo ao wa ugonjwa mukali wa kuambukiza. Kutumikisha mupango wa TEDS kwa njia yenye matokeo kunaomba kufwatilia kwa kawaida, kutegemeza na kusimamia, na ile njo hali yenye kuhitajiwa ili kusukuma watu wakubali TEDS kama mupango mwengine wa kusafisha maji ⊕ *ona Nyongeza 6: Arborescence ya uamuzi juu ya namna ya kusafisha na kuweka maji ya kutumia nyumbani.*

Mutindo wa maji kwa ajili ya maofisi: Safisha maji yote yenye kutolewa kwa masomo, hoptali, senta za matunzo na senta kulishia, kwa kutumia klore ao dawa ingine ya kuua mikrobe yenye iko na matokeo ya ⊕ *ona Nyongeza 3: Kipimo ya chini ya maji: kipimo ya kutosha ili mutu aishi na kipimo ya maji yenye inahitajiwa.*

Kuambukizwa kwa maji mu njia ha chimie na radiologie: Wakati ripoti juu ya hali ya maji na ya udongo ao habari kuhusu kazi wa viwanda ao za kijeshi zinaruhusu kuwazia kama maji yenye kutolewa inaweza kuwa na hatari ku afya ya watu yenye kutokana na chimie ao radiologie, ufanye uchunguzi ya hali ya chimie ya maji. Uamuzi wa kutumia maji yenye kuonekana kama ni yenye kuambukizwa yenye inapaswa kutolewa kwa muda murefu unapaswa kuchukuliwa juu ya musingi wa uchunguzi mupana zaidi wa matokeo yenye inaweza kutokea juu ya afya, na kukubaliwa na wakubwa wa eneo.

3. Kushugulika na mavi ao mukojo

Mazingira yenye haichafuliwe na mavi ya watu ni yenye kufaa juu ya heshima ya watu, usalama, afya na maisha ya muzuri. Ile inahusu mazingira ya asili na nafasi ya kuishi, kujifunzia na kutumikia. Kushugulikia na mavi kwa njia salama ni jambo la kutanguliza mu WASH. Wakati wa hali ya matatizo, ni jambo la maana zaidi sawasawa na kutolea watu maji yenye iko salama.

Watu wote wanapaswa kuwa na choo zenye kufaa, salama, safi na zenye kutegemeka. Kufanya choo mu hali ya heshima ni jambo la kipekee la maana sana. Hali kuwa yenye kufaa inaamuliwa na mazoea ya malezi, desturi na mambo yenye watu wamezoea, mutazamo, na kama mutu amezoea mbele kutumikisha majengo ya choo ao hapana. Watu kufanya choo ovyo ovyo ni hatari kubwa kwa afya, zaidi sana kwenye wakaaji ni wengi sana, kwenye watu wako wanahama, na kwenye mazingira iko umajimaji ao ubaridi-ubaridi.

Maneno tofauti inatumiwa mu sekta ya WASH ili kueleza majengo ya kushuguikia mavi. Ndani ya kitabu hiki, neno "choo" iko na maana ya kila jengo ao chombo chenye kinalinda mavi palepale na kinakuwa mupaka ya kwanza ya kuzuia watu wasipatwe na uchafu ⊕ ona Nyongeza 2: Chati F. Neno "choo" linatumiwa mu nafasi ya neno "musalani" ndani ya kitabu chote.

Kutenganisha mavi ya watu mbali na kwenye watu wanaishi inakuwa mupaka wa kwanza wa kuzuia magonjwa yenye kutokea ku mavi kwa kupunguza njia ya magonjwa ya kuambukiza ya moja kwa moja ao yenye haiko ya moja kwa moja ⊕ ona Nyongeza 2: Chati F. Kutenganisha mavi ya watu mbali na kwenye watu wanaishi inapaswa kutiwa ndani ya mupango wa kukusanya, kukamata, kazi za kushugulika na mavi na kuyatupa ili kupunguza hatari juu ya afya na mazingira.

Kuondekana kwa mavi ya watu mu nafasi za kuishi, ya masomo na ya kazi inaweza kuonyesha kwamba kuko matatizo ya ukingo. Watu nawatajisikia kwamba wanatumikisha majengo yenye iko salama, zaidi sana mu eneo kwenye hesabu ya watu iko kubwa sana.

Mu hii sura "mavi ya watu" inaelezwa kuwa uchafu wenye kutoka mu mwili ya mutu, zaidi sana mavi, mikojo na kawaida ya ezi ya wanawake. Viwango vynye kuwa mu sehemu hii vinahusu njia yote yenye mavi inafuata, tangu ku mwanzo wa kutenganisha mavi ya watu mbali na kwenye wanaishi mupaka kazi za mwisho za kushugulika na mavi.

Kushugulika na mavi ao mukojo 3.1:
Mazingira yenye hamuko mavi ya watu

Mavi yote inatenganisha mbali na kwenye watu wanaishi mu kituo ili kuepuka kuambukiza mazingira, makao, masomo nafasi kwenye watu wa wanatumikia na kwenye wanaptisha wakati kama jamii.

---

1 ⟩ Utie majengo ku makao ya jamii yenye imejengwa sasa ao ile yenye majengo imeharibika sana ili kutenganisha palepale mavi ya watu mbali na kwenye wanaishi.

2 ⟩ Ondoa palepale mambo yote yenye inaweza kuambukizwa na mavi mu nafasi kwenye watu wanaishi, nafasi za masomo na za kazi na chemchemu za maji.

3 ⟩ Ufanye Mupango na kujenga majengo yote ya kushugulika na mavi juu ya musingi wa uchunguzi wa uwezekano wa hatari ya kuambukiza kwa chemchemu za maji ya juu ya udongo mu eneo na maji yenye iko chini ya udongo.

- Uchunguze muundoya eneo (topographie) ya mahali, hali ya udongo na maji yenye iko chini ya udogno ya yenye iko juu ya udongo (bila kusahau kubadilika ya mazira) ili kuepuka kuambukiza chemchemu za maji na kufanya chaguo za kiufundi zenye kufikiriwa muzuri.

4 ⟩ Tenganisha mavi ya watoto na ya watoto wenye kunyonya mbali na kwenye watu wanaishi na kuitupa kwa njia salama.

5 ⟩ Ufanye Mupango na kujenga majengo yote ya kushugulika na mavi ili kupunguza uwezekano wa vidudu vyenye kusafirisha magonjwa ya kuambukiza kukutana na mavi.

Mambo yenye kuonyesha jinsi hali iko

Hakuna mavi ya watu yenye kuonekana mu eneo kwenye watu wanaishi, kujifunzia ao kutumikia

Kila jengo ya kutenganisha mavi na kwenye watu wanaishi imetiwa ku nafasi zenye kufaa na ku umbali wenye kufaa na kwenye kuko maji yenye iko na juu na yenye iko ndani ya udongo

Maelezo ya mwongozo

Kupanga hatua mbalimbali: Palepale kisha matatizo, ondosha bila kutenganisha mavi yote yenye kufanywa ovyo ovyo kama mupango wa kwanza wa haraka. Utayarishe nafasi wa kufanya choo, uamue nafasi kwenye kutajengwa choo za jamii na kuzijenga, na uanzisha na kuendeleza mafundisho juu ya usafi yenye imekubaliwa na wote. Zuia kufanya choo karibu na chemchemu za maji zote (ikuwe maji ya kunywa ao hapana) na majengo ya kuweka na kusafishia maji. Hapana kujenga choo juu ya milima ao juu ya makao. Usizijenge pembeni ya barabara za watu wote, pembeni ya majengo ya jamii (zaidi majengo ya afya ao ya kulishia) ao pembeni ya depo za chakula na nafasi za kupikia chakula.

Fanya kampeni ya kuendeleza usafi yenye kutia watu moyo watupe mavi mu njia salama na kuwasukuma waombe kujengewa choo zaidi.

Wakati wa matatizo mu muji mukubwa, uchunguze ukubwa wa hasara yenye imefanyika ku mufumo ya mabomba yenye kupeleka maji ya muchafu. Ufikirie kuweka choo zenye zinaweza kuhamishwa ao kutumikisha shimo kubwa ao tangi za kukusanyia mavi kwenye uchafu unaweza kuwa unaondolewa mara kwa mara.

Umbali kutoka kwenye kuko chemchemu za maji: Uhakikishe kama majengo ya kutenganisha mavi mbali na makao ya watu (choo mingi juu ya mufereji mukubwa, shimo ya kukusanyia uchafu wa choo, shimo yenye kufunikwa, shimo yenye kusaidia kuchuya uchafu ya choo) haiambukize chemchemu za maji. Kuambukiza ya mavi haikuwe hatari ya haraka kwa afya ya watu wote isipokuwa kama watu wanakunywa maji yenye kutoka ku chemchemu, lakini inafaa kuepuka kuharibu mazingira.

Kwenye hali inaruhusu, upime hali ya udongo ya kupitisha maji ili kuchunguza uharaka wa uchafu kupenya ndani ya udongo (taux d'infiltration). Uitumikishe ili kuamua umbali wa chini wenye kustahili kati ya majengo ya kutenganisha mavi na makao na chemchemu za maji. Vile vipimo vya uharaka wa kujipenyeza mu udongo vitakuwa tofauti kufuatana na kadiri udongo ni wenye kujaa maji ao hapana, kukokotwa kwa maji kutoka ku chemchemu na hali ya mavi (mavi yenye iko majimaji inapenya kwa uharaka kuliko ile yenye haiko majimaji).

Kama haiwezekane kufanya vipimo vya uharaka vya kujipenyeza kwa maji mu udongo, umbali kati ya majengo ya kutenga mavi na makao na chemchemu za maji, umbali unapaswa kuwa wa zaidi ya metre 30, na sehemu ya chini ya shimo inapaswa kuwa ku zaidi ya metre 1.5 juu ya maji yenye iko chini ya udongo. Ongeza ile urefu kama kuko myamba yenye kupasukapasuka na chokaa ao upunguze urefu kama kuko udongo mugumu.

Kama maji ya chini ya udongo ni yenye kupanda zaidi ao wakati wa mafuriko ya maji, ufanye jengo la kutenga mavi na makao lenye halipenyeze maji ili kupunguza kuambukiza maji yenye iko chini ya udongo. Uwezekano mwengine, jenga choo zenye kuinuka ao shimo za choo ili kutenga mavi na kuepuka isiambukize mazingira. Uepuke kwamba mifereji ya kuteremusha mavi ao shimo za mavi kujaa kupita kipimo visiambukize chemchemu za maji ya juu ya udongo ao za maji ya chini ya udongo.

Kama kuambukizwa kwa maji kunazaniwa, utambue sababu ya maambukizo na kusimamia mambo palepale na kuanzisha hatua ya kusafisha maji. Sababu fulani za kuambukizwa kwa maji zinaweza kushuguikiwa na ufundi wa kusafisha maji kwa njia ya dawa kama vile klore. Lakini, kama sababu ya kuambukiza maji ni kama ile yenye kuitwa nitrate inapswa kwanza kutambuliwa na kushugulikiwa. Méthémoglobinémie ni hali ya kuvurugika ya maji sababu ya kiasi cha juu ya nitrate hata kama ni muvurugo mukali inawezakana kurekebishwa ⊕ *ona Kiwango cha kutoa maji 2.2: Mutindo wa maji.*

Kutenganisha mavi ya watoto na makao: Mavi ya matoto wadogo na ya watoto kwa kawaida iko hatari kuiko ile ya watu wakubwa. Magonjwa ya kuambukiza yenye kutoka ku mavi ya waoto kwa kawaida ni ya hali ya juu zaidi na inawezakana watoto hawajakomalisha chembe za kupiganisha magonjwa. Utolee wazazi na wenye kulinda watoto habari kuhusu kutupa mavi ya watoto kwa njia yenye kuwa salama, juu ya mazoea mazuri ya kufula, na juu ya matumizi ya kushe, ya pot za waoto ao ya pao kwa kuondoa mavi kwenye kufuatana na usafi.

Kushugulika na mavi ao mukojo 3.2:
Kufikia choo na kuzitumikisha

Watu wako na choo zenye kustahili, yenye kufaa na yenye kukubalika ili kuwezesha kuifikia haraka na salama kila wakati.

Matendo ya lazima

1 > Amua njia ya kiufundi kwa ajili ya choo yenye kufaa zaidi.

- Fanya Mupango na kujenga choo zenye kuwa na hatari kidogo sana kuhusu usalama na ukingo kwa watumiaji na na wafanya kazi wa kutengeneza, zaidi sana kwa wanawake na wabinti, watoto, watu wenye kuzeeka na wenye kuwa na ulemavu.
- Tenganisha choo za kutumikishwa na jamii kwa sehemu ya wanawake na ya wanawake na sehemu za kufuata umri kama ni lazima.

2 > Kadirisha hesabu ya choo zenye kuhitajika kwa ajili ya watu wenye wamepatwa na matatizo kwa kufikiria hatari juu ya afya ya watu wote, mazoea ya malezi, kukusanya na kuweka maji.

3 > Zungumuza pamoja na wenye kuwakilisha wakaaji kuhusu nafasi, Mupango na kufanyiwa kwa kazi ya kujenga choo za jamii ao zenye kugawanywa.

- Fikiria kufikia na kutumia kufuatana na umri, wanamume ao wanawake; watu wenye wako na mipaka kwa kutembea; watu wenye kuwa na ukimwi; watu wenye kuwa na shida ya kuzuia choo kubwa ao ndogo; na wenye wako wachache kati ya wanawake ao wanawake.
- Weka choo za jamii karibu ya kuenea ili kuruhusu familia kuweza kuzifikia kwa usalama, na mbai vya kutosha ili familia wasipatishwe haya juu choo kuwa karibu sana.

4 > Weka ndani ya jengo za choo sehemu zenye kuruhusu kusafisha, kukausha na kutupa vifaa vya usafi wa kawaida ya ezi ya wanawake na wa wenye kuwa na shida ya kuzuia choo kubwa ao ndogo.

5 > Hakikisha kwamba inawezekana kutimiza mahitaji ya maji kulingana njia za kiufundi zenye zilichaguliwa.

- Tayarisha kutolewa kwa maji yenye kuenea juu ya kunawa mikono na sabuni, juu ya kusafisha matako na juu ya vyombo vya kumwanga maji mu choo ili kuteremusha uchafu.

Mambo yenye kuonyesha jinsi hali iko

Hesabu za choo zenye kutumiwa na watu wengi

- Kiasi cha chini 1 kwa watu 20

Umbali kati ya makao na choo zenye kutumiwa na watu wengi

- Usipite metre 50

Asilimia (%) ya choo zenye ziko na kufuli ndani na taa yenye kufaa

Asilimia (%) ya choo zenye kuripotiwa kuwa salama kwa ajili ya wanawake na wabinti

Asilimia (%) ya wanawake na wabinti wenye kufurhishwa na uwezekano wa kushugulika na usafi wa kawaida ya ezi ndani ya choo zenye wanatumikisha kwa kawaida

Maelezo ya mwongozo

Zenye kustahili, zenye kufaa na zenye kukubalika? Aina ya choo yenye ichaguliwa itategemea hatua ya musaada, mapendezi ya wenye wanatazamiwa kuzitumikisha, majengo yenye tayari iko, maji ya kutosha ili kuporomosha uchafu mu choo, hali ya udongo na kupatikana kwa vifaa vya majengo.

Kwa kawaida, choo ni zenye kustahili, zenye kufaa na zenye kukubalika kama:

- ziko salama ili kutumikishwa na wakaaji wote, na watoto pamoja, watu wazee wazee, wanawake wenye mimba na watu wenye kuwa na ulemavu;
- zinaweka nafazi kwenye hatari iko kidogo kwa watumiaji, zaidi sana kwa wanawake na wabinti na watu wengine wenye kuhitaji kwa kipekee ukingo fulani;
- ziko ku umbali wa zaidi ya metre 50 kutoka ku makao;
- zinaruhusu hali ya siri yenye kupatana na yenye watumikishaji wanatazamia;
- ziko rahisi kutumikishwa na kulindwa safi (kwa kawaida, choo zenye ziko safi zinatumikishwa mara nyingi zaidi);
- ziko bila hasara kwa mazingira;
- ziko na nafasi ya kutosha kwa watumiaji mbalimbali;
- ziko na kufuli za ndani;
- ziko na vifaa mwepesi kufikiwa juu ya kunawa mikono, ku safisha matako, na kifaa cha kumwanga maji ya kuteremusha uchafu;
- zinaruhusu kusafisha kwa heshima, kukaushia na kutupa vifaa vya usafi wa kawaida ya ezi ya wanawake, na vifaa kwa watu wazima na watoto wenye wako na shida ya kuzuia choo ndogo ao kubwa;
- zinapunguza sana kuzaana kwa nzii na mustike; na
- zinapunguza harufu.

Tolea watu wenye kuwa na ugonjwa yenye haiwezi kupona, kama vile ukimwi, kufika kwa wepesi ku choo. Wanateseka ugonjwa wa kuhara wenye haupone na wako na uwezo mudogo wa kutembea.

Fwatilia matumizi na asilimia (%) ya watu wenye kutoa ripoti kwamba choo zinapatana na mapendezi yao. Tumia habari ile ili kuelewa ni kikundi gani chenye hakifurahie na namna gani kutengeneza hali ikuwe muzui zaidi. Fikiria kufikia na kutumikishwa na wanawake na wanamume, watu wenye kuwa na ulemavu wenye wako na mipaka kwa kutembea, watu wenye kuishi na ugonjwa wa ukimwi na wenye kuwa na shida ya kuzuia choo ndogo ao kubwa.

Kufikia: Njia ya kiufundi yenye imechaguliwa inapaswa kuheshimu haki ya watu wote, na wenye kuwa na ulemavu, ya kufikia majengo ya choo kwa usalama. Choo zenye kufikiwa kwa urahisi, ao choo zenye zimeongezwa ku zenye ziko, zinaweza hitaji kujengewa, ao kupatanishwa ao kununuliwa kwa faida ya watoto, watu wenye kuzeeka na watu wenye kuwa na ulemavu ao shida ya kuzuia choo ndogo ao kubwa. Kama kionyesho, choo za kipekee, za kutumikishwa na wanamume na wanawake, pamoja na viingilio kutoka inje, pamoja na viingilio vyenye kukazwa ndani ya jengo, vinapaswa pia kupatikana kwa kiasi cha chini cha **choo 1 kwa ajili ya watu 250.**

Majengo yenye usalama na ukingo: choo yenye kupatikana nafasi yenye haifae inaweza kuwafanya wanawake na wabinti washambuliwe kwa urahisi, zaidi sana usiku. Hakikisha kwamba wote ndani ya kikundi chenye kinaweza kupatwa na hatari kwa urahisi, ni kusema wanawake na wabinti, vijana, wazee na wengine wenye kuhitaji ulinzi kwa hali ya pekee wanajisikia salama wakati wanatumia choo ikuwe muchana ao usiku. Weka mwangaza wenye kufaa ku majengo na fikiria kupatia matorshe vikundi vyenye kuweza kupatwa na hatari kwa urahisi. Uliza washiriki wa jamii, zaidi wenye wanaweza kupatwa zaidi na hatari, jinsi ya kukaza usalama wao. Zungumuza na wenye kuhusika kutoka ku masomo, vituo vya afya na hopitali, nafasi zenye kutayarishwa juu ya watoto, nafasi za soko na vituo vya kulishia.

Kumbuka kwamba haitoshe kuuliza tu wanawake na watoto kuhusu usalama na kustahili kwa majengo ya WASH, kwa sababu katika hali nyingi wanamume wanachunguza mambo yenye wanawake na watoto wako na haki ya kufanya. Uchunge mu akili vyeo vya kijamii na zile nguvu za mamulaka, na kushirikiana muzuri na wenye kuwa na mamulaka ya kukamata maamuzi ili kutia nguvu haki za wanawake na za watoto za kufikia choo na nafasi za kuogea kwa usalama wote.

Kuweka taa ku choo za jamii kunaweza kufanya kufikia choo kukuwe muzuri zaidi, lakini kunaweza pia kusukuma watu watumikishe mwangaza juu ya makusudi mengine. Ushirikiane na jamii, zaidi sana watu watu wenye wanaweza kupatwa na hatari kwa urahisi kuhusu usalama wao, ili kupata njia zingine za kupunguza kujiingiza katika hatari.

Kadirisha wingi wa choo zenye zinahitajiwa: Fikiri juu ya namna ya kupatanisha mahitaji ya choo kulingana na hali ili ipatane na mabadiriko ya mahali pa kuishi ku mwanzo na ku mwisho wa matatizo, na mahitaji ya nafasi ya watu wote pia na hatari yote ya pekee ku afya ya watu wote. Mu hatua za kwanza za matatizo makali, **choo za watu wote inakuwa njia ya haraka na ya pale pale ya kujibu ku tatizo ku kiasi cha cha chini cha cho o 1 kwa ajili ya watu 50,** hali yenye inapaswa kutengenezwa haraka kadiri inawezekana. **Ku muda wa katikati kiasi cha chini kinakuwa cha choo 1 kwa ajili ya watu 20,** na kadiri ya watu 3:1 kwa choo za wanawake kwa choo za wanamume. Ili kupanga habari na hesabu za choo mbalimbali ⊕ *ona Nyongeza 4.*

Choo ya familia, ya watu wengi ao ya jamii? Choo za familia zinaonwa ndio zenye kustahili kabisa juu ya matumizi salama, ukingo, starehe na tena imeonekana kama mutu akijua kitu ni chake pekee atakitunza. Wakati mwingine majengo ya choo kwa ajili ya kikundi kidogo cha watu wengi wenye kuishi nafasi moja inaweza kufaa. Choo kwa ajili ya jamii ao ya watu wengi inaweza kuundwa na kujengwa na kuko kusudi ya kujenga choo kwa ajili ya kila familia kwa muda wenye kuja. Kwa mfano, kuacha maeneo za choo mbalimbali pembeni ya makao kunatoa nafasi ya kutia ingine majengo ya kijamii karibu na makao na kisha kufikia kuwa na kujenga choo kwa ajili ya mafamilia wakati bajeti inaruhusu. Maeneo za choo mbalimbali inaruhusu kuwa na nafasi ya kuondoa topetope mu shimo ya choo, kutengeneza na kuifunga wakati inafikia mwisho wa kazi.

Choo kwa ajili ya jamii zitakuwa pia za lazima mu nafasi fulani za watu wengi kama ku majengo ya afya, nafasi ya soko, senta za kulishia, nafasi za kuifunzia na kukaribisha ao nafasi za ofisi ○ *ona Nyongeza 4: Hesabu ya chini ya choo: jamii, nafasi ya watu wote na maofisi.*

Majengo ya choo za jamii yenye ilijengwa wakati wa kutoa musaada wa haraka itakuwa na mahitaji ya pekee kuhusu kuitumikisha na kuitunza. Mupango wa kulipa watu wa kusaisha choo unawezwa kuwekwa kwa kupatana na jamii kama vile mupango wa muda mufupi, na kuonyesha waziwazi ya kuukomesha.

Maji na vifaa vya kusafisha matako: wakati wa kufanya Mupango ya jengo, hakikisha kwamba kutakuwa maji ya kutosha, karatasi za choo na vifaa vya kusafisha matako. Zungumuza pamoja na watumikishaji juu ya kujua vifaa vya usafi vyenye vinastahili kabisa pia uhakikishe mupango wenye kufaa wa kutupa uchafu na mupango wa kuendelea kutoa vifaa.

Kunawa mikono: Hakikisha kwamba jengo linawezesha kunawa mikono, ni kusema kuko maji na sabuni (ao kitu kingine chenye kutumika sawa sabuni kama vile majifu) kisha kutumia choo, kusafisha matako ya mutoto mwenye anatoka kufanya choo, na bele ya kula na ya kupika chakula.

Kushugulika na usafi wa kawaida ya ezi ya wanawake: Ndari ya choo munapaswa kuwa vyombo vyenye kufaa ili kusaidia kutupa vifaa vyenye wanawake wanatumikisha juu ya kawaida ya ezi ili kuepuka kufungana kwa njia za kuporomosha uchafu wa choo ao matatizo wakati wa kutosha topetope mu shimo za choo ao mu tangi za kukusanyia uchafu wa choo. Zungumuza pamoja na wanawake na wabinti pia juu ya mupangilio wa choo zenye kuwa na nafasi ya kutosha na maji juu ya usafi na pia kukausha vifaa.

Kushugulika na mavi ao mukojo 3.3:
Kushugulika na kutengeneza kukusanya, kuchukua, kutupa na kutunza mavi

Majengo ya kushugulika na mavi, na mufumo wa kushugulika na mavi vinasimamiwa na kutunzwa kwa usalama ili kutoa huduma na kuhakikisha kwamba inaleta hasara kidogo tu ku mazingira.

Matendo ya lazima

1 〉 Anzisha mifumo ya kukusanya, kusafirisha, kutunza na kutupa yenye inalingana na mifumo ya eneo, kwa kufanya kazi pamoja na wakubwa wa mitaa wenye kuhusika mu mipango ya kushugulika na mavi.

- Tumikisha viwango vya inchi vyenye viko na uhakikishe kwamba muzigo wowote wenye unaongezwa ku mifumo yenye iko haulete hatari ku mazingira ao ku jamii.
- Kukubaliana na viongozi wa eneo na wenyeji wa udongo juu ya kutumikisha udongo kwa kutunza na kutupa uchafu inje ya kituo.

2 > Tia mipango ya kushugulika na choo mbalimbali ya muda mfupi na wa muda mrefu, zaidi sana sehemu za chini (shimo za kawaida, shimo zenye kujengwa na kufunikwa, shimo za kupenyeza maji).

- Kufanya Mupango na kupima ukubwa wa sehemu za chini ili kuhakikisha kwamba mavi yote inaweza kukusanywa kwa njia salama na kuondosha topetope mu mashimo.
- Upange waziwazi madaraka na ulzima wa kutoa hesabu na kujulisha kwenye feza zitatioka juu ya kazi ya kutumikisha na kutengeneza mu siku zenye kuja.

3 > Ondoa topetope mu jengo ya kukusanyia uchafu kwa njia salama, ukifikiria wale wenye wanaokusanya ile uchafu na wale wenye wako kandokando yao.

4 > Hakikisha kama watu wako na habari zote, wako na feza, vifaa na vyombo vya kujenga, kusafisha, kutengeneza na kutunza choo zao.

- Fanya kampeni za kuendeleza usafi juu ya namna ya kutumia, kusafisha na kutunza choo.

5 > Hakikisha kwamba maji yenye kuhitajika juu ya kusafirisha mavi inaweza kupatikana kutoka ku chemchemu za maji zenye ziko mu eneo, bila kutia mukazo wenye haufae ku zile chemchemu.

Mambo yenye kuonyesha jinsi hali iko

Mavi yote ya wanadamu inatupwa kwa njia salama kwa afya ya watu wote na mazingira

Maelezo ya mwongozo

Kuondosha topetope mu shimo ni kuondosha mavi (yenye haikutunzwa ao ilitunzwa tu kwa sehemu) mu shimo za kawaida, shimo zenye kujengwa na kufunikwa, na kuipeleka ku kituo cha kuitunzia inje ya eneo ya makao. Kama kuondoa topetope mu shimo kunahitajika, ni lazima itiliwe ndani ya bajeti ya mupango kutumikisha na kutengeneza tangu mwanzo.

Maji yenye kupeleka uchafu ndani ya mifereji ao maji yenye imechafuka kutoka kazi za mu nyumba wakati inachangana na mavi inakuwa uchafu. Isipokuwa makao imewekwa mahali kwenye kuko mfumo wa kuondoa takataka, maji ya muchafu yenye ilitumikishwa mu manyumba haipaswe kuchanganywa na mavi ya watu. Kutunza maji yenye iko na uchafu wa choo ni nguvu zaidi na ni bei kali kuliko maji ya muchafu yenye ilitumikishwa mu nyumba.

Mupangilio: Ku mwanzo, ufikirie kiasi cha litre 1 ao 2 ya mavi kwa mutu moja kwa siku. Kwa muda murefu, ufikirie kiasi cha litre 40 mupaka 90 kwa mutu na kwa mwaka; lundi ya mavi inaendelea kupunguka kadiri inakuliwa polepole na vidudu vidogovidogo. Ukubwa wa sasa unategemea hali mbalimbali: kadiiri maki inaingia mu vifaa vya kufukuza uchafu kisha kufanya choo, matumizi kwa ajili ya kusafisha matako pamoja na vifaa vingne vyenye kupatana, kusafisha choo pamoja na dawa zenye kustahili, namna yenye watumikishaji wanakula. Kuhakikisha kwamba maki ya mu nyumba yenye inatokea kukusafisha ao kupika, ao ya kufula ao kuoga, haiingie mu shimo ya kukusanyia uchafu wa choo sababu maki ya Zaidi italazimisha kutoshe topetope mu shimo ya choo mara mingi zaidi. Acha metre 0,5 juu ya sehemu ya juu ya shimo ya kukusanyia mavi, ili kufunika na udongo.

Juu ya hali ya pekee yenye kuhusu afya ya watu wote kama vile kutokea kwa ugonjwa wa kolera ⊕ *ona Kiwango cha WASH 6: WASH ndani ya vituo vya afya.*

Soko za mahali: Tumikisha wafanya kazi wa mahali na vitu vya kazi vyenye kupatikana mu soko ya mahali ili kujenga choo kama hali inaruhusu. Ile inasaidia kutia nguvu kushiriki mu kutumikisha na kutunza majengo.

Kukusanya mavi mbali na makao mu mazingira ya magumu: Mu vipindi vya mafuriko ao mizozo mu miji mikubwa, majengo ya kukusanyia mavi mbali na makao inaweza kuwa magumu kutolewa. Mu hali kama zile, fikiria choo zenye kuinuka, choo yenye kupeleka mikojo pa nafasi yake, tanki za kukusanya ndani mavi, mifuko ya plastiki ya muda na mifumo yenye kufaa ya kukusanya uchafu na kuutupa. Fwatisha zile njia mbalimbai na mipango ya kuendeleza kazi za usafi.

Mavi kama njia ya mapato: Mavi inaweza kuwa njia ya kuleta mapato. Kuko teknolojia ya kubadilisha matope ya shimo ya choo yenye imetunzwa ili ikuwe nishati, kwa mfano kwa kuifanya ikuwe kama matofali ya kuwasha moto au kama biomasse. Usafi kuhusu choo wenye kuendeleza hali ya muzuri ya mazingira ao ufundi wa kuozesha polepole uchafu wenye kutoka mu vitu kama majani ao chakula vyenye kutoka mu uchafu wa shimo ya choo na mafika. Matokeo inaweza kutumika kama mbolea kwa udongo na bustani4.

4. Kupiganisha vidudu vyenye kuambukiza

Vidudu vyenye kuambukiza ni vile vyenye vinabeba magonjwa. Vile vidudu vinakuwa njia ya kutosha ugonjwa ku chanzo cha ugonjwa na kuipeleka kwa watu. Vidudu vyenye kuambukiza ni sababu kubwa ya magonjwa na vifo katika mazingira ya kutoa musaada. Kati ya vidudu vyenye kuambukiza tunaweza vidudu kama vile mbu, nzi na chawa, lakini panya pia zinaweza kukamata magonjwa. Wakati vidudu vyenye kuambukizavinauma mutu kunaweza kutokea maumivu makai. Wakati kuko vidudu mingi vyenye kuambukiza inaweza kuwa alama ya kwamba kuko matatizo ya kushugulika na takataka ngumungumu na ya mavi au matatizo ya mifereji ya kuporomosha uchafu, kuchagua mubaya nafasi ya kutia makao, ao matatizo makubwa kuhusu usalama.

Ugonjwa yenye kutokea ku vidudu unaweza kuwa nguvu kueleweka, na kutatua matatizo ya vidudu vyenye kubeba magonjwa inaweza kuhitaji shauri ya mutaalamu. Lakini, hatua rahisi na zenye kupangwa muzuri zinaweza kuzuia kuenea kwa magonjwa ya namna ile.

Programe za kupiganisha vidudu vyenye kuambukiza zinaweza kuwa bila matokeo kama zinalenga vidudu vyenye havishusike kabisa, kutumia ufundi yenye haifae, ao kulenga vidudu vyenye vinahusika mahali kwenye haviko. Kupiganisha kunapaswa kulenga vizuri na kuwa na musingi mizunguko ya maisha ya vidudu na kuwa na elimu ya upatano wa vile vidudu na mazingira.

Programu za kupiganisha vidudu zinapaswa kulenga kupunguza wingi wa vidudu, maeneo kwenye vinazaliana, na mawasiliano kati ya wanadamu na vidudu. Wakati wa kufanya mipango ya kuvigiganisha, chunguza mambo watu waliishaka kujifunza juu yavyo na utafute shauri ya wataalamu kutoka kwa mashirika ya ya afya inchi na ya kimataifa. Tafuta shauri ya watu wa eneo alama za magonjwa, nafasi za kuzaliana na tofauti za mazira katika wingi wa vidudu na kutokea kwa ugonjwa.

Viwango katika sehemu hii vinatia mukazo juu kupunguza ao kuondoa vidudu vya kuambukiza ili kuzuia ugonjwa wenye kuletwa na vile vidudu na kupunguza shida. Kupiganisha vidudu vya kuambukiza kunapaswa kuhusisha sekta nyingi ⊕ *ona Kiwango kuhusu makao na ukingo 2, Viwango juu ya matunzo ya musingi ya magonjwa ya kuambukiza 2.1.1 na Kiwango juu ya musaada wa chakula 6.2.*

Kiwango cha kupiganisha vidudu vya kuambukiza 4.1: Kupiganisha vidudu vya kuambukiza karibu na makao

Watu wanaishi mu mazingira kwenye nafasi za vidudu vya kuambukiza vinazaliana ao kukulia zinalengwa ii kupunguza hatari za matatizo yenye kuletwa na vidudu vya kuambukiza.

Matendo ya lazima

1 ⟩ Kadirisha hatari ya ugonjwa wenye kuletwa na vidudu vya kuambukiza mu eneo fulani.

- Uone kama kiasi cha matukio mu ile eneo ni mengi zaidi ao ni machache kuliko kiwango chenye kuwekwa na OMS ao taifa juu ya ule ugonjwa huo.
- Elewa vituo vyenye vinawezekana kuwa nafasi kwenye vidudu vya kuambukiza vinazaliana na muzunguko wa maisha yavyo, zaidi sana kwenye vinakuliya, kwa kupewa habari na wataalamu wa eneo na ujuzi wa vidudu vya kuambukiza vikubwa-vikubwa.

2 ⟩ Patanisha vitendo vya kupiganisha vidudu vya kuambukiza vya mashirika ya kutoa musaada na mipango au mifumo ya kupiganisha vidudu vya kuambukiza ya mahali, na pia miongozo, mipango na programu za taifa.

3 ⟩ Amua kama kupiganisha vidudu vya kuambukiza kwa kutumikisha dawa za chimie ao zenye haziko za chimie kemikali, zinafaa kulingana na ujuzi wa mizunguko ya maisha ya vidudu vya kuambukiza.

- Julisha watu juu ya hatari zenye zinaweza kutokea juu ya kupiganisha vidudu vya kuambukiza kwa kutumikisha dawa za chimie na uwajulishe siku za kutumikisha dawa za chimie.
- Uzoeze na kutolea wafanyikazi wote wenye watatumika na dawa za chimie mavazi na vifaa vya vya kujikinga mwenyewe (EPI).

....

Mambo yenye kuonyesha jinsi hali iko

Asilimia (%) ya maeneo ya kuzaliana yenye ilitambuliwa kwenye muzunguko wa maisha ya vidudu vya kuambukiza ulikatizwa

....

Maelezo ya mwongozo

Makao ya jamii: Kuchaguo kituo ni jambo la lazima sana ili kupunguza hatari ya ugonjwa wenye kutokea ku vidudu vya kuambukiza yenye inaweza kufikia watu wenye kuwa mu matatizo. Jambo lile linapaswa kuwa moja kati ya mambo ya lazima ya kufikiria wakati wa kuchagua kituo cha makao. Ili kupiganisha malaria, kwa mufano, tafuta eneo la makao ku kilometre 1-2 upande wa juu kutoka ku eneo kubwa kwenye vidudu vinazaliana kama vile sehemu za tingitingi na bahari, lakini hakikisha kama kunapatikana chemchemu ya zaidi ya maji safi. Fikiria matokeo yenye kituo mupya ya makao inaweza kuwa nayo juu ya kuwako kwa vidudu vya kuambukiza ndani ya jamii zenye zinakaribisha zenye ziko kandokando ⊕ ona Kiwango cha ukingo na makao 2: Mupango ya nafasi na makao.

Kuelewa muzuri sababu za hatari: Maamuzi yenye unachukua juu kupiganisha vidudu vya kuambukiza yafaa itegemee ujuzi muzuri wa magonjwa na hatari zingine zenye zinaweza kutokea na pia ushuhuda wa kiganga na wa elimu ya matatizo ya magonjwa ya kuambukiza yenye kuletwa na vidudu vya kuambukiza. Chunguzwa hali zenye watu waliwazia ao hali zenye zilitokea mu muda wa miaka mbili yenye ilipita mu eneo lenye linafikiriwa. Sababu zingine zenye kuwa na matokeo juu ya hatari ni:

- hali ya uwezo wa kujikinga ya mwii ya watu, pamoja na kupitia mu ile hali zamani na malisho na mikazo ingine;
- watu kuhama kwa kutoka mu eneo kwenye havipatikana sana kwenda mu eneo kwenye vinapatikana sana wakati wa kuhamishwa;
- aina ya sababu ya ugonjwa yenye kuenea sana, ikuwe ndani ya vidudu vya kuambukiza ao ndani ya wanadamu;
- aina ya vidudu vya kuambukiza, hesabu, mazoea na ekolojia ya vile vidudu (mazira, vituo vya kuzaliana) na namna vinatenda kwa upatano; na
- kuongezeka kwa kubabiriana na vidudu vya kuambukiza kwa sababu ya ukaribu, Mupango ya makao, aina ya majengo ya kujikinga, njia za kujikinga za mutu kipekee na hatua za kuzuia.

Kuondoa au kubadirisha maeneo ya kuzaliana na ya kukulia ya vidudu vya kuambukiza: Kazi mingi za WASH zinaweza kuwa na matokeo makubwa ku vituo vya kuzaliana na kukulia, pamoja na:

- kukausha maji yenye kukaa nafasi moja au maeneo yenye umajimaji karibu na sehemu za kutoa maji, maeneo ya kuogea na ya kufulia nguo;
- kusimamia namna ya kukusanya pamoja takataka ngumungumu katika mafamilia, wakati wa kukusanya na kusafirisha, na katika mavituoeneo vya kutunza na kutupa;
- kutoa vifuniko kwa vyombo vya kuweka maji;
- kushugulika na mavi;
- kusafisha beto yenye kufunika choo na sehemu zenye kuwa juu udongo ili kuzuia kuwako kwa vidudu vya kuambukiza;
- kufunika na kufunga muzuri shimo za choo ili kuhakikisha kwamba hakuna mavi yenye inaingia ku mazingira na vidudu vya kuambukiza haviingii mu mashimo;
- kutengeneza mipango ya kuendeleza afya juu ya kufanya usafi wa ujumla; na
- kuacha vifuniko ku visima kila wakati na/ao kuvitunza na dawa ya kuua vitoto vya vidudu, kwa mufano kwenye homa ya dengue inaenea sana.

Aina tatu kubwa za mbu (moustique) zenye kubeba daraka kuambukizia magonjwa ni:

- *Culex* (filariasis na virusi vya Magharibi ya Nile), yenye kuzalia mu maji yenye kukaa nafasi moja yenye iko ndani vitu vyenye kuoza, kama vile ndani choo;
- *Anopheles* (Malaria na ugonjwa wa filaire), yenye kuzaliana ndani ya maji ya juu-juu yenye kuonekana kama haichafuke, kama maji yenye kubaki nafasi moja, mito yenye kutiririka polepole na visima; na
- *Aedes* (dengue, homa ya manjano, virusi vya chikungunya na Zika), yenye inazaliana ndani vyombo vya maji kama vile chupa, mbegeti na pneu.

Kupiganisha kwa kutumia vitu vya kibiolojia na vyenye haviko vya chimie: Kupiganisha kwa kutumikisha vitu vya kibiolojia ni kuleta vidudu vingine vyenye vinawinda, kuishi kwa kutegemea, kushindana na ao kupunguza hesabu ya vidudu vyenye vinalengwa. Kwa mufano, samaki zenye kula vitoto vya vidudu na wanyama wadogo wenye kuitwa crustacés wa maji safi, wanaweza kupiganisha mbu *Aedes* (vidudu vya kuambukizia ugonjwa wa dengue). Moja kati ya ufundi wenye kuleta tumaini zaidi ni kutumikisha bakteria ya endosymbiotique *Wolbachia*, yenye inatumikishwa ili kulenga kupunguza kuambukizwa na virusi vya dengue. Kupiganisha kwa kutumikisha vitu vya kibiolojia kumekuwa mzuri katika mazingira fulani kwenye ilitumikishwa, na ushuhuda unaonyesha kwamba iko na matokeo kwa kiasi fulani.

Hata kama kutumikisha vitu vya kibiolojia kunaepusha kuchafua mazingira na dawa za chimie, kazi yake inaweza kuwa na mipaka na inaweza kuwa na matokeo yenye haifae ku ekolojia. Ufundi wa kutumikisha vitu vya kibiolojia uko na matokeo tu jut ya mbu za kuambukiza zenye hazijakomaa na kwa kawaida inaweza kutumikishwa tu ku vyombo ao visima vikubwa vya kulinda maji vya beto ao vya udongo wenye kupakaliwa verni. Kukubali kwa kujipendea kwa jamii kuingizwa kwa viumbe ndan ya vyombo vya maji ni kwa lazima. Kuhusiha jamii kunakuwa kwa lazima sana wakati wa kugawanya viumbe vya kupiganisha na wakati wa kusimamia na kuweka tena vyombo kama inakuwa lazima.

Kazia za uinjinia ku mazingira: Mipango fulani ya musingi ya kazi za uinjinia ku mazingira inapunguza kuzaana kwa vidudu vya kuambukiza, pamoja na:

- kutupa mavi ya watu na ya wanyama mu njia yenye kufaa, choo zenye kutumika muzuri, na kuweka vifuniko ku tundu za choo za shimo;
- kutupa mu njia yenye kufaa takataka ngumungumu na kupiganisha vidudu na panya;
- kuhakikisha kwamba maji inapatikana ku makao; na
- kuteremusha maji yenye kusimama nafasi moja na kusafisha mimea yenye iko kandokando ya mifereji yenye haifunikiwe na tingitingi ili kupiganisha mbu.

Hatua kama zile zitapunguza uwingi wa vidudu fulani vya kuambukiza. Haiwezekane kuwa na matokeo ya kutosha juu ya vituo vyote kwenye vidudu vya kuambukiza vinazaliana, kukulia na kupumuzikia mu maeneo ya ndani ao karibu na makao, hata kwa muda mrefu. Kama ni vile, fikiria kupiganisha kwa kutumikisha chimie ku sehemu yenye mipaka ao kwa kukamata hatua za kujikinga za mtu k pekee. Kupuliza nafasi zenye zinaambukizwa kunaweza kupunguza hesabu ya nzi zenye kukomaa na kuzuia ugonjwa wa kuambukiza wa kuhara ao kusaidia kupunguza muzigo wa ugonjwa kama inatumikishwa wakati kuko ugonjwa wa kuambukiza. Kupuliza dawa yenye inazoea kudumu mu nyumba kunaweza kupunguza wingi wa mbu zenye kueneza ugonjwa wa malaria ao wa dengue. Mitego yenye kutiwa sumu itapunguza wingi wa panya.

Protokole za kitaifa na kimataifa: OMS imechapisha protoko e zenye kuwa wazi za kimataifa na viwango vyenye kuhusu kuchagua na kutumia dawa za chimie katika kupiganisha vidudu vya kuambukiza, na pia ulinzi wa wafanyikazi na uhitaji wa mazoezi. Hatua za kupiganisha vidudu vya kuambukiza zinapaswa kufwatilia kusudi mbili kubwa: matokeo mazuri na usalama. Kama viwango vya taifa kuhusu kuchagua dawa za chimie vinakuwa vya chini kuliko viwango vya kimataifa, zungumuza na kushawishi wakubwa wa taifa wenye kuhusika ili wakupe ruhusa ya kufuata viwango vya kimataifa.

Kinga wafanyikazi wote wenye kushughulika na dawa za chimie kwa kuwapa mafunzo, mavazi ya kujikinga na nafasi ya kuogea na kupunguza saa zenye wanapitisha ku kazi ya kushughulika na dawa za chimie.

Uratibu na matunzo ya malaria: Tumikisha ufundi wa kupiganisha vidudu vya kuambukiza watu na ugonjwa malaria wakati moja na kufanya mapema vipimo ili kuvumbua ugonjwa na kutunza watu na dawa za kuzuia malaria ona Matunzo ya musingi – magonjwa ya kuambukiza kiwango 2.1.1: Kukinga.

Kiwango cha kupiganisha vidudu vya kuambukiza 4.2: Familia na matendo ya kipekee ya kupiganisha vidudu vya kuambukiza

Watu wote wenye wako mu hatari wako na ujuzi na njia ya kujikinga wao wenyewe na familia zao juu vidudu vya kuambukiza vyenye vinawza kuleta hatari kubwa ku afya yao na maisha yao mazuri.

Matendo ya lazima

1. Uchunguze mazoea ya sasa yenye kusaidia kuepuka vidudu vya kuambukiza ao njia za kuvizuia ndani ya familia kama vile sehemu ya kawaida ya programu ya ujumla ya kuendeleza usafi.

- Tambua yenye kuzuia kukua tabia muzuri zaidi na yenye inaweza kuchochea.

2. Fanya kampeni ya kufahamisha kwenye watu wanashiriki na kwenye wote wanaweza kufika ili kujulisha watu juu matatizo ya vidudu vya kuambukiza, wakati na nafasi kwenye hatari ya kuambukizwa iko kubwa zaidi, na hatua za kuzuia.

- Fuatilia kipekee vikundi vyenye kuwa katika hatari kubwa zaidi.

3. Kufanya uchunguzi wa soko ya mahali juu hatua za kuzuia zenye kufaa na zenye matokeo.

- Fikiria kuimarisha masoko ili zikuwe chanzo cha kudumu cha mipango ya kuzuia.
- Tengeneza mupango wa kununua, kugawanya na kutumikisha wa vitu vya kuzuia vidudu vya kuambukiza kwa kushirikiana na jamii, viongozi wa eneo na sekta zingine kama masoko ya mahali haiwezi kutimiza maombi.

4. Fundisha jamii kufuatilia, kuripoti na kutoa ripoti ya maoni juu ya matatizo ya vidudu vya kuambukiza na programe ya kuvipiganisha.

Mambo yenye kuonyesha jinsi hali iko

Asilimia (%) ya watu wenye wamepatwa na hatari wenye wanaweza kuelezea waziwazi njia za kuambukiza na hatua zenye matokeo za kupiganisha vidudu vya kuambukiza ndani ya jamaa

Asilimia (%) ya watu wenye wamechukua hatua kamili za kujikinga na magonjwa yenye kuletwa na vidudu vya kuambukiza

Asilimia (%) ya familia zenye njia zenye kufaa juu ya kukinga chakula chenye wanaweka

Maelezo ya mwongozo

Hatua za kujikinga kipekee: Kutumikisha, kwa njia yenye kufaa na yenye ufundi na bila kuchelewa hatua za ulinzi kama vile hema zenye kuwa na dawa ya kuua vidudu, mapazia na mustikere za kitanda zenye kuwa na dawa ya kuua vidudu kunasaidia kujilinda na ugonjwa wa malaria. Mustikere yenye kuwa na dawa ya muda murefu pia inakinga juu ya chawa za mwili na za kichwa, viroboto, kupe, mende na visanya. Tumikisha njia zingine za ulinzi kama mavazi ya mikono mirefu, kusambaza moshi yenye kuua vidudu mu nyumba, dawa ya kuchoma na kutoa moshi ya kuua vidudu, dawa ya kupuliza na dawa ya kupakaa yenye inafukuza vidudu. Tia moyo watu kipekee na vikundi vyenye kuwa mu hatari zaidi kama vile watoto chini ya miaka mitano, watu wenye nguvu za mwili za kujikinga zimepunguka na wanawake wenye mimba, kutumikisha zile njia.

Vikundi vyenye kuwa mu hatari zaidi: Sehemu zingine za jamii zitakuwa mu hatari zaidi ya kupata magonjwa yenye kuhusiana vidudu vya kuambukiza kuliko zingine, hasa watoto wachanga na watoto, wazee, watu wenye ulemavu, wagonjwa na wanawake wenye mimba na wenye kunyonyesha. Tambua vikundi vyenye hatari kubwa na chukua hatua za pekee ili kupunguza ile hatari. Jikaze kuzuia wenye kuchekelea.

Kuchochea jamii na mawasiliano: Mabadiliko ya tabia ni ya azima ikuwe kwa mutu kipekee ao kwa jamii ili kupunguza makao ya vitoto vya vidudu na vidudu vyenye kukomaa vya kuambukiza. Kazi za kuchochea jamii na mawasiliano zinapaswa kuunganishwa kikamili katika juhudi za kuzuia na kupiganisha vidudu vya kuambukiza, kwa kutumia njia za aina mbalimbali.

Njia za kujikinga za kipekee juu ya vidudu vya kuambukiza vingine: Usafi mzuri wa mutu pekee na kufula nguo mara kwa mara na matandiko ni njia muzuri zaidi ya kujikinga juu ya chawa za mwili. Piganisha kushambuliwa na vidudu wa matunzo ya kipekee (kupakaa poudre), kampeni kubwa za kufula na kuondoa chawa. Kuendeleza na kutumikishaa protokole ya matunzo kwa ajili ya wenye walikuja sasa katika makao. Mazingira safi ya jamaa, kutupa takatakata mu njia yenye kufaa na kuweka muzuri chakula chenye kuivya na kibichi, kutazuia panya, wanyama wengine na vidudu (kama vile mende) kuingia mu nyumba au nafasi ya kujikinga ⊕ *ona Kiwango cha kuendeleza usafi 1.1: Kuendeleza usafi.*

5. Kusimamia takataka ngumungumu

Kusimamia takataka ngumungumu ni hatua kushugulika na kuondoa takataka ngumungumu. Muko mambo yenye kufuata:

- kupanga mifumo ya usimamizi ya kusimamia takataka ngumungumu;
- kushugulika, kutenganisha, kulinda, kupanga na kutayarisha takataka tangu kwenye zinatokea;
- kuhamisha kwenye kituo cha kukusanyia; na
- kusafirisha na kuondoa takataka kwa mwisho, kutumimikisha tena, kuitumia tena kwa kusudi ingine ao kutengeneza vitu vya mupya.

Takataka inaweza kutokea ku nyumba, maofisi ao ku jamii na kuko pia takataka za matunzo. Inaweza kuwa na hatari ao bila hatari. Kusimamia takataka ngumungumu kwenye hakufae kunaleta hatari kwa afya ya watu wote kwa sababu inaweza kufanya makao ya kuvutia vidudu, panya na vingine vidudu vya kuambukiza ⊕ *ona Kiwango cha kupiganisha vidudu vya kuambukiza 4.1: Kupiganisha vidudu vya kuambukiza mu makao.* Takataka yenye haitunzwe inaweza kuchafua maji ya juu ya udongo na maji ya chini ya udongo. Watoto wanaweza kuchezea ku takataka ngumungumu yenye kusimamiwa mubaya, na kuko hatari ya kuumia a ya kugonjwa. Watu wenye kuokota takataka, wenye kupata feza kwa kukusanya vifaa vyenye vinaweza kutumika tena kutoka mu takataka, wanaweza kuwa katika hatari ya kuumia ya magonjwa ya kuambukiza.

Takataka ngumungumu zinaweza kuzuia mifumo ya mifereji ya maji, na kutokeza maji ya kusimama nafasi moja na ya kuchafulika, yenye inaweza kuwa makao ya vidudu vya kuambukiza na kuleta hatari zingine ku afya ya watu wote.

Viwango hivi havihusu kutunza a kuondoa uchafu wenye kuitwa *effluents chimiques* ao des *lixiviats*. Ili kupata mashauri juu ya kushugulika na kutunza takataka zenye ziko hatari ⊕ *ona Marejezo na usomaji wa zaidi.* Juu ya takataka za kinganga ⊕ *ona Kiwango cha 6 cha WASH: WASH in healthcare settings.*

Kiwango cha kusimamia takataka ngumungumu 5.1: Mazingira yenye haichafuliwe na takataka ngumungumu

Takataka ngumungumu zinaondolewa kwa njia salama ili kuepuka kuchafua mazingira ya asili, nafazi za kuishi, kujifunzia, kutumikia na mazingira ya jamii.

Matendo ya lazima

1 ⟩ Fanya programu ya kuondoa takataka ngumungumu kwa kufikiria hatari za kiafya za watu wote, juu ya musingi wa uchunguzi wa uchafu zenye zinatoka ku mafamilia na maofisi, na kwa kuangalia mazoezi yenye watu wako nato.

- Chunguza uwezo wa kutumikisha tena, kutumikisha kwa kusudia ingine, kuvunjavunja ili kutengeneza kitu mupya ao kufanya mboleo mu eneo.
- Kuelewa madaraka ya wanawake, wanamume, wabinti na vijana katika kusimamia takataka ngumungumu ili kuzuia kutokeza hatari zaidi mu mambo ya ukingo.

2 〉 Fanya kazi pamoja wakubwa wa mitaa ao komine na wenye kutoa huduma ili kuhakikisha kama mifumo na majengo yenye iko hazijazwe kupta kipimo, zaidi sana katika maeneo ya miji mikubwa.

- Hakikisha kwamba majengo ya kutunza na kuondoa ya mupya na ya zamani vyenye kuwa inje ya kituo inaweza kutumiwa na kila mtu.
- Utiye muda kamili wa kufuata kwa haraka kadiri inawezekana viwango vya taifa vya afya ao sheria za mahali juu ya kusimamia takataka ngumungumu.

3 〉 Panga kampeni mara kwa mara ao zenye lengo.

4 〉 Toa mavazi ya kujikinga na chanjo (vaccin) kwa watu wenye kukusanya na kuondoa takataka ngumungumu na wale wenye kuhusika katika kutumia tena ao kutumikisha kwa kusudi ingine zile takataka.

5 〉 Hakikisha kwamba vituo vya kutunza takataka zinasimamiwa jinsi inastahili, jinsi inafaa na kwa usalama.

- Tumia njia yoyote yenye iko salama na yenye kufaa ya kutunza na kuondoa, pamoja na kuzika, kushugulika na takataka na kuziteketeza.
- Ongoza kituo cha kusimamia takataka ili kuzuia au kupunguza hatari kuhusu ukingo, hasa kwa watoto.

6 〉 Punguza vifaa vya kupakizia na upunguze muzigo wa takataka ngumungumu kwa kushirikiana na mashirika yenye kuhusika katika kugawanya chakula na vifaa kwa mafamilia.

Mambo yenye kuonyesha jinsi hali iko

Hakuna takataka ngumungumu zenye zinalundamana kandokando ya vituo vya kuzikusanyia vya watu wote vya jamii ao vya mutaa

Maelezo ya mwongozo

Watu wenye wako wanahama wanatupa ovyo ovyo vitu vizito ao vyenye hawana navyo tena lazima. Kujaza takataka katika vituo vya kugawanyia kuraweza kutokeza mizozo na watu wenye kukaribisha. Kiasi cha takataka ngumungumu kitaongezeka kama mafamilia wanapewa vitu vyenye hawahitaji kabisa. Pengine takataka ngumungumu hizi zinaweza kuwa za vifaa tofauti na zile zenye watu wa eneo wanatupa na zinaweza kuhitaji kutunzwa au kutupwa kwa njia tofauti.

Maeneo ya miji mikubwa: Majengo ya muji mukubwa ya kusimamia takataka ngumungumu inaweza kuunganishwa na mifumo mingine ya huduma yenye iko. Shirikiana na wenye mamulaka na mifumo ili kushugulika na muzigo wa zaidi wa takataka ngumungumu.

Ukingo kwa ajili ya wenye kuokota takataka: Toa mavazi ya ukingo kwa kila mutu mwenye anahusika mu kazi ya kusimamia takataka ngumungumu. Kwa kiasi cha chini, toa ga za kukinga mikono. Kwa kiasi chenye kustahili, toa pia botini na maske za ukingo. wakati iko lazima, toa chanzo ili kusaidia kujikinga juu ya tetanos hepatite B. Hakikisha kama kuko sabuni na maji juu ya kunawa mikono na uso. Julisha na kutoa mazoezi kwa wafanya kazi juu ya namna ya muzuri ya kukamata na kuondoa na pia juu ya hatari zenye zinatokea kama kazi haifanywe muzuri $\oplus$ *ona Matunzo ya musingi – magonjwa ya kuambukiza kiwango 2.1.1: Ukingo.*

Wale wenye kuokota takataka wanaweza kuzarauliwa na kuonwa kuwa watu wachafu na masikini. Mikutano pamoja na watu wa jamii inaweza kusaidia kubadilisha maoni. Kuhakikisha kwamba wenye kuokota takataka wako navyombo vya kazi vyenye kufaa na wako na uwezekano wa kubaki safi inaweza kusaidia.

Makao ya jamii na maeneo ya mu vijiji: Kuondoa takataka ngumungumu za mafamilia kunawezekana, kunaweza hata kupendelewa, mu makao ya jamii na mu maeneo yenye iko na hesabu kidogo ya watu. Uamue kipimo cha ukubwa wa shimo ya kuzika ao kuchomea takataka ngumungumu kufuatana na ukubwa wa familia na kadiri takataka inaendelea kuongezeka. Yafaa kujenga luba pembeni ya shimo ya kutia takataka za mafamilia ili watoto na wanyama wasizifikie, na zinapaswa kupatikana kulingana na umbali wenye kufaa wa metre 15 kutola ku makao.

Ku vituo vya kukusanyia takataka kwa ajili ya mutaa ao ya jamii, toa ku mwanzo chombo cha kuweka uchafu cha litre 100 kwa ajili familia 40. Toa chombo kimoja kwa familia kumi kwa matumizi ya muda mrefu, kwani takataka zenye kutokea ku mafamilia zinaweza kuongezeka kadiri muda unaendelea. Kama mwongozo, kikundi cha wafanyakazi cha watu 2,5 kinapaswa kupatikana kwa kila watu 1,000.

Kutumikisha tena, kutumia tena kwa kusudi ingine ao kutengeneza vitu vya mupya: Tia moyo jamii kutumimikisha tena, kutumia tena kwa kusudi ingine ao kutengeneza vitu vya mupya na takataka ngumungumu, kama kufanya vile hakutaleta hatari ku afya ya watu wote. Fikiria uwzekano wa kufanya kazi ya biashara kidogo ao namna ya kutosha pato ya zaidi kutoka mu kutengeneza vitu vya mupya mu takataka ngumungumu, ao uwezekano wa kufanya mboleo mu takataka zenye zinaweza kuoza.

Kiwango cha kusimamia takataka ngumungumu 5.2: Matendo ya familia ao mutu kipekee ya kusimamia takataka ngumungumu kwa njia salama

Watu wanaweza kukusanya kwa usalama na hata kutunza takataka ngumungumu mu mafamilia zao.

Matendo ya lazima

1 › Tolea mafamilia vyombo vyenye kustahili kwa ajili ya takataka na vyenye kuwa na kipimo chenye kufaa, vyenye kufunikwa ao vyombo kwa ajili ya vikundi vidogo-vidogo vya mafamilia.

- Fikiria mapendezi ya familia juu ya hesabu ao kipimo cha vyombo juu ya kutumikisha tena ao kutosha mu takataka vitu vya mupya.

2 > Tayarisha nafasi za watu wote za mutaa vituo vyenye kujul shwa waziwazi na vyenye kuwa na luba kwenye mafamilia zinaweza kuja kuweka takataka kila siku.

3 > Tengeneza mufumo wa kuondoa takataka za familia na zingine kutoka vituo vya kukusanyia vya watu wote.

4 > Hakikisha kwamba shimo za kuzika ao kuchomea takataka ngumungumu ku mafamilia ao ku jamii zinasimamiwa kwa njia salama.

Mambo yenye kuonyesha jinsi hali iko

Asilimia (%) ya familia zenye kufikia kwa urahisi kituo cha kukusanyia takataka ngumungumu chenye kilichaguliwa kwa ajili ya watu wa mtaa ao wa jamii kwa umbali wenye kufaa kutoka ku makao yao

Asilimia (%) ya mafamilia zenye kuripoti kwamba takataka zinawekwa kwa njia yenye kustahili na yenye kufaa ku familia

Maelezo ya mwongozo

Kufanya mupango: Kiasi cha takataka ngumungumu yenye watu wanatoa nategemea jinsi chakula kinapatikana na kupikwa, na shughuli zenye zinafanywa ndani ao karibu na familia. Tofauti zinaweza kufuatana na mazira na mara nyingi z naonyesha ugawanyaji ao programe za soko. Fikiria kwamba mutu mumoja anatoa kilo 0.5 za takataka ngumungumu kwa siku. Hii inalingana na litre 1-3 kwa kila mutu kwa siku, kufuatana na kiwango cha kawaida ya kilo 200 mpaka 400/ m^3 ya takataka ngumungumu.

Kusimamia takataka ngumungumu kiwango 5.3: Kusimamia takataka ngumungumu ya wakaaji

Takataka haifurike ku vituo vya watu wote vyenye vilichaguliwa vya kukusanyia takataka, na matunzo ya mwisho ya takataka ao kuiondoa ko hakika na salama.

Matendo ya lazima

1 > Hakikisha kwamba ku maofisi kama vile masomo na nafasi za kujifur zia, nafasi zenye kufaa kwa watoto na ofisi za serikali, kuko kifaa chenye kuwa na mufuniko, chenye kustahili, chenye kufaa na chenye kimeweka alama wazi kwa ajili ya takataka zenye kutokea ku ile nafasi.

2 > Tafuta eneo za kukusanyia zenye kuonyeshwa wazi na zenye kuwa na luba kwa ajili ya takataka zenye zinatokea ku nafasi za jamii, zaidi sana masoko za kawaida na za muda, vituo vya watu wenye kupita na vya kuandikishia.

Mambo yenye kuonyesha jinsi hali iko

Asilimia (%) ya masomo na nafasi za kujifunzia kwenye kuko nafasi yenye kustahili na yenye kufaa ya kukusanyia takataka

Asilimia (%) ya soko za watu wote kwenye kuko nafasi yenye kustahili na yenye kufaa ya kukusanyia takataka

Asilimia (%) ya shimo za takataka ao vifaa vya kuchomea takataka vyenye kusimamiwa kwa usalama ku masomo, nafasi za kujifunzia, soko za watu wote na maofisi ingine ya watu wote

Maelezo ya mwongozo

Takataka za soko: Sehemu za soko zinahitaji kufikiriwa kwa njia ya pekee, kwa sababu maeneo ya jamii mara nyingi zinakosa roho ya kukubali na ya kukamata madaraka ya kusimamia takataka ngumungumu. Tunza takataka nyingi za soko namna moja na takataka ngumungumu za nyumbani.

Takataka za nafasi za kuchinjia: Hakikisha kwamba namna ya kuchijna inaheshimu kanuni za usafi na inapatana na sheria za mahali Takataka ngumungumu zenye kutokea ku nafasi za kuchinjia na ku soko ya samaki zinaweza kutunzwa sawasawa na takataka ngumungumu za kutokea ku manyumba lakini inafaa kufanya angalisho na umajimaji yenye kutokea mu zile takataka. Kama inafaa, tupa zila takataka ndani ya shimo yenye kuwa na kifunikoyenye kuwa pembeni ya nafasi ya kuchinjia ao pambeni ya nafasi ya kutunzia samaki. Upitishe damu na umanimani ingine mu mufereji yenye kufunikwa ili kupunguza vidudu vyenye vinafika ku shimo. Tia maji tayari juu ya usafi.

6. WASH katika magonjwa ya kuambukiza na nafasi za kutunzia

Wenye kutumika mu sekta ya afya na mu programe ya WASH wanatumika ili kupunguza hatari juu ya afya ya watu wote, kuzuia kuambukiza ya magonjwa, kupiganisha magonjwa ya kuambukiza na magonjwa mengine. Uratibu wa ukaribu sana pamoja na washirika na taratibu za serikali, ndani ya sekta mbili, ni wa lazima ili kushugulika na hatari juu ya afya ya watu wote ndani ya jamii na ndani ya taratibu za matunzo. Kiwango hiki kinasimamia ku viwango 1 mupaka 5 vya WASH, na juu ya sura ya Afya, yenye inapaswa kusomwa kwa ujumla na kuongoza kazi zote za ufundi.

Mupango wa WASH wa kukinga na kupiganisha magonjwa ya kuambukiza (PLI) ni kazi ya musingi mu kazi ya kuzuia magonjwa haizuru mu hali ya namna gani, na mu kazi za kupiganisha magonjwa ya kuambukiza. Ni mupango wa lazima sana kwa mugonjwa, kwa wafanyakazi wa afya na kwa jamii. Ni daraka la vituo vya afya kuhakikisha kwamba Viwango vya kadiri vinaheshimiwa mu vituo vya afya, lakini ile zoezi inaomba mara nyingi ushirikiano na tegemezo lenye kupangwa muzuri na wafanya kazi wa WASH.

Tabia za muzuri za WASH zenye kutumikishwa kwa muda mrefu, katika jamii na mu vituo ya huduma ya afya, zitapunguza kuambukizwa na magonjwa ya kuambukiza na kusaidia kupiganisha magonjwa ya kuambukiza. Matendo ya kidogo katika kiwango hiki vinatumika mu musaada yenye iko inatolewa na inaonyesha sehemu zenye zinaomba kutengenezwa wakati ugonjwa wa kuambukiza unatokea.

Mupango wa kupiganisha magonjwa ya kuambukiza wenye kutumika pamoja na jamii

Haiko jambo lenye kufaa kila siku kujibu ku kila sehemu ya programe ya WASH. Kuweka mafikiri sana juu ya hatari kuhusu afya ya watu wote yenye iko sasa na kufanya kukuwe hali ya kutumainiana na ya kutoa hesabu pamoja na jamii mbalimbali. Kutanguliza musaada wenye kutegemea matokeo ya uchunguzi ya majifunzo, kupima hali zenye zinaweza kutokeza hatari, njia za kuambukiza (zaidi sana tofauti ya mavi kufika ku kinywa), na matokeo yenye inatazamiwa na mali yenye iko tayari.

Ushirikiano wa jamii unabaki sehemu ya maana sana ya majibu ya musaada ili kuzuia kuenea kwa magonjwa. Mutazamo na itikadi za jamii zinaweza kuunga mkono au kuzuia musaada, kwa hivyo ni jambo la maana kuzielewa na kuzishughulikia. Tabia zingine za kijamii zinaweza hitaji kubadirishwa ili kuzuia magonjwa ya kuambukiza. Kwa mfano, fanya kazi pamoja na jamii ili kutafuta njia zingine za kusalamiana ili kukomboa ya ile ya kushikana mikono.

Tia mukazo juu ya hatua za pekee za kuzuia na kutunza ugonjwa fulani ndani ya jamii yenye iko na matatizo. Kati ya zile hatua kunaweza kuwa kutumikisha mustikere ili kuzuia ugonjwa wa malaria, au serum ya kunywa na zinc (kwa watoto) juu va kuhara.

Kama wafanyikazi wa kujipendea wa jamii wanafanya kazi za vipimo vya kutafuta magonjwa na kazi zinazohusiana nazo, lazima wapate mafunzo. Unganisha habari zote ndani ya uchunguzi wa jumla wa kulipuka kwa magonjwa na ndani ya musaada. Kufwatilia haraka kuenea kwa milipuko ya magonjwa na na ya wenye waguswa na magonjwa ni jambo la maana kutoa musaada kwa wakati wenye kufaa, na kuunganisha habari ndani ya mufumo moja kutazuia kuhesabu mara mbili au kukosa maeneo lazima fulani ya maana ⊕ ona *Kiwango juu ya matunzo ya musingi ya magonjwa ya kuambukiza 2.1.4: Kujitayarisha na kupiganisha Magonjwa ya kuambukiza yenye kutokea kwa gafula.*

Wakati ugonjwa ya kuambukiza inatokea gafula, kila siku kuheshimu miongozo ya kiufundi yenye imetangazwa karibuni kwa sababu magonjwa yenye yanatokea na kutawanyika iko na hatari na matokeo tofauti. Kuko mashauri kwa upana juu ya PLI ndani ya mupango wa matendo ya pekee ya kuzuia na kupiganisha ugonjwa, na ile mashauri inapaswa kuheshimiwa mbele ya yote ⊕ *ona Marejezo yenye iko chini.* Kiwango hiki kinatoa kiasi ya chini ya mambo yenye inafaa kufuata na kueleza ushirikiano kati ya WASH na sekta za afya. Chati yenye iko hapa chini inatoa kifupi cha matendo makubwa-makubwa ya WASH muda wa mwaka moja. Juu ya matendo yenye kuhusu afya, ⊕ *ona Viwango juu ya matunzo ya musingi ya magonjwa ya kuambukiza 2.1.1 mpaka 2.1.4.*

Kanuni za WASH kuhusu misaada kwa ajili ya wakaaji wakati wote wa mulipuko wa magojwa

Kuendeleza na kutumia masekata kwa kutayarisha mulipuko wa magonjwa

Kueleza na kukubali ufuatiyaji na ripoti pamoja na vipimo kwa ajili ya hali, ya pekee kuhusu mulipiuko wa magonjwa

Misaada ya lazima

Kupiganisha vidudu vyenye vinaweza kuambukiza

Kukamata matendo ya haraka na yenye kuwa na matokeo ya haraka. Jihakikishiye kama matendo yenye kufanywa kwa uharka ina matokeo yenye kuheshimika na yenye kustahili

Kuepuka kuambukizwa kutokana na mavi, usafirishaji, na matunzo

Hatari katika ujitoaji wa wakaaji na kuendeleza usafi

Usalama, aina na kiasi ya maji yanye kufaa

Kukusanya maji bila tatizo, usafirishaji na mipango kwa ajili ya takataka ngumungumu

Kueleza na kukubali daraka (ndani na katikati ya ma sekta)

Kuendeleza njia ya kutafuta namna ya kujiongoza katika majengo ya afya

Kuendelea kufikiwa kwa habari ya afya ya wakaaji ili kujulisha na kufanya programu yenye inalingana na hali

Kanuni za WASH juu ya matendo ndani ya jamii wakati magonjwa ya kuambukiza inatokea kwa gafula (Chati 5)

Kiwango cha 6:
WASH na vituo vya afya

Vituo vyote vya afya vinajikaza kulinda kiasi cha chini cha viwango vya kuzuia na kupiganisha magonjwa ya kuambukiza vya WASH, na pia wakati ugonjwa inatokea kwa gafula.

Matendo ya lazima

1 ⟩ Hakikisha kutoa maji yenye iko hakika na ya kiasi na mutindo yenye kufaa juu ya kituo cha afya.

- Weka stoki ya maji safi yenye inaeza kufanya saa 48 (0,5 mg/l ya klore yenye kukawia ikiwa huru) ili kuhakikisha kwamba maji haitakosekana.
- **Magonjwa kutokea kwa gafula:** Ongeza kiasi cha maji na kupatanisha klore ya kuchanga na aina ya ugonjwa, hatari na mahitaji.

2 ⟩ Tayarisha majengo ya kutosha ya kuondoa mavi ili kupunguza kuenea kwa ugonjwa ya kuambukiza.

- Toa viti vyenye viko na tundu na mbegeti za choo kwa ajili ya wale wenye wako na shida juu ya kutembea.
- Safisha majengo za choo (choo, nafasi za kuogea, nafasi za kufulia) na maji pamoja na dawa za kuua mikrobe. Epuka kutumikizha dawa za nguvu za kuua mikrobe mu choo.
- **Magonjwa kutokea kwa gafula:** Tayarisha majengo ya kuondoa mavi mu kila eneo kwenye kuko kituo cha afya.
- **Magonjwa kutokea kwa gafula:** Patanisha vyombo na vifaa na kila ugonjwa kipekee, kama vitanda juu ya kolera na mbegeti za kutapikia na kutia mavi.
- **Magonjwa kutokea kwa gafula:** Kuamua mupango mwengine wowote wa uangalifu wa zaidi wenye kuhitajika juu ya usafi, kuacha kutumikisha na kutosha topetope mu shimo ya choo na vifaa vingine vyenye kuhusu mavi.

3 ⟩ Toa vyombo vya kuenea vya usafi na vifaa juu ya wafanyakazi wa afya, wagonjwa na wenye kuja kuwaona ili kulinda hali ya usafi.

- Toa vifaa vya kunawia mikono ku nafasi kubwa-kubwa vyenye viko na maji safi, sabuni ao dawa ya kupakaa ku mikono yenye iko na alkol. Kifaa chenye kiko na hewa ya kukausha mikono ao mushware ya kupanguza mikono "yenye inatmika tu mara moja".
- **Magonjwa kutokea kwa gafula:** Toa vifaa vya kunawia mikono mu eneo zote.
- **Magonjwa kutokea kwa gafula:** uanzishe mazoea ya zaidi ya usafi, kama vile kulobeka miguu mu maji yenye iko na klore ao dawa za kupuliza (kulingana na ugonjwa), ao kunawa mikono mbele kuvaa ao kutosha mavazi ya kujikinga kipekee (EPI).
- **Magonjwa kutokea kwa gafula:** Tolea wagonjwa vifaa fulani vya usafi na kuwazoeza kuvitumia mbele watoke.

4 ⟩ Kulinda mazingira mu hali safi na yenye kuheshimu afya.

- Safisha nafasi watu wanatembea na nafasi kama meza za kutumikia kila siku na maji na dawa ya kuua mikrobe.

- Safisha na kupitisha dawa ya kuua mikrobe nafasi za kutumikia zenye zinaweza kua zimeambukizwa na 0.2 % ya dawa ya klore.
- Safisha, na kupitisha mu dawa ya kuua mikrobe ao kuua mikrobe zote ku vyombo vya kutunzia vyenye vinaweza kutumikishwa mara mingi kufuatana na hatari yenye iko mbele ya kuvitumikisha tena.
- Pitisha mu dawa ya kuua mikrobe ya 0.1 % ya klore drape zote kisha kuzilobeka kama inaonekana kwamba zimechafuka; ua mikrobe zote ku drape zenye kutumikishwa mu chumba cha kupasulia wagonjwa.
- **Magonjwa kutokea kwa gafula:** Ongeza nguvu ya dawa za kuua mikrobe juu ya nafasi kwenye watu wanapita ao nafasi kama meza za kutumikia zenye zimeambukizwa. Fikiria ufundi wa pekee wa kuua mikrobe dani ya drape.

5 ⟩ Fanya kazi, tunza na kuondoa mavi jinsi inastahili.

- Gawanya takataka za kinganga ku nafazi kwenye zinatokea kwa kutumia mupango wa "vyombo tatu vya kuweka takataka".
- Zoeza wafanyakazi wote wa mambo ya afya mu kugawanya na kusimamia takataka.
- Hakikisha kwamba vikundi vyenye vimechaguliwa vitavaa EPI wakati wa kukusanya, kutunza na kuondoa takataka (vya chini: gan za mikono na botine).
- **Magonjwa kutokea kwa gafula:** Ongeza mipangano ya kupinga hatari wakati wa kufanya kazi ya takataka, kwa kutumia EPI yenye kupatana na aina ya ugonjwa.

6 ⟩ Hakikisha kwamba wafanyakazi wa mambo ya usafi, wagonjwa na wenye kuwachunga wanatumikisha muzuri EPI.

- Toa vifaa vya EPI kufuatana na hali ya kuambukizwa yenye mutu anashindana nayo na aina ya mipango ya kujikinga na hatari yenye inafaa kukamata.
- Zoeza wafanyakazi wa mambo ya afya, wagonjwa na wengine wenye wako mu majengo kujua kuchagua, kutumikisha na kutosha vifaa vya EPI.
- **Magonjwa kutokea kwa gafula:** Chunguza aina ya kushindana kimbele na hatari yenye kutambuliwa kimbele ili kupatanisha EPI ku aina ya hali ya kuambukiza.

7 ⟩ Simamia na kuzika wafu mu njia yenye heshima, yenye kufaa kulingana na mila na yenye kuwa salama kupatana na mazoea ya afya ya watu wote.

- Fikiria mila za eneo na pia uhitaji wa kutambulisha na kurudisha wafu ku mafamilia
- **Magonjwa kutokea kwa gafula:** Utambue njia zingine zenye kufaa pamoja na watu wa jamii kama mazoea ya kawaida inakosa usalama.
- **Magonjwa kutokea kwa gafula:** Zoeza na kutoa vifaa ku vikundi pamoja na EPI yenye kustahili ili kutimiza kazi.

Mambo yenye kuonyesha jinsi hali iko

Wafanyakazi wote wa mambo ya afya wanasafisha mikono yao, wanatumia sabuni ao dawa ya kusafisha mikono yenye iko na alcool, mbele na kasha kugusa kila mugonjwa

Wagonjwa wote na wenye kuwachunga wananawa mikono yao mbele ya kutayarisha chakula ao kula ao kasha kutopka choo

Vifaa vyote vya kunawia mikono viko na sabuni ao dawa ya kusafisha mikono yenye iko na alcool (ao maji yenye kuchangwa na 0.05 % ya klore wakati magonjwa ya kuambukiza inalipuka)

Hesabu ya vituo vyenye kuwa na vyombo vya kunawia mikono

- Kiasi ya chini: kituo kimoja kwa ajili ya wagonjwa 10

Mutindo wa maji ya kunywa ku nafasi ya kuitoa

- Kiasi ya chini: 0.5–1mg/l CRL

Kiasi cha maji yenye iko salama yenye kupatikana

- Kiasi cha chini: litre 5 kwa kila mugonjwa mwenye kubakia ku nyumba kwa siku
- Kiasi cha chini: litre 60 kwa kila mugonjwa mwenye anaparnga ku kituo cha kutunza kolera na kwa siku
- Kiasi cha chini: litre 300–400 kwa kila mugonjwa mu kituo cha kutunza homa ya kuvuya kwa damu yenye kuletwa na virusi

Hesabu ya choo kwenye watu wanaweza kuingia

- Kiasi cha chini: ine mu sehemu ya kupangisha wagonjwa (zenye kugawanywa kwa wamamume, wanawake, watoto na wafanyakawi wa mambo ya afya)
- Kiasi cha chini: 1 kwa wagonjwa 20 wenye kuwa mu kituo cha afya (zenye kugawanwa kwa wanamume, wanawake, watoto na wafanyakazi wa afya)

Maelezo ya mwongozo

Kufanya mupango wa *kuzuia na kupiganisha magonjwa ya kuambukiza* ni jambo la maana sana mu majengo ya matunzo, kutia ndani gari za kukamata wagonjwa na programe za afya za jamii. Inaomba kutayarisha miongozo juu ya uangaifu wa viwango, uangalifu mu mambo ya kuambukiza na ufundi wa kuondoa mikrobe. Kutia kikundi chenye kujitolea juu kuzuia na kupiganisha magonjwa ya kuambukiza mu kila kituo, na kupanga mazoezi kwa ajili ya wafanyakazi wote wa mambo ya afya. Mifumo ya uangalizi inapaswa kufwatilia magonjwa ya kuambukiza yenye watu wanapata wakati wako mu hopitali na mikrobe yenye kushindana na dawa. Vituo vya afya vinapaswa kuwa na wafanyakazi wakutosha na muzigo wa kazi wenye kufaa. Vitanda vinapaswa kuwa kwa ajili ya mutu moja. Matunzo inapaswa kutolewa mu mazingira yenye kuwa hakika na yenye kufaa, yenye kujengwa vifaa na vyombo vya WASH ili kulinda mazoea ya usafi yenye kuwa na hali ya muzuri ⊕ *ona Viwango vya mifumo ya afya 1.1 na 1.2.*

Uwingi na mutindo wa maji: Wakati wa kukadirisha kiasi cha maji chenye kinaombwa, angalia vipimo mu Nyongeza 3 na uvipitanishe na hali, ⊕ *ona Nyongeza 3: Kiasi cha chini cha vipimo vya maji.* Kliniki za kuhamahama zinapaswa kuwa na muradi wa kuheshimi viwango vya WASH sawasawa kwa ajili wagonjwa wenye hawapangishwe mu hopitali na kufikia hemchemu za maji zenye ziko salama na choo. Hakikisha kutoa kiasi cha chini cha maji (kuweka) muda wa saa 48 kwa kila jengo. Kwa magonjwa yenye inalipuka kwa gafula kama vile Ebola na kolera, ruhusu toleo kwa ajili saa 72. Juu ya misingi ya programe za WASH za jamii ⊕ *ona Viwango vya kutoa maji 2.1 na 2.2.*

Michango ya klore yenye kufuata njoo yenye kuombwa juu ya matumizi mu vituo vya matunzo.

Solution ya Klore	Vifaa kwa ajili ya usafi
0.05%	Kwa ajili ya kunawa mikono Mashini ya kufuma (kiisha kufula)
0.2% (kolera) 0.5% (Ebola)	Kupanguza eneo zenye kusafishwa (kipindi cha kolera) Kusukula vifaa, bavettes, viato, vyombo vya kupikia chakula, kusukula ma vyombo vya kutumikisha kwa ajili ya kufanya choo katika hospitali, mbeketi Kusukula eneo yote ambako kuliangukia umajimaji yenye ilitoka katika mgonjwakwa ajili ya kutayarisha maiti ya mtu aliyekufa na Ebolas
2%	Kutayarisha maiti iliyokufa na kolera Kuongezea katika mbeketi inayotayarishwa kwa ajili ya kutapikia amo ao mavi ya kolera
1%	Solisio ya mama kwa ajili ya kutia klore mu maji

Kushugulika na mavi: ⊕ ona *Viwango vya kushuguika na mavi 3.1 mupaka 3.3* juu muongozo kuhusu kushugulika na mavi kwa ujumla na *Kiwango cha kuendeleza afya 1.3: Kushugulika na usafi wa kawaida ya ezi ya wanawake na shida ya kushindwa kuzuia choo ndogo ao kubwa* kwa kupata maelezo ya pekee kuhusu vyombo.

Tayarisha majengo ya choo zenye kufaa kulingana na maoni ya ufundi na ya malezi, yenye kuwa na choo zenye kugawanywa, zenye kuwa na kufuli na mwangaza, zenye kuwa na nafasi ya kutosha ili watu wa familia waweze kusaidia wagonjwa. Majengo yote ya usafi (ni kusema choo, nafasi ya kuogea, na ya kufulia) zinapaswa kusafishwa muzuri na maji yenye iko na dawa ya kuua mikrobe. Epuka kutumia dawa za kuua mikrobe za nguvu sana ndani ya choo (zaidi sana ndani ya shomo ya kukusanyia mavi) kwa sababu ile inaweza kuvuruga mufumo wa vidudu vidogovidogo vyenye vinaozesha mikrobe ya kuleta magonjwa.

Wakati magojwa ya kuambukiza inatokea gafula, chukua mipango ya uangalifu ya zaidi juu ya kusafisha, kufunga choo fulani zisitumiwe tena ao kuondosha topetope mu shimo za kukusanyia mavi na vifaa kwa ajili ya mavi (kwa mufano, maji yenye kuwa na klore juu ya kusafisha, kutunza na chokaa ya nguvu ao na klore).

Maji ya rangi ya majivu: Kiasi cha chini chenye kuombwa ni kuondoa maji ya rangi ya majivu kwa kutumikisha mutego wa mafuta mazito na shimo ya kuipenyeza. Hakikisha kwamba iko na luba ili kuzuia watu wasiibadilishe.

Takataka za kinganga ziko na mikrobe ya kuambukiza kama vile VIH ao hépatite B, yenye inaweza kuambukiza udongo na chemchemu za maji. Tumikisha kwa Kiasi cha chini ufundi wa vyombo vya kutia takataka vitatu ili kuokota na kugawanya takataka wakati tu zinatokea:

Aina	Mfano	Rangi ya chombo/Tike
Uchafu ya kawaida si ya kuwazia	Karatasi	Mweusi
Kitu kyenye kinaweza kuumiza, kinaweza kuambukiza mikrobe	Shindani, lame, vifaa kwa ajili Yakutia mutu serum, vere zenye kupasuka, chupa za vide	Rangi ya kimanjano, tiket yake "VITU VYA KUUMIZA", njia ya maji,k-
Isiyoweza kuumiza, inaweza kuambukiza	Vifaa vinavyoambukizwa na umajimaji unaotoka mwilini, kama vile mu kikoropo, nguo, umaji unatokana wakati wakushona kidonda, culture ya laboratoire la	Rangi ya kimanjano, inapashwa kitiwa tike

Inaweza kuwa lazima kugawanya zaidi takataka, zaidi sana takataka za kutoka ku wagonjwa (sehemu za mwili), za madawa na za chimie (dawa za kusaidia kufanya vipimo). Okota takataka zenye kuchaguliwa mu eneo la kingarga kwa kiasi cha chini cha mara moja kwa siku, na palepale kama ni za hatari kubwa ya kuambukiza. Tumia chombo cha kukokota ili kukamata takataka kwa kufuata njia yenye kupangwa ili kuenda ku eneo yenye kutiwa juu ya kusudi lile na pia kwa kukataza watu wote wasi pafike. Vyombo vya kuwekea takataka, vyombo vya kukokota vinapaswa kusafishwa na dawa ya kuua mikrobe kwa kawaida. Uchanje kila mutu mwenye kushugulika na takataka za kinganga ili kumukinga na magonjwa kama vile hépatite B na tétanos.

Tunza na kuondoa takataka kufuatana na majengo yenye inapatikana:

Aina	Kushuguika na maandalizi
Kwa ujumla	Kuitumika na kuibadilisha kwa matumizi ingine, lunguza, ao kuzika katika eneo la mjini kwa ajili ya kutupa takataka ao uchafu
Vitu vyenye vinaweza kuumiza	Shimu kwa ajili ya vitu vyenye kuumiza kuifungua kisha kuzika kuunguza kisha kuzika katika shimo ya vumbi (kwa kuwa haiwezi tena kuumiza)
Yenye kuwa na mikrobi (isiyoweza kuumiza)	Kuzika (funika uchafu) kuchoma na kuzika vumbi kushugulika na vitu vya kemikali
Magonjwa	Inategemea viwango vya jamii na tamaduni:juu ya fasi ya kuzika (mfano, plasenta) ao eneo la kuzikia na ya kulunguzia
Ya kifarmasi	Ikiwezekana fuatana na maaongoziya inchi e ao rudisha kwa mwenye alivitoa fungua na kumwanga kuudongo kulunguza ya kipekee (Zaidi ya digrii selsiusi 1,200)
Fasi ya kutumia vyombo vya kemikali ao chimie	Ikiwezekana fuatana na maaongoziya inchi hesabu kidogo inaweza kulinguzwa ao kurudishwa kwa mwenyealiweza kuvitoa kushugulika katika kampuni ao katika furu

Furu za kuchomea takataka zinapaswa kuwa na moto wenye kipimo cha degre celicius 900 na zinapaswa kuwa na kuta mbili (double enceinte). Furu za kuchomea takataka za muundo wa chini zinatoa takataka zenye kuwa sumu na kuchafua hewa na haziue kabisa mikrobe yote. Shimo zote na nafasi zote za kuchomea takataka zinapaswa kujengwa kulingana na viwango vya taifa na vya kimataifa vyenye viko na kutumikishwa, kutunzwa na kuachishwa kazi kwa njia sakama.

Mavazi ya kujikinga kipekee (EPI): inalazimishwa ili kuheshimu protokole za PLI na kuhakikisha kwamba wagonjwa, mafamilia na wafanyakazi hawatiwe mu hatari ya zaidi.

Ujifunze aina ya hali mbaya yenye watakuwa nayo karibu (kusambaa, kupuliza, kuguswa, kugusa) na aina ya magonjwa ya kuambukiza. Utumikishe kikundi chenye kuw na vifaa vyenye kustahii, vya kukawia na vyenye kufaa (kwa mufano vyenye havitapenyezwe na umajimaji na havichafuliwe na vitu vya mafutamafuta).

EPI ya musingi inakinga mwenye anaivaa juu ya kuguswa na damu, na mafutamafuta, umajimaji na takataka zenye kutoka. EPI ya musingi iko na sehemu zenye kufuata: gan za mikono kama inafaa kugusa vyombo vyenye kuambukizwa; shati (blouse)/ tabliye wakati mavazi ao sehemu zenye kuonekana za mwili zinagusa vyombo vyenye kuambukizwa; kukinga sura kwa maske, miwani ao kisitiri cha kujikinga vitu vya kusambaa, tonetone ao vitu vyenye kupuliziwa. EPI ya zaidi inaweza kuvaliwa kulingana na hali ya njia ya kuambukiza kwa magonjwa fulani: kugusa (mufano: shati et gan za mukono kwenye mugonjwa iko); tonetone (maske ya kuvaa wakati wa upasuwaji kama uko ku umbali wa chini ya metre 1 na mugonjwa); na ya hewa (chombo cha kusaidia kupumua).

Tupa EPI ya kutumikisha tu mara moja ndani ya vyombo vya takataka (kama vile tangi za litre 220) zenye kuweka ku muingilio wa nafasi ya kutoshea mavazi. Okota na kupeleka vyombo vya kuwekea takataka na kuvipeleka ku eneo yenye kutayarishwa juu ya ile kusudi. Weka EPI zenye zinaweza kutumikishwa tena, kama vile miwani na gan za mikono za kutumikishwa mara nyingi ndani ya chombo chenye kuwa na maji yenye kuchanganywa na klore ya kipimo cha 0,5 %. Kuvisafisha, kuvifula, kuvitengeneza na kuviweka mu njia yenye kufaa.

Maji yenye kuchanganywa na klore ya 0,5 % inapaswa kuwekwa tayari ili kunawa mikono yenye ilivaa gan kila mara wakati mutu anaitosha. Tayarisha kifaa cha kunawia mikono na maji yenye kuchanganywa na klore ya kipimo cha 0,05 % kama hatua ya mwisho ya kutosha mavazi.

Kushugulika na maiti: Kuendeleza mupango wa mazishi wenye kuwa salama, wenye heshima na wenye kujali malezi ya watu, bila kusahau kutambulisha watu wote. Acha watu watambue washiriki wa familia zao na kufanya sherehe ya mazishi. Usitupe maiti mingi mu shimo moja bila kufanya sherehe. Mazishi ya watu wengi ku nafasi moja inaweza kuwa na matatizo ya kupata vibarua vyenye kuhakikisha kifo vyenye vinaweza kusaidia kutimiza haki fulani za kisheria. Fikiria matatizo ya kisheria yenye inaweza kutokea wakati wa kuzika wale wenye walishambuliwa kijeuri ⊕ *ona Kiwango cha mifumo ya afya 1.1: Kutoa huduma za afya.*

Uangalifu wa pekee, kama vile kutayarisha maiti na maji yenye kuchanganywa na klore, unaweza kuwa wa maana sana mu vipindi vya magonjwa ya kuambukiza, kufuatana na mikrobe yenye kuleta ugonjwa na njia yake ya kuambukiza. Sherehe za kusafisha na kuonyesha wafu zinaweza kuongeza hatari ya kuambukiza kwa magonjwa, lakini kutoheshimu hisia za kiasili kunaweza kusukuma watu kupanga mazishi kisirisiri na bila ukingo.

Wafanyakazi wa mambo ya afya na vikundi vyenye kuwa na daraka la kuzika wafu wanapaswa kuvaa EPI. Tegemeza watu wenye kuwa na daraka la kuzika wafu ndani ya jamii kwa njia ya huduma za kisaikolojia. Shirikiana na wakubwa wa jamii ili kuepuka kuzarauliwa kwa watu wenye kutimiza ile kazi.

Kuacha kutumikisha jengo fulani: Zungumuza na jamii, wakubwa wa mutaa na wenye kuhusika mambo ya kutoa musaada ili kuamua ya kuacha kutumikisha jengo fulani la matunzo la muda lenye lilitumikishwa wakati wa kutoa musaada.

Nyongeza 1
Liste ya mambo ya kuchunguza juu ya mahitaji ya musingi ya kutoa maji, choo na kuendeleza usafi

Liste hii ya maulizo inatumikishwa kwanzakwanza juu ya kuchunguza mahitaji, kutambua mapato na kueleza hali za eneo. Haizungumuzie maulizo yenye kuruhusu kuamua mapato ya kutoka inje yenye inahitajiwa zaidi ya ile yenye inapatikana wakati huu mu eneo.

Mambo ya jumla

- Watu wenye kuteseka ni wangapi na wanapatikana wapi? Gawanya habari kwa kuonyesha hesabu ya wanamume na wanawake, umri, watu walemavu na wengine.
- Ni safari gani za kuhama zenye inaonekana kama wale watu watafanya? Ni mambo gani yenye inafaa kufikiria ili kukuwe usalama wa wale watu wenye kuteseka na wa wale wenye watawatolea musaada?
- Ni magonjwa gani yenye iko kwa sasa, yenye kutawanyika ao yenye inaelekea kuhusiana na sehemu za WASH?
- Ni wanani wenye wako wa maana sana wenye wanastahili kuulizwa ao kufanya nao mazungumuzo?
- Ni wanani wako mu hatari zaidi kati ya watu wote na sababu gani?
- Watu wote wako na uwezekano sawasawa wa kufika ku majengo yenye iko, na ku nafasi za watu wote, ku vituo vya matunzo na masomo?
- Ni hatari gani za kipekee zenye zinahusu usalama zenye ziko kwa wanawake, wabinti, vijana na wanamume? Na vikundi vyenye kuwa mu hatari zaidi?
- Ni mazoea gani kuhusu kutoa maji, choo na usafi yenye watu walikuwa nayo mbele ya matatizo?
- Kuko mupangilio gani wa mamulaka yenye iko rasmi na yenye haiko rasmi (kwa mufano, wakubwa wa jamii, wazee, vikundi vya wanawake)?
- Namna gani maamuzi inachukuliwa mu mafamilia na mu jamii?
- Kuko uwezekano wa kufikia soko za mahali? Ni vitu gani na huduma gani za WASH zenye kupatikana mu soko mbele na mu wakati ya matatizo?
- Watu wako na uwezekano wa kufikia feza za mukono kwa mukono na/ao za mukopo?
- Kuko kubadilikabadilika kwa mazira zenye zinaweza kupunguza uwezekano wa kufikia ao kuongeza mahitaji ya wafanyakazi mu wakati ya mavuno, kwa mufano?
- Wakubwa wa kwanza-kwanza wenye inaomba kushirikiana nao ni wanani?
- Watu wa mahali wa kushirikiana nao mu eneo ya jeografia ni wanani (vikundi vya sosaiti ya kijamii vyenye kuwa na uwezo sawasawa mu WASH na kujitolea mu mambo ya jamii?

Kuendeleza usafi

- Ni mazoea gani yenye kuhusu kutoa maji, choo na usafi yenye watu walikuwa nayo mbele ya matatizo?
- Kuko mazoea gani yenye iko hatari ku afya, ni wanani wako na ile mazoea na sababu gani?
- Ni wanani wanaendelea na mazoea mazuri ya usafi, na ni nini yenye inawapa uwezo wa kulinda ile mazoea na kuwachochea kuendelea?
- Ni faida gani zinapatikana ao kukosekana katika kupendekeza mabadiliko fulani mu mazoea?
- Kuko njia za kuongea zenye kuwa rasmi ao zenye haziko rasmi na wafanyakazi wakujipenea (kwa wafanyakazi wa afya wa jamii, wenye kusaidia kuzalisha wa kiasili, wanganga wa kiasili, vyama, mashirika, makanisa ao muskiti)?
- Kuko uwezekano gani wa kufikia vyombo vya kupasha habari vya watu wote mu eneo (kwa mufano radio, televizio, video, magazeti, na vingine)?
- Vyombo gani vya kupasha habari na/ao tengenezo zenye haziko za serikali (ONG) zenye zinapatikana mu eneo?
- Ni sehemu gani za watu zenye zinaweza na zinapaswa kuengwa (wamama, watoto, wakubwa wa jamii, wakubwa wa kidini, wengine)?
- Ni aina gani ya mufumo wa wafanyakawi wa kujipendea unaweza kutumika mu hali yenye iko (kwa mufano, wenye kujipendea, wafanyakazi ao wenye kuendeleza afya ya jamii, vyama vya afya ya masomo, halmashauri za WASH) ili kuchochea watu kwa muda mufupi ao muda murefu?
- Kati ya wafanyakazi rasmi na wafanyakazi wa kujependea kuko mahitaji gani ya kupata mafunzo ya kuendeleza usafi?
- Ni vifaa gani vyenye haviko vyakula vyenye kupatikana, na ni vifaa gani vyenye viko vya haraka zaidi kulingana na mapendezi na mahitaji?
- Ni ku masoko gani kwenye watu wanaenda ili kununua vifaa vyao vya usafi vya musingi? Kumekuwa mabadiliko mu kufikia vifaa (bei, kupatikana kwa vitu mbalimbali, mutindo) tangu mwanzo wa matatizo?
- Namna gani mafamilia wanafikia vifaa vyao vya usafi wa musingi? Ni nani mwenye anachukua uamuzi kuhusu vifaa vya kutanguliza kununua?
- Mazoea ya usafi iko na matokeo gani mazuri mu vituo vya afya (ulizo la maana sana mu wakati wa magonjwa ya kuambukiza)?
- Mahitaji na mapendezi ya wanawake na ya wabinti kuhusu mazoea ya usafi wa kawaida ya ezi ya wanawake ni gani?
- Mahitaji na mapendezi ya watu wenye kuteseka na shida ya kushindwa kuzibiri choo kubwa ao ndogo ni gani?

Kutoa maji

- Ni nini chemchemu ya kutoa maji yenye inatumikishwa kwa sasa na wanani wanaitumikisha?
- Kuko kipimo gani ya maji yenye kupatikana kwa ajili ya kila mutu na kwa siku?
- Maji inatolewa kila siku ao kila juma kwa ukawaida gani?
- Maji yenye kupatikana ku chemchemu inatosha ili kutimiza mahitaji ya muda mufupi na ya muda murefu ya vikundi vyote vya watu?
- Nafasi za kutolea watu maji ziko karibu na makao ku kiasi chenye kufaa? Zile nafasi ziko salama?

- Njia ya kutoa maji yenye iko sasa ni yenye kutegemeka? Itadumu kwa muda gani?
- Watu wako na vyombo vya kutosha vya kuwekea maji na vya ukubwa na mutindo wenye kufaa?
- Chemchemu ya maji ni yenye kuambukizwa ao iko mu hatari ya kuambukizwa (na mikrobe, chimie ao radiologie)?
- Kuko mufumo wa kutunza maji wenye kutumika? Ni lazima kutunza maji? Kuko uwezekano wa kutunza maji? Ni ufundi gani wa matunzo wenye kuhitajika?
- Ni lazima kuua mikrobe? Jamii iko na matatizo kuhusu onjo ya maji ao ya kukubali onjo na harufu ya klore?
- Kuko uwezekano wa kupata chemchemu zingine za maji kandokando?
- Kuko itikadi na mazoea gani ya asili yenye kuhusiana na kukusanya, kuweka na kutumia maji?
- Kuko vizuizi fulani juu ya kutumikisha chemchemu za maji zenye ziko?
- Kuko uwezekano wa kuhamisha watu kama chemchemu za maji hazifae?
- Ni mambo gani yenye inawezekana kufanya kama chemchemu za maji hazifae?
- Kuko itikadi na mazoea yoyote ya asili yenye kuhusiana na usafi (kwa mufano, wakati kolera ililipuka gafula kule Haiti watu waliona iko uhusiano na asili ya vaudou) Moja kati ya zile itikadi na ile mazoea iko na faida ao iko hatari?
- Ni matatizo fani ya mukubwa yenye kuhusu kutoa maji?
- Watu wananunua maji? Kama jibu ni ndio wanainunua wapi, kwa bei gani na kwa kusudi gani? Kumekuwa mabadiliko mu kufikia maji (bei, mutindo, ukawaida wa kutolewa) tangia matatizo?
- Watu wako na uwezekano ya kutumia maji mu njia yenye kuheshimu viwango vya usafi?
- Maji inaporomoka muzuri kutoka ku nafasi ya kutoa na kufulia na kuogea?
- Hali za udongo ni zenye kufaa kwa kushugulika na tatizo ya maji yenye kutoka ku nafasi ya kutoa maji, nafasi za kufulia ao za choo, palepale ao inje ya makao? Vipimo vya kujua hali ya maji kujipenyeza mu udongo vilifanywa?
- Kama ni lazima kusafiri kupitia mu eneo ya mashamba, ni chemchemu gani ya kawaida ya kutolea wanyama maji?
- Inafaa kutazamia kama kutakua matokeo fulani juu ya mazingira yenye kutokana na mipango yenye inaweza kuchukuliwa ili kutoa maji, kukokota maji ao kutumia chemchemu za maji?
- Kuko watu wengine wenye wanatumia sasa zile chemchemu za maji? Kuko hatari ya kutokeza mizozo kama watu wa mupya wanatumia zile chemchemu za maji?
- Kuko uwezekano gani wa kushirikiana na wenye kuhusika wa sekta za kipekee na/ao sekta ya watu wote ili kutoa maji? Kuko vipingamizi gani ao uwezekano gani vyenye vinazeza kusaidia kufanya uchunguzi na na kufanya mapendekezo juu ya kutoa musaada?
- Kuko madaraka gani ya kutumikisha na ya kutunza? Kuko uwezo gani wa kutimiza ile madaraka mu muda mufupi na mu muda murefu? Ni nani atatoa hesabu juu ile madaraka?
- Kuko njia ao mufumo wa kupata feza za kulipia garama za kutumikisha na kutunza mu eneo ao uwezekano wa kuipata?
- Namna gani wakaaji wenye kukaribisha wanafikia maji na wanahakikisha kama maji iko salama ku nafasi ya kuitumia?

Kuondoa mavi

- Mazingira haichafuliwe na mavi?
- Kama kuko mazoea ya kufanya choo juu ya udongo, kuko eneo yenye imechaguliwa juu ya choo?
- Kuko majengo ya choo? Kama iko, inatumikishwa? Ni za kuenea? Zinatumika muzuri? Zinaweza kunenepeshwa ao kupatanishwa na hali?
- Majengo iko salama na ni ya heshima: kuko mwangaza, kuko kufuli, kuko visitiri vya kugawanya? Watu wanaweza kufika ku majengo ya choo muchana na usiku? Kama ni vigumu usiku kuko njia ingine ya kutumikisha?
- Ni mazoea gani ya kushugulika na mavi yenye wakaaji wenye wanakaribisha wanazoea?
- Mazoea ya sasa ya kufanya choo iko hatari kwa utowaji wa maji (ya chini ya udongo ao ya juu ya udongo) ao kwa nafasi ya kuishi ao ku mazingira kwa ujumla?
- Kuko viwango vya kimila na kijamii vyenye inafaa kufikiria mu muundo ao Mupango ya choo?
- Watu wanazoea muundo, majengo na matumizi ya choo?
- Kuko vifaa gani mu eneo kwa kujenga choo?
- Watu wanakubaliana na wanazoea kuweka taweka takataka mu shimo ili kufanya mbolea?
- Watoto wanaanza kutumikisha choo na wako na umri gani?
- Mavi ya watoto wenye kunyonya na ya watoto wadogo inafanyiwa nini?
- Mwinamo wa udongo ni gani?
- Maji ya chini ya udongo iko ku kina gani?
- Hali ya udongo inaweza kuruhusu kuondoa mavi ku kituo?
- Mipango ya sasa kuhusu kuondoa mavi inaendeleza vidudu vya kuambukiza?
- Kuko vyombo na maji tayari juu ya kusafisha matako?
- Watu wanazoea kunawa mikono yao kisha kufanya choo na mbele ya kupika na kula chakula? Kuko sabuni ao vifaa vingine vya kusafihia pamoja na maji kandokando ya choo ao ndani ya manyumba?
- Wanawake na wabinti wanashugulika namna gani na usafi wakati wa kawaida yao ya mwezi? Kuko vifaa vyenye kustahili ao majengo yenye kufaa juu ya ile?
- Mu majengo ya matunzo muko majengo ya pekee ao vifaa tayari ili kufanya choo kukuwe rahisi kufikiwa kwa watu wenye ulemavu, watu wenye kuishi na ugonjwa wa ukimwi, watu wenye kuwa na shida ya kuzuia choo ndogo ao kubwa ao wenye wako na shida ya kutembea?
- Mambo yenye kuhusu mazingira ilifikiriwa: kwa mufano, kuondoa muchanga ao mawe ya kidogokidogo chini ya udongo juu ya kujenga, na ukingo wa mazingira kutokana na mavi?
- Mu jamii muko watu wenye kuwa ufundi wa kufanya kazi, kama vile wa maso na wale wa kujenga paa na wafanyakazi wenye hawana ufundi wa pekee?
- Kuko wafundi wa kuondoa topetope mu shimo ya choo ao magari ya kuondoa ile topetope? Mavi yenye inakusanywa inaondolewa mu njia yenye iko hakika na yenye kufaa??
- Ni ufundi gani wenye kufaa ili kushugulika na mavi, pamoja na kuikusanya mbali na makao, kutosha topetope mu shimo ya choo, kuitunza na kuiondoa?

Magonjwa yenye kuletwa na Vidudu vya kuambukiza

- Kuko hatari gani ya magonjwa yenye kuletwa na vidudu vya kuambukiza na hatari ile iko kubwa kadiri gani?
- Ni muzunguko gani wa kila siku ao wa kufuata mazira kutokea kwa vidudu vya kuambukiza vya mahali vinafuata kuhusu kuzaana, kupumuzika na ku a?
- Kuko itikadi na mazoea ya asili (kwa mufano, itikadi kwamba maji muchafu inaleta malaria) yenye kuhusu vidudu vya kuambukizas na magonjwa yenye vinaleta? Kuko moja kati ya zile itikadi ao mazoea yenye kuwa na faida ao yenye kuweza kuleta hatari?
- Kama hatari ya kupatwa na mangonjwa yenye kutokea ku vidudu vya kuambukiza iko kubwa, watu wenye kuwa mu ile hatari wako na uwezekano wa kufikia vifaa vya kujikinga kipekee?
- Kuko uwezekano wa kufanya mabadiliko mu mazingira ya mahali (zaici sana, kwa mufano, kwa kufanya mifereji ya kuporomosha maji ya muchafu, kukata majani, kuondoa mavi, kuondoa takataka ngumungumu) ili kuzuia kuzaana kwa vidudu vya kuambukiza?
- Kuko ulazima wa kupiganisha vidudu vya kuambukiza kwa kutumikisha dawa za chimie? Kuko programe gani, sheria za serkali na mapato yenye iko kuhusu kutumia dawa za chimie ili kupiganisaha vidudu vya kuambukiza?
- Ni habari gani na uangalifu kuhusu usalama vinahitaji kujululishwa kwa mafamilia?

Kusimamia takataka ngumungumu

- Kuongezeka kwa takataka ngumungumu kunakuwa tatizo?
- Watu wanaondoa namna gani takataka yao ngumungumu? Aina gani na uwingi gani wa takataka ngumungumu inatokea?
- Inawezekana takataka ngumungumu kuondolewa na kuharibiwa mulemule mu eneo ao inaomba kukusanywa na kuondolewa inje ya eneo?
- Ni njia gani ya kawaida yenye watu wenye wako mu hatari wanazoea ya kuondoa takataka ngumungumu (kwa mufano, kufanya mbolea na/ao shimo ya takataka ao mufumo wa kukusanya, ao vyombo vya kutia takataka)?
- Kuko majengo na kazi za kinganga zenye kuleta takataka? Inaondolewa namna gani? Nani mwenye iko na daraka?
- Vifaa vya usafi vyenye kutupwa kisha kutumikishwa vinawekwa wapi (kwa mufano, kushe za watoto, vifaa vya wanawake kujitunza navyo wakati wa kawaida ya mwezi, na vile vya wenye kuwa na shida ya kuzuia choo ndogo na choo kubwa)? Namna ya kuvitupa inafanyika mu njia yenye iko siri na yenye kufaa?
- Kuondoa takataka ngumungumu kuko na matokeo gani juu ya mazingira?
- Sekta za kipekee na za watu wote ziko uwezo gani wa kusimamia takataka ngumungumu?

Nyongeza 2

Chati F: inaonyesha namna choo kubwa inaambukiza kupitia kinywa na kuleta ugonjwa wa kuhara

W MAJI

S CHOO

H USAFI

Bariere inaweza kuzuia kuambukizwa kwamagonjwa ; hii inaweza kwa mra ya kwanza (kuzuwiliwa wakati ya kukutanana na mavi) ao ya pili (kuizuia mtu mwengine asiikule). Naweza kuwa controller na maji,choo; na usafi.

Kulinda chemuchemu za maji **W** MAJIMAJI

Negocier, usafirishajina kuweka maji kwa usalama **W**

Kutenga mavi na mazingira **S**

Nawa mikono kisha kutoka kwenye choo **H** VIDOLE

Nawa mikono mbele ya kukula na kupiga chakula **H**

Weka na kupika chakula kwa makini **H**

MAVI **S** **S** **S**

CHAKULA

USO

Funika chakula **H**

NZI

Kutenga mavi na mazingira

Kupiganisha nzii **S**

Nawa mikono **H** **H**

Nawa mikono mbele ya kukula na kupiga chakula

Kumenya na kusukula chakula

SHAMBA

MAFURIKO

Kumwanga maji **S**

Bariere ya kwanza | **Bariere ya pili**

NOTE Diagrame ni kifupi cha njia ya kufuata; njia zingine zinazolingana na hii zinawezakuwa zalazima. Maji ya kunywa inaweza kuambukizwa na chombo cha uchafu yenye kuibeba, kwa mfano, chakula inaweza kuambukizwa kupitia chambo ya uchafu. ©WEDC

Nukta kubwa 5: mavi, maji, vidole, nzii, chakula (Chati 5)

Chanzo: Water, Engineering and Development Centre (Centre de l'eau, de la technologie et du développement (WEDC)

Nyongeza 3
Kipimo kya chini kya kiasi ya maji: kipimo ya kutosha ili mutu aishi na kipimo ya maji yenye inahitajiwa

Mahitaji kwa ajii ya uzima: maji (kinywaji na chakula)	Lita 2.5–3 kwa mtu moja (ikitegemea majira na hali ya kisaikolojia ya mtu
Matendo ya musingi ya afya	Lita 2–6 kwa mtu moja kwa siku(inategemea utaratibu ya jamii
Mahitaji ya musingi kwa kupika chakula	Lita 3–6 kwa mtu moja kwa siku (inategemea aina ya chakula kutokana na utaratibu wa jamii)
Vituo vya afya na hospitali	Lita 5 l kwa mgonjwa asiye pangishwa Lita 40–60 kwa mugonjwa moja mwenye kupagishwa kwa siku Lita 100 kwa kila kisa cha upasuaji ao cha Kiasi kingine kinaweza kuhitajika kwa ajili ya vifaa vya kufula, choo, ...
Vituovinavyoshugulikia ugonjwa wa kolera	Lita 60 kwa mgonja moja kwa siku lita 15 kwa kila mwenye kuchunga mgonjwa kwa siku
Chuo kinacho husika na homa ya kutoka damu kama Ebola	Lita 300–400 kwa kila mgonjwa
Chuo cha matunzo	Lita 30 kwa kila mgonjwa kwa siku lita 15 kwa mwanye kuchunga mgonjwa
Klinike ya kutembeza	Lita 1 kwa kila mgonjwa kwa siku
Klinike ya kutembeza yenye kuwa na visite nyingi	Lita 5 kwa kila mgonjwa
Nafasi ya kurudishia watu maji mwilini kwa njia kwa njia ya kinywa (ORPs)	Lita 10 kwa siku kwa mgonjwa
Fasi ya kukaribishia wageni/na vituo ya kufikia kwa muda	Lita 15 kwa ikiwa mtu atafanya Zaidi ya siku moja lita 3 kwa mtu moja ikiwa atafanya siku moja
Masomo	Lita 3 kwa kila mwanafunzi juu ya kukunya na kunawa mikono (haitumiwe kwa ajili ya choo: ona choo za watu wote)
Muskiti	Lita 2–5 kwa kila mutu kwa siku kwa ajili ya kunawa na kukunywa
Choo kwa ajili ya watu wote	Lita 1–2 kwa ajili ya kunawa mikono kwa siku lita 2–8 kwa choo moja kwa ajili ya kusukula wc kwa siku
Maji kutosha uchafu ya choo(chasse eau)	Lita 20–40 kwa matumizi ya choo yenye kuunganishwa na nafasi ya kupitishia maji ya choo ao ya mvua lita 3–5 kwa siku kwa ajili ya kufukuza maji ya chool
Maji kwa ajili ya kunawa ku matako	Lita 1–2 kwa siku
Mifugo	Lita 20–30 kwa mnyama ya kubwa ao ya kadiri lita 5 kwa siku kwa mrnyama mdogo

Nyongeza 4
Hesabu ya chini ya kiasi ya choo:
jamii, nafasi za watu wote na mashirika

Nafasi	Muda mfupi	Muda ya kadiri na ya mrefu
Jamii	Choo 1 kwa watu50 (ya watu wote)	Choo 1 kwa watu 20 (kwa ajili ya familia) choo 1 kwa watu 5 ao familia 1
Ku soko	Choo 1 kwa meza 50	Choo 1 kwa watu 20
Hopitali/Kutua cha afya	Choo 1kwa ajili ya vitanda 20 ao 50 kwa wagonjwa wasiopanga	Choo 1 kwa watu 10 ao kwa watu 20 wasiopanga ku hospital
Vyuo vya malisho	Choo 1 kwa ajili ya watu wenye kukomaa 50 na choo 1 kwa watoto 20	Choo 1 kwa watu 20 wenye kukomaa, choo 1 kwa watu 10 ambzo ni watoto
Fasi ya kukaribishia wageni/ vituo ya kufikia kwa muda	Choo 1 kwa watu 50 choo3 kwa wanawake na 1 kwa wanaume	
Masomo	Choo 1 kwa mabinti 30 na 1 kwa wavulana (vijana wanaume) 60	Choo 1 kwa wasichana(binti) 30 na choo1 kwa ajili ya wavulana (watoto wanaume) 60
Ofisi		Choo 1 kwa wafanyakazi 20

Chanzo: Inatolewa kulinga na Harvey, Baghri na Reed (2002)

Note: Ikiwa hali ya eneo inaruhusu, fikiria kutengeza choo ambazo familia inaweza kuchangia ao, zaidi sana, choo zenye kupatika mwanzo ya kiwanja na zenye hali yazo ni yenye kukubalika kulingana na usafi.

Note: Kutayarisha katika jamii hesabu ya nafasi ya kunawiya ambayo inapashwa kuwa kwa ajili ya watu 50 ikiwa ni ya muda mfupi na kwa watu 20 ikiwa ni kwa muda mrefu.

Nyongeza 5
Magonjwa yenye kuletwa na maji pia na choo

1. Kupanga magonjwa ya kuambukiza yenye kutokea ku maji kulingana na mazingira

Aina	mikrobe	inaletwa na nini
1) Mavi—ya kinywa (maji ya borne ao maji —ya kunawa		
a) Kuhara na kuhara damu	Amoebic dysentery	Protozooni
	Balantidiazisi	Protozooni
	Campylobacter enteritis	Bacteriumu
	Kolera	Bacteriumu
	Kriptosporidiozisi	Protozoone
	E. coli diarrhoea	Bacteriumu
	Giardiasisi	Protozoone
	Rotavirusi diarrhoea	Virusi
	Salmonelozisi	Bacteriumu
	Shigellozisi	Bacteriumu
	Yersiniozisi	Bacteriumu
b) Homa	Tiphoide	Bacteriumu
	Paratifoide	Bacteriumu
	Poliomyelitisi	Virusi
	Hepatitisi A	Virusi
	Leptospirozisi	Spirokaete
	Ascariazisi	Helminti
	Trishiriazisi	Helminti
2) Maji-ya kunawa		
a) magonjwa ya ngozi na ya macho	Magonjwa ya macho	za namna mbalimbali
	Magonjwa ya macho	za namna mbalimbali
b) Ingine	Louse-borne typhus	Ricketsia
	Louse-borne relapsing fever	Spirokaete
3) Chanzo cha maji		
a) inayoingia kwa njia ya ngozi	Shistomeazisi	Helminti
b) maji inayotiwa mwilini	Guinea worm	Helminti
	Klonorshiazisi	Helminti
	Difilobotriazisi	Helminti
	Paragonimiaziasi	Helminti
	Mengine	Helminti
4) Vidudu vya kuambukiza		
a) kuumwa na vidudu karibu ya maji	Ugonjwa wa kulala	Protozooni
b) vidudu vinavyozaana katika maji	Filariazisi	Helminti
	Malaria	Protozooni
	Upofu	Helminti
	Virusi yatokana na mbuu	Virusi
	Oma ya kimanjano	Virusi
	Homa ya Dengue	Virusi
	Mengine	

Chanzo: ACF: Maji, Usafi kwa ajili ya wakaaji walio katika hatari, Nyongeza 5, ukuraso 675

159

2. Kupanga magonjwa ya kuambukiza yenye kutokea ku mavi kulingana na mazingira

Aina	magonjwa	vinavysababisha	njia ya kuambukiza	Njia yakuzizibiti (zinaandikwa katika italiki)
1) Mavi–kwa njia ya kinywa (isiyo ya kibakteria) Isiyo ya hatari, magonjwa ya teketeke	Poliomyelitisi Hepatitisi A Rotavirusi kuhara Amoebike disanteri Giardiasisi Balantidiasisi Enterobiasisi Hymenolepiasisi	Virusi Virusi Virusi Protozooni Protozooni Protozooni Helminti Helminti	kukutana na mtu moja na mwengine kuambukizwa nyumbani	kutoa maji nyumbani kuboresha stoke ya maji ya choo mafundisho ya kiafya
2) Mavi–njia ya kinywa (yakibakteria) Isiyo hatari, microbe ya katikati, ao ya juu Yenye haiishe na yenye uwezekano wakujizidisha	kuhara na disanteri Campilobakteri anteritisi Kolera E. coli diarrhoea Salmonelozisi Shigelozisi Yersiniosisi Homa ya ndani Tifoide Paratatifoide	Bacterium Bacterium Bacterium Bacterium Bacterium Bacterium Bacterium Bacterium	kukutana na mtu moja na mwengine kuambukizwa nyumbani maji inayojaa mikrobi mavuno inayojaa mikrobi	kutoa maji nyumbani kuboresha stoke ya maji ya choo kushugulika na uchafu ya choo na mbele ya kuitumia mara ingine ao kuitupa mafundisho ya kiafya
3) Udongo–kuambukizwa kwa helminti hatari yenye haiishe	Askariasisi (roundworm) Trishuriazisi (whipworm) Hookworm Strongiloidiazisi	Helminti Helminti Helminti Helminti	kuambukizwa mu bustani kuambukizwa kupitia mavi kwenye udongo na kwa mimea	choo inapashwa kuwa na vifaa vya kutakata kushugulika na mavi mbele ya kutumia udongo
4) Tenia ya ngombe na ngurue zenye zilizo hatari zenye kubana ku ngombe na ngurue	Teniazisi	Helminti	kuambukizwa mu bustani kuambukizwa ku shamba kuambukizwa kwa majani ya wanyama	kutolea choo vifaa kuchigulika na mavi mbele ya kutumia udongo before land application kuchunguza chakula na nyama
5) Vyanzo vya helminti ya maji zenye haziishe na zenye kuwa hatari	Shistosomiazisi Klonorshiazisi Difilobotriazisi Paragonimiazisi	Helminti Helminti Helminti Helminti	Kkuambukizwa kwa maji	kutolea choo vifaa kushugulika na mavi mbele ya kutosha mavi kuzibibi wanyama

Aina	magonjwa	vinavysaba-bisha	njia ya kuambukiza	Njia yakuzizibiti (zinaandikwa katika italiki)
6) Vidudu vya kuambukiza kutokana na mavi	Filariazisi (inaambukiza kupitia imbu *Culex pipiens*) Infeuambukizo wa anina 1–4, Zaidi sana I na II, inayoweza kuambukizia kupitia inzi na mende	Helminti Miengine	vidudu vinazalana sana katika eneo yenye iko na mavi yenye mikrobi	kutambua na kumaliza eneo yenye vidudu vinaweza kuzalana tumia mustikere (chandarua)

Nyongeza 6
Namna ya kutunza pia kulinda maji ya kutumia nyumbani

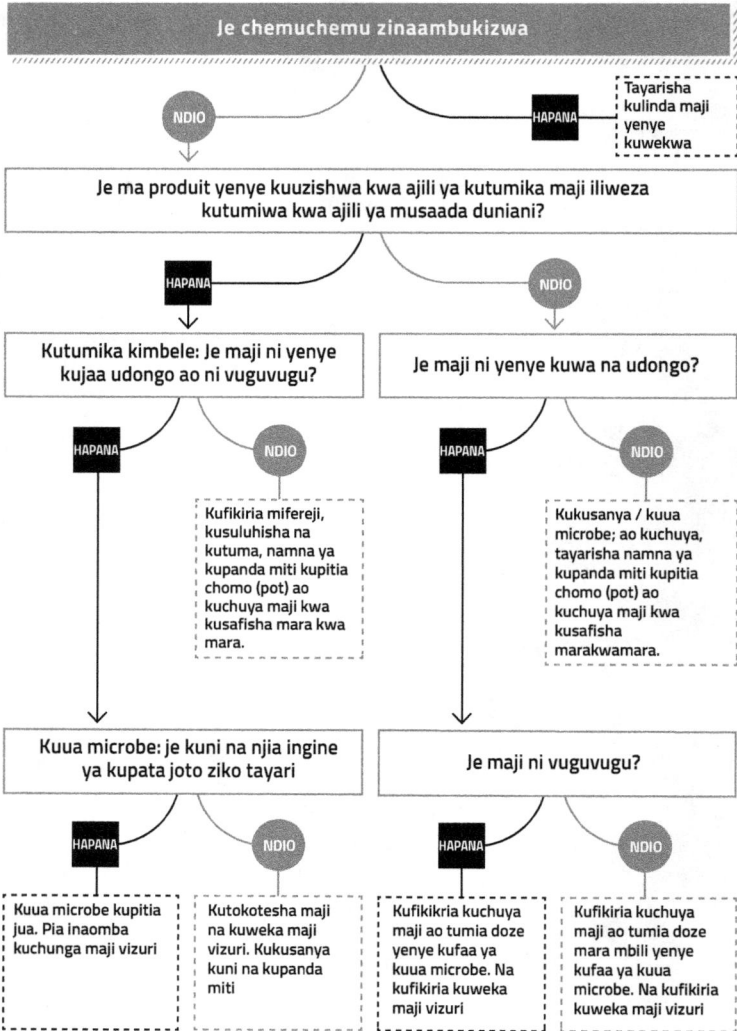

Je chemuchemu zinaambukizwa

NDIO ———— **HAPANA** → Tayarisha kulinda maji yenye kuwekwa

Je ma produit yenye kuuzishwa kwa ajili ya kutumika maji iliweza kutumiwa kwa ajili ya musaada duniani?

HAPANA → **Kutumika kimbele: Je maji ni yenye kujaa udongo ao ni vuguvugu?**

NDIO → **Je maji ni yenye kuwa na udongo?**

Kutumika kimbele: Je maji ni yenye kujaa udongo ao ni vuguvugu?

HAPANA → **Kuua microbe: je kuni na njia ingine ya kupata joto ziko tayari**

NDIO → Kufikiria mifereji, kusuluhisha na kutuma, namna ya kupanda miti kupitia chomo (pot) ao kuchuya maji kwa kusafisha mara kwa mara.

Je maji ni yenye kuwa na udongo?

HAPANA → **Je maji ni vuguvugu?**

NDIO → Kukusanya / kuua microbe; ao kuchuya, tayarisha namna ya kupanda miti kupitia chomo (pot) ao kuchuya maji kwa kusafisha marakwamara.

Kuua microbe: je kuni na njia ingine ya kupata joto ziko tayari

HAPANA → Kuua microbe kupitia jua. Pia inaomba kuchunga maji vizuri

NDIO → Kutokotesha maji na kuweka maji vizuri. Kukusanya kuni na kupanda miti

Je maji ni vuguvugu?

HAPANA → Kufikikria kuchuya maji ao tumia doze yenye kufaa ya kuua microbe. Na kufikiria kuweka maji vizuri

NDIO → Kufikiria kuchuya maji ao tumia doze mara mbili yenye kufaa ya kuua microbe. Na kufikiria kuweka maji vizuri

Chanzo: Adapté de FICR (2008): Kutunza na kuweka maji mahali salama nyumbani wakati wa hali ya uharaka

Marejezo na habari nyingine ya kusoma

Jumla/haki ya kuwa na maji

The Rights to Water and Sanitation (Information Portal). www.righttowater.info

Résolution adoptée par l'Assemblée générale des Nations Unies 64/292. Le droit de l'homme à l'eau et à l'assainissement. 2010. www.un.org

Matokeo ya programu WASH ku afya

Bartram, J. Cairncross, S. *"Hygiene, sanitation, and water: forgotten foundations of health."* PLoS Med, vol. 7, 2010, e1000367.

Blanchet, K et al. *An Evidence Review of Research on Health Interventions in Humanitarian Crises.* LSHTM, Harvard School of Public Health, 2013. www.elrha.org

Campbell, O.M. Benova, L. et al. *"Getting the basic rights: the role of water, sanitation and hygiene in maternal and reproductive health: a conceptual framework."* Trop Med Int Health, vol. 20, 2015, pp. 252-67.

Fewtrell, L. Kaufmann, et al. *"Water, sanitation, and hygiene interventions to reduce diarrhoea in less developed countries: a systematic review and meta-analysis."* Lancet Infectious Diseases, vol. 5, 2005, pp. 42-52. www.thelancet.com

Ramesh, A. Blanchet, K. et al. *"Evidence on the Effectiveness of Water, Sanitation, and Hygiene (WASH) Interventions on Health Outcomes in Humanitarian Crises: A Systematic Review."* PLoS One, vol. 10, 2015, e0124688.

Wolf, J. Pruss-Ustun, A. et al. *"Assessing the impact of drinking water and sanitation on diarrhoeal disease in low- and middle-income settings: systematic review and meta-regression."* Trop Med Int Health, vol. 19, no. 9, 2014.

Programu za WASH ziko na matokeo

Compendium of accessible WASH technologies. WaterAid and WEDC, 2014. www.wateraid.org

Davis, J. Lambert, R. *Engineering in Emergencies* (2nd ed). ITDG Publishing & RedR UK, 2002.

Efficacy and effectiveness of water, sanitation, and hygiene interventions in emergencies in low- and middle-income countries: a systematic review. https://www.developmentbookshelf.com

Public Health Engineering in Precarious Situations. MSF, 2010. http://refbooks.msf.org

WASH Manual for Refugee Settings: Practical Guidance for Refugee Settings. UNHCR, 2017. http://wash.unhcr.org

Water, Sanitation and Hygiene for Populations at Risk. ACF, 2005. www.actionagainsthunger.org

Ukingo na WASH

House, S. Ferron, S. Sommer, M. Cavill, S. *Violence, Gender & WASH: A Practitioner's Toolkit - Making water, sanitation and hygiene safer through improved programming and services.* WaterAid/SHARE, 2014. https://violence-wash.lboro.ac.uk/

Humanitarian Inclusion Standards for older people and people with disabilities. Age and Disability Consortium, 2018. https://www.cbm.org

INEE Minimum Standards for Education: Preparedness, Response, Recovery. INEE, 2010. www.ineesite.org

Jones, H.E. Reed, R. *Water and sanitation for disabled people and other vulnerable groups: Designing services to improve accessibility.* Loughborough University, UK, 2005. www.ircwash.org

Minimum Standards for Child Protection in Humanitarian Action: Alliance for Child Protection in Humanitarian Action, 2012. http://cpwg.net

Kuendeleza usafi /kubadilisha mazoea

Curtis, V. Cairncross, S. *"Effect of washing hands with soap on diarrhoea risk in the community: a systematic review."* Lancet Infect Dis, vol. 3, 2003, pp. 275-81.

De Buck, E. Hannes, K. et al. *Promoting handwashing and sanitation behaviour change in low- and middle income countries. A mixed method systematic review. Systematic Review 36.* International Initiative for Impact Evaluation, June 2017. www.3ieimpact.org

Ferron, S. Morgan, J. O'Reilly, M. *Hygiene Promotion: A Practical Manual from Relief to Development.* ITDG Publishing, Rugby, UK, 2000 and 2007.

Freeman, M.C. Stocks, M.E. et al. *"Hygiene and health: systematic review of handwashing practices worldwide and update of health effects."* Trop Med Int Health, vol. 19, 2014, pp. 906-16.

Harvey, P. Baghri, S. Reed, B. *Emergency Sanitation: Assessment and Programme Design.* WEDC, 2002. https://wedc-knowledge.lboro.ac.uk

Hygiene Promotion in Emergencies. Training package. WASH Cluster. http://washcluster.net

Hygiene Promotion Guidelines. UNHCR, 2017. http://wash.unhcr.org

Rabie, T. Curtis, V. *"Handwashing and risk of respiratory infections: a quantitative systematic review."* Trop Med Int Health, vol. 11, 2006, pp. 258-67.

Watson, J.A. Ensink, J.H. Ramos, M. Benelli, P. Holdsworth, E. Dreibelbis, R. Cumming, O. *"Does targeting children with hygiene promotion messages work? The effect of handwashing promotion targeted at children, on diarrhoea, soil-transmitted helminth infections and behaviour change, in low- and middle-income countries."* Trop Med Int Health, 2017.

Usafi wa kawaida ya eziya wanawake

Mahon, T. Cavill, S. *Menstrual Hygiene Matters: Training guide for practitioners.* WaterAid. https://washmatters.wateraid.org

Sommer, M. Schmitt, M. Clatworthy, D. *A Toolkit for integrating Menstrual Hygiene Management (MHM) into Humanitarian Response.* Colombia University, Mailman School of Public Health and International Rescue Committee. New York, 2017. www.rescue.org

Kushindwa kuzuia choo ndogo na kubwa

Groce, N. Bailey, N. Land, R. Trani, J.F. Kett, M. *"Water and sanitation issues for persons with disabilities in low- and middle-income countries: a literature review and discussion of implications for global health and international development."* Journal of Water and Health, vol. 9, 2011, pp. 617-27.

Hafskjold, B. Pop-Stefanija, B. et al. *"Taking stock: Incompetent at incontinence - why are we ignoring the needs of incontinence sufferers?"* Waterlines, vol. 35, no. 3, 2016. www.developmentbookshelf.com

Kushugulika na mavi

Clasen, T.F. Bostoen, K. Schmidt, W.P. Boisson, S. Fung, I.C. Jenkins, M.W. Scott, B. Sugden, S. Cairncross, S. *"Interventions to improve disposal of human excreta for preventing diarrhoea."* Cochrane Database Syst Rev, 2010, CD007180.

Freeman, M.C. Garn, J.V. Sclar, G.D. Boisson, S. Medlicott, K. Alexander, K.T. Penakalapati, G. Anderson, D. Mahtani, A.G. Grimes, J.E.T. Rehfuess, E.A. Clasen, T.F. *"The impact of sanitation on infectious disease and nutritional status: A systematic review and meta-analysis."* Journal of Water and Health, vol. 220, 2017, pp. 928-49.

Gensch, R. Jennings, A. Renggli, S. Reymond, Ph. *Compendium of Sanitation Technologies in Emergencies.* WASH-Netzwerk Deutschland und Eidg. Anstalt für Wasserversorgung, Abwasserreinigung & Gewässerschutz (Eawag), Berlin, Deutschland, 2018.

Graham, J.P. Polizzotto, M.L. "Pit latrines and their impacts on groundwater quality: A systematic review." *Environmental Health Perspectives*, vol. 121, 2013. https://hsrc.himmelfarb.gwu.edu/

Harvey, P. *Excreta Disposal in Emergencies: A Field Manual.* An Inter-Agency Publication, WEDC, 2007. http://wash.unhcr.org

Simple Pit Latrines. WASH Fact sheet 3.4. WHO. www.who.int

Kutunza maji

Branz, A. Levine, M. Lehmann, L. Bastable, A. Imran Ali, S. Kadir, K. Yates, T. Bloom, D. Lantagne, D. *"Chlorination of drinking water in emergencies: a review of knowledge to develop recommendations for implementation and research needed."* Waterlines, vol. 36, no. 1, 2017. https://www.developmentbookshelf.com

Lantagne, D.S. Clasen, T.F. *"Point-of-use water treatment in emergencies."* Waterlines, vol. 31, no. 1-2, 2012.

Lantagne, D.S. Clasen, T.F. *"Use of household water treatment and safe storage methods in acute emergency response: Case study results from Nepal, Indonesia, Kenya, and Haiti."* Environmental Science and Technology, vol. 46, no. 20, 2012.

Rayner, J. Murray, A. Joseph, M. Branz, A.J. Lantagne, D. *"Evaluation of household drinking water filter distributions in Haiti."* Journal of Water, Sanitation and Hygiene for Development, vol. 6, no. 1, 2016.

Mutindo wa maji

Bain, R. Cronk, R. Wright, J. Yang, H. Slaymaker, T. Bartram, J. *"Fecal Contamination of Drinking-Water in Low- and Middle-Income Countries: A Systematic Review and Meta-Analysis."* PLoS Med, vol. 11, 2014, e1001644.

Guidelines for Drinking-Water Quality. WHO, 2017. www.who.int

Kostyla, C. Bain, R. Cronk, R. Bartram, J. *"Seasonal variation of fecal contamination in drinking water sources in developing countries: a systematic review."* PubMed, 2015.

Kupiganisha vidudu vya kuambukiza

Dengue: Guidelines for Diagnosis, Treatment, Prevention and Control. New Edition. World Health Organization, Geneva, 2009. Chapter 3, Vector management and delivery of vector control services. www.who.int

Handbook for Integrated Vector Management. WHO, 2012. www.who.int

Lacarin, C.J. Reed, R.A. *Emergency Vector Control Using Chemicals.* WEDC, Loughborough University, 1999. UK. https://wedc-knowledge.lboro.ac.uk/details.html?id=15336

Malaria Control in Humanitarian Emergencies: An Inter-agency Field Handbook. WHO, 2005. www.who.int

Thomson, M. *Disease Prevention Through Vector Control: Guidelines for Relief Organisations.* Oxfam GB, 1995. https://policy-practice.oxfam.org.uk/

Vector Control: Aedes aegypti vector control and prevention measures in the context of Zika, Yellow Fever, Dengue or Chikungunya: Technical Guidance. WASH WCA Regional Group, 2016. http://washcluster.net/

Kushugulika na takataka ngumungumu

Disaster Waste Management Guidelines. UNOCHA, MSB and UNEP, 2013. www.eecentre.org

Technical Notes for WASH in Emergencies, no. 7: Solid waste management in emergencies. WHO/WEDC, 2013. www.who.int

WASH ndani ya magonjwa ya kuambukiza

Brown, J. Cavill, S. Cumming, O. Jeandron, A. *"Water, sanitation, and hygiene in emergencies: summary review and recommendations for further research."* Waterlines, vol. 31, 2012.

Cholera Toolkit. UNICEF, 2017. www.unicef.org

Essential environmental health standards in health care. WHO, 2008. http://apps.who.int

Guide to Community Engagement in WASH: A practitioners guide based on lessons from Ebola. Oxfam, 2016. https://policy-practice.oxfam.org.uk/

Infection prevention and control (IPC) guidance summary: Ebola guidance package. WHO, 2014. www.who.int

Lantagne, D. Bastable, A. Ensink, J. Mintz, E. *"Innovative WASH Interventions to Prevent Cholera."* WHO Wkly Epid Rec. October 2, 2015.

Management of a Cholera Epidemic. MSF, 2017. https://sherlog.msf.org

Rapid Guidance on the Decommissioning of Ebola Care Facilities. WHO, 2015. http://apps.who.int

Taylor, D.L. Kahawita, T.M. Cairncross, S. Ensink, J.H. *"The Impact of Water Sanitation and Hygiene Interventions to Control Cholera: A Systematic Review."* PLoS One, vol. 10, e0135676. Doi: 10.1371/journal.pone.0135676, 2015. http://journals.plos.org

Yates, T. Allen, J. Leandre Joseph, M. Lantagne, D. *WASH interventions in disease outbreak response. Humanitarian Evidence Programme.* Oxfam GB, 2017. https://policy-practice.oxfam.org.uk/

Yates, T. Vujcic, J.A. Joseph, M.L. Gallandat, K. Lantagne, D. *"Water, sanitation, and hygiene interventions in outbreak response: a synthesis of evidence."* Waterlines, vol. 37, no. 1, pp. 5–30. https://www.developmentbookshelf.com

Kuzuia na kupiganisha magonjwa ya kuambukiza

Aide kupiganisha Memoire for infection prevention and control in a healthcare facility. WHO, 2011. http://www.who.int

Essential water and sanitation requirements for health structures. MSF, 2009.

Guidelines on Core Components of Infection Prevention and Control Programmes at the National and Acute Health Care Facility Level. WHO, 2016. www.who.int

Guidelines for Safe Disposal of Unwanted Pharmaceuticals in and after Emergencies. WHO, 1999. www.who.int

Hand Hygiene Self-Assessment Framework. WHO, 2010. www.who.int

Incineration in Health Structures of Low-Income Countries. MSF, 2012. https://sherlog.msf.org

Laundries for Newbies. MSF, 2016. https://sherlog.msf.org

Management of Dead Bodies after Disasters: A Field Manual for First Responders. Second Edition. ICRC, IFRC, 2016. https://www.icrc.org

Medical Waste Management. ICRC, 2011. https://www.icrc.org

Safe management of wastes from health-care activities. Second edition. WHO, 2014. www.who.int

Sterilisation Guidelines. ICRC, 2014. http://icrcndresourcecentre.org

WASH in health care facilities. UNICEF, WHO, 2019. www.who.int

Waste Zone Operators Manual. MSF, 2012. https://sherlog.msf.org

WASH na malisho

Altmann, M. et al. *"Effectiveness of a household water, sanitation and hygiene package on an outpatient program for severe acute malnutrition: A pragmatic cluster - randomized controlled trial in Chad."* The American Journal of Tropical Medicine and Hygiene, vol. 98, no. 4, Apr 2018, pp. 1005-12. https://www.ajtmh.org

BABYWASH and the 1,000 days: a practical package for stunting reduction. Action Against Hunger (ACF), 2017. https://www.actionagainsthunger.org

Null, C. et al. (2018) *"Effects of water quality, sanitation, handwashing, and nutritional interventions on diarrhoea and child growth in rural Kenya: a cluster randomised control trial." The Lancet: Global Health*, vol. 6, no. 3, March 2018, pp. e316-e329.
https://www.sciencedirect.com/

Oxfam and Tufts University WASH and Nutrition Series: Enteric Pathogens and Malnutrition. Technical memorandum 1. Oxfam, Tufts.
https://oxfamintermon.s3.amazonaws.com/sites/default/files/documentos/files/Estudio%20Oxfam-Tufts%20University.pdf

WASH'NUTRITION 2017 Guidebook: Integrating water, sanitation, hygiene and nutrition to save lives. Action Against Hunger (ACF), 2017. www.actionagainsthunger.org

WASH, feza ya mukono kwa mukono na masoko
CaLP CBA quality toolbox. http://pqtoolbox.cashlearning.org

Habari za zaidi ya kusoma
For further reading suggestions please go to
www.spherestandards.org/handbook/online-resources

Habari nyingine ya kusoma

Jumla/Haki ya kupata maji

2.1 billion people lack safe drinking water at home, more than twice as many lack safe sanitation. WHO, 2017.
www.who.int/mediacentre/news/releases/2017/water-sanitation-hygiene/en/

The Right to Water: Fact Sheet 35. OHCHR, UN-HABITAT and WHO, 2010.
www.ohchr.org/Documents/Publications/FactSheet35en.pdf

Jumla/Mazingira

Environment Marker – Guidance Note. UN OCHA & UNEP, 2014.
www.humanitarianresponse.info/sites/www.humanitarianresponse.info/files/
documents/files/Environment%20Marker%2BGuidance%20Note_Global_2014-05-
09.pdf

Programu ya WASH yenye matokeo

Disaster risk reduction and water, sanitation and hygiene: comprehensive guidance: a guideline for field practitioners planning and implementing WASH interventions.
www.preventionweb.net/publications/view/25105

WASH na ukingo

Including children with disabilities in humanitarian action. WASH Booklet. UNICEF, 2017.
http://training.unicef.org/disability/emergencies/index.html

WASH, Protection and Accountability, Briefing Paper. UNHCR, 2017.

WASH, Protection and Accountability Briefing Paper. UNHCR, 2017.
http://wash.unhcr.org/download/wash-protection-and-accountability/

Kuendeleza usafi/kubadilisha mazoea

ABC – Assisting Behaviour Change Part 1: Theories and Models and Part 2: Practical Ideas and Techniques. ACF France. 2013.

Choose Soap Toolkit. London School of Hygiene and Tropical Medicine (LSHTM), 2013.

Communication for Behavioural Impact (COMBI) A toolkit for behavioural and social communication in outbreak response. WHO, 2012.
www.who.int/ihr/publications/combi_toolkit_outbreaks/en/

Curtis, V. Schmidt, W. et al. *"Hygiene: new hopes, new horizons." Lancet Infect Dis,* vol. 11, 2011, pp. 312-21.

Guidelines on Hygiene Promotion in Emergencies. IFRC, 2017.
www.ifrc.org/en/what-we-do/health/water-sanitation-and-hygiene-promotion/
hygiene-promotion/

Harvey, P. Baghri, S. Reed, B. *Emergency Sanitation: Assessment and Programme Design.* WEDC, 2002. https://wedc-knowledge.lboro.ac.uk/details.html?id=16676 or http://www.unicefinemergencies.com/downloads/eresource/docs/WASH/Emergency%20Sanitation%20(WEDC).pdf

Kittle, B. *A Practical Guide to Conducting a Barrier Analysis.* Helen Keller International, New York, 2013. http://pdf.usaid.gov/pdf_docs/PA00JMZW.pdf

Service, O. et al (The Behavioural Insights Team) *EAST: Four Simple Ways to Apply Behavioural Insights.* In partnership with Cabinet Office, Nesta, 2014. www.behaviouralinsights.co.uk/publications/east-four-simple-ways-to-apply-behavioural-insights/

Usafi wa kawaida ya ezi ya wanawake

House, S. *Considerations for selecting sanitary protection and incontinence materials for refugee contexts.* UNHCR Publication, 2016. http://wash.unhcr.org/download/considerations-for-selecting-sanitary-protection-and-incontinence-materials-for-refugee-contexts/

House, S. Mahon, T. Cavill, S. *Menstrual Hygiene Matters; A resource for improving menstrual hygiene around the world.* WaterAid/SHARE, 2012. https://washmatters.wateraid.org/sites/g/files/jkxoof256/files/Menstrual%20hygiene%20matters%20low%20resolution.pdf

Kushugulika na mavi

Majorin, F. Torondel, B. Ka Saan Chan, G. Clasen, T.F. *"Interventions to improve disposal of child faeces for preventing diarrhoea and soil-transmitted helminth infection."* Cochrane Database of Systematic Reviews, 2014.

Simple Pit Latrines. WASH Fact sheet 3.4. WHO. www.who.int/water_sanitation_health/hygiene/emergencies/fs3_4.pdf

Mutindo wa maji

Fewtrell, L. *"Drinking water nitrate, methemoglobinemia, and global burden of disease: A discussion."* Environ Health Perspectives, vol. 112, no. 14, Oct 2004, pp. 1371-74. doi: 10.1289/ehp.7216. www.ncbi.nlm.nih.gov/pmc/articles/PMC1247562/

Kostyla, C. Bain, R. Cronk, R. Bartram, J. *"Seasonal variation of fecal contamination in drinking water sources in developing countries: A systematic review."* Science of The Total Environment, vol. 514, 2015, pp. 333-43.

Villenueava, C.M. et al. *"Assessing Exposure and Health Consequences of Chemicals in Drinking Water: Current State of Knowledge and Research Needs."* Environmental Health Perspectives, vol. 122, 2014, pp. 213-21. pdfs.semanticscholar.org/d037/3e8020adfaa27c45f43834b158cea3ada484.pdf

Kupiganisha vidudu vya kuambukiza

Benelli, G. Jeffries, C.L. Walker, T. *"Biological Control of Mosquito Vectors: Past, Present, and Future."* Insects, vol. 7, no. 4, 2016. www.ncbi.nlm.nih.gov/pubmed/27706105

Chemical methods for the control of vectors and pests of public health importance. WHO, 1997. http://apps.who.int/iris/handle/10665/63504

Hunter, P. *Waterborne Disease: Epidemiology and Ecology.* John Wiley & Sons Ltd, Chichester, UK, 1997. www.wiley.com/en-us/Waterborne+Disease%3A+Epidemiology+and+Ecology-p-9780471966463

Malaria Control in Humanitarian Emergencies. Working Group GFATM in Humanitarian Emergencies, 2009. www.unhcr.org/4afacdfd9.pdf

Manual for Indoor Residual Spraying: Application of Residual Sprays for Vector Control, 3rd Ed. WHO, 2007. http://apps.who.int/iris/handle/10665/69664

Malaria vector control policy recommendations and their applicability to product evaluation. WHO, 2017. www.who.int/malaria/publications/atoz/vector-control-recommendations/en/

Rozendaal, J.A. Vector Control: Methods for use by individuals and communities. WHO, 1997. www.who.int/whopes/resources/vector_rozendaal/en/

Warrell, D. Gilles, H. (eds). *Essential Malariology.* Fourth Edition. Arnold. London, 2002.

WASH ndani ya magonjwa ya kuambukiza

Cholera Outbreak Guidelines: Preparedness, Prevention and Control. Oxfam, 2012. https://policy-practice.oxfam.org.uk/publications/cholera-outbreak-guidelines-preparedness-prevention-and-control-237172

Ebola: Key questions and answers concerning water, sanitation and hygiene. WHO/UNICEF, 2014. http://apps.who.int/iris/bitstream/10665/144730/1/WHO_EVD_WSH_14.2_eng.pdf

Schiavo, R. Leung, M.M. Brown, M. *"Communicating risk and promoting disease mitigation measures in epidemics and emerging disease settings."* Pathog Glob Health, vol. 108, no. 2, 2014, pp. 76-94. www.ncbi.nlm.nih.gov/pubmed/24649867

WASH na malisho

Dodos, J. Mattern, B. Lapegue, J. Altmann, M. Ait Aissa, M. *"Relationship between water, sanitation, hygiene and nutrition: what do Link NVA nutritional causal analyses say?"* Waterlines, vol. 36, no. 4, 2017. https://www.developmentbookshelf.com/doi/abs/10.3362/1756-3488.17-00005

Luby, S. et al. (2018) *"Effects of water quality, sanitation, handwashing, and nutritional interventions on diarrhoea and child growth in rural Bangladesh: a cluster randomised control trial."* The Lancet: Global Health, vol. 6, no. 3, March 2018, pp. e302-e315. https://www.sciencedirect.com/science/article/pii/S2214109X17304904

WASH, feza ya mukono kwa mukono na masoko

Cash and Markets in the WASH Sector: A Global WASH Cluster position paper. Global WASH Cluster, 2016. www.emma-toolkit.org/sites/default/files/bundle/GWC%20-%20Cash%20and%20Markets%20Position%20Paper%20-%20Dec%202016.pdf

Cash Based Interventions for WASH Programmes in Refugee Settings. UNHCR, 2014. www.unhcr.org/59fc35bd7.pdf

Usalama wa chakula na malisho

Mapatano ya shirika ya musaada ya kibinadamu

Kanuni ya ulinzi

Kiwango cha musingi cha Shirika ya musaada ya kibinadamu

Usalama wa chakula na malisho

Kuchunguza usalama wa chakula na malisho	Kusimamia matatizo ya malisho mabaya	Kupunguka kwa micro-nutriments	Chakula ya mtoto kidogo	Usalama wa chakula	Musaada wa chakula	Pato
KIWANGO 1.1 Kuchunguza wa usalama wa chakula	**KIWANGO 2.1** Malisho mabaya ya kadiri	**KIWANGO 3** Kupunguka kwa micro-nutriments	**KIWANGO 4.1** Mipango ya uongozi na usimamizi wa mambo	**KIWANGO 5** Usalama wa chakula	**KIWANGO 6.1** Matakwa ya malisho	**KIWANGO 7.1** Mazao ya musingi
KIWANGO 1.2 Kuchunguza malisho	**KIWANGO 2.2** Malisho mabaya ya zaidi		**KIWANGO 4.2** Musaada wa sekta mbalimbali wa chakula cha mutoto muchanga na mutoto mudogo mu hali yenye kuomba kutenda kwa haraka		**KIWANGO 6.2** Aina nzuri ya chakula, yenya kukubaliwa na yenye kupatikana	**KIWANGO 7.2** Pato na kazi
					KIWANGO 6.3 Kutambua, kugawa na kutowa	
					KIWANGO 6.4 Utumizi wa chakula	

NYONGEZA 1	Liste ya mambo ya kuchunguza kuhusu usalama wa chakula na njia za kuishi
NYONGEZA 2	Liste ya mambo ya kuchunguza kuhusu usalama wa mbegu
NYONGEZA 3	Liste ya mambo ya kuchunguza kuhusu malisho
NYONGEZA 4	Vipimo vya kutambua malisho mabaya zaidi
NYONGEZA 5	Vipimo vya umaana kwa afya ya watu wote vya kupunguka kwa micronutriments
NYONGEZA 6	Maitaji yenye kuhusu malisho

Habari zenye kuwa ndani

Mawazo makubwa ndani ya usalama wa chakula na malisho

Kila mutu iko na haki ya kutoteseka na njaa na ya kuwa na chakula chenye kufaa

Kiwango cha Kadiri cha Sphere juu ya usalama wa chakula na malisho ni kuonyesha mu matendo haki ya kuwa na chakula chenye kufaa wakati kuko uhitaji wa kutoa musaada. Viwango vinasimamia juu ya itikadi, kanuni, madaraka na haki zenye kuwa mu mukataba ao Charte ya Mashirika ya kutoa musaada. Ndani yake muko pia haki ya maisha ya heshima, haki ya ukingo na usalama, na haki ya kupokea musaada ya kibinadamu juu ya musingi wa mahitaji.

Kwa kupata liste ya dokima kubwa kubwa za kisheria na zenye kuonyesha siasa ambazo ni musingi wa mukataba wa mashirika ya kutoa musaada, pamoja na maelezo kwa faida ya wafanyakazi wa mashirika ya kutoa musaada, ⊕ *ona Habari ya zaidi 1. Musingi wa kisheria wa Sphere.*

Malisho mabaya unapunguza nguvu za mutu za kupona kisha matatizo. Unapunguza nguvu za kiakili, unapunguza nguvu za mwili za kupiganisha magonjwa, unaongeza uwezekano wa kuteswa na magonjwa ya kukawia muda murefu, unapunguza uwezekano wa kujipatia njia za kuishi, unapunguza uwezo wa kujitolea katika jamii. Unaharibu uwezo wa kushindana na magumu na unaweza kuongeza hali ya kutegemea musaada yenye kutolewa.

Sababu inayofanya malisho mabaya iwe mingi sana

Sababu za kwanza za malisho mabaya ni kula chakula chenye hakitoshe na kugonjwa mara kwa mara ⊕ *ona Chati 7*. Sababu zenye kufichama ni kukosa usalama wa chakula mu mafamilia, mazoea ya mubaya ya malisho na matunzo, mazingira ya uchafu mu manyumba, na matunzo ya afya yenye haifae.

Zile sababu zenye kufichama zinaungana-ungana. Kwa hivi, hata kama kukosa usalama wa chakula ni moja ya sababu za malisho mabaya, kutoa musaada wa chakula hakuwezi kuleta kitulizo cha kudumu kama sababu zingine hazitengenezwa kwa uleule wakati. Musaada ya chakula na malisho inapaswa kutumika mu mupango wenye kuunganishwa pamoja na musaada ya ukingo na makao, musaada wa matunzo ya WASH. Kwa mufano, watu wanahitaji maji kwa uwingi na aina wenye kufaa ili kupika chakula chenye malisho mazuri na pia watu wanapaswa kujipatanisha na hali ya mazoea salama ya kula. Kuwa na uwezekano wa kufikia majengo ya choo na ya usafi katapunguza hatari ya kulipuka kwa magonjwa ya kuambukiza. Kuwa na nafasi ya kujikinga yenye kufaa yenye kuwa vifaa vya kupikia kunawalinda na mabadiliko makali ya hewa, yenye pia inapunguza hatari ya magonjwa. Wakati watu wako na uwezo wa kufikia matunzo mazuri, inawezekana wakuwe na hali ya muzuri sana ya malisho. Ile kwa upande mwingine inaongeza uwezo wao wa kutafuta njia ya kuishi.

Kupiganisha zile sababu zenye kufichama kutazuia ao kupunguza malisho mabaya. Kwa hiyo, kulinda njia za kuishi za watu ni kwa lazima sababu kunaongeza uwezo wao wa kupiganisha sababu zingine za malisho mabaya. Mu vitu vya kutumikisha mu njia ya kuishi muko vifaa na mashini mbalimbali, vyombo mbalimbali, shamba, kujua na

MATOKEO YA
MUDA MFUPI
Magonjwa, kifo,
ulemavu

MALISHO MABAYA
YA MUTOTO KUTOKA
KWA MAMA

MATOKEO YA
MUDA MUREFU
Kipimo cha wakuu, uwezo
wa wenye walisoma,
matunda ya uchumi,
uwezo wa kuzaa,
magonjwa ya moyo

Magonjwa

Kutumia chakula
isiyofaa

KINACHOKUWA
SABABU YA
HAPOHAPO

Mazingira ya
familia isiyokuwa
na afya nzuri na
Huduma ya afya
isiyofaa

Kutoshugulikiwa vizuri
na mzazi, umaskini ya
mototo kukulisha vijana
na kutoshugulikia watu
sawasawa

Usalama wa
chakula katika
jamaa, kufikia,
utayari, kutumia

JNSI YA KUISHI NA UKOSEFU
MATOKEO YA UMASKINI
Kazi, kujitumikia, makao, pato, garama,
pesa, kutuma

KUTAMBUA
SABABU

KUISHI MAISHA YA UHITAJI
Uchumi, mwanadamu, ya kimwili,
kijamii, ya kawaida na politike

SABABU
ZA MUSINGI

Shoke, mwelekeo, kimajira, jamii, uchumi, mila na mazingira ya politike

Usalama wa chakula na malisho: sababu ya malisho mabaya (Chati 7)

kufikia soko zenye kutumika. Musaada ya usalama wa chakula na malisho inapaswa kusaidia kukinga na kuendeleza vitu vya kutumikisha mu njia ya kuishi, na mu ile njia kutegemeza myango mbalimbali ya njia za kuishishi, ikuwe kuko malisho mabaya ya makali ao hapana.

Kubadilika kwa hali ya jamii, ya mapato, na ya siasa mu kipindi cha nyuma ya matatizo kutakuwa na matukio juu myango ya mafamilia ya kujipanisha na hali na uwewezo wa kufikia mali ya kutumikisha ilikuishi. Kusaaidia kuimarisha zile njia zingine kutasaidia kuongeza uwezekano wa kuwa na mapato na kupunguza hatari za kufikisha watu ku malisho mabaya

Kutumikia mu miji mikubwa kunaleta matatizo ya pekee ya kushindana nayo

Kuongezeka kwa miji mikubwa kunatokeza aina mupya ya matatizo ya kushindana nayo mu sekta ya usalama wa chakula na malisho. Miji mikubwa inaleta uwezekano mwingi wa kupata kazi na njia ya kuwa na mapato. Lakini, wakati watu kuongezeka mu miji mikubwa, maombi ya manyumba na ya kazi inaongezeka pia mu ile eneo. Mara nyingi, siasa na myango ya mupango wa kutumikisha udongo yenye iko haifikie kujibu ku maombi yote yenye haikufikiriwa kimbele. Watu wengi kupita kipimo, kuchafuka kwa hewa, kukosa mipango ya kushugulika na takataka na kukosa majengo ya choo mu miji yenye kujengwa ovyo ovyo kunaongeza hatari ya kupata ugonjwa mukali. Ile inapunguza uwezo wa watu kufaidika na uwezekano wa kujitafutianjia za kuishi na mara nyingi inapatia nafasi sababu zenye kufichama za malisho mabaya.

Vikundi Fulani viko mu hatari zaidi ya kupatwa na malisho mabaya

Ili kutoa musaada ya chakula yenye kufaa inafaa kuelewa mahitaji ya pekee ya wanawake wenye kuwa na mimba na wenye kunyonyesha, watoto wachanga na watoto, watu wenye kuzeeka na wenye kuwa na ulemavu. Kufanya usalama wa chakula ukuwe muzuri zaidi mu mafamilia inaomba kuelewa madaraka mbalimbali. Wanawake, kwa mufano, mara nyingi wanakuwa na daraka kubwa katika kupanga na kutayarisha chakula kwa ajili ya familia zao.

Ni muzuri kugawanya habari kuhusu watu kufuatana na wanawake ao wanamume, umri na hali ya ulemavu. Ile itaonyesha nani anahitaji aina fulani ya chakula na ni nani mwenye anakosa malisho mazuri ya kutosha ya maana. Katika kufuatilia kazi ya kugawanya yenye imefanywa inafaa pia kugawanya habari mu njia ileile, ili kuhakikisha kwamba musaada ya chakula ya Programu inafikia watu wote sawasawa na kutoa chakula yenye iko na malisho mazuri ya kutosha na yenye kufaa.

Kuzuia malisho mabaya ni kwa lazima sana sawasawa na kutunza malisho mabaya mukali. Musaada yenye kuhusu usalama wa chakula na malisho inaweza kusaidia hali ya malisho na afya kwa muda mufupi, na kulinda maisha na hali nzuri kwa muda murefu.

Viwango hivi vya kadiri hivi kutumkishwa kwa kutenga vimoja na vingine

Kiwango ya kadiri mu sura hii inapatana na mambo ya musingi yenye iko mu haki ya kuwa na chakula na inasaidia kuendeleza kutimizwa kwa ile haki mu dunia yote.

Haki ya kuwa na chakula chenye kufaa inaungana na haki ya kupata maji na choo, afya, na nafasi ya kuishi. Maendeleo yenye kufanywa kwa kutimiza Viwango vya Kadiri vya Sphere mu eneo moja inakuwa na matokeo mu maeneo mengine. Kwa hiyo, musaada wenye matokeo unaomba kuratibu na kushirikiana pamoja na sekta zingine, wakubwa wa mutaa na ingine mashirika ya musaada. Ile inasaidia kuhakikisha kama mahitaji imetimizwa, na kwamba nguvu mbili hazitumiwe ku matatizo ile ile moja ra kwamba aina wa musaada ya usalama wa chakula na malisho ni wa kiasi kikubwa. Marejezo yenye iko nafasi mingi mu hii kitabu inaonyesha viunganisho vyenye kuwezekana.

Kwa mufano, kama mahitaji kuhusu malisho haitimizwe, mahitaji ya kazi ya WASH inakuwa mingi zaidi, kwa sababu hatari ya watu kupatwa na magonjwa inaongezeka. Ili ile hali inahusu pia watu kwenye ukimwi inatawaa ao kwenye kuko hesabu kubwa ya watu wenye kuzeeka na wenye wako na ulemavu. Mu hai kama zile, mapato kuhusu matunzo itakuwa lazima ipatanishwe na hali. Amua mambo ya kutanguliza juu ya musingi wa habari zenye kugawanywa mu masekta mbalimbali, na kuzitia upya kadiri hali inaendelea kubadilika.

Mahali kwenye viwango vya taifa viko kadiri kuliko viwango vya kadiri vya Sphere, matengnezo ya kutoa musaada inapaswa kutumika pamoja na serikali ili kuinua vile viwango polepole.

Sheria ya kimataifa inakinga kipekee haki ya kupata chakula chenye kufaa

Haki ya kutoteseka na njaa na ya kuwa na chakula chenye kufaa inakingwa na sheria ya kimataifa. Ile inaomba kila wakati kufikia kwa njia ya kimwili na ya kiuchumi chakula chenye kufaa. Serikali zinalazimishwa kutimizia watu kipekee ao vikundi, na wakimbizi na wenye wamehamishwa mu inchi yao ile haki, hawana uwezo wa kufikia chakula chenye kufaa, zaidi sana mu kipindi cha matatizo ⊕ *ona Habari ya zaidi 1*.

Serikali inaweza kuomba musaada wa kimataifa kama mapato yake haitoshi. Wakati wakufanya hivyo wanapaswa:

- kuheshimia kufikia chakula chenye kufaa yenye iko, na kuruhusu ile kufikia chakula iendelee;
- kinga njia ya watu kipekee ya kufikia chakula chenye kufaa kwa kuhakikisha kwamba mashirika ao watu kipekee hawawanyime ile haki; na
- fanya matendo ya kutegemeza watu ili kuwahakikishia njia za kuishi na usalama wa chakula yenye iko kwa kuwatolea mapato yenye wanahitaji.

Kunyima raia chakula chenye kufaa kama ufundi wa vita kunakatazwa ndani ya Mapatano ya Geneve. Inakatazwa pia kushambulia, kuharibu, kuondoa ao kufanya mimea isikuwa tena na mafaa, ufugo, chakula kibichi, mifereji ya kupeleka maji mu mashamba, majengo ya kuweka na kutolea watu maji ya kunywa, maeneo ya mashamba ya kuzalishia chakula.

Wakati inchi fulani inavamia ingine inchi, sheria ya kimataifa ya k binadamu inalazimisha mamulaka yenye kuvamia ihakikishie raia chakula chenye kufaa, na hata kuingiza chakula kutoka inje kama mapato ya inchi yenye kuvamiwa haitoshe.

Upatano na Kanuni za ukingo na Kiwango cha musingi cha kibinadamu

Kutoa musaada ya chakula na malisho kuko na uwezekano wa kufikisha ku hali ya kuwa na hatia ya kuvunja sheria kama kunatumikishwa mubaya, zaidi sana kwa kutia mu utumwa ao kutendea mubaya wenye kushiriki mu Programu. Programu zinapaswa kupangwa kwa kusikilizana na watu wenye wako mu matatizo na kutumikishwa mu kusudi ya kushiriki kuwaletea usalama, heshima na uadilifu. Usimamizi muzuri na uratibu wenye kuwa na kina wa wafanyakazi na mapato ni mambo ya lazima, pamoja na watu kukubali na kutumikisha sheria ya mwenendo kwa ajili ya wote wenye kushiriki mu Programu za kutoa musaada. Kutia mipango ya kupata ripoti za maoni zenye ziko wazi kwa kupatana na watu wenye wako mu matatizo na kujibia haraka ku kila tatizo. Wafanyakazi wa kutoa musaada wanapaswa kuzoezwa kwa ukingo wa watoto na kujua namna ye kutumikisha mifumo ya kuongoza watu kwenye kuko haduma zingine wakati kunakuwa kuwazia vitendo vya jeuri, kutendea mubaya ao kutia mu utumwa, kutia ndani matendo ya mubayajuu ya watoto ⊕ *ona Kanuni ya ukingo 1* na *Mashirika ya Kutoa Musaada 5*.

Ushirikiano na uratibu kati ya raia na askari, kama vile kutegemeza huduma mbalimbali, ni mambo ya kuchunguza kwa uangalifu mu kila hali, na zaidi sana wakati wa vita ⊕ *ona Sphere ni nini* na *Kanuni za Ukingo*.

Wakati wa kutumikisha Viwango vya Kadiri, kujitolea yote kenda ya Kanuni za Musingi za Mashirika ya Kutoa Musaada (CHS) inapaswa kuheshimiwa ikiwa kama musingi wa Programu ya usalama wa chakula na malisho yenye kufanywa na moyo wa kutoa hesabu.

1. Kuchunguza usalama wa chakula na malisho

Kuchunguza usalama wa chakula na malisho ni mambo ya lazima sana muda wote wa matatizo. Ile uchunguzi inasaidia kujua namna hali inaendelea na kupatanisha musaada ili ifae zaidi. Mu hali ya kawaida, ripoti za Kuchunguza hali ya usalama wa chakula na ya hali ya malisho zingepaswa kupatana kwa sababu zingesaidia kutambua vipingamizi ku malisho yenye kufaa na vipingamizi ku kupatikana, kutumikisha chakula et njia ya kufikia chakula. Uchunguzi wa pamoja wa usalama wa chakula na hali ya malisho unaweza kuboresha mapatano kati ya bei na ubora na kufanyiza viunganisho kati ya Programu ya usalama wa chakula na ya malisho.

Mipango ya uchunguzi ingepaswa kuheshimia kanuni zenye kukubaliwa sana, kutumia ufundi wenye kujulikana mu mataifa yote, na kutokua na ubaguzi, yenye kukubaliwa na watu wengi na yenye kuratibiwa muzuri kati ya mashirika ya kibinadamu na serikali mbalimbali. Mipango ya uchunguzi inapaswa kuwa na upatano, yenye kufatana muzuri na yenye kuweza kulinganishwa. Vikundi vyenye kuhusika vinapaswa kusikilizana juu ya njia ya kufuata yenye kupatana na hali. Njia ya kufuata ili kuangalia kikundi cha watu wenye wameteseka, inapaswa kutia uangalifu wa pekee ku kikundi chenye kuwa katika hatari zaidi. Mipango ya chunguzi wa sekta mbalimbali inaweza kusadia kuchunguza matatizo makubwamakubwa na eneo kubwakubwa za kijeografia.

Muradi wa uchunguzi wa usalama wa chakula na malisho unaweza kuwa:

- kuelewa hali, mahitaji ya sasa na namuna ya kutimiza ile mahitaji;
- kukadirisha hesabu ya watu wenye wanahitaji musaada;
- kutambua vikundi vyenye viko mu hatari zaidi; na/ao
- kutoa kiwango cha thamani cha musingi ili kufuatilia matokeo ya musaada ya kibinadamu.

Uchunguzi unaweza kufanywa ku hatua mbalimbali za matatizo. Kwa mufano:

- uchunguzi wa kwanza kati ya siku mbili za mwanzo mpaka siku tatu ku mwanzo wa kugawanya musaada wa chakula;
- uchunguzi wa haraka kati ya majuma mbili mupaka tatu, wenye kusimamia juu ya mawazo na kupima hali ili kutoa musingi juu kuunda Programu;
- uchunguzi wenye kina kati ya myezi 3 mupaka 12 kama hali inaonekana kaharibika ao habari zaidi zinahitajiwa ili kupanga Programu za kuinua hali.

Uchunguzi wa usalama wa chakula wa kina unasaidia kutambua mipango ya njia ya kuishi, mali na njia za kujipatanisha na hali. Unasaidia kuchunguza namna hali imeendelea kufuatana na matatizo, matokeo juu ya usalama wa chakula wa mafamilia. Uchunguzi wenye kina unapaswa kusaidia kuamua ni nini njia ya muzuri zaidi ya kukinga na/ao ya kuendeleza ile ufundi mbalimbali na njia ya kuishi ili kufikia usalama wa chakula.

Uchunguzi wa malisho wa kina unaomba kukusanya na kuchunguza habari zenye kukubaliwa na wote ili kuweka vipimo vya kuenea kwa malisho mabaya mukali, kutambua mazoea ya chakula cha mutoto muchanga na mutoto mudogo, na ingine mazoea ya matunzo. Zile habari, zenye kuchangwa na uchunguzi wa sababu zenye kufichama za malisho mabaya, na uchunguzi juu ya afya na usalama wa chakula, zinaunda Uchunguzi wa Sababu ya Malisho (Nutrition Causal Analysis, NCA). Uchunguzi ule ni wa lazima sana juu ya kufanya mupango, kutumikisha na kusimamia Programu ya malisho.

Soko zinafanya kazi ya maana sana katika usalama wa chakula na malisho, ikuwe mu maeneo ya miji mikubwa ao ya mashamba. Mu uchunguzi mbalimbali munapaswa kuwa pia uchunguzi wa masoko wenye kupatana na Viwango vya Kadiri juu ya Kuchunguza Masoko (Minimum Standard for Market Analysis, (MISMA)) na/ao na Viwango vya Kadiri vya kuboresha uchumi (Minimum Economic Recovery Standard (MERS)) Viwago vya Uchunguzi na Kuchunguza (Assessment and Analysis standards) ⊕ *ona Kutoa musaada kwa njia ya masoko (Kutoa musaada kwa njia ya masoko).*

Viwango vyenye kufuata vyenye kuhusu uchunguzi wa usalama wa chakula na malisho vinasimamia ku kujitoa ya 1 ya Kiwango cha Musingi cha Mashirika ya Kutoa Musaada ili kuunda namna ya kutoa musaada yenye kupatana na usalama wa chakula na malisho vyenye kufaa kwa watu wenye kuteseka ⊕ *ona Nyongeza 1, 2 na 3* na *Kitabu LEGS* ili kupata liste ya mambo ya kuchunguza.

Kiwango cha kuchunguza usalama wa chakula na malisho 1.1: Kuchunguza usalama wa chakula

Kwenye watu wako mu hatari ya kukosa usalama wa chakula, uchunguzi unafanywa ili kutambua kiasi cha kuenea kwa kukosa usalama wa chakula, kutambua wale wenye wako mu hatari zaidi na kuamua aina ya musaada wenye kufaa zaidi.

Matendo ya lazima

1 〉 Kusanya na kuchunguza habari kuhusu usalama wa chakula ku hatua ya kwanza na muda wote wa matatizo.

- Tia ndani ya ile uchunguzi wa mambo makubwa ya maana yenye kuungana na usalama wa chakula, kama vile kuharibika kwa mazingira, usalama na kufikia masoko.

2 〉 Chunguza matokeo ya usalama wa chakula juu ya hali ya malisho ya watu wenye kuwa mu mateso.

- Tia ndani ya ile uchunguzi juu ya sababu zenye kufichama za malisho mabaya zaidi sana matunzo yenye haifae, mazingira ya familia yenye haiko safi, kukosa matunzo ao uwezekano wa kufikia mifumo ya ukingo wa kijamii.
- Kusanya habari mara nyingi zaidi mu maeneo ya miji mikubwa, kwenye hali inaweza kubadilika haraka zaidi na inakuwa nguvu kuchunguzwa kuliko mu maeneo ya mashamba.

3 > Tambua musaada yenye inawezekana yenye inaweza kusa dia kulinda na kukinga maisha na pia kuendeleza Njia za kuishi.

- Utie pia ndani uchunguzi wa masoko na uwezao wa serikal na wa wengine wenye kuhusika ili kutimiza mahitaji.

4 > Chunguza mapato na ufundi juu ya kupika, na kuchunguza aina ya jiko na kuni ao mafuta ya kuwashia moto yenye inapatikana na vyungu ao sahani

- Chunguza jinsi gani watu walipata na kuweka chakula na kuni ao mafuta ya kuwashia moto na jiko mbele ya matatizo, mapato walikuwa wanapata mbele ya matatizo, na namna gani wanafanya sasa.
- Kaza uangalifu ku haki na mahitaji ya ukingo ya wanawake na wabinti, wenye mara nyingi wako na daraka ya kukusanya kuni ao mafuta ya kupikia na kupika chakula.

Mambo yenye kuonyesha jinsi hali iko

Protokole zenye kuwa na viwango vyenye kukubaliwa na wote zinatumikishwa ili kuchunguza usalama wa chakula, Njia za kuishi na ufundi wa kujipanisha na hali

Asilimia (%) ya ripoti za uchunguzi zenye kuonyesha kifupi cha mapato, na njia za uchunguji zenye kutumikishwa na matatizo yenye ilitokea

Maelezo ya mwongozo

Habari za mbele ya matatizo zenye kuchangwa pamoja na habari zenye kutokea ku mifumo ya habari ya kijeografia, zinaweza kutoa maoni ya ujumla na matokeo yenye inaweza kuletwa na matatizo. Lakini inawezekana zisikuwe zenye kugawanywa kiasi cha kusosha ili kutoa maoni yenye kuwa wazi ya hali yenye iko eneo ya muji mukubwa.

Uchunguzi wa vyanzo na mifumo ya vyombo na habari: Mu vyanzo vya habari muko kuchunguza ukusanyaji, picha zenye kutokea ku satelite, uchunguzi ndani ya mafamilia, mazungumuzo pamoja na vikundi venye kuwakilisha watu na mazungumuzo pamoja watu wenye kujulisha wa musingi. Mu vyombo vyenye kufaa muko Uchunguzi wa Matokeo ya Kutumia Chakula (Food Consumption Score), Uchunguzi wa Matokeo ya Chakula Mbalimbali cha Familia (Household Dietary Diversity Score), na Uchunguzi wa Matokeo na Endekse Rahisi ya Ufundi wa Kujipatanisha na Hali (Score and Reduced Coping Strategies Index) kwa ajili ya mupango wa haraka wa usalama wa chakula ku mafamilia. Kuko mifumo ya mingi ya habari ya mitaa na ya eneo juu usalama wa chakula, zaidi sana juu kutoa angalisho mapema kuhusu njaa. Tumikisha Mupango wa Hatua za Usalama wa Chakula wenye Kuunganishwa (Integrated Food Security Phase Classification) wakati ni wenye kupatikana, na tumikisha protokole zenye kuwa na viwango vyenye kukubaliwa na wote ili kupanga kias cha uhatari na sababu za kukosekana vikali kwa usalama wa chakula mu eneo yenye kuhusika. Kuunda Programu za usalama wa chakula kunapaswa kusimamia juu ya kuchunguza kwenye kuko wazi na musaada yenye inawezekana kutolewa na juu ya matokeo ya uchunguzi.

Kuharibika kwa mazingira kunaweza kuwa sababu ya kukosekana kwa usalama wa chakula, na kukosekana kwa usalama wa chakula kunaweza kuleta kuharibika kwa mazingira. Kwa mufano, kukusanya kuni na kutengeneza makaa kwa njia ya asili kunasaidia kupika chakula na kuzaa mapato wakati inauzishwa. Hata hivyo, inaweza kutokeza kukata mwitu kiolela. Kutoa musaada kungepaswa kukinga na kutegemeza usalama wa chakula na ileile wakati kupunguza matokeo ya mubayajuu ya mazingira.

Vikundi vyenye kuwa mu hatari zaidi: Gawanya habari kufuatana na hali ya wanawake ao wanaume, umri, hali ya ulemavu, vikundi vya utajiri na hali zingine za maana. Wanawake na wanawake wanaweza kuwa na madaraka mbalimbali yenye kusaidiana katika hali ya muzuri ya salama wa malisho ya familia. Zungumuza na wote, kila mutu kipekee kama ni lazima, juu ya mazoea kuhusu usalama wa chakula, kutayarisha chakula na mapato ya familia. Jua kwamba watu wenye kuzeeka na watu wenye kuwa na ulemavu wanaweza kubaguliwa ao ndani ao inje ya familia wakati wa kugawanya musaada wa chakula.

Tia ku liste wabinti na wavijana, zaidi sana watoto wenye kuwa wasimamizi nyumba, watoto wenye kutengana na familia ao wenye hawasindikizwe, watoto wenye kuwa mu hali ya ulemavu na watoto wenye kuishi mu maofisi. Kufikiria ulizo ya watoto wenye wako mu hali mbalimbali ya matatizo. Wakati magonjwa ya kuambukiza inalipuka, kwa mufano, kutia ku liste watoto wenye wako wanafuatiliwa, wenye wako mu vituo vya matunzo ao vya kuwapokea kwa muda. Mu hali ya vita, tia ku liste watoto wenye wako mu vituo vya kupokea wenye wanaacha kazi ya jeshi.

Ufundi wa kujipatanisha na hali: Fikiria aina mbalimbali ya ufundi wa kujipatanisha na hali, matokeo yake ya muzuri na ya mubaya. Mipango fulani ya kujipatanisha na hali, kama vile kuuzisha shamba, kuhama kwa familia yote ao kukata misitu kiolela, inaweza kuharibu sana wakati ujao wa usalama wa chakula. Mipango fulani ya kujipatanisha na hali yenye kutumiwa na, ao yenye inalazimishwa kwa, wanawake, abinti na vijana inaweza kuwa na matokeo ku afya yao, hali ya muzuri ya kisaikolojia ao kujiingiza mu jamii. Mu ile mipango ya kujipatanisha na hali muko kubadilishana kufanya ngono na chakula ao pesa ile kuendelea kuishi, kuoesha wabinti ili kupata mahari (dot), kuwafanya wanawake na wabinti wakule kiisha watu wote, kutumikisha watoto wa dogo, kuhama kwenye kujaa hatari na kuuzisha watoto ao kuwapeleka mu utumwa.

Vipimo vya hali vyenye haviko vya moja kwa moja: Matumizi ya chakula inaonyesha nishati na malisho mazuri ya watu mu familia. Haiwezekane kufanya vipimo kamili vya nishati na lishe vyenye watu wamepata mu chakula wakati wa uchunguzi wa mwanzomwanzo, ni muzuri kutumia vipimo vya hali vyenye haviko vya moja kwa moja. Kwa mufano, hesabu ya vikundi vya chakula mutu moja mu familia anatumia, ukawaida wa kula mu kipindi fulani chenye kuhusika mu uchunguzi ni vipimo vya kubadilisha chakula mbalimbali. Kila kuendelea kwa hesabu ya chakula kwa siku na ya chakula mbalimbali ni vipimo vyenye haviko vya moja kwa moja vya usalama wa chakula, zaidi sana kama vinapatana na hali ya kijami na kiuchumi ya familia.

Mu vyombo vya kupimia mazoea ya matumizi ya chakula muko Uchunguzi wa Matokeo ya Chakula Mbalimbali cha Familia, kipimo cha kuchunguzia kukosa usalama wa chakula mu mafamilia (Household Food Insecurity Access Scale) ao tena Uchunguzi wa Matokeo ya Kutumia Chakula. Kipimo cha Njaa mu Familia (Household Hunger Scale) ni kingine kipimo chenye hakiko cha moja kwa moja cha kukosa usalama wa chakula. Vipimo vingine vyenye kutumikshwa mara kwa mara, kama vile Uchunguzi wa Matokeo ya Kutumia Chakula, havionyeshe kabisa kikamili kukosekana kwa usalama wa chakula mu miji mikubwa. Patanisha vipimo vyenye kuonyesha hali vyenye vilichaguliwa vipimo vyenye kuonyesha haufundi wa kujipatanisha na hali li kuelewa matatizo mbalimbali yenye kuzuia kufikia chakula.

Kushiriki ku garama za chakula na mupaka wenye kuwekwa kwa kile kipimo cha kuonyesha hali vinaweza kuonekana kuwa magumu kutumikishwa mu eneo ya muji mukubwa. Kwa kweli, inawezekana kwamba watu mbalimbali wakuwe na daraka ya kitunga cha chakula, kwamba washiriki wa familia wanatumia chakula chenye kutokea inje ya familia, na kwamba watu mbalimbali wanashiriki kuleta mapato mu familia.

Kuchunguza soko na bei ya malisho mazuri: Pata habari kuhusu kufikia masoko, pesa za kutumika nazo, njia za kuishi na hali ya kuwa mu hatar kiuchumi. Habari zile zinapatanishwa na bei za biashara, uwezekano wa kuwa na mapato na ukubwa wa mishahara, mambo yenye inakuwa na matokeo juu ya usalama wa chakula. Mifumo ya soko, ikuwe rasmi ao yenye haiko rasmi, inaweza kukinga njia ya kuishi kwa kutoa njia za kuzalisha kama vile mbegu na vyombo ⊕ *ona Usalama wa chakula na malisho – Viwango vya njia za kuishi 7.1 na 7.2.*

Tia ndani kuchanganuliwa kwa soko kama sehemu ya kuchunguza hali kwa mwanzo na kwa wakati wa nyuma. Kuchunguza masoko kunasaidia kuchunguza kama masoko za mahali zinaweza kutegemeza mahitaji ya malisho mazuri na kuamua bei ya kadiri na yenye iko rahisi kufikiwa ya chakula chenye kupatana na mahitaji ya malisho mazuri ya familia ya kawaida ⊕ *ona Kutoa musaada kwa njia ya masoko.*

Kutoa musaada kunategemea zaidi na zaidi juu ya masoko katika maeneo ya mashamba na mara mingi mu maeneo ya miji mikubwa. Ni kutumikisha wachuuzi, nafasi za masoko, mazao ya chakula na huduma za kukamata za mahali ili kutoa musaada kwa watu wenye wako mu matatizo. Kwa hiyo, ni jambo la maana kuelewa hali ya kufikia masoko kwa vikundi chenye kuwa mu hatari zaidi ⊕ *ona Kitabu MISMA.*

Kiwango cha kuchunguza usalama wa chakula na malisho 1.2: Kuchunguza malisho

Uchunguzi mbalimbali wa malisho unatumikisha ufundi wenye kukubalika ili kutambua aina, kiasi cha kuenea kwa malisho mabaya, wenye wako mu hatari zaidi na musaada wenye kufaa.

Matendo ya lazima

1 ⟩ Kusanya habari za mbele ya matatizo na fanya uchunguzi wa kwanza ili kutambua aina na ukali wa hali ya malisho.

■ Chunguza uwezo wa taifa na wa mahali wa kuongoza na kutegemeza musaada, na pia wa wengine wenye kuhusika mu sekta ya malisho.

2 ⟩ Fanya uchunguzi wa haraka kwa kupima muzunguko wa upande wa juu wa mkono (upper arm circumference MUAC) na kuchunguza mazoea ya malisho ya mutoto muchanga na ya mutoto mudogo mu wakati wa matatizo (IYCF-E) ili kukadirisha hali ya malisho tangu mwanzo wa matatizo.

3 > Tambua vikundi vyenye kuwa na mahitaji makubwa zaidi ya kutegemezwa kwa njia ya malisho.

- Kusanya habari juu ya sababu za malisho mabaya kutoka ku vyanzo vya kwanza na vya pili, bila kusahau mawazo na maoni ya jamii.
- Zungumuza na jamii ili kutambua vikundi vyenye kuwa mu hatari kubwa zaidi, kwa kutia uangalifu ku umri, vikundi vya wanawake na wanamume, ulemavu, magonjwa ya kukawia muda murefu ao hali zingine.

4 > Amua musaada wenye kufaa juu ya musingi wa uelewaji wa hali na ulazima wa kutenda haraka.

- Amua kama hali inabaki mu hali moja ao iko inaharibika, kwa kuchunguza maendeleo ya hali ya malisho kadiri muda unaendelea kuliko kuchunguza kuenea kwa malisho mabaya mu kipindi kimoja tu cha wakati.
- Fikiria kuzuia na kutunza vyote viwili pamoja.

Mambo yenye kuonyesha jinsi hali iko

Protokole zenye kuwa na viwango vyenye kukubaliwa na wote zinatumikishwa ili kuchunguza malisho mabaya na kutambua sababu

Asilimia (%) za ripoti za uchunguzi zenye kutiwa ndani uchunguzi wa ufundi wa kufuata na matatizo yenye imetokea

Maelezo ya mwongozo

Habari ya hali kwa ujumla: Habari juu ya hali ya malisho mabaya inaweza kukusanywa mu vyanzo vya kwanza na vya pili, zenye kutiwa ndani hali ya malisho, ripoti ya utafiti, habari za angaisho za mapema, maandishi ya vituo vya matunzo, ripoti ya usalama wa chakula na vyanzo vingine. Mifano fulani:

- uchunguzi wa hesabu ya watu na hali ya afya;
- uchunguzi wa vikundi-vikundi vyenye kuonyesha hali mbalimbali;
- programu za ordinatere zenye kuwa na habari za malisho za taifa;
- zingine uchunguzi mbalimbali za afya na malisho ya taifa;
- mifumo ya ulinzi wa afya ya taifa;
- kiasi cha kukubaliwa na kuenea kwa Programu za kutunza malisho mabaya zenye ziko; na
- kuenea kwa ukimwi, habari za matokeo na asilimia (%) ya vifo, na pia vikundi vya wenye kuwa mu hatari zaidi ao wenye kuwa na muzigo muzito zaidi
  ⊕ *ona Kiwango juu ya matunzo ya musingi – afya ya viungo vya uzazi na uzazi 2.3.3: UKIMWI.*

Kama inawezekana maofisi na jamii za mahali wao wenyewe wangepaswa kushiriki sana mu uchunguzi, maelezo ya habari zenye zimekusanywa na kupanga musaada.

Musaada ya haraka: Mu kipindi cha kwanza cha matatizo, maamuzi kuhusu kugawanya musaada kwa ujumla ao matunzo ya palepale ya malisho mabaya ingepaswa kusimamia ku uchunguzi wa haraka, habari za kwanzakwanza zenye zimekusanywa na uwezo wa kutoa musaada wenye uko.

Upana wa kazi ya kuchunguza: Uchunguzi mbalimbali zenye kuwa na kina zinapaswa kufanywa kwenye habari fulani zinakosekana, na wakati habari za zaidi zinahitajiwa ili kuunda Programu, kupima matokeo ya Programu na juu ya kazi za utetezi. Kuamua kama inafaa kuchunguza aina na wingi wa wakaaji wote ili kuelewa hali ya anthropométrie (ni kusema urefu, urefu wa vidole, ulaini wa maunganio ya mukono), kukosa chembe za malisho mazuri mu mwili, malisho ya mutoto muchanga na ya mutoto mudogo, mazoea ya mama ya kutunza mutoto na hali zenye kuhusika zenye zinaweza kuwa na matokeo juu ya malisho mabaya. Kuratibu pamoja sekta za Afya, WASH na usalama wa chakula ili kuunda na kutayarisha uchunguzi.

Uchunguzi mbalimbali kwa njia ya Anthropometrie: Zinatumikishwa ili kuchunguza ukubwa wa sehemu za mwili wa mutu na kutoa vikadirisho juu ya kiasi cha malisho mabaya mukali na wenye hauwezi kupona. Zinaweza kufanywa bila kufuata mupango wa pekee ao kwa njia ya uchunguzi wa pekee. Ndani ya uchunguzi munapaswa kutiwa upatano wa uzito/kimo wa scores Z kulingana na viwango vya Shirika la Kimataifa la Afya (OMS). Kutia mu kiunganisho ripoti za uzito/kimo za scores Z zenye zilikusanywa na vipimo vya National Center for Health Statistics ili kuzilinganisha na uchunguzi wenye ulifanyika mbele. Tia ndani ya vipimo vya kukonda na kukonda kwa nguvu yenye ilitambuliwa kwa kupima muzunguko wa upande wa ndani wa mkono (MUAC). Zoezi yenye kukubaliwa sana ni kupima kiasi cha malisho mabaya wa watoto wenye kuwa kati ya umri wa miezi 6 mupaka 59 kama vile alama yenye hako ya moja kwa moja kwa ajili ya wakaaji wote. Hata hivyo, kama vikundi vingine viko mu hatari kubwa zaidi yenye kuhusu malisho, inafaa kufikiria kuviingiza mu uchunguzi ⊕ *ona Nyongeza 4: Vipimo vya kutambua malisho mabaya ya nguvu.*

Hakikisha na kurekodi pembeni kiasi ya edema (œdème) yenye kutokea ku malisho. Onyesha kuachana kwenye kutegemeka juu ya kiasi cha malisho mabaya na fanya ushuhuda wa kutegemeka wa ubora wa uchunguzi. Tumikisha vyombo vyenye viko, kama vile kitabu cha ufundi chenye kuitwa Ufuatiliaji na Uchunguzi wenye kukubaliwa wa Musaada na Mupito (Standardised Monitoring and Assessment of Relief and Transitions (SMART), Uchunguzi wenye Kupanuka wa Malisho wenye Kukubaliwa kwa ajili ya Wakaaji Wakimbizi (Standardised Expanded Nutrition Survey (SENS) for Refugee Populations), Programu ya ordinatere ya Uchunguzi wa Malisho mu Hali ya Uharaka, ao Programu ya ordinatere yenye kuitwa Epi Info (Emergency Nutrition Assessment software, or Epi Info software).

Uchunguzi wa malisho ya watoto wachanga na watoto wadogo: Chunguza mahitaji na mambo ya kutanguliza kwa ajili ya IYCF-E na fuatilia matokeo ya kutenda na ya kukosa kutenda ya mashirika ya kutoa musaada juu ya mazoea ya malisho ya watoto wachanga na watoto wadogo. Habari za mbele ya matatizo zinaweza kutumikishwa ili kusaidia kufanya uamuzi wa mapema. Tumika na sekta zingine ili kutia maulizo ya IYCF-E ndani ya ingine uchunguzi ya sekta mbalimbali na kutegemea habari za sekta mbalimbali zenye ziko ili kuangazia uchunguzi ⊕ *ona Nyongeza 3: Liste ya mambo ya kuchunguza kuhusu malisho.*

Ingiza ndani hesabu ya washauri mu mambo ya kunyonyesha wenye kustahili, wafanyakazi wa mambo ya afya wenye kuzoezwa muzuri na wa kazi zingine zenye zinaweza kutegemeza na uwezo wao. Juu ya uchunguzi wenye kina, chagua maeshantiyo bila kufuata utaratibu fulani, fanya vipimo vya kutafuta magonjwa kwa wote ao kwa kuchagua maeshantiyo vikundi kwa vikundi. Ile inaweza kufanyika kupitia uchunguzi IYCF-E wenye kujitegemea ao uchunguzi mwengine wenye kuchanganya hali tofauti. Lakini, uchunguzi wenye muchanganyiko unaweza kutegemea kipimo chenye kuwa na mipaka cha maeshantiyo, yenye inaweza kufanya uchunguzi isiguse vikundi vyote.

Mambo mengine yenye kuonyesha hali: Habari za zaidi zinaweza kuchunguzwa kwa uangalifu ili zitoe muangaza ku uchunguzi wa ujumla wa hali ya malisho. Ndani ya ile mambo muko kiasi cha kuenea cha Programu ya malisho na ya chanjo ya kukinga juu ya magonjwa, zaidi sana surua, ukosefu wa vitamini A, ukosefu wa iode na *micronutriments* zingine, kiasi cha hali ya kugonjwa kutokana na magonjwa mbalimbali na tabia ya kutafuta. Chunguza bila kuboresha kiasi cha vifo vya watoto wenye kunyonya na watoto watoto wadogo wa kadiri ya myaka 5, na sababu za vifo, kama hesabu ziko.

Kutoa maelezo ya kiasi cha malisho mabaya: Ni lazima kufanya uchunguzi wenye sehemu nyingi wa uwingi wa wakaaji wenye kucunguzwa na hesabu yao mu km^2, pamoja na hesabu ya wenye kupatwa na magonjwa na wenye wanakufa ili kuamua kama kiasi cha malisho mabaya kinahitaji kushugulikiwa. Inafaa pia kupata habari juu ya hali ya afya, kubadilikabadilika kufuatana na mazira, mambo yenye kuonyesha hali kufuatana na IYCF-E, kiasi cha malisho mabaya chenye kilitambuliwa mbele ya matatizo, kiasi cha malisho mabaya zaidi kulinganisha na malisho mabaya zaidi kwa ujumla, ni kiasi cha kukosa *micronutriments* mbalimbali ⊕ *ona Viwango juu ya matunzo ya musingi 2.2.2: Kushugulika na magonjwa ya waoto wachanga na watoto wadogo* na *Nyongeza 5: Vipimo vya afya ya watu wote vya maana ya kupunguka kwa micronutriments*.

Kuunganisha mifumo ya habari zenye kukamilishana inaweza kuwa ya bei ya muzuri zaidi ya kufuatilia mielekeo. Inaweza kuwa muzuri kutumia mifano na njia ya kufuata kwa kufikiria hali mbalimbali kama vile usalama wa chakula, njia ya kuishi, afya na maisho ⊕ *ona Kiwango cha uchunguzi mbalimbali wa usalama wa chakula na malisho 1.1: Uchunguzi wa usalama wa chakula.*

2. Kusimamia matatizo ya malisho mabaya

Kuzuia na kutunza malisho mabaya ni mambo mawili ya kufikiria sana mu matatizo ya kibinadamu. Inawezekana kuzuia malisho mabaya mukali, lakini kuko uhakika kidogo kwa kusadiki kwamba inawezekana kuuondoa ao kuuponyesha. Ku upande mwengine, malisho mabaya mukali – wenye inawezekana utokee muda wa matatizo– inawezekana kuuzuia ao kuutunza mu njia ya musaada ya malisho.

Musaada ya malisho ni ya lazima sana katika kuzuia magonjwa na vifo ndani ya watu wenye kuwa mu matatizo. Hata hivyo, inaomba kuelewa muzuri sababu mbalimbali zenye kufichama za malisho mabaya. Njia ya kufuata yenye kuhusisha sekta mbalimbali ni ya lazima sana ili kugusia sababu zote na namna zinaingiliana.

Kushugulika na malisho mabaya wa kadiri: Muda wa matatizo, chakula cha Nyongeza (supplémentation alimentaire) inakuwa ufundi wa kwanza wa kuzuia ao kutunza malisho mabaya wa kadiri.

Aina mbili za Programu ya chakula cha Nyongeza zinatumitumikishwa sana: Programu ya chakula cha Nyongeza cha kuzuia ugonjwa, yenye inatumitumikishwa mu hali zote, na Programu ya chakula cha Nyongeza yenye kulenga hali ya pekee ili kutunza malisho mabaya wa kadiri na kuzuia malisho mabaya mukali. Kutumikisha Programu zote mbili kunategemea kipimo ya malisho mabaya mukali, vikundi vya watu wenye wako mu hatari zaidi ya kuongezeka kwa malisho mabaya mukali.

Programu ya chakula cha Nyongeza yenye inatumitumikishwa mu hali zote ni yenye kufaa wakati hali ya kukosa usalama wa chakula iko kubwa na kuko uhitaji wa kupanua kutoa musaada ku kiasi kikubwa zaidi kuliko visa vya malisho mabaya wa kadiri tu. Zinapaswa kwenda pamoja na kugawanya chakula kwa ujumla kwa kulenga familia zenye kuteseka. Kwa kuwa hakuna alama kamili zenye kutambulisha matokeo ya Programu ya chakula cha Nyongeza yenye inatumitumikishwa mu hali zote, ni lazima kufuatilia kiasi cha kuenea kwa Programu, kiasi cha watu wenye wanaiunga mukono, kiasi cha kukubaliwa na chakula vyenye kutolewa. Alama za kutambu isha juu ya kutunzwa kwa malisho mabaya wa kadiri zinaangalia zaidi zara Programu ya chakula cha Nyongeza yenye kulenga hali ya pekee.

Muradi mukubwa wa Programu ya chakula cha Nyongeza yenye kulenga hali ya pekee ni kuzuia wenye kuwa na malisho mabaya wa kadiri wasifike ku malisho mabaya sana na kuwarudisha mu hali ya muzuri. Zile aina za Programu kwa kawaida zinatoa chakula cha Nyongeza kwa watu wenye kuwa na malisho mabaya wa kadiri kwa ujumla, wanawake wenye mimba na wamama wenye kunyonyesha, na watu wengine wenye kuwa mu hatari zaidi.

Kushugulika na malisho mabaya zaidi: Aina mbalimbali za njia za kufuata zinatumikishwa juu ya matunzo ya kingangaKusimamia mupango wa kutunza malisho mabaya mukali wenye kutegemea jamii ni njia ya kufuata yenye inapendelewa kwenye hali inaweza kuruhusu. Mu ule mupango muko:

- kupangisha mu hopitali watu wenye wako mu hali ya mubaya ya kinganga wenye wako na malisho mabaya zaidi;
- kupangisha mu hopitali watoto wachanga wote wa kadiri ya miezi sita wenye wako na dalili za malisho mabaya zaidi;
- kupata matunzo bila kupangisha mu hoptali watu wote wenye wako na malisho mabaya ya zaidi lakini bila kuwa mu hali mubaya ya kinganga;
- kufanya kampeni ku jamii; na
- Programu ao huduma zingine za pekee kulingana na hali juu ya watu wenye wako na dalili ya malisho mabaya wa kadiri.

Programu za kupiganisha malisho mabaya ya zaidi zinapaswa kwenda pamoja na Programu ya kutoa chakula cha Nyongeza na kuchochea jamii ili wategemeze wafanyakazi wa kujependea, kupimisha wote wenye kuhusika, kuelekeza na kufuatilia.

Kiwango cha kusimamia matatizo ya malisho mabaya 2.1: Malisho mabaya ya kadiri

Kukamata mipango ya kuzui na kusimamia malisho mabaya wa kadiri.

Matendo ya lazima

1 ⟩ Ansisha tangu mwanzo Programu ufundi mbalimbali, miradi na viwango vyenye kuonyeshwa waziwazi na vyenye kukubaliwa kwa ajili ya mwanzo na mwisho wa kutoa musaada.

2 ⟩ Uzidishe na kupanua uwezekano wa kufikia musaada yenye kuhusu malisho mabaya wa kadiri kwa kuhusisha jamii tangu mwanzo.

- Tumika pamoja na watu wa jamii wenye kuhusika mu mambo ya malisho mabaya ili kupata watu na mafamilia yenye kuwa mu hatari zaidi.

3 ⟩ Weka protokole ya kukubaliwa na kutoka yenye kusimamia ku viwango vya *anthropométrie* (ni kusema urefu, urefu wa vidole, ulaini wa maunganio ya mukono) vyenye kukubaliwa mu inchi na mu mataifa yote.

- Julisha waziwazi mambo ya kutimiza ili kuondoka wakati wa kuripoti ya alama zenye kuonyesha utendaji.
- Jifunze sababu za watu kuacha kufika na kukosa kupendezwa, ao za kuongezeka kwa hesabu ya vifo, na utende kufuatana nazo.

4 ⟩ Patanisha mipango ya kutunza malisho mabaya wa kadiri na matunzo ya malisho mabaya zaidi pamoja na kazi ya huduma za afya.

5 ⟩ Toa posho za zaidi za chakula chenye kukauka ao chenye kuwa tayari kutumiwa, isipokuwa kama kuko sababu za kulisha watu palepale ku kituo.

- Toa posho kwa musingi wa kila juma ao kila juma mbili. Fikiria ukubwa familia na hesabu ya watu wenye wako ndani, usalama wa chakula wa familia, na uwezekano wa kugawanya wakati wa kuamua ukubwa na wingi wa watu wa familia.

- Toa habari zenye ziko wazi kuu ya namna ya kupika na kuweka chakula mu njia ya kuheshimu kanuni za usafi, na namna ya kula na nafasi ya kukulia.

6 ⟩ Tia mukazo juu ya kukinga, kutegemeza na kuendeleza zoea ya kunyonyesha, chakua cha zaidi na usafi.

- Toa habari yenye kuwa wazi juu ya ulazima wa kulisha mutoto muchanga kwa kunyonya maziwa ya mama tu mupaka miezi sita, na kuendelea kumunyonyesha tangu miezi 6 mupaka 24, juu ya afya ya muzuri ya kimwili na ya kisaikolojia ya mama na ya mutoto muchanga.
- Kubali wamama wenye kunyonyesha watoto wa kadiri ya miezi 6 wenye wako wanateseka na malisho mabaya ya ziada, ku Programu ya chakula cha Nyongeza haizuru hali yao ya malisho ni ya namuna gani.

Mambo yenye kuonyesha jinsi hali iko

Asilimia (%) ya watu wenye kulengwa wenye wanaweza kufikia kituo cha posho ya chakula chenye kukauka cha zaidi ku mwendo wa siku moja kuenda na kurudia (kuhesabu pia saa ya matunzo)

- >asilimia (%) 90

Asilimia (%) ya watu wenye kulengwa wenye wanaweza kufikia kituo cha Programu mu muda wa saa moja

- asilimia (%) 90

Asilimia (%) ya watu wenye wako mu hali ya malisho mabaya wa kadiri (MAM) wenye wako na uwezekano wa kufika ku huduma za matunzo (za kusaidia kukinga)

- >asilimia (%) 50 mu maeneo ya mashamba
- >asilimia (%) 70 mu maeneo ya miji mikubwa
- >asilimia (%) 90 mu kambi zenye ziko halali

Kiasi cha wenye kulengwa wenye wametoka mu Programu za kutoa chakula cha Nyongeza sababu wamekufa, wenye wamepona ao wenye wameacha kufika

- Wenye wamekufa: < asilimia (%) 3
- Wenye wamepona: > asilimia (%) 75
- Wenye wameacha kufika: < asilimia (%) 15

Maelezo ya mwongozo

Kuunda Programu: Kuunda Programu zenye kusimamia ku uwezo wa mifumo ya afya yenye iko na yenye kuitegemeza; kufikiria uwezo wa kufikia majengo ya matunzo ya kinganga, kutawanyika kwa wakaaji mu eneo na usalama. Kulinda upatano na matunzo ya wagonjwa wenye kupanga mu hopitali na wagonjwa weyne hawapange mu hopitali, matunzo ya wanawake wenye kuwa na mimba, matunzo ya kukinga juu ya ugonjwa wa malaria, matunzo ya kukinga juu ya magonjwa yenye kupata watoto wadogo na vipimo, matunzo ya wenye kuteswa na ukimwi na kikohozi kikuu, pamoja na Programu za usalama wa chakula, zaidi sana zenye kuhusu kusafirisha chakula, pesa za mukono kwa mukono ao bon za kupokelea chakula.

Kusudi ya Programu za chakula cha Nyongeza haiko kukomboa chakula cha kawaida lakini kukikamilisha. Ni ya maana sana juu ya kupanga Programu kama vile moja ya sehemu njia ya kufuata ya sekta mbalimbali ya kazi zenye kukamilishana, kama vile WASH, afya, IYCF na ugawanyaji wa ujumla wa chakula. Chunguza kupatikana kwa chakula cha Nyongeza mu masoko ya taifa ao ya kimataifa, na matatizo yenye inaweza kutokea ya kukitoa mu mupango ya kuunda Programu ⊕ *ona Kutoa musaada kwa njia ya masoko.*

Kukinga na kutunza: Panga njia ya kufuata yenye ujumla ili kukinga juu ya ugonjwa wa malisho mabaya ao njia ya kufuata ya kulenga watu fulani ili kutoa malisho mabaya zaidi Uamuzi utafuatana na:

- kiasi cha malisho mabaya na hesabu ya watu wenye kuteseka;
- hatari ya kuongezeka ya hali ya ugonjwa;
- hatari ya kupunguka kwa usalama wa chakula;
- watu wenye kuhama na kiasi cha wingi wao;
- uwezo wa kufanya vipimo na kufuatilia watu wenye kugonjwa na kutumikisha viwango vya anthropometrie; na
- mapato yenye iko na uwezo wa kufikia watu wenye kuteseka.

Mupango wa chakula cha Nyongeza wa kulenga watu fulani kwa kawaida unaomba wakati mwingi zaidi na kutumia nguvu zaidi ili kufanya vipimo na kufuatilia watu wenye wako na malisho mabaya ya zaidi, lakini pia inahitaji mapato ya chakula kidogo zaidi cha pekee. Njia ya kufuata ya ujumla kwa kawaida inaomba watu kidogo wenye kuwa na ufundi lakini inaomba mahitaji zaidi ya mapato ya chakula cha pekee.

Kuchochea jamii kwenye kuwa na matokeo: Kuchochea jamii na kuwafanya washiriki kunasaidia watu waelewe muzuri zaidi Programu na kunafanya matokeo yake ikuwe muzuri zaidi. Tumika pamoja na watu wenye kulingwa ili kuamua nafasi za kuweka vituo vya Programu. Fikiria vikundi vyenye viko mu hatari zaidi vyenye vinaweza kuwa na matatizo ya kufika ku vituo. Gawanya habari zenye kuwa wazi na kamili mu luga zenye kujulikana juu kutegemeza kwenye kuwa tayari, kwa kutumikisha njia mbalimbali za kueneza habari kwa njia ya sauti, ya kuonyesha ao ya kusoma.

Kadiri Programu inaenea ni kusema hesabu ya watu wenye kupokea matunzo ukubwa wa hesabu ya watu wenye wenye kuhitani kupata matunzo. Hali zenye kufuata zinaweza kuwa na matokeo juu ya kadiri ya kuenea kwa Programu:

- kadiri Programu inafaa, pamoja na kwenye inapatikana na uwezekano wa kuifikia;
- hali ya usalama;
- ukawaida wa kugawanya;
- saa ya kungojea;
- kiasi cha kuchochea, kutembelea manyumba na vipomo;
- kupatikana kwa wafanyakazi wanawake na wanamume;
- kupatanisha viwango vya kukubaliwa na vya kadiri ya kuenea kwa Programu; na
- uwezo wa wenye kutoa matunzo wa kutambua ishara za malisho mabaya.

Kuchunguza kiasi cha kuenea kwa Programu kuko na bei kali na kunahitaji wafanyakazi wenye kuzoezwa mu njia ya pekee. Kama iko vugumu kufanya uchunguzi wa kiasi cha kuenea kwa Programu, fuata uongozi wa taifa ili kuamua kama kutumia njia ingine ya kuata. Tumikisha habari za Programu za kawaida kama vile vipimo, kuongoza na kukubali watu ili kukadirisha kuenea kwa Programu.

Inawezekana kusikuwe ulazima wa kufanya uchunguzi wa kiasi cha kuenea kwa Programu isipokuwa tu kumefanyika mabadiliko makubwa mu eneo ya Programu, kama vile kuhama kwa watu ao dawa ao protokole ya mupya ya matunzo.

Mambo ya kutimiza ili kukubaliwa inapaswa kupatana na muongozo wa inchi na wa kimataifa. Mambo ya kutimiza ili kukubaliwa kwa watoto wenye wako kadiri ya miaka sita na ya vikundi vya watu wenye hali yao ya anthropometrie iko nguvu kutambua itaomba kuchunguza hali yao ya ugonjwa na ya kunyonyesha ⊕ ona Nyongeza 4: Vipimo vya kutambua malisho mabaya mukali na Marejezo na habari zingine za kusoma.

Watu wenye wako na (ao wanazaniwa kuwa na) ukimwi ao wenye wako na kikohozi kikuu ao ugonjwa mwingine yenye inakawiyaka muda murefu hawapaswe kubaguliwa na wanapaswa kuwa na uwezekano sawasawa wa kufikia matunzo kama wanatimiza mambo yenye kuombwa. Watu wengine wenye hawatimize kiwango cha anthropometrie juu malisho mabaya zaidii wanaweza kufaidika na malisho ya Nyongeza. Mu wale watu munaweza kuwa wenye kugonjwa ukimwi, kikohozi kikuu ao ugonjwa ingine yenye inakawiyaka muda murefu, watu wenye walitoshwa mu mupango wa matunzo lakini wanahitaji matunzo ya kutegemeza ili wasipatwe tena na ugonjwa, ao watu wenye wako na ulemavu. Patanisha mifumo ya kufuatilia ya kutoa ripoti na hali kama wame watu hawatimize mambo yenye kuombwa juu ya anthropometrie.

Watu wenye kuishi na ukimwi wenye hawatimize mambo yenye kuombwa ili kukubaliwa mara mingi wanahitaji malisho ya kutegemeza. Ni muzuri zaidi kutoa ile musaada ya kutegemeza inje ya nafasi ya kutunzia malisho mabaya zaidi wakati wa matatizo. Tolea wale watu na familia zao huduma mbalimbali, matunzo ya jamii na ya matunzo ya nyumbani, vituo vya kutunzia kikohozi kikuu na Programu za kuzuia mutoto asiambukizwe na mama.

Mambo ya kutimiza ili kuondolewa mu Programu na kufuatilia: Mu hesabu ya watu wa kuondolewa mu Programu muko wenye wamepona, wenye wamekufa, wenye waliacha kufika ao wenye hawakupona. Watu wenye waliongozwa ku huduma za kukamilisha, kama vile huduma ya afya, hawajamalizia matunzo na wala wataendelea na matunzo ao watarudi ku matunzo nyuma. Hapana kuingiza mu hesabu watu wenye walihamishwa ku vituo vingine ao wenye hawajamalizia matunzo.

Kama wanakubaliwa mu Programu ya malisho kisha kutoka kwenye alienda kupata matunzo ya kinganga, umuhesabie mu kikundi cha pekee ili matukeo isivurugike. Kama mutu anaonekana na ishara za malisho mabaya zaidi juu ya sababu zingine kama vile ulemavu, kuwa na mudomo ao sehemu ya juu ndani ya kinywa yenye kugawanyika ao matatizo ya upasuaji, uwatie mu ripoti ya Programu. Chunguza namna hali ya kuwa mwanamuke ao mwanamume kunaweza kuwa na matokeo juu ya uwezekano wa kufikia matunzo, kuacha kufika ku matunzo na kupona.

Fanya hesabu ya kuondolewa mu Programu jinsi inafuata:

- Asilimia (%) ya wenye wameondolewa juu ya kupona = hesabu ya watu wenye wamepona/jumla ya watu wenye wameondoewa x 100
- Asilimia (%) ya wenye wameondolewa juu ya kufa = hesabu ya watu wenye wamekufa/jumla ya watu wenye wameondoewa x 100
- Asilimia (%) ya wenye wameondolewa juu ya kuacha kufika = hesabu ya watu wenye wameacha kufika/ jumla ya watu wenye wameondoewa x 100

- Asilimia (%) ya wenye wameondolewa juu hawakupona = hesabu ya watu wenye hawakupona / jumla ya watu wenye wameondoewa x 100

Zaidi ya mambo ya kusaidia kutambua yenye iko hapa juu, mu mambo ya kufuatilia mifumo munapaswa kuwa:

- kushiriki kwa wakaaji;
- Programu kuwa yenye kufaa (kiasi ya watu wenye wanaacha kufika na cha kuenea kwa Programu kinaweza kutumiwa kama kipimo yenye haiko ya moja kwa moja ya kufaa ao kutokufaa);
- wingi na aina wa chakula;
- kiasi cha kuenea;
- sababu za kuhamishia ku zingine Programu (zaidi sana kwa watoto wenye hali yao ya malisho iko inaharibika kufikia kuwa malisho mabaya zaidi); na
- hesabu ya watu wenye wamekubaliwa na wako wanatunziwa.

Fikiria mambo mengine ya inje kama vile:

- ishara za hali ya magonjwa;
- kiasi cha malisho mabaya ndani ya wakaaji;
- kiasi cha kukosa usalama wa chakula mu mafamilia na mu wakaaji;
- ingine musaada ya kukamilisha yenye iko mu wakaaji (kutia ndani musaada wa chakula wa ujumla ao Programu zenye kulingana); na
- uwezo wa mifumo yenye iko juu ya huduma za kutoa huduma.

Viunganisho na afya na sekta zingine: Programu za malisho zenye kulenga watu fulani na zenye kuenea kwa wote zinaweza kutumikishwa kama mupango wa pamoja wa kutoa huduma zenye kukamilishana. Mu hali za mingi Programu ya malisho ya Nyongeza ya kuzuia ugonjwa yenye kuenea kwa wote inaweza kutegemeza musaada wakati wa matatizo. Kwa mufano, inaweza kutoa uwezekano wa kufikia watu wenye kulengwa kwa njia ya kuandikisha watu, kusimamaia kufanya vipomo vya jamii na kuwaongoza kwenye wanaweza kutunzwa juu ya malisho mabaya zaidi na malisho mabaya wa kadiri. Ni njia pia ya kusaidia juu ya musaada ya kuokoa maisha ya waoto kama vile:

- dawa ya kuua minyoo mu tumbo;
- chakula cha Nyongeza cha vitamini A;
- fer na vitamini B9 yenye kuchanganywa na kupima na kutunza malaria;
- zinc juu ya kutunza ugonjwa wa kuhara; na
- chanjo.

⊕ *Ona Viwango juu ya matunzo ya musingi – magonjwa ya kuambukiza 2.1.1 mupaka 2.1.4 na Matunzo ya musingi – viwango vya matunzo ya mutoto 2.2.1 na 2.2.2.*

Wakaaji wenye wako mu hatari zaidi, kama vile wenye kuwa mu eneo kwenye kuko ukimwi na wenye wako na matatizo ya kutembea ao ya kujilisha, inaweza kuwa lazima kupatanisha Programu na hali ya mahitaji yao. Ndani ya kule kupatanisha na hali munaweza kuwa kupanisa aina na wingi wa posho ya chakula cha Nyongeza ⊕ *ona Kiwango cha chakula cha mutoto muchanga na mutoto mudogo 4.1.*

Kiwango cha kusimamia matatizo ya malisho mabaya 2.2: Malisho mabaya ya zaidi

Malisho mabaya zaidi uko unatunzwa.

Matendo ya lazima

1 > Tangu mwanzo weka Programu ya njia ya kufuata, miradi na mambo ya kutimiza yenye kuwa wazi na yenye kukubaliwa na wote ku mwanzo na ku mwisho wa musaada.

- Tia mu Programu wafanyakazi wa kutosha, wenye kuwa na uwezo, na mazoea na ujuzi wa kazi.

2 > Tia mu Programu ya matunzo ya malisho mabaya zaidi, matunzo ya ku panga ku hopitali, matunzo ya kutopanga ku hopitali, mifumo ya kuelekeza ku huduma zingine na kuchochea jamii.

3 > Toa malisho na huduma ya matunzo kulingana na miongozo ya kusimamia malisho mabaya zaidi yenye kukubaliwa mu nchi na mu mataifa yote.

4 > Weka mambo ya kutimiza ili kuondolewa mu Programu yenye ndani yake muko ishara za anthropometrie na ishara zingine.

5 > Chunguza sababu za watu kuacha kufika na kukosa kupendezwa, ao kuongezeka kwa hesabu ya vifo.

6 > Kinga, tegemeza na kuendeleza kunyonyesha, chakula cha Nyongeza, kuendeleza usafi, na ushirikiano kati ya mama na mutoto.

- Toa maelezo yenye iko wazi juu ulazima wa kulisha mutoto muchanga na maziwa ya mama tu mupaka aeneze miezi sita, na kendelea kumunyonyesha tangu miezi 6 mupaka 24, juu ya afya ya ya kimwili na ya k saikolojia ya wote wawili ni kusema mama na mutoto.

Mambo yenye kuonyesha jinsi hali iko

Asilimia (%) ya watu wenye kulengwa wenye kupitisha muda wa kadiri ya siku muzima kwa kwenda na kurudi ku kituo cha Programu ya matunzo (kutia ndani muda wa kupata matunzo)

- > asilimia (%) 90 ya watu wenye kulengwa

Asilimia (%) ya watu wenye wako mu hali ya malisho mabaya zaidi (SAM) wenye wako na uwezekano wa kufika ku huduma za matunzo (kuenea kwa Programu)

- >asilimia (%) 50 mu maeneo ya mashamba
- >asilimia (%) 70 mu maeneo ya miji mikubwa
- > asilimia (%) 90 mu kampi

Kiasi cha watu wenye wameondoewa mu Programu ya matunzo juu ya kifo, kupona ao kuacha kufika

- Wenye wamekufa: < asilimia (%) 10

- Wenye wamepona: > asilimia (%) 75
- Wenye wameacha kufika: < asilimia (%) 15

Maelezo ya mwongozo

Sehemu mbalimbali za Programu: Matunzo ya wagonjwa wenye kupanga mu hopitali inaweza kutolewa moja kwa moja ao kupitia mupango wa kuelekeza. Programu inapaswa kutoa mahali pote matunzo ya bila kupanga mu hopitali kwa watoto wenye hali yao ya matunzo ya kinganga haiko na magumu. Vituo vya Programu ya matunzo ya bila kupanga mu hopitali inapaswa kuwa karibu na makao ya watu wenye kulengwa, ili kupunguza hatari na bei ya safari pamoja na watoto wadogo, na hatari ya kuhamisha watu ili wakuwe karibu na vituo. ⊕ *Ona Kiwango cha afya ya mutoto 2.2.2: Kusimamia magonjwa ya mutoto muchanga na mutoto mudogo.*

Unganisha Programu na huduma zingine zenye kufaa, kama vile:

- malisho ya nyingeza;
- mashirika ya kupiganisha ukimwe;
- kurudisha mutu mu hali ya muzuri;
- huduma za matunzo ya kwanzakwanza; na
- Programu za usalama wa chakula pamoja na musaada wa chakula ao wa pesa.

Ufundi wa kuchunguza **kuenea kwa Programu** uko sawasawa ikuwe mu Programu za malisho mabaya ya kadiri ⊕ *ona Kiwango cha kusimamia matatizo ya malisho mabaya 2.1: malisho mabaya mukali.*

Mambo ya kutimiza ili kukubaliwa mu Programu inapaswa kuwa na upatano ya miongozo ya taifa na ya kimataifa. Mu mambo ya kutimiza ili kukubaliwa mu Programu juu ya watoto wenye kuwa kadiri ya miezi sita wenye ishara yao ya anthropometrie iko nguvu kutambua, munapaswa kuwa hali yao ya ugonjwa na ya kunyonyeshwa ⊕ *ona Nyongeza 4: Vipimo vya kutambua malisho mabaya* na *Marejezo na habari zingine za kusoma.*

Watu wenye kuwa na (ao wenye wanawaziwa kuwa na) Ukimwi wenye wako na ugonjwa wa kifua kikuu ao ugonjwa mwingine ya muda murefu sana hapaswe kubaguliwa na anapaswa kuwa na uwezikano sawasawa wa wa kufikia matunzo kama aeneza mambo ya kutimiza ili kukubaliwa mu Programu. Watu fulani wenye hawaeneze ishara za anthropometrie juu ya malisho mabaya zaidii wanaweza kufaidika na chakula cha Nyongeza. Kwa mufano watu wenye kuishi na UKIMWI, ugonjwa wa kifua kikuu ao ugonjwa mwingine wa kukawia sana, watu wenye wameondolewa mu Programu ya matunzo lakini wanahitaji matunzo ya kutegemeza ili kuepuka kuanguka tena mu ugonjwa, ao watu wenye kuwa na ulemavu. Patanisha Programu ya kufuatilia na mifumo ya ripoti kama watu wa ile namuna hawaeneze ishara za anthropometrie.

Watu wenye kuishi na UKIMWI wenye hawaeneze mambo ya kutimiza ili kukubaliwa mu Programu mara mingi wanahitaji malisho ya kutegemeza. Ile malisho ya kutegemeza inatolewa muzuri zaidi inje ya mupango ya matunzo ya malisho mabaya zaidi na matatizo. Tolea wale watu na familia zao huduma mbalimbali, kama vile matunzo ya jamii na ya nyumbani, vituo vya kutunzia ugonjwa wa kifua kikuu na prevention of mother-to-child-transmission programmes.

Mambo ya kutimiza ili kuondolewa mu Programu na kupona: Watu wenye wameondolewa mu Programu hawapaswa kuwa tena magumu ya kiafya. Zaidi ya ile, wanapaswa kuwa wamerudilia kuwa na hamu ya kula na wamerudilia na kulinda uzito wa mwili wenye kufaa na bila kuwa na ekema yenye kutokea ku malisho (kwa mufano, kisha kupimwa kilo mara mbili ya kufuatana). Fanya hesabu yenye kutenganishwa ya kurudilia uzito wa kadiri ya wagonjwa wenye walikuwa na edema yenye kutokea ku malisho na ya wenye hawakukuwa na edema. Kunyonyesha ni kwa lazima sana kwa watoto wa kadiri ya miezi sita na kwa watoto wenye wako kati ya miezi 6 mpaka 24. Watoto wachanga wenye hawanyonyeshwe wanapaswa kufuatiliwa kwa ukaribu sana. Heshimia mambo ya kutimiza ili kuondolewa mu Programu ili kuepuka hatari yenye inatokea juu ya kuondolewa haraka.

Miongozo ya jamii ya kusimamia malisho mabaya zaidi vinaonyesha kiasi kamili cha urefu wa muda wa kuendelea na matunzo na iko na muradi wa kufupisha vipindi vya kurudilia afya. Shikamana na miongozo ya kitaifa yenye iko wakati wa kufanya hesabu ya kiasi cha urefu wa muda wa kufuata matunzo, kwa sababu inalingana na hali. UKIMWI, ugonjwa wa kifua kikuu na magonjwa mengine ya kukawia sana inaweza kuacha wagonjwa fulani wa malisho mabaya washindwe kufika ku matunzo. Tumika pamoja na huduma za afya na huduma zingine na huduma za kutegemeza za jamii ili kuzungumuzia njia mbalimbali za matunzo ya muda murefu juu ya wale watu ⊕ *ona Kiwango juu ya matunzo ya musingi – afya ya viungo vya uzazi na uzazi 2.3.3: UKIMWI.*

Mambo yenye kuonyesha matokeo ya kusimamia malisho mabaya zaidi: Watu wenye wameondolewa mu Programu ya malisho mabaya zaidi ni wale wenye wamepona, wamekufa, waliacha kufika ao hawakupona ⊕ *ona Kiwango cha maandishi ya muongozo juu ya Kusimamia matatizo ya malisho mabaya zaidi 2.1: malisho mabaya wa kadiri.*

Mambo yenye kuonyesha matokeo ya kusimamia malisho mabaya zaidi inapaswa kuchanganywa pia na matokeo ya wagonjwa wenye kupanga mu hopitali na matunzo ya bila kupanga mu hopitali, bila kuhesabu mara mbili wenye walihamishwa kutoka mupango moja kwenda mu mupango ingine. Kama ile haiwezekane, rekebisha maelezo ya kiasi cha matokeo. Kwa mufano, Programu zinapaswa kutazamia matokeo muzuri zaidi wakati tu zinatoa matunzo ya bila kupanga mu hopitali. Wakati wanatoa matunzo kwa wagonjwa wenye kupanga mu hopitali tu, Programu zinapaswa kujikaza kufikia kiasi chenye kuwekwa juu ya vikundi vyenye kuunganishwa vya wagonjwa wenye kupanga mu hopitali na wenye hawapange mu hopitali.

Watu wenye wanaongozwa kwenye huduma zingine, kama vile huduma za afya, hawajamalizia bado matunzo. Wakati wa kuchunguza matokeo ya matunzo ya bila kupanga mu hopitali, ripoti pia kuhamishwa kwa wagonjwa wenye kupanga mu hopitali ili kutoa ripoti kamili ya matokeo ya Programu.

Hali mbalimbali zenye kuhusu maambukizi ya ugonjwa wa UKIMWI haihesabiwe ndani ya mambo yenye kuonyesha matokeo ya Programu. Hali mbalimbali zenye kuhusu maambukizi ya ugonjwa wa UKIMWI zitakuwa na matokeo juu hesabu ya vifo. Mu hali kama zile inaomba kufikiria ile maambukizi wakati wa kueleza matokeo ya Programu.

Wakati wa kufuatilia matokeo ya Programu, zaidi ya mambo yenye kuonyesha kuondolewa mu Programu, chunguza habari zenye kugawanywa za watu wapya wenye kukubaliwa mu Programu (kufuatana na wanawake ao wanamume, umri, ulemavu), hesabu ya watoto wadogo wenye wako wanatunzwa na kiasi cha kuenea kwa Programu. Kila wakati, chunguza na fanya maandishi ya kiasi na sababu za kukubaliwa tena, kuzorota kwa hali ya ugonjwa, kuacha kufika na kukosa matokeo ya muzuri. Patanisha maelezo ya zile hali na miongozo yenye iko inatumikishwa.

Jinsi hali ya afya inahusika: Ndani ya Programu zote za malisho mabaya zaidi munapaswa kuwa matunzo kwa ukawaida kufuatana na miongozo ya taifa ao ya kimataifa. Kutia ndani mupango wa kuelekeza ku huduma zingine ni jambo la musingi ili kushugulika na sababu zenye kufichama za ugonjwa kama zile za ugonjwa wa kifua kikuu na UKIMWI. Mu maeneo kwenye kuko kuenea sana kwa UKIMWI, Programu za malisho mabaya zinapaswa kufikiria musaada yenye kutafuta kuepuka kuambukizwa na UKIMWI na kutegemeza kuendelea kuishi kwa mama na mutoto. Mu makambi kwenye kuko kuenea sana kwa kuambukizwa na UKIMWI (kuenea kwa UKIMWI kwa kiasi cha asilimia (%) 1), fanya vipimo wa watoto wenye kuwa na ugonjwa wa malisho mabaya ili kujua hali yao kuhusu UKIMWI na kuamua kama kuko uhitaji wa kupewa dawa za kutunza ukimwi.

Mupango wa kutegemeza kunyonyesha: Wamama wenye wako na watoto wagonjwa wenye kupanga mu hopitali wanahitaji mupango wa ufundi wa kutegemeza kunyonyesha kama sehemu ya kusaidia kurudi mu hali ya muzuri ya malisho na kupona. Ile ni ya maana sana kwa watoto wenye wako kadiri ya miezi sita na kwa wamama wenye wako na ulemavu. Toa muda na mapato ya kutosha, kama vile nafasi ya kipekee kwa ajili ya kunyonyeshea, ili kulenga ufundi wa kutegemeza na kutegemezana kwa wamama wenye wako mu hali moja. Wamama wenye kunyonyesha watoto wa kadiri ya miezi sita wanapaswa kupokea posho ya chakula cha Nyongeza haizuru hali yao ya malisho iko namna gani. Kama wale wamama wako na ishara za anthropometrie zenye kuonyesha malisho mabaya zaidi, uwakubali mu mupango wa matunzo.

Kutegemeza kisaikolojia: Kuhimiza hisia na mwili kwa njia ya michezo ni jambo la lazima mu kipindi cha kurdisha mutoto mu hali ya muzuri ya afya kisha malisho mabaya zaidi. Ile inaendeleza kufungana kwa mutoto na mama na kuleta hisia ya muzuri kwa mama. Wenye kulea watoto wenye wako mu ile hali wanahitaji kutegemezwa kijamii na kisaikolojia ili wapeleke watoto wao ku matunzo. Wamama wengine wanaweza kuhitaji kutegemezwa na matunzo ya afya ya akili mu huduma yenye kuhusu kushuka kwa moyo wakati wa kuzaa. Ile mupango inaweza kutimizwa mu njia ya programme za kuchochea. Ile Programu inapswa kutia mukazo juu ulazima wa kuhimiza na kushirikiana mu kazi ya kutunza na kuzuia ulemavu mu wakati wenye kuja na kupungika kwa uwezo wa akili wa kufikiri wa mtoto. Patia wenye wanalea watoto wenye kugonjwa utampiamlo mukali uwezo wa kulisha na kuchunga watoto wao muda wa matunzo; uwatolee mashauri, maonyesho na habari kuhusu afya na malisho. Tia uangalifu juu ya matokeo yenye matunzo inakuwa nayo juu ya wenye kulea watoto na watu wa yamaa wa karibu kuhakikisha mipango muyenye kufaa ya kulinda mutoto, epuka kutengana kwa familia, fanya kwamba kushuka moyo kisaikolojia kukuwe kadiri kabisa na kuongeza uwezekano wa kushikamana na matunzo.

Kuungana na wengine wenye kuhusika: Ratibu pamoja na mashirika yenye kuhusika na ulinzi juu ya jeuri yenye kulenga watoto na wanawake ili kupanga njia ya kuelekeza na protokole ya kugawanya habari. Zoeza wafanyakazi wa mupango wa malisho juu ya jinsi ya kutoa muelekezo wa kutegemeza na wa siri kwa wenye kutoa malezi kwa watoto wenye wamepambana na jeuri na kutiwa mu utumwa ao kutendewa mubaya kimwili, kingono ao kihisia.

3. Kupunguka kwa micronutriments

Kukosa *micronutriment* ni kizuizi ku maendeleo ya kiuchumi ya jamii mu inchi za mingi. Ile inakuwa na matokeo makubwa ya mubaya juu ya afya ya watu, kujifunza na kufanya kazi yenye inaweza kuzaa matunda. Kukosa *micronutriment* kunashiriki kufanyiza muzunguko mubaya wa malisho mabaya, kukosa maendeleo na umasikini, hali yenye kugusa vikundi vyenye tayari ni vyenye kupungukiwa.

Ni nguvu kutambua kupunguka kwa *micronutriment* mu hali za mingi. Hata kama inaweza kuwa mwepesi kupima alama za ugonjwa za kupungukiwa sana, muzigo mukubwa sana kwa afya na kuendelea kuishi kwa watu unaweza kuwa ni kupungukiwa kwenye kufichama bila dalili ya ugonjwa. Tia mu akili kwamba hali ya matatizo itafanya kupunguka kwa *micronutriment* mu wakaaji kukuwe mubaya zaidi.

Kuko njia tatu za kufuata ili kupiganisha kupunguka kwa *micronutriment*:

- **Dawa zenye kukulisha mwili (Supplementation):** Kutoa *micronutriment* yenye iko mu umbo yenye kuruhusu kuingia mara moja mu mwili kwa kawaida inaleta matokeo ya haraka ya kutengeneza hali ya *micronutriment* ya mutu moja moja ao ya wakaaji wenye kulengwa. Mu mifano yenye inaweza kutajwa muko Programu ya dawa zenye kukulisha mwili yenye kulenga kupunguka sana kwa damu kwa kutoa fer, acide folique kwa wamama wenye mimba na vitamini A kwa watoto tangu miaka tano.
- **Kuleta nguvu:** Chakula chenye kuwa na vileta nguvu chenye kuwa na *micronutriment* kinaweza kuwa ufundi wenye matokeo ili kupiganisha kupunguka kwa *micronutriments*. Mu ile mifano muko chumvi yenye iko na iodie, *micronutriment* ya unga ao mafuta ya mboga yenye kuwa na vitamini A.
- **Njia ya kufuata ya kutumikisha chakula:** Vitamini na madini yenye kuhitajiwa ili kuzuia kupunguka kwa *micronutriment* inapatikana mu chakula mbalimbali. Siasa ya inchi na Programu zingepaswa kuhakikisha kwamba muda wa mwaka muzima kunapatikana chakula mbalimbali chenye kujaa *micronutriment* mbalimbali, kwa wingi na aina na salama.

Ijapokuwa njia zote tatu za kufuata zinatumikishwa wakati wa matatizo, yenye kutumikishwa sana na yenye kuenea zaidi ni kutumikisha dawa zenye ku isha mwili.

Kiwango cha kupunguka kwa *micronutriments* 3:
Kupunguka kwa *micronutriments*
Mipango ya kutunza kupunguka kwa *micronutriment* inachukuliwa.

Matendo ya lazima

1 ⟩ Kusanya habari juu ya hali ya mbele ya matatizo ili kutambua kupunguka kwa *micronutriment* kwenye kunaenea sana.

2 〉 Toa mafunzo kwa wafanyakazi wa matunzo ya afya ili wajue kutambua na kutunza kupunguka kwa *micronutriment.*

3 〉 Tia mupango wa njia ya kufuata ili kuweza kupiganisha hatari zenye kuletwa na kupunguka kwa micronu *micronutriment.*

4 〉 Unganisha mipango ya musaada wa kutunza kupunguka kwa *micronutriment* na mipango ya afya ya watu wote ya kupunguza magonjwa yenye kwa kawaida iko na upatano na matatizo, kama vile vitamini A ili kutunza surua na zinc ili kutunza ugonjwa wa kuhara.

Mambo yenye kuonyesha jinsi hali iko

Hakuna visa vya kiseyeye (scorbut), pellagra, beriberi ao upungufu wa riboflavine

- ⊕ *Ona Nyongeza 5: Vipimo vya umaana kwa afya ya watu wote vya kupunguka kwa micronutriment* ili kupata maelezo ya umaana kwa afya ya watu wote kufuatana na vikundi vya umri na kwa ajili ya wakaaji wote.
- Tumia alama zenye kuonyesha jinsi hali iko za taifa ao zenye kuonyesha hali fulani ya pekee kama ziko.

Kufanya vipimo vya xérophtalmie, kupunguka kwa damu na ukosefu wa iode haiko ya umaana sana mu mupango wa afya ya watu wote

- ⊕ *Ona Nyongeza 5: Vipimo vya umaana kwa afya ya watu wote vya kupunguka kwa micronutriment* ili kupata maelezo ya umaana kwa afya ya watu wote kufuatana na vikundi vya umri na kwa ajili ya wakaaji wote.
- Tumia alama zenye kuonyesha jinsi hali iko za taifa ao zenye kuonyesha hali fulani ya pekee kama ziko.

Maelezo ya mwongozo

Kufanya vipimo na kutunza kupunguka kwa micronutriment: Vipimo na matunzo ya kupunguka kwa *micronutriment* inapaswa kufanywa kila mara na wafanyakazi wa kinganga wenye kustahili. Kama dalili za kinganga za kutambua kupunguka kupunguka kwa *micronutriment* zinatiwa ndani ya mufumo wa uangalizi wa hafya na malisho, tolea mazoezi wafanyakazi ili wajue kufanya uchunguzi na kutenda kulingana na ule uchunguzi. Maelezo ya visa iko na sehemu mbalimbali; wakati wa matatizo, utoe maelezo ya kila kisa kwa njia ya kutoa musaada wa chakula cha Nyongeza.

Dalili za kinganga zenye kufichama za kupunguka kwa micronutriment ni zile zenye haziko na uzito wa kutosha kuonyesha dalili zenye zinaweza kutambulika. Hata hivyo, zinaweza kuwa na matokeo ya mubaya juu ya afya. Ili kuzitambua inaomba uchunguzi wa pekee wa biochimie. Kutosha tu upungufu wa damu, yenye vipimo vyake vinapatikana na vinaweza kufanywa kwa urahisi katika eneo.

Dalili zenye haziko za moja kwa moja zinaweza kutumikishwa kuchunguza hatari ya upungufu wa *micronutriment* na kuamua wakati chakula cha Nyongeza ao malisho ya muzuri zaidi inaweza kuhitajika. Uchunguzi yenye haiko ya moja kwa moja ni kukadirisha *micronutriment* ndani ya chakula chenye wakaaji wanatumia na kupima hatari ya upungufu. Ili kufanya hivyo, chunguza habari zenye zinapatikana juu ya kupatikana kwa chakula, kuweza kupata na matumizi ya chakula, na chunguza kama posho ya chakula kinatosha.

Kuzuia: Ufundi wa kuzuia kupunguka kwa *micronutriment* unaonyeshwa katika sehemu ya 6 hapa kadiri (see *Kiwango cha musaada wa chakula 6.1: Mahitaji ya ujumla ya malisho*). Kupiganisha magonjwa ni kwa lazima sana katika kuzuia kupunguka kwa *micronutriment*. Magonjwa makali ya njia ya kupumua, surua, na maambukizo yenye kutokea ku vidudu kama vile ugonjwa wa malaria, na kuhara inapunguza sana *micronutriment* yenye kuwa ndani ya mwili. Ili kutayarisha wagonjwa juu ya matunzo inafaa kuwa tayari na maelezo ya visa na miongozo ya matunzo, na mifumo yenye kutenda ya kutafuta magonjwa *ona Matunzo ya musingi – viwango vya afya ya mutoto 2.2.1 na 2.2.2*.

Matunzo ya kupunguka kwa micronutriment: Vipimo na matunzo vinapaswa kupangwa ndani ya mufumo wa afya na ndani ya Programu za malisho. Wakati kiasi cha kupunguka kwa *micronutriment* kiko juu ya vipimo vya afya ya watu wote, matunzo ya ujumla ya watu wote kwa njia ya chakula cha Nyongeza inaweza kuwa ya lazima. Scorbut (kupunguka kwa vitamini C), pellagre (kupunguka wa niacine), beriberi (kupungufu kwa thiamine) na ariboflavinose (kupunguka kwa riboflavine) ni magonjwa yenye kupatikana sana yenye kutokana na kupunguka kwa *micronutriment* *ona Nyongeza 5: Vipimo vya umaana kwa afya ya watu wote ya kupunguka kwa micronutriment.*

Mu vipimo vya afya ya watu vya kupiganisha kupunguka kwa *micronutriments* muko:

- kutoa chakula cha Nyongeza vitamini A pamoja na chanjo kwa watoto wa umri kati ya miezi 6 mupaka 59;
- kutoa dawa ya kuua vidudu vya mu tumbo kwa watoto wa umri kati ya miezi 12 mupaka 59;
- kuongeza chumvi yenye iko na iode na michanganyiko yenye kuongezwa nguvu kama vile mafuta ya mimea yenye kuongezwa vitamini A na D mu kitunga cha chakula na kutoa *micronutriment* za unga ao chakula cha Nyongeza cha mafuta yenye kuwa na iode;
- kutoa muchanganyiko wa *micronutriment* wenye kuwa fer kwa watoto wa umri kati ya miezi 6 mupaka 59;
- Kutoa kila siku chakula cha Nyongeza chenye kuwa na *micronutriment* mbalimbali zenye kuwa na fer, zaidi sana na aside ya folike, kwa wanawake wenye mimba na wenye kunyonyesha.

Kama michanganyiko ya *micronutriment* yenye kuwa na fer haipatikane, toa kila siku chakula cha Nyongeza chenye kuwa na fer na aside folike kwa wanawake wa mimba na wale wenye wamezaa mu siku 45 zenye zilipita.

Tumikisha dalili zenye kuonyesha hali zenye haziko za moja kwa moja zenye kugawanywa kufuatana na wanawake na wanamume ili kukadirisha hatari ya upungufu wa *micronutriment* katika watu wenye walipatwa na mateso na kuamua uhitaji wa kuboresha malisho ya kila siku ao kutumia chakula cha Nyongeza. Kwa mufano, dalili zenye haziko za moja kwa moja za kupunguka kwa vitamini A zinaweza kuwa kuwa: uzito wa kadiri wakati wa kuzaliwa, kugonda na muchoko juu ya malisho ya kadiri ao kutokomaa jinsi inafaa *ona Kiwango cha uchunguzi wa usalama wa chakula na malisho 1.2: Kuchunguza malisho.*

4. Chakula ya mtoto kidogo

Tegemezo la chakula cha mutoto muchanga na mutoto mudogo chenye kufaa na kwa wakati wenye kufaa mu wakati wa hali yenye kuomba kutenda kwa haraka (IYCF-E) inaokoa maisha na inalinda malisho, afya na maendeleo ya watoto. Tabia za mubaya za kulisha watoto wachanga na watoto wadogo zinaongeza hali ya hatari na ya kukosa malisho ya muzuri, magonjwa na kifo, na kuharibisha afya ya mama. Hali ya hatari inaongezeka wakati wa matatizo. Kati ya watoto wachanga na watoto wadogo kuko wenye wako mu hatari zaidi, zaidi sana:

- watoto wachanga wenye kuzaliwa na uzito wa kadiri;
- watoto wenye kutengwa na wenye hawana mutu wa kuwasindikiza;
- watoto wachanga na watoto wadogo wa mama wenye kushuka moyo;
- watoto kadiri ya miaka mibili wenye hawanyonyeshwa;
- watoto wenye kuishi katika wakaaji kwenye kuko maambukizo makubwa ya UKIMWI;
- watoto wenye kuwa na ulemavu, hasa zaidi wale wenye kuwa na matatizo ya malisho; na
- watoto wachanga na watoto wadogo wenye wako na malisho mabaya zaidi, kutetemeka ao upungufu wa madini.

IYCF-E (ANJE-E) inaagiza matendo na musaada ya kukinga na kusaidia mahitaji ya malisho ya watoto wachanga, ikuwe wenye kunyonyeshwa ao hapana na watoto wadogo wenye umri wa kati ya miezi 0 mupaka 23. Mu musaada ya haraka muko:

- musaada wa kukinga na kutia moyo kunyonyesha;
- malisho ya Nyongeza yenye kufaa na yenye kuwa salama; na
- kusimamia kukulisha kwa njia ya bibero watoto wachanga wenye hawana uwezekano wa kunyonyeshwa.

Musaada kwa wanawake wenye mimba na wnye kunyonyesha ni musingi wa usitawi wa watoto wao. "Kunyonyesha pekee" maana yake mutoto anapewa maziwa ya mama tu bila vinywaji vingine isipokuwa tu, Nyongeza za micronutriment na dawa. Inahakikisha usalama wa chakula na maji kwa watoto wachanga kwa muda wa miezi sita ya kwanza na inatoa ukingo wa kupiganisha magonjwa. Kunyonyesha kunahakikisha kukomaa muzuri kwa ubongo na kunaendelea kulinda afya ya watoto wachanga na ya watoto wenye kukomaa, hasa katika hali kwenye matakwa ya WASH inapunguka. Kunyonyesha pia kunalinda afya ya mama kwa kuchelewesha kawaida ya mwezi na kulinda juu ya ugonjwa wa kasere ya maziba. Inategemeza kujisikia muzuri kisaikolojia kwa kuongeza kushikamana na uwezo wa kutenda katika kila hali.

Matendo ya lazima katika sehemu hii iko upatano na Mwongozo wa Utendaji juu ya malisho ya watoto wachanga na watoto wadogo katika hali yenye kuomba kutenda kwa haraka (Mwongozo wa Utendaji). Miongozo ya Utendaji inatokea ku Kikundi cha kazi cha uhusiano kati ya mashirika chenye kuwa na kusudi ya kutoa mwongozo mufupi na wa hakika, na wenye kutenda juu kuhakikisha kuheshimia IYCF-E yenye kufaa na juu ya Kode ya Kimataifa ya Kuchuuza Maziwa ya Kukonya ya Badala ("Code").

Kiwango cha chakula ya mtoto kidogo 4.1:
Mipango ya uongozi na usimamizi wa mambo

Siasa ya muongozo na uratibu inahakikisha chakula cha mutoto muchanga na mutoto mudogo chenye kuwa salama, chenye kupatikana kwa wakati na chenye kufaa.

Matendo ya lazima

1 ⟩ Anzisha mamulaka ya uratibu wa IYCF-E ndani ya mufumo wa uratibu wa matatizo, na hakikisha kushirikiana katika sekta mbalimbali.

- Kubali kwamba serikali ndiyo mamulaka ya uratibu, wakati inawezekana.

2 ⟩ Ingiza ndani hali fulani zenye kuonyeshwa kisahihi za Mwongozo wa Operesheni katika miongozo ya taifa na ya mashirika ya kutoa musaada juu ya utayari.

- Tengeneza mwongozo na tangazo la pamoja na viongozi wa taifa katika hali zenye hakuna siasa yoyote ya mwongozo.
- Tia nguvu sera za taifa zenye kuhusika kadiri inawezekana

3 ⟩ Endeleza mawasiliano sabiti, yenye kusawazishwa, na kwa wakati wenye kufaa juu ya IYCF-E katika hatua zote za musaada.

- Fahamisha mashirika ya kutoa musaada, watoaji na vyombo vya habari haraka kadiri inawezekana kuhusu sera na mazoea yoyote ya IYCF-E yenye iko ku mahali.
- Ongea na watu wenye walipatwa na mateso kuhusu huduma zenye zinapatikana, mazoea ya IYCF-E na njia za kupata ripoti ya maoni.

4 ⟩ Epuka kukubali ao kuomba zawadi za maziwa ya badala ya mama, ingine michanganyiko ya maziwa ya majimaji, chupa za bibero na sehemu ya bibero ya kunyonyea.

- Hata hivo, zawadi zenye zinafika zinapaswa kusimamiwa na mwenye mamulaka mwenye aliwekwa, kulingana na Mwongozo wa Utendaji na Code.
- Hakikisha kuwa imara katika kulenga, kutumia, kununua, kusimamia na kugawanya maziwa ya badala ya mama. Ile matendo lazima itegemee uchunguzi wa hali ya hatari na mahitaji, uchunguzi wa habari na mwongozo wa kiufundi.

Mambo yenye kuonyesha jinsi hali iko

Asilimia (%) ya siasa zilizoenye zilikubaliwa za IYCF katika hali zenye kuomba kutenda kwa haraka zenye kuonyesha hali ya pekee za Mwongozo wa Utendaji

Hakuna uvunjaji Code wenye umeripotiwa

Asilimia (%) ya visa vya uvunjazi wa Code juu zawadi za maziwa ya badala ya mama (BMS), michanganyiko ya maziwa ya majimaji, bibero na vifuniko vyenye sehemu ya kunyonyeshea vyenye vilishughulikiwa kwa wakati unaowenye kufaa

Maelezo ya mwongozo

Mawasiliano na watu wenye walipatwa na mateso, wenye kutoa musaada na vyombo vya habari: Kuwasiliana juu ya huduma zenye kupatikana na mazoea ya muzuri ya kulisha watoto wachanga na watoto wadogo itahitaji kupatanisha ujumbe kulingana na vikundi tofauti vya kutoa musaada na watu wote. Fikiria uhitaji wa kusaidia wenye kutoa kutunza wenye ni babu, wazazi wenye hawana mwenzi, familia zenye zinaongozwa na watoto ao watu wa jamaa wa karibu pamoja na wenye kutoa matunzo wenye ulemavu, na watu wenye kuishi na UKIMWI wakati wa kutoa ujumbe.

Code ya kimataifa ya kuchuuza maziwa ya badala ya maziwa ya mama: Code inakinda watoto wenye kulishwa kwa maziwa ya badala kwa kuhakikisha matumizi salama ya maziwa ya badala. Inategemea habari zenye hazina upendeleo, habari sahihi na inatumika katika hali zote. Inapaswa kutiwa katika sheria wakati wa hatua ya kutayarisha na inalazimishwa wakati wa kutoa musaada mu kipindi cha matatizo. Wakati kunakuwa kukosekana kwa sheria za taifa, tumikisha sheria za Code kwa kiwango cha kadiri.

Code haiweke vizuizi juu ya kupatikana ao kukataza matumizi ya maziwa ya badala ya maziwa ya mama, bibero za kulishia ao kifuniko yenye kifaa cha kunyonyenyeshea. Inaweka tu vizuizi ku kuchuuza, kununua na kugawanya ile maziwa ya badala. Uvunjaji wa kawaida wa Code wakati wa matatizo unatokana na magumu ya kuweka tiketi na ugawanyaji wenye hauna lengo. Wakati wa matatizo, fuatilia na kuripoti uvunjaji wa Code ku UNICEF, OMS na ku viongozi wa eneo.

Tumia dalili zenye kuonyesha hali za kiwango kwenye ziko na uunde dalili za pekee zenye kulingana na hali wakati haziko. Eleza alama za kutambulisha za IYCF-E ili kuamua maendeleo na kufanikiwa, kwa kufikiria kalendari na wakati wenye ulipangwa kutoa musaada. Kuhimiza utumizi thabiti wa kiashiria cha IYCF-E kwa kutumia washirika na kwenye tafiti. Tia moyo matumizi yenye kudumu ya dalili za IYCF-E kati ya wenye kuhusika wote wenye kutenda na katika uchunguzi. Rudilia uchunguzi ao sehemu ya uchunguzi katika mupango wa kufuatilia musaada ndani ya IYCF-E. Tumia uchnguzi wa kila mwaka ili kuamua kiasi cha matokeo ya musaada.

Kulisha kwa njia ya bibero: Malisho yote yenye inatumikishwa badala ya maziwa ya mama lazima ifuate Codex Alimentarius na Code. Kufikia huduma za WASH zenye kufaa ni kwa lazima ili kupunguza hatari za kulisha kwa bibero katika hali yeye kuomba kutenda kwa haraka. Mufumo wa kugawanya malisho ya badala ya maziwa ya mama itategemea hali, zaidi sana upana wa musaada. Usitie maziwa za watoto wachanga na michanganyiko mingine ya maziwa ya badala ndani kugawanywa kwa kawaida ao kwaujumla. Usigawanye michanganyiko ya maziwa ya badala ya unga na maziwa ya majimaji kama bizaa yenye kutengwa na zingne. Dalili zenye kuonyesha hali zenye kuungana na usimamizi wa malisho ya badala lazima zilingane na Mwongozo wa Utendaji na Code, kadiri ya uongozi wa mamulaka ya Kuratibu na IYCF-E yenye iliteuliwa.

Kiwango cha chakula ya mtoto kidogo 4.2: Musaada wa sekta mbalimbali wa chakula cha mutoto muchanga na mutoto mudogo mu hali yenye kuomba kutenda kwa haraka

Wamama na wenye kutoa matunzo wa watoto wachanga na watoto wadogo wanapata musaada ya malisho yenye kufaa na kwa wakati, yenye kupunguza hali ya hatari, ni yenye kuheshimia malezi ya mahali na kufanya malisho ikuwe kabisa na matokeo, ya afya na kuendeleza maisha.

Matendo ya lazima

1 > Tanguliza wanawake wenye mimba na wenye kunyonyesha kwa kufikia chakula, pesa za mukono kwa mukono ao bon na zingine njia za musaada.

2 > Toa uwezekano wa kufikia mashauri yenye ufundi kuhusu kunyonyesha kwa mama wenye mimba na wenye kunyonyesha.

3 > Lenga wamama wa watoto wachanga wote ili kuwatia moyo mapema kuhusu kulisha mutoto kwa njia ya kunyonyesha pekee.

- Toa mwongozo rahisi wa unyonyeshaji wa pekee katika huduma za kuzalisha.
- Kinga, endeleza na kutegemeza kulisha watoto kwa njia ya kunyonyesha tu kwa watoto wachanga kati ya umri wa miezi 0 mupaka 5, na kuendelea kunyonyesha kwa watoto wenye umri wa miezi sita mupaka miaka miwili.
- Kwenye watoto wachanga wenye umri kati ya miezi 0 mupaka 5 wanakulishwa kwa kuchanganya kunyonyesha na ingine malisho, tegemeza mupito wa kufikia unyonyeshaji bila ingine malisho.

4 > Toa michanganyiko ya badala ya maziwa ya mama yenye ku, na vyombo vyenye kufaa vya kulishia na huduma za kutegemeza kwa wamama na wenve kutoa matunzo wenye watoto wachanga wanahitaji kupata maisho ya bacala.

- Chunguza usalama na uwezekano wa kusaidia wamama kuweza kunyonyesha tena na wamama wa kuajiriwa kwa kunyonyesha watoto wachanga wenye hawanyonyeshwi na mama yao. Fikiria hali ya malezi na kupatikanaji kwa huduma mu hali kama zile.
- Kama maziwa ya badala ya maziwa ya mama njo chaguo pekee yenve inakubaliwa, tia ndani ya musaada kifurushi cha vifaa vya lazima vya kupikia na kulishia, musaada wa WASH na kuweza kufikiaji huduma za afya.

5 > Toa musaada wa chakula cha Nyongeza chenye kuwa salama, cha kutosha, kinatolewa kwa saa yenye kufaa.

- Chunguza chakula cha mafamilia ili kuhakikisha kama kiri afaa na kinastahili kuwa chakula cha Nyongeza kwa watoto na toa mashauri ya pekee yenye kulingana na hali na kulingana na malisho ya Nyongeza.
- Hakikisha kupatikana kwa vifaa vya kulishia na vifaa vya kupikia, kwa kufikiria watoto wenye kuwa na matatizo ya malisho.

6 > Toa musaada wa kulisha watoto wachanga wenye wako mu hatari zadi na watoto wadogo.

- Tegemeza shughuli za kuchochea watoto wachanga na mazoea ya mapema ya matunzo ya watoto wachanga katika Programu za malisho mazuri.

7 > Toa chakula cha nyongea cha micronutriment kadiri inahitajika.

- Toa kila siku chakula vya Nyongeza kwa wanawake wenye mimba na wenye kunyonyesha, pamoja na kipimo moja cha kila siku cha micronutriment mbalimbali ili maziwa ya wamama na sehemu zake mbalimbali zilindwe, ikuwe wanawake wanapokea posho yachakula chenye kuongezwa nguvu ao hapana.
- Endelea kutoa chakula cha Nyongeza cha asidi folike na fer na kama ilishaka anza kutolewa.

Mambo yenye kuonyesha jinsi hali iko

Asilimia (%) ya wamama wenye kunyonyesha wenye wanapata mashauri ya ufundi

Asilimia (%) ya wenye kutoa matunzo wenye wanaweza kupata vifaa vyenye kulingana na Code vya huduma ya maziwa ya badala ya maziwa ya mama (BMS) na musaada wenye kuhusu watoto wachanga wenye wanahitaji kulishwa na malisho ya badala

Asilimia (%) ya wenye kutoa matunzo wenye wanapata chakula cha Nyongeza kwa wakati wenye kufaa, chenye kuwa na malisho mazuri, chenye kuwa salama kwa ajili ya watoto kati ya umri wa miezi 6 mupaka 23

Maelezo ya mwongozo

Kuchunguza na kufuatilia mupango wa IYCF-E: Chunguza mahitaji na ya kutanguliza juu ya musaada wa IYCF-E na ufuatilie matokeo ya musaada wa IYCF-E ⊕ *ona Kiwango cha usalama wa chakula na malisho assessments 1.2: Kuchunguza malisho.*

Ushirikiano wa sekta mbalimbali: Ndani ya nukta za kuingilia za sekta mbalimbali na musaada ya IYCF-E muko:

- matunzo ya mbele na kisha kuzaa;
- vituo vya chanjo;
- mupango wa kufuatilia maendelo;
- kuendelea kukomaa kwa watoto wachanga;
- huduma za matunzo ya UKIMWI (pamoja na kuzuia mama asiambukize mutoto);
- matunzo ya malisho mabaya zaidi;
- kutegemeza afya ya jamii, afya ya akili na afya kisaikolojia;
- huduma za WASH;
- mahali pa kazi; na
- kazi ya kupanua wa kilimo.

Vikundi vyenye kulengwa: Habari zote za uchunguzi na za Programu juu ya watoto wa kadiri ya miaka tano zinapaswa kugawanya kufuatana hali ya uwanamuke ao uwanamume na kufuatana na umri kati ya miezi 0 mupaka 5, miezi 6 mupaka 11, miezi 12 mupaka 23, na miezi 24 mupaka 59.

Tambua na kutia huduma za kutoa mahitaji ya malisho na maezi ya watoto wenye wako na ulemavu, wenye kutengwa na jamaa yao na wenye hawana watu wa kuwasindikiza na watoto wadogo. Elekeza wenye kutengwa na jamaa yao na wenye hawana watu wa kuwasindikiza kwa wenye kuhusika na ukingo wa watoto. Tambua kiasi cha wanawake wenye mimba na wenye kunyonyesha.

Fikiria wakaaji wenye wako kuenea kwa kiasi na kuenea sana kwa UKIMWI, watoto wenye kutengwa na jamaa yao na wenye hawana watu wa kuwasindikiza, watoto wenye kuzaliwa na kilo ya kadiri, watoto wenye wako na ulemavu na wenye wako na matatizo ya malisho, watoto wenye wako na umri ya kadiri ya miaka mbili wenye hawanyonyeshwe, na wenye wako na malisho mabaya zaidi. Ujue ya kwamba watoto wenye wamama wako na magumu ya kushuka moyo wanakuwaka na muelekeo wa hatari ya malisho mabaya zaidi

Wamama wenye mimba na wenye kunyonyesha: Kama mahitaji ya wamama wenye mimba na wenye kunyonyesha haitimizwe ndani ya Programu za musaada wa chakula wa pesa za mukono kwa mukono ao ya bon, lenga wamama wenye mimba na wenye kunyonyesha na chakula chenye kuongezewa nguvu. Uwapatie chakula cha Nyongeza cha micronutriment kufuatana na mapendekezo ya OMS.

Tengeneza tegemezo la kisaikolojia juu ya wamama wenye kushuka moyo, pamoja na kuwaelekeza ku huduma za kutunza magonjwa ya akili kama ni lazima. Panga tegemezo lenye kufaa juu ya wamama wenye kuwa na ulemavu. Unda nafasi zenye kuwa salama ndani ya kampi na makao mengine ya jamii juu ya wamama wenye kunyonyesha, kama vile eneo zenye mazingira ya starehe zenye kuwa na nafasi za pekee juu ya kunyonyesha.

Watoto wenye kunyonyeshwa: Kufanya mipango na kupanga matumizi ya mapato kunapaswa kufikiria tegemezo la kiufundi juu ya kunyonyesha wakati inaomba kusimamia hali za matatizo. Ile inaweza kuhusu watoto wa umri wa kati ya miezi 0 mupaka 6 wenye wako na malisho mabaya zaidi, wakaaji kwenye muchananyiko wa malisho unaenea sana, na kulisha watoto mu hali ya maambukizi ya UKIMWI.

Watoto wenye hawanyonyeshwe: Katika hali zote za matatizo, kinga watoto wachanga wa watoto wadogo wenye hawanyonyeshwe na kuwategemeza ili mahitaji yao ya malisho itimizwe. Matokeo ya kukosa kunyonyeshwa inatofautiana kufuatana na umri ya watoto. Watoto wa umri wa kadiri sana ndio wenye kuwa mu hatari zaidi ya magonjwa ya kuambukiza. Wanategemea kufikia kutolewa kwenye kuwa hakika kwa malisho ya badala ya maziwa ya mama, mafuta ya kuwashia moto, vifaa na kuheshimu viwango vya washi.

Muchanganyiko wa malisho mazuri ya watoto na ingine maziwa ya badala ya maziwa ya mama: Muchanganyiko wa malisho mazuri ya watoto ndio maziwa ya badala ya maziwa ya mama yenye kufaa kwa watoto wa umri kati ya miezi 0 mupaka 5. Pendelea muchanganyiko wa malisho mazuri ya watoto yenye iko tayari kutumiwa yenye kuwa majimaj, sababu haiombi kutayarishwa iko na hatari kidogo ya usalama kuliko maziwa ya watoto ya unga.

Matumizi yenye kufaa, yenye kuwekwa kwa uangalifu na usafi wa vyombo vya kulishia ni mambo ya lazima sana juu ya muchanganyiko wa malisho mazuri ya watoto yenye iko tayari kutumiwa. Muchanganyiko wa lishe ya watoto yenye iko tayari kutumiwa ni muzigo sana kuchukuliwa na kuwekwa ni kwa bei kubwa. Ku watoto wenye umri wa zaidi ya miezi sita, tumia ingine maziwa ya badala ya majimaji. Mu maziwa ya badala muko maziwa yenye kuwa na kreme yote yenye kutoka ku ngomve, mbuzi, kondoo, ngamia na mbogo na yenye imetunzwa kwa kuua vidudu ndani yake; maziwa ya majimaji yenye imechacha; ao yuguru.

Kutumia muchanganyiko wa malisho mazuri ya watoto juu ya watoto wa umri wa zaidi ya miezi sita kutategemea mazoea ya mbele ya matatizo, mapato yenye kupatikana, vyanzo vya maziwa ya badala ya majimaji, kufaa kwa chakula cha Nyongeza na siasa ya shirika la kutoa musaada. Maagizo juu ya kutumia maziwa ya badala inaweza kuwa ya muda mufupi ao ya muda murefu. Kuendelea na maziwa ya umri wa pili, maziwa ya majimaji ya kusaidia kukomaa, na maziwa ya umri wa tatu yenye kuchuuzwa kwa ajili ya watoto haiko ya lazima sana.

Mufanyakazi wa matunzo ya afya na malisho mwenye ufundi anaweza kuamua mahitaji ya mutoto ya muchanganyiko wa malisho mazuri ya mutoto kupitia uchunguzi wa kipekee, kufuatilia na kutegemeza. Kwenye uchunguzi wa mutu kipekee hauwezekane, zungumuza na mukubwa wa kuratibu na mashirika ya kibinadamu yenye ufundi ili kupata mashauri kuhusu uchunguzi na mambo yenye kuombwa yenye kulengwa. Toa muchanganyiko wa malisho mazuri ya mutoto mupaka mutoto arudilie kunyonya ao mupaka angalau mizei sita. Wakati wa kutolea mutoto maziwa ya badala mwenye kuihitaji, hapana kuchanganyikiwa kwa kutia moyo wamama wenye kunyonyesha waitumie pia.

Hapana kutumikisha bibero; kwa sababu iko nguvu kuzisafisha. Tia moyo na kutegemeza kulisha kwa kutumikisha kopo.

Endeleza ulinzi wa hali ya kupatwa sana na magonjwa ya mutu kipekee na ya wakaaji, kwa kukaza uangalifu zaidi ku ugonjwa wa kufaya.

Malisho ya Nyongeza ni njia ya kutenda yenye inaanzishwa wakati maziwa ya mama pekee haitoshe tena ili kutimiza mahitaji yenye kuhusu malisho ya mutoto na chakula vingine ao vitu vya majimaji vyenye kuhitajiwa ili kutumikishwa pamoja na maziwa. Malisho ya Nyongeza pamoja na vitu vya majimaji, ikuwe inatayarishwa na viwanda ao inatayarishwa mu eneo, inapaswa kutolewa kwa mutoto wa umri wa kati ya miezi 6 mupaka 23.

Kukosekana ya micronutriment ya mbele ya matatizo ao ya sasa ni ya lazima sana katika kuamua chaguo za musaada wa chakula cha Nyongeza. Kati ya mawazo ingine ya kufikiria kuko wepesi wa kufikia na kupatikana kwa chakula yenye iko na malisho mazuri, hali ya kupatikana ku kila majira kwa kugawanywa kwa chakula na kufikia chakula cha Nyongeza ya hali muzuri, na kupatikana mu eneo. Kati ya chaguo mbalimbali za kutoa musaada wa chakula cha Nyongeza muko:

- musaada wa pesa za kununua chakula chenye kuwa na malisho mazuri sana, chenye utajiri, na chenye kupatikana mu eneo;
- kugawanya chakula chenye utajiri wa malisho mazuri ao chakula chenye kuongezewa nguvu;
- kutoa chakula chenye kuwa na micronutriment mbalimbali kwa watoto wa miezi kati ya 6 mupaka 23;
- kuongeza utajiri wa malisho mazuri mu vyakula vya nyumbani kwa kuongeza ndani micronutriment kama vile micronutrient ya unga ao aina zingine micronutriment;

- Programu za njia ya kuishi; na
- Programu za aina ya 'wavu ya usalama'.

Fikiria kutoa mafunzo ao mufumo wa kutoa ujumbe pamoja na musaada wa pesa, ili kuhakikisha kwamba watu wenye walipatwa na hatari wanaelewa jinsi ya kutumia muzuri zaidi pesa za mukono kwa mukono ili kujilisha jinsi inafaa.

Chakula cha Nyongeza chenye kuwa na micronutriment: Watoto wenye umri wa kati ya miezi 6 mupaka 59 wenye hawapokee chakula chenye kuongezewa nguvu wanaweza kuhitaji chakula cha Nyongeza chenye kuwa na micronutriment ili kutimiza mahitaji yao ya malisho mazuri. Chakula cha nyongeza chenye kuwa vitamini A kinapendekezwa. Katika maeneo kwenye ugonjwa wa malaria unatawala, toa fer ya aina yoyote, pamoja na micronutriment za unga, na kila wakati kuwa na mufumo wa kufanya vipimo vya kutambua, wa kuzuia na wa kutunza ugonjwa wa malaria. Kati ya mifano ya mufumo wa kuzuia ugonjwa wa malaria kuko kutoa mistikere yenye iko na dawa ya kuua vidudu vya kuambukiza malaria na Programu ya kupiganisha vidudu vya kuleta magonjwa ya kuambukiza, kutambua haraka ugonjwa wa malaria, na matunzo ya kupambana na ugonjwa wa malaria. Usitoe fer kwa watoto wenye hawana uwezekano wa kufikia mipango ya kuzuia ugonjwa wa malaria. Toa fer na aside folike, ao chakula cha Nyongeza chenye kuwa na micronutriment za mingi kwa wanawake wenye mimba na wenye kunyonyesha, kulingana na miongozo ya hivi karibuni.

UKIMWI malisho ya mutoto muchanga: Wamama wenye kuishi na UKIMWI wanapaswa kutiwa moyo kunyonyesha angalau muda wa miezi 12 na hata miezi 24 ao zaidi wakati wako wanapopokea matunzo ya kuzuia ukimwi. Kama dawa za UKIMWI hazipatikane, chagua ufundi wa kupatia watoto wachanga nafasi kubwa ya kuendelea kuishi bila UKIMWI. Ile ni kusema kuchunguza na kulinganisha hatari za kusambaza UKIMWI na ya sababu za vifo vya watoto vyenye havitokee ku UKIMWI. Tegemeza wamama na wenye kutoa matunzo jinsi inafaa. Tanguliza uwezekano wa kufikia kwa haraka dawa za UKIMWI ⊕ *ona Kiwango juu ya matunzo ya musingi – afya ya viungo vya uzazi na ya uzazi 2.3.3: UKIMWI.*

Shauria wamama wenye kunyonyesha na wanawake wanyonyeshaji wenye hawaambukizwe na UKIMWI, na wale wenye hali yao ya UKIMWI haijulikane, mupango wa kunyonyesha pekee kwa miezi sita ya kwanza ya maisha ya mutoto. Baada ya hapo, anzisha chakula cha zaidi na uko unaendelea kunyonyesha mupaka mutoto akuwe na miezi 24 ao zaidi. Watoto wachanga wenye tayari wako wanakulishwa chakula cha badala wanahitaji kutambuliwa na kutegemezwa kwa haraka.

Wasiliana na sera za taifa na za eneo zenye ziko na chunguza kama zinaambatana na mapendekezo ya hivi karibuni ya OMS. Amua kama ni zenye kufaa kufutana na hali ya mupya ya matatizo, ukiiiria mabadiliko ya ya hatari ya kuambukizwa na ugonjwa ya kuambukiza yenye haiko UKIMWI, muda wa wenye kuzaniwa wa hali ya kutenda kwa haraka, na kuamua kama inawezekana ao hapana kutoa malisho ya badala na kuchunguza uwezekano wa kupata dawa za UKIMWI. Inaweza kuwa lazima kutia upya mwongozo wa muda mfupi, kuuandika na kuutoa kwa wamama na wajama wa kusaidia malezi.

Jeuri yenye kulenga uwanamuke ao uwanamume, ukingo wa watoto na malisho: Jeuri yenye kulenga uwanamuke ao uwanamume, ubaguzi wenye kulenga uwanamuke ao uwanamume na malisho mara nyingi vinakuwa na uhusiano. Jeuri ya nyumbani inaweza kuletea wanawake na watoto wao hali ya hatari kwa afya na ustawi. Wafanyakazi wa malisho mazuri wanapaswa kuelekeza kwenye musaada ya kisiri kwa wajamaa wa karibu wenye kusaidia ao watoto wenye kupambana na jeuri yenye kulenga uwanamuke ao uwanamume ao kutendewa vibaya. Vitu vingine vya kutia mu Programu ni kutoa mashauri, kufanya kazi ili kuanzisha maeneo ya matunzo ya wanawake na watoto, na kufuatilia wa kiasi cha kutupiliwa na kukosekana kwa matunzo. Fikiria kutia ndani ya vikundi vya kutoa malisho wafanyakazi wa mambo ya jamii wenye kuwa na utaalamu wa ukingo wa watoto na wa jeuri yenye kulenga uwanamuke ao uwanamume ⊕ *ona Kanuni ya Ukingo 3 na 4.*

Afya ya watu wote mu hali ya kutenda kwa haraka: Katika matatizo ya afya ya watu wote, kamata hatua za kuruhusu kuzuia hali yoyote yenye inaweza kukatiza kupatikana kwa huduma za afya na kutegemeza malisho, ili kuhakikisha usalama wa chakula na kuendeleza mipango ya njia za kuishi kwa mafamilia, na kupunguza hatari ya kuambukizwa na magonjwa yenye kuhusiana na kunyonyesha, na pia kupunguza hali ya kupatwa na ugonjwa na kifo kwa wamama. Fuata mwongozo wa OMS kwenye inahitajika kuhusu virusi vya kipindupindu, Ebola na Zika.

5. Usalama wa chakula

Usalama wa chakula ni wakati watu wote wanaweza kufikia kimwili, kijamii na kiuchumi kupata chakula cha kutosha, salama na chenye kuwa na malisho mazuri na chenye kutimiza mahitaji na mapendezi yao ya chakula na kuwaruhusu kuwa na maisha ya muzuri na kutumika.

Usalama wa chakula unachochewa na hali ya mufumo wa kiuchumi, ya kijamii na kisiasa na ya mazingira. Siasa, njia za kufuata ao maofisi za taifa na za kimataifa, zinaweza kuwa na matokeo juu uwezo wa watu wenye kupatwa na hatari wa kufikia chakula chenye kufaa na chenye malisho mazuri. Kuharibika kwa mazingira wa eneo la mahali na hali ya hewa yenye kubadilikabadilika na kuchafuka sababu ya mabadiliko ya hali ya hewa inakuwa pia na matokeo juu usalama wa chakula.

Katika matatizo ya kibinadamu, musaada ya usalama wa chakula inapaswa kulenga kutimiza mahitaji ya muda mufupi na kupunguza ulazima ya wakaaji wenye walipatwa na mateso kutumia njia za kujipatanisha na hali zenye zinaweza kuleta hatari zaidi. Kadiri wakati unaendelea, musaada inapaswa kukinga na kurudisha njia za kuishi, kuleta utulivu ao kuunda uwezekano wa kupata kazi na kushiriki kurudisha usalama wa chakula wa muda murefu. Haipaswi kuwa na matokeo ya mubaya juu mali ya asili na mazingira.

Kukosa wa usalama wa chakula mu mafamilia ni moja kati ya sababu ine zenye kufichama za malisho mabaya, pamoja na mazoea ya mubaya ya matunzo na malisho, mazingira yenye haiko safi ndani ya manyumba na huduma za matunzo ya afya zenye hazifae.

Viwango katika sehemu hii vinahusu mapato yenye kuhitajika ili kutimiza mahitaji ya chakula ya watu wote kwa ujumla na watu wenye kuwa katika hatari kubwa ya hali ya malisho, kama vile watoto wa kadiri ya miaka mitano, watu wenye kuishi na UKIMWI ao SIDA, wazee, watu wenye kuwa na magonjwa ya muda murefu na watu wenye ulemavu.

Musaada yenye kulenga kutunza malisho mabaya itakuwa na matokeo kidogo kama mahitaji ya chakula ya watu kwa ujumla haitimizwe. Watu wenye kuona kutoka malisho mabaya lakini wenye hawawezi kuendelea kupata chakula cha kutosha hali yao ya malisho itaharibika tena.

Chaguo la musaada wenye kuwa na matokeo ya muzuri zaidi katika kushindana na matatizo inahitaji uchambuzi wenye kina wa mahitaji wenye kugawanywa kufuatna na vikundi vya wanawake na wanamume, mapendezi ya mafamilia, bei yenye kufaa na yenye matokeo, hatari juu ya ukingo na mabadiliko ya majira. Inafaa pia kuamua aina na wingi kamili wa chakula chenye kuhitajiwa na njia ya muzuri ya kukigawanya.

Chakula ndio garama ya mukubwa kwa mafamilia zenye ziko katika hali ya hatari zaidi. Musaada wa pesa unaweza kuwezesha watu wenye kuupokea waweze kusimamia muzuri mapato yao ya ujumla, ingawa hii inategemea uwingi wa pesa za musaada zenye zilitolewa. Kushirikiana katika uchunguzi na miradi ya Programu kutaongoza kulenga, wingi wa pesa za kutuma na hali ingine yoyote venye inaweza kuwa na matokeo juu ya kutuma.

Musaada ya usalama wa chakula inapaswa kusonga mbele katika kufanya kazi kupitia masoko ya mahali ya kuzitegemeza. Maamuzi juu ya kununua mu mutaa, taifa ao eneo inapaswa kutegemea kuelewa masoko, pamoja na wenye kutoa huduma za kipesa wenye kuhusika na masoko. Programu zenye kutegemea masoko, kama vile kutegemeza kipesa wafanyabiashara, inaweza pia kutegemeza ile masoko kwa kujaza tena stoki ⊕ *ona Kutoa musaada kupitia masoko* na *Kitabu MERS*.

Kiwango cha usalama wa chakula 5:
Usalama wa chakula

Watu wanapokea musaada wa chakula wenye kuhakikishia kuendelea kuishi, inainua hali yao ya heshima, inazuia kupunguka kwa mali zao na kutia nguvu kurudilia hali ya muzuri.

Matendo ya lazima

1 ⟩ Kwa kutegemea habari za uchunguzi wa usalama wa chakula, panga musaada ili kutimiza mahitaji ya palepale, na fikiria mipango ya kukamata ili kutegemeza, kukinga, kuendeleza na kurudisha usalama wa chakula.

- Fikiria chaguo za kutoa vitu ao pesa za mukono kwa mukono juu ya kikapo cha chakula.

2 ⟩ Anzisha mapema kadiri inawezekana mipango njia ya muda ao transition na ya kuondoka kwa ajili ya Programu zote za usalama wa chakula.

- Unganisha Programu na musaada kutoka sekta zingine.

3 ⟩ Hakikisha kwamba watu wenye kupokea musaada wanapata ujuzi wa lazima, ufundi na huduma ili kujipatanisha na hali na kutegemeza njia ya kuishi.

4 ⟩ Kinga, udumisha na kutengeneza mazingira ya asili ili isipate kuharibika zaidi.

- Fikiria matokeo mubaya ya kupikia mafuta ya kuwashia moto juu ya mazingira.
- Fikiria mipango ya njia za kuishi zenye haishiriki kukata miti kiolela ao kutokeza miporomoko ya udongo.

5 ⟩ Fuatilia kiasi cha kukubalika na kupatikana kwa musaada ya kibinadamu ya usalama wa chakula kwa vikundi tofauti na watu kipekee.

6 ⟩ Hakikisha kwamba watu wenye kupokea musaada wa chakula wanauliziwa maoni juu ya muundo wa musaada na wanashugulikiwa kwa heshima na staha.

- Anzisha utaratibu wa kutoa ripoti ya maoni.

....

Mambo yenye kuonyesha jinsi hali iko

Asilimia (%) ya familia zenye kulengwa zenye kuwa na alama yenye kukubalika ya matumizi ya chakula

- > asilimia 35; > asilimia 42 kama mafuta na sukari vinatolewa

Asilimia (%) ya familia zenye kulengwa na zenye kuwa na alama yenye kubalika ya chakula mbalimbali

- > vikundi 5 vikubwa vya chakula vinakuliwa kwa kawaida

Asilimia (%) ya familia zenye kulengwa na dalili yenye kubalika ya ufundi wa kujipatanisha na hali

Asilimia (%) ya watu wenye kupokea musaada wenye kuripoti malalamiko ao maoni ya mubaya yenye kuhusu kutendewa kwa heshima

- Malalamiko yote inafuatiliwa kila wakati na kujibiwa haraka.

Maelezo ya mwongozo

Hali ya ujumla: Fuatilia hali ya ujumla ya usalama wa chakula li kuchunguza ulazima wa kuendelea kutoa musaada. Amua wakati gani inafaa kusimamisha shughuli fulani, fanya marekebisho ao anzisha miradi ya mupya, na tambua mahitaji yoyote ya kufanya utetezi.

Katika maeneo ya miji mikubwa, kamata hatua za kurudisha dalili zenye kuonyesha hali ya garama za chakula cha mafamilia mu hali ya mambo ya sasa, hasa zaidi katika makao kwenye watu wengi wenye kua na mapato kidogo wanafunga mana. Kwa mufano, Sehemu ya Garama za Chakula na mupaka wenye kuwekwa inaweza kukosa kustahihi katika maneo ya miji mikubwa, kwa sababu garama zenye haziko za chakula, kama vile kulipia nyumba na garama ya joto, ni kubwa zaidi.

Njia ya kufuata katika mipango ya kujacha na njia ya muda ao transition: Kuacha na kutumia njia ya muda ya kutoa musaada: Anzisha kuendeleza Njia ya kufuata juu ya kuacha na fikiria njia ya muda ao transition tangu mwanzo wa Programu. Kabla ya kufunga Programu ao kufanya njia ya muda ao transition, ni lazima kukuwe na ushuhuda kwamba hali imekuwa muzuri zaidi ao kwamba muhusika mwengine anaweza kukamata daraka. Kwa upande wa musaada wa chakula, inaweza kuomba kuelewa mupango wa usalama wa kijamii wenye uko ao wenye mufumo wa muda murefu wavu ya usalama.

Programu ya musaada wa chakula inaweza kuratibiwa na mufumo wa ukingo wa jamii ao kuweka musingi wa ule mufumo juu ya wakati wenye kuja. Mashirika ya kutoa musaada inaweza pia kufanya utetezi juu ya mifumo yenye kupiganisha kukosa usalama wa chakula, juu ya musingi wa uchunguzi wa kukosa usalama wa chakula kwa muda murefu kama ni wenye kupatikana ⊕ *ona Kitabu MERS*.

Vikundi vyenye kuwa mu hatari zaidi: Tumia uchunguzi wenye kutegemea hali ya hatari ya jamii na mufumo wa kufuatilia hali yenye watu mbal mbali wanashiriki ndani ili kupiganisha mazoea yoyote yenye kuhatarisha vikundi ao watu fulani kipekee. Kwa mufano, kugawanya mafuta ya kuwashia moto na/ao mafika zenye hiziombi nishati mingi kunaweza kupunguza hatari za kushambuliwa kingono kwa waramukeke na wabinti. Kutuma pesa za zaidi za mukono kwa mukono, zaidi sana kwa mafamilia ao watu kipeke wenye kuwa katika hatari zaidi, kama vile wanawake na familia zenye kuongozwa na mutoto ao familia zenye kuwa na watu wenye ulemavu, zinaweza kupunguza ya hatari za kushambuliwa kingono na kutumikisha watoto kama watumwa.

Mipango ya kutegemeza jamii: Unda mipango ya kutegemeza jamii pamoja na wenye wanaitumia, ili iweze kufaa na kutunzwa jinsi inafaa na kukuwe uwezekano mukubwa wa kubaki kisha Programu kumalizika. Fikiria mahitaji ya watu wenye kuwa mu hatari zaidi wakati wa kuiunda. Kwa mufano, wabinti na wavijana wenye walitengwa na jamaa zao na wenye hawana watu wa kuwasindikiza wanaweza kukosa habari na ujuzi wa kufanya kazi wenye kwa kawaida inapatikana ndani ya familia ⊕ *ona Kanuni za Musingi za Mashirika ya Kutoa Musaada 4.*

Kutegemeza njia za kuishi: ⊕ *Ona Usalama wa chakula na malisho – Viwango vya njia za kuishi 7.1 na 7.2, Kitabu Kitabu MERS* na *Kitabu LEGS.*

Matokeo juu ya mazingira: People living in camps require cooking fuel, which may accelerate local deforestation.Watu wenye kuishi mu kambi wanahitaji vitu vya kuwashia moto, vyenye vinaweza kuongeza hatari ya kukatamiti mu eneo. Fikiria chaguo kama vile kugawanya mafuta ya kuwashia moto, majiko ya mazuri na nishati ya badala. Fikiria pia uwezekano wa kufaidisha mazingira kwa kufanya bon za pekee zenye kuelekezwa ku vifaa vyenye kuendeleza mazingira. Tafuta njia za kusaidia kubadilisha mazoea ya zamani ya kupika chakula yenye pengine inaweza kuwa sababu ya kuharibika kwa mazingira. Fikiria muelekeo wa mabadiliko ya hali ya hewa. Tanguliza zazi zenye kutoa musaada katika muda mfupi na kupunguza hatari ya katika muda wa katikati na kwa muda murefu. Kwa mfano, kuondoa kupunguza mifugo kunaweza kupunguza mukazo juu ya eneo ya kulishia wakati wa ukame ⊕ *ona Kiwango cha nafasi ya kujikinga na makao 7: Kudumisha mazingira.*

Wepesi kufikiwa na kukubalika: Watuwanaweza kushiriki katika Programu kwa urahisi kama iko mwepesi kufikiwa na na yenye kuwa na kazi zenye kukubalika. Tumia muundo wenye wanamemba wote wa wakaaji wenye walipatwa na hatari wanashiriki ndani ili kuhakikisha kuipanua kwa wote bila ubaguzi. Ijapokuwa musaada fulani ya usalama wa chakula inalenga wenye kufanya kazi ya kiuchumi, musaada inapaswa kupatikana kwa watu wote. Ili kushinda vizuizi vyenye vikundi vyenye kuwa mu hatari zaidi wanapata, fanya kazi pamoja nao ili kuunda kazi mbalimbali na kuanzisha mipango ya kutegemeza yenye kufaa.

6. Musaada wa chakula

Musaada wa chakula unahitajika waka ti ubora na uwingi wa chakula chenye kupatikana ao kufikia chakula havitoshi ili kuzuia vifo vingi, kugonjwagonjwa sana ao malisho mabaya. Ndani ya musaada wa chakula muko musaada ya mashirika ya kibinadamu yenye kuboresha kufikia na kupatikana kwa chakula, kuelewa malisho na mazoea ya kula. Ile musaada inapaswa pia kukinga na kutia nguvu njia ya kuishi ya watu wenye walipatwa na hatari. Mu chaguo la musaada muko kutoa chakula halisi, musaada wa pesa, musaada wa kutegemeza kuzalisha chakula na musaada kwa masoko. Hata kama kutimiza mahitaji ya haraka inatangulizwa katika hatua za mwanzo za matatizo, musaada inapaswa kulinda na kukinga mali, kusaidia kurudisha mali yenye ilipotea wakati wa matatizo na kuongeza nguvu ya kushindana na hatari za siku zenye kuja.

Musaada wa chakula unaweza pia kutumikishwa ili kuzuia watu kuzoea njia ya kufuata ya mubaya ya kujipatanisha ha hali kama vile kuuzisha mali yenye inaweza kuzaa mapato, kutumia kupita kiasi ao kuharibisha mali za asili ao kujiingiza mu madeni za mingi.

Kuko vyombo mbalimbali vyenye vinaweza kutumikishwa ndani ya Programu ya musaada wa chakula, kama vile:

- Kugawanywa kwa ujumla kwa chakula (chakula halisi, musaada wa wa pesa kwa kununua chakula);
- Programu yenye kuenea kwa ajili ya wote ya chakula cha Nyongeza;
- Programu yenye kulenga ya chakula cha Nyongeza; na
- Kutoa huduma mbalimbali na njia ya kuzitimiza zenye kufaa, pamoja na kupatia watu ufundi ao ujuzi.

Kugawanya kwa ujumla chakula kunategemeza wale wenye wanahitaji zaidi chakula. Acha kugawanya chakula wakati watu wenye kupokea musaada wanaweza kuzalisha ao kupata chakula chao kupitia njia zingine. Mipango njia ya muda ao transition inaweza kuhitajika, kama vile musaada wa wa pesa wenye kuwa na matakwa ya kutimiza aou musaada wa kutegemeza njia ya maisha.

Watu wenye wako na mahitaji ya pekee ya malisho wanaweza kuhitaji chakula cha Nyongeza ya kuongeza ku posho ya ujumla. Ile inahusu watoto wenye umri wa miezi 6 mupaka 59, wazee, walemavu, watu wenye kuishi na UKIMWI, na wanawake wenye mimba ao wanawake wenue kunyonyesha. Katika hali nyingi, chakula cha Nyongeza kinaokoa maisha. Kulishia watu ku kituo kunaweza kufanywa tu kama watu hawana njia ya kujipikia wao wenyewe. Ile inaweza kuhitajika palepale kisha matatizo, wakati wa kuhamishwa kwa watu ao wakati hali ya usalama inaweka utia mu hatari wenye kupokea posho za kupeleka nyumbani. Inaweza pia kutumikishwa kwa malisho ya haraka ku masomo, hata kama posho za kupeleka nyumbani zinaweza pia kugawanywa ku masomo. Tia mu akili kwamba watoto wenye hawaendi ku masomo hawafikia kule kugawanywa kwa chakula; weka mipango ya kufikia wale watoto.

Musaada wa chakula unaomba usimamizi muzuri wa njia ya kukitoa na uwezo wa kupanga muzuri vyombo vya kazi na wa kusafirisha ili kusimamia mali vizuri.

Usimamizi wa mufumo wowote wa kutoa pesa za mukono kwa mukono unahitaji kuwa nguvu na wenye kutegemeka, na kuwa na mupango wa kufuatilia ⊕ *ona Kutoa musaada kwa njia ya masoko.*

Kiwango cha musaada wa chakula 6.1: Matakwa ya malisho

Mahitaji ya musingi ya malisho ya watu wenye walipatwa na mateso, zaidi sana wale wenye kuwa mu hatari zaidi, inatimizwa.

Matendo ya lazima

1 〉 Pima kiasi cha kufikia chakula cha aina na wingi vyenye kufaa.

- Chunguza mara kwa mara kile kiasi cha kufikia ili uone kama kiko sawa ao kinaweza kupunguka.
- Chunguza hali ya uwezekano wa kufikia masoko kwa watu wenye walipatwa na mateso.

2 〉 Panga musaada wa chakula na wa pesa musingi ili kutimiza mahitaji ya musingi ya kwanza kwanza yenye kuhusu nishati, proteini, mafuta na micronutriment.

- Panga migao ya posho za chakula ili zitimize kiasi cha malisho chenye kinakosekana kati vyakula vyenye watu wanaweza kujipatia wao wenyewewa na kiwango cha mahitaji ya malisho chenye kufaa.

3 〉 Kinga, endeleza na kutegemeza uwezekano wa watu wenye walipatwa na mateso wa kufikia vyakula vyenye kuwa na malisho mazuri na musaada wa malisho ya kutegemeza.

- Hakikisha kwamba watoto wenye umri wa miezi kati ya 6 mupaka 24 wanafikia chakula cha Nyongeza na kwamba wamama wenye mimba na wenye kunyonyesha wanapata musaada wa malisho ya kutegemeza.
- Hakikisha kwamba mafamilia zenye ziko na washiriki wenye kuwa na magonjwa ya muda murefu, watu wenye kuishi na UKIMWI na watu wenye kugonjwa kifua kikuu, wazee na watu wenye ulemavu wanapata chakula kizuri na malisho ya kutegemeza.

Mambo yenye kuonyesha jinsi hali iko

Kuenea kwa malisho mabaya kati ya watoto <miaka 5 kwenye kutengwa kufuatana vikundi vya wanawake ao wanamume, na kutengwa kufuatana na vikundi vya ulemavu kutokea ku miezi 24

- Tumia mufumo wa kutenganisha wa OMS (MAD, MDD-W yaani MAA, DAM-F).
- Kwa kutenganisha kufuatana na ulemavu, tumia module ya UNICEF / Washington Group kuhusu namna ya kutumika ya watoto.

Asilimia (%) ya familia zenye kulengwa zenye kuwa na alama ya Score ya Matumizi ya Chakula yenye kukubalika

- > asilimia 35; > asilimia 42 kama mafuta na sukari vinatolewa

Asilimia (%) ya familia zenye zinalengwa zenye kuwa na alamaya Score ya Matumizi ya Chakula mbalimbali yenye kukubalika

- >5 vikundi tano vya vyakula vikubwavikubwa vinakuliwa kwa kawaida

Asilimia (%) ya mafamilia zenye kulengwa zenye kupata kiasi cha kadiri chenye kuombwa cha nishati yenye kutokea ku chakula zenye kukubalika (2,100kCal kwa kila mutu kwa siku) na kupokea micronutriment zenye kupendekezwa kwa kila siku

Maelezo ya mwongozo

Fanya mupango wa kufuatilia kufikia chakula: Fikiria kubadilikabadilika kwa hali ya kiasi cha usalama wa chakula, kufikia masoko, njia za kuishi, afya na malisho. Hii itasaidia kuamua kama hali iko imara ao iko inapunguka, na kama musaada wa chakula unahitajiwa. Tumia dalili zenye haiko za moja kwa moja kama vi e Score ya Matumizi ya Chakula ao vyombo vya chakula mbalimbali.

Aina mbalimbali za musaada: Tumia njia zenye kufaa za usaidizi (pesa za mukono kwa mukono, bon ao chakula halisi), ao kuzichanganya ili kuhakikisha usalama wa chakula. Kwenye musaada wa pesa za mukono kwa mukono unatumika, fikiria kugawanya chakula wa zaida ao kugawanya chakula cha Nyongeza ili kutimiza mahitaji ya vikundi vya pekee. Fikiria kutosheleza kwa masoko ili kujibu mahitaji fukani ya pekee ya malisho mazuri na utumie ufundi wa pekee, zaidi sana chombo cha kuchunguza 'garama ya kadiri ya malisho yenye kufaa'.

Kuunda posho za chakula na aina ya malisho: Vyombo fulani vya kufanya mupangilio wa posho vinapatikana, kwa mufano NutVal. Kwa mupangilio posho za ujumla ⊕ *ona Nyongeza 6: Mahitaji yenye kuhusu malisho*. Kama posho inalenga kutoa nishati yote ya mupango wa pekee wa chakula, ni lazima ikuwe na kiasi cha kutosha cha nutriment zote. Kama posho inapaswa kutoa tu sehemu tu ya mahitaji ya nishati ya chakula, inaweza kuundwa kwa kutumia moja kati ya njia mbili zenye kufuata:

- Kama samani ya malisho mazuri ya vyakula vingine vyenye watu wako navyo haijulikane, tayarisha posho ya chakula kusudi itoe malisho yenye kusawazika yenye kulingana na nishati yenye iko ndani ya lile posho.
- Kama valere ya malisho mazuri ya vyakula vingine vyenye watu wako navyo inajulikana, tayarisha posho ya chakula kusudi ikamilishe vyakula hivi kwa kutoa nutriment zenye zinakosekana.

Makadirisho yenye kufuata ya mahitaji ya kadiri yenye kuhusu malisho ya wakaaji inapaswa kutumikishwa kwa kufanya mupangilio wa ujumla wa posho na wenye kupatanishwa na hali ya sasa.

- 2100 kCal kwa kila mutu kwa siku pamoja na asilimia 10 mupaka 12 ya nishati ya ujumla yenye kutolewa na protini na asilimia 17 yenye kutolewa na mafuta.

Kutoa kiasi cha kutosha cha nutriment ndani ya chakula inaweza kuwa vigumu wakati kunapatikana aina kidogo ya vyakula. Fikiria uwezekano wa kufikia chumvi yenye kuwa iode, niacine, thiamine na riboflavine. Kati ya chaguo za kuboresha aina wa malisho ndani ya posho ya chakula kuko kuongeza utajiri wa malisho mazuri ndani ya chakula cha musingi, zaidi sana kuongeza chakula yenye kuwa na muchanganyiko wa malisho mazuri, na kutia moyo watu wanunue vyakula safi vyenye kuzalishwa mu eneo kwa kutumikisha bon. Fikiria kutumia chakula cha Nyongeza kama vile chakula chenye kufanywa juu musingi wa lipide, chakula chenye kujaa nutriment, chakula chenye kuwa tayari kutumiwa, ao vidonge ao unga yenye kuwa na nutiment mbalimbali. Toa ujumbe juu ya IYCF-E ili kuhakikisha kwamba kuko kuendeleza ubora wa mazoea ya kunyonyesha na ya chakula cha zaidi ⊕ *ona Viwango juu ya chakula cha mutoto muchanga na mutoto mudogo 4.1 na 4.2.*

Wakati wa kufanya mupangilio wa posho za chakula, zungumuza pamoja na jamii ya mahali ili kufikiria mapendezi na desturi za mahali. Chagua chakula yenye haihitaji kupika kwa muda murefu kama mafuta ya kuwashia moto haipatikani kwa urahisi. Wakati yoyote kama kunakuwa mabadiliko ya posho, julisha ile habari kwa jamii yote mapema kadiri inawezekana ili kupunguza hasira na kupunguza hatari ya jeuri ya nyumbani juu ya wanawake, wenye wanaweza kulaumiwa juu ya kupunguzwa kwa posho. Wasiliana na watu waziwazi juu ya mupango wa kutoka tangu mwanzo ili kupunguza kuwa na matarajio yenye kupita kiasi, kupunguza wasiwasi na kuwezesha mafamilia kufanya maamuzi yenye kuhitajika.

Kiunganisho pamoja na Programu ya afya: Musaada wa chakula unaweza kuzuia kuharibika kwa hali ya malisho ya watu wenye walipatwa na hatari, hasa zaidi kama inaunganishwa na mipango ya afya ya watu wote yenye kulenga kuzuia magonjwa kama vile ugonjwa wa surua, ugonjwa wa malaria na magonjwa yenye kuletwa na vijidudu vyenye kubaki ndani ya mwili ⊕ *ona Kiwango cha mufumo wa afya 1.1: Kutoa huduma ya afya* na *Matunzo ya musingi – kiwango cha magonjwa ya kuambukiza 2.1: Kuzuia.*

Mupango wa kufuatilia matumizi ya chakula: Dalili kubwakubwa za musaada wa chakula zinahusu zaidi uwezekano wa kufikia chakula lakini hazipime matumizi ya chakula. Kipimo cha moja kwa moja cha nutriment zenye watu wanapata mu chakula hakionyeshe kabisa ukweli wa mambo. Kipimo chenye hakiko cha moja kwa moja chenye kufanywa kwa kuchunguza chanzo mbalimbali kama vile kufuatilia kupatikana na matumizi ya chakula katika mafamilia na kuchunguzai bei ya chakula, na kupatikana kwa chakula na mafuta ya kuwashia moto katika masoko ya mahali. Kati ya chaguo zingine kuko kuchunguza mipangilio na habari zenye kulindwa juu ya kugawanya musaada wa chakula, kuchunguza muchango wowote wa chakula yenye kutoka mu mashamba na kufanya uchunguzi wa usalama wa chakula.

Vikundi vyenye kuwa mu hatari zaidi: Wakati wa kuamua mambo ya kutimiza ili kustahiki kupata musaada wa chakula, uliza maoni ya vikundi tofauti ili kutambua mahitaji yoyote ya pekee yenye inaweza kupuuzwa. Tia ndani chakula chenye kufaa na chenye kukubalika kama vile michanganyiko ya chakula yenye kutajirishwa kwa ajili ya watoto wadogo (wenye umri kati ya miezi 6 mupaka 59) ndani ya posho ya chakula ya ujumla. Vikundi vya pekee vya watu vyenye vinaweza kuhitaji uangalifu wa pekee ni hivi: wazee, watu wenye kuishi na UKIMWI, watu wenye kuwa na ulemavu, na wenye kusaidia kulea.

Watu wenye kuzeeka: Ugonjwa wa muda murefu na ulemavu, kutengwa na jamaa, familia kubwa, baridi na umaskini vinaweza kupunguza uwezo wa kufikia chakula na kuongeza mahitaji ya nutriment. Watu wenye kuzeeka wanapaswa kuweza kufikia vyanzo vya chakula na kugawanywa kwa chakula kwa urahisi. Vyakula vinapaswa kuwa rahisi kutayarishwa na kukuliwa na vinapaswa kutimiza mahitaji ya proteni na micronutriment ya zaidi kwa ajili ya wazee.

Watu wenye kuishi na UKIMWI: Kuna hatari kubwa ya malisho mabaya kwa watu wenye kuishi na UKIMWI. Ile ni juu ya mambo kama kupunguka wa malisho, uwezo kidogo wa mwili wa kukamata lisye kutoka mu chakula, kubadilika ya metabolisme, na kuambukizwa yenye kukawia na magonjwa. Mahitaji ya n shati ya watu wenye kuishi na UKIMWI inatofautiana kufuatana na hatua ya kuambukizwa. Kusaga na kutajirisha chakula, ao kutoa chakula cha Nyongeza chenye kutajirishwa, chakula cha muchanganyiko ao cha pekee ni nijia mbalimbaliza za kuboresha uwezo wa kufikia chakula yenye kuwa na malisho mazuri. Katika hali zingine inaweza kuwa lazima kuongeza ukubwa wa posho zote za chakula. Elekeza watu wenye kuishi na UKIMWI wenye kuwa na malisho mabaya ku Programu ya malisho yenye kulenga, kadiri inawezekana.

Watu wenye kuwa na ulemavu, pamoja na watu wenye kuwa na ulemavu kisaikolojia, wanaweza kuwa mu hatari zaidi ya kutengwa na watu wa familia wa karibu na watu wenye kuwalea mu wakati wa matatizo. Wanaweza pia kuteswa na mambo ya ubaguzi. Punguza zile hatari kwa kuhakikisha kufikia chakua kwa njia ya kimwili, kufikia chakula chenye kuwa na nishati mingi na chakula chenye kuwa na utajiri wa nutiment, na ufundi wa musaada wa kukulisha. Kati ya ile mipango kunaweza kuwa kutoa mashini ya kusaga na kuchanga chakula, vijiko ao vibanzi *(pailles)*, ao kuendeleza mufumo wa kutembelea nyumba ao wa ujirani. Zaidi ya ile, fikiria kwamba watoto wenye kuwa na ulemavu hawaandikishwe sana ku masomo, na kwamba wanaweza kukosa kufaidika na Programu ya musaada wa chakula yenye kutengenezwa ku masomo.

Wenye kutoa matunzo: Ni jambo la lazima kutoa musaada kwa watu wenye kutoa matunzo kwa wale wenye kuwa mu hatari zaidi. Wenye kutoa matunzo na wenye kutunzwa wanaweza kukutana na vizuizi vya pekee vyenye kuhusu malisho. Kwa mufano, wanaweza kuwa na wakati kidogo wa kufikia chakula kwa sababu ni wagonjwa ao wako wanatunza wagonjwa. Wawaweza kuwa na mahitaji ya mukubwa zaidi ya kulinda mazoea ya usafi. Wanaweza kuwa na mapato kidogo ya kubadilishana na chakula, juu ya bei ya matunzo ao garama ya mazishi. Wanaweza kuwa pia na matatizo ya kubaguliwa kijamii na pia uwezekano mudogo wa kufikia mipango ya kutegemezwa kijamii. Tumia njia ya kuwasiliana ya jamii ili kuzoeza wanamemba wenye walichaguliwa kati ya wakaaji ili wategemeza wenye kutoa matunzo.

Kiwango cha musaada wa chakula 6.2:
Aina nzuri ya chakula, yenye kukubaliwa
na yenye kupatikana

Chakula chenye kutolewa ni cha aina wenye kufaa, ni chenye kukubalika na kinaweza kutumiwa kwa njia yenye kufaa na yenye kuleta matokeo.

Matendo ya lazima

1 Chagua chakula chenye kupatana na viwango vya taifa yenye kukaribisha na viwango vingine vya aina wa chakula vyenye kukubaliwa kimataifa.

- Fanya vipimo vya stoki ya chakula kwa kukamata eshantiyo moja ya bila kufikiria mapema.

- Elewa na kuheshimu sheria za taifa kuhusu kupokea na kutumia chakula yenye kutokea ku Kubadilisha maumbile ya mbegu wakati unapanga matumizi ya chakula kutokea inchi za kigeni.

2 > Chagua mifuko ya kufungia chakula yenye kufaa.

- Tia tiketi ku mifuko zenye kuonyesha tarehe ya kutokeza ile chakula, inchi ya asili, tarehe ya kuharibika ao tarehe ya mupaka wa muda wenye kufaa wa kukitumia, uchunguzi wa muchanganyiko wa nutriment na maelezo ya kupika yenye kuwa mu muundo wenye kueleweka na kwa lugha ya mahali, hasa zaidi kwa chakula yenye haijulikane sana ao yenye haitumiwe kwa kawaida.

3 > Chunguza kupatikana kwa maji, mafuta ya kuwashia moto, majiko na vifaa vya kuwekea chakula.

- Toa chakula yenye iko tayari kwa kukuliwa wakati matatizo inazuia kupata vifaa vya kupikia.

4 > Toa uwezekano wa kufikia vifaa vyenye kufaa juu ya kusagia ao kutunzia nafaka kama zinatolewa muzima-muzima.

- Lipia garama za kusagia za wenye kupokea nafaka kwa kutumia njia ya pesa za mukono kwa mukono ao ya bon, ao njia yenye haipendelewe sana ya kutoa nafaka ao vifaa vya kusagia vya zaidi.

5 > Safirishaji na kuweka chakula katika hali yenye kufaa.

- Fuata viwango vya kusimamia stoki, pamoja na utaratibu wa uchunguzi wa aina wa chakula.
- Pima ukubwa katika vipimo vyenye havibadilikibadiliki; na epuka kubadilisha vipimo na njia ya kufuata wakati wa kupima muda wote wa ile muradi.

Mambo yenye kuonyesha jinsi hali iko

Asilimia (%) ya watu wenye walipatwa na mateso wenye wanasema kwamba chakula yenye inatolewa ni ya aina wenye kufaa na kinapatana na mapendeleo ya mahali

Asilimia (%) ya watu wenye walipatwa na mateso wenye wanasema kwamba utaratibu wa kupokea chakula ni wenye kufaa

Asilimia (%) ya mafamilia zenye zinaripoti kwamba posho za chakula zenye walipokea ni rahisi kuzipika na kuziweka

Asilimia (%) ya watu wenye kupokea musaada wenye kufanya malalamiko ao kutoa ripoti ya maoni yenye haiko muzuri kuhusu aina wa chakula

- Malalamiko yote inafuatiliwa kila wakati na kujibiwa haraka.

Asilimia (%) ya kupotea kwa posho za chakula yenye iliripotiwa na Programu

- Lengo: asilimia <0.2 ya jumla ya toni zote.

Maelezo ya mwongozo

Aina wa chakula: Chakula lazima kipatane na viwango vya chakula vya serikali ya inchi yenye kukaribisha. Chakula lazima pia kipatane na viwango vya Codex Alimentarius kuhusu aina, namna ya kufunga, kuweka tikee na kulingana na kusudi yenye kufuatiliwa. Wakati chakula hakitimize aina wenye kutakiwa juu ya kusudi yenye kufuatiliwa, hakiwezi kutumiwa. Hii ni kweli hata kama ni chenye kustahili kwa kutumiwa na wanadamu. Kwa mufano, aina wa unga fulani huenda usifae kwa kufanya mukate kwa ajili ya mafamilia hata kama uko salama kwa chakula. Chakula yenye kununuliwa mu inchi na yenye kutoka mu inchi ya kigeni inapaswa kusindikizwa na vyeti vya fitosanitere ao vyeti vingine vya uchunguzi. Kutunza kwa kutumia moshi kunapaswa kufanywa kwa kutumia vifaa vyenye kustahili na kuheshimia utaratibu wa kufuata kwa usahihi. Hakikisha kwamba wachunguzi wa aina wenye kujitegemea wanachunguza stoki kubwakubwa na uwaite wakati kuko mashaka ao mabishano juu ya aina wa chakula.

Hakikisha kwamba serikali ya inchi yenye kukaribisha inahusishwa kadri inawezekana. Pata habari zenye kufaa juu ya tarehe na aina wa kutolewa kwa posho za chakula kwa kuangalia vyeti vya wenye kuvituma, ripoti za uchunguzi wa aina, tikiti za vifurushi na ripoti za depo. Tengeneza dosye ya kielektroniki ya kulinda habari za vyeti vya uchanguzi (CoA ao CdA) vyenye kutolewa na wakubwa wenye kuwa na daraka ya kusibitisha aina na usafi wa vifaa.

Chunguza kupatikana wa vifaa vya chakula katika soko ya mahali, ya taifa ao ya kimataifa. Kama musaada wa chakula unatokea mu eneo, unapaswa kupatana na kiwango chenye kuhusu kudumu na usikuwe muzigo zaidi juu ya mali ya asili ao kuvuruga masoko. Fikiria vizuizi vyenye vinaweza kutokea katika kutolewa kwa chakula wakati wa kufanya mupangilio wa Programu.

Kutia chakula ndani ya pakiti: Chakula kinaweza kuripotiwa kwamba kimepotea katika depo ao mu vituo vya mwisho vya kukigawanyia. Kupotea kwa chakula kunaweza kutokea katika muzunguko wa kukigawanya juu ya kufungiwa mubaya. Chakula kinapaswa kutiwa ndani ya pakiti zenye kuwa ngumu na rahisi kuchukuliwa, kuwekwa na kugawanywa. Pakiti zinapaswa kutumikishwa na watu wenye kuzeeka, watoto na watu wenye kuwa na ulemavu. Kama inawezekana, pakiti zingepaswa kuruhusu kugawanya moja kwa moja bila kuhitaji kufanya pakiti zingine ao kufungwa upya.

Pakiti hazipaswi kuwa na maneno fulani ya kisiasa ao ya kidini ao yenye inaweza kutokeza migawanyiko.

Pakiti hazipaswe kuleta hatari, na mashirika za kutoa musaada ziko na daraka la kuzuia mazingira isichafuke na pakiti zenye kutokea ku vitu vyenye viligawanywa, ao kununuliwa kwa pesa za moja kwa moja ao bon. Tumia kiasi kidogo cha paketi (na zikuwe zenye zinaweza kuoza kama inawezekana) na vifaa vyenye kufaa mu eneo, kama inawezekana kwa kundeleza ushirikiano na serikali ya mitaa na wenye kutengeneza vifaa vya kufanya paketi wa mahali. Toa vifaa vya kupokelea chakula vyenye vinaweza kutumika tena, kutumikishwa ku jambo lingine ao kutengenezwa kufanya kitu cha mupya. Tupa takataka za paketi mu njia yenye inazuia kuharibisha mazingira. Pakiti za chakula chenye kuwa tayari kutumiwa, kama vile zile za aliminium, zinaweza kuhitaji mipango ya kuziondoa ya pekee ya kutupwa kwa njia salama.

Kwenye takataka zinalundamana, panga mara kwa mara kampeni za kusafisha za jamii. Zile kampeni zinapaswa kuwa sehemu ya kuchochea jamii, badala ya kuwa kazi ya kulipwa ⊕ *ona Viwango vya WASH juu ya kusimamia takataka ngumungumu 5.1 na 5.3.*

Kuchagua chakula: Hata kama valere ya malisho ndio jambo la musingi la kufikiria katika kutoa musaada wa chakula, inafaa pia chakula yenye ilichaguliwa ikuwe yenye wapokeaji wanazoea. Inapaswa pia kuheshimia tabia ya kidini na ya malezi, na chakula yenye kukatazwa kwa wanawake wenye mimba ao wenye kunyonyesha. Wasiliana na wanawake na wabinti juu ya chaguo la chakula, kwa sababu mara nyingi wao wako na daraka ya kupika chakula ndani ya kambi. Wasaidie babu, wanamume wenye kulea familia peke yao, na vijana wenye kusimamia ndugu zao, kwa sababu wao kufikia chakula kunaweza kuwa magumu.

Katika hali ya miji mikubwa, familia zinaweza kuwa na uwezekano wa kufikia vyakula tofautitofauti kuliko maeneo ya mashambani, lakini aina wa malisho unaweza kuwa na mipaka, na kuhitaji tegemezo la malisho tofauti.

Kulisha mutoto muchanga: Maziwa ya watoto wachanga yenye kutoka kwa wanyama lakini imetayarishwa ili ifanane ya mama, maziwa ya unga, maziwa ya majimaji yenye ilitolewa ao yenye ilinunuliwa kwa musaada wa pesa wenye ulitolewa, haipaswe kugawanywa kwa kutenganishwa na kugawanywa kwa ujumla kwa chakula. Vile vifaa pia havipaswe kugawanywa katika Programu ya chakula cha Nyongeza cha kupeleka nyumbani ⊕ *ona Kiwango cha chakula cha mutoto muchanga na mutoto mudogo 4.2.*

Nafaka nzima-nzima: Kwenye familia ziko na desturi ya kusaga nafaka ao ziko na uwezekano wa kufikia moulin ya mbegu mu mutaa, gawanya nafaka nzima-nzima. Nafaka nzima-nzima ziko na uwezo wa kulindwa kwa muda murefu kuliko nafaka zingine na inaweza kuwa na valere kubwa kwa wenye kufaidika na Programu.

Toa vyombo vya kazi ya kusaga ya kibiashara yenye kuwa na kiasi cha kadiri cha ukusanyaji wenye kuruhusu kuondoa kiini, mafuta na anzime zenye kusababisha kuchachuka. Kazi ya kusaga ya kibiashara yenye kuwa na kiasi cha kadiri cha ukusanyaji inaongeza sana muda wa kulinda unga, hata kama inapunguza kiasi ya protini. Nafaka nzima-nzima zenye kusagiwa zinaweza kulindwa muda wa juma sita mupaka munane tu, kwa hiyo ni muzuri kusaga muda mufupi tu mbele ya matumizi. Nafaka yenye kusagiwa kwa kawaida inahitaji muda mudogo wa kupika. Mambo yenye kuombwa juu ya kusagisha inaweza wakati mwingine kutia wanawake ao wabinti mu hatari kubwa ya kutendewa mubaya. Fanya kazi pamoja na wanawake na wabinti ili kutambua hatari na kutambua suluhisho, kwa mufano kwa kutegemeza vyombo vya kusagia vyenye kusimamiwa na wanawake.

Kuweka na kutayarisha chakula: Uwezo wa familia wa kuweka chakula unapaswa kufiriwa wakati wa kuchagua chakula chenye kitatolewa. Hakikisha kwamba wenye kupokea musaada wanaelewa jinsi ya kuzuia hatari juu afya ya watu wote yenye kuhusu kutayarisha chakula. Toa majiko yenye haiombe mafuta mengi ya kuwashia moto ao vifaa vya kuwashia moto vya badala ili kupunguza uharibifu wa mazingira.

Nafasi za kuweka chakula zinapaswa kuwa zenye kukauka na safi, zenye kulindwa muzuri juu ya hali ya hewa na bila dawa za chimie ao vitu vingine vya kuambukiza. Kinga nafasi za kuweka chakula juu wanyama hatari kama vile vidudu na panya. Kama inawezekana, tumia maofisa wa Wizara ya Afya kusibitisha aina wa chakula chenye kutolewa na wachuuzi na wafanyabiashara.

Kiwango cha musaada wa chakula 6.3:
Kutambua, kugawa na kutowa

Kugawanya na musaada wenye kulenga wa chakula vinatim za mahitaji kwa wakati, viko wazi na salama.

Matendo ya lazima

1 ⟩ Tambua na lenga wenye watapokea musaada wa chakula kulingana na mahitaji na mawasiliano na wengine wenye kuhusika wenye kustahili.

- Toa maelezo yenye iko wazi na mbele ya watu wote juu ya njia za kufuata za kulenga zenye zinapaswa kuwa zimekubaliwa na watu wenye watapokea musaada na wenye hawatapokea musaada, ili kuepuka kuamusha mizozo na kutesa mutu yeyote.
- Anzisha mapema kadiri inawezekana uandikishaji rasmi wa mafamilia zenye zitapokea chakula, na tia habari za sasa wakati inakuwa lazima.

2 ⟩ Unda njia za kufuata za kugawanya chakula ao njia za moja kwa moja za kutuma pesa/bon zenye kutumika muzuri, kwa usawa, ukingo, salama, rahisi kufikia na yenye kutumika.

- Wasiliana na wanawake na wanamume, kutia ndani wavulana na vijana, na kutia moyo kushiriki kwa vikundi vyenye kubaguliwa na wenye kuwa mu uwezekano wa kuwa mu hatari zaidi.

3 ⟩ Weka maeneo ya vituo vya kugawanyia na kutoa ku nafasi zenye kuwa mwepesi kufikia, salama na zenye kufaa kwa wote wenye watapokea.

- Punguza hatari zenye watu wenye kuenda ku nafasi za kugawanyia wanaweza kukutana nazo, kwa kufanya mupango wa kufuatilia mara kwa mara vituo vya uchunguzi ao mabadiliko yoyote ya hali ya usalama.

4 ⟩ Tolea mapema wenye watapokea maelezo juu ya mupango na kalendari ya ugawanyaji, juu ya aina na wingi wa posho za chakula ao juu ya valere ya pesa za mukono kwa mukono ao za bon, na yenye inakusudiwa kutimiza.

- Panga ugawanyaji mu njia yenye kuheshimia wakati wa watu wa kusafiri na wa kufanya kazi na wenye kutanguliza vikundi vya watu wenye kuwa mu hatari zaidi kama wako.
- Toa maelezo na uanzishe mufumo wa ripoti ya maoni pamoja na jamii mbele ya kuanza kugawanya.

Mambo yenye kuonyesha jinsi hali iko

Asilimia (%) ya makosa yenye kulenga kuingizwa na kutengwa kwenye kupunguzwa

- Lengo < asilimia 10

Umbali kutoka ku makao mupaka ku kituo cha kugawanyia ao masoko (kama bon ao pesa za mukono kwa mukono zinatumikishwa)

- Lengo < 5 kilometre

Asilimia (%) ya watu wenye wamesaidiwa (wenye kutengwa mu vikundi vya wanawake ao wanamume, umri na ulemavu) wenye wanaripoti kwamba wamepata matatizo ya usalama wakati wa kusafiri (kwenda na kutoka) ku vituo vya Programu

Hesabu ya visa vyenye viliripotiwa vya kutendewa mubaya kingono ao kutumia vibaya mamulaka kuhusu mazoea ya kugawanya ao kutoa

Asilimia (%) ya visa vyenye viliripotiwa vya kutendewa mubaya kingono ao kutumia vibaya mamulaka kuhusu mazoea ya kugawanya ao kutoa vyenye viko vinafuatiliwa

- Asilimia 100

Asilimia (%) ya familia zenye zinalengwa zenye zinaweza kuelezea haki yao ya Musaada wa chakula

- Lengo: > Asilimia 50 ya familia zenye zinalengwa

....

Maelezo ya mwongozo

Kulenga: Hakikisha kwamba vyombo na njia za kulenga zinapatana na hali. Kulenga kunapaswa kufuatwa, hapana tu ku hatua ya mwanzo. Kupata usawaziko muzuri kati ya makosa ya kutenga, yenye inaweza kutia maisha mu hatari, na makosa ya kuingiza, yenye inaweza kuleta muvurugo ao kutumia musaada mu njia mubaya, ni kazi nguvu. Mu mambo yenye kuomba kutenda kwa haraka yenye kutokea gafula, makosa ya kuingiza inakubalika zaidi kuliko makosa ya kutenga. Ugawanyaji wa ujumla wa chakula unaweza kufaa katika matatizo kwenye mafamilia zote zimepata hasara sawasawa ao kwenye kulenga vikundi fulani haiwezekane juu ya magumu ya kuwafikia.

Watoto wenye umri kati ya miezi 6 mupaka 59, wanawake wenye mimba na wenye kunyonyesha, watu wenye kuishi na UKIMWI na vikundi vingine vyenye kuwa mu hatari zaidi wanaweza kulengwa zaidi zana ili kupewa vyakula vya zaidi, ao wanaweza kuunganishwa na utaratibu wa kufuata ili kutunza malisho mabaya. Kwa watu wenye kuishi na UKIMWI, ile inaruhusu kuongeza kupokea kwao kila siku nishati na kuboresha kukubali kwao matunzo ya UKIMWI.

Programu yoyote yenye kulenga inapaswa kuhakikisha kwamba inaepuka kuunda hali fulani ya kuzarau ao ya ubaguzi. Watu wenye kuishi na UKIMWI wanaweza kuingizwa mu ugawanyaji kwa ajili ya "watu wenye ugonjwa wa kukawia sana", kwa mufano, na kupokea musaada mu vituo vya afya kwenye wanashugulikiwa na kupata matunzo. Liste ya watu wenye kuishi na UKIMWI haipaswe kutangazwa ao kugawanywa, na katika hali nyingi viongozi wa jamii hawapaswe kutumika kama wafanyakazi wa kulengwa watu wenye kuishi na UKIMWI.

Wafanyakazi/halamashauri za kulenga: Endeleza mawasiliano ya moja kwa moja na watu wenye walipatwa na mateso na vikundi katika jamii, wakati uleule uepuke walinzi wa jamii kwa kadiri inawezekana. Anzisha halamashauri za kulenga zenye kuwa na wawakilishi wa vikundi vyenye kufuata:

- wanawake na wasichana, wanaume na wavijana, watu wenye kuzeeka na watu wenye kuwa na ulemavu;

- kamati zenye zilichaguliwa mu eneo, vikundi vya wanawake na mashirika ya kibinadamu;
- ONG za mahali na za kimataifa;
- mashirika ya vijana; na
- maofisi za serikali za mitaa.

Njia ya kufuata juu kazi ya kuandikisha: Kazi ya kuandikisha inaweza kuwa mwito wa kushindana kabisa katika makambi, hasa zaidi kwenye watu wenye wal hamishwa hawana vitambulisho. Liste za mafamilia zenye kutolewa na viongozi wa eneo ao na na jamii wao wenyewe zinaweza kuwa za lazima lakini inaomba ichungunguzwe bila kuegemea upande wowote ili kuhakikisha kwamba iko sawa na haina ubaguzi. Tia moyo wanawake wenye walipatwa na mateso washiriki katika njia ya kufuata juu kazi ya kuandikisha. Tia ndani ya liste ya kugawanya watu watu wenye kuwa mu hatari zaidi, hasa zaidi watu wenye kuwa na uwezo kidogo wa kutembea.

Kama haiwezekane kufanya kazi ya kuandikisha ku mwanzo mwanzo wa matatizo, uanzishe kazi ya kuandikisha wakati tu hali itatulia. Anzisha mufumo wa ripoti ya maoni kuhusu njia ya kufuata juu kazi ya kuandikisha, wenye kuwa rahisi kufikia kwa watu wote wenye walipatwa na mateso, zaidi sana wanawake, wabinti, watu werye kuzeeka na watu wenye kuwa na ulemavu. Wanawake wako na haki ya kuandikishwa ku majina yao wenyewe. Kama inawezekana, zungumuza na wanamume na wanawake, kila kikundi nafasi yake kama inahitajika, juu ya mutu mwenye ataerda kukamata musaada ao kupokea musaada wa pesa kwa ajili ya familia. Ile mazungumuzo inapaswa kwenda pamoja na uchunguzi wa hatari.

Kamata mipango ya pekee juu ya familia zenye zinaongozwa na muzazi mu noja pekee, na familia zenye zinaongozwa na watoto ao wavulana na watoto wenye kutengwa na familia ao wenye hawasindikizwe, ili waweze kukamata musaada kwa jina la familia yao. Anzisha huduma ya matunzo ya watoto karibu na vituo vya kugawanyia ili kuwezesha familia za muzazi mumoja na wanawake wenye kuwa na watoto wadogo kukamata musaada bila kuaacha watoto wao bila ulinzi. Katika hali ya mafamilia za bwana moja na wanawake zaidi ya moja, utendee kila mwanamuke na watoto wake kama familia tofauti.

Kugawanya posho za chakula "zenye kukauka": Ugawanyaji wa ujumla wa chakula kwa kawaida ni kutoa posho za chakula zenye kukauka tu, zenye watu wanapika mu manyumba zao. Chakula kinaweza kupewa kwa watu wenye wao na karte za kupokelea posho za mutu pekee ao za familia, kwa wawakilishi wa kikundi cha familia, waongozi wa asili ao wanamukewenye kuwa na mamulaka, ao wakubwa wa kugawanya kwenye kulenga juu ya musingi wa jamii. Ukawaida wa ugawanyaji unapaswa kufikiria uzito wa posho ya chakula na uwezo wa wenye kuzipokea wa kuzibeba nyumbani kwa usalama. Musaada wa pekee unaweza kuombwa ili kuhakikisha kwamba watu wenye kuzeeka, wamama wenye mimba na wenye kunyonyesha, watoto wenye kutengwa na familia na wenye hawasindikizwe, na watu wenye ulemavu waweza kupokea na kuweka posho zao. Fikiria kuoba washiriki wengine wa jamii yao kuwasaidia, ao uwape posho kidogo kidogo kwa muda wenye kufuatana zaidi.

Kugawanya posho za chakula zenye kuwa "majimaji": Mu hali za kipekee, kama vile ku mwanzo wa matatizo yenye kutokea kwa gafula, ugawanyaji wa chakula wa ujumla unaweza kufanywa na chakula yenye kupikiwa ao chakula yenye kuwa tayari kwa kutumiwa. Posho za namna ile zinaweza kuwa sawa wakati watu wako mu safarini ao wakati wako wanahamishwa, ao kama kubeba chakula nyumbani kunaweza kuweka watu wenye kupokea musaada mu hatari ya wizi, jeuri, kutendewa mubaya ou kunyanyaswa. Tumia posho za chakula za kugawanya ku masomo na mipango ya kuchochea kwa njia ya chakula kwa wafanyikazi wa elimu kama utaratibu wa kugawanya mu hali yenye kuomba kutenda kwa haraka.

Vituo vya kugawanyia: Wakati wa kuchagua vituo vya kugawanyia, fikiria hali ya uwanja na ujaribu kutoa uwezekano wa kufikia wenye kuwa rahisi kwa aina zingine za musaada, kama vile maji safi na salama, choo, huduma za afya, nafasi zenye kuwa na kivuli na nafasi ya kujikinga, na nafasi zenye kuwa salama kwa ajili ya watoto na wanawake. Kuwapo kwa vituo vya uchunguzi vyenye kuwa na silaha na shughuli za kijeshi lazima vifikiriwa ili kupunguza hatari yoyote kwa raia na kuweka nafasi ya kufikia yenye kuwa salama juu ya musaada. Barabara za kwenda ao kutoka ku vituo vya kugawanyia zinapaswa kuwekwa alama zenye kuwa wazi, rahisi kupatikana na kutumiwa mara kwa mara na watu wengine wa jamii. Fikiria hali ya kuwa yenye kufaa na garama za kusafirisha vifaa ⊕ *ona Kanuni ya Ukingo 2.*

Tayarisha njia zingine za kugawanya ili kufikia watu wenye wanapatikana mbali na vituo vya kuwanyia ao wenye wako na matatizo ya kutembea. Kufikia ugawanyaji mara mingi inakuwa chanzo cha wasiwasi juu ya watu wenye kubaguliwa na wenye kutengwa mu kipindi ya matatizo. Fanya mupango wa ugawanyaji wa moja kwa moja kwa watu wenye wako mu majengo yenye kuwa halali.

Kupanga saha za kugawanya: Panga saa za kugawanya ku wakati yenye kuruhusu kuenda ku vituo vya kugawanyia na kurudi mu kipindi cha muchana. Epuka kutia hali zenye zinalazimisha kupitisha usiku inje, kwa sababu ile itaweza kuwaletea hatari za zaisi. Panga ugawanyaji ku wakati yenye haitavuruga sana kazi za kila siku kadiri. Fikiria kutia mistari yenye itatangulizwa ao uwezekano kwa vikundi vyenye kuwa mu hatari zaidi wa kufikia kwa urahisi, na pia biro yenye iko na mufanyakazi wa mambo ya jamii mwenye anaweza kuandikisha kila mutoto mwenye kutengwa na familia ao mwenye hasindikizwe. Julisha mapema saa za kugawanya mu njia mbalimbali za kupasha habari zenye kuenea sana.

Usalama wakati wa kugawanya chakula, bon na pesa za mukono kwa mukono: Kamata hatua za kupunguza hatari kwa wale wenye wanashiriki mu kazi ya kugawanya. Kati ya zile hatua muko kuchunguza kundi kubwa za watu jinsi inafaa, kuweka watu wa kusimamia kazi ya ugawanyaji wenye kuzoezwa muzuri juu ya ile kusudi, na wanamemba kati ya watu wenye walipatwa na mateso wenye kufanya ulinzi wa vituo vya kugawanyia wao wenyewe. Ikikuwa lazima, husisha polisi ya mahali. Julisha maofisa wa polisi na maofisa wengine juu ya miradi ya kusafirisha chakula. Fanya kwa uangalifu Mupango ya vituo vya kugawanyia ili vikuwe salama na rahisi kufikia kwa watu wenye kuzeeka, watu wenye kuwa na ulemavu na watu wenye wako na matatizo ya kutembea. Julisha vikundi vyote vya wafanyakazi wenye kuhusika na kugawanya juu ya mwenendo wenye kufaa wenye wanatazamiwa kuonyesha, pamoja na azabu juu ya kunyanyasa na kutendea mubaya kingono. Tia pia walinzi wanawake juu ya kusimamia kupakua, kuandikisha, na mupango wa kufuatilia ugawanyaji na kisha kugawanya chakula ⊕ *ona Kanuni za Musingi za Mashirika ya Kutoa Musaada 7.*

Kutangaza habari mbalimbali: Bandika habari kuhusu kugawanya posho zionekane wazi katika vituo vya kuwaganyia, mu luga na aina ya maandishi rahisi kufahamika kwa watu wenye hawawezi kusoma ao wenye wako na matatizo ya kuwasiliana.

Julisha watu kupitia ujumbe wenye kuchapishwa, wa sauti, wa SMS na ujumbe wa sauti kuhusu:

- mupango wa posho za chakula, kwa kujulisha ukubwa na aina ya posho za chakula, ao valere ye pesa /bon na chenye zinaruhusu kupata;
- sababu yoyote ya mabadiliko kutoka ku mipango ya mbele (muda, wingi, vifaa, vingine);
- mupango wa ugawanyaji;
- aina ya malisho mazuri, kama inahitajika, mipango yoyote ya pekee yenye kuombwa kwa wenye watapokea ili kulinda samani ya malisho;
- mambo yenye kuombwa ili kushugulika na kutumia chakula kwa njia salama;
- habari za pekee juu ya matumizi ya muzuri zaidi ya chakula cha watoto; na
- chaguo za kupata habari zaidi ao kutoa maoni.

Kuhusu musaada wa pesa za mukono kwa mukono, valere ya kutuma inapaswa kujlishwa ndani ya habari juu ya posho ya chakula. Habari inaweza kutolewa ku kituo cha kugawanyia, kubandikwa mahali pa kutolea pesa ao mahali kwenye bon zinaweza kubadilishwa, ao katika trakite mu lugha ya mahali.

Mabadiliko katika vyakula vyenye kutolewa: Mabadiliko katika posho za chakula ao mu valere ya musaada ya pesa za mukono kwa mukono za kutuma inaweza kutokea kwa sababu ya kukosekana kwa chakula, kukosekana kwa pesa ao sababu zingine. Wakati ile hali inatokea, eleza mabadiliko yenyewe kwa wenye kupokea kupitia Halmashauri za ugawanyaji, viongozi wa jamii na mashirika yenye kuwakilisha. Endeleza feuille de route ya pamoja ya mbele ya mwanzo wa ugawanyaji. Halmashauri ya ugawanyaji inapaswa kuwajulisha watu kuhusu mabadiliko yenye ilifanywa, sababu za mabadiliko na wakati na mupango wa kuanza tena kugawanya posho za kawaida. Kai ya chaguo mbalimbali kuko:

- kupunguza posho za wote wenye wanapokeaka;
- kutoa posho kamili kwa watu wenye kuwa mu hatari zaidi na posho yenye kupunguzwa kwa watu kwa ujumla; ao
- kupanga ugawanyaji ku siku zenye kuja (kama suluhisho ya mwisho).

Mupango wa kufuatilia kugawanya na kutoa: Fuatilia posho za chakula mara kwa mara kwa kupima ku kilo posho zenye zilipokelewa na mafamilia zenye unachagua bila kuzifikiria kimbele ili kuhakikisha kawa ugawanyaji unafanywa kwa usahihi na kwa usawa. Zungumuza na wenye kupokea na hakikisha kwamba mazungumuzo inafanywa pamoja na idadi sawasawa ya wanawake na wanamume, pamoja na watoto na vijana, watu wenye kukomaa na watu wenye kuzeeka, wenye wanachaaguliwa bila kufikiriwa kimbele. Ziara zenye hazifikiriwe kimbele za kikundi cha wachunguzi chenye kuundwa na angalau mwanamume moja na mwanamuke moja kinaweza kusaidia kuamua kiasi cha kukubalika na ulazima wa posho za chakula. Zile ziara zinaweza kusaidia kutambua watu wenye wanatimiza mambo yenye kuombwa ili kuchaguliwa lakini hawapokei musaada wa chakula. Zile ziara zinaweza pia kutambua kama mafamilia zinapokelea chakula kutoka mahali pengine, kutambua chanzo chake, na matumizi yake. Zile ziara zinaruhusu kutambua matumizi ya nguvu kukamata kwa nguvu, kutumikisha watu na kuwafanya watumwa kwa nguvu, kingono ao hali ingine ⊕ *ona Kutoa musaada kwa njia ya masoko.*

Kiwango cha musaada wa chakula 6.4:
Utumizi wa chakula

Kuweka, kutayarisha na kutumia chakula ni salama na
kunafaa ku mafamilia na jamii.

Matendo ya lazima

1. Kinga watu wenye kupokea musaada juu kugusa na kupika chakula mu njia yenye haifae.

- Julisha watu juu ya ulazima wa usafi wa chakula na kuendeleza mazoea ya usafi wakati wa kushugulika na chakula.
- Wakati chakula chenye kupikwa kinatolewa, zoeza wafanyakazi juu kuweka chakula kwa usalama, kukamata na kutayarisha chakula, na hatari yoyote ku afya yenye inaweza kutokea juu ya mazoea yenye haifae.

2. Zungumuza na kushauri watu wenye kupokea musaada juu ya kuweka, kutayarisha, kupika na matumizi ya chakula.

3. Hakikisha kwamba mafamilia ziko na uwezekano wa kufikia kwa usalama vyombo vya kupikia, mafuta ya kuwashia moto, jiko lenye halitumii nishati mingi, maji safi na vifaa vya usafi.

4. Hakikisha kwamba watu wenye hawawezi kujitayarishia chakula ao kujikulisha wako na uwezekano wa kufikia watu wa kutoa matunzo wenye wanaweza kutegemeza kama inawezekana na kama inafaa.

5. Tia mupango wa kufuatilia jinsi mapato ya chakula inatumikishwa ndani ya mafamilia.

Mambo yenye kuonyesha jinsi hali iko

Hesabu ya visa vyenye vimeripotiwa vya hatari ku afya vyenye kutokea ku chakula chenye kiligawanywa

Asilimia (%) ya mafamilia zenye ziko na uwezo wa kuweka na kupika chakula kwa usalama

Asilimia (%) ya mafamilia zenye kulengwa zenye ziko na uwezo wa kueleza ujumbe tatu ao zaidi zenye kuchochea mambo ya usafi

Asilimia (%) ya mafamilia zenye kulengwa zenye kusema kwamba zinaweza kufikia vyombo vya kupikia, mafuta ya kupikia, maji safi na vyombo vya usafi

Maelezo ya mwongozo

Usafi wa chakula: Matatizo inaweza kuvuruga desturi za usafi wa kawaida wa watu. Kuendeleza mazoea ya usafi wa chakula yenye yenye kupatana na hali za mahali na dalili za magonjwa. Tia mukazo juu ulazima wa kuzuia kuambukiza maji, kupiganisha vidudu vya kuambukiza na kuzoea kunawa mikono kila wakati mbele ya kushugulika na chakula. Julisha watu wenye kupokea chakula juu ya kuweka chakula kwa njia salama katika manyumba ⊕ *ona Viwango vya WASH vya kuendeleza usafi.*

Kutengeneza na kuweka chakula: Kufikia majengo ya kutengeneza chakula, kama vile mashini ya kusaga nafaka, kunawawezesha watu kutayarisha chakula jinsi wanapendelea na kukomboa wakati juu ya kazi zingine zenye. Wakati chakula yenye inaweza kuharibika inatolewa, fikiria vyombo vyenye kufaa juu kukiweka, kama vile vyombo vyenye havipitishe maji, frigo ao konjelatere. Joto, baridi na umajimaji viko na uvutano juu ya namna ya kuweka chakula yenye inaweza kuharibika.

Kati ya watu wenye wanaweza kuhitaji musaada juu ya kuweka, kupika na kula kuko watoto wadogo, watu wenye kuzeeka, watu wenye kuwa na ulemavu na watu wenye kuishi na UKIMWI. Programu za kusaidia ao kutegemeza zaidi inaweza kuwa ya lazima kwa watu wenye wako na matatizo ya kutolea chakula kwa wer ye kuwategeme, kama vile wazazi wenye wako na ulemavu.

Mupango wa kufuatilia chakula mu nyumba: Mashirika ya kutoa musaada inapaswa kufuatilia na kuchunguza matumizi ya chakula mu nyumba na kuona kama ni chenye kufaa na kukubalika. Katika mafamilia, posho za chakula zinaweza kuliwa namna ilikusudiwa ao zinaweza kuuzishwa ao kubadilishwa na vtu vingine. Kusudi ya kubadilishana inaweza kuwa juu ya kupata chakula chenye kupendelewa zaidi, vitu vyenye haviko chakula ao kulipa kwa huduma zingine kama vile pesa za masomo ao garama za matunzo. Kuchunguza kugawanywa kwa chakula ndani ya nyumba kunapaswa pia kufuatilia matumizi ya chakula na hali ya uwanamuke ao uwanamuke, miaka ya kuzaliwa na hali ya ulemavu.

Kutumikisha pesa za mukono kwa mukono na bon: Ni jambo la lazima kusimamia hatari ya kununua yenye kutokea ku woga wakati mafamilia zinapokea pesa za mukono kwa mukono ao bon. Tayarisha wafanyabiashara na watu wenye watapokea musaada mbele ya ugawanyaji, muda wa ugawanyaji na kisha ugawanyaji. Kwa mufano, fikiria kama chakula kitapatikana muda wa mwezi muzima ao kama itakuwa muzuri zaidi kugawanya sehemu sehemu muda wa mwezi. Inawezakana, kama inafaa, kutoa bon yenye kuwa na hesabu ndogo ya kubadilishana mara moja kwa jumaa. Kanuni ile ile inapaswa kutumika juu ya pesa za mukono kwa mukono ili ziweze kutoshewa ku mashini ya kuchukulia pesa ao kupitia aina ingine ya malipo ya kielektroniki ao ya kulipwa na mutu.

7. Pato

Uwezo wa watu kulinda njia zao za kuishi uko na uhusiano moja kwa moja na kuwa mu hali ya hatari wakati wa matatizo. Kuelewa hali za hatari zenye ziko mbele ya matatizo, muda wa matatizo na kisha kunafanya ikuwe rahisi kutoa musaada wenye kufaa, na pia kuchunguza na kutambua jinsi jamii zinaweza kurudisha na kuboresha njia yao ya kuishi.

Matatizo inaweza kuvuruga mambo mengi yenye watu wanategemea ili kudumishanNjia yao ya kuishi. Watu wenye walipatwa na mateso wanaweza kupoteza kazi zao au kulazimika kuachana na udongo wao ao chemchemi za maji. Mali inaweza pia kuharibiwa, kuchafuliwa ao kuibiwa wakati wa matatizo ao misiba ya asili. Masoko zinaweza kuacha kufanya kazi.

Katika hatua za mwanzo za matatizo, tanguliza kutimiza mahitaji ya musingi ili kulinda maisha. Lakini, kadiri muda unaendelea, kurudisha mifumo, ufundi na uwezo wa kutegemeza njia za kuishi kutasaidia watu kurudia mu hali ya muzuri na heshima. Kuendeleza njia za kuishi kati ya wakimbizi mara nyingi kunakua na magumu ya kipekee, kama vile kuzuiliwa mu kambi ao vizuizi kisheriaya na mifumo ya kisiasa katika nchi za ukimbizi.

Wale wenye kuzalisha chakula wanahitaji kupata sehemu ya udongo, maji, mifugo, huduma za kutegemeza na masoko yenye inaweza kusaidia uzalishaji. Wanapaswa kuwa na njia ya kuendelea uzalishaji bila kuhatarisha mali zingine, watu ao mifumo ⊕ *ona Kitabu LEGS*.

Katika maeneo ya miji mikubwa, matokeo ya matatizo ku Njia za kuishi inaweza kuwa tofauti na matokeo ya matatizo katika maeneo ya mashamba. MWatu wenye kuunda familia, ufundi, ulemavu na kiasi cha elimu vitaamua kadiri yenye watu wanaweza kujitoa katika kazi tofauti za kiuchumi. Kwa ujumla, watu masikini wa miji mikubwa wako na ufundi mudogo wa kujipanasha na hali ya njia za kuishi kuliko wenzao wenye kuishi mu vijiji vya mashambani. Kwa mufano, katika nchi zingine, hawawezi kupata sehemu ya udogno ili kukomalisha chakula.

Kuwaka pamoja wale wenye wamepoteza njia zao za kuishi na wale wenye kuchochea jinsi ya kuunda uwezekano mupya zinaweza kuundwa itasaidia kutanguliza musaada ya njia za kuishi. Hii inapaswa kuonyesha uchunguzi wa soko ya kazi, huduma na masoko ya vifaa vyenye kuhusika. Musaada yote ya njia za kuishi inapaswa kufikria jinsi ya kutumia na/ao kusaidia masoko ya mahali ⊕ *ona Kitabu MERS*.

Kiwango cha pato 7.1:
Mazao ya musingi
Njia za uzalishaji wa musingi inapokea ukingo na kutegemezwa.

Matendo ya lazima

1 ⟩ Toa uwezekano wa kufikia njia za uzalishaji na/ao mali kwa wakulima.

- Pendelea pesa za mukono kwa mukono ao bon kwenye masoko inafanya kazi na inaweza kuungwa mukono ili kuendelea kupona, ili kupatia wakulima uhuru wa kuchagua vifaa vya kazi kufuatana na mapendezi, mbegu, stoki za samaki ao aina za wanyama wa kufuga.
- Pendekeza teknolojia za mupya kisha matatizo kama tu zimekwisha kujaribiwa ao kupatanishwa na hali yenye kulingana.

2 > Toa njia za kuzalisha zenye zinakubalika kwa watu wa eneo, zenye kupatana na viwango vya aina vyenye kufaa na zenye kufaa kutumikishwa kulingana na majira yenye kuhusika.

- Pendelea njia za kuzalisha za mifugo yenye kufaa katika ereo na aina mbalimbali za mimea ya eneo, yenye ilishaka kutumikishwa na mahitaji ya majira yenye kuja.

3 > Hakikisha kwamba njia za kuzalisha na huduma haziongez hali ya hatari kwa wenye kuipokea ao haitokeze mizozo ndani ya jamii.

- Chunguza uwezekano wa kushindana ya mali ya asili (kama vile udondo na maji) na uwezekano wa kuharibisha mitandao ya kijamii yenye iko.

4 > Shirikisha wanamume na wanawake wenye walipatwa na mateso bila upendeleo katika mupangilio, maamuzi, kanzisha na kufuatilia musaada ya kutegemeza uzalishaji wa musingi.

5 > Zoeza wazalishaji wenye kutumika katika ukulima, uvuvi, kuzalisha wanyama ao samaki na mimea ndani ya maji, sekta ya misitu na za mifugo, katika mazoea ya uzalishaji na usimamizi yenye kudumu.

6 > Chunguza soko na uchochee maombi ya mavuno yenye kuzalishwa mu eneo, mboga na aina zingine mazao ya ukulima.

Mambo yenye kuonyesha jinsi hali iko

Asilimia (%) ya mabadiliko katika uzalishaji (wa chakula ao mapato) wa watu wenye kulengwa ikilinganishwa na mwaka wa kawaida

Asilimia (%) ya familia zenye kuripoti kwamba zinafikia vifaa vyenye kufaa vya kuwekea mazao yao

Asilimia (%) ya familia zenye kulengwa zenye kuwa na uwezo wa kufikia kimwili kwa njia muzuri zaidi masoko yenye kutumika kwa sababu ya musaada ya Programu

Maelezo ya mwongozo

Ufundi wa uzalishaji: Ufundi wa kuzalisha chakula lazima ukuwe na bahati ya muzuri ya kuendelea na kufanikiwa mu hali ya mahali. Ile inaweza kutegemea mambo mengi, kama vile kufikia:

- mali ya asili ya kutosha, wafanyakazi, njia za uzalishaji wa mashamba na uwezo wa pesa;
- aina muzuri wa mbegu za aina mbalimbali zenye kuzoeshwa hali ya mahali; na

- wanyama wenye kuzaa, wenye kuwa sehemu ya maana ya usalama wa chakula ⊕ *ona Kitabu LEGS*.

Zaidi ya ile, ufundi wa uzalishaji lazima ufikirie ujuzi wa njia ya maisha wenye uko, mapendezi ya jamii, mazingira na uwezekano wa kupanua.

Endeleza kazi mabalimbali za njia ya maisha ndani ya eneo moja, wakati wakati uleule zuia kutumikisha mali ya asili kupita kiasi. Uharibifu wa mazingira hauongezi tu hali ya hatari wakati wa matatizo, lakini pia inashiriki kuongeza mizozo ndani ya jamii. Musaada ya njia za kuishi inapaswa kuendeleza kujipanasha mabadiliko ya hali ya hewa kama inawezekana, kama vile kuchagua aina mbalimbali za mbegu zenye kuzoezwa ku hali ya hewa.

Piganisha kazi ya watoto wenye kuhusishwa mu mipango ya njia za kuishi. Fahamu matokeo ya hatari yenye haiko ya moja kwa moja ya Programu ya njia za kuishi juu ya watoto, kama vile kukosa kuenda ku masomo kwa sababu ya kusaidia kufanya kazi za nyumbani wakati muzazi moja anafanya kazi.

Nishati: Fikiria mahitaji ya nishati juu kazi zenye kufanywa na mashini, kutengeneza chakula, mawasiliano, vifaa vya baridi juu ya kulinda chakula na vifaa vya kuwasha moto.

Kuboresha: Fikiria kuingiza aina ya muzuri zaidi ya mazao mbalimbali, mifugo ao samaki, vyombo vya mupya, mbolea, ao mazoea ya mupya ya usimamizi. Imarisha uzalishaji wa chakula wenye kutegemea kulinda njia za kutenda zenye zilikuwa mbele ya matatizo na/ao kiunganisho pamoja na mipango ya maendeleo ya taifa.

Teknolojia za mupya: Wenye kukomalisha na wenye kutumia wa mahali wanapaswa kuelewa na kukubali maana ya teknolojia ya mupya juu ya mifumo ya kukomalisha ya mahali, mazoea ya kulima na mazingira ya asili mbele ya kuzikubali. Wakati teknolojia za mupya zinaingizwa, panga mawasiliano yenye kufaa pamoja na jamii, toa habari na mafunzo. Hakikishia vikundi vyenye viko mu hatari ya kubaguliwa uwezo wa kufikia (zaidi sana wanawake, watu wenye kuzeeka, watu wenye kuwa idadi kidogo na watu wenye kuwa na ulemavu). Kadiri inawezekana, ratibu pamoja na wataalamu wa njia za kuishi na wizara za ufundi za serikali. Hakikisha kudumishwa kwa musaada wa kiteknolojia, kupatikana kwa teknolojia kwa wakati wenye kuja, na kuchunguza faida yake ya kiuchumi.

Musaada wenye kutegemea pesa ao mukopo: Ile inaweza kutolewa ili kutumikishwa mu soko kubwa ya maonyesho ya mbegu na mifugo. Elewa matokeo yenye inawezekana ikuwe sababu ya njia ya kutenda yenye imechaguliwa juu ya malisho ya watu, kwa kuchunguza kama ile inaruhusu watu kuzalisha chakula chenye kuwa na utajiri wa nutriment waowenyewe ao kama hutoa pesa za kununua chakula. Chunguza uwezekano wa musaada wa pesa kwa mukono kwa mukono ili kununua vifaa vya uzalishaji, kwa kufikiria kupatikana kwa vifaa, uwezekano wa kufikia masoko na kuwapo kwa njia ya kutuma pesa yenye iko salama, ya bei muzuri na yenye kujali uwanamuke na uwanamume ⊕ *ona Kitabu MERS* na *Kitabu LEGS*.

Majira na kushuka kwa bei: Toa vifaa vya kusaidia uzalishaji wa mulimo na huduma za wanganga wa mifugo kufuatana na majira ya kilimo na ya ufugo wa wanyama. Kwa mufano, kutoa mbegu na vyombo mbele ya majira ya kupanda. Kupunguza mifugo wakati wa ukame ao secheresse kunapaswa kufanywa mbele wanyama waanze kufa kwa wingi. Kurudisha mifugo kunapaswa kuanza wakati uwezekano wa kupona uko mukubwa, kwa mufano kisha majira wa muvua yenye kufuata. Wakati inahitajika, toa musaada wa chakula ili kulinda mbegu na njia za uzalishaji. Hakikisha kwamba njia za kuwezesha uzalishaji zinafikiria uwezo tofauti, mahitaji na hali ya hatari ya vikundi mbalimbali, kama vile na wanawake na watu wenye kuwa na ulemavu. Kubadilika kwa bei kwenye kupita kiasi kufuatana na kubadilika kwa majira kunaleta hasara kwa wazalishaji wa wa kilimo wenye kuwa masikini wenye kulazimishwa kuuzisha mazao yao palepale kisha tu mavuno, wakati bei ziko kadiri sana. Ile mabadiliko iko pia na matokeo ya mubaya juu ya wenyeji wa mifugo wenye wanalazimishwa kuuzisha mifugo wakati wa ukame. Upande mwengine, watumiaji wenye kuwa na mapato kidogo hawawezi kujaribu kuingiza pesa zao mu kununua chakula cha kuweka mu stoki. Wanategemea kununua vitu kidogo kidogo lakini mara kwa mara. Kama matokeo, wananunua chakula hata wakati bei iko kubwa, kwa ufano wakati wa ukame. Ili kupata mwongozo kuhusu mifugo ⊕ *ona Kitabu LEGS*.

Mbegu: Wakulima na wataalamu wa kilimo wa mahali wanapaswa kutaliana aina mbalimbali za pekee. Mbegu zinapaswa kupatanishwa na agroécologie ya mahali na mambo yenye kuombwa ya usimamizi wa wakulima. Zinapaswa pia kuwa nguvu ili kujikinga ku magonjwa na hali ya hewa yenye inaweza kusababishwa na mabadiliko ya majira. Pima aina wa mbegu zenye kutoka inje ya eneo ili kuangalia kama zinapatana na hali ya mahali. Pendekeza kwa wakulima aina mabalimbali za mimea katika musaada yote yenye kuhusu mbegu. Ile inawaruhusu kuchagua yenye inafaa zaidi kwa mfumo wao wa kilimo. Kwa mufano, inawezekana wakulima wa mahindi wapendelee aina za mbegu zenye kutokeza mazao mengi kuliko mbegu za mahali. Heshimia siasa za serikali kuhusu mbegu zenye kutokeza mazao mengi. Usigawanye mbegu zenye kubadilishwa maumbile bila ruhusa ya wenye wakubwa wa mitaa. Julisha wakulima kama mbegu zenye kubadilishwa maumbile zinatolewa. Wakati wakulima wanatumia bon ao wanaenda mu masoko ya maonyesho ya mbegu, watie moyo kununua mbegu kutoka kwa wauzishaji rasmi wa mahali. Wakulima wanaweza kupendelea mbegu za asili zenye kwa sababu ni zenye kupatana na hali ya eneo. Bila shaka zitapatikana kwa bei ya kadiri, yenye inamaanisha kwamba wanapata mbegu zaidi kwa bei sawa ya bon.

Mizozo ya kijamii na hatari juu ya usalama: Mizozo kati ya watu wenye walihamishwa na wakaaji wa eneo ao ndani ya jamii wenye walipatwa na hatari, inaweza kutokea wakati uzalishaji unahitaji mabadiliko katika uwezekano wa kufikia mali ya asili yenye iko. Mashindano juu ya maji ao udongo inaweza kusababisha vizuizi juu kuitumikisha. Uzalishaji wa chakula cha musingi inawezekana usikuwe wenye kufaa kama kuko kukosekana kwa mali ya asili ya maana kwa muda murefu. Haiwezekani ufanyike pia kama kuko aina fulani ya watu wenye hawawezi kuufikia kama vile watu wenye hawana sehemu ya udongo. Kutoa kwa bure njia ya uzalishaji kunaweza kuvuruga njia za asili za kutegemezana za jamii, ao kuwa na matokeo ya mubaya juu kazi za wenye kuhusika wa sekta za kipekee. Ile inaweza kutokeza mizozo na kupunguza uwezo wa kufikia njia za uzalishaji ⊕ *ona Protection Principle 1*.

Mufumo wa kusafirisha na kugawanya: Tumikisha mufumo wa kusafirisha na kugawanya wa mahali na wenye unaweza kuchunguzwa ili kupata namna ya kutenda na huduma za kusaidia uzalishaji wa chakula, kama vile huduma za wanganga wa wanyama na za mbegu. Ili kutegemeza sekta ya kipekee za mahali, tumia ufundi kama vile pesa za mukono kwa mukono na bon, ile inaruhusu kuunganisha wazalishaji wa musingi na wenye kutoa vifaa. Wakati wa kuunda mifumo yenye kuruhusu kununua mu eneo, hkikisha kupatikana kwa njia za uzalishaji zenye kufaa na uwezo wa wenye kutoa vifaa wa kuongeza utoaji wa vifaa. Fikiria hatari ya kuongezeka kwa bei na kudumu kwa njia ya uzalishaji. Angalia na kuzuia matokeo ya mubaya ya musaada juu ya bei za soko, zaidi sana wakati wa kununua na kugawanya chakula mu eneo na kwa kiasi ya mukubwa. Fikiria matokeo ya kununua na kuingiza chakula kutoka inchi za kigeni juu ya uchumi wa mahali. Wakati kuko kushirikiana pamoja na sekta za kipekee, tambua na kutatua kukosekana kwa usawa kati ya wanamume na wanawake, na kugawanya faida yoyote sawsawa ⊕ *ona Kitabu MERS*.

Fuatilia ili kuhakikisha kwamba wazalishaji wanatumikisha kweli njia za kuzalisha zenye kupangwa. Chunguza aina wa njia za kuzalisha ili kuona kama uko na matokeo, unakubalika na mapendezi ya wazalishaji. Chunguza matokeo ya Programu juu chakula chenye kiko ndani ya nyumba. Chunguza kwa mufano wingi na aina wa chakula chenye kuwa mu stoki, chenye kimetumiwa, chenye kilibadilishanishwa ao kutolewa. Wakati Programu inalenga kuzidisha mazao ya aina fulani ya pekee ya chakula (mazao yenye kutokea ku wanyama/samaki ao mboga za majani zenye kuwa na utajiri wa protini), chunguza ili kuona kama mafamilia wanatumia ile mazao. Tia ndani pia uchunguzi faida zenye washiriki mbalimbali wa familia, kama vile wanawake, watoto, watu wenye kuzeeka na watu wenye ulemavu wanapata.

Kuweka mu stoki kisha mavuno: Sehemu kubwa ya mazao (kwa kiasi cha asilimia 30) haiwezi kutumiwa kisha mavuno kwa sababu ya kupoteza. Saidia wenye waliptwa na hatari kupunguza kupotea kwa kusimamia muzuri jinsi ya kushika, kuweka, kutunza, ufkuweka mu pakiti, kusafirisha, kuuzisha na kazi zingine za kisha mavuno. Uwashauri na uwaruhusu kuweka mu depo mavuno yao ili kuzuia umajimaji na aflatoxine zinazozalishwa na kuvu. Uwaruhusu kutunza mazao yao, hasa zaidi nafaka.

Kiwango cha pato 7.2:
Pato na kazi

Wanawake na wanamume wanapaswa kuwa na uwezekano sawasawa wa kufikia kazi yenye kutoa mapato yenye kufaa wakati uzalishaji wa mapato na kazi ni njia za maisha yenye inawezekana.

Matendo ya lazima

1 ⟩ Kamata maamuzi yenye kuhusu kazi zenye kutoa mapato juu ya musingi wa uchunguzi wa soko wenye kufikiria uhusiano kati ya wanawake na wanamume.

▪ Punguza hatari ya malisho mabaya na hatari zingine zenye kuhusu afya ya watu wote kwa kuhakikisha kwamba kushiriki katika kazi zenye kuleta mapato hakuzuii matunzo ya kutolea watoto ao madaraka mengine yenye kuhusu matunzo.

▪ Elewa mishahara ya wanamemba wa jamii na mshahara ya kadiri ya serikali kwa kazi yenye haiombe elimu na yenye inaomba elimu.

2 ⟩ Chagua aina za malipo (ya kutoa vitu, pesa, bon, chakula ao muchanganyiko aina zote) juu ya musingi wa uchanganuzi wenye kushirikisha.

- Elewa uwezo wa mahali, faida za ukingo na usalama, mahitaji ya haraka, kufikia kwa usawasawa, mifumo ya soko yenye iko na mapendezi ya watu wenye walipatwa na mateso.

3 > Weka kiasi cha malipo kufuatana na aina ya kazi, sheria za mahali, muradi wa kurudisha Njia za maisha na mishahara ya mahali yenye kukubalika na kuenea mu eneo.

- Fikiria hatua za wavu ya usalama kama vile kutuma pesa bila masharti ao chakula, kwa mafamilia zenye haziwezi kushiriki katika Programu ya kazi.

4 > Kuanzisha na kudumisha mazingira ya kazi yenye inaweza kufikiwa na wote kwa usawa, usalama na ukingo.

- Fuatilia hatari ya kunyanyaswa kingono, ubaguzi, kutumikisha mu utumwa na kutendea mubaya mu nafasi ya kazi na ujibie haraka ku malalamiko.

5 > Endeleza ushirika pamoja na sekta za kipekee na wengine wenye kuhusika ili kuunda uwezekano wa kazi yenye kuendelea.

- Toa mapato ya mutai sawasawa kwa wote ili kurahisisha kurudilia njia ya kuishi.

6 > Chagua kati ya chaguo zenye kuheshimia mazingira juu ya uzalishaji wa mapato kama inawezekana.

Mambo yenye kuonyesha jinsi hali iko

Asilimia (%) ya watu wenye kulengwa wenye wanaboresha mapato yao katika kipindi cha wakati chenye kilipangwa

Asilimia (%) ya ma familia zenye ziko na uwezekano wa kupata mukopo

Asilimia (%) ya watu wenye kulengwa wenye wenye kuwa na kazi mbalimbali za kujipatia mapato

Asilimia (%) ya watu wenye kulengwa wenye kutumika kazi ya mushahara (ao wenye kujitumikia) katika njia ya kuishi zenye kuendelea kwa kipindi cha muda wenye kutiwa (miezi 6 mupaka 12)

Asilimia (%) ya watu wenye walipatwa na mateso wenye kuwa na uwezekano wa kufikia kimwili na kiuchumi masoko zenye kufanya kazi na/ao huduma zingine (zenye kuwa rasmi ao zenye haziko rasmi) za musaada wa kutegemeza njia za kuishi

Maelezo ya mwongozo

Uchunguzi: Kuchunguza masoko na kazi yenye kufikiria uwanamuke na uwanamume ni jambo la lazima ili kuhalalisha na kueleza kazi mbalimbali. kuendeleza uwezekano wa kurudia mu hali ya muzuri na uvumilivu, na kutazamia kupata matokeo. Kuelewa kazi na madaraka ya ndani ya familia ni kwa lazima ili kusimamia garama zozote zenye kutokea, kama vile kulinda watoto ao kutunza wazee, ao kufikia huduma zingine kama vile masomo ao huduma ya afya.

Tumia vyombo vyenye viko juu ya kuelewa masoko na mifumo ya uchumi. Musaada ya usalama wa chakula inapaswa kutegemea kazi za masoko mbele na kisha matatizo, na uwezo wa ile musaada wa kuboresha hali ya maisha ya watu masikini. Zungumuza juu ya njia za badala ao kujipatanisha na hali kwa vikundi vyenye viko mu hatari zaidi (kama vile vijana, watu wenye kuwa na ulemavu, wanawake wenye mimba ao watu wenye kuzeeka) ndani ya kundi yenye ililengwa. Chunguza utaalamu wao, uzoefu na uwezo wao, na hatari zenye zinaweze kutokea na ufundi wa kuzipunguza. Fanya uchunguzi ili kujua kama washiriki wa familia wako na zoezi ya huhama juu ya kazi za majira. Elewa jinsi vikundi tofauti vya watu wenye walipatwa na mateso viko na vizuizi vya kufikia masoko na uwezekano wa njia za kuishi, na uwasaidie ili waweze kufikia.

Mipango ya usalama: Wanawake na wanamume fulani inawezekana washindwe kushiriki katika kazi za kujipatia mapato, kama vile wenzi wenye kuzeeka. Matatizo yenyewe inaweza kufanya ikuwe vigumu kwa wengine kushiriki katika kwa sababu ya mabadiliko katika madaraka yao ao hali ya afya. Hatua za muda mufupi za mipango ya usalama zinaweza kusaidia katika hali kama zile, na wakati uleule kuwaunganisha na mifumo ya ulinzi wa jamii yenye iko. Pendekeza mipango ya mupya kama vile wavu ya usalama kama inahitajika. Kuanzisha hatua za aina ya wavu ya usalama ni lazima kutegemeze kugawanya mali sawasawa, kwa kuhakikishia wanawake na wabinti kufikia mali moja kwa moja kama inafaa. Wakati uleule, shirikiana na wenye kufaidika na mupando wa aina ya wavu ya usalama ili wapate njia za kufikia kazi kuleta mapato hakika na ya kudumu. Wakati inawezekana, musaada ya kipesa inapaswa kupatanishwa na programu zenye ziko za aina ya wavu ya usalama katika mupango wa ulinzi wa kijamii na wa kudumu.

Malipo: Fanya uchunguzi wa soko mbele ya kuanzisha Programu yoyote ya kazi ya kulipwa. Malipo inaweza kuwa ya pesa za mukono kwa mukono ao ya chakula ao muchanganyiko wa yote mbili, na inapaswa kuwezesha mafamilia zenye hazina usalama wa chakula kutimiza mahitaji yao. Julisha miradi ya Programu, matarajio ya wafanyikazi wa mashirika ya kibinadamu, hali yenye watu watakuwa wanafanya kazi ndani yake na kiasi na njia ya malipo.

Fanya kwamba malipo ikuwe kichocheo kwa watu kuboresha hali zao, kuliko tu kuwalipa kwa kazi kwa faida ya jamii. Fikiria mahitaji ya watu ya kununua na matokeo ya kutoa pesa za mukono kwa mukono ao chakula juu ya uwezo wao kuunda mapato ya familia ili kutimiza mahitaji yao ya musingi kama vile masomo, huduma ya afya na madaraka ya kijamii. Amua kwa kufuata hali ya kila kisa ili kujua aina na ukubwa wa mushahara. Tia mupango wa kufuatilia ili kuhakikisha kwamba wanawake na wanamume wote wanalipwa sawasawa juu ya ukubwa wa kazi yenye kukubaliwa, na kwamba hakuna ubaguzi wowote juu ya vikundi fulani.

Fikiria matokeo ya valere ya kuuzisha vitu vyenye walipokea juu ya masoko ya mahali wakati malipo ni ya vitu halisi na inatolewa kama kutuma mapato. Kazi za mupya za kujipatia mapato zinapaswa kutia nguvu vyanzo vya mapato kuliko kukamata nafasi ya vile vyanzo. Malipo haipaswe kuwa na matokeo ya mubaya juu ya soko ya kazi ya mahali, kwa mufano kwa kusababisha kupanda kwa mishahara, kuondoa wafanyakazi ku kazi zingine ao kwa kuzoofisha huduma za lazima za watu wote.

Nguvu ya kununua: Kutoa pesa kunaweza kuwa na matokeo ya muzuri ya kuzidisha uchumi wa mahali, lakini pia inaweza kusababisha kuongezeka kwa bei ya vitu vya musingi. Kugawanya chakula pia kunaweza kuwa na matokeo juu uwezo wa kununua wa watu wenye kupokea musaada. Uwezo wa kununua werye kuunganishwa na chakula fulani ao na kitunga ya chakula utafanya kikuliwe ao kuuzishiwe na mwenye alikipokea. Vifaa fulani (kama vile mafuta) viko rahisi kuuzishiwa kwa bei ya muzuri kuliko vingine (kama vile chakula chenye kuchanganywa). Anzisha uelewaji muzuri wa mazoea yamafamilia ya kuuzisha na kununua chakula wakati wa kuchunguza matokeo ya ujumla ya Programu ya kugawanya chakula.

Usalama ku kazi: Tumikisha njia ya kufuata yenye kuwa kamili ili kupunguza hatari ku afya ya watu wote ao kutnzau wenye kuumia. Kwa mufano, toa mafunzo, vifaa vya matunzo ya kwanzakwanza na mavazi ya kujikinga kama inahitajika. Punguza hatari ya kuwa karibukaribu na magonjwa ya kuambukiza na UKIMWI. Hakikisha usalama ku njia za kuenda ku kazi, kwa kutolea wafanyakazi taa za mufukoni kama njia haina taa. Tumia kengele, filimbi na radio kuonya watu wakati kuko hatari fulani. Tia moyo kutembea mu vikundi na kuepuka kutembea kisha giza kuanza. Hakikisha kwamba washiriki wote wanajua utaratibu wa kufuata wakati kunatokea hali yenye kuomba kutenda kwa haraka na wako na uwezo wa kufikia mifumo ya kutoa angalisho mapema. Wanawake na wabinti wanapaswa kulindwa sawasawa, na sheria yoyote ya kuonyesha ubaguzi mu pa kazi inapaswa kuchunguzwa.

Kusimamia madaraka ya nyumbani na ya familia: Ongea mara kwa mara na watu wenye walipatwa na mateso, zaidi sana wanawake na wanamume kila wamoja nafasi yao, ili kujifunza mapendezi yao na mambo yenye wanatanguliza kuhusu kuzalisha mapato, uwezekano wa kazi ya kulipwa, na mahitaji mengine ya nyumbani na ya familia. Zungumuzia muzigo wa kazi na kuongezeka kokote kwa mivutano ndani ya nyumba kwa sababu ya mabadiliko katika madaraka ya asili ya wanawake na wanamume na kuongezeka kwa chunguzi wa wanawake juu ya mali.

Mipangilio ya kazi ya aina ya za pesa-kwa-kazi inapaswa kufikiria hali ya kimwili na mazoea ya kila siku ya wanamume na wanawake, na kupatanishwa na desturi za mahali. Kwa mfano, inapaswa kufikiria nyakati za maombi na siku za kupumuzika za watu wote. Saa za kufanya kazi hazipaswi kuweka maombi yenye kukosa usawaziko juu ya wakati wa watu. Programu hazipaswe kuondoa mapato ya familia ku kazi za kuleta mapato zenye ziko, na haipaswi kuzuru kufikia kazi zingine ao elimu. Kushiriki mu kazi zenye kuleta mapato kunapaswa kuheshimia sheria za taifa juu ya umri wa kadiri wa kufanya kazi. Kwa kawaida inapatana umri wa kumaliza masomo yenye kulazimishwa. Inapendekezwa kutia vituo vya kutunzia watoto vyenye kuwa na bajeti ya kutosha ku nafasi za kazi kama wenye kuwa na daraka la kutunza watoto wadogo wanashiriki mu Programu.

Kusimamia mazingira: Tegemeza kujitoa kwa watu mu kazi za mazingira kama vile kupanda miti, kusafisha kambi na kurudisha mazingira mu hali ya muzuri kupitia Programu za chakula na pesa-kwa-kazi. Hata kama ni za muda mfupi, zile kazi zitaongeza kujitoa kwa watu mu mazingira ya kando yao.

Fikiria uwezekano wa kufikia na usalama wa nafasi ya kufanyia kazi. Hakikisha kwamba takataka zote zenye zinapaswa kuondolewa hazina vifaa vyerye viko hatari. Programu za pesa-kwa-kazi hazipaswe kuhusu usafi mu viwanda ao vituo vya kusimamia takataka.

Endeleza kutengenezwa kwa vifaa vya ujenzi vyenye kujali kudumu kwa mazingira kama kazi ya kuleta mapato na toa mafunzo ya ufundi yenye kuhusiana nayo. Fundisha watu na kutia moyo kutengenezea mboleo kutoka mu takataka zenye zinaweza kuoza ili zitumike kwa kutajirisha udongo.

Sekta za kipekee: Sekta za kipekee zinaweza kutimiza daraka ya maana katika kuendeleza ukingo na kurudisha njia za kuishi mu hali ya muzuri. Ikiwezekana, anzisha ushirikiano ili kuunda uwezekano wa kupata kazi. Ile ushirikiano inaweza pia kusaidia kuanzisha na kuendeleza kampuni za kiasi kidogo na za kiasi cha katikati. Ile uzalishaji wa kampuni na teknolojia inaweza kutoa mutai wa pesa na kuruhusu kupelekea watu maarifa ⊕ *ona Kitabu MERS.*

Nyongeza 1
Liste ya mambo ya kuchunguza kuhusu usalama wa chakula na njia za kuishi

Uchunguzi wa usalama wa chakula mara mingi unagawanya watu wenye walipatwa na mateso katika vikundi vya njia ya kuishi, kulingana na vyanzo vyao vya mapato na chakula, na njia yenye wanatumia kwa kupata mapato yao na chakula. Inawezekana pia kugawanya watu kulingana na vikundi kufuatana na utajiri ao vikundi vya jamii. Ni jambo la lazima kulinganisha hali ya sasa na hali ya historia ya usalama wa chakula ya mbele ya matatizo. Tumia kama musingi wa kulinganisha " mwaka wa wastani ya kawaida." Fikiria madaraka ya pekee na hali ya hatari zaidi ya wanawake na wanamume, na matokeo ya zile hali juu usalama wa chakula wa mafamilia.

Liste ya maulizo ya kusaidia kuchunguza yenye kufuata inahusu hali kubwakubwa za kufikiria katika uchunguzi wa usalama wa chakula.

Usalama wa chakula wa vikundi vya njia ya kuishi

- Je, Ndani ya wakaaji muko vikundi vyenye viko na ufundi sawasawa wa njia ya kuishi? Namna gani vinaweza kugawanywa kulingana na vyanzo vyao vikubwa-vikubwa vya chakula ao mapato?

Usalama wa chakula mbele ya matatizo (musingi wa kulinganisha)

- Vikundi tofauti vya njia ya kuishi vilipata namna gani chakula ao mapato mbele ya matatizo? Kwa mwaka wa wastani mu wakati yenye imepita karibuni, ni nini ilikuwa vyanzo vyao vya chakula na mapato?
- Vile vyanzo tofauti vya chakula na mapato vilitofautiana namna gani kufuatana na majira na eneo ya kijeografia katika mwaka wa kawaida? Inaweza kuwa muzuri kuunda kalendari ya majira.
- Vikundi vyote vilikuwa vinapata chakula cha kutosha na chenye malisho mazuri?
- Vikundi vyote vilikuwa vinapata mapato ya kutosha kwa njia zenye haziko za mubaya ili kutimiza mahitaji yao ya musingi? Fikiria chakula, elimu, huduma ya afya, sabuni na vitu vingine vya nyumbani, mavazi, na njia za kuzalisha kama vile mbegu na vyombo. (Maulizo mbili ya mwisho itaonyesha kama kulikuwa na magumu ni yenye kukawia ao hapana. Magumu yenye iko inaweza kuongezwa na matatizo. Musaada wenye kufaa unategemea kujua kama matatizo ilikawia ao ni ya muda)
- Kufikiria miaka mitano ao kumi yenye ilipita, jinsi gani usalama wa chakula uliendelea mwaka kisha mwaka? Inaweza kuwa muzuri kuunda tablo yenye kuonyesha kufuatana hali mbalimbali ao historia ya hali ya usalama wa chakula.
- Vikundi tofauti vya njia yamaisha viko na aina gani ya mali, akiba ao ao vitu vingine vyenye wanaweka? Mu mifano mbalimbali muko: stoki ya chakula, akiba ya pesa, mifugo, kuingiza pesa mu kazi fulani, mukopo na deni yenye haidaiwe.
- Kwa muda wa juma moja ao mwezi, mafamilia wanatumikisha pesa ku vitu gani? Ni kiasi gani chenye watumiia ku kila kitu?

- Ni nani mwenye kusimamia matumizi ya pesa katika familia na pesa za mukono kwa mukono zinatumiwa juu ya nini?
- Soko ya karibu yenye kuruhusu kupata vifaa vya musingi iko rahisi kufikiwa kwa kiasi gani? Fikiria mambo kama umbali, usalama, urahisi wa kutembea, utayari na urahisi wa kufikia wa habari za soko, na usafirishaji.
- Kuko kupatikana gani na bei kwa vifaa vya musingi, pamoja na chakula?
- Mbele ya matatizo, ni nini ilikuwa mwendeleo wa kununua na kuuzisha vifaa na huduma wa biashara kati ya mahitaji ya musingi (chakula, vifaa vya kilimo, huduma za afya, nk) na vyanzo vya mapato (mazao ya kuuzisha, mifugo, mushahara, nk)

Usalama wa chakula wakati wa matatizo

- Namna gani matatizo imekuwa na matokeo ya mubaya juu vyanzo tofauti vya chakula na mapato kwa kila kimoja cha vikundi vya njia ya maisha vyenye vilitambuliwa?
- Namna gani imekuwa na matokeo ya mubaya juu njia yenye kufuatwa kwa kawaida kila majira juu ya usalama wa chakula wa vikundi tofauti?
- Namna gani imekuwa na matokeo ya mubaya juu ya kufikia wenye kutoa huduma za kifedha, masoko, kupatikana kwa masoko na bei ya vifaa vya musingi?
- Kufuatana na vikundi tofauti vya njia ya maisha, ni ufundi mbalimbali gani wa kukabiliana na matatizo na ni kiasi gani ya watu wenye kuutumia? Ile hali imebadilika namna gani kama inalinganishwa na hali ya mbele ya matatizo?
- Ni kikundi gani ao wakaaji gani wenye wamepatwa zaidi na matokeo ya mubaya?
- Ni nini matokeo ya muda mufupi na ya muda wa katikati ya ufundi wa kukabiliana na hali juu ya pesa za watu na mali ingine?
- Kuhusu vikundi vyote vya njia ya kuishi, na watu wote wenye kuwa mu hatari zaidi, ni nini matokeo ya ufundi wa kukabiliana na hali juu afya yao, kujisikia muzuri kwa ujumla na heshima? Je, kuko hatari zenye kuhusiana na ufundi wa kukabiliana na hali?

Nyongeza 2
Liste ya mambo ya kuchunguza kuhusu usalama wa mbegu

Hapa kadiri kuko maulizo ya kielelezo juu ya kuchunguza usalama wa mbegu. Wakati wa kuchunguza usalama wa mbegu ni lazima kufikiria sheria za taifa juu ya mbegu zenye kutokana na muchanganyiko wa aina mbili za mbegu na mbegu ziliyobadilishwa maumbile.

Usalama wa mbegu mbele ya matatizo (musingi wa muongozo)

- Ni mazao gani yenye iko ya lazima zaidi kwa wakulima? Wanazitumikisha kwa kufanya nini - kula, chanzo ya mapato ao yote mbili? Je! Ile mazao inapandwa kila majira? Ni mazao gani ingine yenye inaweza kuwa ya lazima wakati wa matatizo?
- Wakulima wanapata namna gani mbegu ao vyombo vingine vya kupanda juu ya ile mazao? Fikiria njia zote zenye kuwezekana.
- Ni mambo ya kufikiria gani juu ya kupanda mbegu kwa kila mazao ya kubwakubwa? Ni eneo gani kwa wastani lenye limepandwa? Viwango vya miche ni nini? Kuko kiasi gani cha kuzidisha (uhusiano kati ya mbegu ao nafaka zenye zilivunwa na mbegu yenye ilipandwa)?
- Kuko aina za lazima zaidi ao zenye kupendelewa za mazao fulani ya pekee (aina zenye zimepatanishwa na hali ya hewa ya mahali)?
- Ni njia gani za uzalishaji za musingi za ukulima kwa mazao ao aina fulani ya pekee?
- Ni nani katika familia mwenye kuwa na daraka ya kukamata maamuzi, kusimamia mazao na kupanga mazao katika hatua tofauti za uzalishaji na kisha mavuno?

Usalama wa mbegu kisha matatizo

- Je, musaada wenye kuhusu mukulima unawezekana kufuatana na maoni ya wenye kupokea musaada?
- Ni mazao gani yenye imekuwa na matokeo ya mubaya zaidi wakati wa matatizo? Je! Inafaa kuweka mukazo zaidi juu ya mazao yenyewe? Kwa nini ndiyo ao kwa nini hapana?
- Wakulima wako na uhakika kwamba sasa hali iko yenye kutulia na iko salama vya kutosha na kwa hivi wanaweza kulima, kuvuna na kuuzisha ao kutumikisha mazao?
- Wako na uwezekano wa kutosha wa kufikia mashamba na njia zingine za uzalishaji (mbolea, vifaa, wanyama wa kubeba mizigo)?
- Je, wako tayari kushiriki tena katika kilimo?

Kuchunguza kutolewa na maombi ya mbegu: stoki za nyumbani

- Kuko uwingi wa kutosha wa mbegu zenye kuzalishwa nyumbani zenye ziko tayari juu juu ya kupandwa? Ndani ya ule uwingi muko mbegu kutoka kwa mavuno ya mukulima yeye mwenyewe na mbegu zenye zinaweza kupatikana kupitia mitandao ya kijamii (kwa mufano, majirani).

- Je, ni mazao yenye wakulima wangali wanataka kupanda? Je, inapatana na hali ya mahali? Ingali inaombwa?
- Aina zenye kutokea ku uzalishaji wa mukulima zingali zinafaa kwa kupanda ku majira yenye kufuata? Aina wa mbegu unatimiza viwango vya kawaida vya mukulima?

Kuchunguza kutolewa na maombi ya mbegu: masoko ya mahali

- Masoko kwa ujumla inafanya kazi ingawa matatizo (siku za soko zinafanyika, wakulima wanaweza kutembea, kuuzisha na kununua kwa uhuru)?
- Uwingi wa sasa wa mimea na mbegu unaweza kulinganishwa na zile yenye kuwa mu hali ya kawaida na mu wakati uleule muda wa majira za mbele?
- Mazao na aina mbalimbali zenye wakulima wanaona kwamba zinafaa kwa kilimo ni zenye kupatikana mu masoko?
- Bei za sasa mu masoko za mimea ao mbegu zinalingana na bei za majira ya mbele mu kipindi kilekile? Kama kuko tofauti ya bei, ukubwa wa ule utofauti unaweza kuletea wakulima magumu?

Kuchunguza kutolewa na maombi ya mbegu: Sekta rasmi

- Mazao na aina mbalimbali zenye kutolewa mu sekta rasmi ni zenye kupatanishwa na hali ya maeneo yenye imevurugika sana? Kuna ushuhuda kwamba wakulima watazitumia?
- Mbegu zenye kupatikana mu sekta rasmi zinaweza kutimiza maombi yenye kusababishwa na matatizo? Kama hapana, zinaweza kutimiza kiasi gani cha mahitaji ya wakulima?

Nyongeza 3
Liste ya mambo ya kuchunguza kuhusu malisho

Yenye kufuata kadiri ni kielelezo cha maulizo juu ya kuchunguza sababu za malisho mabaya ya kiasi cha hali ya hatari ya malisho na uwezekano wa musaada. Maulizo imetungwa juu ya musingi wa cadre conceptuel ya sababu za malisho mabaya i. ⊕ *Ona Chati 7 Usalama wa chakula na malisho: sababu za malisho mabcya.* The information is likely to be available from a variety of sources. Inawezekana zile habari itolewe kutoka ku vyanzo mbalimbali. Ili kuzikusanya itaomba kutumia vyombo mbalimbali vya uchunguzi, zaidi sana mazungumuzo pamoja na wenye kujulisha habari wa musingi, kuona na kuchunguza habari ya hali ya pili.

Hali ya mbele ya mambo yenye kuomba kutenda kwa haraka

Ni habari gani zenye kupatikana juu hali, ukubwa na sababu za malisho mabaya zaidi kati ya watu wenye walipatwa na mateso? ⊕ *Ona Kiwango cha uchunguzi wa usalama wa chakula na malisho 1.1.*

Hali ya hatari yenye iko sasa ya malisho mabaya

Kuko hali gani ya hatari ya malisho mabaya yenye kuhusu kupunguka kwa uwezekano wa kufikia chakula?
⊕ Ona Nyongeza 1: Liste ya mambo ya kuchunguza juu ya usalama wa chakula na njia za kuishi.

Kuko hali gani ya hatari ya malisho mabaya kuhusu mazoea ya malisho na matunzo ya mutoto muchanga na mutoto mudogo?

- Kuko mabadiliko mu mupangilio wa kazi na wa kijamii (sababu ya kuhamishwa, safari ao matatizo ya vita) yenye imekuwa na matokeo ya mubaya juu ya kazi na madaraka katika familia?
- Kuna mabadiliko katika muundo wa kawaida wa mafamilia? Kuko hesabu kubwa ya watoto wenye wametengwa na familia?
- Mazingira ya kawaida ya matunzo imevurugika (kwa mufano, juu ya kuhama), na kuleta matokeo ya mubaya juu ya uwezekano wa kufikia watu wa kutoa matunzo ya pili, kufikia chakula ao kufikia maji?
- Kuko watoto wachanga wenye hawanyonyeshwe? Kuko watoto wachanga wenye kulishwa mu njia ya badala ya maziwa ya mama?
- Kumekuwa ushuhuda wowote ao kuwazia kupunguka kwa mazoea va muzuri ya kulisha watoto wachanga wakati wa matatizo? Mu ha i ya pekee, kumekuwa kupunguka katika kuanzisha unyonyeshaji ao kupunguka kwa kiasi cha wenye kufuata mupango wa kunyonyesha tu? Kumekuwa ongezeko ya kiasi cha kulisha watoto wachanga kwa maziwa ya badala ya maz wa ya mama na/ao kuongezeka kwa asilimia ya watoto wenye hawanyonyeshwe?

- Inawezekana kupata vyakula vya Nyongeza vyenye kuwa hakika, vyenye kufaa kufuatana na umri na hali ya malisho yenye kuombwa, na vinaweza kutayarishwa kwa kufikia viwango vya afya?
- Kuko ushuhuda wowote ao kuwazia ya ugawanyaji wa ujumla wa maziwa ya badala ya maziwa ya mama kama vile muchanyiko kwa ajili ya watoto, vifaa vingine vya maziwa, chupa za bibero na vifuniko vyenye kuwa na kifaa cha kunyonya, ikuwe vimetolewa bila malipo ao vimenunuliwa?
- Katika jamii za wafugaji, mifugo imetanganishwa mbali na watoto wadogo kwa muda murefu? Kufikia maziwa kumebadilika kutoka ku hali ya kawaida?
- UKIMWI imekuwa na matokeo ya mubaya juu ya mazoea matunzo katika familia?
- Posho ya chakula kwa ujumla imepatanishwa na mahitaji ya watu wenye kuzeeka na ya watu wenye kuwa na matatizo ya kujilisha? Chunguza kiasi chake cha nishati na cha micronutriment. Chunguza hali ya kukubalika kwa posho za chakula (onjo ya muzuri, na rahisi kutafunika na kumeng'enywa).

Kuko hali gani ya hatari ya malisho mabaya yenye kuhusu afya ya mubaya ya watu wote?

- Kuko ripoti yoyote ya kulipuka kwa magonjwa yenye inaweza kuwa na matokeo ya mubaya juu hali ya malisho, kama vile ugonjwa wa surua ao ugonjwa mukali wa kuhara? Kuko hatari ya kwamba milipuko ya namna ile inaweza kutokea? ⊕ *Ona Matunzo ya musingi – kiwango cha magonjwa ya kuambukiza 2.1.*
- Upana wa chanjo juu ya ugonjwa wa surua kati ya watu wenye walipatwa na mateso ni wa kadiri gani? ⊕ *Ona Matunzo ya musingi – kiwango cha afya cha watoto 2.2.1.*
- Je, vitamini A inapewa kwa ujumla wakati wa chanjo juu ya surua? Upana wa kupewa Nyongeza ya vitamini unakadiriwa kuwa wa kiasi gani?
- Makadirio yoyote ya kiasi cha wingi wa vifo inapatikana (ikuwe ya ujumla ao ya watoto wa kadiri ya miaka tano)? Ni makadirio gani na ni njia gani imetumiwa kwa kuifanya? ⊕ *Ona Mawazo makubwa katika mambo ya afya.*
- Je, kuko, ao kutakuwa, kupunguka sana kwa kiasi ya joto na kuweza hivi kutokeza hali ya kubadilisha kuenea kwa magonjwa makali ya kupumua ao mahitaji ya nishati ya watu wenye walipatwa na mateso?
- Kuko ongezeko kubwa ya kuambukizwa na UKIMWI?
- Watu wako tayari mu hali ya hatari ya kupatwa na malisho mabaya kwa sababu ya umasikini ao afya ya mubaya?
- Kuko kusongamana sana kwa wakaaji, ao kuko hatari ya kuongezeka kwa kiasi cha ugonjwa wa kifua kikuu?
- Kumeripotiwa visa vya magonjwa yenye haiko ya kuambukiza kama vile ugonjwa wa sukari, ugonjwa wa yabisi-kavu (arthrose), magonjwa ya moyo na upungufu wa damu?
- Kuko tukio kubwa ya ugonjwa wa malaria?
- Watu wamepitisha muda murefu ndani ya maji ao katika nguo zenye kuloana, ao wambakia muda murefu mu hali zingine za mateso kwa muda mrefu?

Kuko majengo gani ya mahali, yenye iko rasmi na yenye haiko rasmi, yenye kupatikana kwa sasa kwenye musaada inaweza kupitia kama inapatikana?

- Wizara ya afya, mashirika ya kidini, vikundi vya kusaidia vya kijamii, vikundi vya kusaidia kunyonyesha ao ONG zenye ziko katika eneo kwa muda murefu ao mufupi, ziko na uwezo gani?

- Ni musaada gani za malisho ao tegemezo wa musingi za jamii yenye ilikuwa tayari na imepangwa mu eneo na jamii za mahali, watu kipekee, ONG, mashirika ya serikali, mashirika ya ONU ao mashirika ya kidini? Kuko siasa gani kuhusu malisho (zenye zimepita, zenye kuendelea na zenye zimepotea), na pia musaada ya malisho yenye kupangwa kwa muda murefu, na Programu zenye ziko zinatumikishwa ao kupangwa ili kusaidia mu hali ya sasa?

Nyongeza 4
Vipimo vya kutambua malisho mabaya zaidi

Katika hali kubwa ya malisho yenye kuomba kutenda kwa haraka, inaweza kuwa muzuri kutia ndani watoto wachanga kadiri ya miezi sita, wamama wenye mimba na wenye kunyonyesha, watoto wakubwa, vijana, watu wazima na watu wenye kuzeeka katika uchunguzi wa malisho ao Programu ya malisho.

Watoto wachanga wa kadiri ya miezi sita

Ingawa utafiti unazidi kuendelea juu ya kikundi hiki cha umri, habari za musingi ili kusaidia uchunguzi na usimamizi wa magumu zingali kidogo. Miongozo mingi inapendekeza kutumikisha ileile ufundi wa kupima na kueleza mwili wa mutu ili kutambua kisa cha malisho mabaya zaidi ya watoto wachanga na wa watoto wenye umri wa miezi 6 mupaka 59 (kutosha tu kipimo cha muzunguko wa sehemu ya juu ya mukono (MUAC), chenye hakifae kwa watoto wachanga kadiri ya miezi sita). Mambo ya kutimiza ili kukubaliwa mu Programu inakazia zaidi kimo cha sasa kuliko uchunguzi wa hali ya kuendelea kukomaa.

Mabadiliko kutoka marejezo ya National Center for Health Statistics (NCHS) kuhusu kukomaa, kuhamia ku viwango vya OMS vya mwaka 2006 kuhusu kukomaa vinatokeza visa vya mingi vya watoto wachanga kadiri ya miezi sita wenye kurekodiwa kama wenye kugonda sana. Ile inaweza kusababisha kuongezeka kwa hesabu ya watoto wachanga wenye kukubaliwa mu Programu ya kupata chakula cha Nyongeza, na pia wenye kutoa matunzo wanaweza kuwa na wasiwasi juu ya ulazima wa kunyonyeshaji peke. Ni lazima kuchunguza na kufikiria nukta zenye kufuata:

- Kukomaa mu urefu kwa mutoto muchanga – Je, kiasi cha kukomaa kiko muzuri, ijapokuwa kimo cha mwili ni kidogo (watoto wachanga wengine wanaweza "kufikia kimo yenye kufaa hata kama walichelewa" hata kama wako na uzito wa kadiri pa kuzaliwa)?
- Tabia za kulisha watoto wachanga – je, mutoto ananyonyesha pakee?
- Hali ya kliniki – je, mutoto muchanga iko na dalili yoyote ya magumu ya kinganga ao hali yenye inaweza kutibiwa ao yenye inamufanya akuwe katika hatari kubwa?
- Hali ya mama - kwa mufano, mama anakosa musaada wa kifamilia au ni mwenye kushuka moyo? Kupangisha wagonjwa mu hopitali mu Programu ya malisho ya kinganga inapaswa kutangulizwa kwa watoto wachanga wenye kuwa katika hatari zaidi.

Watoto wenye umri wa miezi 6 mupaka 59

Chati ao tableau yenye iko hapa kadiri inaonyesha dalili zenye kutumiwa kwa kawaida za malisho mabaya zaidi kwa watoto wenye umri wa miezi 6 mupaka 59. Hesabia alama ya uhusiano kati uzito-na-kimo (WFH ao RPT) kufuatana na viwango vya OMS vya mwaka 2006 juu ya kukomaa kwa watoto. Alama ya Score Z ya RPT (kufuatana na viwango vya OMS) ni dalili yenye kupendelewa juu ya kuriporti matokeo ya uchunguzi wa kutumia ufundi wa kupima na kueleza mwili wa mutu (anthropométrie). Muzunguko wa mukono (périmètre brachial PB mu kifaransa ao MUAC mu kingereza) ni kiwango chenye kujitegemea cha kupima malisho mabaya zaidi na ni moja kati ya dalili bora ya kutabiri kiasi cha vifo. Kuenea kwa MUAC ya kadiri mara mingi kunatumika kutabiri hesabu ya visa vya kushugulikia mu Programu ya chakula cha Nyongeza na malisho ya matibabu. Viwango vya juu vyenye kutumiwa kwa kawaida ni < santimetre 11,5 kwa malisho mabaya zaidi, kati ya santimetre 11,5 na santimetre 12.5 kwa malisho mabaya ya kiasi. MUAC pia inatumiwa mara nyingi pamoja na viwango vya juu zaidi mu mupango wa njia ya kufuata ya vipimo mu wakati mbili. Kama haiwezi kutumiwa peke yake katika vipimo vya athropométrie, upande mwengine inaweza kuwa kiwango pekee cha kukubaliwa mu Programu ya malisho.

	Jumla ya wenye kula mbaya	Mwenye anakula mbaya kadiri	Mweye anakula mbaya kabisa
Watoto wa miezi 6–59	WFH <–2 alama Z na/ao MUAC <12.5cm na/ao malisho ya oedema	WFH –3 hadi –2 alama Z na/ao MUAC 11.5–12.5cm	WFH <–3 alama Z na/ao MUAC <11.5cm na/ao malisho va oedema
Watu wazee	MUAC 21cm	MUAC 18.5–21.0cm	MUAC 18.5cm
Mwanawake wenye mimba na wenye kunyonyesha	MUAC <23cm (labda <210mm katika hali fulani)	MUAC 18.5–22.9cm	MUAC <18.5cm
WATU WENYE UMRI ao wenye ugonjwa wa kifua kikuu)	BMI <18.5	BMI 16–18.5	BMI <16

Watoto wenye umri wa miaka 5 mupaka 19

Tumia viwango vya kukomaa vya OMS vya 2007 ili kuamua hali ya malisho ya watoto wa *umri kati ya* miaka 5 mupaka 19. Mustari wenye kuwa kama upinde ku chati yenye kuonyesha mabadiliko mbalimbali habari za marejezo juu ya kukomaa zinapatikana na viwango vya kukomaa kwa mutoto vya OMS juu ya watoto wenye umri kati ya miezi 6 mupaka 59 na viwango vya juu vyenye kupendekezwa juu ya watu wazima. Fikiria kutumia MUAC kwa watoto wakubwa na wavulana, hasa zaidi katika hali ya kuambukizwa na UKIMWI. Kwa kuwa ni mambo ya ufundi wenye kuzidi kuendelea, ni jambo la lazima kufuata mwongozo wa hivi karibuni na habari zenye kutiwa upya za kiufundi za karibuni.

Watu wazima (miaka 20 mupaka 59)

Hakuna maelezo malisho mabaya zaidi wa watu wazima yenye kukubaliwa kwa ujumla, lakini na habri zenye kupatikana, kiwango cha juu chenye kuonyesha malisho mabaya zaidi kinaweza kuwa kadiri ya kipimo cha kulinganisha kimo na uzito ili kutambua kama mutu ni munene ao munene sana (indice de masse corporelle (ao IMC mu françcais, BMI mu Kingereza)) cha 16, na kadiri ya 18,5 kwa malisho mabaya ya kiasi ao wa katikati. Mafunzo ya malisho mabaya ya watu wazima inapaswa kutafuta kukusanya habari juu ya uzito, kimo na kimo mu hali ya kukaa na vipimo vya MUAC. Habari zile zinaweza kutumika kuhesabia IMC. IMC inapaswa kusahihishwa juu ya dalili ya Cormique (uhusiano wa kimo mu hali ya kukaa na kimo mu hali ya kusimama) kama ni juu kufanya ulinganifu kati ya wakaaji. Ile kusahihisha inaweza kubadilisha sana yenye kuonekana sawa kuenea kwa malisho mabaya ya watu wazima na inaweza kuwa na matokeo ya lazima sana ku Programu mbalimbali. Vipimo vya MUAC vinapaswa kuchukuliwa kila wakati. Kama kuko lazima ya matokeo kwa haraka ao mali iko kidogo sana, uchunguzi unaweza kufanywa kwa musingi tu wa vipimo vya MUAC (périmètre brachial.

Kukosekana kwa habari zenye kusibitishwa juu ya matokeo ya kutumikishwa na kukosekana kwa nukta za marejezo kunafanya ikuwe magumu kueleza matokeo ya anthropométrie. Tumia habari zenye kuwa na mambo mbalimbali yenye kupatana na hali wakati wa kutoa maelezo. Ili kupata muongozo juu ya uchunguzi ⊕ ona *Marejezo na habari zingine za kusoma.*

Wakati wa kupima watu ili wakubaliwe mu Programu ya matunzo ya malisho ao juu ya kutondolewa mu Programu, viwango vinapaswakuwa na muchanganyiko wa dalili za anthropométrie, ishara za kliniki (zaidi zana, uzaifu, kupunguka kwa uzito hivi karibuni) na hali mbalimbali za kijamii (kama vile kufikia chakula, kuwapo kwa wenye kutoa matunzo, nafazi ya kujikinga). Kumbuka kwamba edema katiwka watu wazima inaweza kusababishwa na sababu zingine zaidi ya malisho mabaya, na wanganga wanapaswa kujifunza edema za watu wazima ili kutenganisha sababu zingine zenye kuwezekana. Kila shirika ya kibinadamu linachagua lenyewe dalili yenye kusaidia kuamua mambo ya kutimiza ili kufikia matunzo, kwa kutia mu akili makosa yenye kujulikana ya IMC, kukosekana kwa habari jzenye kuwa tayari juu ya MUAC na matokeo juu ya kutumikisha dalili mu Programu. Kwa kuwa ni mambo ya ufundi wenye kuzidi kuendelea, fuata mwongozo na habari za hivi karibuni za kuweka sasa habari za kiufundi.

MUAC inaweza kutumika kama chombo cha kupima wanawake wenye mimba, kwa mufano, kama kiwango cha kuingia mu Programu ya malisho. Kufuatana na mahitaji yao ya chakula cha Nyongeza, wanawake wenye mimba wanaweza kuwa katika hali ya hatari zaidi kuliko vikundi vingine vya wakaaji. MUAC haibadilike sana muda wa mimba. Ilionyeshwa kwamba MUAC yenye kuwa kadiri ya santimetre 20,7 inaonyesha hatari kubwa ya kuchelewa kwa kukomaa kwa kijusu (mutoto mu tombo) ao mupaka santimetre 23 inaonyesha hatari ya kiasi. Hesabu za viwango vya juu zinatofautiana kufuatana na inchi mbalimbamli, kati ya santimetre 21 mupaka 23. Inafikiriwa kwa ujumla kwamba MUAC yenye iko kadiri ya santimetre 21 ni kiwango cha juu chenye kama wanawake wako kadiri yake wanakuwa mu hatari kubwa wakati wa hali yenye kuomba kutenda kwa haraka.

Watu wazee

Kwa sasa, hakuna ufafanuzi wenye kukubaliwa kwa ujumla wa malisho mabaya malisho mabaya watu wenye kuzeeka, hata hivyo kile kikundi kinaweza kuwa mu hatari ya malisho mabaya wakati wa matatizo. OMS inapendekeza kwamba viwango vya vya IMC kwa watu wazima vinaweza kufaa kwa watu wenye umri wa zaidi ya miaka 60. Hata hivyo, usahihi wa kipimo ni magumu kwa sababu ya kuinama kwa uti wa mgongo (kukunjama) na kufunganafunga kwa mifupa ya mugongo. Urefu wa mikono mbili yenye kupanuliwa ao wa mukono moja unaweza kutumikishwa badala ya kimo, lakini kitendeshi (facteur) cha kuzidisha cha vipomo vya kimo kinatofautiana kulingana wakaaji. Kuchunguza kwa kutumia macho ni kwa lazima. MUAC inaweza kuwa chombo chenye mafaa kwa kupima malisho mabaya ya wazee, lakini utafiti wa kujaribu kufafanua viwango vya juu vyenye kufaa ungali unaendelea.

Watu wenye kuwa na ulemavu

Kwa sasa hakuna miongozo juu ya vipimo vya watu wenye kuwa na ulemavu wa mwili. Kule kukosekana kwa miongozo mara nyingi kunawatenga ku uchunguzi wa anthropométrie. Kuchunguza kwa kuona ni kwa lazima. Vipimo vya MUAC vinaweza kupotosha katika hali kwenye misuli ya sehemu ya juu ya mikono inaweza kuwa yenye kupanuka juu ya kusaidia kujitembeza. Kuko njia ya badala kwa kiwango cha vipimo vya kimo, pamoja na urefu, ni urefu wa mikono mbili yenye kupanuliwa ao wa mukono moja ao urefu wa sehemu ya kadiri ya muguu. Ni lazima kufuata habari za utafiti wa hivi karibuni ili kuamua njia yenye kufaa zaidi ya kupima watu wenye kuwa na ulemavu kwa sababu viwango vya vipomo vya uzito, kimo na MUAC havifae.

Nyongeza 5
Vipimo vya umaana kwa afya ya watu wote vya kupunguka kwa micronutriments

Tunza kwa haraka yenye kuonekana kufuatana na uchunguzi wa kinganga kuwa ni kupunguka kwa micronutriment. Kisa cha mutu kipekee cha kupunguka kwa micronutriment chenye kuonekana kufuatana na uchunguzi wa kinganga kwa kawaida kinakuwa dalili ya tatizo yenye kufichama ya kupunguka kwa micronutriment katika wakaaji wote. Ni jambo la maana kufanya vipimo na kutenganisha kufuatana na aina tofauti hali za kupunguka kwa micronutriment katika wakaaji ili kufanya mipango ya musaada na kuifuatilia.

Vipimo vya kibiokemia (biochimie) vinatoa kipimo chenye kusawazika cha hali ya micronutriment. Hata hivyo, kukusanya eshantiyo za kibiokemia za kupima mara mingi inakuwa mwito wa kushindana ili kupata vifaa, mafunzo ya wafanyakazi, vifaa vya baridi na wakati mwingine kukubalika. Pia, vipimo vya kibiokemia havikuwe kila wakati wazi na kutofautisha mambo vile inatazamiwa. Namna moja na malisho mabaya zaidii, kunaweza kuwa na mabadiliko kulingana na wakati yenye eshantiyo ilikusanywa mu kipindi cha muchana ao majira ya mwaka. Uchunguzi muzuri zaidi wa aina ni wa lazima sana na inaomba kila wakati kuufikiria wakati unachagua laboratoire yenye itafanya vipimo.

Wakati wa kuchunguza hali ya micronutriment, fikiria uwezekano wa kwamba micronutriment zinaweza kupita kiasi ao zinaweza kupunguka. Hili ni jambo la kufikiria zaidi sana wakati vyakula vya Nyongeza vyenye kuwa na utajiri mwingi vinatumikishwa ili kutoa micronutriment.

Kupunguka kwa micronutriment kuko na matokeo ya mubaya sana ku afya ya mwili na ya akili ya watu wenye kuzeeka, ku mufumo wao wa kujikinga na juu ya uwezo wao wa kufanya kazi.

Chati yenye iko hapa kadiri inaonyesha kutenganishwa kwa aina mbalimbali za maana sana kupunguka kwa micronutriment, pamoja na dalili tofauti. Ili kupata habari zaidi juu ya vipimo vya kibiokemia na viwango vya juu vya afya ya watu wote, soma na machapisho ya hivi karibuni ao utafute mashauri ya wataalamu.

Vipimo ya kukula mubaya	Vikundi vyenye kupendekezwa ili kufanya ankete ao uchunguzi	Maelezo kuhusu shida ya afya ya watu	
		Mbaya zaidi	Hesabu ya kesi (%)
Ukosefu wa vitamin A			
Kutokuona vizuri usiku	Miezi 24–71	Katikati	0 ≤ 1
		Kadiri	1 ≤ 5
		Mbaya	5
Bitot's spots (X1B)	Miezi 6–71	Haieleweke	>0.5

Vipimo ya kukula mubaya	Vikundi vyenye kupendekezwa ili kufanya ankete ao uchunguzi	Maelezo kuhusu shida ya afya ya watu	
		Mbaya zaidi	Hesabu ya kesi (%)
Corneal xerosis/ ulceration/ keratomalacia (X2, X3A, X3B)	Miezi 6−71	Haieleweke	>0.01
Corneal scars (XS)	Miezi 6−71	Haieleweke	>0.05
Serum retinol (≤ 0.7μmol/l)	Miezi 6−71	Katikati	2 ≤ 10
		Kadiri	10 ≤ 2C
		Mbaya	20
Ukosefu wa iyode			
Goitre (yenye na inaweza kuguswa)	Miaka ya kwenda kumasomo	Katikati	5.0−19.9
		Kadiri	20.0−29.9
		Mbaya	30.0
Mikoyo yenye kuwa na iyode mingi (mg/l)	Miaka ya kwenda kumasomo	Mbaya zaidi	>300
		Yenye kuwa mingi	100−199
		Ukosefu wa katikatii	50−99
		Uksefu wa kadiri	20−49
		Ukosefu wa mbaya zaidi	<20
Ukosefu wa chuma mwilini			
Ukosefu wa damu (hemobline ya wanawake wasiyo na mimba <12.0g/dl; watoto wenye miezi 6−59 <11.0g/dl)	Wanawake, watoto wenye miezi 6−59	Ya chini	5−20
		Katikati	20−40
		Juu	40
Beriberi			
Alama kuhusu mgonjwa	Watu wote	Katikati	Kesi 1 na <1%
		Kadiri	1−4
		Mbaya	5
Chakula (<0.33mg/1,000kCal)	Watu wote	Katikati	5
		Kadiri	5−19
		Mbaya	20−49
Vifo vya watoto	Watoto wenye miezi 2−5	Katikati	Yenye haiendelee
		Kadiri	Nivo yenye haiku juu
		Mbaya zaidi	Alama ya nivo

Vipimo ya kukula mubaya	Vikundi vyenye kupendekezwa ili kufanya ankete ao uchunguzi	Maelezo kuhusu shida ya afya ya watu	
		Mbaya zaidi	Hesabu ya kesi (%)
Pellagra			
Alama kuhusu mgojwa (ugonjwa ngozi) yakikundi ya watu wa miaka tofauti	Watu wote ao wanawake wenye miaka juu ya 15	Katikati	Kesi ≥ 1 na <1%
		Kadiri	1–4
		Mbaya zaidi	5
Chakula yenye kuwa niacin <5mg/kwa siku	Watu wote ao wanawake wenye miaka juu ya 15	Katikati	5–19
		Kadiri	20–49
		Mbaya zaidi	50
Scurvy			
Alama kuhusu mgonjwa	Watu wote	Katikati	1 case and <1%
		Kadiri	1–4
		Mbaya zaidi	5

Nyongeza 6
Mahitaji yenye kuhusu malisho

Tumikisha chati yenye kufuata ili kufanya mupangilio katika hatua ya mwanzo ya matatizo. Mahitaji ya kadiri ya malisho yenye iko kwenye chati inapaswa kutumiwa ili kuchunguza posho za chakula za ujumla. Hazikuwekwa juu ya kuchunguza kufaa kwa kugawanya posho za zaidi ao malisho ya matunzo ya kinganga ao kuchunguza posho za chakula kwa ajili ya vikundi fulani vya pekee kama vile watu wenye kuwa na ugonjwa wa kifua kikuu ao watu wenye kuishi na UKIMWI.

Malisho mazuri	Matakwa ya kadiri ya wakaaji
Nishati	2,100kCal
Proteini	53g (10% jumla ya nishati)
Mafuta	40g (17% jumla ya nishati)
Vitamini A	550µg utendaji wenye kulingana na retinoli (RTE)
Vitamini D	6.1µg
Vitamini E	8.0mg yenye kulingana na alpha-tocopherol (alpha TE)
Vitamini K	48.2µg
Vitamini B1 (thiamini)	1.1mg
Vitamini B2 (riboflavini)	1.1mg
Vitamini B3 (niacin)	13.8mg niacin ao yenye kulingana (NE)
Vitamini B6 (pyridoxini)	1.2mg
Vitamini B12 (cobalamini)	2.2µg
Folati	363µg chakula yenye kulingana na folati (DFE)
Pantothenate	4.6mg
Vitamini C	41.6mg
chuma	32mg
Iode	138µg
Zink	12.4mg
shaba	1.1mg
Seleniumu	27.6µg
Calciumu	989mg
Manyeziumu	201mg

Inatokana na: RNIs from FAO/WHO (2004), Vitamin and Mineral Requirements in Human Nutrition, 2nd edition, were used for all vitamin and mineral requirement calculations except copper. Requirements for copper are taken from WHO (1996), Trace Elements in Human Nutrition and Health.

Valere hizi za wastani za mahitaji ya kadiri ya wakaaji zinatiwa ndani mahitaji ya vikundi vyote vya umri na vya wanawake na wanamume. Kwa hivyo, haiko vipimo vya pekee kufuatana na umri fulani ao kikundi cha wanawake ao manamume, na haipaswi kutumiwa ili kuamua mahitaji ya mutu fulani kipekee. Valere zenyewe zimefanyiwa hesabu juu ya musingi wa habari fupi juu ya wakaaji wenye kuzaniwa, maelezo mbalimbali juu ya hali ya joto yenye iko na hali ya kazi mbalimbali za watu. Zinafikiria pia mahitaji ya zaida ya wanawake wenye mimba na wenye kunyonyesha.

Mahitaji inaonyeshwa kwa kufuata maombi ya kila siku yenye kupendekezwa (RNI mu anglais, AJR mu français) juu ya nutriment zote isipokuwa tu nishati na shaba.

Masahihisho ya karibuni na utafiti juu ya macronutriment na micronutriment inapatikana ku kituo cha Internete cha Shirika la Chakula na Kilimo la Umoja wa Mataifa (FAO) na cha OMS.

Rekebisha mahitaji ya nishati (kwa kuongeza ao kupunguza) ya wakaaji kwa yenye kufuatana:

- shirika ya uwingi wa wakaaji, hasa zaidi asilimia ya watoto wa kadiri ya miaka mitano, asilimia ya wanawake na watu wenye kuzeeka, wavulana;
- inaeleza uzto wa wastani wa watu wazima na uzto halisi wa mwili, wa kawaida ao kupendelewa;
- Viwango vya kazi ili kudumisha maisha yenye utendaji (mahitaji itaongezeka kama utendaji uko zaidi ya kiasi cha kazi "teketeke", ao 1,6 X metabolisme ya musingi);
- wastani ya joto ya kandokano, na uwezo wa nafasi ya kujikinga mavazi (mahitaji itaongezeka kama wastani ya joto ya kandokando iko kadiri ya 20 ° C);
- hali ya malisho na ya afya ya wakaaji (mahitaji itaongezeka kama wakaaji wako na malisho ya mubaya na wanapaswa kufunika kuchelewa kwa kukomaa. Kuenea kwa UKIMWI kunaweza wakati mwengine kuwa na matokeo juu ya mahitaji ya wastani ya wakaaji. Rekebisha posho za chakula za ujumla ili kutimiza ile mahitaji, kufuatana na uchunguzi wa hali na mapendekezo ya sasa ya kimataifa).

Ili kupata mwongozo juu mahesabu ya marekebisho, ⊕ *ona* Food and Nutrition Needs in Emergencies (Mahitaji ya malisho na ya chakula mu hali za kutenda kwa haraka) ya UNHCR, UNICEF, PAM na OMS (2002) na kitabu WFP (2001), Food and Nutrition Handbook (Kitabu juu ya chakula namalisho) cha PAM.

Kama haiwezekani kupata habari za ile aina kutokana uchunguzi, tumikisha hesabu zenye ziko mu chati yenye ikohapa kadiri kama viwango vya kadiri.

Kwa kuelewa shirika ya wakaaji, yenye kutenganiswa kwa kufuata uwanamuke na uwanamume, umri na hali zingine zenye kuombwa zenye kuhitajika, tumia habari za marejezo za taifa ao tumia World Population Prospects (prospections de la population mondiale): https://esa.un.org/unpd/wpp/

Marejezo na habari zingine za kusoma

Mambo ya ujumla

Child Protection Minimum Standards (CPMS). Global Child Protection Working Group, 2010. http://cpwg.net

Emergency Preparedness and Response Package. WFP, 2012. http://documents.wfp.org

Harvey, P. Proudlock, K. Clay, E. Riley, B. Jaspars, S. *Food Aid and Food Assistance in Emergencies and Transitional Contexts: A Review of Current Thinking.* Humanitarian Policy Group, 2010.

Humanitarian inclusion standards for older people and people with disabilities. Age and Disability Consortium, 2018. https://reliefweb.int

IASC Framework on Durable Solutions for Internally Displaced Persons. IASC, 2010.

Lahn, G. Grafham, O. *Heat, Light and Power for Refugees: Saving Lives, Reducing Costs.* Chatham House, 2015. https://www.chathamhouse.org

Livestock Emergency Guidelines and Standards (LEGS). LEGS Project, 2014. https://www.livestock-emergency.net

Minimum Economic Recovery Standards (MERS). SEEP Network, 2017. www.seepnetwork.org

Minimum Standards for Child Protection in Humanitarian Assistance. CPWG, 2016. http://cpwg.net

Minimum Standards for Education: Preparedness, Recovery and Response. The Inter-Agency Network for Education in Emergencies [INEE], 2010. www.ineesite.org

Minimum Standard for Market Analysis (MISMA). The Cash Learning Partnership (CaLP), 2017. www.cashlearning.org

Pejic, J. *The Right to Food in Situations of Armed Conflict: The Legal Framework.* International Review of the Red Cross, 2001. https://www.icrc.org

Safe Fuel and Energy Issues: Food Security and Nutrition. Safe Fuel and Energy, 2014. www.safefuelandenergy.org

The Right to Adequate Food (Article 11: 12/05/99. E/C 12/1999/5, CESCR General Comment 12). United Nations Economic and Social Council, 1999. www.ohchr.org

The Sendai Framework for Disaster Risk Reduction. UNISDR. https://www.unisdr.org

Uchunguzi

RAM-OP: Rapid Assessment Method for Older People. www.helpage.org

SMART (Standardized Monitoring and Assessments of Relief and Transition) Guidelines and Methodology. SMART. http://smartmethodology.org

Malisho

Castleman, T. Seumo-Fasso, E. Cogill, B. *Food and Nutrition Implications of Antiretroviral Therapy in Resource Limited Settings, Food and Nutrition Technical Assistance, technical note no. 7.* FANTA/AED, 2004.

Chastre, C. Duffield, A. Kindness, H. LeJeane, S. Taylor, A. *The Minimum Cost of Diet: Findings from piloting a new methodology in Four Study Locations.* Save the Children UK, 2007. https://resourcecentre.savethechildren.net

Codex Alimentarius. Standards, Guidelines and Advisory Texts. FAO and WHO. www.fao.org

Food and Nutritional Needs in Emergencies. WHO, UNHCR, UN Children's Fund, WFP, 2004. www.who.int

International Code of Marketing of Breast-Milk Substitutes. WHO, 1981. www.who.int

Kusimamia malisho mabaya zaidi

Black, RE. Allen, LH. Bhutta, ZA. Caulfield, LE. de Onis, M. Ezzati, M. Mathers, C. Rivera, J. *Maternal and child undernutrition: global and regional exposures and health consequences. The Lancet,* vol. 371, no. 9608, 2008, pp. 243–260. https://doi.org

Njia ya ushiriki

Bonino, F. *What Makes Feedback Mechanisms Work.* ALNAP, 2014.

Chakula cha mutoto muchanga na mutoto mudogo

Child Growth Standards and the Identification of Severe Acute Malnutrition in Infants and Children. WHO, 2009.

Early Childhood Development in Emergencies: Integrated Programme Guide. UNICEF, 2014. https://www.unicef.org

Integrating Early Childhood Development Activities into Nutrition Programmes in Emergencies: Why, What and How? UNICEF & WHO Joint statement, 2010. www.who.int

Operational Guidance on Infant and Young Child Feeding in Emergencies. IFE Core Group, 2017. https://www.ennonline.net

Watoto

Growth reference for school-aged children and adolescents. WHO, 2007. www.who.int

Usalama wa chakula

Coping Strategies Index: CSI Field Methods Manual. CARE, 2008.

Caccavale, O. Flämig, T. *Collecting Prices for Food Security Programming.* World Food Programme, 2015. http://documents.wfp.org

Coates, J. Swindale, A. Bilinsky, P. *Household Food Insecurity Access Scale (HFIAS) for Measurement of Food Access, Indicator Guide, Version 3.* FANTA, 2007.

Food Safety and Quality. FAO and WHO. www.fao.org

Food Security Cluster Urban Group Tools and Pilot Projects. Food Security Cluster. http://fscluster.org

Food Security Cluster Core Indicator Handbook. Food Security Cluster. http://fscluster.org

Humanitarian, Impact areas. Global Alliance for Clean Cookstoves, 2018. http://cleancookstoves.org

Integrated Food Security Phase Classification (IPC) 2018 – Technical Manual Version 3. IPC Global Partners, 2018.

Save Food: Global Initiative on Food Loss and Waste Reduction – Extent, Causes and Reduction. FAO and WHO. http://www.fao.org

Swindale, A. Bilinsky, P. *Household Dietary Diversity Score (HDDS) for Measurement of Household Food Access: Indicator Guide, Version 2.* FANTA, 2006.

Technical Guidance Note: Food Consumption Score Nutritional Quality Analysis (FCS-N). WFP, 2015. https://www.wfp.org

Tier ranking from the IWA interim ISO standards. Global Alliance for Clean Cookstoves. http://cleancookstoves.org

Voluntary Guidelines to Support the Progressive Realization of the Right to Adequate Food in the Context of National Food Security. Committee on World Food Security, 2005.

Musaada wa chakula

Guide to Personal Data Protection and Privacy. WFP, 2016. https //docs.wfp.org

Integrated Protection and Food Assistance Programming. ECHO-DG, Final Draft. https://reliefweb.int

NutVal 2006 version 2.2: The planning, calculation, and monitoring application for food assistance programme. UNHCR, WFP, 2006. www.nutval.net

Protection in Practice: Food Assistance with Safety and Dignity. UN-WFP, 2013. https://reliefweb.int

Revolution: From Food Aid to Food Assistance – Innovations in Overcoming Hunger. WFP, 2010. https://documents.wfp.org

Musaada kuhusu mbegu

Seed System Security Assessment (SSSA). CIAT and DEV, 2012. https://seedsystem.org

Seeds in Emergencies: A Technical Handbook. FAO, 2010. www.fao.org

Masoko na musaada juu musingi wa pesa za mukono kwa mukono (CBA)

CaLP CBA quality toolbox: http://pqtoolbox.cashlearning.org

Cash and Vouchers Manual. WFP, 2014. https://www.wfp.org

E-Transfers in Emergencies: Implementation Support Guidelines. CaLP, 2013. www.cashlearning.org

Emerging Good Practice in the Use of Fresh Food Vouchers. ACF International, 2012. www.actionagainsthunger.org

Uwanamuke na uwanamume

Guidelines for Integrating Gender-Based Violence Interventions in Humanitarian Action. IASC, 2015. www.gbvguidelines.org

Researching Violence Against Women: A Practical Guide for Researchers and Activists. WHO and Program for Appropriate Technology in Health (PATH), 2005. www.who.int

Watu wenye kuwa na ulemavu

Including Children with Disabilities in Humanitarian Action, Nutrition booklet. UNICEF. http://training.unicef.org

Module on Child Functioning and Disability. UNICEF, 2018. https://data.unicef.org

Njia za kuishi

CLARA: Cohort Livelihoods and Risk Analysis. Women's Refugee Commission, 2016. https://www.womensrefugeecommission.org

Sustainable Livelihoods Guidance Sheets. DFID, 2000. http://www.livelihoodscentre.org

Mazingira

Flash Environmental Assessment Tool. UNOCHA. www.eecentre.org

Handbook on Safe Access to Firewood and Alternative Energy. WFP, 2012.

Integrated Food Security Phase Classification (IPC) 2018 – Technical Manual Version 3. IPC Global Partners, 2018.

Lahn, G. Grafham, O. *Heat, Light and Power for Refugees: Saving Lives, Reducing Costs.* Chatham House, 2015. https://www.chathamhouse.org

Moving Energy Initiative. Chatham House, 2018. https://mei.chathamhouse.org

Mambo mengine ya kusoma

For further reading suggestions please go to
www.spherestandards.org/handbook/online-resources

Habari zingine za kusoma

Uchunguzi wa mwanzo

Joint Assessment Mission (JAM): Guidelines Second Edition. UNHCR, WFP, 2009.

Multi-sector Initial Rapid Assessment (MIRA) Tool. IASC, 2015.

Technical Guidance for the Joint Approach to Nutrition and Food Security Assessment (JANFSA). WFP and UNICEF, 2016.

Uchunguzi wa usalama wa chakula

Alternative Sampling Designs for Emergency Settings: A Guide for Survey Planning, Data Collection and Analysis. FANTA, 2009.
https://www.fsnnetwork.org/sites/default/files/alternative_sampling_designs_ for_emergency_settings.pdf

Comparing Household Food Consumption Indicators to Inform Acute Food Insecurity Phase Classification. FANTA, 2015.
https://www.fantaproject.org/sites/default/files/resources/HFCS-report-Dec2015.pdf

Crop and Food Security Assessment Mission (CFSAM) Guidelines. FAO and WFP, 2009.
https://www.wfp.org/publications/faowfp-joint-guidelines-crop-and-food-security-assessment-missions-cfsams

Comprehensive Food Security and Vulnerability Analysis (CFSVA) Guidelines. WFP, 2009.

Emergency Food Security Assessment Handbook (EFSA) – second edition. WFP, 2009.

Household Livelihood Security Assessments: A Toolkit for Practitioners. CARE, 2002.

Vulnerability and Capacity Assessment Guide. IFRC. www.ifrc.org/vca

The Household Economy Approach: A Guide for Programme Planners and Policy-makers. Save the Children, 2008.

Uchunguzi wa usalama wa mbegu

Longley, C. Dominguez, C. Saide, M.A. Leonardo, W.J. *Do Farmers Need Relief Seed? A Methodology for Assessing Seed Systems.* Disasters, NCBI, 2002.

Sperling, L. *When Disaster Strikes: A guide to Assessing Seed System Security.* International Center for Tropical Agriculture, 2008.

Uchunguzi wa njia ya kuishi

Jaspers, S. Shoham, J. *A Critical Review of Approaches to Assessing and Monitoring Livelihoods in Situations of Chronic Conflict and Political Instability.* ODi, 2002.

Matrix on Agency Roles and Responsibilities for Ensuring a Coordinated, Multi-Sectoral Fuel Strategy in Humanitarian Settings. Version 1.1. Task Force on Safe Access to Firewood and Alternative Energy in Humanitarian Settings. IASC, 2009.

Masoko

Adams, L. *Learning from Cash Responses to the Tsunami: Final Report*, HPG background paper. HPG, 2007.
https://www.odi.org/sites/odi.org.uk/files/odi-assets/publications-opinion-files/4860.pdf

Cash, Local Purchase, and/or Imported Food Aid? Market Information and Food Insecurity Response Analysis. CARE, 2008.

Creti, P. Jaspars, S. *Cash Transfer Programming in Emergencies.* Oxfam GB, 2006.

Delivering Money: Cash Transfer Mechanisms in Emergencies. Save the Children UK, Oxfam GB and British Red Cross, with support from ECHO, CaLP, 2010.

Harvey, P. *Cash and Vouchers in Emergencies, HPG background paper.* ODI, 2005.

Implementing Cash-Based Interventions: A guide for aid workers. Action contre la faim, 2007.

Minimum Standard for Market Analysis (MISMA). CaLP, 2013.

Mike, A. *Emergency Market Mapping and Analysis (EMMA) toolkit.* Oxfam GB, 2010.

Multi-Sector Initial Rapid Assessments (MIRA) Guidance. IASC, 2015.

Kutumia chakula

Food Consumption Analysis: Calculation and Use of the Food Consumption Score in Food Security Analysis. Technical Guidance Sheet. WFP, 2008. https://fscluster.org/sites/default/files/documents/WFP%20FCS%20Guideline%20%281%29.pdf

Household Dietary Diversity Score (HDDS). Food and Nutrition Technical Assistance Project, 2006.

Reference Nutrient Intake (RNI) publications. WHO.
www.who.int/nutrition/publications/nutrient/en/ na www.who.int/elena/nutrient/en/

Njia ya ushiriki

Climate Vulnerability and Capacity Analysis Handbook. CARE, 2009.

Climate Change and Environmental Degradation Risk and Adaptation Assessment (CEDRA). Tearfund, 2009.

How to do a Vulnerability and Capacity Assessment (VCA), a step-by-step guide for Red Cross and Red Crescent Staff and Volunteers. IFRC, 2007.

Participatory Vulnerability Analysis. ActionAid, 2004.

Habari juu mufumo wa malisho na usalama wa chakula

Famine Early Warning Systems Network. USAID. www.fews.net

Food Insecurity and Vulnerability Information and Mapping Systems (FIVIMS). FIVIMS, 2013. www.fao.org/3/a-x8346e.pdf

Global Information and Early Warning System on Food and Agriculture. FAO.
www.fao.org/ES/giews/english/index.htm

Integrated Food Security Phase Classification, Technical Manual. Version 1.1. IPC Global partners and FAO, 2008.h www.fao.org/docrep/010/i0275e/i0275e.pdf

Shoham, J. Watson, F. Dolan, C. *The Use of Nutrition Indicators in Surveillance Systems, Technical paper 2.* ODI, 2001.
https://www.odi.org/sites/odi.org.uk/files/odi-assets/publications-opinion-files/3970.pdf

Uchunguzi kwa kutumia ufundi wa kupima na kueleza mwili wa mutu
A Manual: Measuring and Interpreting Malnutrition and Mortality. Centers for Disease Control and Prevention and WFP, 2005.

Assessment of Adult Undernutrition in Emergencies. Report of an SCN working group on emergencies special meeting, pp. 49–51. UN ACC Sub Committee on Nutrition, 2001.

Collins, S. Duffield, A. Myatt, M. Adults: *Assessment of Nutritional Status in Emergency-Affected Populations.* ACC, Sub-Committee on Nutrition, 2000.
https://www.unscn.org/web/archives_resources/files/AdultsSup.pdf

Emergency Nutrition Assessment and Guidance for Field Workers. Save the Children UK, 2004.

Young, H. Jaspars, S. *The Meaning and Measurement of Acute Malnutrition in Emergencies: A Primer for Decision Makers.* HPN, 2006. https://odihpn.org/resources/the-meaning-and-measurement-of-acute-malnutrition-in-emergencies-a-primer-for-decision-makers/

Uchunguzi wa micronutriment
Gorstein, J. Sullivan, K.M. Parvanta, I. Begin, F. *Indicators and Methods for Cross Sectional Surveys of Vitamin and Mineral Status of Populations.* Micronutrient Initiative and CDC, 2007.
www.who.int/vmnis/toolkit/mcn-micronutrient-surveys.pdf

Uchunguzi wa chakula cha mutoto muchanga na mutoto mudogo
Infant and young child feeding practices, Collecting and Using Data: A Step-by-Step Guide. CARE, 2010. www.ennonline.net/resources

Chakula cha mutoto muchanga na mutoto mudogo
Baby Friendly Spaces Manual, Chapter 4 Feeding of the Non-Breastfed Infant. ACF International, 2014.

ECHO Infant and Young Children Feeding in Emergencies: Guidance for Programming. https://ec.europa.eu/echo/files/media/publications/2014/toolkit_nutrition_en.pdf

Global Strategy for Infant and Young Child Feeding. UNICEF and WHO, 2003.

Guidance on Infant Feeding and HIV in the Context of Refugees and Displaced Populations. UNHCR, 2009. www.ibfan.org/art/367-6.pdf

Guiding Principles for Feeding Infants and Young Children during Emergencies. WHO, 2004.

Global Nutrition Targets 2025, Breastfeeding Policy Brief. WHO/UNICEF, 2014
www.who.int/nutrition/publications/globaltargets2025_policybrief_breastfeeding/en/

HIV and Infant Feeding: Principles and Recommendations for Infant Feeding in the Context of HIV and a Summary of Evidence. WHO, 2010.

IFE Module 1: Orientation package on IFE. IFE Core Group and collaborators, 2009. www.ennonline.net/ifemodule1

Indicators for Assessing Infant and Young Child Feeding Practices. USAID, AED, FANTA, IFPRI, UNICEF und WHO, 2007.

Infant and Young Child Feeding Practices: Standard Operating Procedures for the Handling of Breast Milk Substitutes in Refugee Children 0–23 months and the Annex. UNHCR, 2015. www.unhcr.org/55c474859.pdf

Module 2 on Infant Feeding in Emergencies for health and nutrition workers in emergency situations. IFE Core Group and collaborators, 2007. www.ennonline.net/ifemodule2

Protecting infants in emergencies, Information for the media. IFE Core Group, 2009. www.ennonline.net//ifecoregroup

UNICEF Programming Guide on Infant and Young Child Feeding 2011. www.unicef.org/nutrition/files/Final_IYCF_programming_guide_2011.pdf

Usalama wa chakulawa ujumla

Barrett, C. Maxwell, D. *Food Aid After Fifty Years: Recasting Its Role.* Routledge, New York, 2005.

Food and Nutrition Needs in Emergencies. UNHCR, UNICEF, WFP and WHO, 2002.

Food Assistance Manual Series, General Distribution. World Vision International, 2017.

Guidelines for Gender-based Violence Interventions in Humanitarian Settings – Focusing on Prevention of and Response to Sexual Violence in Emergencies, Chapters 1–4, Action Sheet 6.1 Food Security and Nutrition. IASC, 2005.

Minimum Standards for Child Protection in Humanitarian Action. Alliance for Child Protection in Humanitarian Action, 2012. https://resourcecentre.savethechildren.net/library/minimum-standards-child-protection-humanitarian-action

Maxwell, D. Sadler, K. Sim, A. Mutonyi, M. Egan, R. Webster, M. *Emergency Food Security Interventions, Good Practice Review #10.* Relief and Rehabilitation Network, ODI, 2008. https://www.ennonline.net/attachments/882/hpn-emergency-food-security-interventions.pdf

The Right to Adequate Food: Fact Sheet No.34. OHCHR and FAO, 2010. www.ohchr.org/Documents/Publications/FactSheet34en.pdf

Kulenga na ugawanyaji wa chakula

Catalogue and Standard Operating Procedures. UN Humanitarian Response Depot, 2010. https://partners.unhrd.org/media/4/download

Food Quality Control. WFP, 2010. http://foodqualityandsafety.wfp.org/

Food Storage Manual. Natural Resources Institute and WFP, 2003.

Food Assistance Main Manual, Third edition. World Vision International, 2017.

Food Assistance in the Context of HIV: Ration Design Guide. WFP, 2008.

Food Resource Management Handbook. CARE.

Jaspars, S. Young, H. *General Food Distribution in Emergencies: From Nutritional Needs to Political Priorities, Good Practice Review 3.* Relief and Rehabilitation Network, ODI, 1995.

Logistics Operational Guide. WFP, Logistics Cluster, 2010.

School Feeding Quality Standards. WFP, 2009.

Targeting in Emergencies. WFP, 2006.

UNHCR Handbook for Registration. UNHCR, 2003.

Musaada wa mbegu

Seed Vouchers and Fairs: A Manual for Seed-Based Agricultural Recovery in Africa. CRS with ODI and the International Crops Research Institute for the Semi-Arid Tropics, 2002.

Sperling, L. Remington, T. Haugen, JM. *Seed Aid for Seed Security: Advice for Practitioners, Practice Briefs 1-10.* International Centre for Tropical Agriculture and CRS, 2006.

Kitabu vya musaada wa malisho ya ujumla

A Toolkit for Addressing Nutrition in Emergency Situations. IASC, 2008.

Food and Nutrition Needs in Emergencies. UNHCR, UNICEF, WFP and WHO, 2002.

Food and Nutrition Handbook. WFP, 2001.

Guidelines for Selective Feeding the Management of Malnutrition in Emergencies. UNHCR and WFP, 2009.

Harmonised Training Package (HTP). IASC Nutrition Cluster's Capacity Development Working Group, 2006.

Khara, T. Dolan, C. *Technical Briefing Paper: The Relationship between Wasting and Stunting, Policy, Programming and Research Implications.* ENN, 2014.

Moderate Acute Malnutrition: A Decision Tool for Emergencies. GNC MAM Task Force, 2014.

Prudhon, C. *Assessment and Treatment of Malnutrition in Emergency Situations.* ACF, 2002.

The Management of Nutrition in Major Emergencies. WHO, 2000.

Watu wenye kuwa mu hatari zaidi

Addressing the Nutritional Needs of Older People in Emergency Situations in Africa: Ideas for Action. HelpAge International, 2001.
http://nutritioncluster.net/wp-content/uploads/sites/4/2015/C6/Nutrition-FINAL.pdf

Food Assistance Programming in the Context of HIV. FANTA and WFP, 2007.

Living Well with HIV and AIDS. A Manual on Nutritional Care and Support for People Living with HIV and AIDS. FAO und WHO, 2002.

Older People in Disasters and Humanitarian Crisis. HelpAge and UNHCR, 2007.

Women, Girls, Boys and Men: Different Needs – Equal Opportunities. IASC, 2006.

Winstock, A. *The Practical Management of Eating and Drinking Difficulties in Children.* Winslow Press, 1994.

Kusimamia malisho mabaya zaidi

Community Based Therapeutic Care (CTC): A Field Manual. VALID International, 2006.

Community-Based Management of Severe Acute Malnutrition. WHO, WFP, UNSCN and UNICEF, 2007.

Integration of IYCF support into CMAM. ENN, IFE Core Group and collaborators, 2009. https://www.ennonline.net/integrationiycfintocmam

MAMI Report, Technical Review: Current Evidence, Policies, Practices & Program Outcomes. ENN, CIHD and ACF, 2010.

Management of Severe Malnutrition: A Manual for Physicians and Other Senior Health Workers. WHO, 1999.

Navarro-Colorado, C. Mason, F. Shoham, J. *Measuring the Effectiveness of SFP in Emergencies.* HPN, 2008.

Navarro-Colorado, C. Shoham, J. *Supplementary Feeding Minimum Reporting Package.* HPN, Forthcoming.

Training Guide for Community-based Management of Acute Malnutrition. FANTA, 2008.

Kupunguka kwa micronutriment

Guiding Principles for the Use of Multiple Vitamin and Mineral Preparations in Emergencies. WHO and UNICEF, 2007.

Iron Deficiency Anaemia: Assessment, Prevention and Control. A Guide for Program Managers. UNICEF, UNU and WHO, 2001.

Pellagra and Its Prevention and Control in Major Emergencies. WHO, 2000.

Seal, A. Prudhon, C. *Assessing Micronutrient Deficiencies in Emergencies: Current Practice and Future Directions.* UN Standing Committee on Nutrition, 2007. https://www.ennonline.net/attachments/893/micronutrientssup.pdf

Scurvy and Its Prevention and Control in Major Emergencies. WHO, 1999.

Thiamine Deficiency and Its Prevention and Control in Major Emergencies. WHO, 1999.

Vitamin A Supplements: A Guide to Their Use in the Treatment and Prevention of Vitamin A Deficiency and Xeropthalmia, Second Edition. WHO, 1997.

Ukingo na makao

Mapatano ya shirika ya
musaada ya kibinadamu

Kanuni ya
ulinzi

Kiwango cha
musingi cha Shirika
ya musaada ya
kibinadamu

Ukingo na makao

Mupango	Mupango wa mahali na makao	Nafasi ya kuishi	Vifaa vya familia	Musaada wa kiufundi	Usalama wa kuwa mwenye mali	Utunzaji wa mazingira
KIWANGO 1	KIWANGO 2	KIWANGO 3	KIWANGO 4	KIWANGO 5	KIWANGO 6	KIWANGO 7
Mupango	Mupango wa mahali na makao	Nafasi ya kuishi	Vifaa vya familia	Musaada wa kiufundi	Usalama wa kuwa mwenye mali	Utunzaji wa mazingira

NYONGEZA 1	Liste ya mambo ya kuchunguza kuhusu ukingo na makao
NYONGEZA 2	Maelezo ya mupangilio ya makao
NYONGEZA 3	Mambo ya kutambulisha ya zaidi ya mupangilio wa makao
NYONGEZA 4	Uchaguzi wa hali mbalimbali kuhusu musaada
NYONGEZA 5	Kutimizwa kwa chaguo mbalimbali
NYONGEZA 6	Chaguo mbalimbali za uwezekano wa kutoa na kutimizwa kwa musaada yenye kuunganishwa na mupangilio ya makao (ku internete)

Habari zenye kuwa ndani

Mawazo ya lazima juu ya ukingo na makao

Kila mutu iko na haki ya makao yenye kufaa

Viwango vya kadiri vya Sphere juu ya ukingo na makao ni ishara ya kutumikisha haki ya makao yenye kufaa ndani ya mupango wa musaada ya kibinadamu. Vile viwango viko na musingi juu kusadikishwa, kanuni, madaraka na haki pana zenye kutangazwa ndani ya Mapatano ya mashirika ya kutoa musaada. Ndani yazo muko haki ya kuishi kwa heshima, haki ya ulinzi na usalama, na haki ya kupokea musaada wa musaada ya kibinadamu juu ya musingi wa mahitaji.

Juu ya liste ya dokima za lazima za kisheria na siasa zenye ziko musingi wa Mapatano ya mashirika ya musaada ya kibinadamu, pamoja na maelezo yenye kufafanua juu wafanyakazi wa mashirika ya musaada ya kibinadamu, ⊕ ona Nyongeza 1.

Ukingo na makao zinahusiana na zinahitaji kufikiriwa kwa ujumla. "Ukingo na makao" ni nafasi ya kuishi ya familia, pamoja na vifaa vya lazima kusaidia kazi za kila siku. "Makao" ni maeneo pana kwenye watu na jamii wanaishi.

Musaada ya ukingo na makao inalenga kutoa mazingira yenye iko salama kwa kuishi

Musaada wa ukingo na makao wenye kutolewa kwa saa na kwa wakati unaweza kuokoa maisha katika hatua za mwanzo za matatizo. Zaidi ya kutoa ukingo juu ya hali ya mubaya ya hewa, ukingo na makao ni ya lazima sana juu ya kuendeleza afya, kusaidia familia na maisha ya jamii, na kutoa heshima, usalama na kufikia njia ya maisha ⊕ ona Chati 8 hapa chini.

Kadiri ya wakati ya kuhamishwa kwa watu inaendelea kuongezeka kadiri miaka inapita. Kuhamishwa kunadumu muda wa miaka ao hata makumi ya miaka, eneo ya nafasi ya kujikinga na makao, na vile vile mupangilio wa ujirani na jamii kwenye nafasi ya kujikinga na makao inatiwa, ni ya lazima sana katika kutegemeza hali ya heshima na uokoaji watu wenye waliteseka wakati wa matatizo.

Musaada wa nafasi ya kujikinga na makao unapaswa kuunga mukono hali za muzuri zenye ziko za familia, jamii, mashirika ya kiraia na serikali zenye zilipatwa na mateso na kuzitegemea. Kufanya vile kunaongeza nafasi ya kuendeleza ufunzi wa mahali yenye kutia moyo watu wenye walipatwa na mateso kujua kujitosheleza na kujisimamia. Kujisikia kuwa na usalama, umoja na kushikamana kama jamii ni kwa lazima sana kuanzisha njia ya kurudilia yali ya muzuri.

Chaguo ya musaada wa nafasi ya kujikinga na makao haisimamie tu kwa kutoa vifaa na vyombo vya kujenga nafasi ya kujikinga. Ndani ya chaguo ya musaada muko pia kutoa tegemezo ya usalama wa udongo na kupata nyumba, na vitu vya nyumbani. Ile ni pamoja na musaada wa kiufundi na uhakika wa aina muzuri, wenye unaweza kuwezesha na kutia nguvu na kuchochea watu wenye walipatwa na mateso kujenga nyumba ya muzuri zaidi na salama zaidi. Kujua mufumo wa kisheria wa kitaifa kuhusu udongo na mali ni kwa lazima sana. Kuelewa sheria ya taifa kuhusu wakimbizi na utaratibu wenye kuhusiana na kuamua hali ya mukimbizi ni kwa lazima sana pia.

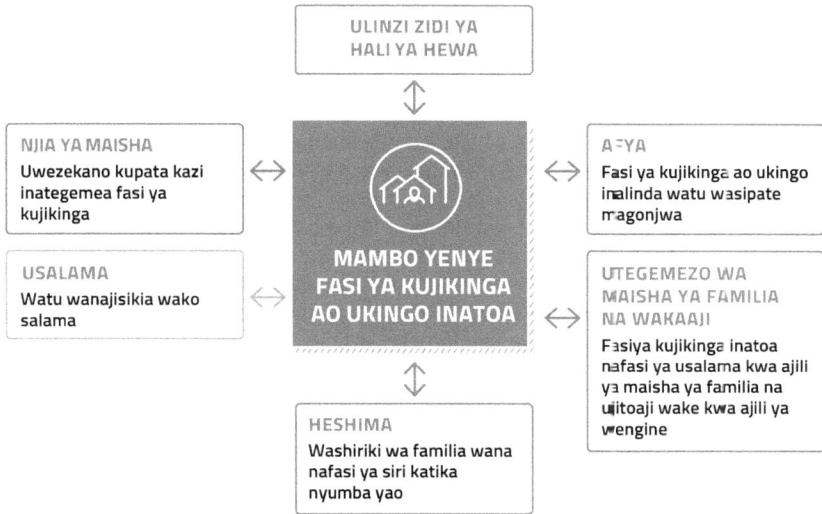

ULINZI ZIDI YA HALI YA HEWA

NJIA YA MAISHA
Uwezekano kupata kazi inategemea fasi ya kujikinga

USALAMA
Watu wanajisikia wako salama

MAMBO YENYE FASI YA KUJIKINGA AO UKINGO INATOA

AFYA
Fasi ya kujikinga ao ukingo inalinda watu wasipate magonjwa

UTEGEMEZO WA MAISHA YA FAMILIA NA WAKAAJI
Fasiya kujikinga inatoa nafasi ya usalama kwa ajili ya maisha ya familia na ujitoaji wake kwa ajili ya wengine

HESHIMA
Washiriki wa familia wana nafasi ya siri katika nyumba yao

Mambo yenye fasi ya kujikinga inatoa (Chati 8)

Madaraka Fulani kwa ajili ya fasi ya kujikinga yenye kuwa ya haraka na yenye kufaa. Mupango ya nafasi ya kujikinga inapashwa kutegemeza familia kutimiza mahitaji hayo.

Bila kujali aina ya musaada wenye ulitolewa, ni jambo la lazima kuheshimia mipango ya jamii yenye iko na kuendeleza mushikamano wa kijamii.

Kila familia na jamii watahitaji kadiri na aina tofauti za musaada. Usalama ya kuwa mwenyemali na dokima za hali ya kiraia ni mambo ya musingi ili kupata nafasi ya kujikinga yenye iko salama. Lakini, mu hali ya mizozo ao kwenye kuko magumu yenye haijatatuliwa yenye kuhusu na mwenyemali wa udongo, musaada wa nafasi ya kujikinga unaweza kuwa magumu sana ⊕ *ona Kiwango cha nafasi ya kujikinga na makao 6: Usalama wa kuwa mwenyemali.*

Zaidi na zaidi, kunakuwa uhitaji wa kufikiria kuhamishwa kwa muda murefu na kurudilia hali ya muzuri katika kufanya mupango wa makao. Kuhamishwa kunaweza kuweka muzigo muzito juu ya mapato yenye iko – yenye mara mingi iko na mipaka na kutokeza mizozo na jamii ya kandokando yenye inakaribisha wenye kuhama. Mipango ya hali ya muzuri inatia ndani kuelewa, kuzuia na kupunguza matokeo ya mubaya juu ya mazingira. Kama matatizo ya mazingira haifikiriwe, Programu za nafasi ya kujikinga na makao zinaweza kuwa zisiyofaa, kwa kuwa matokeo ya muda mufupi inaweza kusababisha matatizo mapya yenye itaomba mapato zaidi ⊕ *ona Kiwango cha nafasi ya kujikinga na makao 7: Utunzaji wa mazingira.*

Musaada ya nafasi ya kujikinga na makao mu maeneo ya miji mikubwa inaomba ufundi wa pekee

Kusaidia watu katika maeneo ya miji mikubwa kunaweza kuwa nguvu kwa sababu ya idadi kubwa ya watu, mahitaji ya majengo, kanuni za serikali na utofauti wa mila ndani ya jamii. Wakati wa matatizo na kiisha, kuzungumza na kuwasaidia watu wenye kuhamahama sana ni vigumu, zaidi zana wakati inafaa kupata nafasi ya kutosha ya kuishi. Kama majengo yenye kuwa na ufundi wa aina mbalimbali (kama vile majengo ya orofa za mingi) imepatwa na misiba, mashirika ya musaada ya kibinadamu pia itahitaji kufanya kazi na mupangilio wa nguvu ya mapatano ya kulipia ya yenye kuhusu wenyemali wengi, wapangaji ao wakaaji wenye hawako rasmi.

Kufanya kazi mu mazingira ya miji mikubwa inahitaji utaalamu katika mupangilio na muundo wa muji na ujuzi wa haki, kanuni, sheria na siasa zenye kuhusiana na manyumba, udongo na mali. Ujuzi mukubwa wa masoko ya manyumba na masoko ya feza ni wa lazima sana. Kuwa tayari kuzungumuza na shirika za kiraia na sekta kipekee. Sekta ya kipekee inaweza kuchukua daraka la kutoa suluhisho lenye kuendelea la kutegemea soko. Musaada inapaswa kutegemea kanuni na huduma za mitaa, epuka kuunda njia zingine zenye kufanana. Kuendeleza musaada ya ujumla kuhusu makao, mutaa ao eneo kutaruhusu kuwa na uwezekano wa kutoa musaada wenye kudumu kwa hali ya muzuri ya wakaaji wenye wametesaka mu maeneo ya miji mikubwa ⊕ *ona Kutoa musaada kupitia masoko.*

Mipangilio mbalimbali ya hali kabla ya shida yanahitaji kufikiriwa

Mahali na jinsi wenye walipatwa na hatari wanapata nafasi ya kujikinga itatofautiana kulingana na uwezo wao wa kukaa mahali ao uhitaji wao wa kuondoka. Kufikiria kwa utaratibu hali ya kisha matatizo ni hatua ya kwanza katika kupanga chaguo kwa musaada wa nafasi ya kujikinga na makao. Ni lazima sana kuelewa njia tofauti zenye zinaweza kufaa kwa watu wenye wamehama, wenye walipatwa na hatari moja kwa moja lakini hawakuhama, ao wenye pia wanateseka bila moja kwa moja ⊕ *ona Chati 9 hapa chini.*

Kama hali inaruhusu, watu wanaweza kuchagua kubakia mu nafasi yao ya zamani kama wenyezi-wapangaji, ao ndani ya nyumba za kupangia ao ku sehemu ya udongo ya kukodi ao kupangisha kwenye hakuko halali. Musaada kwa familia zenye hazikuhama inaweza kutengeneza ao kujenga upya nyumba za zamani.

Watu wenye kuhamishwa wanaweza kutawanyika mu mutaa, kwa maeneo mengine ndani ya nchi yao kwenye wanaishi, ao kuvuka mipaka ya kimataifa. Mu hali kama zile wako na uwezekano wa kulipia manyumba, kuishi kwenye wamejichagulia wao wenyewe ao kukaribishwa na watu wengine. Familia zingine zenye zinahama zinaweza kuchagua kujikusanya mu makao ya pamoja ao makao yenye ilipangwa, ao makao yenye haikupangwa.

Kuelewa matatizo kupitia mupangilio wa makao kutasaidia kupanga njia za kutoa musaada. Ndani ya ile kuelewa muko kuchagua aina ya muzuri zaidi na yenye kufaa ya kutoa musaada kulingana na aina ya pekee ya watu wenye walipatwa na hatari, na kuchagua njia zenye kufaa za kutoa musaada. Musaada unapaswa kusaidia kurudilia polepole hali ya muzuri, na muradi wa kufikia hali ya muzuri yenye kudumu. Viwango na nyongza zenye mu sura hii zinafuata ile utaratibu, na zinapaswa kutumikishwa pamoja ⊕ *ona Nyongeza 2: Maelezo ya mupangilio wa makao* na *Nyongeza 3: Mambo ya kutambulisha ya zaidi ya mupangilio ya makao.*

Viwango hivi Vya kadiri havipaswe kutumikishwa kuvitenga na vingine

Vya kadiri mu hii sura vinaonyesha sehemu ya maana sana ya haki ya kuwa na nafasi ya kujikinga yenye kufaa na kushiriki kwa kuendeleza kutimiza polepole ile haki mu dunia yote.

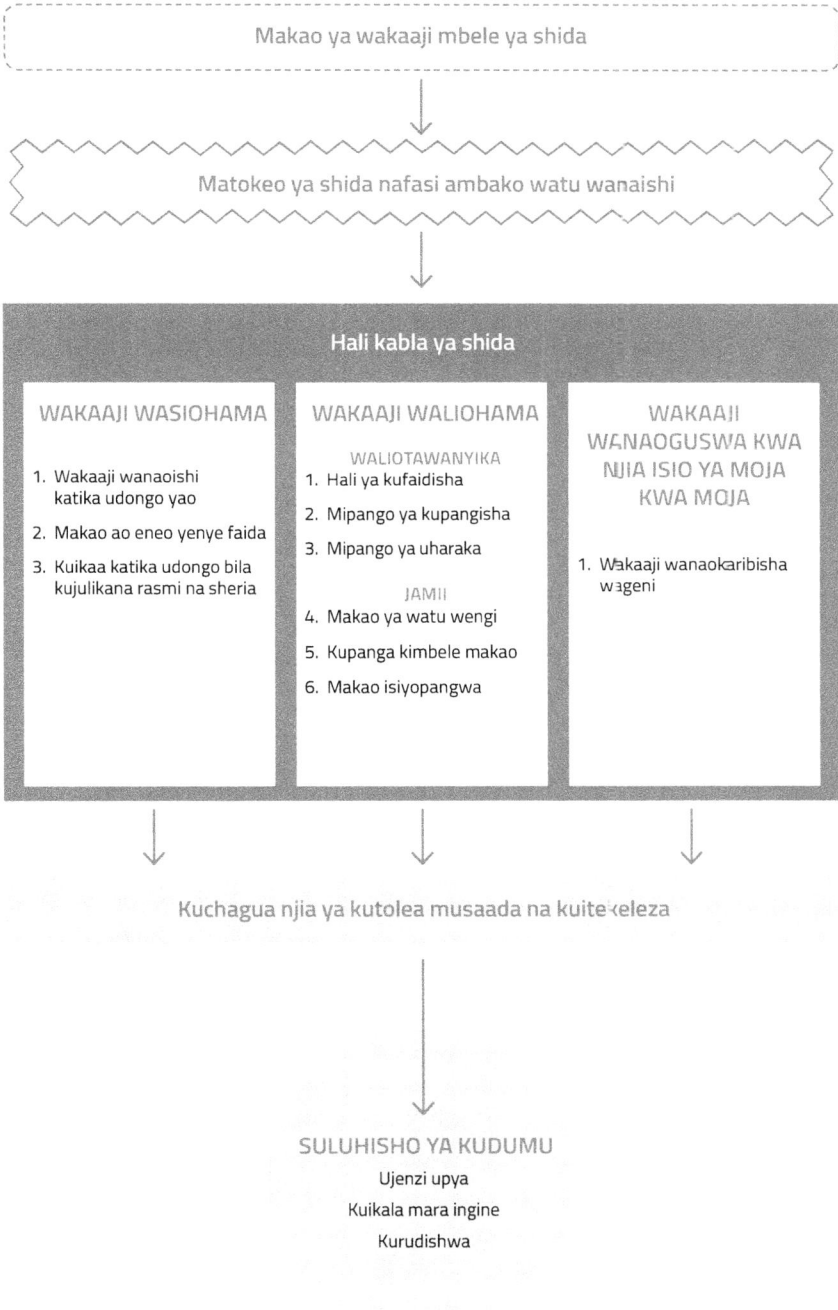

Makao ya wakaaji mbele ya shida

Matokeo ya shida nafasi ambako watu wanaishi

Hali kabla ya shida

WAKAAJI WASIOHAMA

1. Wakaaji wanaoishi katika udongo yao
2. Makao ao eneo yenye faida
3. Kuikaa katika udongo bila kujulikana rasmi na sheria

WAKAAJI WALIOHAMA

WALIOTAWANYIKA
1. Hali ya kufaidisha
2. Mipango ya kupangisha
3. Mipango ya uharaka

JAMII
4. Makao ya watu wengi
5. Kupanga kimbele makao
6. Makao isiyopangwa

WAKAAJI WANAOGUSWA KWA NJIA ISIO YA MOJA KWA MOJA

1. Wakaaji wanaokaribisha wageni

Kuchagua njia ya kutolea musaada na kuitekeleza

SULUHISHO YA KUDUMU
Ujenzi upya
Kuikala mara ingine
Kurudishwa

Hali kabla ya shida (Chati 9)

Haki ya kuwa na nafasi ya kujikinga yenye kufaa inapatana na haki ya kuwa na maji na choo, chakula na afya yenye kuhitajika na sekta zingine. Maendeleo katika kutimiza Viwango vya kadiri vya Sphere katika eneo moja inakuwa na matokeo juu maendeleo katika maeneo mengine. Ili musaada ukuwe na matokeo ya muzuri, uratibu na ushirikiano wa karibu inahitajika na sekta zingine. Uratibu na serikali za mitaa na mashirika mengine yenye kutoa musaada kunasaidia kuhakikisha kwamba mahitaji inatimizwa, kwamba juhudi mbili hazitumikishwe ku kitu kimoja na kwamba aina wa usalama wa chakula na musaada ya malisho mazuri inaboreshwa. Marejezo yenye iko ndani ya Kitabu hiki yanaonyesha viunganisho vyenye vinaweza kupatikana.

Kwa mufano, majengo yenye kufaa ya kutoa maji na choo ku makao ni kwa lazima sana ili kuhakikisha afya na heshima ya watu wenye walipatwa na matatizo. Vifaa vya lazima vya kupikia na kukulia na mafuta ya kuwashia moto vinawezesha watu kutumia musaada wa chakula na kutimiza mahitaji ya malisho yenye kuombwa.

Kwenye viwango vya kitaifa viko chini kuliko Viwango vya kadiri vya Sphere, mashirika ya musaada ya kibinadamu inapaswa kufanya kazi na serikali kuviinua hatua kwa hatua.

Sheria za kimataifa zinalinda haki ya makao yenye kufaa

Haki ya kufikia makao yenye kufaa inalindwa na sheria za kimataifa. Ni haki ya kuishi mahali fulani kwa usalama, amani na heshima. Mu ile Haki muko uhuru kama vile haki ya kuchagua nafazi ya kuishi mutu yeye mwenyewe na nyumba, na vitu kama usalama kuwa mwenyemali. Inatoa kanuni za ukingo kama vile kulindwa bila kufukuzwa kwa kulazimishwa. Mataifa inalazimika kuhakikisha haki hii wakati watu ao vikundi, pamoja na wakimbizi na watu wenye walihamishwa ndani, hawawezi kupata nafasi ya kujikinga yenye kufaa, pamoja na wakati wa matatizo ⊕ *ona Nyongeza 1: Liste ya mambo ya kuchunguza kuhusu ukingo na makao.*

Wazo "yenye kufaa" maana yake ni kuwa zaidi ya nyumba yenye kuwa na kuta ine na paa. Inatia mukazo juu ulazima wa kuwa na taa mu makao, kitambulisho cha malezi na kupatikana kwa huduma mbalimbali katika musaada wa nafasi ya kujikinga. Nyumba "yenye kufaa" ao aina zingine za makao zinapaswa kutoa usalama wa kuwa mwenyemali na kuwa:

- yenye kulingana na hali ya kiuchumi, yenye kuruhusu familia kufikia vifaa vingine vya lazima na huduma mbalimbali ili kuishi kwa heshima;
- yenye kufaa kwa kuishi, kutoa usalama wa mwili, nafasi yenye kufaa na yenye kuwa salama kwa kuishi, kupatikana kwa maji salama ya kunywa, maji ya kutosha, choo na afya (WASH), na nafasi ya kupikia na kuweka chakula;
- yenye kukubalika kulingana na malezi;
- kufikiwa na kutumikishwa kwepesi, pamoja na watu wenye wako na vizuizi kwa kutembea; na
- iko kwenye inawezekana kupata njia ya kuishi na huduma mbalimbali za jamii za musingi.

Kiunganisho na Kanuni za Ukingo na Kiwango cha Musingi cha Mashirika ya Musaada ya kibinadamu

Matatizo inaweza kuzidisha tofauti za kiuchumi ao kijamii za zamani. Kwa hivyo, ni muzuri kutoa musaada ya bila ubaguzi na na wenye kulingana na hali, zaidi sana kwa

kwa wale wenye wako na uwezo mudogo wa kurudi mu hali ya muzuri wao wenyewe nyuma ya matatizo ⊕ *ona Kanuni za ukingo 2.*

Watu wengine wanaweza kuwa na matatizo ya kufikia nafasi ya musaada nafasi ya kujikinga na makao, kwa sababu ya vizuizi vya mwili, malezi, kiuchumi na kijamii. Katika kuelewa zile sababu na kutenda kulingana nazo, tia uangalifu ku mambo yenye kufuata:

- **Hali ya kisheria ya watu kipekee** (kwa mufano, wakimbizi, wenye walihamishwa ndani ya inchi yao, wenye hawana taifa, wenye walihamishwa, wenye kutafuta ukingo, wasio na makao ao udongo, na wengine wenye kur
yimwa uhuru wa kiraia na uwezekano wa kufikia huduma za watu wote ao nyavu za usalama wa kijamii); na
- **Watu wenye kupambana na hatari za kipekee kuhusu ulinzi** na **vikundi vyenye viko mu hatari fulani ya kubaguliwa na kutengwa kijamii** kwa sababu ya:
    - kabila yao, taifa, mufumo wa tabaka, kikundi cha kiasi i, ao cha kidini ao cha kisiasa;
    - hali yao ya umwenyemali, hali ya ukimbizi, hali ya kukaa yenye haiko rasmi ao hali ya upangaji;
    - eneo ya nyumba yenye iko nguvu kufikia, katika maeneo yenye iko hatari, maeneo ya ukosefu wa usalama, makao ya miji mikubwa ao makao yenye haiko rasmi; na
    - hali ya kuwa mu hatari zaidi na namna wanaonwa ndani ya jamii ⊕ *ona Sphere ni nini* na *Kanuni za ukingo.*

Wafanyikazi wa mashirika ya kutoa musaada wanapaswa kupatiwa mafunzo juu ya kukinga watoto na kujua jinsi ya kutumia mifumo ya kuelekeza ku kesi wenye wanawaziwa kutendea kwa jeuri, kutendea mubaya ao kutia mu utumwa, kutia ndani watoto wenye wameendewa vile.

Kwa kutumikisha Viwango vya kadiri, ahadi zote kenda katika Kiwango cha Musingi cha Mashirika ya Musaada ya kibinadamu zinapaswa kuheshimiwa kama musingi wa Programu ya nafasi ya kujikinga na makao.

1. Mupango

Mupango ni wa lazima sana kwa matokeo ya muzuri ya musaada mu eneo, taifa, shirika ao jamii. Kuelewa hali ya mbele na kisha matatizo inaruhusu kuchunguza matokeo ya moja kwa moja na yenye haiko ya moja kwa moja ya matatizo juu ya hali ya maisha ya watu wenye wako mu hatari na hali yoyote ya kijamii, kiuchumi na kisiasa. Kutambua mahitaji na kisha kuendeleza chaguo musaada yenye kufaa, ndio musingi wa musaada wenye kupangwa muzuri na wenye kuratibiwa nafasi ya kujikinga na makao.

Kiwango cha nafasi ya kujikinga na makao 1: Mupango

Musaada wa nafasi ya kujikinga na makao umepangwa muzuri na kuratibiwa ili kushiriki kuleta usalama na maisha ya muzuri kwa watu wenye walipatwa na matatizo na kusaidia kuendelea kurudilia hali ya muzuri.

Matendo ya lazima

1 ⟩ Fanya kazi na watu wenye walipatwa na mateso na wakubwa wa taifa na wa mitaa ili kuchunguza mahitaji na uwezo wa nafasi ya kujikinga na makao.

- Chunguza mabadiliko ya hali kutoka mwanzo wa matatizo, na tambua mahitaji ya haraka na uwezo wa watu wenye walihamishwa na wenye hawakuhamishwa, na kufikiria mahitaji yoyote ya pekee ya vikundi vyenye viko mu hatari zaidi.
- Tambua kupatikana kwa sehemu za udongo, manyumba za orofa, manyumba na vyumba kwenye inawezekana kukaa ao kupangia ku masoko ya mahali ya manyumba na ya kukodi sehemu ya udongo.

2 ⟩ Fanya kazi na wenye kuhusika ili kutambua chaguzi la muzuri zaidi na lenye kufaa la kutoa musaada na jinsi ya kuutoa.

3 ⟩ Kuunda mpango ya nafasi ya kujikinga na makao kwa kushirikiana na wakubwa wenye kuhusika na watu wa jamii wenye walipatwa na mateso.

- Toa musaada wenye kulingana na mahitaji na mapendezi ya watu wenye walipatwa na mateso na wakubwa.
- Fanya kwamba aina wa ufundi, uharaka na kalendari, hatua za kufuatana za kuanzisha kutumikisha na uwezekano wa kutumikisha tena ile ufundi, vitoe mapato ya muzuri zaidi.

....

Mambo yenye kuonyesha jinsi hali iko

Mupango wa nafasi ya kujikinga na makao unatayarisha mbele mahitaji ya lazima ya watu wenye kulengwa na unakubaliwa na watu na wakubwa wenye husika

Asilimia (%) ya watu wenye walipatwa na mateso inaonyesha kwamba musaada wa nafasi ya kujikinga na makao unaonyesha mahitaji na mambo yenye wanapenda kutanguliza na inashiriki kuleta suluhisho yenye kudumu zaidi

Maelezo ya mwongozo

Uchunguzi: Wakati wa kufanya uchunguzi, angalia hali ya mabadiliko mu hali ya nafasi ya kujikinga na makao kiisha matatizo na tia ndani hatari kuhusu uk ngo zenye zinaweza kutokea tangu mwanzo. Kati ya zile hatari muko maoni ya jamii yenye kukaribisha, hatari zenye kuhusu kufikia wa makao, kufikia kwa usalama huduma mbalimbali ao hatari za kufukuzwa.

Fikiria matokeo ya mateso ya moja kwa moja na yenye haiko ya moja kwa moja ku hali ya maisha ya watu, na hali ya kijamii, ya kiuchumi na kisiasa.

Matatizo inakuwa na matokeo juu ya watu mu njia tofauti, kwa hivyo watu tofauti watakuwa na mahitaji tofauti ya nafasi ya kujikinga na makao. Fanya kazi na vikundi vyenye vinaweza kupambana na vizuizi vya pekee vya kupata nafasi ya kujikinga, kama watu wenye ulemavu, familia zenye kuongozwa na wanawake, wazee ao watu wa kabila na lugha ya watu wachache sana ⊕ *ona Nyongeza 1: Liste ya nukta za kuchunguza juu ya nafasi ya kujikinga na makao, Kanuni ya ukingo 2 na Kanuni za Musingi za Mashirika ya Kutoa Musaada 4*

Chaguo za musaada na kuutimiza: Fanya chaguo ya muzuri zaidi kulingana na hali yenye kuhusika, uwezo, mapato yenye iko, mupangilio ya makao na hatua ya musaada. Ingine mambo ya kufikiria kuko eneo, aina ya nyumba (pamoja na ufunci wa ujenzi wa eneo), umwenyemali, na mufumo wa soko na sheria. Tanguliza musaada kwa watu wenye kurudia kwa ku mako yao ya asili (ao ku kituo cha makao yao) kama inawezekana. Saidia wale wenye hawawezi ao hawataki kurudia katika makao yao ya asili ili wafikie chaguo zenye kupatana na mahitaji yao ⊕ *ona Nyongeza 2 mpaka 6.*

Panga kalendari ya kutimiza mahitaji ya haraka, ukifikiria kupata matokeo muzuri, aina muzuri wa kiufundi, hatua za kutimizwa, uwezo mbalimbali mu uwanja wa kazi na uwezekano wa kutumikisha tena na tena. Fikiria chaguo za kuongeza kurudilia hali ya muzuri kwa jamii kwa muda mrefu na uwezo wa kushindana na mateso ya siku zenye kuja.

Fikiria njia tofauti za kutimiza chaguo zenye uliamua kufuata, pamoja na muchanganyiko wa:

- musaada wa kifeza;
- musaada wa vitu hapana wa feza;
- mapatano ya kazi / kuomba wafanyakazi;
- musaada wa kiufundi / musaada wa kuhakikisha aina bora ya kazi; na
- kutia nguvu uwezo.

Chunguza na kutengeneza muungano wa chaguo kadiri muda unapita na hali inabadilika.

Watu wenye walihamishwa: Watu wenye walihamishwa wako na mahitaji ya haraka ya nafasi ya kujikinga, lakini wako pia na wanahitaji ya musaada wa pekee ili kufanya maamuzi ya hekima juu ya suluhisho ya makao kwenye wanapatikana. Mu mifano ya musaada muko habari kuhusu namna gani na wakati gani watarudia nyumbani kwao, jinsi ya kufurahia maisha mahali pa kuhamishwa ao kama ni muzuri zaidi kuishi tena katika eneo la tatu.

Familia zenye hazikuhamishwa zitahitaji musaada ili kurudi mu hali ya maisha yao ya mbele na wanapaswa kupewa musaada ili kuwa na nafasi ya kujikinga yenye kufaa. Kama majengo itachukua muda murefu na kama watu hawako mu usalama, fikiria chaguo za muda kama vile musaada wa familia za kukaribisha, musaada wa kulipia nyumba, ao nafasi ya kujikinga ya muda ao ya mupito. Kama matatizo imebadilisha mazingira ya ukingo na usalama, inaweza kuwa lazima kuhamia nafasi ingine.

Jamii zenye kukaribisha pia zinapatwa na matokeo ya matatizo, kwa sababu zinakubali wageni mu nafasi yao ya kipekee na ya watu wote. Mu mambo yenye wanashiriki na wahamiaji muko huduma kama vile vituo vya afya ao masomo, ao kutenda kama familia za kukaribisha. Kunaweza kuwa na kushindana kwa kweli ao kwenye kuzaniwa na watu waliohamishwa juu ya kazi, huduma, majengo na mapato. Ili kumaliza ile matatizo inafaa kufikiria musaada wenye kuwa sawa na wa kulenga wenye hauleti hatari ya matatizo ya zaidi katika jamii ⊕ *ona Kanuni ya Ukingo 1.*

Kuchunguza soko: Kuelewa masoko za kandokando za mitaa, za taifa na za eneo ni jambo la maana sana juu ya aina ya muzuri ya musaada ya makao. Ile uelewaji itasaidia kufanya uchaguzi kuhusu aina ya makao yenye kufaa, na kupata habari juu ya kupangia na huduma zingine zenye kupatana na kupangia ⊕ *ona Kutoa musaada kupitia masoko,* *Kitabu MISMA* na *Kitabu MERS.*

Kuondoa takataka: Anzisha mupango wa kusimamia takataka mara moja tu kisha matatizo. Takataka inaweza kutumikishwa tena, kutengeneza vitu vingine ao kutambulisha ili kuitenganisha, kukusanywa na / ao kutunzwa. Zinaweza kutoa kuruhusu kuanzisha Programu ya kazi ya kulipwa feza. Tatizo kubwa inaweza kuwa kama mu takataka muko mili ya watu, maeneo kwenye kuko vifaa vya hatari na vyombo vyenye vinaweza kuleta musiba. Kuondolewa kwa takataka kunaweza kuhitaji utaalamu na vifaa vya pekee, kwa hivyo ni lazima ipangwe na wataalamu wa sekta zingine ⊕ Ona kiwango cha makazi na kiwango cha 7: Kudumisha mazingira, Viwango vya afya na viwango vya WASH ⊕ *ona Kiwango cha nafasi ya kujikinga na makao 7: Utunzaji wa mazingira, Viwango vya Afya na viwango vya WASH.*

Uwezekano wa njia ya kuishi: Njia za kuishi za watu mbele ya matatizo, na jia za kuishi zenye ziko kiisha matatizo, ni za maana sana katika kuamua chaguo la makao. Kupatikana kwa sehemu ya udongo, kuufikia kwa usalama juu ya kulima na kulisha wanyama, kufikia masoko na kufikia uwezekano mwingine wa kupata kazi zinaweza kuana matokeo juu ya kuamua mahali kwenye watu watachagua kuishi, hata kwa muda ⊕ *ona Usalama wa chakula na malisho – Viwango cha njia ya kuishi 7.1 na 7.2,* *Kitabu LEGS* na *Kitabu MERS.*

Kurudia: Kurudai ku udongo wao na makao yao ni lengo kubwa kwa watu wenye walipatwa na mateso sana na misiba. Watu wenye walipatwa na mateso wanapaswa kuwa na uwezo wa kuamua uhitaji wa kukarabati makao yao ao kuboresha nafasi yao ya kujikinga. Kurudia kunaweza kusaidia ufundi wa kujipatanisha na hali kwa jamii na kuanzisha tena mazoea yenye watu wanazoea ya kupangisha na ya majengo. Kutengeneza ao kujenga upya majengo ya jamii kama vile masomo, mifumo ya maji, kliniki ao masoko ni ya maana sana ili kuwezesha watu waliohamishwa kurudia. Hali zingine zinaweza kuzuia ao kuchelewesha kurudia, kama vile wasiwasi ya usalama, vikosi vyenye kuwa na silaha vyenye kukaa mu manyumba ao mu sehemu ya udongo, kuendelea kwa mizozo ya muvurugo, mizozo ya kikabila ao ya kidini, woga wa kutatizwa, ao mabombe ya mu udongo na mizinga yenye haiyalipuka. Sheria ya mali na udongo yenye haifae ao ya ubaguzi, ao taratibu za kimila zinaweza kuzuia familia zenye kuongozwa na wanawake, wale wenye wamebaki wajane ao yatima juu matatizo, ao watu wenye ulemavu kurudia. Watu wenye walihamishwa wenye pengine wanakosa uwezo wa kujenga wanaweza kukata tamaa ao kuzuiwa kurudia.

2. Mupango wa mahali na makao

Mupango wa eneo na makao unapaswa kuendeleza nafasi ya kuishi yenye kuwa salama, yenye kukubalika na mwepesi kufikia, na yenye kutoa uwezekano wa kufikia huduma za musingi, njia za kuishi na uwezekano wa kuunganishwa na mutandao mupana.

Kiwango cha nafasi ya kujikinga na makao 2: Mupango wa mahali na makao

Nafasi ya kujikinga na makao iko ku eneo kwenye kuko usalama na ukingo, inatoa nafasi yenye kufaa na uwezekano wa kufikia huduma za maana na njia ya kuishi.

Matendo ya lazima

1. > Fanya kazi ndani ya mipango ya hatua zenye ziko na viwango na ukubaliane mambo yenye kuombwa pamoja na jamii yenye kukaribisha na wakubwa wenye kuhusika.

- Tia makao yoyote ya mupya ku umbali salama kutoka na hali zenye zinaweza kuleta hatari na kupunguza hali zenye zinaweza kutokeza hatari na misiba zenye ziko kandokando.
- Fikiria kipindi cha muda wenye makao inatarajiwa kudumu na amua ni huduma gani zinahitaji kupanuliwa ao kuendelezwa.

2. > Shirikisha wenye kutumika mu sekta mbali mbali, pamoja na vikundi vya watu waliopatwa na matatizo, katika kuchagua kituo na mupangilio wa makao.

- Tambua sababu zenye zinaweza kuwa na matokeo juu ya eneo ao mpangilio wa kituo, ukifikiria vikundi vya wanawake na wanamume, uzee, ulemavu, kabila ao lugha, na madaraka ya wanawake na wanamume na kazi zao.
- Mu miji mikubwa, tumikisha njia ya kufuata yenye kuwa na maelezo ya kijiografia, juu ya misingi wa kuelewa mienendo ya jamii.

3. > Hakikisha kwamba watu wenye walipatwa na mateso wanapata huduma na vifaa vya lazima, pamoja na uwezekano wa njia ya maisha.

- Fanya kazi na sekta zingine ili kupanga umbali wenye kukubalika na kusafiri salama (ao usafirishaji) ili kufikia huduma za lazima na vifaa.
- Ratibu pamoja na wenye kutoa huduma ili kutanguliza na kutoa huduma za lazima zaidi na uwezekano wa njia za kuishi kwenye haziko tayari.

4. > Panga matumizi ya sehemu ya udongo ili kutoa nafasi ya kutosha kwa kazi zote, kufikia wa nafasi ya kujikinga na huduma zote, na hatua za usalama za kutosha ndani ya makao yote.

- Tia ndani ya mupangailio mapato ya ushirika kama vifaa vya maji na usafi wa mazingira, vituo vya kupikia vya jamii, nafasi za watoto kuchezea, maeneo ya kukusanyika, mahitaji ya kidini na sehemu za kugawanyia chakula.

- Hakikisha kuwa huduma za musingi zinawekwa ndani ya makao kunafuata viwango vya usalama, ukingo na heshima.

5 > Fikiria pia mupango wa muvua ao muporomoko wa maji ya mafuriko katika kuchagua kituo na maendeleo ya makao.

- Tia mifereji ya kutosha ya kuporomosha maji ili maeneo yote ya makao na huduma zilindwe bila maji yenye kusimamasimama na mifereji ya maji ya zoruba ikuwe wazi.
- Fikiria mbele ya wakati na kusimamia vituo kwenye vidudu vyenye kuleta magonjwa vinazaliana.

Mambo yenye kuonyesha jinsi hali iko

Asilimia (%) ya nafasi za kujikinga na/ao vituo vya makao vyenye viko mu eneo yenye haina vitisho vya asili ao vya mwanadamu vyenye kujulikana, hatari na misiba

Asilimia (%) ya nafasi za kujikinga na/ao vituo vya makao vyenye viko na namna ya kufikia kwa usalama huduma za lazima sana kwa muda wenye kukubalika ao umbali

Asilimia (%) ya wenye wanapokea musaada wa makao wenye wanahisi salama juu ya eneo ya nafasi ya kujikinga ao mako yao

Asilimia (%) ya vituo vya makao vyenye vinatoa eneo ya kutosha ili kufanya kazi za kipekee na nafasi kwa ajili ya watu wote ili kufanya kazi zenye kufaa kulingana na hali

- 45m² kwa kila mutu katika makao ya kambi, pamoja na viwanja vya familia vya 45m²
- 30m² kwa kila mutu, pamoja na viwanja vya familia, kwenye huduma za jamii zinaweza kutolewa inje ya eneo ilipangwa na makao
- Kiwango cha kadiri kati ya nafasi ya kuishi yenye kufunikwa na kipimo ya kiwanja ni 1: 2; ongeza haraka kadiri inawezeka ku 1: 3 ao zaidi.

Maelezo ya mwongozo

Njia ya kufuata ya mupangilio na kanuni: Mara mingi serikali ao wakubwa wa mitaa wanaanzisha siasa za mupya kuhusu maeneo yenye haina majengo, maeneo salama ao maeneo yenye imetiwa pembeni, nyuma ya matatizo. Fanya utetezi juu ya mupangilio wenye unajali hatari na chaguo za musaada zenye kufaa. Maneno "Haiko eneo kwa ya majengo" haionyeshe kwamba "haiko eneo ya musaada", na haipaswi kuchelewesha musaada ya nafasi ya kujikinga namakao.

Ili kuelewa hali ya kuwa mwenyemali ya sehemu ya udongo yoyote na mali ⊕ *ona Kiwango cha nafasi ya kujikinga na makao 6: Usalama wa kuwa mwenyemali.*

Shirikisha watu wenye walipatwa na mateso katika kuhesabu na kuandaa nafasi ya kusaidia mazoea na desturi za kijamii yenye ziko. Shirikisha wanawake na vikundi vingine vyenye viko mu hatari katika kuunda na kutumikisha mipango ya nafasi ya kujikinga na makao.

Huduma za musingi na majengo: Watu wenye wanarudia ku nyumba zao za asili na wale wenye wanaishi katika maeneo ya muda mfupi ao makao wanahitaji kupatikana kwa huduma na vifaa vya lazima sana vyenye viko salama, ukingo na usawa, kama vile:

- majengo ya WASH ⊕ *ona Viwango vya kutoa maji vya WASH*;
- suluhisho za taa za jamii na familia;
- kuweka chakula na vifaa vya kukitayarisha (kama vile majiko na mafuta ya kuwasha moto) ⊕ *ona Kiwango cha uchunguzi wa usalama wa chakula na malisho 1.1 na Kiwango wha musaada wa chakula 6.4*;
- majengo ya matunzo ya afya ⊕ *ona Kiwango cha mifumo ya afya 1.1: Kutoa huduma za afya*;
- kuondoa takataka ngumungumu ⊕ *ona Viwango wa WASH vya kusimamia takataka ngumungumu*;
- masomo ⊕ *ona Kitabu INEE*;
- vituo vya kijamii kama vile maeneo ya ibada, sehemu za mikutano na maeneo ya kujiburudisha;
- nafasi ya mazishi yenye kufaa kulingana na desturi na sherehe zenye kuhusiana; na
- nafasi juu ya mifugo (yenye kujitenga na nafasi za kuishi) ⊕ *ona Kitabu LEGS*.

Mupangilio wa vituo vya makao ya muda: Mupangilio wa vituo unapaswa kufanywa juu musingi wa muundo wa miji na kanuni za mupangilio wa miji, na sehemu mbalimbali za kuunganisha za muji kama vile sehemu za kufikia, makutanio ya barabara na nafasi za watu wote. Zile sehemu mbalimbali, zenye zimearifiwa na sababu za kimwili, kijamii, mazingira na uchumi, zinaunda mupango wa nafasi ya makao ya mupya. Mupangilio wa makao unastahili kusaidia mitandao ya kijamii yenye iko, kuruhusu uwezekano wa mitandao ya mupya yenye itaundwa, kushiriki mu usalama na ukingo, na kuwezesha watu wenye walipatwa na hatari kujisimamia.

Dumisha hali ya siri na heshima ya familia tofauti wakati wa kufanya muundo wa makao ya muda. Kila nafasi ya kujikinga ya familia inapaswa kutokea ku nafasi ya watu wote ao eneo yenye kufunikwa, hapana ku mulango wa ingine nafasi ya kujikinga. Toa maeneo salama ya kuishi kwa vikundi vyote vyenye kuonekana kuwa mu hatari zaidi, lakini epuka kuzifungilia kwa sababu ile inaweza kuongeza hatari yao. Kusanya pamoja familia, watu wa familia wa karibu na vikundi kuvyenye viko na asili yenye kufanana, ili kudumisha vifungo vya kijamii. Fikiria mahitaji, ya mapendezi na tabia za umri tofauti, wanawake na wanamume na vikundi vya walemavu.

Nafasi za makao yenye kupangwa ao makao ya muda: Juu ya makao yenye kupangwa, kipimo cha chini chenye kuweza kutumikishwa ni 45m² kwa kila mutu katika makao ya aina ya kambi, pamoja na viwanja vya mafamilia. Ndani yake muko fia nafasi ya barabara na njia za miguu, maeneo ya kupikia ya nje ao maeneo ya kupikia ya jamii, maeneo ya elimu na kujiburudisha, vituo vya huduma ya afya, usafi wa mazingira, milipuko ya moto, usimamizi, nafasi za kuwekea maji, nafasi za mifereji ya maji, vituo vya kidini, maeneo ya kugawanyia chakula, masoko, nafasi ya kuweka vifaa na bustani ya kidogo ya jiko kwa familia moja moja (hapana shughuli kubwa za kilimo ao mifugo). Kwenye huduma za jamii zinaweza kutolewa na majengo yenye iko ao vya majengo ya zaida inje ya makao yenye kupangwa, kipimo cha eneo cha chini kinapaswa kuwa cha 30m² kwa kila mtu. kipimo cha eneo yenye kakiwezi kutolewa, chukua hatua kwa bidii kushughulikia na kuzuia hatari zenye zinaweza kutokea juu ya musongamano mukubwa wa watu. Mupangilio wa makao unapaswa pia kufikiria mabadiliko ya idadi ya watu.

Wakati wa kufanya kazi mu eneo ya miji mikubwa, tumia huduma na eneo ya makao zenye ziko. Hakikisha hali ya siri na kutengana kwenye kufaa kati ya mafamilia, na kuacha nafasi ya majengo ya lazima.

Kipimo cha kiwanja cha nafasi ya kujikinga: Mapatano kati ya vipimo mbili vyenye kupendekezwa vya eneo la nafasi ya kujikinga kulinganisha na ile ya uwanja, ni ya 1: 2 ao 1: 3, ili kutoa nafasi ya kutosha kwa kazi za lazima za kutimizia inje ya nyumba. Lakini, mapatano kati ya vipimo mbili ya karibu na 1: 4 ao 1: 5 ni yenye kupendelewa zaidi. Mapatano kati ya vipimo mbili inapaswa kufikiria desturi viwango vya kijamii na kupatikana wa nafasi kwa nafasi.

Mifereji ya kuporomosha maji ya muvua na mufuriko wa maji: Mifereji ya muvua ao maji ya mafuriko yenye iko mbaya inaweza kupunguza sana nafasi za kuishi za watu, kuweza kujitembeza na kufikia huduma mbalimbali. Kwa ujumla, kuchagua vituo na maendeleo ya majengo inasaidia kuamua aina ya mifumo ya mifereji ya maji kubwakubwa. Epuka kuchagua vituo vyenye viko mu bonde ya mafuriko; inaweza kuhatarisha ukingo na usalama, hasa zaidi ku nafasi zenye kusongamana ao zenye kuwa na watu wengi sana. Maji yenye inaingia na inasimamasimama ku makao ya watu, ku masomo na ku nafasi za kazi ni hatari jumla kwa afya, heshima na kujisikia muzuri.

Kinga choo na mifereji ya maji ya muchafu kutokana na mafuriko, ili kuzuia kuharibifu kwa majengo na kuvujavuja. Hatari kubwa juu ya afya ya watu wote yenye kutokana na mifereji ya mubaya ni kuongezeka kwa watu kupatwa na magonjwa ya kuhara yenye kutokea ku maji ya machafu.

Maji yenye kupita ovyo-ovyo inaweza pia kuharibu majengo ingine, nyumba na mali, kupunguza uwezekano wa njia ya kuishi na kusababisha mafazaiko. Mifereji ya mubaya pia inatoa hali ya kusaidia kuzaana kwa vidudu vyenye kuleta magonjwa ya kuambukiza ⊕ *ona Viwango vya WASH juu ya kupiganisha vidudu vya magonjwa ya kuambukiza 4.1 na 4.2.*

Njia: Fikiria hali ya barabara za mahali na ukaribu wa nafasi kwenye gari zinafikia ili kutoa musaada ya haraka na vitu vingine. Wakati wa kutoa musaada ya haraka ni lazima kuepuka kuharibisha majengo ya barabara za mahali. Fikiria vizuizi vya majira, misiba na hatari za usalama. Vituo na nafasi yoyote ya kuweka vitu vya musingi vituo vya kugawanyia chakula lazima viweze kufikiwa na magari mazito kupitia mu barabara za muzuri haizuru hali ya hewa iko namna gani. Vituo vingine lazima vifikiwe na magari mepesi. Weka barabara zenye kuwa salama na njia za miguu salama katikati ya makao, ili kufikia makao yote ya mutu kipekee na majengo ya jamii haizuru hali ya hewa iko namna gani. Fikiria mahitaji ya watu wenye kusumbuliwa na matatizo ya kutembea ao vizuizi vya kufikia.

Usalama wa moto: Mupangalio wa vituo unapaswa kuwa ndani uchunguzi za hatari ya moto. Weka kizuia moto vya mita 30 ku kila umbali wa mita 300 mu maeneo yenye kujengwa katika mipangilio wa kambi. Nafasi ya bure kati ya majengo inapaswa kuwa ya mita 2 kama ni kidogo; kwa kweli inapaswa kuwa mara mbili urefu wa jengo ili kuzuia sehemu zenye kuanguka zisiguse majengo ya karibu.

Fikiria mazoea ya kupikia na ya kutia kivukutu ya mahali (kama aina ya majiko na nafasi zenye watu wanapendelea). Fikiria kutoa majiko salama, vifaa vya usalama wa moto na mafunzo ya uangalifu kwa wakaaji. Pendelea vifaa vya ujenzi vyenye havilunguzi upesi vitu vya nyumba. Fahamisha wakaaji (pamoja na wale wenye na magumu ya kutembea ao vizuizi vya kufikia) juu ya kuzuia moto, mipango ya kusimamia na kuondoka.

Kupunguza matendo ya uhalifu: Muundo wa makao unaweza kushiriki katika kupunguza uhalifu na unyanyasaji wenye kulenga hali ya kuwa mwaramuke ao mwanamume. Fikiria eneo na njia ya kufikia nafasi ya kujikinga, majengo na vifaa, taa za usiku, umbali wa choo na nafasi aa kuogea kutoka kwenye nafasi ya kujikinga, na uangalizi kupitia kwa njia ya mistari ya kuona. Majengo yenye kutumikishwa kama vituo vya jamii lazima ikuwe na njia za zaidi za kutorokea.

Kubadilika kwa vitisho na hatari: Chunguza mazingira kwa kawaida, chunguza hali yenye inaweza kutokeza hatari na misiba kadiri hali inabadilika. I e inaweza kuwa hatari za kubadilika kwa majira, mabadiliko katika hali ya usalama, miz nga yenye haikulipuka yenye iko mu kituo kutoka kwa mizozo ya zamani ao ya sasa, ao matokeo ya kubadilika wingi wa watu.

Usalama wa vituo vya pamoja na wa majengo ya jamii: Wataalamu wa kiufundi wanapaswa kufanya uchunguzi wa uimara wa muundo wa majengo ya jamii, vituo vya pamoja na miundo mingine katika maeneo yenye haikaliwa na watu yenye ilipatwa na misiba. Fikiria usalama wa kweli na unaoweza kutokea ao vitisho vya kiafya.

Kutegemeza njia ya kuishi: Fikiria hali ya kazi za uchumi mbele ya matatizo na uwezekano wa kupata njia ya kuishi mu hali ya kisha matatizo. Tambua sehemu za udongo kwenye inawezekana kulima ao kulishia ufugo, ao kufikia masoko na/ao uwezekano wa kupata kazi. Musaada ya nafasi ya kujikinga na makao iko na uwezekano wa kutolea kazi watu wa mahali, kama vile kazi za musaada ya kiufundi, kutoa vifaa na soko ya kazi. Tumikisha Programu za elimu na mazoezi ili kuongeza uwezo wa mahali na kupata matokeo mu wakati wenye kupangwa ⊕ *ona Kiwango cha nafasi ya kujikinga na makao 5* na *Usalama wa chakula na malisho – viwango vya njia ya kuishi 7.1 na 7.2.*

Kutumikisha na kutengeneza: Fanya mupango wa kutumikisha na kutengeneza ili kuhakikisha kwamba kila jengo, huduma ya ujumla na huduma za watu wote (kama vile maji, choo, mufereji ya maji chafu, kusimamia takataka masomo) vitaendelea kutumika kwa matokeo mazuri. Mu sehemu mbalimbali za maana zaidi za mupangailio munapaswa kuwa kushiriki kwa jamii, kuunda vikundi vya kutumikisha, kueleza kazi na madaraka, na inapaswa kuwa mupango wa kurudisha feza zenye zilitumikishwa na kugawanya bei ya malipo.

Kubomoa vituo na kuvihamisha: Mipango yenye kufaa ya kurudisha mazingira mu hali ya muzuri inaweza kutia nguvu hali ya asili ya mazingira ya kujirudisha upya, ndani na kandokando ya makao ya muda. Vituo vinapaswa kuwa na mupango wa kuvibomoa, kwa kweli ule mupango unapaswa kukomalishwa ku hatua ya muundo wa mipango ya musaada ⊕ *ona Kiwango cha nafasi ya kujikinga na makao standard 7: Utunzaji wa mazingira.*

Kufundisha wakaaji wa mahali ufundi wa kulinda mazingira kunasaidia kituo na mazingira ya mahali kurudia mu hali ya muzuri. Tumikisha wafanyakazi wa mahali mu kazi ya kusafisha na kubomoa kwenye inawezekana.

3. Nafasi ya kuishi

Nafasi ya kuishi ni ya maana sana juu ya maisha muzuri ya wakaaji. Ni maitaji na haki ya musingi ya mwanadamu kuwa na nafasi juu makao ya familia, kujisikia salama na kutimiza kazi mbalimbali za nyumbani za musingi.

Kiwango cha nafasi ya kujikinga na makao 3: Nafasi ya kuishi

Watu wako na uwezekano wa kufikia nafasi za kuishi zenye kuwa salama na zenye kufaa, zenye kuwezesha kutimiza katika hali ya heshima kazi za musingi za familia na za njia ya kuishi.

Matendo ya lazima

1 > Hakikisha kwamba kila familia yenye ilipatwa na matatizo iko na nafasi ya kuishi ya kutosha ili kufanya shughuli za musingi za nyumbani.

- Toa nafasi ya kuishi yenye kupatana na mahitaji mbalimbali ya washiriki wa familia kwa kulala, kupika chakula na kula, kuheshimia desturi za jamii na aina wa maisha.
- Toa ukuta na vibambazi vya musingi kwa wakaaji na vitu vyao vya familia, kutoa usalama wa kimwili, hali ya heshima, siri na ukingo juu ya hali ya hewa.
- Toa hali nzuri za taa, kuingiza hewa na joto nzuri kwa kiasi chenye kufaa.

2 > Hakikisha kwamba nafasi yenye kuzunguka nafasi ya kuishi inasaidia kufikia kutimiza kwa usalama kazi mbalimbali za musingi.

- Mu zile kazi muko nafasi za kupikia, choo, kufulia, kuogea, kazi za kujipatia pato, kushirikiana na maeneo ya kuchezea.

3 > Endeleza kutumia suluhisho ya nafasi ya kujikinga, ufundi wa ujenzi na vifaa vyenye vinakubaliwa mu desturi na mu jamii na yenye kendeleza mazingira.

Mambo yenye kuonyesha jinsi hali iko

Asilimia (%) ya watu wenye walipatwa na mateso wenye wako na nafasi ya kuishi ndani na karibu pembeni ya makao yao ili kutimiza kazi za kila siku

- Kipimo cha chini cha 3.5m² za nafasi ya kuishi kwa kila mutu, bila kutia ndani nafasi ya kupikia, eneo la kuoga na kituo cha choo
- 4.5m²–5.5m² za nafasi ya kuishi kwa kila mutu kwenye kuko hali ya hewa ya baridi ao makao ya miji mikubwa kwenye nafasi ya ndani ya kupikia na nafasi ya kuogea na/ao ya choo
- Urefu wa ndani kutoka chini mupaka ku plafo karibu mita 2 (mita 2.6 katika hali ya hewa ya joto) ku sehemu ya juu zaidi

Asilimia (%) ya nafasi za kujikinga zenye kupatana viwango vya kiufundi na vya utendaji wenye matokeo vyenye kukukubalika na vinakubaliwa mu desturi za jamii

Asilimia (%) ya watu wenye kupokea musaada wa nafasi ya kujikinga na wenye kujisikia salama mu nafasi yao ya kujikinga

Maelezo ya mwongozo

Nafasi ya kuishi: Nafasi ya kuishi inapaswa kuwa yenye kufaa kwa kazi za kila siku kama kulala, kupika na kula chakula, kuoga, kuvaa, kuweka chakula na maji na kulinda mali ya familia na vitu vingine vya lazima. Lazima ihakikishe siri na kutenganisha jinsi inatakiwa wanawake na wanamume, vikundi vya umri tofauti na familia ndani ya nyumba fulani kulingana na hali ya desturi na jamii ⊕ *ona Kiwango cha nafasi ya kujikinga na makao 2: Mupango wa mahali na makao.*

Fikiria nafasi ya kuishi kwa washiriki wa familia kukusanyika, na kwa kutunza watoto wachanga, watoto na watu wenye kugonjwa ao wenye waliumia. Tia uangalifu kubadirisha matumizi ya nafasi wakati wa muchana na usiku, na panga nafasi za madirisha, milango na kugawanya ili kuongeza matumizi ya nafasi ya ndani na maeneo yoyote ya nje kama vile jiko ao maeneo ya muchezo.

Ili kupokea zile kazi kwa heshima, nafasi ya kujikinga inastahili kuwa nafasi yenye kufungwa (ukuta, madirisha, milango na paa) na kuwa na sehemu ya veranda ya kutosha. Kusongamana ao kushambuliwa kila mara na hali ya mubaya ya hewa vinaongeza hatari ya kulipuka kwa magonjwa ao ugonjwa. Nafasi ya kidogo sana inaweza kusababisha hatari za ulinzi, usalama mudogo na kukosa siri.

Kiasi cha chini sana cha nafasi ya kuishi kinapaswa kulingana na viwango vya malezi na vya kijamii, hali yenye iko, hatua ya musaada, na muongozo wa wakubwa wa taifa ao wa sekta ya musaada wa musaada ya kibinadamu. Fikiria kwa uangalifu hatari yenye inaweza kutokea kwa kukubali kiwango cha kadiri cha kuhesabu ya vipimo vya nafasi (3.5m² kwa kila mtu, 4.5m² mu hali ya hewa ya baridi) na kubaliana na wenye kuhusika mu sekta juu kubadilika kokote, ili kutumikisha kiwango cha kadiri haraka kadiri inawezekana kwa wote.

Kwenye kuko uhitaji wa kuchukua hatua haraka na kuokoa maisha, fikiria musaada wa kwanzakwanza kwa ku:

- jenga kifuniko cha paa ku nafasi ya chini ya kuishi na ufuatilie kwa kutoa musaada wa kuta, milango na madirisha; ao
- jenga nafasi ya kujikinga na eneo ya veranda ya kidogo na ufuatilie ku ongeza eneo ya veranda.

Katika hali zingine, kiwango cha nafasi kinaweza kuamuriwa na mipaka ya kimwili. Hii inaweza kuwa mu makao yenye kusongamana, makao ya muji mukubwa yenye kuwa na watu wengi sana ao katika hali mbaya ya hali ya hewa ambamo vifaa vya kujenga nafasi ya kujikinga havipatikane kwa urahisi. Nafasi ya chini yenye ilionyeshwa inatumika katika hatua ya haraka na katika suluhisho ya nafasi ya kujikinga ya muda mfupi ao ya mupito. Wakati muda wa kukaa unazidi, hesabu ya vipimo vya nafasi inapaswa kufikiriwa upya. Wakati wa hatua ya kurudilia hali ya nuzuri, viwango vyenye kukubalika vya mahali na ufundi wa kuondoka lazima vifikiriwe.

Husisha jamii zenye zilipatwa na hatari na familia kadiri inawezekana katika kuamua aina ya musaada wenye utatolewa. Wasiliana na watu wenye kupitisha wakati mwingi katika nafasi ya kuishi yenye kufunikwa na wale wenye kuwa na matatizo ya kutembea ao mipaka ya kufikia. Hakikisha kwamba nafasi ya kuishi inapatikana kwa watu wenye ulemavu na wenye kuishi pamoja nao. Watu wenye ulemavu, hasa ulemavu wa akili na kisaikolojia, wanaweza kuhitaji nafasi ya zaida.

Mazoea ya malezi, usalama na hali ya siri: Heshimia mazoea na malezi zenye ziko, na matokeo yazo juu ya jinsi ya kugawana ndani ya nafasi ya kujikinga (mapazia, ukuta). Kwa mufano, fanya mupangilio wa nyumba ili washiriki wa familia kubwa waweze kulala ao kwa familia tofauti ndani ya nyumba moja.

Katika kupangisha watu wengi nafasi moja, njia za kupitia mu nafasi ya kuishi zenye kupangwa muzuri na zenye kuwa na mwangaza, yenye kuwa na vigawanyo ili kuficha nafasi ya kipekee ya kila familia, inaweza kutoa hali ya siri ya kipekee na usalama.

Katika kupangisha watu wengi nafasi moja, ruhusu chaguo kwa vikundi vya hali sawa kushiriki nafasi moja. Kwa mfano, watu wengine wa LGBTQI wanapendelea kuishi na marafiki na watu wa hali sawa kuliko kuishi na familia zao.

Ukingo: Hakikisha kwamba kuko njia za mingi za kutoka ku makao, na kwamba nafasi za ndani zinafunguliwa ili kufikia maeneo ya watu wengi. Hakikisha kwamba wafanyakazi wanajua jinsi ya kujulisha wasiwasi yoyote yenye kuhusu ukingo kama vile kutendea mubaya na kunyanyasa kwenye kufanyika mu manyumba, jeuri, kutia mu utumwa ao kuachilia watoto. Wanawake, wabinti na wale wenye kuhitaji kusaidiwa na wafanya kazi wa afya mara nyingi wanahitaji nafasi ya zaida ⊕ *ona Kiwango cha WASH cha kuendeleza usafi 1.3: Kusimamia usafi wa kawaida ya mwezi ya wanawake na kushindwa kuzibiti choo ndogo ao choo kubwa.*

Wakati watu wengi wanapangishwa pamoja kwa muda, kamata hatua za pekee kuzuia unyanyasaji wa wanawake na wanamume na kutendewa mubaya kingono. Fanya kazi na washiriki wa jamii ili kuelewa hatari na kuzishughulikia, na weka mufumo wa nguvu wa malalamiko na hatua za haraka zenye zinaweza kuhakikishwa.

Hali ya kisaikolojia yenye inaomba kufikiria: Mupangilio na muundo wa nafasi ya kuishi lazima ukuwe na nafasi za kuishi za wazi ya watu wote wa familia yenye kuongeza chaguo za kushirikiana.

Katika hali ya hewa ya joto, yenye ubaridiubaridi, unda na kuelekeza nafasi ya kujikinga ili kuongeza kuingia kwa hewa na kupunguza kuingia kwa jua moja kwa moja. Plafo ya juu zaidi inasaidia muzunguko wa hewa. Nafasi yenye kufunikwa yenye kukamatana inje inasaidia kupunguza jua ya moja kwa moja na kuinga juu ya muvua. Fikiria kuweka nafasi yenye kuwa na kivuli ao yenye kufunikwa inje ili kupikia chakula, na nafasi tofauti juu shughuli zingine za maisha. Paa inapaswa kuwa yenye kuinama na kuwa na mulombamaji ya mvua na yenye upana mukubwa, isipokuwa tu mu maeneo yenye iko na hatari ya upepo mukali. Vifaa vya kujenga nafasi ya kujikinga vinapaswa kuwa vyepesi na kiwango cha kadiri cha kivukutu, kama vile mbao. Tumia veranda yenye kuinuliwa ili kuzuia maji kuingia ku nafasi ya kuishi yenye kufunikwa ⊕ *ona Kiwango cha nafasi ya kujikinga na makao 2: Mupango wa mahali na makao.*

Hali ya hewa ya joto, na kavu, vifaa vya ujenzi vyenye uzito (kama vile vya udongo ao jiwe) inaleta hali ya joto ya utulivu ingawa mabadiliko ya hali ya joto ya usiku na ya muchana. Njia ingine, tumia vifaa vya ujenzi vya mwepesi na mufumo wa kuzuia baridi wenye kufaa. Tia uangalifu ku muundo wa vifaa vya ujenzi vizito katika maeneo yenye kuwa na hatari ya kutetemeka kwa udongo. Toa sehemu zenye kivuli na hewa kama inawezekana na kama inafaa. Kama hema za plastiki ao za hema za kawaida tu njo zenye kupatikana, toa paa yenye ngozi mbili na yenye kuingiza i hewa kati zile ngozi mbili ili kupunguza kuongezeka kwa joto. Weka nafasi ya mulango na ya madirisha mbali na mwelekezo wa upepo mkali wenye joto. Veranda ya ndani inapaswa ku kamatana na ukuta wa nje bila kuwa na shimo, kuzuia vumbi na vidudu vyenye kuleta magonjwa ya kuammbukiza.

Mu hali ya hewa ya baridi, plafo yenye kushuka zaidi ni yenye kustahili ili kupunguza kiasi cha ndani chenye kuhitaji joto. Nafasi ya kujikinga kwenye inaomba kukaa muchana muzima inahitaji kujengwa na vifaa vizito vyenye kuwa na uwezo mukubwa wa kuweka joto. Kwa Nafasi ya kujikinga ya kutumikishwa tu usiku, inahitaji kujengwa na vifaa vyepesi vyenye kuwa uwezo mudogo wa kulinda joto na mufumo wa kuzuia baridi wenye kufaa. Punguza muzunguko wa hewa, hasa karibu na milango na madirisha, ili kuhakikisha starehe ya kipekee na pia kuhakikisha kuingia kwa hewa ya kutosha ku nafasi ya mashini ya joto ao ya jiko ya kupikia.

Uingizaji wa hewa wenye kufaa unasaidia kudumisha mazingira ya ndani yenye afya, inazuia mufungamano na kupunguza kuenea kwa ugonjwa wa kuambukizwa. Inapunguza hatari ya moshi kutoka ku jiko ya familia, yenye inaweza kutokeza magonjwa ya kupumua na matatizo ya macho. Fikiria uingizaji wa hewa ya asili kama inawezekana.

Kupiganisha vidudu vya kuleta magonjwa ya kuambukiza: Eneo zenye udongo uko chini, takataka na majengo haikaliwi inaweza kutoa nafasi za kuzaliana kwa vidudu vya kuleta magonjwa ya kuambukiza vyenye vinaweza kuleta hatari kwa afya ya watu wote. Kuhusu makao ya jamii, kuchagua vituo na kujikaza kupunguza hatari ya vidudu vya kuleta magonjwa ya kuambukiza ni kwa lazima sana ili kupunguza hatari za magonjwa ya kuambukiza yenye kutokana na vile vidudu *ona Kiwango cha WASH cha kupiganisha vidudu vya kuleta magonjwa ya kuambukiza 4.2: Matendo ya familia na ya mutu kipekee ya kupiganisha vidudu vya kuleta magonjwa ya kuambukiza.*

4. Vifaa vya familia

Musaada wa vifaa kwa familia unategemeza kurudia mu hali ya muzuri na kulinda hali ya afya, hali ya heshima na usalama na kutimiza kazi mbalimbali za nyumbani za kila siku ndani na inje ya nyumba. Kile kiwango kinahusu vifaa vya lazima vya kulalia, kupika na kuweka chakula, kula na kunywa, hali ya joto ya starehe, taa na mavazi. Sura ya WASH inatoa maelezo zaidi kuhusu vifaa kama vile mustikere, mbegeti, vyombo vya kuwekea maji na vifaa vya usafi.

Kiwango cha nafasi ya kujikinga na makao 4: Vifaa vya familia

Musaada wa vifaa kwa familia unategemeza kurudia mu hali ya muzuri na kulinda hali ya afya, hali ya heshima na usalama na kutimiza kazi mbalimbali za nyumbani za kila siku ndani na inje ya nyumba.

Matendo ya lazima

1 〉 Chunguza na hakikisha kupatikana kwa vitu vyenye vinawezesha familia kurudia mu hali ya muzuri na kudumisha shughuli za lazima za nyumbani.

- Fikiria mahitaji tofauti kulingana na umri, wanawake na wanamume, ulemavu, mazoea ya kijamii na desturi, na ukubwa wa familia.
- Tanguliza kufikia vitu kwa kazi za nyumbani, mavazi ya kipekee, usafi wa kipekee, na kusaidia usalama na afya.

2 〉 Amua jinsi ya kutoa musaada wa vifaa vya nyumbani kwa njia sahihi na jinsi inafaa.

- Fikiria yenye inaweza kupatikana ndani ya nchi kupitia musaada wa feza za mukono kwa mukono ao bon na pia kugawanya vitu kupitia musaada wa mahali, wa eneo ao wa kimataifa.
- Fikiria hali ya mazingira yenye kuhusiana na jinsi vitu vinatiwa ndani ya paketi ao kutolewa.

3 〉 Fuatilia kupatikana, aina na matumizi ya vifaa vya nyumbani, na urekebishe kama ni lazima.

- Panga kujaza tena stoki mu hali ya kuhamishwa kwa muda murefu.
- Fuatilia masoko yenye ilichaguliwa juu ya kupatikana, bei na aina ya vifaa. Patanisha njia ya kutoa musaada na hali wakati hali inabadilika.

....

Mambo yenye kuonyesha jinsi hali iko

Watu wako na mavazi ya ubora wa kutosha na wenye kufaa

- Kiwango kidogo cha seti (ensemble) mbili kamili za mavazi kwa kila mutu, ya vipimo sahihi na yenye kufaa kufwatana na desturi, majira na hali ya hewa, na yenye kupatana kila mahitaji

Watu wako na vitu vya aina muzuri vya kutosha na vyenye kufaa kwa kulala salama, vya hali bora na vyenye kuheshimia hali ya siri

- Kiasi cha chini cha blanketi moja na vitu vya kulalia (mukeka, matela, drape) kwa kila mtu. Mablanketi ya zaida/vitu vya kuzuia baridi ya udongo vinahitajika katika hali ya hewa ya baridi
- Mustikere yenye iko na dawa ya kuua vidudu ya kudumu wakati inahitajika

Watu wako na vitu vya kutosha na vyenye kufaa ili kupika, kula na kuweka chakula

- Kila familia ao kikundi cha watu ine mupaka tano: sufuria mbili za kupikia za kipimo cha familia zenye ziko na mikono na mifuniko, beseni moja ya kupikia ao kukulia chakula, kisu moja cha jikoni na vijiko mbili vya kutumikia
- Mutu moja: sahani moja ya pla, vyombo vya kukulia na chombo kimoja cha kukunywia

Asilimia (%) ya ya watu wenye walipatwa na mateso wanafikia huduma ya kutosha, salama na nishati ya kutosha ili kudumisha joto yenye kuleta starehe, kupika chakula na kutoa taa

Hesabu ya matukio ya watu kuumia kwa kutumia majiko ao kuweka na kutoa mafuta ya kuwashia moto

- Tia mustari wa vipimo na upime maendeleo kufikia ku 0

Maelezo ya mwongozo

Vifaa vya musingi vya familia vinapaswa kupatikana kwa wingi na aina ya kutosha kwa:

- kulala, joto yenye kuleta starehe na mavazi ya kipekee;
- kuweka maji, kupika chakula na kukiweka, kula na kunywa;
- taa;
- kuchemusha maji na kutia joto, pamoja na mafuta ya kupikia ⊕ *ona Kiwango cha usalama wa chakula na malisho 5: Usalama wa ujumla wa chakula*;
- usafi, pamoja vifaa vya usafi wa kawaida ya mwezi ya wanawake ao vifaa vya wenye kuwa na shida ya kuzibiti choo ndogo ao kubwa ⊕ *ona Kiwango cha WASH juu ya kuendeleza usafi 1.2 na 1.3*;
- ukingo juu vidudu vyenye kuleta magonjwa ya kuambukiza; kwa mufano, mustikere ⊕ *ona Kiwango cha WASH juu ya kupiganisha vidudu vya magonjwa ya kuambukiza 4.2*; na
- usalama juu ya moto na moshi.

Kuchagua vifaa vya familia vyenye kufaa: Vitu vya familia vinapaswa kutolewa kama sehemu ya mupango wa ujumla. Wakati unaamua aina, wingi na aina ya vifaa, tanguliza vifaa vyenye kuokoa maisha. Fikiria:

- shughuli za maana za kila siku za mutu kipekee, familia na jamii;
- viwango vya malezi, kuwa vyenye kufaa na desturi;
- usalama na kutumikishwa kwa urahisi (na mafundisho ya zaida ao maagizo ya kiufundi);
- kudumu, ukawaida wa kukitumia na uhitaji wa kujaza tena stoki;
- hali ya maisha na mipango ya sasa;
- kupatikana mu eneo;

- mahitaji ya pekee kulingana na aina ya watu wenye walipatwa na hatari, pamoja na wanawake, wabinti, wanamume, vijana, watoto wachanga, wazee, watu wenye ulemavu na watu na vikundi vingine wenye kuwa mu hatari zaidi; na

- matokeo ya vifaa vyenye kuchaguliwa juu ya mazingira ⊕ *ona Kiwango juu ya nafasi ya kujikinga na makao 7: Utunzaji wa mazingira.*

Usalama: Vitu vyote vya plastiki vinapaswa kufanywa kwa plastiki-daraja la chakula. Bidhaa zote za chuma zinapaswa kuwa chuma cha pua ao kushonwa.

Hakikisha kutengana salama kati ya jiko ao cuisine na vitu vya nafasi ya kujikinga. Weka majiko ya ndani juu musingi wenye hauwezi kuwaka. Weka kifaa chenye hakiwezi kuwaka tuyo ya mafuta ya kupikia ipitie ndani kama inavuka nafasi ya kuishi mupaka inje. Weka majiko mbali na viingilio na kuwezesha kuingia kwa usalama wakati wa kupika. Mafuta ya kuwashia moto inapaswa kuwekwa kwa umbali salama kutoka kwa jiko lenyewe, na mafuta yoyote ya kuwashia moto kama vile mafuta ya taa inapaswa kutengwa na watoto na watoto wachanga.

Joto yenye kuleta starehe maana yake watu wanajisikia starehe kwa kuwa na joto ao hewa nzuri, wamefunikwa na hakuna ubaridiubaridi. Nguo, blanketi na kitanda vinatoa faraja ya kipekee. Mikeka ya kulalia na vifaa vya joto ao vya baridi vinaleta hali ya muzuri ya maisha. Hatua zote zenye kuwezekana zinapaswa kuchukuliwa kwa mutu kipekee na familia kuzuia baridi kali mwilini ao kupigwa na joto.

Mafuta ya kuwashia moto na nishati kwa ajili ya familia: Mafuta ya kupikia na nishati zingine ni vya lasima kwa taa, kupika, joto ya starehe na mawasiliano. Kukusanya ao kulipia mafuta ao nishati ni malipo ya tena na tena na ni lazima kuipanga jinsi inastahili. Endeleza mazoea ya kupika yenye kuhifazi nishati, pamoja na kutumia majiko yenye haitumikishi nishati ya mingi, kutayarisha kuni za kupikia, kusimamia moto, ufundi wa kupika chakula na kupikia pamoja. Wasiliana na watu wenye walipatwa na mateso na matatizo na jamii wenye waliwakaribisha kuhusu mahali na njia za kukusanya mafuta ya kupikia ili kushughulikia matatizo ya usalama wa kipekee na utunzaji wa mazingira.

Mwangaza wenye kutokea ku ufundi unapaswa kutolewa kama ni lazima, ili kushiriki kutia usalama wa kipekee ndani ya majengo na kandokando, wakati wwangaza wa ujumla haupatikani. Zaidi ya alimeti na mishumaa, fikiria kutumia mwangaza wa kutokana na ufundi wenye kuhifazi nishati, kama vile diode zenye kuwa na umeme wenye kutoa mwangaza na pano zenye kutumia nishati ya jua.

Programu yenye kutegemea masoko juu ya vifaa vya nyumbani: Uchunguzi wa soko juu ya vifaa vya familia unapaswa kuwa sehemu ya uchunguzi mukubwa wa mufumo wa soko. Kutoa vifaa vya nyumbani kunapaswa kutegemeza masoko ya mahali kama inawezekana. Kagua ile matumizi ya feza kama sehemu ya matumizi ya ujumla ya feza ya familia. Uzifuatilie muda wote ili kupatanisha na kurekebisha kufuatana na hali ⊕ *ona Kutoa musaada kupitia masoko.*

Kugawanya: Panga njia njia yenye kufaa na ya usawa ya kugawanya vifaa kwa kushauriana na wakubwa wa mahali na watu wenye walipatwa na matatizo. Hakikisha kwamba watu ao familia wenye wako mu hatari zaidi wako ku liste ya ugawanyaji na wanapata habari na kufika nafasi ya kugawanyia. Vituo vya kugawanyia vinapaswa kuchaguliwa kwa uangalifu, kwa kufikiria umbali wa kutembea, uwanja na ulazima wa kusafirisha vitu vikubwakubwa kama vile vya musaada wa vitu vya nafasi ya kujikinga.

Fikiria kutia ndani ya vitu vya kugawanya vyombo vya kuwekea na kusafirisha vifaa vya kipekee na vya familia.

Kufuatilia kisha kugawanya: Uchunguze kufaa kwa njia ya kugawanya na kwa vifaa vyenyewe vya mafamilia. Ikiwa vfaa havitumikishwe ao vinauzishwa mu soko, ao ikiwa kuko kuchelewa kwa kupata vifaa, badilisha njia ya kugawanya ao vifaa. Ujue kwamba mahitaji itabadilika kadiri muda unapita na Programu inapaswa kubadilika.

5. Musaada wa kiufundi

Musaada wa kiufundi ni sehemu ya maana ya musaada ya nafasi ya kujikinga na makao. Inasaidia kurudilia hali ya muzuri kwa watu wenye walipatwa na mateso na infanya aina na usalama wa nafasi ya kujikinga na makao yao vikuwe muzuri zaidi. Ni jambo la lazima kwamba familia zilipatwa na mateso ao jamii zihusike sana katika kuchagua makao yao, muundo wa nafasi ya kujikinga, mupangilio wa vituo na vifaa, na katika kusimamia ao kutimiza kazi ya kujenga nafasi ya kujikinga na ujenzi mwingine.

Kiwango cha nafasi ya kujikinga na makao 5:
Musaada wa kiufundi
Watu wanapata musaada wenye kufaa wa kiufundi kwa wakati unaofaa.

Matendo ya lazima

1 ⟩ Kuelewa mipango ya mbele ya matatizo na mazoea ya ujenzi, vifaa vyenye kupatikana, utaalamu na uwezo.

- Wasiliana na watu wenye walipatwa na hatari, wataalamu wa ujenzi wa eneo na wakubwa ili kukubaliana juu ya mazoea ya ujenzi na vifaa na kupata utaalamu wenye kuombwa wa uhakikisho wa hali ya muzuri zaidi.

2 ⟩ Shirikisha na kutegemeza watu wenye walipatwa na hatari, serikali za mitaa na wataalamu wa eneo hilo katika kufuatilia ujenzi.

- Heshimia kode ya mupangilio wa muji na ya ujenzi yenye inapaswa kufuatwa, hali ya pekee yenye kuhusu vifaa vya ujenzi na viwango vya aina ya vifaa, kufuatana na muda wenye musaada kuhusu nafasi ya ukingo na makao, na mafamilia utadumu.
- Anzisha mazoea ya ujenzi na uwezekawa njia ya maisha mu eneo.

3 ⟩ Endeleza mazoea salama ya kujenga ili kutimiza mahitaji ya sasa ya nafasi ya kujikinga na kupunguza misiba yenye zinaweza kutokea.

- Kuhusu nyumba ao nafasi ya kujikinga yenye iliharibiwa ao kupatwa na hasara, tambua hatari na misiba yenye kuhusu muundo, sababu zozote za kuharibika, ao vyenye vinaweza kuharibika mu siku zenye kuja.
- Jifunze kutokana na mazoea na ufundi wa ujenzi wa mahali na kama inawezekana uboreshe na kutia upya; rahisisha kupata na kuendeleza mazoea ya ujenzi yenye kufaa.

4 ⟩ Hakikisha kuwa watu wanapata musaada wa kiufundi wa kutosha.

- Fikiria uhitaji wa ufundi wa wafanyakazi wenye kuwa na utaalamu wa pekee, jinsi ya kufuata kode na viwango vya ujenzi, na jinsi ya kuongeza uwezo wa kiufundi kati ya watu wenye walipatwa na hatari.
- Tia uangalifu kwa watu wenye wamepunguza uwezo, uwezo ao uwezekano wa kufanya kazi zenye kuhusiana na ujenzi kwa njia salama na ya kitaalamu, ao

uwezo wa mazungumuzo yenye kuhusu kupanga ndani ya jengo lenye liko lenye kuwa hakika na salama kiufundi.

5 > Kuanzisha usimamizi sahihi wa muradi wa vifaa, feza, kazi, musaada wa kiufundi na njia ya kufuata ili kupata vibarua vya lazima vya kuruhusu vyenye kulingana na sheria ili kuhakikisha matokeo ya kazi ya aina yenye kuombwa.

- Kuendea mu njia ya kufuata ya usimamizi na kode ya mwerendo yenye kufaa mu mambo ya kufanya mwito ili kuchagua mwenye ao kampuni yenye itajenga, kuchagua mwenye kutimiza matakwa ya kujenga ku bei yenye kufaa, mapatano ya kujenga.
- Himiza kutumia teknolojia zenye ziko, za kudumu na zenye watu wanazoea, vyombo na vifaa na kuchukua wafanyikazi wa mahali kwa ajili ya kuturza na kufanya nafasi ya kujikinga ikuwe muzuri zaidi.

Mambo yenye kuonyesha jinsi hali iko

Asilimia (%) ya Programu kwenye wakubwa wa mitaa wanahusika katika kufafanua viwango vya ujenzi na katika kufuatilia shughuli za ujenzi

Asilimia (%) ya shughuli za ujenzi zenye zinaonyesha kushiriki kwa bidii kwa watu wenye walipatwa na mateso

Asilimia (%) ya nafasi za kujikinga zenye zimejengwa, kurekebishwa, kuboreshwa, kutiwa upya ao kutunzwa kulingana na mazoea salama ya ujenzi yenye kukubaliwa mu hali ya pekee na ya misiba

Asilimia (%) ya familia zenye zinaripoti kuwa zimepokea musaada wa kiufundi na muongozo wenye kufaa

Maelezo ya mwongozo

Kushiriki na kujitoa kwa watu wenye walipatwa na mateso: Kushiriki katika kazi za nafasi ya kujikinga na ujenzi kuapaswa kupatana na mazoea yenye iko mu mutaa. Programu za mafunzo na miradi ya mafunzo zinaweza kuongeza nafasi za kushiriki kwa watu wote wenye walipatwa na mateso (watu wenye walipatwa na mateso moja kwa moja na jamii ya ya kuwakaribisha) wakati wa ujenzi. Toa nafasi ya kushiriki mu kazi kwa wanawake na watu wenye ulemavu. Watu wasio na uwezo sana wa kufanya kazi za kimwili wanaweza kushiriki kazi kama vile kufuatilia vituo, kuchunguza hesabu, musaada wa usimamizi, kutunza watoto ao kupika chakula juu wenye kuhusika mu kazi ya ujenzi. Fahamu kwamba watu wenye walipatwa na mateso wanaweza kuwa na vizuizi vingine vya wakati vyenye kupingana. Vikundi vya wafanyikazi wa jamii wenye kujipendea ao wafanyakazi wa kulipwa wanaweza kusaidia juhudi za ujenzi wa familia moja moja, hasa zile zenye kuongozwa na mwanamuke, mutoto, muzee ao mutu wenye ulemavu. Ule musaada ni wa lazima kwa sababu vile vikundi vinaweza kuwa mu hatari ya kutendewa mubaya kingono wakati wa kutafuta musaada wa ujenzi.

Kuhusisha vijana mu kazi za ujenzi: ikiwa kuna sehemu ya muradi wa ujenzi kunaweza kuwapa vijana ujuzi wa maana sana, tumaini, hali ya heshima na umoja na amii.

Kuhusisha vijana mu kazi za ujenzi: ikiwa kuna sehemu ya muradi wa ujenzi kunaweza kuwapa vijana ujuzi wa maana sana, tumaini, hali ya heshima na umoja na jamii.

Hakikisha kwamba watoto wenye hawajatimiza kimango cha kadiri cha umri wa kufanya kazi hawashiriki katika kujenga wa nafasi ya kujikinga ao mu Programu ya ujenji wa nafasi ya kujikinga juu kulipwa feza-kwa-kazi. Watoto kati ya umri mudogo wa kufanya kazi (kawaida 14 ao 15) na umri wa miaka 18 wanapaswa kushiriki katika kulingana na njia yenye kufaa kufuatana na umri wao na kiasi ya maendeleo yao. Hakikisha kwamba kushiriki kwao kunaambatana na sheria za kitaifa zenye kutumika sasa. Chukua hatua ili kuhakikisha kwamba viwango vya kimataifa na haki ya wafanyakazi ya taifa zinaheshimiwa ili kuepuka kazi hatari na kazi ya watoto wenye hawajaeneza umri wa kufanya kazi. Kama kuko kushakia ao matatizo ao maulizo yoyote kwamba watoto wametutumikishwa inapaswa kupelekwa kwa wataalamu wa ulinzi wa watoto ao huduma za kijamii ⊕ *ona Kitabu CPMS*.

Utaalamu wa kiufundi: Toa mashauri juu ya maulizo kama vile mupangilio wa kituo nanafasi, ufundi wa ujenzi wa mahali, kuchunguzi uharibifu, kubomoa na kuondoa takataka, ujenzi, usimamizi wa vituo, uchunguzi wa majengo zenye zik jengo na usalama wa umwenyemali. Hii inaweza kuhakikisha kwamba nafasi za kujikinga inaheshimu viwango vyenye kuwekwa. Ujuzi wa masoko ya vifaa na kazi pia itakuwa ya lazima, na pia musaada wa kisheria na wa usimamizi ⊕ *ona Kiwango juu nafasi ya kujikinga na makao 6: Usalama wa kuwa mwenye mali.*

Kuheshimia kode za ujenzi: Tafuta kujua kama kode za ujenzi za taifa zinaheshimiwa kwa kawaida ao kutumikishwa. Ikiwa sivyo, tetea ili zitumikishwe na kuheshimiwa. Zile kode zinapaswa kuonyesha hali ya desturi za mahali kuhusu ujenzi, hali ya hewa, mapato, uwezo wa ujenzi na kutengeneza, urahisi wa kufikia uwezo wa kuipata. Hakikisha kwamba Programu ya nafasi ya kujikinga inaruhusu familia kuheshimia ao kufikia hatua kwa hatua kode na viwango, hasa katika Programu zenye kuomba musaada ya feza za mukono kwa mukono ili kutoa musaada ya nafasi ya kujikinga. Kwenye hakuna viwango, weka viwango vya kadiri kwa kushirikiana na viongozi wa mahali na wanaohusika (pamoja na watu wenye walipatwa na mateso kama inawezekana), illi kuhakikisha kwamba mambo yenye kuombwa ya usalama na ufundi inaheshimiwa.

Kuongeza uwezo wa kiufundi: Kuongeza uwezo wa jamii kwa kushiriki katika kutoa mafunzo na kuchochea kati ya watu wenye walipatwa na mateso, viongozi wa mahali, wataalamu wa ujenzi wa mahali, wafanyikazi wenye ujuzi na wasio na ujuzi, wenyemali wa manyumba, wataalamu wa kisheria na wenye kuhusika mu sekta wa mahali.

Katika maeneo yenye iko mu hatari ya misiba yenye kutokea kufuatana na majira ao yenye kurudiarudia, shirikisha wataalamu wa kiufundi na wataalamu wa mahali wenye kuwa na uzoefu na kuhusu suluhisho sahihi mazoea ya muzuri ya mahali yenye kufaa. Wale watu wanaweza kufahamisha mazoea ya kujenga na kusaidia kuendeleza njia ya muzuri ya kutatua.

Kutoa vifaa vya ujenzi: Wakati inawezekana kutoa haraka vifaa vya ujenzi vyenye kufaa, watu wenye walipatwa na mateso wanaweza kujenga nafasi ya kujikinga wao wenyewe. Ile musaada ya nafasi ya kuishi inaweza kuwa na vifaa tofauti tofauti ao vifaa vingi vyenye kufungwa pamoja, pamoja na vyombo vya ujenzi vyenye kufaa. Uchaguzi wa vifaa vya ujenzi unapaswa kuongozwa na uchuguzi na ukaguzi wa haraka wa soko pamoja na mafunzo ya matokeo juu ya mazingira.

Kutolewa kwa vifaa vya kujenga kunaweza kuwa na matokeo juu uchumi, wafanyakazi ao mazingira ya asili mu eneo. Mu hali zingine, vifaa vya aina venye kufaa vinaweza kukosekana ndani ya eneo. Mu hali kama ile, tumikisha vifaa vingine ao njia zingine ya kutengeneza vyenye kufanana, ao mifumo ya kujikinga ya kibiashara, lakini fikiria hatari za kutumia vifaa vyenye havieleweki mu desturi ya kienyeji. Epuka vifaa vyenye vilitengenezwa kupitia kutumikisha wafanyikazi ao watoto kama watumwa.

Majengo ya watu wote yenye iko salama: Jenga ao rekebisha majengo ya watu wote ya muda na ya kudumu kama vile masomo na vituo vya afya ili isikuwe hatari kwa afya ya watu wote na yenye kubakia nguvu wakati wa misiba. Vituo kama hivyo vinapaswa kuheshimia viwango vya ujenzi na taratibu za ruhusa ya serikali. Hakikisha usalama na rahisi wa kufikia kwa wote, pamoja na kwa watu wenye shida ya kutembea na kusema (ikiwezekana, ratibu na mashirika yanayowakilisha watu wenye ulemavu). Wasiliana na wakubwa wenye kuhusika wakati wa kukarabati na kujenga ile majengo. Anzisha ufundi wa kutumikisha na kutengeneza kwa bei ya kiasi.

Kusimamia kutolewa kwa vifaa na ujenzi: Panga kalendari ya ujenzi yenye iko na tarehe za kufikia miradi kubwa-kubwa, yenye iko na tarehe za kuanza na kumaliza ujenzi, na tarehe na muda wa kupangishwa kwa watu wenye walihamishwa. Hii inatumika hata kama ujenzi unasimamiwa na mwenyemali ao na sous-traitant. Kalendari inapaswa kufikiria vizuzi vya mwanzo wa majira ya hali ya hewa yenye kutazamiwa pamoja na mupango wa haraka wa matukio yenye haikutazamiwa. Anzisha usimamizi wa ujenzi na mufumo wa kufuatilia vifaa, kazi na usimamizi wa kituo. Ile mufumo inapaswa kushughulikia kupatikana kwa vifaa, ununuzi, usafirishaji, kuvishugulikia na usimamizi muda wote wenye kazi itaendelea.

Tumikisha wafanyikazi wa mahali ikiwezekana, ili kuongeza ujuzi wao na kusaidia maisha ya watu wenye walipatwa na mateso. Itisha wafanya kazi wenye kuwa na utaalamu wa pekee (kama vile wainjinia, waarshitekte, wenye kuunda mupangilio wa muji, wasimamizi wa kazi ao wanasheria) ili kutimiza kazi fulani za pekee.

Hakikisha kwamba mambo yenye kuhusu hali ya mazingira inashughulikiwa. Endeleza zoezi ya kutumia tena vifaa vyenye vilitupwa yenye inaweza kukubalika kijamii wakati haki kisheria na aina ya vile vifaa inaweza kusibitishwa ⊕ *onc Kiwango cha nafasi ya kujikinga na makao 7: Utunzaji wa mazingira.*

Kufanya jengo ikuwe muzuri zaidi na kuitunza: Musaada wa nafasi ya kujikinga wa kwanza kwa kawaida unatoa kiwango cha kadirii cha nafasi ya kuishi yenye kufunikwa ao yenye kufungwa. Hata hivyo, njia za ujenzi za kwanza na vifaa vinapaswa kuwezesha familia kutunza, kupatanisha na hali ao kuboresha makao ili kutimiza mahitaji yao ya muda murefu. Marekebisho inapaswa kufanywa salama na kwa kutumia vifaa vya mahali vyenye watu wanazoea na vya bei ya kiasi, kawa inawezekana.

Vyombo vya jamii: Weka njia ya kufuata yenye kuonyesha jinsi ya kuvitumikisha, tengeneza na kuweka kwa usalama vyombo na vifaa vya jamii ao vyenye vinatumikishwa kwa kuchangia.

6. Usalama wa kuwa mwenye mali

Usalama wa uwenyemali unamaanisha kwamba watu wanaweza kuishi katika nyumba zao bila kuogopa kufukuzwa kwa nguvu, iwe katika hali ya makao ya watu wengi, makao yenye haiko rasmi, jamii zenye kukaribisha ao kiisha kurudia. Ni musingi wa haki ya makao yenye kufaa na haki zingine nyingi za binadamu. Katika hali ya musaada ya musaada ya kibinadamu, njia ya kufuata ya kutenda hatua kwa hatua inaweza kuwa yenye kufaa zaidi. Ile ni kutambua kwamba watu wenye walihamishwa wanaweza kusaidiwa ii kufanya hali yao ya maisha ikuwe muzuri zaidi katika aina tofauti ya nyumba. Haimaanishe kutanguliza wenyemali kwa kutoa musaada, na haimaanishi kuwa na hali ya kudumu ao wenyemali. Wenye kuhusika mu mambo ya nafasi ya kujikinga wamekuwa wakiendeleza kuelewa yenye kuitwa "kuwa salama ya kutosha" katika kusudi ya kutengeneza aina mbalimbali za nafasi ya kujikinga zenye kupapatana na hali ya wenye kuwa mu hatari zaidi uwenyemali haiko hakika. Kwa kupata habari zaidi juu uchunguzi wenye unapaswa kufanya kwanza (due diligence) na wazo la "kuwa salama ya kutosha" ⊕ *ona Marejezo: Payne and Durand-Lasserve (2012).*

Kiwango cha nafasi ya kujikinga na makao 6: Usalama wa kuwa mwenye mali

Watu wenye wameatwa na mateso wako na usalama wa uwenyemali mu chaguo za nafasi yao kujikinga na makao.

Matendo ya lazima

1 ⟩ Anzisha uchunguzi wa mapema wakati wa kuunda Programu na kuitumikisha.

- Fikia usalama wa kisheria kadiri inawezekana kuhusu uwenyemali (njia ya kufuata ya "kuwa salama ya kutosha"), kufuatana na hali yenye iko na vizuizi.
- Ratibu na kufanya kazi pamoja na wakubwa, wataalamu wa sheria na forums inter-agences za mahali.

2 ⟩ Kuelewa mufumo wa kisheria na ukweli juu ya sehemu ya udongo.

- Fanya ramani ya mifumo na mipango ya uwenyemali kuhusu hali ya nafasi ya kujikinga na makao kisha matatizo; tambua jinsi ile iko na matokeo juu ya vikundi vyenye viko mu hatari zaidi.
- Fanya kazi na wakubwa wa mitaa ili kuelewa ni sheria gani zitatiwa nguvu zaidi na zenye hazitafanywa hivi, na kalendari ya wakati yenye kufaa.
- Elewa jinsi uhusiano wa uwenyemali unasimamiwa na mabishano kutatuliwa, na jinsi ile mazoea inaweza kubadilika tangu mwanzo wa matatizo.

3 ⟩ Elewa jinsi mifumo, mipango na mazoea ya uwenyemali vinakuwa na matokeo juu ya usalama wa uwenyemali wa vikundi vyenye kuwa mu hatari zaidi.

- Tia ndani usalama wa uwenyemali kama moja kati ya mambo yenye kuonyesha hali ya kuwa mu hatari zaidi.

- Elewa ni dokima gani zenye zinaweza kuhitajika na watu wenye kushiriki katika Programu, ukitia mu akili kwamba wenye wako mu hatari zaidi wanaweza kuzikosa, ao kushindwa kuzipata.
- Hakikisha kwamba mu musaada hamuna magendo ya kupendelea mapatano ya uwenyezi-upangaji ao mapatano wa haki yote juu ya mali.

4 > Anzisha Programuya nafasi ya kujikinga na makao ili kutegemeza usalama wa uwenyemali.

- Tumikisha utaalamu wa mahali kupatanisha Programu yenye ilipangwa na aina tofauti za uwenyemali, hasaa zaidi kwa vikundi vyenye kuwa mu hatari zaidi.
- Hakikisha kwamba dokima za lazima, kama barua za serikali za uwenyemali wa sehemu ya udongo, zimetayarishwa jinsi inafaa na inaonyesha haki za pande zote.
- Punguza hatari yenye Programu ya nafasi ya kujikinga inaweza kuleta ao kushiriki kuleta mu mivutano ndani ya jamii na jamii za kandokando.

5 > Tegemeza ukingo kutokana na kufukuzwa kwa kulazimishwa.

- Katika kisa cha kufukuzwa, au hatari ya kufukuzwa, anzisha kuelekeza ili kutambua uwezekano mwengine wa nafasi ya kujikinga na musaada mwingine wa sekta ya musaada.
- Saidia kutatua mizozo.

Mambo yenye kuonyesha jinsi hali iko

Asilimia (%) ya wenye kupokea nafasi ya kujikinga wenye kuwa na usalama wa uwenyemali wa chaguo yao ya nafasi ya kujikinga na makao angalau kwa muda wenye Programu fulani ya musaada itadumu

Asilimia (%) ya wenye kupokea nafasi ya kujikinga wenye kuwa na makubaliano yenye kufaa ya usalama wa uwenyemali wa chaguo lao nafasi ya kujikinga

Asilimia (%) ya wenye kupokea nafasi ya kujikinga wenye kuwa na matatieo ya uwenyemali wenye wamefikia, kwa kujitegemea ao kwa njia ya kuelekezwa, huduma za kisheria na/ao njia za kutatua mabishano

- ⊕ *ona Kanuni ya Ukingo 4.*

Maelezo ya mwongozo

Uwenyemali ni uhusiano kati ya vikundi ao watu kipekee kuhusu makao na sehemu ya udongo, wenye kuhakikisha kupitia sheria serikali ao sheria za kimila, zenye haziko rasmi ao za kidini. Mifumo ya uwenyemali inaamua ni nani anaweza kutumia mapato gani, kwa muda gani, na katika hali gani. Kuna aina nyingi za mapatano ya uwenyemali, kuanzia uwenyemali kamili na mapatano ya kulipia yenye iko rasmi ya upangishaji mu hali ya haraka na makao yenye haiko rasmi. Haizuru mapatano ya uwenyemali ni ya namna gani, watu wote bado wako na haki ya kuwa na makao, sehemu ya udongo na mali. Watu wenye kuishi katika makao yenye haiko rasmi, wenye mara nyingi ni wenye kuhamishwa ndani inji yao, wanaweza kukosa haki ya kisheria wa kukaa ku sehemu ya udongo lakini hata hivyo wako na haki ya kuwa makao yenye kufaa na ukingo juu ya kufukuzwa kutoka mu nyumba yao. Ili kuamua kama kuko usalama wa uwenyemali sahihi, habari kama dokima za uwenyemali na kutumikisha ufundi wa kuchunguza mbele ya wakati ni yenye kuombwa.

Usalama wa uwenyemali ni sehemu ya maana ya haki ya makao yenye kufaa. Inahakikishia ulinzi wa kisheria juu ya kufukuzwa kwa kulazimishwa, kunyanyaswa na vitisho vingine na inawawezesha watu kuishi katika nyumba zao kwa usalama, amani na heshima. Watu wote, pamoja na wanawake, wanapaswa kuwa na kiasi cha usalama wa uwenyemali wenye kuwahakikishia ukingo wa kisheria juu ya kufukuzwa kinguvu, kunyansyaswa na vitisho vingine. Ni lazima kuelewa jinsi uhusiano kati ya uwenyemali, na njia za kutatua mabishano, zinasimamiwa na kufanywa, na ni jinsi zinaweza kuwa zimebadilika tangu mwanzo wa matatizo. Ndani ya habari za kusaidia kufanya uchunguzi wa usalama wa uwenyemali munaweza kuwa idadi ya mabishano, kiasi cha wenye kufukuzwa na maoni ya watu ya usalama wa uwenyemali.

Kuimarisha haki ya uwenyemali hatua kwa hatua: Moja kati ya njia za muzuri zaidi ya kuimarisha usalama wa uwenyemali ni kutegemea mifumo ya uwenyemali yenye iko na kiasi cha uhalali wa kijamii ⊕ *ona Marejezo: UN Habitat and GLTN Social Tenure Domain Model, na Payne and Durand-Lasserve (2012).*

Kufikiria hali mu miji mikubwa: Watu wengi wenye kuhamishwa wenye kuwa mu miji mikubwa wanaishi katika makao ya haraka ao katika makao ya kulipia bila mapatano rasmi ya uwenyeji, ya kulipia na/ao ya matumizi. Kwa hivyo, hatari ya kufukuzwa kwa kulazimishwa na kutumikishwa kama mutumwa na ya kunyanyaswa zenye kuhusiana na ile makao ni kawaida ya maisha yao. Uwezekano wa musaada ya nafasi ya kujikinga na makao mu maeneo ya miji mikubwa unapaswa kufikiria hali mbalimbali ya magumu ya uwenyemali na kufikiria njia ya kufuata kuongeza hatua kwa hatua usalama kwa wenye kupangia, wakaaji wenye hawako rasmi, wenye kukaa mu manyumba kinyume na sheria na wengine.

Usifanye mambo yenye kuzuru: Katika hali zingine, musaada wa musaada ya kibinadamu kuhusu nafasi ya kujikinga unaweza kusababisha kufukuzwa kwa vikundi vyenye viko mu hatari zaidi. Katika hali zingine, kutetea haki ya usalama wa haki ya uwenyemali kunaweza kuongeza hatari ya kufukuzwa kwa vikundi vyenye viko mu hatari zaidi. Njia ya kufuata yenye kiasi na busara itasaidia kutambua hatari yenye iko kuhusu usalama wa uwenyemali yenye inaweza kufikia vikundi tofauti. Katika hali nyingine, wakati zile hatari za usalama wa uwenyemali ni kubwa sana, inaweza kuwa muzuri zaidi kutofanya chochote kabisa.

Hali zenye kwa kawaida zinachochea kufukuzwa: Tishio la kufukuzwa linatokana na kuingiliana kwa hali mbalimbali, zenye mingi kati yazo pia ni vichocheo vya kunyanyasa na kutendea mubaya. Kati ya zile hali muko:

- kukosa uwezo wa kulipia feza zenye kuombwa, mara nyingi kwa sababu ya vizuizi vya njia ya kuishi kama vile haki ya kufanya kazi;
- kukosekana kwa makubaliano ya kulipia yenye kuandikwa pamoja na mwenye nyumba, inafanya watu wakue katika hatari ya kuongezewa bei na ya kufukuzwa;
- mabishano na mwenyezi wa sehemu ya udongo;
- kubagua watu wenye wako mu hatari;

- vizuizi katika kuboresha mazingira ya makao, vinaweka wenye hawara barua za serikali za kuruhusu kujenga mu vitisho vya kufukuzwa kila wakati;
- wenye kutumia ao wakaaji wa maeneo yenye kuweza kujengwa wenve hawana uwezo wa kutengeneza hali yao mbele ya wasimamizi wa kijamii;
- mapatano kuhusu makao yenye kufanywa kufuatana na mufumo wa kiasili ao kidini, ni kusema mu njia yenye haitambuliwi na sheria ya serikali, ao kinyume cha ile hali;
- kwa wanawake: talaka, jeuri ya mwenzi ao aina zingine za jeuri, ao kifo cha mume; na
- ukosefu wa dokima za kiraia zenye kuhusu wanawake (wenye kuandikwa ku dokima za baba ao bwana) na kwa vikundi vingine vya watu wenye kubaguliwa ao kutatizwa.

Kufukuzwa na kuhamishiwa nafasi ingine: Kuhamishiwa ku nafasi ingine kunaweza kuambatana na haki ya musaada ya kibinadamu wakati kuko na muradi wa kulinda afya na usalama wa wakaaji wenye walifikwa na misiba a asili, hatari za mazingira ao kukinga mapato ya mazingira. Hata hivyo, kutumia vibaya sheria zenye kulenga kulinda afya ya watu wote na usalama wa mazingira ili kuhalalisha kufukuza watu bila hatari ya kweli, ao chaguo zingine ziko, ni kinyume na sheria za kimataifa za haki za musaada ya kibinadamu.

7. Utunzaji wa mazingira

Utunzaji wa mazingira unashughulikia kufanya mipango ya hekima yenye kutimiza mahitaji ya wakati huu bila kutia mu hatari uwezo wa vizazi vyenye kuja wa kutimiza mahitaji yao. Kupuuza matatizo ya mazingira kwa muda mufupi kunaweza kufanya kurudia mu hali ya muzuri kusiwezekane, kuzidisha matatizo yenye iko ao kutokeza ingine ya mupya ⊕ *ona Kanuni ya Ukingo 1* na *Kanuni za Musingi za Mashirika ya Kutoa Musaada 3 na 9*.

Kiwango cha nafasi ya kujikinga na makao 7: Utunzaji wa mazingira

Musaada wa nafasi ya kujikinga na makao unapunguza matokeo yoyote ya mubaya ya Programu juu ya mazingira ya asili.

Matendo ya lazima

1 ⟩ Ingiza uchunguzi wa usimamizi wa matokeo juu ya mazingira ndani ya mipango yote ya nafasi ya kujikinga na makao na makao.

- Chunguza matokeo ya matatizo juu ya mazingira na hatari juu mazingira na uzaifu, ili kupunguza matokeo ya mubaya ya chaguo za nafasi ya kujikinga na makao.
- Kuingiza mupango wa usimamizi wa mazingira ndani njia ya kufuata ili kutumikisha na kufuatilia.

2 ⟩ Chagua vifaa na ufundi vyenye kudumu zaidi katika chaguo zenye kufaa.

- Pendelea zile zenye hazikaushe mali ya asili ya mahali ao kushiriki kuongeza uharibifu wa mazingira wa muda murefu.
- Okoa na kutumia tena, tumikisha ku kazi ingine ao kugeuza mu vitu kingine vifaa vyenye viko, pamoja vyenye kupasuka-pasuka.

3 ⟩ Simamia takataka ngumungumu mu njia yenye kuwa salama, kwa wakati unaofaa, kwa kuheshimu desturi za mahali na mazingira katika makao zote.

- Ratibu na wakubwa wa WASH, afya, kazi za watu wote na wakubwa wengine, sekta za watu za kipekee na wengine wenye kuhusika ili kuanzisha ao kuanzisha tena mazoea ya kuendelea ya kusimami takataka.

4 ⟩ Anzisha, rudisha na kuendeleza mifumo ya kutoa nishati yenye kuwa salama, yenye kutegemeka, ya bei yenye kufaa na yenye kuendeleza mazingira.

- Amua kama mifumo yenye iko ya kutoa nishati iko na matokeo ya mubaya ya kimazingira juu ya mali ya asili, kuchafua mazingira, ku afya na usalama.
- Hakikisha kwamba chaguo yoyote ya mupya ao yenye ilisahihishwa ya kutoa nishati inatimiza mahitaji ya watumiaji, na toa mafunzo na kufuatilia kama inahitajika.

5 Kinga, rudisha mu hali ya muzuri na tia mu hali ya muzuri zaidi samani ya kimazingira ya vituo vyenye kutumikishwa (kama makao ya muda) wakati na kisha kuvitumia.

- Chunguza hali ya mazingira ya musingi na mapato ya asili ya eneo kwa kila kituo na tambua hatari za mazingira, pamoja na zile za matumizi ya kibiashara ao ya viwanda za mbele.
- Ondoa hatari za haraka na zenye kuwa wazi mu eneo hilo ra kutengeneza uharibifu wowote wa mazingira, na kuendelea kuhakikisha kwamba kuondolewa kwa mimea ya asilia na kuharibika kwa mifereji ya asili kunabakia ku kiasi cha chini.
- Acha kituo mu hali yenye itawawezesha watu wa eneo hilo kukitumia palepale, na kama inawezekana, kukiacha mu hali ya muzuri zaidi ku iko mbele.

Mambo yenye kuonyesha jinsi hali iko

Asilimia (%) ya kazi zenye kuhusu nafasi ya kujikinga na makao zenye zimetanguliwa na ukaguzi wa mazingira

Hesabu ya mapendekezo yenye kuwa ndani ya Mipango ya usmamizi wa mazingira na mupango wa kufuatilia yenye umetumikishwa

Asilimia (%) ya majengo ya nafasi ya kujikinga yenye kutumia vifaa vyenye kuzalisha hewa ya karbone ya kiasi cha chini na njia ya kuvitoa

Asilimia (%) ya takataka ngumungumu kwenye vituo yenye inatumikishwa tena, yenye inatumikishwa ku kazi ingine ao yenye inageuzwa ili kufanya vitu vya mupya

- Muradi > asilimia 70 kwa kila ukubwa

Vituo vya makao ya muda vyenye vimerudishwa mu hali ya muzuri zaidi ya mazingira kuliko mbele ya kuvitumikisha

Maelezo ya mwongozo

Uchunguzi wa matokeo juu ya mazingira uko na mambo matatu: maelezo ya musingi ya mazingira ya mahali yenye kufanyiwa uchunguzi; kuelewa kazi yenye ku fikiriwa na uwezekano wa hatari yenye ile kazi inaweza kutokeza juu ya mazingira; na kuelewa matokeo kama ile hatari inatokea.

Inaweza kuwa muzuri kuzungumuza na mashirika yenye kuhusika na mazingira yenye kufaa. Mu nukta za maana za kufikiria katika uchunguzi ya matokeo juu ya mazingira muko zenye kufuata:

- kufikia na kutumia mapato ya asili ya eneo mbele ya matatizo, kama vile mafuta ya kuwashia moto na vifaa vya ujenzi, kutolewa kwa maji na kusimamia takataka ngumungumu;
- ukubwa wa mapato ya asili yenye iko na matokeo ya matatizo juu ya ili mali; na
- magumu ya kijamii, ya kiuchumi na ya kidesturi (pamoja na madaraka ya wanawake na wanamume) yenye inaweza kuwa na matokeo ya kudumu juu ya musaada na kuboresha kufaulu na kufanikiwa kwayo kwa ujumla.

Kutolewa kwa vifaa: Wakati wa kutoa mali ya asili kama vile maji, mbao, muchanga, udongo na nyasi, na mafuta ya kuchoma matofali na vigai vya paa, uelewe muzuri hatari juu ya mazingira. Endeleza kutumikisha mali tofauti tofauti, kutumiaji tena vifaa vilivyyenye viliokotwa na kutengeneza vifaa vingine. Kupanda miti kunaweza kuwa njia ya muzuri ya kutengeneza vifaa vya ujenzi vya kudumu. Epuka kutumia vifaa vyenye vimetengenezwa kupitia kutumikisha watu wazima na watoto kama watumwa ⊕ *ona Kutoa musaada kwa njia ya soko.*

Kuchagua kituo: Uchunguzi wa matokeo juu ya mazingira unapaswa kusaidia juu ya kuchagua kituo. Kwa mufano, kutia makao karibu na majengo ya zamani kunaweza kupunguza matokeo juu ya mazingira yenye kutokana na ujenzi wa majengo ya mupya. Fikiria kukabili hatari zenye kuhusiana na hali ya hewa ⊕ *ona Kiwango cha nafasi ya kujikinga na makao 2: Mupango wa mahali na makao.*

Miporomoko ya udongo: Linda miti na ingine mimea ili kuleta usitawi wa udongo na kuongeza kivuli na ulinzi juu ya hali ya hewa. Kutumia muzunguko wa asili wa uwanja juu ya huduma kama barabara, njia za miguu na mitandao ya mifereji ya maji, kunapunguza miporomoko ya udongo na mafuriko. Kama ni lazima, fanya mifereji ya kuporomosha maji, kanivo ya kupitisha mifereji ya maji chini ya barabara ao kuvimbisha sehemu fulani za udongo yenye kupandiwa mimea juu yake ili kuzuia miporomoko wa udongo. Kwenye muinamo wa udongo uko zaidi ya asilimia 5, ufundi wa kiinjinia ni lazima utumiwe ii kuzuia miporomoko ya zaidi.

Kusimamia vipande-vipande vya takataka na kutumia tena takataka ao kuzigeuza mu vitu vipya: Mupango wa kusimamia vipande-vipande vya takataka palepale kisha matatizo na unasidia kuokota takataka na kuzitumia tena, kuzitumia ku kazi ingine ao kuzigeuza mu vitu vya mupya ao kuondoa takataka kwa njia salama.

Kuko uwezekano wa kutumia tena ao kugeuza mu vitu vya mupya kusudi takataka ngumungumu zenye zimepatikana katika huduma za musaada ya kibinadamu. Kutumiaji tena vifaa katika mipango ya musaada ya kibinadamu, ndani ya mupango wa ujumla wa kusimamia takataka ngumungumu, inategemea mutazamo wa malezi kuhusu kutunza takataka, na ukaribu wa kampuni zenyz kuwa tayari kununua vifaa vyenye vilitenganishwa. Mazingira ya musaada ya kibinadamu inatoa uwezekano wa kutumikisha tena vifaa kwa kutumikisha akili ya kuunda vitu vya mupya ⊕ *ona Kiwango cha WASH cha kushugulika na mavi 3.1* na *Kiwango cha WASH cha kushugulika na takataka ngumungumu 5.1 na 5.3.*

Nishati: Wakati wa kufanya kazi juu matumizi ya nishati, fikiria hali ya hewa, mali ya asili zenye ziko, kuchafua hewa ndani na nje, matokeo juu ya afya, usalama, na mapendezi ya watumiaji. Ikiwezekana, Programu inapaswa kupunguza mahitaji ya nishati ya familia. Mipango yenye kufaa ya nishati, kutumia njia zenye haziombe nishati kwa wingi za vifaa joto ao vya baridi, na kutumia vyombo vya nyumbani kama taa za nishati ya jua kunapunguza garama za familia na matokeo mabaya juu ya mazingira ⊕ *ona Kiwango cha usalama wa chakula na malisho 5: Usalama wa chakula wa ujumla.*

Tambua hatari yenye kupata watu wote yenye kusababishwa na vifaa vya nishati vyenye kuharibika, kwa mufano singa za nguvu ya umeme zenye kuharibika, kuvuja kwa propane ao kwa tanki za mafuta ya kuwashia moto. Ratibu na serikali za mitaa na wachuuzi wa nishati ili kurekebisha, kutoa na kudumisha huduma za nishati. Musaada ya feza ao njia zingine za kuchochea zinaweza kuwa chaguo la kuhakikisha usalama na kupunguza kuchafua mazingira ao mukazo juu ya mali ya asili.

Kusimamia mali ya asili: Kwenye mali ya asili yenye kuruhusu kutegemeza ongezeko ya watu mu makao ya wanadamu inapunguka, mupango wa kusimamia mali ya asili unakuwa wa lazima sana. Kama ni lazima, wasiliana na wataalamu wa inje. Mupango wa kusimamia mali unaweza kupendekeza kutolewa kwa mafuta ya kuwashia moto ya inje na chaguo za nafsi ya malisho ya mifugo, mazao ya kilimc na vyanzo vingine vya mapato yenye kutegemea mali ya asili. Makao makubwa, yenye kusimamiwa vizuri inaweza kuwa ya kudumu zaidi ku maoni ya kimazingira kuliko makao ya kidogo kidogo yenye kutawanyika yenye haiko rahisi kusimamiwa ao kuchunguza. Hata hivyo, makao makubwa ya jamii inaweza kuweka mikazo mikubwa zaidi juu ya jamii za kukaribisha za kandokando kuliko makao ya kidogokidogo, yenye kutawanyika. Wafanyakazi wa sekta ya nafazi ya kujikinga wanapaswa kila wakati kufikiria matokeo ya musaada ya juu ya mahitaji ya watu wenye kukaribisha kuhusu mali ya asili ⊕ *ona Kiwango cha Musingi za Mashirika ya Kutoa Musaada Kujitoa 9* na *Kitabu LEGS*.

Hali ya miji mikubwa na hali ya mashambani: Watu wenye kuishi mu maeneo ya mashambani kwa ujumla wanategemea zaidi mali ya asili katika mazingira ya kandokando yao, tofauti na wakaaji wa miji mikubwa. Hata hivyo, maeneo ya miji mikubwa inachukua idadi kubwa ya mali ya asili kama mbao, muchanga na ciment, matofali na vifaa vingine vya ujenzi vya asili, kutoka eneo kubwa zaidi ya huduma. Uamuzi wenye kutegemea ufahamu unapaswa kuchukuliwa wakati wa kutumia vifaa vingi vya ujenzi katika miji mikubwa mu Programu ya nafasi ya kujikinga mu miji mikubwa ao ingine ya kiasi kikubwa, yenye inaweza kuwa na matokeo juu ya mazingira na inaweza kufika mbali zaidi ya eneo la kutumikisha Programu

Nyongeza 1
Liste ya mambo ya kuchunguza kuhusu ukingo na makao

Liste hii ya maulizo inasaidia kuhakikisha kwamba habari zenye kufaa zinapatikana ili iangazie kutolewa kwa musaada wa nafasi ya kujikinga kiisha matatizo. Kutumia ile liste ya maulizo hakulazimishwe. Uitumie na kuipatanisha na hali kulingana na mahitaji.

Habari juu ya sababu zenye kufichama za matatizo, hali ya usalama, musingi wa idadi ya watu wenye walihamishwa na idadi yoyote ya wakaaji wenye kukaribisha, na watu wa musingi wa kuwasiliana nao, inahitajika kupatikana kila moja nafasi yake.

Uchunguzi na uratibu
- Utaratibu wenye kukubaliwa umeanzishwa na wakubwa wenye kuhusika na mashirika ya musaada ya kibinadamu?
- Ni habari gani za musingi zenye kupatikana kuhusu watu wenye walipatwa na mateso? Na ni hatari gani na hasara gani ao hali ya hatari zaidi zenye kujulikana zenye zimegusa nafasi ya kujikinga na makao?
- Kuna mupango wa kutumia kukitokea hali ya haraka ili kuongoza mupango wa musaada?
- Ni habari gani za uchunguzi za kwanza zenye ziko tayari?
- Kuko uchunguzi wa upatano kati ya maofisi mbalimbali (inter-agences) na/ao wa sekta mbalimbali (multisectorielle) wenye umepangwa na utaangalia pia nafasi ya kujikinga, makao na vifaa vya nyumbani?

Kujifunza hesabu ya wakaaji
- Ni watu wangapi wanaunda familia kwa wastani?
- Ni watu wangapi wenye walipatwa na mateso wanaishi katika aina tofauti za familia? Fikiria vikundi vinavyoishi inje ya viungo vya kifamilia, kama vile vikundi vya watoto wenye hawana mutu wa kuwasindikiza, familia zenye hazina ukubwa wa wastani, ao hali zingine. Gawanya habari kufuatana na hali ya wanawake na wanamume, umri, ulemavu na kabila, uhusiano wa luga ao wa kidini kama inafaa katika kufuatana na hali.
- Ni familia ngapi zenye zilipatwa na hatari zenye hazina nafasi ya kujikinga yenye kufaa, na familia zenyewe ziko wapi?
- Ni watu wangapi, wenye kupangwa kufuatana na hali ya wanawake na wanamume, uzee na ulemavu, wenye hawana washiriki wa familia za kipekee na/ao nafasi ya kujikinga yenye kufaa, na wanapatikana wapi?
- Ni familia ngapi zenye zilipatwa na hatari zenye hazina nafasi ya kujikinga yenye kufaa zenye hazikuhamishwa na zinaweza kusaidiwa kwenye vituo ya nyumba zao za asili?
- Ni familia ngapi zenye zilipatwa na hatari zenye hazina nafasi ya kujikinga yenye kufaa zenye zilihamishwa na zinahitaji musaada wa nafasi ya kujikinga pamoja familia zenye ziliwakaribisha ao katika makao ya muda?
- Ni watu wangapi, wenye kugawanywa kufuatana na hali ya wanawake na wanamume na uzee, wanakosa kufikia majengo ya kijamii kama masomo, vituo vya huduma ya afya na vituo vya kijamii?

Hali zenye zinaweza kutokeza hatari

- Ni hali gani zenye zinaweza kutokeza hatari ku maisha, afya na usalama zenye kutokana na ukosefu wa nafasi ya kujikinga yenye kufaa, na ni watu wangapi wenye kuwa mu ile hatari?

- Ni hali gani za hatari zenye haziko za moja kwa moja ku ma sha ya watu, afya na usalama zenye kutokana na ukosefu wa nafasi ya kujikinga yenye kufaa?

- Namna gani mifumo ya uwenyemali, mapatano na mazoea ya uwenyemali iko na matokeo juu ya usalama wa uwenyemali wa watu wenye kuwa mu hatari zaidi na wale wenye kubaguliwa?

- Kuna hali gani za hatari za pekee zenye watu wenye kuwa mu hatari zaidi wanashindana nazo, ni kusema wanawake, watoto, watoto kisheria wenye hawana mutu wa kuwasindikiza, na watu wenye kuwa na ulemavu ao wenye kuwa na ugonjwa wa muda murefu, kwa sababu ya ukosefu wa nafasi ya kujikinga yenye kufaa, na kwa nini?

- Kuko matokeo gani ku wakaaji wowote wenye kukaribisha yenye kutokea ku kuwapo kwa watu wenye walihamishwa?

- Kuna hatari gani za migogoro au ubaguzi kati ya au kati ya vikundi kati ya watu vyenye walipatwa na mateso, haswa kwa wanawake na wasichana?

Mapato na vizuizi

- Ni mapato gani ya kimwili, kifeza na ya musaada ya kibinadamu yenye watu wenye walipatwa na mateso wako nayo yenye inaweza kusaidia kutimiza mahitaji yao mamoja ao yote ya haraka kuhusu nafasi ya kujikinga?

- Ni magumu gani yenye kuhusu kupatikana kwa sehemu ya udongo, uwenyemali na matumizi ya udongo yenye kutia mu hatari uwezo wa watu wa kutimiza mahitaji yao ya haraka kuhusu nafasi ya kujikinga, pamoja na makao ya jamii kwa muda kama inahitajika?

- Ni hali gani ya hatari yenye inaweza watu wenye kukaribisha watu wenye walihamishwa ndani ya nyumba zao ao kwenye sehemu ya udongo ya karibu?

- Kuko uwezekano na vizuizi gani vyenye vinaweza kuwa na matokeo juu kutumia nyumba za orofa zenye kupatikana zenye ziko na hazikupatwa na hasara ao majengo ili kupangisha kwa muda watu wenye walihamishwa?

- Kuko sehemu ya udongo yenye inaweza kufikiwa na yenye iko wazi yenye kuweza kufaa juu makao ya muda, kwa kufikiria hali yake ya kijeografia na vizuizi vingine vya kimazingira?

- Ni mambo gani yenye kuombwa kisheria na vizuizi vyenye vinaweza kua na matokeo juu ya maendeleo ya suluhisho ya nafasi ya kujikinga?

Vifaa, muundo na ujenzi

- Ni suluhisho gani ya kwanza ya nafasi ya kujikinga ao ya vifaa vyenye watu wenye walipatwa na mateso, wakaaji wenye walipatwa na mateso ao wenye kusika wengine wametoa?

- Ni vifaa gani vyenye viko vyenye vinaweza kuokotwa kutoka ku vituo vyenye viliharibiwa ili kutumika katika ujenzi wa nafasi za kujikinga?

- Ni mazoea gani ya kawaida ya ujenzi ya watu wenye walipatwa na mateso na ni vifaa gani vyenye wanatumia kwa muundo wa jengo, paa na kuta za inje?

- Ni suluhisho gani za zaidi za kuunda ao za vifaa zenye zinaweza kupatikana na kufahamika au kukubalika kwa watu wenye walipatwa na mateso?

- Ni hali gani ya muundo zitakuwa kihakikisho cha kufikia na matumizi salama na haraka ya suluhisho ya nafasi ya kujikinga kwa watu wote wenye walipatwa na mateso?
- Jinsi gani suluhisho za nafasi ya kujikinga zenye zilitambuliwa zinawezaje kupunguza hatari na uzaifu wa wakati ujao?
- Nafasi za kujikinga zinajengwa namna gani kwa kawaida, na zinajengwa na nani?
- Vifaa vya ujenzi vinapatikana namna gani kwa kawaida, na ni nani mwenye kuvitoa?
- Namna gani wanawake, vijana, watu wenye ulemavu na wazee wanaweza kupatiwa mafunzo ao kusaidiwa kushiriki katika ujenzi wa nafasi yao ya kujikinga, na kuko vizuizi gani?
- Wakati watu kipekee ao familia zinakosa uwezo wa kujenga nafasi yao ya kujikinga itahitaji musaada wa zaidi ili kuwategemeza? Ndani ya mifano muko kutoa musaada wa wafanyakazi wa kujipendea ao wa wafanyakazi wa kulipwa ili kutoa musaada wa kiufundi.

Familia na kazi za njia ya maisha

- Ni kazi gani za nyumbani za njia ya kuishi zenye kuwa kawaida zinafanyika mu nafasi ya kujikinga ao kandokando ya watu wenye walipatwa na mateso, na jinsi gani matokeo ya vifaa na mupangilio wa nafasi inaonekana mu zile shuguli?
- Ni uwezekano gani wa kupata musaada wa njia ya kuishi yenye kupatana na sheria na kudumisha mazingira wenye unaweza kutolewa mu njia ya kutoa vifaa vya ujenzi na suluhisho kuhusu nafasi ya kujikinga na makao?

Huduma za musingi na majengo ya jamii

- Kuko kupatikana gani kwa maji ya kunywa na ya usafi wa kipekee kwa sasa, na kuko uwezekano na vizuizi gani kwa kutimiza kimbele mahitaji ya choo na usafi?
- Kuko majengo gani ya kijamii (kama vile vituo vya afya, masomo na mahali pa ibada) yenye kupatikana sasa, na kuko uwezekano na vizuizi gani kwa kufikia ile majengo?
- Wakati majengo ya jamii, zaidi sana masomo, inatumikishwa kwa kupangisha watu wenye walihamishwa, ni nini njia ya kufuata na kalendari juu ya kurudisha ile majengo ku matumizi yake ya mwanzo?

Wakaaji wenye kukaribisha na matokeo juu ya mazingira

- Kuko matatizo gani ya wasiwasi kwa wakaaji wenye kukaribisha?
- Kuko vizuizi gani vya kitengenezo na vya kiwili vyenye kuhusu kupangisha watu wenye walihamishwa kati ya wakaaji wenye kukaribisha ao mu makao ya muda?
- Kuko mahangaiko gani ya kimazingira kuhusu kutolewa kwa vifaa vya ujenzi mu eneo?
- Kuko mahangaiko gani ya kimazingira kuhusu mahitaji ya watu wenye walihamishwa ya mafuta ya kuwashia moto, usafi wa mazingira, kuondoa takataka, na malisho ya wanyama, kutaja tu ile mwa wengine?

Vifaa kwa ajili ya mahitaji ya jamaa

- Ni vifaa gani vya lazima sana vyenye haviko vyakula vyenye kuhitajiwa na watu wenye walipatwa na mateso?
- Inawezekana kupata vifaa vyenye haviko vyakula vyenye kuombwa ndani ya eneo?

- Inawezekana kukutumikisha bon?
- Musaada wa kiufundi utahitajika ili kukamilisha kutolewa kwa vifaa vya nyumbani?

Mavazi na vifaa vya kulalia

- Ni aina gani za nguo, blanketi na vifaa vya kulalia vyenye wanawake, wanamume, watoto wadogo na watoto wachanga, wanawake wenye mimba na wenye kunyonyesha, watu wenye ulemavu na watu wazee hutumia kwa kawaida? Je! kuko maoni fulani ya kijamii na ya malezi yenye inafaa kufikiria?
- Kuko wanawake na wanamume wangapi wa umri zote, watoto wadogo na watoto wachanga wenye wako na mavazi, blanketi na vifaa vya kulalia vyenye havifae ao vyenye havitoshe, ili kuwakinga kutokana na matokeo ya mubaya ya hali ya hewa na kudumisha afya yao, hali yao ya heshima na ustawi wao?
- Kuko hali gani zenye zinaweza kuwa hatari ku uhai, usalama na ukingo wa watu wenye walipatwa na mateso kama mahitaji yao ya mavazi, blanketi ao vifaa vya kulalia haitimizwe?
- Ni hatua gani za kupiganisha vidudu vya kuleta magonjwa ya kuambukiza, zaidi zana kwa kutoa mustikere, zinahitajika ili kukinga afya na hali ya muzuri ya mafamilia?

Kupika na kukula, jiko na mafuta ya kuwashia moto

- Ni vyombo gani vya kupikia na kukulia vyenye mafamilia ya kawaida walikuwa na uwezekano wa kufikia mbele ya matatizo?
- Ni familia ngapi zenye hazina uwezekano wa kufikia vifaa vya kutosha vya kupikia na kukulia?
- Namna gani watu wenye walipatwa na mateso kwa kawaida wanapika na kutia joto ndani ya makao yao mbele ya matatizo, na walikua wanapikia wapi?
- Ni mafuta gani ya kuwashia moto kwa kawaida ilitumika kwa kupikia na kutia joto mbele ya matatizo, na ilikuwa inapatikana wapi?
- Ni familia ngapi zenye hazifikie kupata jiko kwa kupikia na kwa kutia joto vyenye kufaa, na ni sababu gani?
- Ni familia ngapi zenye hazifikie kupata mafuta ya kuwashia moto yenye kufaa ili kupikia na kutia joto?
- Kuko uwezekano na vizuizi gani (hasa zaidi wasiwasi kuhusu mazingira) kwa kupata mafuta ya kuwashia moto kwa kiasi cha kutosha kwa ajili watu wenye walipatwa na mateso na wakaaji wa kandokando?
- Kuko hali gani ya hatari kwa watu vyenye walipatwa na mateso, na hasa zaidi wanawake wa umri zote, kwa kutafuta njia ya kupata mafuta ya kuwashia moto ya kiasi cha kutosha?
- Kuko mambo ya kufikiria kwa njia ya pekee yenye kuhusu mazoea ya kidesturi juu ya kupika na chakula?

Vyombo na vifaa

- Ni vyombo gani vya musingi vya kukarabati, kujenga ao kutunza nafasi ya kujikinga vyenye kupatikana ku mafamilia?
- Kuko kazi gani za kusaidia kuishi zenye zinaweza kutumia vyombo vya musingi kwa kujenga, kutengeneza na kuondoa takataka?
- Kuko kazi gani za kutoa mafunzo ao kazi za kuchochea zenye kuwezesha kutumia vyombo kwa usalama?

Nyongeza 2
Maelezo ya mupangilio ya makao

Mipangilio ya makao inaruhusu kutia katika vikundi tofauti-tofauti wakati wa hatua kwanza ili kujua wapi na namna gani watu wenye walipatwa na mateso wanaishi. Kuelewa matatizo kupitia mipangilio ya makao utasaidia kupanga ufundi wa kutoa musaada. Kusanya maelezo mbalimbali ya zaidi ili kusaidia kufanya mupangalio wenye kina ⊕ *ona Nyongeza 3: Mambo ya kutambulisha ya zaidi ya mupangilio ya makao.*

Kikundi cha wakaaji	Makao	Maelezo	Mifano
Watu wasiohama	Mtu mwenye kuwa na udongo ao kiwanja yake	Mwenye kukaa katika eneo, ni mwenye mali ao udongo(mali hii inawezekana kuwa aliipata katika njia inayojulika kisheria ao hapana) ao ni sehemu za udongo zilizo unganishwa	Nyumba; jengo, udongo
	Nyumba ao udongo ya kupanga	Kupanga inasaidia mtu kipekee ao familia kuweza kutumia nyumba ao udongo kwa muda wa kipindi ao wakati fulani kwa bei fulani, hata hivyo mali hiyo inabakia ya mwenye nayo kwa musingi ya mapatano iloyoandikwa ao isiyoandikwa pamoja na mwenye vitu ao serikali	
	Kuikala katika nyumba ao udongo katika njia isiyokuwa halali	Familia inaikala katika nyumba ao udongo bila ruhusa ya mwenye nayo ao mwakilishi aliyewekwa rasmi na mwenye nayo.	Nyumba, jengo zisizokuwa na mtu, ao udongo
Watu waliohamishwa	Mipango ya kupanga	Kupanga inasaidia mtu kipekee ao familia kuweza kutumia nyumba ao udongo kwa muda wa kipindi ao wakati fulani kwa bei fulani, hata hivyo mali hiyo iabakia ya mwenye nayo kwa musingi ya mapatano iloyoandikwa ao isiyoandikwa pamoja na mwenye vitu ao serikali. Inaweza kutafutwa na mutu kibinafsi, wakaaji ao kugarimiwa na serikali ao mashirika ya musaada ya kibinadamu katika jamii.	Nyumba, jengo, makao unaotokana na nyumba zenye kuwa tayari

Kikundi cha wakaaji	Makao	Maelezo	Mifano
Watu waliohamisha	Kupanga jinsi ya kuwapokea	Wakaaji wanaokaribisha wanatayarisha makao kwa ajili ya watu ao familia zilizohamishwa,	Nyumba ao majengo ambazo tayari zilikuwa zimekwusha kuikaliwa ao zimetayarishwa na wakaaji wanaokaribisha wakimbizi
	Maandalizi ya zarura	Waliohamishwa wanakaa kwa uharaka katika makao bila ruhusa ya mwenye nayo (kama vile mwenye nayo, serikali, shirika ya musaada ya kibinadamu na/wakaaji wanaokaribisha wakimbizi.	Nyumba, jengo, udongo zisizokuwa, udongo na eneo za kubarabara
Yenye kuwa ya watu wote	Makao ya watu wote	Vifaa, majengo vilivyowekwa tayari ambako familia nyingi yanapata makao. mipango inakamatwa kusudi waweze kupata huduma bila shida.	Jengo za watu wote, sehemu za usafirishaji, ukaribishaji, na za zakupokea, kuikaa kwa muda, jengo zilizoachwa, viwanja za kampuni, jengo ambazo hazijamalizika kujengwa
	Mipango juu ya makao	Maoni kuhusu kujenga makao mahali ambako kunakusudiwa kukaribisha watu aliohamishwa mahali ambako si vigumu kuwatolea huduma.	Makao yanayotayarisha kihalali na serikali, Umoja wa Mataifa, Shirika sizizokuwa za kiserikali, ao shirika inayotetea haki za raia. Inaweza kutia ndani sehmu za kuikala kwa muda (transit), ao za ukaribishaji, ao za usafirishaji
	Makao isiyotayarishwa kimbele	Familia na watu wanaokaa kwa uharaka katika eneo, kuweka makao mapya. Familia ao watu kwa ujumla wanaweza kuwa na ruhusa ya mwenye udongo. Kwa wakati fulani jambo hili inatendeka bila kupatana na mwenye mali ao (kama vile mwenyeji, serikali, na/ao wakaaji wenye kukaribisha). Huduma za musingi hazipangwe kimbele.	Eneo zinazoikaliwa bila ruhusa

Nyongeza 3
Mambo ya kutambulisha ya zaidi ya mupangilio wa makao

Tableau yenye iko hapa chini inaonyesha alama kubwakubwaza kiasi cha pili zenye kuendeleza mupangilio wa makao wenye kuzungumuziwa ndani ya ⊕ *Nyongeza 2 Maelezo ya mupangilio ya makao*. Kuitumia ili kuelewa hali mbalimbali za matatizo kungepaswa kusaidia kufanya mupangilio wenye kina.

Maelezo: Kuchagua alama kubwakubwa na maelezo ya zile alama inabadilika kulingana na hali na inapaswa kupatana na miongozo yenye kuhusika. Unda alama za zaidi kama inahitajika kulingana na hali fulani ya pekee.

Aina	Mifano	Habari
Aina ya watu waliohamishwa ao waliokimbia makao	Wakimbizi, watu wanaotafuta makao, watu waliokimbia eneo lao (IDPs), wakimbizi waliorudishwa, kurudisha watu wa eneo waliokimbia makao yao (IDP returnees), na wengine wanaohusika (kwa mfano watu wanaoacha inchi yao ili kuikaa katika inchi ingine)	⊕ *Ona Sifa ya mwenye kutoa musaada anatemezwa na muongozo (www. humanitarianresponse.info).*
Wasioguswa moja kwa moja	Wakaaji wanye kuwa hapo, wakaaji wanaokaribisha	Mara nyingi hali ya wakaaji waliopatwa na matatizo inawagusa wakaaji wanaokaribisha watu hao, kwa mfano, kwa kuchangia kazi ya uma (ya watu wote, kama vile masomo, ao kutenda kama familia zinazokaribisha wageni.
Hali ya kijeografia	Mutaa, Kandokando ya mitaa, kijiji	Eneo za Kandokando ya muji: ni eneo inayopatikana katikati ya muji na eneo la vijiji.
Nivo ya uharibifu	Hakuna uharibifu, Kuko uharibifu wa kidogo, Kuko uharibifu mkubwa sana.	Kutenganisha nivo ya uharibifu kunapashwa kuonyesha ikiwa nyumba ao jengo linaweza kuikaliwa ndani.
Muda/Kipindi	Muda mfupi, Kupindi cha katikati, kipindi kirefu, kipindi cha uharaka chenye kudumu, kipindi cha mupito (transitional), chenye kufunika na chenye kudumu	Maana ya maneno haya yanaweza kuonwa kuwa majibu kwa kiasi fulani.
Mufumo kuhusu haki ya kukaa katika eneo	Unaotokana na statuts, ya kimila, kidini, na yote mbili	Mipango kuhusu udongo ao nyumba zenye kuikaliwa kizazura ni zote ambazo kisheria zinajulikana ao hapana, ambazo hazigawiwe kwa ruhusa ya mwenye udongo, aina mbalimbali za mipango ya upangaji isiyokuwa halali. katika visa mbalimbali, kunaweza kuwa namna mbalimbali ya kupanga katika udongo moja pamoja na kila sehemu kinachokuwa na haki fulani.

Aina	Mifano	Habari
Aina ya wenyeji wa nyumba	Wenyeji, kutumia haki, haki ya upangishaji wa pamoja	
Aina ya wenyeji wa udongo ya kupanga	Ya mutu kibinafsi, ya umoja, ya watu wengi, inaweza kufikiwa na taifa/watu wengi	
Aina ya ukingo	Hema, Ukingo uliowekwa katika hali ya uharaka, ukingo wa muda, ukingo ya lazima, nyumba, jengo, fasi zilizopangishwa zenyekuwa na sehemu kubwakubwa, fasi ya kuwekea magari, na pia nyumba zinazotembezwa (caravane)na kontenere.	⊕ *Ona Nyongeza 4: Uchaguzi wa hali mbalimbali kuhusu musaada.*
Kuandaa site ao nafasi	zinazotayarishwa, zinazopatikana mbali zinazotembezwa silizotayarishwa, na zisizotayarishwa	Mipango: Bila vizuizi vya mwenye udongo, zinazohudumiwa na wakuu viongozi. Zenye kuwa mbali na zenye kutayarishwa: wakati ambako ekipe inatayarisha hesabu fulani ya site ao eneo. Matayarisho ya kipekee: inafanywa na muongozi wa jamii na kamati za ndani.

Nyongeza 4
Uchaguzi wa hali mbalimbali kuhusu musaada

Kuna hali mbalimbali ya chaguo za musaada ili kujibu ku mahitaji ya watu wenye walipatwa na mateso. Fikiria faida na kukosa faida kwa kila moja na endeleza Programu yenye kufaa zaidi.

Kutoa musaada	Maelezo
Vifaa vya nyumbani	⊕ *ona nafasi ya ukingo na kiwango cha 4 cha makao: vifaa vya nyumba.*
Vifaa kwa ajili ya nafasi ya ukingo	Vifaa vya ujenzi, vifaa na vyombo vya kusimika vinavyohitajika ili kuunda nafasi ya kuishi. Kufikiria ikiwa inawezekana kutoa vifaa kama vile poto (vigingi) na mibano (attaches)ao ikiwa zinaweza kutolewa na familia. Fikiria mahitaji yakukua na maagizo ya ziada, cheo, shule ao uwelewaji.
Vifaa kwa ajili ya nafasi ya kujikinga	Vifaa vya ujenzi na uhitaji wa vyuma ili kuunda fasi ya kuishi na ya kukaa.
Hema	Ukingo uliojengwa kimbele na yenye kufunikwa vizuri
Kurudi na musaada ya muda	Utegemezo wa watu walioguswa na shida ambazo wanapenda kurudi kwenye makao yaoya zamani ao kutaka kwenda nkuishi mahali pengine. Musaada wa namna hiyo inatia ndani mabo mengi kama vile usafirishaji, pesa ya usafirisha, ao sheki, vifaa kama vile vyombo, vifaa, na stoke ya mbengu.
Kurekebisha	Rekebisho ni kurudisha jengo yenye iliweza kuharibika ao, kuzeeka kwa kufuatana na kanuni zenye kuwekwa kuhusu ujenzi. Ikiwa jengo liliweza kuharibika kwa kiasi kidogo, inawezeka kuirekebisha bila kutafuta urekebisho ulio mukubwa. Inaweza kuwa lazima kurekebisha vyuo (centres) vya watu wengi ao kuboreha jengo zenye kuwa hapo kama vile masomo, kuwa ukingo kwa ajili ya watu walioacha makao yao.
Uboreshaji	Uboreshaji wa jengo inatia ndani kuifanya jengo likuwe nguvu ao kurekebisha muundo wa jengo. Kusudi nikufanya kwamba jengo liweze kuwa nguvu na kuwa tayari kupambana na misiba mablimbali kwa kuweka vifaa vya usalama. Majengo zilizoweza kuharibika kwa sababu ya shida, zinahitaji kurekebishwa na kuboreshwa. Inaweza kuwa lazima kurekebisha ao kuborehsa nyumba za wenye kukaribisha walioacha makao yao, ikiwa ziko katika hatari ao zinaweza kuleta misiba.
Kuwahudumia wanaokaribisha wakimbizi	Kwa kawaida, watu walioacha makao yao wanakuwa wenye kupenda kubaki pamoja na familia, rafiki, jamii zilizowapokea wanaokuwa na historia moja, dini moja, ao muungano moja. Utegemezo wa wale wenye kukaribisha watu walioacha makao yao ili waendelee kutolea watu ukingo (makao) inatia ndani kupanua ao kuboresha makao zenye wako nazo tayari, kuwatolea utegemezo wakipesa ao vyombo ili kupambana na shida ya kipesa.

Kutoa musaada	Maelezo
Utengemezo kuhusu kupanga nyumba	Utegemezo kwa famila zinaguswa na ambao walikaribisha walioacha makao yao kwakuchangia pesa, utegemezo ili kupata mapatano ao mashauri katika viwango ya uwenyemali. Upangishaji ni garama zenye kuwa kawaida, ijapokuwa kuna ufundi mabalimbali unaokazia kujitosheleza kwa mtuu yeye pekee na kuweza kuingia mapema katika maisha ya kila siku ⊕ *ona Ukingo na Makao kiwango cha 3: Eneo la kuishi ndani na Kanuni 6: Usalama wa uwenyemali.* (Maelezo: Utengemezo katika kupanga nyumba inaweza kufanya kwamba waaji waweze kupata pesa nyingi na hii inaweza kuwa na matokeo mabaya kama vile kupunguza samani ao valere ya pesa kwa ajili ya wakaaji wenye kukaribisha wageni.)
Nafasi ya kujikinga ya muda	Suluhisho kwa nafasi ya kujikinga ya muda, ambavo inakusudiwa kubaki kiisha tu kutoa suluhisho kwa ajili ya makao. Kwa kawaidi nafasi ya kujikinga ya namna hii inajengwa kwa garama ndogo.
Nafasi za kujikinga (makao) ya mupito	Makao za mupito (de transite) zenye kujengwa kwa uharaka na zenye kutokana na vifaa ambavyo vinakusudiwa kutumiwa kwa makao ya muda ili kuwa makao ya kudumu. Makao inapashwa kuwa zenye kuboreshwa, zenye zinaweza kutumiwa, kuuzishwa, ao kuhamishwa kutoka ku eneo ya muda na kuwekwa kuwa ya kudumu.
Makao ya musingi	Makao yanapangwa, yanaundwa na kujengwa ili kuwa sehemu ya nyumba za kudumu. Makao ya musingi inasaidia mwenye nyumba kutayarisha mipango mengine ya upanuzi juu ya wakati ujao kwa kutumia uwezo na mali yake. Kusudi ni kuweka nafasi ya muzuri kwa ajili ya kuishi yenye chumba moja ao mbili yenye kuwa na nafasi kwa ajili ya usafi na yenye kuwa na vifaa vya nyumba ⊕ *ona Ukingo na makao kiwango 3: Eneo la kuishi na kiwango 4: Vifaa vya nyumba.*
Kujenga upya	Kubomoa jengo ambayo haiwezi kurekebishwa tena na kulijenga.
Kituo chakutoa habari	Kituo cha kutoa habari kinatoa ujumbe na miongozo kwa watu waliopatwa na shida. Habari hizo zinazotolea na vituo za mu eneo zinaweza kueleza juu ya haki ya kupata shauri na musaada, uwezekano na njia za kurudi kwenye makao yetu ya zamani, haki ya kupata udongo, haki ya kupata vifaa fulani ili kufunika ile yenye ilipoteza, shauri na musaada ya kiufundi, kurudi, kujipatanisha na hali na kubadilishwa eneo; na njia ya kupata itikio ya watu (Maoni); njia ya kutafuta namna ya kurekebisha, kutia ndani musaada ya katika kutafuta haki na musaada ya kisheria.
Uwezo wa kisheria na wakiuongozi	Kufikiria uwezo wa kisheria na wakiuongozi inasaidia watu waliogiswa na shida waweze kujua haki yao na waweze kupata utegemezo wa waongozi wanaohitaji bila kulipa. ao kwa bei chini. Uangaifu unapswa kuelekezwa sana kwa wale waliozaifu.
Kutia usalama katika eneo	Tegemeza kwa kutia usalama katika nyumba na kwa haki ya kuikaa katika eneo kwa kupiganisha uvamizi wowote, matendo maovu, na kuweka usalama, amani na heshima ⊕ *ona Nafasi ya kujinga na kiwango cha kuhusu makao: kutia usalama katika eneo.*
Kupanga majengo (infrastructure) na makao	Majengi na mipango ya kutegemeza makao, inatumiwa ili kuboresha huduma ya wakaaji na kutegemeza mipango ya makao ya kiasili na pia suluhisho ya ujenzi na mipango ya kutegemeza makao inaweza kugawanywa kwa aina mbili: Ile ambayo inaratibiwa na sekta ya nafasi ya kujikingia na zile ambazo zinaongozwa na sekta zingine.

Kutoa musaada	Maelezo
Kutegemeza makao kwa umoja	Jengo zenye kuwa tayari zinaweza kutumiwa kama kituo cha umoja ao vituo vya kuhamisha watu na vya kutayarisha fasi ya kujikinga. Haya yanaweza tia ndani masomo, majengo za jamii, uwanja za michezo, nafasi ya kidini, ao viwanja vyenye haviikaliwa na watu. Nafasi ya namna hii inaweza kuhitaji kulinganishwa na hali, ao kuboreshwa kwa makao ⊕ *ona Nafasi ya kujikinga na kiwango cha 3 kuhusu nafasi ya kukaa*. Masomo inapotumikishwa ili kupangisha watu walioguswa na shida, inaomba kutambua na kutumia njia zingine bila kukawiya ili kuruhusu masomo iendelee bila tatizo ⊕ *ona miongozo ya Kituo cha umoja na kitabu INEE.*
Kutayarisha nafasi ya kujikinga na kituo cha umoja	⊕ *Ona miongozo ya Kitua cha umoja.*
Kuondoa takataka (uchafu) na kuzika wafu	Kuondoa uchafu inasaidia kuboresha usalama na kufikia kwa walioguswa na shida. Fikiria pia matokeo ya mazingira ⊕ *ona Nafasi ya kujikinga na kiwango cha 2 kuhusu makao na 7.* Kushugulikia na kutambua vifo jinsi inavyofaa ⊕ *ona Afya 1.1 na WASH 6.*
Kurekebisha na kutia majengo ya umoja	Kurekebisha ao kujenga majengo kama vile kutoa maji, usafi, barabara, nafasi za kupitizia maji yoyote, vilalo, na umeme ⊕ *Ona WASH sura kuhusu uongozi na nafasi ya kujikinga* na *kiwango cha 2 kuhusu mipango ya kutambua na kuweka makao.*
Rekebisha na kujenga vituo vya jamii	**Elimu:** Masomo, nafasi ya warafiki, nafasi zilizo salama kwa mchezo ⊕ *ona Kitabu INEE*; **Huduma za afya:** Vituo vya afya na hospitali ⊕ *ona Kiwango cha 1.1 kuhusu Mfumo wa kiafya: Kutoa huduma wa kiafya*; **Usalama:** Vituo fya polisi ao walinzi wa jamii; **Utendaji wa umoja:** Nafasi ya mikutano kwa ajili ya kutoa maamzi, kujiburudisha, na kuabudu, kwakuwekea petrol, kwa kupikia chakula, nafasi ya kutupia vitu uchafu ngumungumu; na **Huduma za kiuchumi:** Soko, udongo na nafasi ya chakula, na biashara.
Mupangilio wa muji/vijiji na zone	Wakati wakupanga upya; makao kiisha shida, inhusisha viongozi na watu wa eneo wanaohusika na kupanga mambo, ili kwamba utaratibu na kupendezwa kwa wote wanaohusika kwa kutoa huduma iweze kuheshimika ⊕ *ona Nafasi ya kujikinga na kiwango cha pili kuhusu makao: Kutambua na mipango ya kuikaa.*
Kuhamishwa	Kuhamishwa kunatia ndani kujenga upya kwa ajili ya mtu au jamii ya watu mali na majengo ya jamii na katika eneo tofauti.

Nyongeza 5
Kutimizwa kwa chaguo mbalimbali

Ufundi wa kutoa musaada uko na matokeo juu ya aina, kalendari, kiasi cha kutimiza na bei. Chagua kutumikisha chaguo yenye kutegemea uelewaji wa masoko za mahali, pamoja na soko za vifaa vya musingi, wafanyakazi na nafasi, ili kushiriki kuanzisha tena uchumi ⊕ *ona Kutoa musaada kwa njia ya masoko*. Fikiria matokeo ya kutumikisha chaguo yenye ilichaguliwa juu ya kiasi cha kushiriki na hisia ya uwenyemali, na uhusiano wa nguvu kati ya vikundi vya wanawake na wanamume, ushirikiano wa kijamii na uwezekano wa njia ya maisha.

Muundo	Maelezo
Musaada wa kiufundi na sifa	Musaada wa kiufundi inatia ndani sehemu zote za nafasi ya kujikinga na jibu kuhusu makao, isiyotegemea musaada ⊕ *ona nafasi ya kujikinga na kiwango cha 5 kuhusu makao: Musaada wa kiufundi.*
Utegemezo wa kipesa	Kupitia utegemezo wa kipesa, familia, na wakaaji wanaweza kutosheleza mahitaji yao ya ukingo na ya upangishaji. Kutokana na hatari na ukubwa wa daraka, ni lazima kutoa musaada ya kipesa ya ziada na utegemezo wa kiufundi na ya kiuwezo. Soko zinazotegemea kutuma pesa(tranfert) kutia ndani njia zinazofuata: ***Takwa kwa ajili ya kutuma pesa:*** ni ya lazima ikiwa inaweza kana kukutana takwa la kipekee kuhusu kutuma pesa: kwa mfano: kiasi cha pesa cha kutumwa na kinapashwa kugawanywa kwa sehemu ngapi ili kiweze kutumwa (transches). ***Vizuizi kuhusu pesa ao bon ya pesa:*** Ni ya lazima kwa aina fulani ya biashara ao kwa wanabiashara fulani. ***Isiyokuwa na takwa yoyote, isiyokuwa na vizuizi vyovyote, ao yenye makusudi mbalimbali.*** ***Kufikia kwenye huduma ya kipesa*** kama vile kuhudumia vikundi, mikopo, deni ndogondogo, ao garanti. ⊕ *ona Kutoa musaada kupitia soko.*
Utegemezo unaotia ndani vitu (assistance en nature)	Tafuta wafanyakazi ili kufikia muradi ya kumaliza kutengeneza nafasi ya kujikinga na makao kupitia modele ya mwenye kuongozwa, modele ya kontra na ya ma ajanse ⊕ *ona Kutoa musaada kupitia soko.*
Kutafuta Wafanyakazi	Tafuta wafanyakazi ili kufikia muradi ya kumaliza kutengeneza nafasi ya kujikinga na makao kupitia modele ya mwenye kuongozwa, modele ya contra na ya ma ajanse ⊕ *ona Nafasi ya ukingo na kiwango cha 5 kuhusu Makao: Musaada wa kiufundi.*

Muundo	Maelezo
Uwezo wa ujenzi	Kuboresha uwezo na mazoezi inatoa nafsi kwa wote wanaohusika kutoa musaada waweze kukomalisha uwezo wao wakujibu kwa kutoa musaada, kipekee ao pamoja na kupiganisha pamoja kwa kuunganisha shida wanaokutanana nazo na vyombo kama vile maendeleo na kuweka viwango na kanuni ya ujenzi ⊕ *ona Fasi ya kutoa ukingo na kiwango cha 5 kuhusu Makao musaada wa kiufundi.* Mafanikio ya uwezo wa kujenga inapashwa kuruhusu wanaokuwa na uzoefu kukazia fikira juu ya kuongoza huduma zinazotolewa na wasaidizi wa eneo na kutoa musaada kwa watu wengi wanaopokea musaada.

Juu ya tableau yenye iko na musaada wenye kutazamiwa na chaguo za namna ya kuutumikisha zenye kuhusiana na mupangilio wa makao, tafazali uende ku: www.spherestandards.org/handbook/online-resources

Nyongeza 6
Chaguo mbalimbali za uwezekano wa kutoa na kutimizwa kwa musaada yenye kuunganishwa na mupangilio ya makao

Njia ya kutoa musaada (Nivo ya fasi ya ukingo wa familia)	Wasiohama: Anayeikaa katika nyumba ao udongo ao kiwanja ni mwenye nayo	Wasiohama: Kupanga katika nyumba ao udongo	Wasiohama: Kuikaa katika nyumba ao udongo bila ruhusa	Waliohama – Waliosambazwa: Mipango ya kupanga	Waliohama – Waliosambazwa: Kupanga ukaribishaji	Waliohama – Waliosambazwa: Mipango ya uharaka	Waliohama – Waliosambazwa: Makao ya watu wote	Waliohama – Kwa umoja: Mipango ya kuikaa	Waliohama – Kwa umoja: Kuikaa usiopangwa	Waliohama – Kwa umoja: Wasioguswa mojakwa moja
Vifaa vya mu nyumba	X	X	X	X	X	X	X	X	X	X
vifaa vya nafasi ya ukingo	X	X	X	X	X	X	X	X	X	X
Jumla ya vifaa kwa ajili ya fasi ya ukingo	X	X	X	X	X	X	X	X	X	X
hema	X	X	X	X	X		X	X	X	
Kundi na Utegemezo wa muda				X	X	X	X	X	X	
Kurekebisha	X	X	X	X	X					X
urekebisho	X	X	X	X	X					X
Masaada ya mukaribishaji					X				X	X
Utegemezo wakupanga				X						
ukingo wa muda	X	X	X	X	X	X		X	X	
Ukingo wa mupito	X	X	X	X	X	X		X	X	
Core housing	X	X	X					X		
Kujenga upya	X							>		

Niwo ya makao		Wasiohama		Kuhusu Makao — Waliohama / Waliosambazwa		Kwa umoja		
Vituo vya kutoa habari	X	X	X	X	X	X	X	X	X
Kujua namna ya kufanya katika njia ya sheria na kiusimamizi	X	X	X	X	X	X	X	X	X
Kulinda mali	X	X		X	X	X	X	X	
Mupango ya majengo na makao	X		X	X	X	X	X	X	X
Mupango ya mutaa / kijiji na fikiria ma eneo (zone)	X	X	X	X	X	X	X	X	
Utegemezo wa mipango ya upangishaji kwa ajili ya watu wote						X			X
kutayarisha mipango ya makao vituo vya watu wote	X			X	X	X	X	X	X
kuondoa takataka(uchafu) ya maiti	X	X	X	X	X	X	X	X	X
kuboresha na kushimika majengo ya watu wote	X	X	X	X	X	X	X	X	X
kutia vifaa na kutolea watu maagizo juu ya vifaa hivyo	X	X	X	X	X	X	X	X	X
Mipango ya muji/vijiji na ya eneo(zone)	X	X	X	X	X	X	X	X	X
Kuhamisha	X	X	X	X	X	X	X	X	X

Uwezekano wa kusimika	Kuhusu Makao					
	Wasiohama		Waliohama			
			Waliosambazwa		Kwa umoja	
Musaada wa kufundi na sifa ya uhakika (assurance)	X	X	X	X	X	X
Utegemezo wa kipesa	X	X	X	X	X	X
vifaa visivyo vya kipesa	X	X	X	X	X	X
Komisionere, kazi ya komisionerna kujenga	X	X	X	X	X	X
uwezo wa kujenga	X	X	X	X	X	X

Marejezo na habari zingine za kusoma

Vyombo vvya kisheria vya kimataifa

Artikel 25 Allgemeine Erklärung der Menschenrechte. Archive of the International Council on Human Rights Policy, 1948. www.claiminghumanrights.org

General Comment No. 4: The Right to Adequate Housing (Art. 11.1 of the Covenant). UN Committee on Economic, Social and Cultural Rights, 1991 www.refworld.org

General Comment 7: The right to adequate housing (Art. 11.1 of the Covenant): forced evictions. UN Committee on Economic, Social and Cultural Rights, 1997. www.escr-net.org

Guiding Principles on Internal Displacement. OCHA, 1998. www.internal-displacement.org

Pinheiro, P. *Principles on Housing and Property Restitution for Refugees and Displaced Persons.* OHCHR, 2005. www.unhcr.org

Refugee Convention. UNHCR, 1951. www.unhcr.org

Habari za ujumla

Camp Closure Guidelines. Global CCCM Cluster, 2014. www.globalcccmcluster.org

Child Protection Minimum Standards (CPMS). Global Child Protection Working Group, 2010. http://cpwg.net

Emergency Handbook, 4th Edition. UNHCR, 2015. https://emergency.unhcr.org

Humanitarian Civil-Military Coordination: A Guide for the Military. UNOCHA, 2014. https://docs.unocha.org

Humanitarian inclusion standards for older people and people with disabilities. Age and Disability Consortium, 2018. www.refworld.org

Livestock Emergency Guidelines and Standards (LEGS). LEGS Project, 2014. https://www.livestock-emergency.net

Minimum Economic Recovery Standards (MERS). SEEP Network, 2017. https://seepnetwork.org

Minimum Standards for Education: Preparedness, Recovery and Response. The Inter-Agency Network for Education in Emergencies [INEE], 2010. www.ineesite.org

Minimum Standard for Market Analysis (MISMA). The Cash Learning Partnership (CaLP), 2017. www.cashlearning.org

Post-Disaster Settlement Planning Guidelines. IFRC, 2012. www.ifrc.org

UN-CMCoord Field Handbook. UN OCHA, 2015. https://www.unocha.org

Mupangilio wa makao

Humanitarian Profile Support Guidance. IASC Information Management Working Group, 2016. www.humanitarianresponse.info

Shelter after Disaster. Shelter Centre, 2010. http://shelterprojects.org

Makao ya muda ya jamii
Collective Centre Guidelines. UNHCR and IOM, 2010. https://www.globalcccmcluster.org

Feza za mukono kwa mukono, bon, kuchunguza masoko /Ulemavu
All Under One Roof: Disability-inclusive Shelter and Settlements in Emergencies. IFRC, 2015. www.ifrc.org

CaLP CBA quality toolbox. http://pqtoolbox.cashlearning.org

Hali ya wanawake na wanamume na jeuri yenye kutegemea kuwa mwanamuke ao mwanaume
Guidelines for Integrating Gender-Based Violence Interventions in Humanitarian Action. Inter-Agency Standing Committee (IASC), 2015. Part 3, section 11: Shelter, Settlement and Recovery. https://gbvguidelines.org

IASC Gender Handbook for Humanitarian Action. IASC, 2017. https://reliefweb.int

Security of Tenure in Humanitarian Shelter Operations. NRC and IFRC, 2014. www.ifrc.org

Ukingo wa mutoto
Minimum Standards for Child Protection in Humanitarian Action: Standard 24. Alliance for Child Protection in Humanitarian Action, Global Protection Cluster, 2012. http://cpwg.net

Masomo na majengo ya watu wote
Guidance Notes on Safer School Construction (INEE Toolkit). INEE, 2009. http://toolkit.ineesite.org

Mu hali ya miji mikubwa
Urban Informal Settlers Displaced by Disasters: Challenges to Housing Responses. IDMC, 2015. www.internal-displacement.org

Urban Shelter Guidelines. NRC, Shelter Centre, 2010. http://shelterprojects.org

Usalama wa uwenyemali
Land Rights and Shelter: The Due Diligence Standard. Shelter Cluster, 2013. www.sheltercluster.org

Payne, G. Durand-Lasserve, A. *Holding On: Security of Tenure – Types, Policies, Practices and Challenges.* 2012. www.ohchr.org

Rapid Tenure Assessment Guidelines for Post-Disaster Response Planning. IFRC, 2015. www.ifrc.org

Securing Tenure in Shelter Operations: Guidance for Humanitarian Response. NRC, 2016. https://www.sheltercluster.org

The Right to Adequate Housing, Fact Sheet 25 (Rev.1). OHCHR and UN Habitat, 2014. www.ohchr.org

The Right to Adequate Housing, Fact Sheet 21 (Rev.1). OHCHR and UN Habitat, 2015. www.ohchr.org

Habari zingine za kusoma
For further reading suggestions please go to www.spherestandards.org/handbook/online-resources

Habari zingine za kusoma

Evictions in Beirut and Mount Lebanon: Rates and Reasons. NRC, 2014. https://www.alnap.org/help-library/evictions-in-beirut-and-mount-lebanon-rates-and-reasons

Housing, Land and Property Training Manual. NRC, 2012. www.nrc.no/what-we-do/speaking-up-for-rights/training-manual-on-housing-land-ard-property/

Land and Conflict: A Handbook for Humanitarians. UN Habitat, GLTN and CWGER, 2012. www.humanitarianresponse.info/en/clusters/early-recovery/document/land-and-conflict-handbook-humanitarians

Rolnik, R. *Special Rapporteur on Adequate Housing (2015) Guiding Principles on Security of Tenure for the Urban Poor.* OHCHR, 2015. www.ohchr.org/EN/Issues/Housing/Pages/StudyOnSecurityOfTenure.aspx

Security of Tenure in Urban Areas: Guidance Note for Humanitarian Practitioners. NRC, 2017. http://pubs.iied.org/pdfs/10827IIED.pdf

Social Tenure Domain Model. UN Habitat and GLTN. https://stdm.gltn.net/

Kusimamia ujenzi
How-to Guide: Managing Post-Disaster (Re)-Construction projects. Catholic Relief Services, 2012. https://www.humanitarianlibrary.org/resource/managing-post-disaster-re-construction-projects-1

Mazingira
Building Material Selection and Use: An Environmental Guide (BMEG). WWF Environment and Disaster Management, 2017. http://envirodm.org/post/materialguide

Environmental assessment tools and guidance for humanitarian programming. OCHA. www.eecentre.org/library/

Environmental Needs Assessment in Post-Disaster Situations. A Practical Guide for Implementation. UNEP, 2008. http://wedocs.unep.org/handle/20.500.11822/17458

Flash Environmental Assessment Tool. OCHA and Environmental Emergencies Centre, 2017. www.eecentre.org/resources/feat/

FRAME Toolkit: Framework for Assessing, Monitoring and Evaluating the Environment in Refugee-Related Operations. UNHCR and CARE, 2009. www.unhcr.org/uk/protection/environment/4a97d1039/frame-toolkit-framework-assessing-monitoring-evaluating-environment-refugee.html

Green Recovery and Reconstruction: Training Toolkit for Humanitarian Action (GRRT). WWF & American Red Cross. http://envirodm.org/green-recovery

Guidelines for Rapid Environmental Impact Assessment (REA) in Disasters. Benfield Hazard Research Centre, University College London and CARE International, 2003. http://pdf.usaid.gov/pdf_docs/Pnads725.pdf

Shelter Environmental Impact Assessment and Action Tool 2008 Revision 3. UNHCR and Global Shelter Cluster, 2008.
www.sheltercluster.org/resources/documents/shelter-environmental-impact-assessment-and-action-tool-2008-revision-3

Quantifying Sustainability in the Aftermath of Natural Disasters (QSAND). IFRC and BRE Global. www.qsand.org

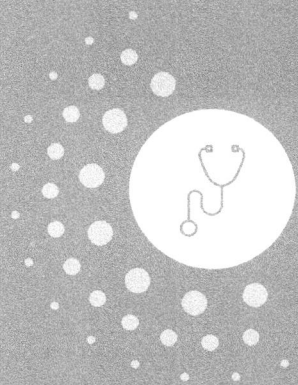
Afya

Mapatano ya shirika ya musaada ya kibinadamu

Kanuni ya ulinzi

Kiwango cha musingi cha Shirika ya musaada ya kibinadamu

Afya

Mifumo wa afya	Kushugulika na afya						
	Magonjwa yanayo-ambukiza	Afya ya mutoto	Afya ya kingono na uzazi	Matunzo ya kuumia na mafazaiko	Afya ya kiakili	Matunzo ya magonjwa isiyoambukiza	Matunzo ya kupunguza maumivu
KIWANGO 1.1	KIWANGO 2.1.1	KIWANGO 2.2.1	KIWANGO 2.3.1	KIWANGO 2.4	KIWANGO 2.5	KIWANGO 2.6	KIWANGO 2.7
Kutoa huduma za afya	Ukingo	Ndui ya watoto kwa ajili ya kuwakinga na magonjwa	Matunzo ya uzazi, ya mama na ya mtoto muchanga	Matunzo ya kuumia na mafazaiko	Matunzo ya afya ya kiakili	Matunzo ya magonjwa isiyoambukiza	Matunzo ya kupunguza maumivu
KIWANGO 1.2	KIWANGO 2.1.2	KIWANGO 2.2.2	KIWANGO 2.3.2				
Wafanyakazi wa matunzo ya afya	Uangalizi, kugundua kulipuka na musaada wa mapema	Kuhusika na magonjwa ya watoto wachanga na ya watoto wadogo	Kutendewa vibaya kingono na kusimamia matunzo yenye kuhusu kubakwa				
KIWANGO 1.3	KIWANGO 2.1.3		KIWANGO 2.3.3				
Dawa na vifaa vya kinganga vya lazima	Kutambua na kushugulikia magonjwa		UKIMWI				
KIWANGO 1.4	KIWANGO 2.1.4						
Kulipa feza kwa ajili ya matunzo ya afya	Tayarisho na kutoa musaada wakati magonjijwa inapolipuka						
KIWANGO 1.5							
Habari za kinganga							

NYONGEZA 1	Liste ya mambo ya kuchunguza kuhusu afya
NYONGEZA 2	Fomu za kuripoti uangalizi wa kila juma
NYONGEZA 3	Namuna ya kutumia vipimo ili kutambua hali ya afya
NYONGEZA 4	Kutiliwa sumu

Habari zenye kuwa ndani

Mawazo ya musingi kuhusu afya

Kila mutu iko na haki ya kupata matunzo ya afya yenye kufaa na kwa wakati wenye kufaa

Viwango vya kadiri vya Sphere kuhusu huduma ya afya ni kuonyesha mu matendo ile haki ya kupokea huduma ya afya mu mupango wa mashirika ya kibinadamu. Musingi wa vile viwango uko juu ya kusadikishwa, kanuni, madaraka na haki zenye zilitangazwa katika patano la mashirika ya kibinadamu. Kati ya zile haki muko haki ya kuishi katika hali ya heshima, haki ya ukingo na usalama, na haki ya kupokea musaada wa kibinadamu kulingana na mahitaji.

Ili kupata matunzo ya dokima kubwakubwa za kisheria na siasa zenye kuwa musingi wa Patano wa Kibinadamu, pamoja na komenti zenye kuufafanua kwa ajili ya wafanyakazi wa kibinadamu, ⊕ *ona Nyongeza 1: Liste ya mambo ya kuchunguza kuhusu afya.*

Muradi wa matunzo ya afya mu wakati wa matatizo ni kupunguza hali ya magonjwa na hesabu ya vifo

Matatizo ya kibinadamu iko na matokeo makubwa ya mubaya ku afya na usitawi wa watu wenye walipatwa na mateso. Kufikia huduma ya matunzo ya kuokoa maisha ni kwa lazima sana katika hatua za kwanzakwanza mu hali ya kutenda kwa haraka. Mu huduma ya afya munaweza pia kuwa kuendeleza afya, kuzuia magonjwa, matunzo, kurudisha mu hali ya muzuri na matunzo ya kupunguza maumivu katika hatua yoyote ya musaada.

Hatari zenye matatizo inaleta ku afya ya watu wote zinaweza kuwa za moja kwa moja (kuumia ao kifo kutokana na matatizo yenyewe) ao zenye haziko za moja kwa moja (mabadiliko katika hali ya maisha, kulazimishwa kuhama, kukosa ulinzi wa kisheria ao kupunguka kwa uwezekano wa kufikia huduma ya afya).

Musongamano wa wakaaji, nafasi ya kujikinga yenye haifae, choo zenye hazifae, kukosekana kwa maji ya kutosha na aina mubaya wa maji, na kupunguka kwa usalama wa chakula, yote inaongeza hatari ya bwaki ao ugonjwa unaotokana na ukosesefu wa kukula vizurii na milipuko ya magonjwa yenye inaweza kuambukiza. Hali zenye kuleta mukazo wa kupita kiasi pia zinaweza kugusa hali ya afya ya akili. Kuharibu njia za usaidizi wa kijamii na mifumo ya kusaidiana na inaweza kuwa na matokeo ya mubaya juu ya ufundi wa kujipatanisha na hali na kupunguza tabia ya kutafuta musaada. Kupunguza uwezekano wa kufikia huduma ya afya na kusimamisha kutolewa kwa dawa kunaweza kuvuruga matunzo yenye iko inatolewa kama vile huduma ya afya kwa wamama na matunzo ya UKIMWI, ugonjwa wa sukari na magumu ya afya ya akili.

Muradi wa kwanzakwanza wa musaada ya afya wakati wa matatizo ni kuzuia na kupunguza vifo vingi na hali ya magonjwa. Mustari wenye kukunjama ku diagrame ya kuonyesha hali ya vifo na ya magonjwa, na pia hali ya mahitaji ya huduma ya afya, inatofautiana kulingana na aina na hali ya kuenea ya kila matatizo.

Dalili ya maana sana ya kuonyesha hali ili kufuatilia na kuchunguza ukali wa matatizo ni hesabu ya palepale ya vifo vya watu (CMR mu kingereza na TBM mu kifaranza) na kiasi cha hesabu ya palepale ya vifo vya watoto wa chini ya miaka tano vyenye kugusa hisia sana (U5CMR mu kingereza, TMM5 mu kifaranza). Kuzidishwa mara mbili ao zaidi kwa

CMR ao U5CMR ya musingi ni alama kubwa ya hali yenye kuomba kutenda kwa haraka kuhusu afya ya watu wote na inahitaji musaada ya haraka ⊕ *ona Nyongeza 3: Namuna ya kutumia vipimo ili kutambua hali ya afya*.

Wakati marejezo ya musingi yenye kujulikana inakosekana, zenye kufuata ni hesabu zenye kuonyesha kiasi cha juu zenye kuomba kutenda kwa haraka:

- CMR >1/10.000/siku
- U5CMR >2/10.000/siku

Kiasi cha juu chenye kuomba kutenda kwa haraka lazima kiamuliwe ku nivo ya inchi. Kwenye musingi wa U5CMR tayari unavuka kiasi cha kutenda kwa haraka, kungojea kizidishwe mara mbili itakuwa kinyume cha adili.

Tegemeza na kuendeleza mifumo ya afya yenye iko

Njia ya kufuata ya mifumo ya afya itasaidia kuanzisha hatua kwa hatua haki ya afya wakati wa matatizo na mu kipindi cha kurudia mu hali ya muzuri. Kwa hiyo, ni jambo la lazima kufikiria jinsi ya kusaidia mifumo yenye iko. Kukubali wafanyakazi (wa taifa na wa kimataifa) kutakuwa na umaana wa muda mufupi na wa muda murefu ku mifumo ya afya ya taifa. Kisha uchunguzi, musaada ya afya yenye kupangwa muzuri inaweza kuboresha mifumo ya afya yenye iko, kuirudisha mu hali ya muzuri wakati wenye kuja na kuifanya iendelee.

Katika kipindi cha kwanza cha matatizo, tanguliza uchunguzi wa haraka wa sekta mbalimbali na afya zenye kulengwa. Habari yenye haiko kamili na maeneo yenye haiwezi kufikiwa haipaswi kuzuia kuchukua kwa wakati maamuzi ya haraka kuhusu afya ya watu wote. Fanya uchunguzi kamili zaidi haraka kadiri inawezekana.

Matatizo katika miji mikubwa inaomba njia ya kufuata ya musaada ya afya yenye iko tofauti

Musaada katika miji mikubwa lazima ifikirie wingi wa wakaaji, siasa za mazingira yenye kujengwa, muundo wa kijamii na huduma za kijamii zenye ziko. Kutambua watu wenye wako katika hatari zaidi ao wenye hawana uwezekano wa kufikia huduma ya afya ni mwito wa kushindana. Ukubwa wa mahitaji unaweza kuvuka haraka yenye inaweza kutolewa. Watu wenye kutafuta kimbilio katika miji mikubwa mara mingi hawajue huduma za afya zenye ziko ao jinsi ya kuzifikia, kwa hivi kunakuwa hatari ya kuongezeka kwa magonjwa ya kuambukiza. Vitia-moyo vitasaidia watu kukabiliana na mikazo ya mupya mu miji mikubwa kama vile kufikia hali zenye hazifae mu mambo kama nafasi ya kujikinga, chakula, huduma ya afya, kazi ao mitandao ya usaidizi ya kijamii.

Uvumi na habari za uongo zinaenea haraka katika vijiji. Tumia teknolojia ili kutoa habari kamili bila kukawia juu ya matunzo ya afya na huduma mbalimbali. Wenye kutoa huduma ya afya ya pili na ya tatu mara mingi wanafanya kazi zaidi katika vijiji, kwa hivyo ongeza uwezo wa wale watoa huduma ili watoe huduma ya afya ya kwanza. Wahusishe katika mifumo ya kutoa maonyo na musaada ya mapema juu ya magonjwa ya kuambukiza na uongeze uwezo wao wa kutoa huduma za pekee za kawaida.

Viwango hivi vya chini havipaswe kutumikishwa kwa kuvitenganisha na vingine

Viwango vya kadiri katika sura hii vinaonyesha mambo ya musingi yenye iko katika haki ya kufikia huduma za matunzo ya afya yenye kufaa na inashiriki kutumikisha hatua kwa hatua ile haki katika ulimwengu. Ile haki inaunganishwa na haki ya kupata maji na usafi wa mazingira, chakula, na nafasi ya kujikinga. Kutimiza Viwango vya kadiri vya Sphere katika eneo moja kunachochea maendeleo katika maeneo mengine. Ratibu na kushirikiana kwa ukaribu na sekta zingine.

Ratibu pamoja na wakubwa wa mitaa na mashirika mengine ya kutoa musaada ili kuhakikisha kwamba mahitaji inatimizwa, juhudi mbili hazipotezwe juu ya kazi ileile moja, na aina wa musaada ya huduma ya afya unaboreshwa. Utaratibu kati ya wenye kuhusika katika huduma ya afya pia ni wa lazima ili kutimiza mahitaji bila upendeleo na kuhakikisha kwamba watu wenye kubaguliwa, wenye kuwa na magumu ya kufikia, na wenye kuwa katika hatari zaidi wako pia na uwezekano wa kufikia huduma ya afya. Marejezo yenye iko ndani ya hiki Kitabu inaonyesha uwezekano wa viunganisho mbalimbali.

Kwenye viwango vya taifa viko chini kuliko Viwango vya kadiri vya Sphere, fanya kazi na serikali ili kuviinua hatua kwa hatua.

Mambo ya kutanguliza inapaswa kuamuliwa juu ya musingi wa kupashana habari zenye kutumainika kati ya sekta mbalimbali na zenye kutiwa upya kadiri hali inabadilika.

Sheria za kimataifa zinakinga kwa njia ya pekee ile haki ya kupata matunzo ya afya

Huduma ya afya lazima itolewe bila ubaguzi na lazima ifikiwe, maana yake: ipatikane, ikubalike, ni ikuwe ya aina muzuri. Serikali zinalazimika kuhakikishia watu haki hii wakati wa matatizo ⊕ *ona Anexe 1: Musingi wa kisheria wa Sphere.*

Haki ya kupata matunzo ya afya inaweza kuhakikishwa kama tu:

- wakaaji wamelindwa;
- wafanyakazi wenye kusimamia mufumo wa afya wamezoezwa muzuri na wanashikamana na kanuni ya adili ya kimataifa na viwango vya wafanyakazi;
- mufumo wa afya unatimiza Viwango vya kadiri; na
- taifa iko na uwezo na inatamani kuanzisha na kudumisha hali salama na imara zenye kuruhusu kutolewa kwa huduma za afya.

Mashambulio, vitisho na vizuizi vingine vya kijeuri juu ya kazi ya wafanyakazi wa afya, ya majengo ya afya na usafirishaji wa wanganaga ni kuvunja wa sheria ya kimataifa ya kibinadamu. Ule ukingo unatoka ndani ya mambo yenye kuombwa ya musingi kuhusu kuheshimia na kukinga wenye waliumia na wagonjwa.

Matengenezo ya kibinadamu inapaswa kufikria kwa uangalifu hali yoyote ya vitisho na jinsi ya kuishugulikia. Kwa mufano, shambulio ya jeshi la taifa linaweza kuishugulikia tofauti na vitisho kutoka kwa jamii ya mahali ⊕ *ona Ufikirio wa pekee juu ya ukingo wa matunzo ya afya* yenye kuwa hapa chini.

Viunganisho ku Kanuni za Ukingo na Viwango vya Musingi vya Mashirika ya Kibinadamu

Watendaji wa huduma ya afya wanapaswa kutunza wenye waliumia na wagonjwa kwa kuonyesha sifa za kibinadamu, kwa kutoa matunzo bila ubaguzi, kulingana na mahitaji. Kuhakikisha kulinda mambo ya siri, kukinga habari na maisha ya kipekee ni jambo la lazima sana ili kukinga watu juu ya kutendewa kijeuri, kutendewa mubaya na magumu ingine.

Wafanyakazi wa kinganga mara mingi wanakuwa wa kwanza katika kutoa musaada mu visa vya kutendea watu kijeuri, zaidi sana jeuri yenye kulenga uwanamuke ao uwanamume na kutendea mubaya watoto na kuwaachilia. Fundisha wafanyakazi kutambua zile hali na kuitisha watendaji wa musaada wa kijamii ao watendaji wa ukingo kwa kutumia mifumo ya kupasha habari na mifumo ya kuelekeza ya siri. Mutoto mwenye hasindikizwe na mutu na mwenye alitengana na familia, mwenye iko na mahitaji sababu ya hali ya hatari ya afya lakini hana mwenye kumusimamia kihalali ni mwito wa kushindana mu mambo ya ukingo. Wasiliana na mutoto na viongozi wa mahali wenye kustahili kama inawezekana. Haki ya maisha na ya matunzo ya afya ni ya lazima sana ili kushugulikia faida ya mutoto jinsi inafaa na inaweza kupita haki ya kukubali matunzo. Maamuzi inapaswa kutegemea hali na viwango na mazoea ya jamii. Kuhamishwa ili kupelekwa mu inchi za kigeni juu ya matunzo na kuelekeza na kuhamisha watoto wenye hawasindikizwe kunahitaji kupata dokima kamili na pia kuhusisha huduma za ukingo na wakubwa wa mutaa.

Zaidi na zaidi, huduma za afya zinapaswa kutolewa ku bahari, na mbahariaji za kimataifa, ao mara tu watu wakisha fika ku kivuko. Ile hali inatokeza mwito wa kushindana wa pekee kuhusu ukingo na magumu mbalimbali ya kisiasa na inaomba mupangilio wa hali ya juu, matayarisho ya muzuri na kupunguza hatari zenye kuhusu ukingo.

Chunguza kwa uangalifu ushirikiano wa raia na jeshi, hasa zaidi wakati wa mizozo. Jeshi na vikundi Vyenye kushika silaha wanaweza kuwa watoaji wa huduma ya afya wa lazima, hata kwa raia. Mashirika ya kibinadamu inaweza - kama hakuna namna ingine ya kufanya - kuhitaji kutumie njia ya kijeshi, juu ya musaada wa majengo, kurudisha umeme na vituo vya afya ao kutoa musaada wa vyombo vya kusafirisha vifaa vya mabo ya afya ao kuhamisha watu juu ya matunzo. Hata hivyo, kutumia njia ya jeshi kunapaswa kufikiriwa mu hali ya kufikia huduma za afya na mutazamo ya kutoegemea upande wowote na kutokuwa na upendeleo ⊕ *ona Patano wa Kibinadamu* na *Vikao pamoja na nguvu za jeshi za ndani na za kimataifa* ndani ya *Sphere ni nini?*

Wakati wa kutumikisha Viwango vya kadiri, Kujitoa yote tisa ya Kiwango cha Musingi cha Kibinadamu inapaswa kuheshimiwa. Njia za ripoti ya maoni zinapaswa kuwekewa wakati wa musaada ya matunzo ya afya ⊕ *ona Kujitoa ya Kiwango cha Musingi cha Kibinadamu 5.*

Mafikirio ya pekee juu ya ukingo wa matunzo ya afya

Kuzuia mashambulio ku majengo ya kinganga, ambilase na wafanyakazi wa afya kunaomba juhudi yenye kuendelea ya kimataifa, taifa na jamii. Aina ya vitisho itatofautiana sana kufuatana na hali, inapaswa kushugulikiwa na kuripotiwa. Ili kukinga matunzo ya afya, watendaji wa afya wanapaswa kufiria mambo yenye kufuata mu kikao cha kazi na katika kusaidia wizara za afya ao pande zengine zenye kuhusika.

Mu hali zote za kutenda kwa haraka na hasa zaidi wakati wa mizozo watendaji wa afya wanapaswa wajionyesha kuwa wasioegemea upande wowote na bila upendeleo na kutenda kulingana na zile kanuni, ili pande zenye ziko katika mizozo, jamii ao wagonjwa wasiwaelewe mubaya.

Wakati wa kutoa huduma za kinganga za lazima sana ili kuokoa maisha mu hali ya hatari, fuata kanuni za kibinadamu na utoe matunzo ya afya bila upendeleo kulingana tu na mahitaji. Ili kuendeleza hali ya kutoegemea upande wowote, inafaa kutunza wenye waliumia na wagonjwa bila ubaguzi, kukesha juu ya usalama wa mugonjwa na kudumisha hali ya siri ya habari za kinganga na za mutu pekee.

Kukubalika na jamii za mahali, maofisa na pande zenye kuwa katika mizozo kunaweza kusaidia kunga matunzo ya afya. Watendaji wa afya wanapaswa kuelimisha wale wenye kuwa kando yao nao na kudumisha mutazamo wa kutokuwa na upendeleo na kutoegemea upande wowote. Hali ya matunzo ya kituo cha huduma ya afya, aina wa huduma mbalimbali, na kwenye kinapatikana (kwa mufano, kama kiko karibu na kambi ya jeshi) itakuwa na matokeo juu ule mutazamo.

Majengo ya huduma ya afya kwa kawaida inatumikisha siasa ya 'silaha inakatazwa', na silaha kuachwa inje ya jengo ao ambilase. Ile inaendeleza mazingira yakuegemea upande wowote, na inaweza kusaidia kuepuka muvutano ao kuongezeka kwa mizozo ndani ya kituo, na inaweza kuzuia kituo chenyewe kisishambuliwe.

Chukua mipango ya usalama wa kimwili ili kukinga kituo na wafanyakazi ili wasipatwa na misiba. Wakati ule ule, elewa jinsi mipango ya usalama inaweza kuwa na matokeo juu ya mutazamo wa watu wote na kukubalika kwa kituo cha huduma ya afya.

Matengenezo za kibinadamu zinapaswa kufikiria hatari na faida wakati wanafafanua huduma zao na jinsi zitakuwa na matokeo juu ya kutumainiwa na kukubalika na jamii. Kutoonyesha vitu vyote (kwa mufano kutotangaza mali ao vituo) kunaweza kufaa katika shuguli zingine, upande mwengine mu zingine shuguli inaweza kuwa muzuri zaidi kuonyesha alama kubwa ku mali ao vituo.

1. Mifumo ya afya

Mfumo wa afya wenye kufanya kazi muzuri unaweza kutimiza mahitaji yote ya matunzo ya afya katika matatizo, hata wakati wa matatizo makubwa ya afya kama vile ugonjwa wenye kuenea sana wa Ebola, shuguli zingine za afya zinaweza kuendelea. Kutunza magonjwa yenye iko rahisi kuatunzi inaweza kuendelea, na programu ya matunzo ya afya ya kwanza ya watoto zitaendelea, ili kupunguza uwingi wa vifo na hali ya magonjwa yenye kupita kiasi. Kila mutendaji mwenye kuendeleza, kurudisha ao kudumisha afya inashriki katika mufumo wa afya wa ujumla. Nivo zote za mfumo wa afya zinahusika, kuanzia wafanyakazi wa afya wa taifa, wa jimbo, wilaya na jamii mupaka watunzaji wa nyumbani, na sekta ya jeshi na ya kipekee.

Wakati wa matatizo, mifumo ya afya na kutoa matunzo ya afya mara mingi inazoofika, hata mbele ya mahitaji kuongezeka. Wafanyakazi wa huduma ya afya wanaweza kupotea, kutolewa kwa vifaa vya kinganga kusimamishwa ao majengo kuharibika. Ni jambo la lazima kuelewa matokeo ya matatizo juu ya mifumo ya afya ili kuamua mambo ya kutanguliza katika musaada ya kibinadamu.

Wale wanaotoa musaada ya kibinadamu wanafanya kazi mara chache katika hali ya kutenda kwa haraka kama hakuna mfumo wa afya wenye kuwa tayari. Wakati mufumo wa afya uko zaifu, unapaswa kutiwa nguvu ao kuendelezwa (kwa mufano kupitia kuelekeza, kukusanya na kukabua habari za afya).

Viwango katika sehemu hii vinahusu mambo matano ya musingi ya mufumo wa afya wenye kufanya kazi:

- kutoa huduma za afya za aina muzuri;
- wafanyakazi wa afya wenye kuzoezwa muzuri na wenye kujitoa;
- kutoa vifaa kwenye kufaa, kusimamia na kutumia madawa, vifaa vya uchunguzi na teknolojia;
- kutoa feza jinsi inafaa juu ya huduma ya afya; na
- ukaguzi na habari juu ya afya za muzuri.

Vitu zile hali zinakuwa na matokeo juu ya kila mumoja kwa njia mbalimbali. Kwa mufano, hesabu ya wafanyakazi wa huduma ya afya yenye haitoshe ao ukosefu wa dawa za musingi kutakuwa na matokeo juu ya kutolewa kwa huduma.

Uongozi na uratibu ni vya lazima ili kuhakikisha kwamba mahitaji yanashugulikiwa bila upendeleo. Wizara ya afya (MoH) kawaida inaongoza na kuratibu musaada na inaweza kuomba musaada kutoka kwa watendaji wengine wa afya. Wakati mwingine wizara inakosa uwezo ao nia ya kuchukua madaraka mu njia yenye kufaa na yenye haina upendeleo, kwa hivyo ingine ofisi inapaswa kuchukua ile daraka. Kama MoH haina haiwezi kufikia ao haikubalike katika maeneo yote ya nchi, Wale wanaotoa musaada ya kibinadamu wanapaswa kutafuta kutegemeza mufumo wenye kubalika wenye uko, hasa zaidi katika hali yenye kuomba kutenda kwa haraka. Amua kwa uangalifu jinsi ya kufanya kazi na watendaji wenye hawako wa kiserikali na wengine, chunguza uwezo wao wa kutoa ao kuratibu matunzo ya afya kwa wakaaji.

Ni jambo la lazima kuweza kukaribia wakaaji lakini kunapaswa kufikiriwa kwa mwangaza wa uelewaji wenye kuwa wazi wa kanuni za kibinadamu na matokeo ya musaada wenye hauna upendeleo na wenye hautegemee upande wowote. Uratibu ni wa lazima ku upande wote wa huduma ya afya kutoka ku taifa mupaka ku jamii na sekta zingine kama vile huduma za WASH, malisho na elimu, na pia pamoja na vikundi vya wafanyakazi wa kiufundi wa sekta mbalimbali kama vile afya ya akili na ya kutegemeza kisaikolojia, jeuri yenye kulenga uwanamuke na uwanamume (GBV) na UKIMWI.

Kiwango cha mifumo ya afya 1.1:
Kutoa huduma za afya

Watu wako na uwezekano wa kufikia matunzo ya afya yenye kutia ndani yenye iko salama, yenye kufaa na yenye kushugulikia mugonjwa.

Matendo ya muhimu

1 > Toa huduma ya afya ya kutosha na yenye kufaa ku nivo tofauti za mufumo wa afya.

- Tanguliza huduma za afya ndani ya inchi ao ku vituo vyenye kutenda vya karibu zaidi, kufuatana na aina ya matatizo, hali ya magonjwa yenye kuenea na uwezo wa mufumo wa afya.
- Tambua aina tofauti ya matunzo yenye zinapaswa kupatikana ku nivo tofauti (familia, jamii, kituo cha huduma ya afya na hopitali).

2 > Anzisha ao kutia nguvu mifumo ya kutenganisha kufuatana na aina na mifumo ya kuelekeza.

- Anzisha protokole za kutenganisha kufuatana na aina katika majengo ya huduma ya afya ao mu maeneo ya mahali mu hali za mizozo, ili kutambua wale wnye kuhitaji uangalifu wa haraka, kuwatunza haraka ao kutuliza hali yao mbele ya kuwaelekeza na kuwasafirisha kwenye huduma za matunzo ya zaidi.
- Fanya mupango hakika wa kuelekeza kati ya nivo mbalimbali za matunzo na huduma, kwa kuhakikisha kwa mufano usafirishaji wa hali ya haraka wenye ukingo na usalama kati ya sekta kama vile ya malisho ao ya ukingo wa watoto.

3 > Patanisha na hali ao tumikisha protokole zenye kutimiza mambo yenye kuombwa za huduma ya afya, usimamizi wa visa na matumizi ya dawa kwa busara.

- Tumia viwango vya taifa, zaidi sana matunzo za dawa za musingi, na kuzipanisha na hali yenye kuomba kutenda kwa haraka.
- Tumia miongozo ya kimataifa kama miongozo ya taifa imepita na wakati ao haipatikane.

4 > Toa huduma za afya zenye kuhakikishia wagonjwa haki zao za kutendewa kwa heshima, kukinga hali ya maisha ya kipekee, kulinda hali ya siri, usalama na kukubali kisha kufahamishwa.

- Hakikisha usalama na hali ya siri ili kila mutu aweze kufikia matunzo, bila kusahau watu wenye hali yao ya ugonjwa mara mingi inaweza kufanya wabaguliwe, kama vile UKIMWI ao magonjwa yenye kuambukiza kwa njia ya ngono (STIs).

5 > Toa huduma ya afya salama na uzuie hasara, matukio ya mubaya ya kinganga ao kutendea mubaya.

- Anzisha mufumo wa kuripoti na kuchunguza matukio ya mubaya ya kinganga.
- Weka siasa ya kuripoti kutendea mubaya kokote ao kutendea mubaya kingono.

6 > Tumikisha mipango yenye kufaa ya kuzuia na kupiganisha maambukizo (IPC), pamoja na viwango vya kadiri vya WASH na ufundi wa kuondoa takataka za kinganga za, mu majengo yote ya matunzo ya afya.

- Wakati wa milipuko ya magonjwa kama vile kolera ao Ebola, tafuta mwongozo kamili ku mashirika ya wataalamu kama vile Shirika la Afya ya Ulimwenguni (OMS) UNICEF na Médecins Sans Frontières (MSF).

7 > Simamia ao zika maiti kwa njia salama, yenye heshima na venye kufaa kulingana na malzi, juu ya musingi wa mazoezi ya muzuri ya afya ya watu wote.

Mambo yenye kuonyesha jinsi hali iko

Asilimia (%) ya watu wenye wanaweza kupata huduma ya afya ya musingi ku umbali wa saa moja kutoka makao yao

- Kiasi cha chini asilimia 80

Asilimia (%) ya vituo vya huduma ya afya vyenye kutoa matunzo ya afya yenye inapaswa kutangulizwa

- Kiasi cha chini asilimia 80

Hesabu ya vitanda vya wagonjwa wenye kupanga mu hopital (ukiondoa vitanda kwa ajili ya wamama wenye wamezaa) kwa wakaaji 10.000

- Kiasi cha chini ya 18

Asilimia (%) ya wakaaji wenye kuhitaji kuelekezwa ku matunzo ya afya yenye kuonwa kuwa ya nivo ya juu

Asilimia (%) ya wagonjwa wenye walielekezwa kwa wakati wa wenye kufaa

Maelezo ya mwongozo

Uwezekano wa kufikia matunzo ya afya unategemea kupatikana kwa huduma za afya, pamoja na uwezo wa kuzifikia kimwili, kukubalika na bei yenye kufaa kwa wote.

Kupatikana: Matunzo ya afya inaweza kutolewa kupitia muchanganyiko wa majengo kwa ajili ya huduma ya afya, yenye inaweza kuhamishwa na ya nafasi moja na ya jamii. Hesabu, aina na eneo ya kila moja itatofautiana kufuatana na hali. Mwongozo wa ujumla wa mupangilio wa kuenea kwa majengo ya huduma za afya ni:

- Kituo kimoja cha huduma ya afya kwa watu 10.000; na
- Hopitali moja mu wilaya ao mu vijiji kwa watu 250.000.

Hata hivyo ile haihakikishe kuenea kwa hali ya afya kwenye kufaa katika hali yote. Mu maeneo ya mashamba, muradi wa muzuri unaweza kuwa kituo kimoja kwa ajili ya watu 50.000, yenye kuunganishwa na programu ya usimamizi wa visa na jamii na klinike zenye zinaweza kuhamishwa. Mu maeneo ya miji mikubwa, vituo vya huduma ya afya vya pili vinaweza kuwa njia ya kwanza ya kufikia, na kwa hivyo kutosheleza huduma ya musingi kwa hesabu kubwa ya watu kupita 10.000.

Kutoa huduma ya afya yenye uwezo wa kupokea watu wenye kufika kwa wingi sanani kwa lazima sana katika hali ya kutenda kwa haraka. Epuka kutia huduma zenye ziko tayari mu eneo, sababu kufanya vile kunaweza kuharibu mali na kupunguza tumaini ya watu mu majengo yenye iko. Watu wanahitaji kurudilia ile majengo na tumaini yote wakati majengo ya muda mufupi itafungwa.

Fuatilia kiasi cha kutumia huduma mbalimbali. Kiasi ya chini inaweza kuonyesha aina ya mubaya, vizuizi vya kifeza vya moja kwa moja ao vyenye haviko vya moja kwa moja, kupendelea huduma zingine, kukadiria kwenye kupita kiasi hesabu ya wakaaji ao magumu ingine ya kufikia. Kiasi ya juu inaweza kupendekeza kwamba kuko magumu ya afya ya watu wote ao kutokadiria muzuri hesabu ya wakaaji wenye kulengwa, ao pengine magumu ya kufikia. Habari zote kuhusu wakaaji zinapaswa kutenganishwa kufuatana na uanamuke ao uwanamume, umri, ulemavu, asili ya kabila na hali zingine zenye zinaweza kuwa za lazima kulingana na hali yenye iko. Ili kuhesabu kiasi cha matumizi ⊕ *ona Nyongeza 3*.

Kukubalika: Wasiliana na sehemu zote za jamii ili kutambua na kushugulikia vizuizi vya kufikia huduma mbalimbali na sehemu tofauti za jamii na pande zote zenye ziko mu mizozo, hasa zaidi vikundi vyenye viko mu hatari zaidi. Fanya kazi pamoja na wanawuke, wanawume, watoto, watu wenye kuishi na UKIMWI na wenye wako mu hatari kubwa ya kuambukizwa, watu wenye kuwa na ulemavu, na watu wenye kuzeeka ili kuelewa mazoea ya watu ya kutafuta matunzo. Shirikiana na watu katika kuunda matunzo ya afya ili kuboresha kushiriki kwa mwagonjwa na kutolewa kwa matunzo kwa wakati wenye kufaa.

Bei yenye watu wanaweza kufikia: ⊕ *ona Kiwango cha mifumo ya afya 1.4: Kulipa feza kwa ajili ya matunzo ya afya.*

Matunzo ku nivo ya jamii: Mu huduma ya afya ya kwanza muko matunzo ya nyumbani na ya jamii. Kufikia huduma ya afya ya kwanza inaweza kuwa kupitia wafanyakazi wa afya wa jamii (CHWs) ao wa kujipendea, wafundishaji rika, ao kwa kushirikiana na halmashauri za afya za vijiji ili kushiriki kwa wagonjwa na jamii kukuwe muzuri zaidi. Nivo za matunzo zinaweza kuanzia ku programu ya kuzuia mupaka ku mupango wa kuendeleza afya ao kusimamia visa mbalimbali, na inategemea hali yenye iko. Programu zote zinapaswa kuanzisha viunganisho na kituo cha kutoa matunzo ya kwanza cha karibu ili kuhakikisha matunzo yenye kukamilishwa, uangalizi wa hali ya ugonjwa na kufuatilia programu. Kama CHWs zinatambua bwakimukali, kuelekeza ku huduma za malisho katika majengo ya kinganga ao vituo vingine ni jambo la lazima ⊕ *ona Kiwango cha usalama wa chakula na uchunguzi wa malisho 1.2: Uchunguzi wa malisho*. Kuunganisha matunzo ya programu za jamii ndani ya sekta zingine kama vile WASH na malisho ⊕ *ona Kiwango cha WASH cha kuendeleza afya 1.1 na Kiwango cha usalama wa chakula – kusimamia bwaki 2.1.*

Mifumo ya **kuelekeza mu hali yenye kuomba kutenda kwa haraka** yenye kuwa na ufundi wa kusafirisha wenye kukingwa, wenye kuamuliwa mbele ya wakati na wenye kuwa salama inapaswa kupatikana saa 24 kwa siku, siku saba kwa juma. Kunapaswa kuwa kutolewa kwa kinganga kati mwenye kuelekeza mugonjwa na mwenye kumupokea mwenye atatoa matunzo ya afya.

Haki za mugonjwa: Fanya muundo wa majengo ya matunzo ya afya na huduma mbalimbali ili kuhakikisha hali ya kipekee na ya siri, kama vile kwa kutia vyumba vyenye kugawanywa juu ya kupima mugonjwa. Tafuta kukubali kwa wagonjwa ao wenye kwalinda mbele ya njia za kufuata za kinganga ao upasuaji. Chunguza mafikirio yote ya pekee yenye inaweza kuwa na matokeo juu ya kukubali kutokana na kufahamu na usalama, kama vile umri, uwanamuke ao uwanamume, ulemavu, luga ao kabila. Anzisha mifumo ya ripoti ya maoni haraka kadiri inawezekana. Kinga habari kuhusu mugonjwa ⊕ ona Habari za kinganga 1.5.

Majengo salama na yenye kufaa: Tumia protokole za matumizi yenye hekima ya dawa na usimamizi salama wa dawa na vifaa ⊕ ona Kiwango cha mifumo ya afya 1.3: Dawa na vifaa vya kinganga vya lazima.

Hakikisha kwamba majengo ni yenye kufaa, hata katika hali za kutenda kwa haraka. Hakikisha nafasi za pekee juu ya kupima wangonjwa, mupangilio muzuri wa kufika kwa wagonjwa, nafasi ya upana wa metre 1 kati ya vitanda, mufumo wa kuingiza hewa, chumba cha kuondoa mikrobe ku vyombo (chenye hakipitishe hewa) mu hopitali, kutoa nishati ya kutosha ili kusaidia vyombo vya maana sana, na majengo ya WASH yenye kufaa. Wakati wa milipuko ya magonjwa, chunguza upya mambo yenye kuombwa ya majengo na mwongozo wenye kuhusika, kwa mufano, kutenganisha, kuchunguza na maeneo kwa wenye kutengwa.

Chukua hatua za kufanya vituo vya matunzo wa afya vikuwe salama, vyenye kukingwa na rahisi kufikia wakati wa matatizo kama vile mafuriko ao mizozo.

Kuzuia na kupiganisha magonjwa ya kuambukiza (IPC) ni kwa lazima sana katika hali zote ili kuzuia magonjwa na kuepuka magonjwa yenye kushindana na dawa za kuua mikrobe. Hata katika hali yenye haiko ya matatizo, katika ulimwengu asilimia 12 ya wagonjwa wapata magonjwa ya kuambukiza wakati wanapokea matunzo ya afya, na asilimia 50 ya wanapata magonjwa ya kuambukiza yenye kushindana na dawa za kuua mikrobe zenye kujulikana kisha upasuaji.

Mu sehemu kubwa-kubwa zenye kuunda IPC muko kuanzisha na kutumikisha miongozo (juu ya kiwango cha uangalifu, uangalifu juu ya kuambukiza na ufundi wa kinganga wa aseptia), kuwa na kikundi ya IPC katika kila jengo, mafunzo ya wafanyakazi ya afya, kufuatilia programu mbalimbali, na kuingiza ndani ya mifumo ya uangalizi ufundi wa kugundua maambukizo yenye kupata watu wakati wanapanga mu hopitali na yenye kushindana na dawa za kuua mikrobe. Majengo ya matunzo ya afya inapaswa kuwa na wafanyakazi wenye kufaa na ukubwa wa kazi ya kufanya mu saa zenye kuwekwa, na hesabu ya upangaji ku kitanda (isikuwe zaidi ya mugonjwa mumoja kwa kitanda), mazingira yenye kujengwa inapaswa kuwa yenye kufaa ⊕ ona Kiwango cha mifumo ya Afya 1.2: Wafanyakazi wa matunzo ya afya, ⊕ ona Majengo salama na yenye kufaa hapa juu, na juu ya majengo na vifaa vya WASH, ⊕ ona Kiwango cha WASH 6: WASH ndani ya majengo ya matunzo ya afya.

Uangalifu wa kawaida ni sehemu ya hatua za IPC na ndani yazo muko:

- *Kuzuia vidonda vyenye kutokezwa na vyombo vyenye kukata:* tumikisha kwa uangalifu sindano, visu vya kinganga vya upasuaji, kwa mufano wakati wa kusafisha vyombo vyenye vilitumikishwa ao kutupa sindano zenye zimekwisha kutumiwa. Mutu yeyote mwenye ameumizwa na vyombo vyenye kukata anapaswa kupata matunzo ya kuzuia ugonjwa kisha kuumia (prophylaxie post-exposition (PEP mu kingereza PPE mu kifaranza) ya UKIMWI mu muda wa saa 72 ⊕ *ona Mambo ya musingi ya matunzo ya afya – Afya ya kingono na uzazi 2.3.3: UKIMWI.*
- *Tumikisha vifaa vya kujikinga kipekee (PPE):* Toa PPE yenye kufaa juu ya musingi wa hali ya hatari ya kazi yenye itafanywa. Chunguza kimbele hali zenye zinaweza kufanya mutu aambukizwe (kwa mufano, tone-tone zenye zinaweza kusambaa, dawa ya kupuliza, kugusa ao kuguswa) na aina ya maambukizo ya ugonjwa, hali ya kudumu ya kufaa ya PPE ya ile kazi (kama vile kuzuia maji isipenye ao kushindana na vifaa vya aina ya maji), na kufaa kwa vifaa na kuenea mwenye atavitumia. PPE ya zaidi itategemea aina ya maambukizo: kugusa ao kuguswa (kwa mufano, bluze ao gan), matone (maske ya upasuaji inahitaji kuvaliwa wakati mutu iko karibu ku metre 1 pembeni ya mugonjwa), ao njia ya hewa (maske ya kusaidia kupumua). ⊕ *ona Kiwango cha WASH 6: WASH mu majengo ya matunzo ya afya.*
- Hatua zingine ni: usafi wa mikono, kusimamia takataka za kinganga, kulinda mazingira safi, kusafisha vifaa vya matunzo, usafi wa kupumua wakati wa kikohozi, na kanuni za aseptia ⊕ *ona Kiwango cha WASH 6: WASH mu majengo ya matunzo ya afya.*

Matukio ya mubaya: Katika ulimwengu, asilimia 10 ya wagonjwa wenye kupanga mu hopitali wanapata tukio ya ubaya (hata mu wakati yenye haiko ya matatizo ya kibinadamu), yenye mara mingi inatokea ku matunzo yenye haiko salama, makosa katika kuandika madawa na maambukizo yenye kupata mutu wakati anapanga mu hopitali. Maandishi ya matukio ya mubaya inapaswa kulindwa mu majengo yote ya kinganga na inapaswa kufuatiliwa ili kuendeleza mafunzo.

Usimamizi wa maiti: Tumia mila na mazoea ya kidini ya mahali ili kusimamia kwa heshima maiti, kuitambua na kuirudisha ku familia. Ikuwe ni ugonjwa wa kuenea sana, musiba wa asili, mizozo ao mauaji ya watu wengi, kusimamia maiti kunahitaji uratibu kati ya sekta za afya, WASH, kisheria, ya ukingo na kinganga na sheria.

Mara chache mili ya wafu inakuwa hatari kwa afya palepale. Magonjwa fulani (kwa mufano kipindupindu ao Ebola) inaomba usimamizi wa pekee. Kuondoa wafu kunaweza kuhitaji PPE, vifaa vya kusaidia kuondoa, usafirishaji na nafasi ya kuweka, na dokima mbalimbali. ⊕ *ona Kiwango ch WASH 6: WASH mu majengo ya matunzo ya afya.*

Kiwango cha mifumo ya afya 1.2:
Wafanyakazi wa matunzo ya afya

Watu wako na uwezekano wa kufikia wafanyakazi wa huduma ya afya wenye kuwa na ufundi wenye kufaa ku nivo zote za matunzo ya afya.

Matendo ya muhimu

1 > Chunguza nivo mbalimbali za hesabu ya wafanya kazi na namna wanagawanywa kwa kulinganisha na mupangilio wa taifa ili kutambua kukosekana na maeneo kwenye huduma haitolewe jinsi inafaa.

- Fuatilia kiasi cha hesabu ya wafanyakazi kwa ajili ya watu 1.000, kwa kila kazi na kila nafasi ya kazi.

2 > Zoeza wafanyakazi kwa ajili ya madaraka yao kufuatana na miongozo ya taifa ao ya kimataifa.

- Tambua kwamba madaraka ya wafanyakazi inaweza kuongezeka mu hali ya mubaya sana yenye kuomba kutenda kwa haraka na kwamba wanahitaji kupewa mazoezi na kutegemezwa.
- Panga mazoezi ya kuboresha ufundi wa kufanya kazi kwenye kuko ulazima sana wa kubadilishana zamu.

3 > Tegemeza wafanyakazi wa huduma ya afya ili weweze kufanya kazi mu mazingira yenye iko salama.

- Anzisha na kufanya utetezi kwa hatua zote zenye zinawezekana ili kulinda wafanyakazi wa huduma ya afya ku kipindi cha mizozo.
- Toa mafunzo yenye kuhusu afya ku kazi na kufanya chanjo ya hepatite B na ya tetanosi kwa wafanyakazi wa klinike.
- Toa mipango yenye kufaa ya IPC na PPE ili kutimiza madaraka ya wafanyakazi.

4 > Endeleza mipango ya mushahara na ya kuchochea yenye kupunguza tofauti za mishahara na kugawanya ku usawa wafanyakazi wa afya kati ya Wizara ya mambo ya afya (MoH) na wengine wenye kutoa huduma ya afya.

5 > Shiriki habari zenye kuhusu wafanyakazi wa huduma ya afya na habari ya utayari na MoH na mashirika ingine yenye iko na uwezo ya mahali na ya taifa.

- Utie mu akili kuhamishwa na kuondoka kwa wafanyakazi wa afya wakati wa mizozo.

Mambo yenye kuonyesha jinsi hali iko

Hesabu ya wafanyakazi wa afya wa jamii kwa kila watu 1.000

- Hesabu ya chini ya wafanyakazi wa afya wa jamii 1-2

Asilimia (%) ya kuzaliwa kwenye kusimamiwa na wafanyakazi wenye ujuzi (madaktari, wauguzi, wazalishaji)

- Hesabu ya chini, asilimia 80

Hesabu ya wazalishaji wenye ujuzi (madaktari, wauguzi, wazalishaji) kwa watu 10.000

- Hesabu ya chini, asilimia 23 kwa watu 10.000

Wafanyakazi wote wa afya wenye kufanya kazi ya klinike wenye wamepata mafunzo katika protokole za klinike na usimamizi wa visa

....

Maelezo ya mwongozo

Kupatikana kwa wafanyakazi wa huduma ya afya: Mu wafanyakazi wa huduma ya afya muko madaktari wauguzi, wauguzi, wazalishaji, wasimamizi wa klinike, wafundi wa laboratware, wenye kutoa madawa na wafanyakazi wa afya wa kijamii (CHW), napia wafanyakazi wa usimamizi na wa kutegemeza. Hesabu na habari fupi juu ya mutu ya wafanyakazi inapaswa kupatana na mahitaji ya wakaaji na ya huduma mbalimbali. Kukosekana kwa wafanyakazi kunaweza kuongeza uzito wa kazi na kufanya matunzo isikuwe salama. Ingiza wafanyakazi wa afya wenye wako ndani ya musaada wa kutenda kwa haraka.

Wakati wa kukubali mu kazi na kutoa mafunzo kwa wafanyakazi wa mahali, fuata miongozo ya taifa (ao ya kimataifa kama ya taifa haiko). Kukubali mu kazi wafanyakazi wa kimataifa inapaswa maagizo ya taifa na ya MoH (kwa mufano ushuhuda wa mambo yenye kuombwa, hasa zaidi kwa mazoezi ya klinike).

Fikiria kutunza watu wenye wako katika maeneo ya mashambani na ya miji mikubwa yenye iko nguvu kufikia, zaidi sana ile yenye iko karibu na mizozo. Wafanyakazi lazima watunze watu wa kila kabila, luga na mashirika. Kubali na kutoa mafunzo kwa wafanyakazi wa huduma ya afya wenye kuwa na ujuzi kidogo kutoka ndani ya jamii, kusimamia visa katika vikundi vyenye kusafiri-safiri ao mu maofisi ya matunzo ya afya, na kuendeleza njia za kuelekeza zenye kuwa nguvu. Mafurushi ya kuchochea inaweza kuhitajika ili kufanya kazi katika maeneo ya magumu.

Wafanyakazi wa afya wa Jamii (CHW): Kufanya programu ya Jamii pamoja na CHW (kutia ndani watu wenye kujipendea) kunafanya kufikia watu wenye wako mu magumu ya kufikiwa kukuwe muzuri zaidi, pamoja na wakaaji wenye kutengwa ao kubaguliwa. Kama kuna vizuizi vya kijeografia ao magumu ya kukubalika katika jamii tofauti, CHW mumoja inaweza tu kuwa na uwezo wa kutumikia watu 300 pahali pa 500.

Kazi za CHW zitatofautiana. Wanaweza kupatiwa mafunzo ya musaada wa kwanza-kwanza ao usimamizi wa visa ao wanaweza kufanya uchunguzi wa afya. Lazima waunganishwe na jengo ya huduma ya afya ya karibu ili kuhakikisha uangalizi wenye kufaa na matunzo yenye kujumuishwa. Mara mingi CHW hawawezi kuchukuliwa na mufumo wa afya kisha kumalizika kwa hali ya kutenda kwa haraka. Mu hali zingine, CHW kwa kawaida wanaweza kufanya kazi tu mu maeneo ya mashambani, kwa hivyo kielelezo tofauti kinaweza kuhitajika wakati wa matatizo mu miji mikubwa.

Kukubalika: Kutenda kufuatana na matarajio ya kijamii na ya kimalezi ya watu kutaongeza kujitoa kwa wagonjwa. Mu wafanyakazi munapaswa kuonekana utofauti wa wakaaji na muchanganyiko wa jamii tofauti za kijamii na kiuchumi, kabila, luga na muelekeo wa vikundi vya wanamume na wanawake, na usawasawa kati ya wanawake na wanamume.

Aina: Matengenezo inapaswa kuzoeza na kusimamia wafanyakazi ili kuhakikisha kwamba ujuzi wao unapatana na mambo ya sasa na kwamba mazoezi yao iko hakika.

Patanisha programu ya mafunzo na miongozo ya taifa (yenye kupatanishwa na hali ya kutenda kwa haraka) ao miongozo ya kimataifa yenye kukubaliwa.

Tayarisha mazoezi juu ya:

- protokole za klinike na usimamizi wa visa;
- njia ya kufuata yenye kutenda ya kawaida (kama IPC, usimamizi wa takataka za kinganga);
- ukingo na usalama (zenye kupatanishwa na hali ya hatari; na
- kanuni za mwenendo (kama vile maadili ya kinganga, haki za wagonjwa, kanuni za kibinadamu, kukinga watoto, kukinga juu ya kutumikishwa kama watumwa na kutendea mubaya) ⊕ *ona Matunzo ya afya ya musingi – kiwango cha Afya ya kingono na uzazi 2.3.2: Kutendewa vibaya kingono na kusimamia matunzo yenye kuhusu kubakwa.*

Uangalizi wa kawaida na kufuatilia aina itatia moyo mazoezi ya mazuri. Mafunzo ya kutoa mu kipindi kifupi tu haitahakikisha aina ya muzuri. Gawanya dosye za wenye wamefundishwa, mu mambo gani, na nani, wakati gani na wapi na Wizara ya mambo ya afya (MoH).

Kiwango cha mifumo ya afya 1.3:
Dawa na vifaa vya kinganga vya lazima

Watu wako na uwezekano wa kufikia madawa na vifaa vya kinganga vya lazima vyenye viko salama, vyenye kufaa na vya aina wenye kuhakikiswa.

Matendo ya muhimu

1 ⟩ Fanya liste ya dawa ya lazima na vifaa vya matunzo vyenye kukubaliwa na wote juu ya matunzo ya afya ya kutanguliza.

- Chunguza liste ya taifa dawa za musingi na vifaa vya matunzo mapema ku mwanzo wa musaada na uipatanishe na hali ya kutenda kwa haraka.
- Weka uangalifu wa pekee ku dawa zenye zimechunguzwa zenye zinaweza kuhitaji kutetewa kwa njia ya pekee ili zipatikane.

2 ⟩ Anzisha mifumo ya usimamizi yenye kufaa ili kuhakikisha kupatikana kwa dawa ya lazima na vifaa vya matunzo vyenye viko salama.

- Tia ndani usafirishaji, nafasi ya kuwekea na vifaa vya baridi juu chanjo na juu ya kukusanya na kuweka vifaa vya damu.

3 ⟩ Kubali michango ya dawa na ya vifaa vya matunzo kama tu vinapatana na miongozo yenye kutambuliwa kimataifa.

Mambo yenye kuonyesha jinsi hali iko

Hesabu ya siku zenye dawa za musingi hazipatikane

- Hesabu ya juu, siku 4 mu siku 30

Asilimia (%) ya vituo vya afya vyenye kuwa na dawa za musingi

- Kiasi ya chini asilimia 80

Asilimia (%) ya vituo vya afya vyenye viko na vifaa vya musingi vya matunzo vyenye kutumika

- Kiasi ya chini asilimia 80

Dawa zote zenye ziligawanywa kwa wagonjwa ziko na tarehe ya kumalizika yenye haijaenea

....

Maelezo ya mwongozo

Kusimamia dawa ya lazima: Mu dawa ya lazima muko madawa, chanjo na vifaa vya damu. Usimamizi muzuri wa zile dawa unahakikisha kupatikana lakini pia unakataza dawa zenye haziko salama ao zenye tarehe ya kutumiwa ilimalizika. Sehemu kubwa za usimamizi ni kuchagua, kupanga kimbele, kununua, kuweka na kugawanya.

Kuchagua kunapaswa kutegemea liste ya taifa ya dawa ya lazima. Tetea kufunika kukosekana kwenye kunaweza kuonekana kuhusu kwa mufano magonjwa yenye haiwezi kuambukiza, afya ya uzazi, kutuliza maumivu mu matunzo ya kupunguza maumivu na upasuaji, afya ya akili, dawa zenye kuwa mu uchunguzi (ona hapa chini) ao zingine.

Kutayarisha kimbele kunapaswa kufanywa juu musingi wa kutumia, habari za hali ya magonjwa na ukaguzi wa hali yenye iko. Kati ya zababu zenye kufanya dawa zenye ziko ku liste ya taifa zikosekane ni kama watengenezaji wa mahali wamepatwa na matokeo ya mubaya, depo zimeharibika ao kutolewa kutoka mataifa ya kigeni kumechelewa.

Njia za kufuata juu ya *kutolewa kwa vifaa* zinapaswa kupatana na sheria za taifa, sheria za ofisi ya uhamiaji ya ku mupaka na ufundi wa kimataifa wa kuhakikisha aina wa kutolewa. Fanya utetezi juu ya njia yenye kuwa ya muzuri zaidi kama kunakuwa kuchelewa (kupitia MoH, tengenezo lenye kusimamia, wakubwa wa taifa wenye kusimamia mambo ya misiba ao muratibu wa mashirika ya kibinadamu). Kama ile mifumo haiko, pata vifaa vyenye vimestahilishwa kimbele, vyenye tarehe ya kumalizika haijapita mu luga ya wakaaji wa inchi na wafanyakazi wa huduma ya afya.

Kuweka: Dawa zinapaswa kuwekwa kwa usalama mu muzunguko wote wa kugawanywa kwa dawa. Mambo yenye kuombwa inatofautiana kufuatana na vifaa. Dawa hazipaswi kuwekawa moja kwa moja ku sakafu. Tayarisha nafasi tofauti juu ya vifaa vyenye vimepitisha muda (nafasi yenye kufungwa), vifaa vyenye vinaweza kuwaka (kwenye hewa, na kwenye kukingwa juu ya moto), vifaa vyenye kufanyiwa uchunguzi (ongeza usalama) na vifaa vyenye kuhitaji kuwekwa mu vyombo vya baridi ao kuheshimia kiasi fulani cha joto.

Kugawanya: Anzisha njia za kusafirisha zenye ziko salama, zenye kukingwa, zenye kupangwa kimbele na zenye kurekodiwa kutoka ku stoki kubwa mupaka ku vituo vya huduma ya afya. Watu wakushirikiana nao wanaweza kutumikisha mufumo wa "push" (kugawanya kwa kiotomatike) ao wa "pull" (kugawanya kufuatana na maombi).

Kutupa kwa njia salama dawa zenye zimepitisha muda: Zuia kuambukiza mazingira na kuhatarisha watu. Heshimia sheria za taifa (zenye kupatanishwa na hali ya kutenda kwa haraka) ao miongozo ya kimataifa. Kuchoma kwa kiasi cha juu sana cha joto kunaomba bei kubwa, na kuweka madawa kunafanya kazi kwa muda mufupi tu ⊕ *ona Kiwango cha 6 cha WASH: WASH ndani ya majengo ya huduma ya afya.*

Vifaa vya musingi vya kinganga: Fafanua na ununue vifaa vya lazima (pamoja na reaktife za laboratware, na mashine kubwa) katika kila nivo ya huduma ya afya, vyenye kupatana na viwango vya taifa ao vya kimataifa. Weka pia vifaa vya kusaidia watu wenye kuwa na ulemavu. Hakikisha kwamba vifaa vinatumikishwa kwa njia salama, sababu ya kurekebishwa mara kwa mara na kutolewa kwa sehemu za kukomboa zenye zimeharibika, hasa zaidi kutoka mu eneo. Bomoa vifaa kwa njia salama. Toa ao badilisha vifaa vya kusaidia na toa maelezo yenye iko wazi juu ya kutuvimikisha na kuvitengeneza. Zungumuza na huduma za kurekebisha ili kupata maelezo juu ya ukubwa wenye kufaa, kustahili, kutumia na kutengeneza. Epuka kugawanya kwenye kufanywa palepale tu na njo basi.

Vifaa vyenye vimestahilishwa kimbele ni muhimu katika hatua za mwanzo za matatizo ao katika nafasi za kujipanga kimbele ili kujitayarisha. Viko na dawa na vifaa vya matunzo vya musingi vyenye kustahilishwa kimbele na vinatofautiana kulingana na hali ya musaada wa afya. OMS ndio shirika kubwa yenye kutoa paketi ya vifaa vya afya vya kutenda kwa haraka vya uhusiano wa mashirika na vifaa vya kupiganisha magonjwa yenye haiko ya kuambukiza, pamoja na vifaa vya kupiganisha kuhara, kufazaika na vingine. Fond des Nations Unies pour la population (UNFPA mu kingereza, FNUAP mu kifaranza) ndiyo shirika kubwa ya kutoa vifaa vya afya ya viungo vya uzazi na uzazi.

Dawa zenye zimechunguzwa: Dawa za kupunguza maumivu, juu ya afya ya akili na kusimamisha kutokwa damu kisha kuzaa, kwa kawaida ni zenye zimechunguzwa. Kwa kuwa asilimia 80 ya inchi zenye mapato ya chini hazina uwezekano wa kufikia dawa za kupunguza maumivu zenye kufaa, fanya utetezi ku MoH na ku serikali ili kuboresha kupatikana kwa dawa zenye zimechunguzwa.

Vifaa vya damu: Ratibu pamoja na huduma za taifa ya kutia damu mu mishipa, kwenye ziko. Kusanya damu kutoka kwa watu wenye kujipendea tu. Pima vifaa vyote vya damu ili kupima kama vinaweza kuwa na UKIMWI, ugonjwa wa maini (hepatite B na C), na kaswende kama kiasi cha chini, ona kikundi cha damu na upatano. Weka na kugawanya vifaa vya damu katika usalama. Zoeza wafanyakazi wa klinike katika matumizi ya busara ya damu na vifaa vya damu.

Kiwango cha mifumo ya afya 1.4:
Kulipa feza kwa ajili ya matunzo ya afya

Watu wako na uwezekano wa kufikia matunzo ya afya ya kutanguliza bila kulipa wakati wa matatizo.

Matendo ya muhimu

1 ⟩ Fanya mupango wa kufutwa kwa malipo ya wenye kutumia ao kuisimamisha kwa muda kwenye matunzo inalipishwa kupitia mifumo ya serikali.

2 ⟩ Punguza bei zenye haziko za moja kwa moja ao vizuizi vingine vya kifeza kwa kufikia na kutumia huduma.

Mambo yenye kuonyesha jinsi hali iko

Asilimia (%) ya majengo ya kinganga yenye hailipishe watumiaji matunzo ya afya ya kutanguliza (na malipo ya vipimo, matunzo, uchunguzi na kutoa dawa)

- Muradi: asilimia 100

Asilimia ya watu wenye hawatoe malipo yoyote ya moja kwa moja wakati wa kufikia ao kutumia matunzo ya afya (pamoja na vipimo, matunzo, uchunguzi na kutolewa kwa dawa)

- Muradi: asilimia 100

Maelezo ya mwongozo

Malipo ya kutumia: Kuomba malipo ya huduma mu hali ya kutenda kwa haraka inazuia kufikia na inaweza kuzuia watu kutafuta matunzo ya afya.

Kusimamisha malipo ya kutumia juu ya wenye kutoa huduma ya afya wa serikali bila shaka kutatokeza magumu ya kifeza. Fikiria kusaidia majengo yenye kutegemea MoH ao wengine wenye kutoa huduma wenye kusimamia kwa kutoa mishahara ya wafanyakazi, kwa kutoa vichocheo, dawa za zaidi, vifaa vya kinganga na vifaa vya kujitegemeza. Kama malipo ya kutumia imesimamishwa kwa muda, hakikisha kwamba watumiaji wanapata habari yenye iko wazi juu ya wakati wenye kuwekwa na sababu, na fanya uangalizi juu ya kufikia na aina wa huduma.

Malipo yenye haiko ya moja kwa moja inaweza kupunguzwa kwa kutoa huduma ya yenye kufaa katika jamii na kutumia njia ya kusafirisha na kuelekeza zenye kupangwa.

Musaada wa kifeza: Muradi wa Kueneza Afya kwa Wote mu mwaka wa 2030 unasema kwamba watu wanapaswa kupokea huduma za afya bila magumu ya kifeza yenye haiko ya lazima. Hakuna ushuhuda wenye kuwa wazi wenye kuonyesha kwamba musaada wa kifeza wenye kulenga kipekee musaada wa afya wa kibinadamu katika mazingira ya kibinadamu uko na matokeo ya muzuri ku afya, kufuatana na hii toleo ⊕ *ona Sphere ni nini? Pamoja na Kutoa musaada kwa njia ya masoko.*

Mambo yenye ilionwa inaonyesha kwamba kutumia musaada wa kifeza katika musaada ya afya *kunaweza* kusaidia kamaif:

- hali ya kutenda kwa haraka imetulia;
- kuko huduma yenye kupangwa kimbele ya kutegemeza, kama vile matunzo mbele ya kuzaa ao kusimamia magonjwa ya muda murefu;
- kuko mutazamo wa muzuri wa kutafuta matunzo ya afya na maombi iko ya mingi; na
- ingine mahitaji ya lazima sana ya mafamilia kama vile nafasi ya kujikinga inatimizwa.

Kiwango cha mifumo ya afya 1.5:
Habari za kinganga

Matunzo ya afya inategemea ushuhuda kupitia kukusanya, kuchunguza na kutumia habari za maana kuhusu afya ya watu wote.

Matendo ya muhimu

1 > Tia nguvu ao uendeleze mufumo wa habari za matunzo wenye hutoa habari za kutosha, zenye kutiwa upya, na zenye kuwa sahihi juu ya musaada wa matunzo wenye matokeo na wenye usawaziko.

- Hakikisha kwamba mufumo wa habari ya afya unahusu pia watendaji wote, uko rahisi kuanzisha na rahisi kukusanya, kuchunguza na utafsiri habari ili kuongoza musaada.

2 > Tia nguvu ao uendeleze njia ya kutoa Onyo Mapema, Kuarifu na kutoa Musaada juu ya ugonjwa (EWAR), kwa ajili ya misiba yote yenye kuomba musaada wa haraka.

- Amua ni magonjwa na matukio gani ya kutanguliza yenye utaingiza juu ya musingi wa maelezo mafupi ya hali ya hatari, kufuatana na utaalamu wa hali ya ugonjwa na ya hali yenye kuomba kutenda kwa haraka.
- Ingiza sehemu zenye kuwa na musingi juu ya dalili za hali na matukio.

3 > Kukubaliana na utumie habari zenye kutenda za kawaida na ufafanuo mbalimbali.

- Fikiria hesabu zenye kufanana kwa wote, kama vile hesabu ya wakaaji, ukubwa wa familia na kutenganisha habari kufuatana na umri.
- Anzisha usimamizi wa mambo katika maeneo na kode za kijeografia.

4 > Kubali njia ya kutenda ya kawaida kwa watendaji wote wa afya wakati wa kutumia habari.

5 > Hakikisha ufundi wa kukinga habari ili kuhakikisha haki na usalama wa watu, kuripoti visehemu na/ao wakaaji.

6 > Tegemeza mutendaji kiongozi kukusanya, kuchunguza, kutafsiri na kugawanya habari za afya kwa wenye kuhusika wote kwa wakati unaofaa na kwa kawaida, na kuongoza kuchukua uamuzi wa programu ya afya.

- Ingiza ndani kuenea na kutumikisha huduma za afya, pamoja na ukaguzi na tafsiri ya habari za uchunguzi wa magonjwa.

Mambo yenye kuonyesha jinsi hali iko

Asilimia ya kutolewa kwa Onyo Mapema, Kuarifu na kutoa Musaada juu ya ugonjwa (EWAR) yenye kuwa kamili/ripoti za uchunguzi zenye zilitolewa kwa wakati

- Kiasi ya chini: asilimia 80

Ukawaida wa ripoti za habari ya afya zenye kutolewa na mutendaji kiongozi wa afya

- Kiasi ya chini – kila mwezi

Maelezo ya mwongozo

Mufumo wa habari ya afya: Mufumo wa habari ya afya wenye kufanya kazi muzuri unahakikisha utoaji, ukaguzi, kugawanya na kutumia habari yenye kuaminika na yenye kufaa juu ya hali zenye kusaidia kuchukua maamuzi juu ya afya, kutumika kwenye kuwa na matokeo kwa mifumo ya afya na hali ya afya. Habari zinaweza kuonyesha aina ao ukubwa na zinaweza kukusanywa kutoka kwa vyanzo mbalimbali kama vile kuandikisha uchunguzi wa maoni, kuandikisha hali ya maisha ya watu, kuchunguza maoni ya watu, uchunguzi wa maoni ya watu juu ya mahitaji, rekodi juu ya mutu na kituo cha huduma ya afya (kama vile mifumo ya kusimamia habari ya afya). Inapaswa kuwa mwepesi kubadilika ya kutosha ili kuweza kuingiza ndani habari na kuonyesha mwito ya kushindana yenye haikutazamiwa kama vile kulipuka kwa magonjjwa ao kuanguka kabisa kwa mufumo wa afya ao huduma mbalimbali. Habari itatambulisha magumu na mahitaji katika nivo zote za mufumo wa afya.

Kusanya habari yenye kukosekana kupitia ukaguzi wa zaidi ao uchunguzi wa maoni. Fikiria kutembea kwa watu wenye kuvuka mipaka, na habari zenye kuhitajika ao zenye zinapatikana. Toa ukaguzi wa mara kwa mara juu ya nani anafanya nini na wapi.

Mifumo ya kusimamia habari za afya (HMIS) ao ripoti za kawaida (HMIS) inatumia habari ya afya yenye kutolewa na majengo ya huduma ya afya ili kuchunguza hali ya utendaji ya kutolewa kwa matunzo ya afya. HMIS inasimamia kutolewa kwa musaada ya pekee, matunzo ya magonjwa, mali kama kufuatilia kupatikana kwa dawa, wafanyakazi na kiasi cha kuwatumikisha.

Uangalizi wa afya ni kukusanya kwenye kuendelea na kwa ujumla, ukaguzi na kutafsiri habari za afya. Uangalizi wa ugonjwa unafuatilia hasa magonjwa tofauti na vielelezo vya kuendelea na mara mingi inatiwa ndani ya ripoti ya HMIS.

Kutoa Onyo Mapema, Kuarifu na kutoa Musaada (EWAR) ni sehemu ya mufumo wa kawaida ya uangalizi wa afya. Inagundua na kutoa onyo juu ya tukio yoyote juu ya afya ya watu wote yenye kuhitaji musaada wa haraka, kama vile sumu ya chimie ao magonjwa yenye inaweza kuenea sana ⊕ *ona Matunzo ya afya ya musingi – kiwango cha magonjwa yanayoambukiza 2.1.2: Uangalizi, kugundua kulipuka na musaada wa mapema.*

Njia za kufuata za kutenda za kawaida: Anzisha maelezo yenye kukubalika na wote na njia za kutawanya habari katika maeneo ya kijeografia, ku nivo za matunzo na watendaji wa afya. Kama kiasi cha chini, kukubaliana juu ya:

- kufafanua visa;
- dalili za yenye inapaswa kufuatiliwa;
- sehemu za kuripoti (kama klinike zenye zinaweza kuhamishwa, hopitali za mashambani, vituo vya afya);
- njia za kupitishia ripoti; na
- ukawaida wa kutuma habari, ukaguzi na ripoti.

Kugawanya mu vikundi mbalimbali: Habari za kinganga zinapaswa kugawanywa mu vikundi kufuatana na uwanamuke na uwanamume, umri, ulemavu, wenye kuhamishwa na wenye kukaribisha, hali (kama vile hali ya kambi / hapana kambi) na nivo ya kiserikali (jimbo, wilaya) ili kuongoza namna ya kuchukua maamuzi na kugundua kukosa usawa kwa vikundi vyenye kuwa mu hatarini zaidi.

Kwa EWAR, gawanya habari za hali ya vifo na hali ya kupatwa na magonjwa ya watoto wenye umri wa chini na wa juu ya miaka tano. Muradi ni kutoa onyo kwa haraka; habari zenye hazina mambo mengi madogomadogo zinakubalika. Habari za uchunguzi wa kulipuka kwa magonjwa, utafiti wa mawasiliano, liste ya visa na ingine kufuatilia mwelekeo wa ugonjwa zinapaswa kuwa zenye kugawanywa.

Usimamizi wa habari, usalama na kulinda siri: Fanya uangalifu wenye kufaa ili kulinda usalama wa mutu na habari. Wafanyakazi hawapaswe hata kidogo kupasha habari za mugonjwa kwa mutu yeyote mwenye hahusike moja kwa moja katika matunzo ya mugonjwa bila ruhusa ya mugonjwa. Onyesha ufikirio wa pekee kwa watu wenye kuwa na uzaifu fulani wa akili, mawazo ao ufahamu yenye inaweza na matokeo juu uwezo wao wa kukubali juu ya musingi wa kuelewa wazi. Ujue kwamba watu wengi wenye kuishi na UKIMWI wanaweza kuwa hawajaelezea hali yao kwa washirika wa karibu wa familia. Shugulika kwa uangalifu sana na habari zenye kuhusu vidonda vyenye kusababishwa na kuteswa ao na ingine uvunjaji wa haki za kibinadamu, pamoja na kutendewa vibaya kingono. Fikiria kupitishia zile habari kwa wenye kuhusika ao mashirika yenye kufa kama mutu anakubali akiwa mwenye kuelewa wazi ⊕ *ona Kanuni ya Ukingo 1* na *Kujito ya kanuni za Musingi za Kibinadamu 4.*

Vitisho juu ya matunzo ya afya: Vitisho juu ya wafanyakazi wa afya, ao matukio yoyote ya kijeuri yenye kuhusu wafanyakazi wa afya yanapaswa kuripotiwa kwa kutumia njia zenye zilikubaliwa za mahali na za taifa ⊕ *ona Mawazo ya musingi kuhusu mambo ya afya (juu)* na *Marejezo na habari zingine za kusoma (chini).*

2. Mambo ya musingi ya matunzo ya afya

Mambo ya musingi ya matunzo ya afya inashugulika na sababu kubwakubwa za wingi wa vifo na wingi wa magonjwa mu watu wenye walipatwa na mateso. Ratibu pamoja na wizara ya afya na watendaji wengine rasmi wa afya ili kukubaliana juu ya huduma zenye zitatangulizwa, wakati gani na wapi. Amua mambo ya kutanguliza juu ya musingi wa hali ya mambo na uchunguzi wa hali za hatari na ushuhuda wenye uko.

Wakaaji wenye walipatwa na mateso watakuwa na mahitaji ya mupya na yenye tofautiana, yenye itazidi kuendelea. Watu wanaweza kupambana na musongamano, kuhamishwa mara mingi, bwaki, kukosa uwezekano wa kufikia maji, ao muzozo wenye kuendelea. Umri, uwanamuke ao uwanamume, ulemavu, hali ya UKIMWI, kitambulisho cha luga ao kabila, vinaweza kuwa na matokeo juu ya mahitaji ya zaidi na vinaweza kuwa vizuizi kubwa kwa kufikia huduma ya afya. Fikiria mahitaji ya wale wenye kuishi mahali kwenye kuko magumu kufika na kwenye huduma iko na kiasi ya chini.

Kukubaliana juu ya huduma za kutanguliza pamoja na MoH na watendaji wengine wa afya, kwa kutia mukazo juu ya hatari zenye zinaweza kutokea na kusababisha kutokea sana kwa magonjwa na vifo kwa wingi. Programu za afya zinapaswa kutoa matunzo yenye kufaa, na yenye matokeo ya muzuri, kwa kufikiria hali yenye iko, mupango wa kusimamia usafirishaji wa vifaa, na mali yenye kuhitajika. Mambo ya kutanguliza inaweza kubadilika kadiri hali inakuwa muzuri zaidi ao inazidi kuharibika. Ile zoezi inapaswa kufanywa kila mara, kufuatana na habari zenye kupatikana na kadiri hali inabadilika.

Kisha tu kiasi cha uwingi wa vifo kupunguka ao hali kutulia, huduma kamili za afya zinaweza kufikiriwa. Mu hali ya kukawia muda murefu, ile inaweza kuwa muchanganyiko wa huduma mbalimbali za afya, zenye kuamuliwa na taifa.

Sehemu hii inaelezea kiasi cha chini cha matunzo ya afya ya musingi katika maeneo makubwa-makubwa ya musaada mu hali ya kutenda kwa haraka: magonjwa ya kuambukiza, afya ya mutoto, afya ya viungo vya uzazi na uzazi, kutunza vidonda na hali ya kufazaika, afya ya akili, magonjwa yenye haiko ya kuambukiza na matunzo ya kuzuia maumivu.

2.1 Magonjwa yanayoambukiza

Matatizo ya kibinadamu, ikuwe yenye kusababishwa na musiba wa asili, muzozo ao njaa kali, mara mingi inaleta kuongezeka kwa magonjwa ya mingi na vifo sababu ya magonjwa ya kuambukiza. Watu wenye wanahamishwa ku maeneo ya makao ya kijamii ao nafasi ya kujikinga kwenye watu wanasongamana wanakuwa mu hatari ya kuambukizwa na magonjwa kama vile kuhara na surua yenye kutawanyika kwa urahisi. Kuharibika kwa majengo ya choo ao kukosekana kwa maji safi inatokeza hali ya kuambukizwa haraka na magonjwa yenye kuletwa na vidudu ao na maji. Kupunguka kwa uwezo wa mwili wa kujikinga na magonjwa kati ya wakaaji kunasababisha kuongezeka kwa hali ya hatari ya kupatwa na magonjwa. Kuharibika kwa mifumo ya afya kunaweza kukatiza matunzo ya muda murefu, kama vile ya UKIMWI na ya kifua kikuu (TB), kutolewa kwa kawaida kwa chanjo, na matunzo ya mwepezi kama vile ya magonjwa ya mapafu.

Magonjwa makali ya kuambukizwa kwa mapafu, kuhara, surua a ugonjwa wa malaria inazidi kuwa sababu kubwa ya kuongezeka wingi wa magonjwa kati ya wakaaji wenye walipatwa na mateso. Bwaki mukali unazidisha hali ya ile magonjwa, hasa zaidi kwa watoto wa chini ya miaka mitano, na kwa watu wenye kuzeeka.

Muradi mu hali ya matatizo ni kuzuia magonjwa ya kuambukiza tangu mwanzo, kusimamia visa vyote, na kuhakikisha musaada wa haraka na wenye kufaa kama kunatokea kulipuka kwa ugonjwa. Mu musaada ya kushughulikia magonjwa ya kuambukiza munapaswa kuwa kuzuia, uangalizi, kugundua magonjwa ya kuenea sana, vipimo na kusimamia visa, na musaada wakati wa kulipuka kwa ugonjwa.

Kiwango juu ya magonjwa yanayoambukiza 2.1.1: Ukingo

Watu wako na uwezekano wa kufikia matunzo ya afya na habari juu ya kuzuia magonjwa ya kuambukiza.

Matendo ya muhimu

1. Kuamua hatari yenye iko ya magonjwa ya kuambukiza juu ya watu wenye walipatwa na mateso.

- Angalia habari ya matunzo ya afya yenye ilikuwa mbele kama iko na habari za uangalizi ikuwe za hali ya malisho na za uwezekano wa kufikia maji na kudumisha usafi kwa usalama.
- Fanya uchunguzi wa hali ya hatari kwa watu wenye walipatwa na mateso, zaidi sana kwa viongozi wa mahali na wafanyakazi wa afya.

2. Fanya kazi pamoja na sekta zingine ili kuendeleza mipango ya ukingo ya ujumla ya kuzuia na kuanzisha programu zenye kujumuishwa za kuendeleza afya katika jamii.

- Shugulikia woga mbalimbali za pekee, uvumi na itikadi za kawaida zenye zinaweza kuharibisha tabia ya muzuri.
- Uratibu na sekta zingine zinazofanya huduma za nje, kama vile viboreshaji wa usafi au wafanyakazi wa malisho ya jamii, ili kuhakikisha ujumbe unacfanana.

3. Anzisha mipango ya chanjo ili kuzuia magonjwa.

- Amua mahitaji ya kampeni za chanjo juu ya magonjwa fulani ya kuambukiza juu ya musingi wa hatari, uwezekano na hali yenye iko.
- Anza tena kutoa chanjo ya kawaida kupitia programu ya chanjo yenye ilikuwa mbele.

4. Anzisha mipango ya kuzuia magonjwa fulani ya pekee kama inahitajika.

- Toa na uhakikishe kwamba wagonjwa wote wenye kupanga mu hopitali wanatumia mustikere yenye iko na dawa ya kuua vidudu yenye kudumu muda murefu (LLINs mu kingereza, MILDA mu kifaransa) katika maeneo yote yenye iko na malaria.

5 ⟩ Anzisha mipango ya kuzuia na kupiganisha maambukizo (IPC) ku nivo zote za huduma ya afya kulingana na hali ya hatari ⊕ *ona Kiwango cha mifumo ya afya 1.1* na musaada wa WASH mu *Kiwango cha WASH 6: WASH mu majengo ya matunzo ya afya.*

Mambo yenye kuonyesha jinsi hali iko

Asilimia (%) ya watu wenye wamekubali mazoea ya musingi yenye kuendelezwa mu kazi na ujumbe mbalimbali za mafundisho ya afya

Asilimia (%) ya mafamilia zilipatwa na hatari zenye kuripoti kwamba zimepokea habari zenye kufaa juu ya hatari zenye kutokea ku magonjwa ya kuambukiza na na matendo ya kuzuia

Asilimia (%) ya familia zenye zilipatwa na hatari zenye zinaweza kueleza hatua tatu zenye wako wanachukua ili kuzuia magonjwa ya kuambukiza

Wagonjwa wote wenye kupanga mu majengo ya matunzo ya afya wenye kutumia mustikere yenye iko na dawa ya kuua vidudu yenye kudumu muda murefu (LLINs) katika maeneo ya Malaria

Kiasi cha kutokea kwa magonjwa makubwa-makubwa ya kuambukiza kiko mu usawa ao hakiongezeke kulingna ya Kiasi cha mbele ya mizozo

Maelezo ya mwongozo

Uchunguzi wa hali za hatari: Fanya uchunguzi wa hali za hatari ndani ya watu wenye walipatwa na mateso, viongozi wa eneo na wafanyakazi wa afya. Chunguza hatari zenye kuletwa na hali yenye iko na mazingira, kama vile mu makao ya jamii kwenye watu wanafungamana sana na maeneo ya miji mikubwa. Fikiria sana sehemu mbalimbali za wakaaji ili kutambua sababu fulani za pekee za ugonjwa, kupunguka kwa nguvu ya mwili ya kupiganisha magonjwa ao hatari zingine.

Mipango ya kuzuia yenye kuhusisha sekta mbalimbali: Endeleza mipango a ujumla ya kuzuia kama vile usafi wenye kufaa, kuondoa takataka, maji safi na ya kutosha na kusimamia vidudu vya kuambukiza. Nafasi ya kujikinga yenye kufaa, yenye kuwa na nafasi ya kuenea kwenye hewa inaingia muzuri inaweza kusaidia kupunguza maambukizo. Kunyonyesha pekee na kufikia malisho yenye kufaa inasaidia moja kwa moja ku hali ya afya ⊕ *ona Kujitoa ya kiwango cha kibinadamu 3, Kiwango cha WASH cha kuendeleza usafi 1.1, Viwango vya WASH juu ya kutolewa kwa maji 2.1 na 2.2, Viwango vya WASH juu ya kusimamia takataka ngumungumu 5.1 mupaka 5.3, Kiwango juu ya nafasi ya kujikinga na makao 2* na *Viwango juu ya usalama wa chakula na malisho – malisho ya mutoto muchanga na mutoto mudogo 4.1 na 4.2.*

Kuendeleza afya: Alika jamii mbalimbali kutoa habari katika fomat na luga zenye zinaweza kufikiwa na wazee, watu wenye ulemavu, wanawake na watoto. Chukua wakati wa kujaribu na kusibitisha ujumbe juu ya magumu yenye kugusa upesi hisia za watu.

Chanjo: Uamuzi wa kuanzisha kampeni ya chanjo itachukuliwa juu ya musingi wa sababu tatu:

- **Uchunguzi wa sababu za hatari za ujumla** kama vile bwaki, kuenea sana kwa magonjwa yenye kudumu muda murefu, kusongamana kwa wakaaji, hali ya WASH yenye haifae, na hatari fulani za pekee za magonjwa yenye kuungana na jeografia kwa mufano, hali ya hewa, majira na uwezo wa kujikinga wa miili ya wakaaji.
- **Uwezekano wa kufanya kampeni** juu ya musingi wa uchunguzi wa mambo yenye chanjo inastahili kutimiza, pamoja na kupatikana ufanisi, matokeo, usalama, ikuwe iko na antijene moja ao mingi, ya kunywa ao ya sindano, na usabiti wa chanjo. Fikiria sababu za kusaidia kufanyika kama vile uwezekano wa kufikia wakaaji, vizuizi vya wakati, usafirishaji, vifaa vyenye kuhitajiwa, garama na uwezekano wa kupata kukubali juu ya musingi wa kufahamu.
- **Jinsi hali iko kwa jumla,** zaidi sana vizuizi vya kimaadili na vya kufaa kama vile upinzani wa jamii, upendeleo sababu ya kukosekana kwa mali na vizuizi vya kisiasa ao vya usalama, ao vitisho vyenye kujulikana juu ya wenye kutoa chanjo.

ona Mambo ya musingi ya matunzo ya afya – afya ya mutoto 2.2.1: Ndui ya watoto kwa ajili ya kuwakinga na magonjwa na Chanjo mu Matatizo makali ya hali ya kibinadamu: Makubaliano juu ya kuchukua maamuzi, OMS, 2017, yenye kuhusu antijene 23, pamoja na kolera, menenjite, surua na rotavirusi.

Kuzuia ugonjwa wa malaria: Mu maeneo kwenye kuko maambukizo ya ugonjwa wa malaria ya kiasi cha juu mupaka kiasi ya katikati, toa LLIN kwa watu wenye kuwa na bwaki mukali na familia zao, wanawake wenye mimba, watoto wa chini ya miaka mitano, watoto wenye hawasindikizwe na mutu na watu wenye kuishi na UKIMWI. Kisha tanguliza watu mu programu ya malisho ya zaidi kwa kufuatanisha, familia zenye kuwa na watoto chini ya miaka mitano na familia zenye kuwa na wanawake wenye mimba. Patia wanawake wenye mimba chimioprophylaxie kufuatana na protokole ya taifa na schémas de résistance. Katika maeneo kwenye kuko bwaki sana na vifo kwa mingi juu ya surua, fikiria chimioprophylaxie yenye kulengwa juu ya malaria yenye kutokea kufuatana na majira.

Magonjwa yenye kuletwa na mbu Aedes: Homa ya Dengue, chikungunya, virusi ya Zika na homa ya manjano inatawanywa na mbu Aedes. Zuia magonjwa kupitia usimamizi wenye kuunganishwa vidudu vya kuambukiza. Wakaaji wanapaswa kuvaa mavazi ili kuzuia kuumwa, na familia zinapaswa kuwa na mazoea ya muzuri ya kusimamia maji na takataka na dawa za kufukuza vidudu ao LLIN kwa watoto wadogo na watoto wachanga wenye kulala wakati wa muchana *ona Kiwango ha WASH juu ya kupiganisha vidudu va kuambukiza 4.2: Matendo ya familia na ya mutu pekee ya kupiganisha vidudu va kuambukiza.*

Kiwango juu ya magonjwa yanayoambukiza 2.1.2: Uangalizi, kugundua kulipuka na musaada wa mapema

Uangalizi na mifumo ya kuripoti inaruhusu kugundua mapema kulipuka na musaada wa haraka.

Matendo ya muhimu

1. Kutia nguvu ao kuanzisha ufundi wa kutoa Onyo Mapema, Kuarifu na kutoa Musaada (EWAR) mu hali fulani ya pekee ya ugonjwa.

- Amua matukio na magonjwa ya kutanguliza yenye inapaswa kuingizwa, juu ya musingi hali ya hatari ya kuenea kwa ugonjwa.
- Zoeza wafanyakazi wa afya ku nivo zote kuhusu magonjwa ya kutanguliza na njia za kuarifu viongozi wa afya na kutoa onyo.
- Tawanya ripoti za EWAR za kila juma kwa watendaji wote ili waweze kuchukua hatua za maana.

2. Anzisha vikundi vya uchunguzi wa kulipuka.

- Hakikisha kwamba matendo inaanzishwa kwa haraka wakati onyo inatolewa.
- Anzisha uchunguzi kwa mbali kwenye vikundi havina uwezekano wa kufikia wakaaji wenye walipatwa na mateso, kama vile katika maeneo ya mizozo.

3. Hakikisha kwamba eshantio zinaweza kupimwa kwa njia ya vipimo vya uchunguzi wa haraka ao laboratware ili kuhakikisha kulipuka ⊕ *ona Kiwango cha matunzo ya afya – magonjwa yanayoambukiza 2.1.3: Kutambua na kushugulikia magonjwa.*

Mambo yenye kuonyesha jinsi hali iko

Asilimia (%) za onyo zenye kuripotiwa mu masaa 24

- Asilimia 90

Asilimia (%) ya onyo zenzenye zimechunguzwa mu masaa 24

- Asilimia 90

Asilimia (%) ya onyo zenzenye zimechunguzwa na kuhakikishwa mu masaa 24

- Asilimia 90

Maelezo ya mwongozo

Kutoa Onyo Mapema, Kuarifu na kutoa Musaada (EWAR): Kwa kushirikiana na sekta zote, pamoja na MoH, mashirika na jamii, tia nguvu ao anzisha mufumo wa EWAR wa wakaaji wenye walipatwa na mateso ⊕ *ona Kiwango cha mifumo ya afya 1.5: Habari kuhusu afya.* Mufumo unapaswa kuwa na uwezo wa kutambua uvumi, matukio yenye haiko ya kawaida na ripoti za jamii.

Uangalizi na onyo ya mapema: Tia nguvu mufumo wa EWAR pamoja na washiriki, na ukubaliane juu ya vipimo vya kuripoti, mufululizo wa habari, vifaa vya kuripotia, vifaa vya kuchunguza habari, kufafanua visa na ukawaida wa kuripoti.

Kutoa onyo na kuriposti: Maonyo ni matukio ya kinganga yenye haiko ya kawaida yenye inaweza kuwa ishara ya hatua za mwanzo wa kulipuka kwa ugonjwa wa kuambukiza. Fafanua kiasi cha juu kwenye onyo fulani inapaswa kutolewa kwa kila ugonjwa na kutoa ripoti haraka kadiri inawezekana. Tumia ripoti za matukio zenye kujulishwa palepale na wafanyakazi wa afya ao ukague ripoti juu ya musingi wa dalili (ukawaida wa kila juma ao yenye kuongezeka). Andika onyo zote palepale na uzitume kwa vikundi vyenye kuchunguza hali ya magonjwa ili visibitishe.

Sibitisha ukweli wa onyo: Sibitisha ukweli wa habari za onyo mu muda wa saa 24. Usibitisho unaweza kufanywa kwa mbali, kama vile kwa njia ya simu, na inahusu kukusanya habari zaidi na kuchunguza visa juu ya musingi wa dalili, tarehe ya kutokea, mahali, mwanamuke ao mwanamume, umri, matokeo juu ya afya na vipimo tofauti.

Kugundua kulipuka kwa magonjwa ya kutawanyika: Kama onyo imesibitishwa kuwa ya kweli, fanya uchunguzi wa eneo mu muda wa saa 24. Hakikisha kwamba vikundi viko na ujuzi wa kutosha ili kusibitisha onyo, kufanya uchunguzi wa eneo, kugundua yenye inaonekana kuwa mulipuko na kuchukua eshantiyo za laboratware Uchunguzi utahakikisha kulipuka kama kiasi cha juu kimefikiwa ao kuamua kama onyo inaonyesha visa vya muda mufupi tu ao kiasi cha juu sana cha majira.

Jifunze visa, chukua eshantiyo na fanya uchunguzi wa hali ya hatari. Matokeo inaweza kuwa:

- haiko kisa;
- kisa kimesibitishwa, lakini haiko mulipuko; ao
- kisa kimesibitishwa na kulipuka kunawaziwa/kunasibitishwa kuwa kweli.

Milipuko fulani inaweza kusibitishwa tu na uchunguzi wa laboratware; hata hivyo, milipuko ya kuwaziwa inaweza kuhitaji hatua za haraka.

Kiasi cha juu cha onyo na kulipuka kwa magonjwa ya kutawanyika

	Kiasi cha juu cha onyo	Kiasi cha juu cha mulipuko
Cholera	Visa 2 vya kuhara maji na ukosefu wa maji katika mwili kwa watu walio na miaka 2 ao juu, ao wanaokufa sababu ya ukosefu wa maji unaotokana na ugonjwa wa kuhara katika eneo moja muda wa juma moja ka kila moja Kifo 1 kutokana na ukosefu wa maji sababu ya kuhara kwa watoto wa miaka 5 ao Zaidi. Kifo 1 kutokana na ukosefu wa maji sababu ya kuhara, waliogunduliwa wako na ugojwa wa kipindupindu(choléra) kupitia egzame ya labo ya haraka katika eneo	Kisa 1 kinaonekana
Malaria	Inakududiwa katika inchi kulingana na hali	Inakududiwa katika inchi kulingana na hali
Mishipa	Kisa 1	Inakududiwa katika inchi

	Kiasi cha juu cha onyo	Kiasi cha juu cha mulipuko
Menenjite	Visa 2 katika juma moja (katika jumla ya wakaajii <30,000) Visa 3 katika juma (katika jumla ya wakaaji 30,000–100,000)	Visa 5 kwa juma (katika jumla yaw a kaaji <30,000) Visa 10 kwa watu 100,000 katika juma moja (katika jumla ya wakaaji 30,000–100,000) Visa 2 kwa juma moja katika kambi
Homa ya kutosha damu	1 kisa	1 kisa
Homa ya manjano	1 kisa	1 kisa

Uchunguzi juu ya kulipuka na musaada wa mapema: Fanya uchunguzi wa zaidi kama kulipuka kumesibitishwa ao kunawaziwa. Gundua sababu/chanzo, ni nani wenye wamepatwa na hatari, njia za maambukio na ni nani wako mu hatari zaidi, ili kuchukua hatua zenye kufaa za kupiganisha.

Fanya uchunguzi wa kutawanyika kwa ugonjwa kwa kuueleza, zaidi sana maelezo ya:

- visa, vifo na watu, wakati na mahali kwenye imeanzia, ili kufanya muchoro wa ramani yenye kuwa na mstari wa kukunjama wenye kuonyesha maendeleo ya ugonjwa na vituo vyenye kuguswa;
- andika liste zenye kufuata kila kisa na kuchunguza kutawanyika kwa mulipuko, kwa mufano hesabu ya wenye kupanga mu hopitali, hali zenye kuwa ngumu, kiasi cha visa vya kifo; na
- hesabu ya kiasi cha mashambulio kulingana na hesabu zenye kukubaliwa kuhusu wakaaji.

Endeleza wazo la kuwazia la musingi lenye kueleza hali yenye kufanya watu wakuwe mu hatari zaidi, na ugonjwa wenyewe. Fikiria mikrobe yenye kuleta ugonjwa, chanzo na njia ya maambukizo.

Chunguza lile wazo la kuwazia la musingi na ukubaliane na ufafanuo wa visa vya kulipuka kwa ugonjwa wenye kutawanyika. Ile inaweza kuwa ya pekee zaidi kuliko ufafanuo wa visa wenye kutumiwa mu uangalizi. Kisha tu uchunguzi wa laboratware kusibitisha kulipuka kutokea ku vyanzo vingi, fuata ufafanuo wa visa vya kulipuka kwa magonjwa ya kutawanyika; haitakuwa tena lazima kuendelea kukusanya eshantiyo.

Wasiliana na na kutia upya matokeo palepale na mara kwa mara. Anzisha mipango ya kupiganisha kwa faida ya wakaaji haraka kadiri inawezekana.

Shuguli hizi zote zinaweza kutokea kwa wakati moja, hasa zaidi wakati kulipuka kwa ugonjwa wenye kutawanyika kunatambuliwa ⊕ *ona Kiwango cha matunzo ya afya ya lazima – magonjwa yanayoambukiza 2.1.4: Tayarisho na kutoa musaada wakati magonjijwa inapolipuka.*

Kiwango juu ya magonjwa yanayoambukiza 2.1.3: Kutambua na kushugulikia magonjwa

Watu wako na uwezekano wa kufikia vipimo vyenye kufaa na matuzo ya magonjwa yanayoambukiza yenye kusaidia kwa kiasi kikubwa kupunguza wingi wa magonjwa na hesabu ya vifo.

Matendo ya muhimu

1. Tayarisha ujumbe mbalimbali zenye kuwa wazi zenye kutia watu moyo kutafuta matunzo ya dalili kama homa, kikohozi na kuhara.

- Tayarisha dokima zenye kuandikwa, matangazo ya redio ao ujumbe wa simu ya mukononi ya fomati na luga zenye watu wanweza kufikia.

2. Tumia protokole za kawaida za usimamizi wa visa ili kutoa huduma ya afya.

- Fikiria kuanzisha usimamizi wa visa mu jamii kama vile juu ya ugonjwa wa malaria, kuhara na ugonjwa wa mapafu (pneumonie).
- Elekeza visa vigumu ku nivo za juu za matunzo ao uvitenge.

3. Toa uwezo wa vipimo wenye kufaaa wa laboratware, vifaa na vifaa na uhakikishio wa aina muzuri.

- Amua kutumia vipimo vya uchunguzi wa haraka ao uchunguzi wa laboratware kwa kupima mikrobe yenye kuleta magonjwa, na nivo ya matunzo ya afya yenye inapaswa kutolewa (kwa mufano, vipimo vya utambuzi wa haraka katika jamii).

4. Hakikisha kwamba matunzo hayasimamishwe kwa watu wenye kupokea matunzo ya muda murefu juu ya magonjwa ya kuambukiza kama vile TB na UKIMWI.

- Anzisha programu za kupiganisha TB zaidi sana kisha tu kutambua kutimizwa kwa mambo yenye kuombwa.
- Ratibu pamoja na programu za UKIMWI ili kuhakikisha kutolewa kwa matunzo ya afya kwa wale wenye wako na maambukizo yenye kuungana ya TB na UKIMWI.

Mambo yenye kuonyesha jinsi hali iko

Asilimia (%) ya vituo vya afya vyenye kutegemeza wakaaji wenye walipatwa na mateso kwa kutumikisha protokole za matunzo yenye kukubalika kwa ugonjwa fulani

- Tumia ukaguzi wa rekodi wa kila mwezi ili kufuatilia mwelekeo

Asilimia (%) ya visa vyenye kuwaziwa vyenye vimesibitishwa na njia ya kufuata ya vipimo yenye kuamuliwa na protokole yenye kukubaliwa

Maelezo ya mwongozo

Protokole za matunzo: Mu protokole munapaswa kuwa kufunganishwa pamoja kwa vipimo, matunzo na kuelekeza. Kama kufunganishwa ya namna ile haiko mu wakati wa matatizo, fikiria mwongozo wa kimataifa. Elewa kielelezo ya magonjwa yenye kushindana na madawa (pia fikiria kuhamishwa), hasa zaidi kwa ugonjwa wa malaria, TB na tifoide. Fikiria vikundi vyenye kuwa mu hatari zaidi kama vile watoto wa chini ya miaka mbili, wanawake wenye mimba, wazee, watu wenye kuishi na UKIMWI na watoto wenye bwaki, wenye wako mu hatari kubwa ya magonjwa fulani ya kuambukiza.

Maambukizo makali ya mapafu: Mu wakati wa matatizo, kukuwa mu hatari zaidi kunaongezeka sababu ya musongamano ya wakaaji, moshi wa ndani na kuingia kwa hewa kwenye hakufai, na paia bwaki na/ao kupungukak wa vitamini A. Punguza kiasi cha visa vya kifo kwa njia ya kutambulisha kwa wakati wenye kufaa, dawa za kukinga za kunywa na kuelekeza visa vya nguvu.

Kuhara na kuhara damu: Piganisha kiasi cha wingi wa vifo kwa njia ya kuongezeka kwa uwezekano wa kufikia na kutumia matunzo ya kurudisha maji mu mwili kwa kunywa muchanganyiko wa maji, chumvi, na sukari na nyongeza ya zinc katika familia, jamii ao ku nivo ya huduma ya afya ya kwanza-kwanza. Matunzo inaweza kuwa ku kituo cha jamii cha kurudisha maji mu mwili kwa kunywa muchanganyiko, chumvi, na sukari.

Usimamizi wa visa vya jamii: Wagonjwa wenye kuwa na ugonjwa wa malaria, pneumonie ao kuhara wanaweza kutunzwa na wafanyakazi wa afya wa jamii (CHW) wenye kufundishwa. Hakikisha kwamba programu zote zinaunganishwa na kuangaliwa kutokea ku majengo ya huduma ya afya ya karibu. Hakikisha uwezekano wa kufikia bila upendeleo na wa usawa kwa wote.

Vipimo vya laboratware: Anzisha mutandao wa kuelekeza wa taifa, eneo kubwa na kimataifa wa majengo ya laboratware, ili kupima maeshantiyo. Hakikisha vipimo vya haraka vya kutambua ugonjwa wa malaria, kipindupindu na dengue, pamoja na kupima kiasi cha hemoglobini ndani ya damu. Toa vifaa vyenye kustahili juu ya kusafirisha maeshantiyo na kupima mikrobe ingine ya kuleta magonjwa (kama vile Cary-Blair juu ya kipindupindu).

Fundisha wafanyakazi wa afya njia za kufuata za kufanya vipimo, uhakikishio wa aina muzuri, na kuchukua eshantiyo, kusafirisha dokima. Tengeneza protokole ya vipimo vya mwisho katika laboratware ya mukubwa ya taifa, ya eneo kubwa ao ya kimataifa. Mu vipimo vya mwisho muko kufanya culture ya eshantiyo, vipimo vya aina ya seroloji na antijene ao vipimo vya ARN juu ya homa ya kimanjano, homa ya kuvuya damu na hepatite E. Kuanzisha protokole juu ya njia ya kusafirisha kwa usalama virusi hatari vyenye kusababisha magonjwa, zaidi sana vile vya homa ya kuvuya damu, tauni (peste) ao ingine magonjwa yenye kufanana. Fikiria sheria zenye zinahusu kusafirisha eshantiyo kwa njia ya ndege.

Kupiganisha ***kifua kikuu (TB)*** kuko na magumu mbalimbali kwa sababu ya kuongezeka kwa kupinga dawa. Anzisha programu kama tu uwezekano wa wakaaji wa kuendelea kufikia matunzo unahakikishiwa kwa muda wa miezi yapata 12 ao 15. TB yenye kupinga aina mbalimbali za dawa (TB MR, yenye kupinga dawa mbili kubwa-kubwa za kupiganisha TB, ni kusema *isoniazide* na *rifampicine*) na TB yenye nguvu zaidi ya kupinga dawa (XDR TB, yenye kupinga aina ine za dawa za TB) zimegunduliwa. Aina zote mbili zinahitaji matunzo ya muda murefu zaidi, ya garama kubwa na magumu mbalimbali zaidi. Mu vipindi vya matatizo, mara mingi inakuwa nguvu sana kufikia vipimo vya kutambua muzuri na vya lazima sana ili kuhakikisha kuchagua muzuri matumizi ya dawa ya TB.

Kiwango juu ya magonjwa yanayoambukiza 2.1.4: Tayarisho na kutoa musaada wakati magonjijwa inapolipuka

Milipuko magonjwa ya kutawanyika imetayarishwa jinsi inafaa na kupiganishwa kwa wakati wenye kufaa na mu njia yenye matokeo.

Matendo ya muhimu

1 › Endeleza na kutawanya mupango wenye kuratibu vikundi mbalimbali wa kujitayarisha juu ya kulipuka kwa magonjwa na kutoa musaada kwa kushirikiana na wahusika wote na sekta zote.

- Kazia mafunzo kwa wafanyakazi wa maana zaidi mu sehemu zenye kuwa za hatari kubwa zaidi.
- Tayarisha na kupanga kimbele dawa za musingi, vifaa vya kinganga, vipimo vya haraka, PPE na paketi zenye kuwa na vifaa mbalimbali (kama vile juu ya kipindupindu na ugonjwa wa kuhara) katika maeneo yenye inaweza kushambuliwa na magonjwa ya kutawanyika na maeneo yenye haiko rahisi kufikia.

2 › Anzisha hatua fulani za kupiganisha ugonjwa mara tu kulipuka kukiisha kugunduliwa.

- Amua mahitaji ya kampeni ya chanjo yenye kulenga.
- Ongeza hatua za IPC, pamoja na kutayarisha maeneo ya kutengwa kwa wagonjwa juu ya kipindupindu, hepatite E ao milipuko ingine.

3 › Anzisha na kuratibu uwezo wa kutoa musaada juu milipuko fulani pamoja na mipango ya kusafirisha vifaa.

- Hakikisha uwezo wa kusafirisha na kulinda dawa na vifaa pamoja na vyombo vya baridi juu ya chanjo.
- Ongeza uwezo wa majengo ya matunzo ya afya, pamoja na hema juu ya kipindupindu na menenjite kwa mufano.
- Hakikisha uwezekano wa kusafiri na wa kufikia laboratware ku nivo ya mahali, taifa na kimataifa ili kupima eshantiyo.

4 › Ratibu pamoja na sekta zingine kama inahitajika, pamoja na ukingo wa watoto.

Mambo yenye kuonyesha jinsi hali iko

Asilimia (%) ya wafanyakazi wa afya katika maeneo hatari wenye wamefundishwa juu ya mupango wa musaada na protokole ya wakati wa milipuko ya magonjwa

Kiasi cha visa vya kifo kinapunguzwa kwa kadiri yenye kukubalika
- Kipindupindu < 1 %
- Menenjite < 15 %
- Hepatite E < 4 % katika wakaaji kwa ujumla, 10 – 50 % kwa wanawake wenye mimba mu trimestre ya tatu
- Diftheria (ya kupumua) <5 –10 %

- Kifaduro (coqueluche) < 4 % kwa watoto wa umri wa mwaka moja, < 1 % kwa wale wa umri wa mwaka moja mupaka ine
- Kidingapopo (Dengue) < 1 %

Maelezo ya mwongozo

Mupango wa kujitayarisha kimbele na kutoa musaada juu ya kulipuka: Endeleza ile mupango pamoja na washirika, MoH, wanamemba wa jamii na waongozi. WASH, malisho, nafasi ya kujikinga na washirika wa elimu, serikali yenye kukaribisha, magereza na jeshi (kama inafaa) wanapaswa pia kuhusika. Hakikisha kwamba huduma zingine za lazima za afya haziachiliwe wakati wa kutoa musaada wa kupiganisha kulipuka.

Mupango unapaswa kufafanua:

- uratibu wa njia ya kufuata ya musaada wa kupiganisha mulipuko ku nivo ya taifa, chini ya taifa na jamii;
- njia za kufuata ili kuchochelea jamii na mawasiliano juu ya hali ya hatari;
- Kutia nguvu EWAR: uangalizi wa ugonjwa, kugundua mulipuko, uchunguzi (wa aina ya epidemiolojia) wa milipuko;
- kusimamia visa;
- hatua za pekee za kupiganisha ugonjwa fulani na hali yenye iko;
- hatua zenye kuhusisha sekta mbalimbali;
- protokole za kusafirisha kwa usalama na njia za kuelekeza eshantiyo za kuchunguzwa ku laboratware;
- mipango mu hali ya kutenda kwa haraka ya kuongeza huduma ku nivo tofauti za matunzo, zaidi sana kuunda nafasi za kutenga wagonjwa mu vituo vya matunzo;
- uwezo wa vikundi vya kupiganisha kulipuka na kuongezeka kwa mahitaji ya wafanyakazi wa afya; na
- kupatikana kwa dawa za musingi, chanjo, vifaa vya kinganga, vifaa vya laboratware na PPE kwa wafanyakazi wa huduma ya afya, pamoja na kununua kwa njia ya kimataifa (kwa mufano, stoki kubwa ya chanjo).

Kupiganisha kulipuka kunategemea mawasiliano yenye kufaa juu ya hali ya hatari na vikundi vya kupiganisha kulipuka ugonjwa vyenye kujitolea. Piganisha kabisa-kabisa kulipuka ili isienee mu maeneo ya mupya na kupunguza hesabu ya visa vya mupya kama kulipukaya mupya inatokea. Ile itaomba utendaji wa kutafuta visa na kufanya vipimo haraka na kusimamia visa. Tayarisha nafasi juu kutenga wagonjwa kama inahitajika (kwa mufano, kipindupindu ao hepatite E). Boresha mupango wa kupiganisha vidudu vya kuambukiza ili kupunguza hatari ya maambukio, tumia LLIN na kubora mazoea ya usafi.

Kampeni za chanjo

Menenjite: Serogroupe A, C, W na Y zinaweza kusababisha kulipuka kwa magonjwa wakati wa matatizo. Chanjo juu ya serogroupe A na C zinapatikana ili kutumikishwa wakati wa milipuko. Chanjo ya kawaida wakati wa matatizo haipendekezwe na haiwezekani kwa serogroupe C na W. Lenga kufanya chanjo kwa vikundi fulani vya vya umri kulingana na kiasi cha mashambulio chenye kujulikana, ao kwa watu wenye umri wa miezi sita mupaka miaka 30. Kwa kuwa kuchunguza umajimaji wa uti wa mugongo kunapaswa kufanywa juu ya vipimo vya mwisho, fanya ufafanuo wenye kuwa wazi wa visa.

Homa ya kuvuya damu yenye kuletwa na virusi: Kusimamia na kufanya vipimo vya homa ya kuvuya damu yenye kuletwa na virusi, kama vile Ebola ao homa ya Lassa, kunategemea miongozo kamili ya taifa na ya kimataifa. Ndani ya ile miongozo muko protokole juu ya chanjo za mupya na njia za mupya za matunzo. Kujitoa kikweli kwa jamii wakati wa milipuko ni kwa lazima sana.

Homa ya manjano: Chanjo ya watu wengi inapendekezwa kisha tu kisa kimoja kusibitishwa katika makao ya watu wenye walihamishwa na wenye walikaribisha. Uchange ile chanjo na mupango wa kupiganisha kidudu wa kuambukiza Aedes na mupango wa nguvu wa kutenga visa.

Polio: Polio ni yenye kutiwa ndani ya Programu Pana ya Kinga ya mwili (EPI mu kingereza, PEV mu kifaranza) ya OMS, na chanjo inapaswa kuanzishwa upya kisha tu hatua za kwanza za hali ya kutenda kwa haraka. Anzisha chanjo ya watu wote kama kisa kimoja cha kupooza kinagunduliwa.

Kipindupindu: Protokole zenye kuwa wazi za matunzo na kulipuka zinapaswa kupatikana na kuratibiwa kati ya sekta zote. Tumia chanjo ya kipindupindu kulingana na makubaliano ya OMS na njia za kutenda za kukamilisha kupiganisha kipindupindu zenye ziko.

Hepatite A na E: Hizi zinakuwa za hatari kubwa, zaidi sana mu kambi za wakimbizi. Zuia na kupiganisha milipuko kwa kuboresha mipango ya usafi wa mazingira na hali ya afya na kuweza kufikia maji salama.

Surua: ⊕ ona Kiwango cha matunzo ya afya ya musingi – afya ya mutoto 2.2.1: Ndui ya watoto kwa ajili ya kuwakinga na magonjwa.

Kifaduro (coqueluche) ao Diftheria: Milipuko ya Kifaduro ni ya kawaida wakati watu wanahamishwa. Kwa kuwa kuko hatari juu ya wapokeaji wa chanjo juu ya diphtheria wenye umri mukubwa, tetanose na polio (DPT), inafaa kuwa muangalifu juu ya kampeni yoyote ya chanjo yenye kuhusu ugonjwa wa kifaduro. Tumia mulipuko ili kusahihisha makosa yenye kuhusu chanjo ya kawaida. Mu usimamizi wa visa muko matunzo kwa antibiotike ya watu wenye wameambukizwa na matunzo ya mapema ya kuzuia kutokea ao kuenea kwa ugonjwa kwa watu wenye wamegusa wagonjwa ao familia zenye kukaribisha mutoto muchanga ao mwanamuke mwenye mimba. Milipuko ya diftheria haiko kawaida sana lakini bado ingali tisho mu makao kwenye watu wanasongamana na hawana ukingo wa mwili wa kutosha juu ya diftheria. Mu makambi, kampeni za chanjo ya watu wote juu ya diftheria ya doze tatu zenye kuachanishwa za chanjo ni kawaida. Mu usimamizi wa visa muko kutoa antitoxine na antibiotike.

Kiasi cha visa vya kifo: Kiasi cha visa vya kifo chenye kukubalika (CFR) juu ya magonjwa fulani kinatofautiana kufuatana na hali na ukingo wa mwili yenye iko. Jaribu kupunguza Kiasi cha visa vya kifo kadri inawezekana. Kiasi cha visa vya kifo cha juu kinaweza kuonyesha kukosekana kwa uwezekano wa kufikia huduma za afya zenye kufaa, kuchelewa kwa kufika na kwa usimamizi wa visa, kuambukiziwa magojwa mbili mara moja kati ya wakaaji (comorbidités) kwa kiasi cha juu, ao huduma ya afya yenye haifae. Fuatilia kiasi cha visa vya kifo mara kwa mara na kuchukua hatua palepale za kutengeneza hali kama kiasi kiko juu kuliko chenye kutazamiwa.

Matunzo ya watoto: Wakati wa kulipuka, fikiria watoto kuwa kikundi cha pekee wakati wa kuunda na kuanzisha programu. Ratibu na kuelekeza kati ya sekta za afya na za ukingo wa watoto. Shugulikia hatari za kutenganisha watoto na wazazi wao. Hatari inaweza kusababishwa na hali ya ugonjwa ao vifo vya wazazi ao na kuundwa kwa programu. Fikiria kuzuia kutengana kwa familia na hakikisha kukubali matunzo kwa muzazi ao kwa mutoto. Chukua hatua za kuacha wazi majengo ya masomo, na kumbuka ulazima wa hatua za kufuatilia elimu ya afya.

2.2 Afya ya mutoto

Wakati wa matatizo, watoto wanakuwa mu hatari zaidi ya kuambukizwa, magonjwa na hatari zingine kwa afya na maisha yao. Haiko tu hali za maisha kuharibika, lakini pia programu za chanjo zinakatiwa. Hatari iko hasa ya mukubwa zaidi kwa watoto wenye hawasindikizwe na mutu na wenye kutenganishwa na jamaa.

Musaada kwa watoto wenye kutokana na makubaliano ya mapema unahitajika. Ku mwanzo ile itakazia matunzo ya kuokoa maisha, lakini ku mwisho lazima musaada isaidie kupunguza mateso na kuendeleza kuongezeka kwa mapato na maendeleo. Programu zinapaswa kushugulikia sababu kubwa-kubwa za ugonjwa na vifo. Mu dunia yote hatari zile ni maambukizo makali ya kupumua, kuhara, surua, ugonjwa wa malaria, bwaki na sababu za magonjwa na vifo vya watoto wachanga.

Kiwango cha afya ya watoto 2.2.1:
Ndui ya watoto kwa ajili ya kuwakinga na magonjwa

Watoto kuanzoa miezi 6 mpaka miaka 15 wanakuwa na kinga zenye kusaidia jamii kupignanisha magonjwa na kufikia ku programu ya huduma ya kuimarisha mwili wetu kuwa na kinga yenye kuenea(EPI) wenye umri kati ya miezi sita mupaka miaka 15 wako na ukingo wa mwili juu ya magonjwa na uwezekano wa kufikia Programu Pana za Ukingo wa mwili za kawaida (EPI) wakati wa matatizo.

Matendo ya muhimu

1 Amua kama kuko uhitaji wa chanjo, na njia ya kufuata yenye kufaa mu hali ya kutenda kwa haraka.

- Fanya hivyo juu musingi wa uchunguzi wa hali ya hatari (kwa mufano wakaaji, majira), uwezekano wa kufanya kampeni (pamoja na uhitaji wa doze mblimbali, kupatikana), na hali yenye iko (kama vile usalama, mahitaji yenye kushindana). Ile inapaswa kuwa njia ya kufuata yenye kuendelea kadiri hali ya matatizo inabadilika ⊕ *ona Kiwango cha matunzo ya afya ya musingi – magonjwa yanayoambukiza 2.1.1: Ukingo.*

2 Fanya kampeni ya chanjo ya surua kwa wote juu ya watoto wenye umri wa miezi sita mupaka miaka 15, bila kujali historia yao kuhusu chanjo juu ya surua, wakati kuenezwa kwa chanjo juu ya surua kunakadiriwa kuwa kiasi cha chini ya asilimia 90 ao hakujulikane.

- Tia ndani vitamini A kwa watoto wenye umri wa miezi 6 mupaka 59.

- Hakikisha kwamba watoto wachanga wote wenye wamepata chanjo kati ya miezi sita mupaka tisa wamepokea dose ingine ya chanjo ya surua ku miezi tisa.

3 ⟩ Anzisha tena PEV yenye kufafanuliwa ku uk. 401 na 402 haraka kadiri inawezekana.

- Fanya mupango wa kutia majengo ya matunzo ya afya ya kwanza-kwanza ao mifumo ya vikundi vya kutembea-tembea/vya kusaidia kutoa programu ya taifa ya chanjo ya kuzuia magonjwa angalau siku 20 kila mwezi.

4 ⟩ Fanya vipimo vya watoto wenye kufika ku majengo ya huduma ya afya ao klinike za kutembea-tembea ili kujua hali yao kuhusu chanjo na kutoa chanjo yoyote yenye kuhitajika.

Mambo yenye kuonyesha jinsi hali iko

Asilimia (%) ya watoto wa umri wa miezi sita mupaka miaka 15 wenye wamepata chanjo ya ugonjwa wa surua, wakati wa kampeni ya chanjo juu ya surua

- >95 %

Asilimia (%) ya watoto wa umri wa miezi sita mupaka 59 wenye wamepokea kipimo chenye kufaa cha vitamini A, juu ya kukamilisha kampeni ya chanjo surua

- >95 %

PAsilimia (%) ya watoto wenye umri wa miezi 12 wenyei wamepata doze tatu za DPT

- >90 %

Asilimia (%) ya vituo vya huduma ya afya vyenye vinatoa huduma za musingi za EPI angalau siku 20/mwezi

Maelezo ya mwongozo

Chanjo: Chanjo ni za lazima sana katika kuzuia vifo vingi wakati wa matatizo makali. Mwongozo wa taifa hauwezi kutumika kuhusu hali ya kutenda kwa haraka ya watu wenye wamevuka mipaka, kwa hiyo, fanya kazi bila kuchelewa ili kuamua chanjo zenye zinahitajika na kuunda mupango wa kzianzisha pamoja na njia za kufuata ili kuzinunua. ⊕ *ona Kiwango cha matunzo ya afya ya musingi – magonjwa ycnayoambukiza 2.1.1* ili kupata muongozo juu ya hatari na maamuzi kuhusu chanzo na *Kiwango cha mifumo ya afya 1.3: Dawa na vifaa vya kinganga vya lazima* juu ya kununua na kuweka chanzo mbalimbali.

Chanjo juu ya surua: Chanjo juu ya surua ni musaada wa afya wa kutanguliza wakati wa misiba.

- *Kiasi cha kutawanya:* Chunguza habari za kiasi cha kutawanyika kwa watu wenye walihamishwa na wenye kuwakaribisha ili kukadirisha kama kiasi cha kutawanya chanjo ya kawaida juu ya surua kiko zaidi ya asilimia 90 mu miaka tatu yenye ilitangulia. Fanya kampeni ya chanjo juu ya surua kama kiasi cha kutawanya chanjo kiko chini ya asilimia 90, hakijulikane ac kuko mashaka. Toa nyongeza ya vitamini A mu wakati uleule. Hakikisha kwamba karibu asilimia

95 ya wageni mu makao wenye kuwa na umri kati ya miezi sita na miaka 15 wamepata chanjo.

- *Nivo za umri:* Watoto wengine wenye umri zaidi wanaweza kukosa chanjo ya kawaida, kampeni za chanjo juu ya surua na ugonjwa wenyewe wa surua. Wale watoto wanabakia mu hatari ya kuambukizwa na surua na wanaweza kuambukiza watoto wachanga na watoto wadogo, wenye wako mu hali ya hatari zaidi ya kufa kutokana na ugonjwa. Kwa hivyo, chanjo inapaswa kutolewa mupaka ku umri wa miaka 15. Kama ile haiwezekane, hakikisha kutanguliza kutoa chanjo kwa watoto wenye umri wa miezi 6 mupaka 59.
- *Kurudilia chanjo:* Watoto wote wenye umri wa miezi tisa mupaka miaka 15 wanapaswa kupokea doze mbili za chanjo ya surua kama sehemu ya programu ya taifa ya chanjo ya kawaida. Watoto wenye umri kati ya miezi sita mupaka tisa wenye wamepokea chanjo juu ya surua (kwa mufano, mu kampeni mu hali ya haraka) wanapaswa kupokea kipimo kingine mu umri yenye kupendekezwa kulingana na programu ya taifa (kwa kawaida miezi 9 na miezi 15 katika maeneo yenye hatari kubwa).

Polio: Fikiria kampeni za polio kwenye kuko mulipuko wa polio ao vitisho juu programu ya kukomesha, jinsi inafafanuliwa mu dokima *Vaccination en situation d'urgence humanitaire aiguë: Cadre pour la prise de décisions* ⊕ *ona Kiwango cha matunzo ya afya ya musingi – magonjwa yanayoambukiza 2.1.1: Ukingo.*

Programu ya taifa PEV: Rudisha E PEV haraka ili kulinda watoto juu ya surua, diftheria na kifaduro na kupunguza hatari ya maambukizo ya kupumua. Programu za taifa za PEV zinaweza kuhitaji chanjo za zaidi ⊕ *ona Kiwango cha matunzo ya afya ya musingi – magonjwa yanayoambukiza 2.1.4: Tayarisho na kutoa musaada wakati magonjijwa inapolipuka.*

Usalama wa chanjo: Hakikisha usalama wa chanjo wakati wote. Fuata maagizo ya mutengenezaji kuhusu kulinda na kutia mu vyombo vya baridi ⊕ *ona Kiwango cha mifumo ya afya 1.3: Dawa za lazima na vifaa vya kinganga.*

Kukubali kisha kufahamisha: Tafuta kukubali kisha kufahamisha kutoka kwa wazazi ao walezi mbele ya kutoa chanjo. Ile inahusu pia kuelewa hatari na uwezekano wa matokeo ya mubaya.

Kiwango cha afya ya watoto 2.2.2:
Kuhusika na magonjwa ya watoto
wachanga na ya watoto wadogo
Watoto wako na uwezekano wa kufikia matunzo ya afya ya kutanguliza yenye inaruhusu kupiganisha.

Matendo ya muhimu

1 Toa matunzo ya afya yenye kufaa ku nivo tofauti (majengo, klinike za kutembe-atembea ao programu za jamii).

- Tumikisha miongozo ya *'Afya ya watoto wachanga katika eneo ya musaada ya kibinadamu'* juu ya matunzo ya musingi ya watoto wachanga ⊕ *ona Marejezo.*

- Fikiria kutumia mupango wenye sehemu mingi wa Kusimamia Visa katika Jamii (iCCM) na mupango wenye sehemu mingi wa Kusimamia Ugonjwa wa Mutoto (IMCI).

2 › Anzisha mufumo wa kiwango cha kuchunguza na kugawanya katika vikundi tofauti majengo yote yenye kutoa matunzo kwa watoto wachanga ao watoto wenye wanagonjwa.

- Hakikisha kwamba watoto wenye wako na dalili za hatari (hawawezi kunywa ao kunyonya, wanatapika kila kitu, anagaagaa, na kukosa nguvu ao kupoteza ufahamu) wanapata matunzo palepale.
- Tia ndani uchunguzi wa mufazaiko na sumu ya chimie wakati hali ya hatari iko kubwa.

3 › Toa tayari dawa za musingi pamoja na doze zenye kufaa na maelezo ya matumizi juu ya kutunza magonjwa ya kawaida ya watoto ku nivo zote ya matunzo.

4 › Pima hali ya kukomaa kwa watoto na hali yao ya malisho.

- Elekeza watoto wote wenye kuwa na bwaki ku huduma ya malisho.
- Toa matunzo mu majengo kwa ajili ya watoto wenye kuwa na bwaki mukali wenye kutokeza magonjwa mengine.

5 › Anzisha protokole ya kusimamia visa yenye kufaa juu ya kutunza magonjwa ya watoto yenye inaweza kuzuiwa na chanjo, kama vile diftheria na kifaduro, wakati hali ya hatari ya kulipuka kwa ugonjwa iko kubwa.

- Tumia protokole zenye ziko kama inawezekana.

6 › Tayarisha ujumbe wa elimu ya afya ili kutia moyo mafamilia wajitoe ili kuwa na desturi ya muzuri ya afya na mazoea ya kuzuia magonjwa.

- Endeleza matendo kama vile kunyonyesha pekee, malisho ya watoto, kunawa mikono, kulinda watoto wachanga mu joto na kuhimiza kukoma kwa watoto wadogo.

7 › Tayarisha ujumbe wa elimu ya afya ili kutia watu moyo kutafuta haraka matunzo wakati watoto wadogo na watoto wachanga wanaonekana na dalili yoyote ya ugonjwa kama vile homa, kikohozi ao kuhara.

- Chukua hatua za kufikia watoto wenye hawana mutu muzima ao mzazi wa kuwatunza.

8 › Tambua watoto wenye wako na ulemavu ao wenye kuchelewa kwa kukomaa.

- Toa shauri juu ya kuelekeza na uelekeze ku huduma za matunzo ao za kurudisha nguvu.

Mambo yenye kuonyesha jinsi hali iko

Kiasi cha vifo vya watoto wa chini ya miaka tano

- Chini ya vifo 2 kwa kila watu 10.000 kwa siku ⊕ *ona Nyongeza 3 namna ya kufanya hesabu*

Matunzo ya kupiganisha malaria yenye kutolewa kwa wakati wenye kufaa kwa watoto wote wa chini ya miaka tano wenye kuwa na ugonjwa malaria

- Mu saa 24 kisha dalili kutokea
- IsipoHapana kwa watoto wa umri wa chini ya miaka mitano wenye kuteswa na bwaki mukali

Muchanganyiko wa maji, chumvi, na sukari (SRO) na nyongeza ya zinc imetolewa kwa wakati wenye kufaa kwa watoto wote wa chini ya miaka mitano wenye kuwa na ugonjwa wa kuhara

- Mu muda wa saa 24 kiisha dalili kutokea

Matunzo yenye kufaa inatolewa kwa wakati wenye kufaa kwa watoto wote wa chini ya miaka mitano wenye kuwa na ugonjwa wa pneumonia (pneumonie)

- Mu muda wa saa 24 kiisha dalili kutokea

Maelezo ya mwongozo

Matunzo ya musingi ya watoto wachanga: Wape watoto wachanga wote matunzo ya pekee wakati wa kuzaliwa, ikiwezekana katika majengo ya kinganga na kulingana na ⊕ *see* 'Prise en charge intégrée de la grossesse et de l'accouchement' (IMPAC) na miongozo ya 'Matunzo ya mutoto muchanga mu mazingira ya kibinadamu'. Ikuwe kuzaa kunafanyika pamoja na ao bila matunzo ya pekee, matunzo ya musingi ya watoto wachanga ni:

- matunzo yenye kuhusu joto (kuchelewesha kuoga, na kulinda mutoto abaki mwenye kukauka na joto na mugusano wa ngozi-kwa-ngozi);
- kuzuia maambukizo (kuendeleza mazoea ya usafi wakati wa kuzaliwa, kunawa mikono, usafi wa kitovu, matunzo ya ngozi na macho);
- musaada wa malisho (kunyonyesha pekee na palepale, hapana kutupa maziwa ya kwanzakwanza ya mama (colostrum));
- kufuatilia (chunguza ishara za maambukizo ao hali zenye zinaweza kuhitaji kuelekeza); na
- matunzo ya kisha kuzaa (itolewe nyumbani ao karibu na nyumba mu juma ya kwanza ya maisha, ziara ya matunzo ya kwanza mu saa 24 kisha kuzaa ndiyo ya lazima zaidi; panga ziara tatu za nyumbani mu juma ya kwanza ya maisha).

Usimamizi wenye sehemu mingi wa magonjwa ya mutoto (IMCI) unatia mukazo juu matunzo ya watoto wa chini ya miaka tano katika kiwango cha matunzo ya afya ya kwanzakwanza. Kisha kuanzisha IMCI, ingiza miongozo ya klinike katika protokole zenye kupatana na viwango na kutoa mafunzo kwa wafanyakazi wa afya jinsi inafaa.

Usimamizi wenye sehemu mingi wa visa mu jamii (iCCM) ni njia ya kufuata ya kutoa matunzo yenye kufaa na kwa wakati ya ugonjwa wa malaria, ugonjwa wa pneumonia na wa kuhara kwa watu wenye kuwa na uwezekano mudogo wa kufikia majengo ya huduma ya afya, hasa zaidi kwa watoto wa chini ya miaka tano.

Usimamizi wa kuhara: Tunza "watoto wenye kuwa na ugonjwa wa kuhara kwa muchanganyiko wa maji, chumvi, na sukari (ORS) na nyongeza ya zinc. Zinc inapunguza muda wa kuhara, na ORS inazuia kupunguka kwa maji mu mwili. Watie moyo wale wenye kutoa matunzo kuendelea ao kuongeza kunyonyesha mu kile kipindi, na kuongeza malisho kisha.

Usimamizi wa pneumonia: Kama watoto wako na kikohozi, fanya vipimo vya kupumua haraka ao kwa magumu na kukokota kifua. Kama iko, tunza na dawa yenye kufaa ya antibiotike ya kunywa. Elekeza wale wenye wako na dalili za hatari ao pneumonia kali kwa matunzo ya kutamguliza.

Kiasi cha kupumua haraka kinafuatana na umri:

Kuzaliwa – miezi 2: >60/dak	miezi 12: >50/ dak
1–5 years: >40/min	5 years: >20/min

UKIMWI: Kwenye maambukizo ya UKIMWI iko mengi zaidi ya asilimia 1, pima watoto wote wenye kuwa na bwaki mukali. Wamama na wenye kutoa matunzo kwa watoto wachanga wenye wako mu hatari ya kuambukizwa na UKIMWI wanahitaji musaada wenye kupatana na hali na maushauri ⊕ ona *Viwango vya usalama wa Chakula na malisho.*

Kulisha watoto wenye kutengwa: Panga malisho yenye kusimamiwa kwa ajili ya watoto wenye kutengwa na familia ao wenye hawasincikizwe.

Mahangaiko yenye kuhusu ukingo wa watoto: Tumia huduma za afya za kawaida ili kutambua kutojali watoto, kutendea mubaya na kutumikisha mubaya watoto. Elekeza visa ku huduma za ukingo wa watoto. Tumikisha pamoja utambulisho na njia ya kufuata kwa kusimami visa vyenye kuhusu uwanamuke na uwanamume katika huduma za afya za kawaida kwa ajili ya mama, watoto wachanga, watoto wadogo na vijana.

Kuelekeza kuhusu malisho: ⊕ ona *Kiwango cha usalama wa chakula na malisho 3: Kupunguka kwa micronutriment,* na *Kiwango cha kusimamia bwaki 2.2: Bwaki mukali.*

Kuchafuka kwa hewa mu manyumba: Fikiria kutoa majiko ya kupikia ya badala ili kupunguza moshi na mivuke na ugonjwa wa kupumua wenye kuletwa nayo ⊕ ona *Kiwango cha nafasi ya kujikinga na makao 3: Nafasi ya kuishi na kiwango 4: Vifaa vya nyumbani.*

Sumu: ⊕ ona *Nyongeza 4.*

2.3 Afya ya kingono na uzazi

Tangu mwanzo wa matatizo, matunzo ya afya ya kuokoa maisha kuhusu viungo vya uzazi na uzazi ya lazima sana inapaswa kupatikana. Anzisha huduma kamili kwa haraka kadiri inawezekana.

Zile huduma za lazima sana ni sehemu ya musaada wa afya wenye kuwa na sehemu mingi na unasaidiwa na matumizi ya paketi za vifaa vya afya ya uzazi ⊕ ona *Kiwango cha mifumo ya afya 1.3: Dawa na vifaa vya kinganga vya lazima.*

Matunzo kamili ya afya ya viungo vya uzazi na uzazi inaomba kuboresha huduma zenye ziko, kuongeza huduma zenye kukosekana na kuboresha aina. Kuelewa mupangilio wa mifumo ya afya kutasaidia kuamua jinsi ya kuiunga mukono ⊕ ona *Viwango vya mifumo ya afya 1.1 mupaka 1.5.*

Watu wote, pamoja na wale wenye wako mu mazingira ya kibinadamu, wako na haki ya afya ya viungo vya uzazi na ya uzazi. Matunzo ya afya ya viungo vya uzazi na ya uzazi lazima iheshimie asili ya malezi na imani za kidini ya jamii na wakati uleule kupatana na viwango vya kimataifa vya haki za kibinadamu. Tia akili ku mahitaji ya vijana, wazee, watu wenye ulemavu na watu wenye wako mu hatari zaidi, haizuru wako na muelekeo gani ao kitambulisho gani kijinsia.

Hali ya kutenda kwa haraka zinaongeza hatari za jeuri yenye kulenga uwanamuke na uwanamume, pamoja na kutendea mubaya na kutumikisha mubaya. Watendaji wote wanapaswa kufanya kazi pamoja ili kuzuia na kutoa musaada, kwa kuratibu pamoja na sekta ya ukingo. Habari zinapaswa kukusanywa kwa usalama na kwa kuheshimia adili. Gawanya habari kulingana tu na protokole zenye kukubaliwa ⊕ *ona Kanuni za ukingo* na *Kiwango cha mifumo ya afya 1.5: Habari kuhusu afya.*

Kiwango cha afya ya kingono na uzazi 2.3.1: Matunzo ya uzazi, ya mama na ya mtoto muchanga

Watu wako na uwezekano wa kufikia matunzo ya afya na programu ya kupanga uzazi ili kuzuia kuzaa kupita kiasi cha magonjwa ya mingi na vifo vya mingi kwa watoto wachanga.

Matendo ya muhimu

1. > Hakikisha kwamba huduma ya kusaidia kuzaa iko safi na salama, matunzo ya musingi ya watoto wachanga, matunzo mu hali ya kutenda kwa haraka juu ya mimba na kuzaa na kutunza watoto wachanga, zinapatikana wakati wote.

- Anzisha mufumo wa kuelekeza pamoja na mawasiliano na usafirishaji kutoka kwa jamii kwenda ku kituo cha huduma ya afya ao ku majengo ya hopitali yenye inafanya kazi wakati wote.

2. > Patia wanawake wenye kuonekana kuwa na mimba paketi safi za vifaa juu ya kujifungua wakati kufikia wenye kutoa huduma za afya za pekee na majengo ya kinganga haviwezi kuhakikishwa.

3. > Zungumuza na jamii ili kuelewa mapendezi ya mahali, mazoea na mutazamo kuhasa kupanga uzazi.

- Husisha wanamume, wanawake, wavulana na wabinti katika mazungumuza kwa kutenganisha watu na ya kipekee.

4. > Weka tayari ku kila kituo cha afya aina mbalimbali ya njia za kufuata kwa kuzuia uzazi, za kutenda kwa muda murefu lakini zinaweza kubadilishwa na za kutenda kwa muda mufupi, kufuatana na maombi na ziwekwe mahali pa kipekee na ya siri.

- Toa mashauri yenye kukazia kukubali kufanya chaguo kisha kufahamishwa na kuelewa matokeo.

Mambo yenye kuonyesha jinsi hali iko

Matunzo yenye kufaa inapatikana wakati wote mu hali ya kutenda kwa haraka ili kutunza wamama wenye mimba ao wa kuzaa na kutunza watoto wachanga

- Kiasi cha chini cha matunzo ya musingi mu hali ya kutenda kwa haraka ili kutunza wamama wenye mimba ao wa kuzaa na kutunza watoto wachanga: vituo tano kwa watu 500.000
- Kiasi cha chini ya matunzo kamili mu hali ya kutenda kwa haraka ili kutoa matunzo kwa wamama wenye mimba ao wa kuzaa na matunzo ya watoto wachanga: kituo moja kwa watu 500.000

Asilimia (%) ya kuzaa kwenye kusimamiwa na wafanyakazi wenye ujuzi

- Muradi wachini: asilimia 80

Mufumo wa kuelekezaji mu hali ya kutenda kwa haraka ili kutunza wamama wenye mimba ao wa kuzaa na kutunza watoto wachanga wenye kupatikana

- Inapatikana kwa masaa 24/siku, na siku 7/juma

Asilimia (%) ya kujifungua katika vituo vya afya mu sehemu ya upasuaji

- Lengo: 5% mupaka 15%

Vituo vyote vya matunzo ya afya ya musingi vinaripoti kupatikana kwa angalau njia ine za kupanga uzazi kati ya miezi mitatu mupaka sita tangu mwanzo wa matatizo.

Maelezo ya mwongozo

Matunzo mu hali ya kutenda kwa haraka ili kutunza wamama wenye mimba ao wa kuzaa na kutunza watoto wachanga: Karibu 4% ya wakaaji kwa ujumla watakuwa wamama wenye mimba, na karibu 15% kati yao watapata magumu kuhusu mimba ao wakati wa kujifungua yenye itahitaji matunzo ya kutenda kwa haraka. Karibu 5% mupaka 15% ya kujifungua itahitaji upasuaji. Mu dunia yote 9% mupaka 15% ya watoto wachanga watahitaji matunzo ya kutenda kwa haraka ili kuokoa maisha. Karibu 5% mupaka 10% ya watoto wachanga hawapumue mara tu wakati wa kuzaliwa na wanahitaji kuchochewa, na nusu kati yao wanahitaji kupuliziwa pumuzi. Sababu kubwa za kutoweza kupumua ni kuzaliwa mbele mimba ikomae na matukio makali ya ndani ya mimba wakati wa kutafuta kuzaliwa inafanya mutoto muchanga ashindwe kupumua ⊕ *ona Mambo ya musingi ya matunzo ya afya – afya ya mutoto muchanga 2.2.2: Kuhusika na magonjwa ya watoto wachanga na ya watoto wadogo.*

Mu matunzo ya musingi mu hali ya kutenda kwa haraka ili kutunza wamama wenye mimba ao wa kuzaa na kutunza watoto wachanga muko antibiotike za kupitisha mu mishipa, dawa za kutia nguvu tumbo la uzazi (oxytocine ya kupitisha mu mishipa, misoprostol), dawa za kuzuia kutetemeka ya kupitisha mu mishipa (sulfate de magnésium), kuondolewa kwa vifaa vya kuzuia kupata mimba kwa kutumia vyombo vyenye kufaa, kuondolewa kwa kondo la nyuma (placenta) kwa mikono, kuzaa kwa njia ya kawaida kwa kutegemezwa (kifaa cha kuvuta kitoto), na kuamusha mama ao mutoto muchanga.

Mu matunzo kamili mu hali ya kutenda kwa haraka ili kutunza wamama wenye mimba ao wa kuzaa na kutunza watoto wachanga muko yote yenye kutajwa hapa juu pamoja na upasuaji chini ya unusukaputi (anesthésie) (upasuaji mudogo, upasuaji mukubwa), na kutia damu mu mishipa kwa busara na usalama yenye kufanywa kwa uangalifu kufuatana na viwango. Matunzo kisha kuharibika kwa mimba ni musaada wa kuokoa maisha yenye iko sehemu ya matunzo mu hali ya kutenda kwa haraka ili kutunza wamama wenye mimba ao wa kuzaa na kutunza watoto wachanga na inalenga kupunguza vifo na mateso yenye kutokana na kutoa mimba (kuharibisha mimba kwa hiari) na kutoa mimba mu njia yenye haiko salama. Mu matunzo muko pia kupiganisha kutokwa damu (pengine kwa njia ya upasuaji) na maambukizo mabaya sana ya damu (septicémies), na kuzuia ugonjwa wenye kutokana na tetanos.

Ni jamabo la lazima sana kwamba matunzo yote mbili ya musingi na matunzo kamili mu hali ya kutenda kwa haraka ili kutunza wamama wenye mimba ao wa kuzaa na kutunza watoto wachanga zipatikane wakati wote.

Mufumo wa kuelekeza unapaswa kuhakikisha kwamba mwanamuke ao watoto wachanga wako na mapato juu ya kusafiri kufika na kutoka ku kituo cha matunzo ya afya ya musingi mu hali ya kutenda kwa haraka ili kutunza wamama wenye mimba ao wa kuzaa na kutunza watoto wachanga, na kwenda ku hopitali yenye iko na matunzo kamili mu hali ya kutenda kwa haraka ili kutunza wamama wenye mimba ao wa kuzaa na kutunza watoto wachanga.

Kupanga uzazi: Shirikiana na vikundi mbali-mbali mu jamii ili kuelewa mapendezi na mitazamo ya malezi. Hakikisha kwamba jamii inajua nafasi na namna ya kufikia programu ya kupanga uzazi. Tawanya habari mu miundo na luga mbalimbali ili ku hakikisha kwamba inafikiwa kwa urahisi. Tia moyo viongozi wa jamii kusambaza ile habari.

Wenye kutoa huduma wenye kuelewa mapendezi ya wateja, malezi na hali yenye iko, wanapaswa kutoa mashauri kuhusu kupanga uzazi. Mashauri inapaswa kukazia kulinda siri na hali ya kipekee, kuchagua kwa hiari na kukubali kisha kufahamishwa, kuchagua njia ya kupanga uzazi yenye iko na matokeo ya kutumia dawa ya kinganga na ya bila dawa, hatari yenye dawa zinaweza kuleta, kusimamia na kufuatilia, na mwongozo kuhusu kuondowa kama inahitajika.

Aina mbalimbbali ya vifaa vya kupanga uzazi vinapaswa kutayarishwa palepale ili kutimiza kimbele mahitaji yenye kufikiriwa. Wenye kutoa huduma wanapaswa kupatiwa mafunzo ya kuondoa vifaa vya kupanga uzazi vya muda murefu lakini vinaweza kubadilishwa.

Huduma zingine: Anzisha ingine matunzo ya mama-muzazi na ya mutoto muchanga haraka kadiri inawezekana, zaidi sana matunzo ya mbele ya kuzaa na ya kisha kuzaa.

Uratibu pamoja na Sekta zingine: Ratibu pamoja na sekta ya malisho ili kuhakikisha kwamba wanawake wa mimba na wenye kunyonyesha wanaelekezwa kwenye huduma za malisho zenye kustahili, kama vile kulenga malisho ya nyongeza ⊕ *ona Viwango vya usalama wa chakula na malisho – kusimamia bwaki 2.1 na 2.2.*

Kiwango cha afya ya kingono na uzazi 2.3.2: Kutendewa vibaya kingono na kusimamia matunzo yenye kuhusu kubakwa

Watu wako na uwezekano wa kufikia matunzo ya afya yenye iko salama na yenye kutimiza mahitaji ya wenye walipatwa na mateso kutendewa mubaya kingono.

Matendo ya muhimu

1 > Tambua shirika la kuongoza ili kuratibu njia ya kufuata ya sekta mbali-mbali ili kupunguza hatari ya kutendewa mubaya kingono, hakikisha kuelekeza na kutoa musaada wa ujumla kwa wenye walipatwa na hatari.

- Ratibu pamoja na sekta zingine ili kutia nguvu kuzuia na musaada.

2 > Julisha jamii kuhusu huduma zenye kupatikana na ulazima wa kutafuta matunzo ya kinganga bila kukawia mara tu kisha kutendewa vibaya kingono.

- Toa njia ya kuzuia ugonjwa (prophylaxie) kisha mutu kuwa mu hatari ya kuambukizwa na UKIMWI haraka kadiri inawezekana (mu saa 72 kisha kuwa mu ile hatari ya kuambukizwa).
- Toa vifaa vya kupanga uzazi mu hali ya kutenda kwa haraka kati ya saa 120.

3 > Anzisha nafasi zenye kuwa salama mu vituo vya matunzo ya afya juu ya kupokea wenye walipatwa na hatari ya kutendewa mubaya kingono na kutoa matunzo ya klinike na kuelekeza.

- Weka ku ubao wa matangazo na utumikishe protokole yenye iko wazi na liste ya haki za wagonjwa.
- Zoeza wafanyakazi wa afya katika mazungumuzo ya kutegemeza, kulinda siri na kulinda maelezo na habari za wenye walipatwa na mateso.

4 > Toa matunzo ya klinike na kuelekeza kwenye huduma zingine zenye kutegemeza zenye kupatikana kwa ajili ya wenye walipatwa na mateso ya kutendewa mubaya kingono.

- Hakikisha utaratibu wa kuelekeza visa vya haraka juu maisha iko mu hatari, visa vigumu ao vya hali ya mubaya sana.
- Anzisha njia ya kufuata ya kuelekeza kati ya haduma za afya, kisheria, ukingo, usalama, huduma ya kisaikolojia na jamii.

Mambo yenye kuonyesha jinsi hali iko

Majengo yote ya kinganga iko na wafanyakazi wenye kuoezwa, vifaa na vyombo vya kutosha juu ya kusimamia matunzo yenye kuhusu kubakwa kulingana na protokole za taifa ao za kimataifa

Wote wenye walipata mateso ya kutendewa mubaya kingono walipata matunzo ya afya kwa njia salama na ya siri

Wote wenye walipata mateso ya kutendewa mubaya kingono wenye kukubalika wanapokea:

- Matunzo ya kuzuia maambukizo kisha kuwa mu hatari ya kuambukizwa mu muda wa masaa 72 tangu ile tukio
- Vifaa vya kuzuia mimba mu hali ya kutenda kwa haraka mu muda wa masaa 120 tangu tukio ya kuwa mu hatari ya kuambukizwa

---

Maelezo ya mwongozo

Kuzuia kutendewa mubaya kingono na ubakaji inahitaji kuchukua hatua katika sekta zote ⊕ *ona Kiwango cha WASH juu ya kutoa maji 2.1* ⊕ *ona Kiwango cha WASH juu ya kusimamia kuondowa choo kubwa 3.2* ⊕ *ona Kiwango cha usalama wa chakula na malisho – musaada wa chakula 6.3 na Kiwago cha njia ya kuishi 7.2; Viwango juu nafasi ya kujikinga na makao 2 na 3* ⊕ *ona Kanuni ya Ukingo 1 na Kujito ya kanuni za Musingi za Kibinadamu 4 na 8.* ⊕ *ona Mambo ya musingi ya matunzo ya afya 1.1 mupaka 1.3* ili kupata habari zaidi juu ya kufanya majengo ya kinganga yenye iko salama na yenye kutoa matunzo boracare.

Matunzo ya kliniki, pamoja na matunzo ya afya ya akili na kuelekeza wenye walipatwa na mateso, inapaswa kuwa ku nafasi yenye kutayarishwa mu vituo vyote vya matunzo ya afya ya kwanzakwanza na vikundi vya kutembeatembea ⊕ *ona Mifumo ya matunzo ya afya 1.2* na *Mambo ya musingi ya matunzo ya afya 2.5*. Ile inahusu wafanyakazi wenye ufundi wa kuonyesha huruma, matunzoyenye kutolewa kwa siri na kwa wakati wenye kufaa na kutoa mashauri kwa watoto wote, wakubwa na wazee juu ya:

- vifaa vya kupanga uzazi mu hali ya kutenda kwa haraka;
- kipimo cha mimba, habari juu chaguo kuhusu mimba na kuelekeza kuhusu kuondoa mimba kwa njia salama kufuatana na uelewaji kamili wa sheria;
- matunzo ya yenye kuzaniwa kuwa magonjwa yenye kutokana na ngono (IST);
- matunzo ya kuzuia magonjwa kisha kuwa mu hatari ya kuambukizwa ili kuzuia UKIMWI ⊕ *ona Kiwango cha afya 2.3.3: UKIMWI*
- kuzuia hepatite B;
- matunzo ya vidonda na kuzuia ugonjwa wa ugonjwa wa tetanos; na
- kuelekeza ku huduma zingine, kama vile ku huduma zingine za matunzo, kisaikolojia, kisheria na kijamii.

Hakikisha usawasawa wa wanawake na wanamume kati ya wafanyakazi wa huduma ya afya wenye kuelewa vizuri luga za mahali za wagonjwa, na uombe wasindikizaji wenye kusimamia na wenye kugeuza luga wanawake na wanamume kutoa huduma bila ubaguzi na bila kuegemea upande wowote. Wafundishe wafanyakazi wa afya juu ya matunzo ya klinike ya wenye walipatwa na mateso ya kutendewa mubaya kingono, kwa kukazia zaidi mazungumuzo ya kutegemeza, historia na uchunguzi, matunzo na mashauri. Kama inawezekana na inahitajika, toa mafunzo juu ya mufumo wa kinganga na kisheria na kukusanya ushuhuda.

Wenye walipatwa na mateso ya kutendewa mubaya kingono: Watoto wanapaswa kutunzwa na wafanyakazi wa afya wenye walipewa mafunzo ya usimamizi wa watoto kisha kubakwa. Ruhusu watoto kuchagua kama watatunzwa na mufanya kazi wa afya mwanamume ao mwanamuke. Shirikisha haraka watendaji wenye kuwa na elimu ya ukingo mu visa vyote.

Kushirikiana na Jamii: Fanya kazi pamoja na wagonjwa na jamii ili kuboresha uwezekano wa kufikia na kukubalika kwa matunzo na kutoa programu ya kuzuia muda wote wa matatizo. Hakikisha mifumo ya kuripoti maoni ya siri na ya haraka. Husisha wanawake, wanamume, wavulana wa kike na wa kiume, na wakaaji wenye wako mu hatari kama vile watu wenye ulemavu na vikundi vya LGBTQI.

Mifumo ya kisheria: Elewa mufumo wa taifa wa kinganga-kisheria na sheria zenye kuhusu kutendewa mubaya kingono. Fahamisha wenye walipatwa na mateso sheria yoyote juu ya kuripoti kwenye kulazimishwa, zenye zinaweza kupunguza hali ya siri ya habari zenye zilitolewa na wagonjwa kwa kwa wafanyakazi wa afya. Ile inaweza kuwa na matokeo juu ya uamuzi wao wa kuendelea kutafuta matunzo, lakini lazima kuuheshimia.

Katika inchi mingi, kutoa mimba kuko halali mu hali Kama vile ya ubakaji. Kwenye hali iko vile, uwezekano wa kufikia ao kuelekeza unapaswa kutolewa bila ubaguzi.

Wakati kushugulikia kutendewa mubaya kingono ni kwa lazima sana, aina zingine za jeuri juu ya wanawake (GBV) kama vile jeuri mu nyumba, ndoa za watoto kwa kulazimishwa na kutahiri wanawake pia zinaongezeka mu matatizo ya kibinadamu, lakini katika hali zingine zinaweza kuongezeka wakati wa matatizo na kuwa na hatari kubwa ku afya (ya mwili, viungo vya uzazi, akili) na kuhitaji musaada wa pekee. Miongozo mingine ya kimataifa inagundua zaidi na zaidi sio kutendea mubaya kingono tu, lakini pia zingine aina za jeuri juu ya wanawake (GBV) na hatari yazo juu ya afya ⊕ *ona Miongozo juu ya kuingiza musaada yenye kulenga Jeuri juu ya musingi wa Uwanamuke ao Uwanamume mu Tendo ya Kibinadamu ya CPI.*

Kiwango cha afya ya kingono na uzazi 2.3.3: UKIMWI

Watu wako na uwezekano wa kufikia matunzo ya afya yenye kuzuia maambukizo na kupunguza hali ya magonjwa na wingi wa vifo vyenye kusababishwa na UKIMWI.

Matendo ya muhimu

1 › Anzisha na kufuata uangalifu na njia za kufuata zenye kukubaliwa juu ya kutumikisha damu ya kutia mu mishipa kwa usalama na kwa busara.

2 › Toa dawa ya Kupiganisha Virusi vya UKIMWI (ART) kwa kila mutu mwenye tayari iko anaitumia, pamoja na wanawake wenye wako mu programu ya kuzuia maambukizo kutoka kwa mama kupitia kwa mutoto.

- Fuatilia kabisa watu wenye kuishi na UKIMWI ili waendeleze matunzo.

3 › Toa kondomu za kiume zenye kutizwa unyevu na kondomu za kike, kwenye tayari zimetumikishwa na wakaaji.

- Fanya kazi pamoja na viongozi na wakaaji wenye walipatwa na mateso ili kuelewa matumizi ya mahali, kuongezeka kwa kukubalika na hakikisha kwamba kugawanywa kwa kondomu kunakubaliwa mu malezi.

4 ⟩ Pendekeza kipimo kwa wanawake wote wenye-mimba kwenye maambukizo ya UKIMWI iko kubwa kuliko asilimia 1.

5 ⟩ Anzisha matunzo ya kuzuia kisha mutu kuwa mu hatari ya kuambukizwa (PEP) haraka kadiri inawezekana, lakini mu muda wa masaa 72 kisha mutu kuwa mu hatari ya kuambukizwa sababu yakutendewa mubaya kingono.

6 ⟩ Toa matunzo ya kuzuia maambukizo ya co-trimoxazole juu ya maambukizo yenye kutumia fursa yenye kutokezwa na kuzoofika kwa ukingo wa mwili:
   a. wagonjwa wenye kuishi na UKIMWI; na
   b. watoto wenye walizaliwa na mama wenye kuishi na UKIMWI, na wako na umri wa juma ine mupaka sita; endelea mupaka maambukizo ya UKIMWI itatengwa.

7 ⟩ Hakikisha kwamba majengo za afya ya musingi ziko na dawa za kuua mikrobe na zinatoa usimamizi wa matokeo ya ugonjwa kwa wagonjwa wenye wako na dalili za magonjwa ya IST.

Mambo yenye kuonyesha jinsi hali iko

Damu yote ya kutia mu mishipa inapimwa na haina maambukizo yenye inaweza kupata wenye watatiwa ile damu, na hata ya UKIMWI

Asilimia (%) ya watu walikuwa tayari wanapokea matunzo ya kupunguza-virusi vya ukimwi (ART) wenye wanaendelea kupokea dawa za ART

- Asilimia 90

Asilimia (%) ya wanawake wenye kuwa na uwezekano wa kufikia huduma za afya wenye wanapimwa juu ya UKIMWI, kwenye maambukizo ya UKIMWI iko kubwa zaidi ya asilimia 1

- Asilimia 90

Asilimia (%) ya watu wenye wanaweza kuwa mu hatari ya kuambukizwa na UKIMWI mu vituo vya afya wenye kupokea PEP mu muda wa masaa 72 kisha kuwa mu ile hatari

- Asilimia 100

Asilimia (%) ya watoto wachanga wanye kuwa mu hatari ya kuambukizwa na UKIMWI wenye kupokea co-trimoxazole na wako na umri kati ya juma ine mupaka sita

- Asilimia 95

Maelezo ya mwongozo

Matendo ya muhimu yenye iko hapa juu inapaswa kutumika katika matatizo yote ya kibinadamu, bila kujali kuenea kwa ugonjwa wa ukimwi mu eneo.

Shirikisha jamii yenye ilipatwa na mateso na wakaaji wakuu (wafanyakazi wa afya, viongozi, wanawake, watu wa LGBTQI, watu wenye ulemavu) katika kutoa huduma zenye kuhusu UKIMWI, na uhakikishe kwamba wanajua mahali pa kupata dawa za kupunguza virusi vya ukimwi (ARV). Kama kuko shirika ya watu wenye kuishi na UKIMWI, wasiliana nao na uwahusishe katika kuunda programu na kutoa.

Ugawanyaji wa kondomu wenye kuoongozwa na jamii kati ya vikundi vya marafiki ni muhimu. Wakaaji wakuu na vijana watajua ni mara ngapi wenzao wanakusanyika, na wanaojitolea wanaweza kugawanya kwa marafiki. Kuelimisha wakaaji na ujumbe unaopatana na malezi juu ya kutumia na kuondoa kondomu kwa usahihi. Fanya kondomu ipatikane kwa jamii, wafanyakazi wa shirika la musaada, wafanyakazi wenye kuvaa mavazi rasmi, madereva wa malori ya musaada na wengine.

Kutia damu mu mishipa: ⊕ *ona Viwango vya mifumo ya afya 1.1 na 1.3.*

Matunzo kisha kuwa mu hatari ya kuambukizwa na madawa inahusu mashauri, uchunguzi wa hatari ya kuambukizwa kwa UKIMWI, kukubali kisha kufahamishwa, uchunguzi wa chanzo, na kutoa wa dawa za kuzuia ukimwi. Hapana kutoa PEP kwa mutu mwenye kujulikana ya kuwa anaishi na UKIMWI. Hata kama mashauri na vipimo vinapendekezwa mbele ya kuanza PEP, kama haiwezekani usicheleweshe kuanzishwa kwa PEP ⊕ *ona Mambo ya musingi ya matunzo ya afya – Afya ya kingono na uzazi 2.3.2: Kutendewa vibaya kingono na kusimamia matunzo yenye kuhusu kubakwa.*

Matendo mbalimbali kamili kuhusu UKIMWI mu hali za matatizo: Anzisha matendo yenye kufuata haraka kadiri inawezekana:

Kufahamisha juu ya UKIMWI: Toa habari yenye kufikiwa na watu wote, hasa zaidi kwa watu wenye wako katika hatari kubwa, juu ya kuzuia UKIMWI na magonjwa mengine ya IST.

Kuzuia UKIMWI: Tolea wakaaji wenye kuwa katika hatari kubwa huduma za kupunguza hatari ya kuambukizwa kama vile vifaa vya sindano zenye hazina mikrobe, na matunzo ya badala ya opiom kwa watu wenye kujitoboa dawa za kulevya, kwenye zile huduma tayari zilikuwa ⊕ *ona Kiwango cha matunzo ya afya ya musingi 2.5: Matunzo ya afya ya kiakili.*

Kutoa mashauri na kufanya vipimo kuhusu UKIMWI: Toa (ao anzisha upya) huduma za mashauri na vipimo zenye kuunganishwa na kuanzishwa kwa ART. Vikundi vya kutanguliza ili kupima UKIMWI ni wanawake wenye-mimba na wenzi wao, watoto wenye kuwa na bwaki mukali kwenye maambukizo ya UKIMWI iko kubwa zaidi ya asilimia 1, na vikundi vingine vyenye viko mu hatari.

Kuhayarishwa na kubaguliwa: Ni jambo la lazima kuhakikisha kwamba njia za kufuata na programu hazitaongeza kuhayarishwa. Lenga kupunguza kabisa na kubagliwa katika maeneo yenye kujulikana kwamba iko na alama kubwa ya kuhayarisha na tabia ya ubaguzi.

Musaada ya ART: Panua matunzo ya kupunguza virusi vya UKIMWI kwa wote wenye kuihitaji – hapana tu wale wenye waliandikishwa ku mwanzo - haraka kadiri inawezekana.

Kuzuia maambukizo ya mama kwa mutoto: Pima wanawake wenye-mimba na wenzi wao na ufanye vipimo vya watoto wachanga vya kutambua mapema UKIMWI. Toa ART kwa wanawake wenye tayari wanajulikana kuwa na UKIMWI ao wenye vipimo vimeonyesha virusi vya UKIMWI hivi karibuni. Elekeza watoto wachanga wenye

Kumbuka: Shirika Caritas Internationalis na Wanamemba wake hawaendeleze matumizi ya, ao kugawanya aina yoyote ya njia za kuzuia uzazi.

wamepimwa kuwa virusi kwenye huduma za UKIMWI za watoto. Toa mwongozo wa pekee kuhusu malisho ya watoto wachanga kwa wanawake wenye kuishi na UKIMWI, na hatua za kutegemeza na za kuchochea ⊕ *ona Kiwango cha usalama wa chakula na malisho – malisho ya watoto wachanga na watoto wadogo 4.1 na 4.2.*

Huduma zenye kuhusika na maambukizo mbili ya UKIMWI/TB: Toa vifaa vya kufanya vipimo vya TB na kuelekeza watu wenye kuishi na UKIMWI. Toa matunzo ya kupiganisha TB kwa watu wenye kuandikishwa ku programu ya matunzo ⊕ *ona Kiwango cha matunzo ya afya ya musingi – Magonjwa ya kuambukiza 2.1.3: Kusimamia vipimo na visa.* Unganisha huduma za vipimo vya TB na UKIMWI mu majengo kwenye kuko kiasi cha juu cha kuenea kwa ugonjwa na uanzishe mupango wa kupiganisha maambukizo ya TB mu majengo ya huduma ya afya.

2.4 Matunzo ya kuumia na mafazaiko

Mu hali ya matatizo, kunakuwa muzigo muzito wa kuongezeka kwa magonjwa na wingi wa vifo kwa sababu ya kuumia. Kuongezeka kwa maombi ya huduma ya matunzo ya mafazaiko inaweza kupita uwezo wa haraka uwezo wa mifumo ya afya ya mahali. Ili kupunguza matokeo ya mubaya ya kuumia na hatari ya kuanguka kwa mufumo wa afya, toa utaratibu wa kutenganisha na usimamizi wa hesabu kubwa yawatu wenye wameumia pamoja na mambo ya musingi ya kufanya mu hali ya kutenda kwa haraka, upasuaji wenye kuwa salama na mazoezi ya kurekebisha. Sehemu hii inasemea musaada wa mufumo wa afya kuhusu kuumia kimwili. Mwongozo ya pekee juu ya sumu, afya ya akili na kutendewa mubaya kingono unazungumuziwa mu sehemu igine ⊕ *ona Nyongeza 4: Sumu; Kiwango cha matunzo ya afya ya musingi 2.5* na *Kiwango cha matunzo ya afya ya musingi – Afya ya viungo vya uzazi na ya uzazi 2.3.2.*

Matunzo ya kuumia na mafazaiko 2.4:
Matunzo ya kuumia na mafazaiko
Watu wako na uwezekano wa kufikia matunzo ya mafazaiko mu njia salama na ya matokeo mu wakati wa matatizo ili kuzuia uwingi wa vifo na magonjwa, mateso na ulemavu vyenye vinaweza kuepukwa.

Matendo ya muhimu

1 ⟩ Toa matunzo ya mafazaiko ku nivo zote kwa wagonjwa wote.

- Anzisha haraka mifumo salama ya kuelekeza kati ya majengo na kutoka kwa jamii zilizopatwa na mateso mupaka kwenye kuko majengo.
- Anzisha klinike za kutembeatembea ao hopitali za muda kama ni magumu kwa watu kufikia matunzo mu majengo za kawaida.

2 ⟩ Hakikisha kwamba wafanyakazi wa afya wako na ufundi na ujuzi wa kutunza vidonda.

- Tia ndani ya nivo zote kutoka kwa wenye kuhusika wa kwanza mupaka ku wale wenye kutoa matunzo ya upasuaji na ya kutoa dawa ya kumaliza hisia wakati wa upasuaji.

3 > Anzisha ao kutia nguvu protokole zenye kupatana na viwango juu ya kutenganisha na matunzo ya kuumia na ya mafazaiko.

- Tia ndani mifumo ya kuelekeza kwa ukingo wa watoto, wenye walitendewa vibaya kingono, na wale wenye kuhitaji matunzo ya akili na kutegemezwa kisaikolojia.

4 > Toa matunzo ya kuzuia maambukizo ya tetanos kwa mutu yeyote mwenye iko mu hatari ya kuumia, kwa watu wenye waliumia na wako na vidonda vyenye viko wazi na wale wenye kuhusika katika shuguli za kuokoa na kusafisha.

5 > Hakikisha kwamba majengo yote yenye kutoa matunzo ya vidonda na ya mufazaiko, pamoja na hopitali za muda, zinatimiza viwango vya kadiri vya usalama na uongozi.

6 > Hakikisha uwezekano wa kufikia kwa wakati matunzo ya kurekebisha, vifaa vya kutanguliza vya kusaidia kutembea kwa ajili ya wagonjwa wenye waliumia.

- Hakikisha kwamba vifaa vya kusaidia kama vile viti vya magurudumu na mikongojo (béquilles) ao vifaa vingine vya kusaidia kutembea vinaweza kutengenezwa mu eneo.

7 > Hakikisha uwezekano wa kufikia kwa wakati kwenye huduma za matunzo ya akili na ya kutegemeza kisaikolojia.

8 > Anzisha ao kutia nguvu mifumo ya habari kuhusu afya ili kutia ndani habari kuhusu kuumia na mafazaiko.

- Tanguliza dokima za kingana za musingi kama vile rekodi za matunzo za kipekee za wagonjwa wote wa mafazaiko.
- Tumia ufafanuo wenye kukubalika ili kuingiza vidonda ndani ya paketi ya mufumo wa habari za afya.

Mambo yenye kuonyesha jinsi hali iko

Asilimia (%) ya vituo vya afya vyenye viko na mupango wa kushugulika na musiba pamoja na kusimamia vifo vyenye kupata watu wengi, hesabu yenye kuchunguzwa na kutiwa upya kila wakati

Asilimia (%) ya vituo vya afya vyenye kuwa na protokole juu ya wenye waliumia sana pamoja na vyombo rasmi vya kutenganisha

Asilimia (%) ya vituo vya afya vyenye viko na wafanyakazi wenye wamepata mafunzo ya musingi katika njia ya kufuata juu ya wenye waliumia sana

Asilimia (%) ya vituo vya afya vyenye kutumikisha hatua za kuboresha aina za hatua za kupunguza kiasi cha chini cha magonjwa na vifo kulingana na habari zenye kupatikana

Maelezo ya mwongozo

Mu *mazoezi na ufundi* kuhusu vidonda na mufazaiko munapaswa kuwa:

- kusimamia vifo vya watu wengi, kwa wale wenye kutoa musaada na kuratibu musaada;
- musaada ya kwanza ya musingi;
- kutenganisha yenye kupatana na viwango mu eneo na mu majengo ya kinganga; na
- kutambua mapema, kusaidia mutu arudilie kupumua, kusimamia vidonda, kupiganisha maumivu na musaada wa haraka wa kutegemeza kisaikolojia.

Protokole zenye kupatana na viwango zinapaswa kuwapo ao kuendaelezwa ili zihuzu mambo yenye kufuata:

- kupanga katika vikundi kisha kutenganisha juu ya musingi wa ukali kuhusu hali za kawaida na hali za kutenda kwa haraka, yenye ndani yake muko uchunguzi, kutanguliza, matunzo ya kurekebisha ya musingi na mambo ya kutimiza ili kuelekezwa kwa haraka;
- matunzo ya kutenda kwa haraka ya mustari wa mbele ku kituo ycha kufikia; na
- kuelekeza ku matunzo ya kutenda kwa haraka na matunzo ya hali ya juu, zaidi sana ya upasuaji, matunzo ya kisha upasuaji na matunzo ya kurekebisha.

Viwango vya kadiri kuhusu usalama na aina: Hata wakati matunzo ya mufazaiko inatolewa kama musaada juu ya tukio kali ao wakati muzozo unaendelea, Viwango vya kadiri vinapaswa kuhakikishwa. Kati ya mambo yenye inapaswa kushugulikiwa kuko:

- matumizi salama na ya busara ya dawa, vyombo na vifaa vyenye kuhusu damu, pamoja na njia ya kusafirisha na kugawanya;
- kuzuia na kupiganisha maambukizo;
- kutolewa kwa umeme wa kutosha juu ya mwangaza, mawasiliano na matumizi ya vifaa vya kinganga vya musingi kama vile vifaa kusaisia kuanza kupumua tena mu hali ya kutenda kwa haraka na vyombo vya kusaidia kuua mikrobe ku vifaa vya matunzo; na
- usimamizi wa takataka za kinganga.

Musaada wa kwanza-kwanza wenye kutegemea jamii: Musaada wa kwanza-kwanza wenye kufaa na wa haraka wenye kutolewa na wenye hawana uzoefu unaokoa maisha, kama umefanywa kwa njia salama na ya utaratibu. Wasaidizi wote wa kwanza-kwanza wanapaswa kutumia njia ya kufuata yenye utaratibu ili kutunza wenye waliumia. Mafunzo ya musingi ya usimamizi wa vidonda, kama vile kusafisha na kufunga, ni ya lazima sana.

Tia ndani musaada wa kwanza-kwanza wa familia na jamii, na mwongozo juu ya wakati gani na wapi kutafuta musaada wa kinganga. Kazia uangalifu wa watu juu ya hali fulani za hatari kama vile majengo yenye haiko imara ao hatari ya kuumia wakati wa kujaribu kutoa musaada.

Kutenganisha ni utaratibu wa kupanga wagonjwa mu vikundi kulingana na ukali wa vidonda vyao na mahitaji yao ya matunzo. Inasaidia kutambua wale wenye wanapaswa kutangulizwa ili wapate haraka musaada wa kinganga. Kuko mifumo mbalimbali ya kutenganisha. Mufumo moja wenye kutumiwa sana ni wa kutumikisha rangi tano: nyekundu kwa wagonjwa wenye hali yao ya kuomba kutangulizwa ni ya juu sana, manjano kwa hali ya katikati, kijani kwa hali ya chini, bluu kwa wagonjwa wenye hali yao haipatane na uwezo wa kiufundi wa kituo ao wenye kuhitaji matunzo ya kupunguza maumivu, na kijivu kwa wenye wamekufa.

Matunzo ya kutenda kwa haraka ya kitaalamu ku mustari wa kwanza: Wafanyakazi wote wa afya wa hali ya juu, kama vile madaktari, wanapaswa kuwa na ujuzi wa utaratibu wa kufuata ili kushugulika na wagonjwa mahututi wenye walumia sana ⊕ *ona njia ya ya kufuata ya ABCDE katika Miongozo ya Kimataifa juu ya Matunzo ya Kwanza-kwanza na kusaidia kuanza kupumua tena ya IFRC.* Musaada ya kwanza-kwanza ya kusaidia kurudilia tena kupumua na kuokoa ma sha, kama vile kutoa umaji-maji wa kuingiza mu mishipa na antibiotike, kupiganisha kuvuya kwa damu na matunzo ya kutumia ufundi wa pneumothorax, inaweza kutolewa mu hali mingi mbele ya kuelekeza mugonjwa kwa huduma za hali ya juu.

Kumaliza hisia wakati wa upasuaij(anestezi), matunzo ya mufazaiko na upasuaji: Matunzo mu hali ya kutenda kwa haraka, matunzo ya upasuaji na ya kurekebisha inapaswa kufanywa tu na matengenezo yenye kuwa na utaalamu wenye kufaa. Wenye kutoa huduma wanapaswa kutenda ndani ya mipaka ya uwezo wao, na wanapaswa kuwa na mali ya kutosha ili kutegemeza kazi yao. Matunzo yenye haifae ao yenye haistahili inaweza kuumiza zaidi kuliko kutofanya jambo lolote. Upasuaji wenye kufanywa bila matunzo sahihi ya mbele na ya kisha upasuaji na bila matunzo ya kurekebisha yenye kuendelea, inaweza kusababisha kushindwa kurudilia uwezo wa kutenda wa mugonjwa.

Hopitali za muda: Matumizi ya hopitali za muda inaweza kuwa ya lazima sana, zaidi sana mu wakati wa matatizo makali, na inapaswa kuratibiwa na MoH ao mashiria ya kusimamia na watendaji wengine wa afya. Viwango na usalama wa matunzo vya taifa na kimataifa vinapaswa kutimizwa ⊕ *ona Marejezo* ili kupata muongozo zaidi.

Matunzo ya kurekebisha na kurudishwa mu jamii: Matunzo ya kurekebisha ya mapema inaweza kuongeza kuokoa maisha, kuongeza matokeo ya musaada ya kinganga na ya upasuaji na kuboresha aina wa maisha ya wenye walipatwa na mateso vidonda. Vikundi vya kinganga vyenye kuwa na daraka ya kutunza wangonjwa wenye kupanga mu hopitali lazima vikuwe na uwezo wa kutoa matunzo ya kurekebisha ya mapema. Fanya carte ya uwezo wa matunzo ya kurekebisha yenye iko na njia za kufuata za kuelekeza na uelewe uhusiano kati ya mifumo ya huduma za jamii yenye iko na musaada wa feza za mukono kwa mukono. Anzisha viunganisho na vituo vya matunzo ya kurekebisha vya mahali ao matengenezo ya matunzo ya kurekebisha yenye kusimamiwa na jamaii juu ya matunzo yenye kuendelea.

Mbele ya kuondoka mu hopitali, fikiria mahitaji yenye kuendelea ya wagonjwa wenye waliumia na mufazaiko wao, zaidi sana wale wenye mbele walikuwa na ulemavu. Hakikisha ufuatiliaji wa kinganga na matunzo ya kurekebisha, kufundisha mugonjwa na mwenye kutoa matunzo, vifaa vya kutegemeza vya musingi (kama vile bequilles ao viti vya magurudumu), matunzo ya afya ya akili na ya kutegemeza kisaikolojia, na uwezekano wa kufikia huduma zingine za musingi. Anzisha mipango na vikundi vya matunzo yenye iko na sehemu mingi mbalimbali pamoja na wataalamu wa matunzo ya kurekebisha mwili na wafanyakazi wenye kuwa na ujuzi katika matunzo ya afya ya akili na kutegemeza kisaikolojia. Matunzo ya afya ya akili na kutegemeza kisaikolojia inapaswa kutolewa kwa wale wenye kuumia kulibadilisha maisha yao na inapaswa kuanza wakati wanagli mu hopitali. Viunganisho na huduma za kutegemeza za kuendelea ni jambo la lazima sana ⊕ *ona Mambo ya musingi ya matunzo ya afya 2.5: Matunzo ya afya ya kiakili.*

Mafikirio ya pekee ya usimamizi – Kupiganisha maumivu: Usimamizi wa muzuri wa maumivu kisha kuumia unapunguza hatari ya pneumonia na thrombose ya mishipa ya ndani na unasaidia mugonjwa kuanza matunzo ya kunyoosha viungo. Inapunguza musaada juu ya mukazo wa kifiziolojia, inasababisha kupungua kwa ugonjwa wa moyo, na hupunguza mukazo wa kisaikolojia. Maumivu makali yenye kuletwa na mufazaiko inapaswa kutunzwa kwa kufuata munivo wa maumivu wa OMS. Maumivu ya ugonjwa wa mufumo wa neva (neuropathie) yenye kutokana na kuumia kwa neva inaweza kuwa tangu mwanzo na inapaswa kutunzwa jinsi inafaa ⊕ *ona Kiwango cha Mifumo ya afya 1.3: Dawa na vifaa vya kinganga vya lazima* na *Mambo ya musingi ya matunzo ya afya 2.7: Matunzo ya kupunguza maumivu* ⊕ *ona munivo wa maumivu wa OMS.*

Mafikirio ya pekee ya usimamizi –usimamizi wa vidonda: Mu hali mingi za matatizo, wagonjwa wengi watafika ku huduma ya afya zaidi ya saa sita kisha kuumia. Kufika kwa kuchelewa kunaongeza sana hatari ya vidonda kuambukizwa na vifo vyenye kuhusiana na maambukizo. Wafanyakazi wa afya wanapaswa kujua protokole za kusimamia vidonda (pamoja na kuungua) na kuzuia na kutunza maambukizo, ya vidonda vikali na wenye kufika kwa kuchelewa. Mu zile protokole muko kutoa antibiotike yenye kufaa, upasuaji wa kuondoa vitu vgeni na sehemu za mwili zenye zimekufa, na kufunga.

Tetanos: Katika misiba ya asili yenye kuanza gafula kiasi cha hatari ya kupata tetanos kinaweza kuwa juu. Toa chanjo ya tetanos yenye kuwa na anatoxine tetanique (DT ao Td - chanjo ya diftheria na ya tetanos - ao DPT, kulingana na umri na historia ya chanjo) kwa wagonjwa wenye wako na vidonda vyenye kufunguka. Watu wenye wako na vidonda vyenye viko muchafu ao vyenye kuambukizwa sana wanapaswa pia kupokea dose ya immunoglobuline ya tetanos (TIG) kama hawajapewa chanjo juu ya tetanos.

2.5 Afya ya kiakili

Magumu ya afya ya kiakili na ya kisaikolojia ni kawaida kati ya watu wazima, vijana na watoto mu hali zote za matatizo ya kibinadamu. Hali ya mukazo mukali yenye kuunganishwa na matatizo inaweka watu mu hatari kubwa ya kupata matatizo ya kijamii, tabia, kisaikolojia na kiakili. Afya ya kiakili na kutegemeza kisaikolojia na kijamii inahusu matendo ya sekta mingi mbalimbali. Kile kiwango kinatia mukazo juu matendo ya watendaji wa afya ⊕ *ona* Kiwango cha musingi cha kibinadamu na Kanuni za Ukingo ili kupata habari zaidi juu ya musaada ya kisaikolojia na kijamii kupitia sekta mbalimbali.

Kiwango cha afya ya kiakili 2.5:
Matunzo ya afya ya kiakili

Watu wa umri zote wako na uwezekano wa kufikia matunzo ya afya yenye kushugulika na hali za afya ya kiakili na kutofanya kazi muzuri yenye kuletwa na ile hali.

Matendo ya muhimu

1 〉 Ratibu afya ya kiakili na musaada wa kisaikolojia mu sekta zote.

- Anzisha kikundi cha kufanya kazi ya kiufundi kutoka mu sekta mbalimbali juu ya magumu ya afya ya kiakili na ya kisaikolojia. Kinaweza kuongozwa na tengenezo ya afya na tengenezo ya ukingo wa kibinadamu.

2 〉 Anzisha programu mbalimbali juu ya musingi wa mahitaji na mali zenye zimetambuliwa.

- Kagua mifumo ya afya ya akili yenye iko, uwezo wa wafanyakazi wa kutumika, na mali ao huduma zingine.
- Ongoza uchunguzi wa mahitaji, na uko mwenye kuelewa ya kwamba hali ya afya ya akili inaweza kuwa ya zamani, yenye kusababishwa na matatizo ao hali zote mbili.

3 〉 Fanya kazi pamoja na wanamemba wa jamii, pamoja na watu wenye kubaguliwa, ili kutia nguvu kusaidiana katika jamii na kutegemeza kwa jamii.

- Endeleza mazungumzo ya jamii juu ya njia za kushugulikia magumu kwa kushirikiana, kwa kutegemea hekima, uzoefu na mali ya jamii.
- Kinga ao tegemeza kuanzishwa upya kwa njia za kutegemezana zenye zilikuwa mbele kama vile vikundi kwa ajili ya wanawake, vijana na watu wanaishi na UKIMWI.

4 〉 Toa mwongozo kwa wafanyakazi wa kujipendea juu ya jinsi ya kutoa musaada ya kwanza wa kisaikolojia.

- Tumia kanuni za musaada wa kwanza wa kisaikolojia ili kushugulikia mufazaiko mukali kisha watu kupitia matukio ya hatari hivi karibuni yenye inaweza kuleta mufazaiko.

5 〉 Tia huduma ya afya ya musingi juu ya ugonjwa akili ipatikane katika kila majengo ya kinganga.

- Panga mafunzo mafupi na kusimamia wafanyakazi wa afya wa ujumla ili kuchunguza na kusimamia kutanguliza hali ya afya ya aki i.
- Tayarisha utaratibu wa kuelekeza kati ya wataalamu wa afya ya akili, na wenye kutoa matunzo ya afya ya ujumla, musaada na huduma zingine zenye kutegemea jamii.

6 〉 Fanya musaada wa kisaikolojia ukuwe tayari kwa ajili ya watu wenye inawezekana walifaizashwa na matatizo ya muda murefu.

- Wakati inawezekana, fanya mazoezi na kusimamia wenye hawana utaalamu.

7 ⟩ Kinga haki za watu wenye wako na hali ya mubaya ya afya ya akili katika jamii, hopitali na mashirika.

- Tembelea hopitali za magonjwa ya akili na nyumba za makao kwa watu wenye kuwa na afya ya mubaya ya akili mara kwa mara tangu mwanzo wa matatizo.
- Shugulikia wenye kupuuzwa na kutendewa mubaya, ndani ya mashirika na kupanga matunzo.

8 ⟩ Punguza mazara zenye kuhusiana na pombe na dawa za kulevya.

- Zoeza wafanyakazi ili wajue jinsi ya kugundua na kutoa musaada ya muda mufupi, kupunguza mazara, na usimamizi wa kujiondoa na wa sumu.

9 ⟩ Chukua hatua za kuendeleza mufumo wa kudumu wa afya ya akili wakati wa kufanya mupango wa kurudilia mapema hali ya muzuri na matatizo za muda murefu.

Mambo yenye kuonyesha jinsi hali iko

Asilimia (%) ya huduma za afya za pili zenye kuwa na wafanyakazi wenye kuzoezwa na wenye kusimamiwa na mifumo ya kusimamia hali ya afya ya akili

Asilimia (%) ya huduma za afya za musingi zenye kuwa na wafanyakazi wenye kuzoezwa na wenye kusimamiwa na mifumo ya kusimamia hali ya afya ya akili

Hesabu ya watu wenye kushiriki katika shuguli za kusaidiana katika jamii na shuguli za kutegemeza jamii

Asilimia (%) ya waenye kutumia huduma za afya wenye kupata matunzo ya hali ya afya ya akili

Asilimia (%) ya watu wenye wamepata matunzo ya hali ya afya ya akili wenye wanaripoti kwamba kuko utendaji bora na kupungka dalili

Hesabu ya siku zenye dawa za kutuliza akili za musingi hazikupatikane mu muda wa siku 30 zenye zilipita

- Chini ya siku ine

Maelezo ya mwongozo

Nivo mbalimbali za kutegemeza: Matatizo inakuwa na matokeo juu ya watu mu njia tofauti, na hivi inaomba musaada ya aina tofauti. Njia kubwa ya kutengeneza musaada juu ya afya ya akili na ya kisaikolojia ni kuendeleza mufumo wa musaada wenye nivo mbalimbali wa musaada ya kukamilishana ili kutimiza mahitaji tofauti, jinsi inaonyeshwa mu diagrame yenye iko hapa chini. Ile piramide inaonyesha jinsi vitendo tofauti vinakamilishana. Nivo zote za piramide ni za lazima na zinapaswa kuanzishwa jinsi inafaa na kwa wakati moja.

Piramide ya huduma na musaada ku nivo mbalimbali (Diagrame 10)

Chanzo: IASC kikundi cha kielelezo kwa ajili ya utegemezo wa afya ya akili na ya saikolojia wakati wa uharaka (2010)

Uchunguzi: Kiasi cha hali ya afya ya akili ni cha lazima sana mu matatizo yoyote. Kujifunza kuenea kwa wingi wa visa haiko jambo la lazima sana juu ya kuanzisha huduma mbalimbali. Tumia njia za kufuata za kuhusisha za haraka na, ikiwezekana, ingiza ndani afya ya akili katika uchunguzi mwingine. Usisimamie ku uchunguzi wa tatizo moja ya klinike pekee.

Kusaidiana na kutegemezana katika jamii: Husisha wafanyakazi wa afya wa jamii, viongozi na watu wa kujitolea ili kuwawezesha wanamemba wa jamii, pamoja na watu wenye kubaguliwa, kuongeza kusaidiana na kutegemezana katika jamii. Kati ya shuguli kunaweza kuwa kutatarisha nafasi salama na hali yenye kufaa juu ya mazungumzo ya jamii.

Musaada wa kwanza wa kisaikolojia: Musaada wa kwanza wa kisaikolojia unapaswa kupatikana kwa watu wenye wanaonekana kuwa mu hatari ya kuguswa na matukio yenye inaweza kuleta mufazaiko kama vile kutendewa mubaya kingono ao kimwili, kuwa shahidi wa matendo ya ukatili na kupata vidonda vikali. Ie haiko musaada wa klinike. Ni musaada wa musingi, wa kibinadamu na wa kutegemeza watu wenye kuwa mu mateso. Ndani ya ule musaada muko kusikiliza kwa uangalifu, kuchunguza na kushugulikia mahitaji ya musingi na kutia moyo mupango wa kutegemeza wa jamii, na ukingo juu ya hasara zingine. Haiko kuingilia mu mambo ya watu wala kuwalazimisha kuzungumuza juu ya mufazaiko wao. Kisha mwelekezo mufupi, viongozi wa jamii, wafanyakazi wa afya na wengine wenye kuhusika katika musaada wa kibinadamu wanaweza kutoa musaada wa kwanza wa kisaikolojia kwa watu wenye wako katika tabu. Hata kama musaada ya kwanza ya kisaikolojia inapaswa kupatikana sana, musaada wa ujumla wa kutegemeza kisaikolojia na wa afya ya kiakili unapaswa kusindikizwa na hatua zingine.

Kuhoji kisaikolojia kisha tukio mu kikao kimoja (debriefing) ni mupango wa kuchochea watu wazungumuze kwa hasira juu ya mufazaiko kwa kueleza hisia kwa ufupi lakini bila kuficha jambo lolote, mawazo na namna waliitikia kihisia wakati walipitia mu matukio yenye kuleta mukazo hivi karibuni. Ni mupango wenye haufae na haupaswe kutumikishwa.

Musaada ingine ya kisaikolojia: Wafanyakazi wa afya wenye hawako wataalamu wanaweza kutoa musaada wa kisaikolojia kwa watu wenye wako na mukazo, wasiwasi na mukazo wa kisha hali yenye kuleta mufazaiko kama wanapewa mafunzo ya muzuri, wanasimamiwa na kutegemezwa. Wanaweza kupata mazoezi ya matunzo ya tabia ya kuelewa mazingira ao matunzo ya kukosana na wenzake.

Matunzo ya ugonjwa wa akili: Julisha wafanyakazi wote wa afya na wenye kujitolea kuhusu matunzo ya afya ya akili. Zoeza wenye kutoa huduma za afya kufuatana na protokole yenye kutegemea ushuhuda kama vile mhGAP (Guide d'intervention humanitaire). Kama inawezekana, ongeza mutaalamu wa afya ya akili kama muuguzi (infirmier) wa magonjwa ya akili mu majengo ya kinganga ya ujumla. Panga nafasi ya kipekee ya kufanyia vipimo ⊕ *ona Guide d'intervention humanitaire mhGAP*.

Hali zenye huduma za afya katika kutenda kwa haraka wanakutana nazo mara mingi ni kuchanganyikiwa (psychoses), kushuka moyo na ugonjwa wa mufumo wa neva, kifafa. Afya ya akili ya mama ni kushugulikia sana kipekee kwa sababu inaweza kuwa na matokeo makubwa juu ya matunzo ya watoto.

Ingiza ndani ya mufumo wa habari za kinganga aina zenye kuhusu afya ya akili ⊕ *ona Nyongeza 2: Fomu ya kielelezo ya kuripoti uangalizi wa kila jumayongeza.*

Dawa za musingi za kutuliza akili: Fanya mupango wenye kuendelea wa kutoa dawa za kutuliza akili za lazima sana pamoja na angalau dawa moja kutoka kila aina ya matunzo (antipsychotique, antidépresseur, anxiolytique, dawa ya kifafa, na dawa za kupinganisha matokeo ya mubaya ya matunzo ya dawa za kutuliza akili. ⊕ *ona Paketi ya vifaa vya afya vya kutenda kwa haraka vya uhusiano wa mashirika juu ya dawa zenye kupendekezwa ili kutuliza akili* na *Kiwango cha mifumo ya afya 1.3: Dawa za musingi na vifaa vya kinganga.*

Ukingo wa haki za watu wenye wako na magumu ya afya ya akili: Wakati wa matatizo ya kibinadamu, watu wenye wako na hali ya mubaya sana ya afya ya akili wanakuwa mu hali ya hatari kubwa zaidi ya kuvunjiwa haki za kibinadamu kama vile kutendewa mubaya, kupuuzwa, kuachiliwa na kukosa nafasi ya kujikinga, chakula ao matunzo ya kinganga. Chagua angalau shirika moja ili kushugulikia mahitaji ya wale watu kati ya mashirika.

Mupito mupaka mwisho wa matatizo: Matatizo ya kibinadamu inaongeza wingi wa magumu ya afya ya akili ya muda murefu, kwa hivyo ni muzuri kufanya mupango wa kuongeza matunzo yenye kudumu mu eneo yote yenye imepatwa na matatizo. Ile inaomba kutia nguvu mifumo ya taifa yenye iko na kuendeleza kutia ndani ile mifumo vikundi vyenye kubaguliwa (pamoja na wakimbizi). Miradi ya maonyesho, pamoja na musaada wa feza wa muda mufupi, inaweza kutoa usibitisho wa wazo na kuunda uwezo wa kuvutia musaada zaidi na feza za kuendeleza mufumo wa afya ya akili.

2.6 Matunzo ya magonjwa isiyoambukiza

Mahitaji ya kutia mukazo juu ya magonjwa yenye isiyoambukiza (NCD mu kingereza na MNT mu kifaranza) mu wakati wa matatizo ya kibinadamu inaonyesha kuongezeka kwa matumaini ya kuishi mu ulimwengu yenye kuunganishwa na tabia zenye kuongeza hali ya hatari kama vile kuvuta tumbako na malisho ya mubaya. Karibu asilimia 80 ya vifo sababu ya NCD vinatokea mu inchi zenye kuwa na mapato ya chini ao ya katikati, na hali za kutenda kwa haraka zinazidisha hali yenyewe.

Mu avereji ya wakaaji wenye kukomaa ya watu 10.000, kuko uwezekano wa kuwa na watu 1.500 mupaka 3.000 wenye kuwa na ugonjwa wa musukumo wa damu, 500 mupaka 2.000 na ugonjwa wa sukari, na kati ya 3 mupaka 8 mushtuko wa moyo mu kipindi cha kawaida cha siku 90.

Magonjwa itatofautiana lakini mara mingi ndani ya ile magonjwa mutakuwa ugonjwa wa sukari, ugonjwa wa moyo (pamoja na ugonjwa wa musukumo wa damu, moyo kuacha kufanya kazi, AVC, ugonjwa mukali wa figo), ugonjwa mukali wa mapafu (kama vile pumu (asthme) na ugonjwa mukali wa kufunga njia za hewa mu mapafu) na kansa.

Musaada wa kwanzakwanza unapaswa kusimamia magumu makali ya magonjwa na kuepuka kusimamisha matunzo, yenye itafuatwa na programu kamili zaidi.

Matunzo ya afya ya akili na matunzo ya kupunguza maumivu inazungumuziwa kipekee ndani ya ⊕ *Mambo ya matunzo ya musingi ya afya 2.5: Matunzo ya afya ya kiakili* na *2.7: Matunzo ya kupunguza maumivu.*

Kiwango cha matunzo ya majongwa isiyoambukiza 2.6: Matunzo ya magonjwa isiyoambukiza

Watu wako na uwezekano wa kufikia programu za kuzuia, vipimo na matunzo ya musingi ya magumu makali ya muda murefu na usimamizi wa muda murefu wa magonjwa isiyoambukiza.

Matendo ya muhimu

1 ⟩ Tambua mahitaji ya afya ya NCD na kuchunguza kupatikana kwa huduma mbele ya matatizo.

- Tambua vikundi vyenye viko na mahitaji ya kutanguliza, pamoja na vikundi vyenye viko mu hatari za magumu ya vitisho vya maisha kama vile ya ugonjwa wa sukari wenye kutegemea sana insuline ao mugonjwa mukali asthme.

2 ⟩ Anzisha programu ya njia ya kufuata hatua kwa hatua juu ya yenye kutegemea mambo ya kutanguliza ya kuokoa maisha na kupunguza mateso.

- Hakikisha kwamba wagonjwa wanafanyiwa vipimo vya magumu yenye kutisha maisha (kwa mufano, shambulio kali la asthme, ugonjwa wa sukari) wanapata matunzo yenye kufaa. Kama matunzo yenye kufaa haipatikane, toa matunzo ya kupunguza maumivu na ya kutegemeza.
- Epuka kukatiza matunzo kwa gafula kwa wagonjwa wenye walipimwa mbele ya matatizo.

3 > Ingiza matunzo ya NCD katika mufumo wa afya ku nivo zote.

- Anzisha mufumo wa kuelekeza ili kusimamia visa vigumu katika matunzo ya pili ao ya tatu, na kwenye matunzo ya kupunguza maumivu na ya kutegemeza.
- Elekeza wagonjwa ku musaada wa malisho ao ku musaada wa usalama wa chakula kama ni lazima.

4 > Anzisha programu ya taifa ya matayarisho juu ya NCD.

- Tia ndani dawa na vifaa vya musingi ndani ya vyombo vya kinganga vyenye kutayarishwa kimbele juu ya hali ya kutenda kwa haraka.
- Tayarishia wagonjwa mumoja-mumoja kiasi fulani cha dawa na maagizo juu ya kufikia matunzo mu hali ya kutenda kwa haraka kama matatizo inatokea.

Mambo yenye kuonyesha jinsi hali iko

Asilimia (%) ya majengo ya kinganga yenye kutoa matunzo ya kwanza-kwanza ya NCD

Hesabu ya siku zenye dawa za musingi za NCD hazikupatikana mu siku 30 zenye zilipita

- Chini ya siku ine

Hesabu ya siku zenye vifaa vya musingi vya NCD haviikupatikana (ao havikufanya kazi) mu siku 30 zenye zilipita

- Chini ya siku ine

Wafanyakazi wote wa afya wenye kutoa matunzo ya NCD wanapata mafunzo juu ya usimamizi wa NCD

Maelezo ya mwongozo

Uchunguzi wa mahitaji na hatari za kutambua NCD za kutanguliza: Unda kulingana na hali na hatua ya hali ya kutenda kwa haraka. Ile inaweza kuomba kuchunguza maandishi, kutumia habari za mbele ya matatizo, na kufanya uchunguzi wa maoni ku mafamilia ao uchunguzi wa kuenea kwa ugonjwa na uchunguzi wa kuhusisha sekta mbalimbali. Kukusanya habari kuhusu kuongezeka kwa kiasi na matokio ya NCD na kutambua mahitaji yenye kuleta vitisho ku maisha ao hali za dalili kali.

Chunguza kupatikana na matumizi ya huduma mbele ya matatizo, hasa zaidi kwa visa vigumu kama vile kansa ao ugonjwa mukali wa figo, ili kuchunguza matarajio na uwezo wa mufumo wa afya kulingana na hali yenye iko. Muradi wa muda mufupi na wa muda murefu ni kutegemeza na kurudisha zile huduma.

Mahitaji ya matunzo ya aina mbalimbali: Toa matunzo ya kendelea kwa wagonjwa wenye wako na mahitaji ya aina mbalimbali kama vile mashine ya kusafisha figo, matunzo ya kutumia miale (radiothérapie) na kemikali (chimiothérapie), kama inawezekana. Toa habari zenye ziko wazi na rahisi kufikia juu ya njia za kuelekeza. Toa maelekezo ku musaada wa matunzo ya kutegemeza na kupunguza maumivu kama iko ⊕ *ona Mambo ya musingi ya matunzo ya afya 2.7: Matunzo ya kupunguza maumivu.*

Kuingiza matunzo ya NCD dani ya mufumo wa afya: matunzo musingi juu ya NCD ku nivo ya huduma ya musingi kufuatana na viwango vya taifa, ao kupatana na mwongozo wa kutenda mu hali ya haraka wa kimataifa, kama viwango vya taifa haviko.

Fanya kazi na jamii ili kuboresha ufundi wa kugundua mapema na kuelekeza. Ingiza CHW ndani ya majengo ya matunzo ya musingi, na ushirikiane na viongozi wa jamii, wanganga wa asili na sekta za kipekee. Huduma za kusaidia ziraweza kutoa matunzo ya afya kwa NCD kwa wakaaji wenye wako mbali.

Patanisha mufumo wa habari za afya wenye uko katika hali ya matatizo, ao uendeleze mufumo wa mupya, ili kuingiza ndani uangalizi wa magonjwa makubwa makubwa ya NCD: kupanda kwa shinikizo la damu, ugonjwa wa sukari, asthme, ugonjwa mukali wa mapafu, ugonjwa wa moyo na kifafa ⊕ *ona Kiwango cha mifumo ya afya 1.5: Habari za kinganga* na *Nyongeza 2.*

Madawa na vifaa vya kinganga: Chunguza liste ya taifa ya dawa na vifaa vya musingi, pamoja na teknolojia za vipimo vya musingi vya laboratware, ili kusimamia NCD. Tia mukazo juu ya huduma ya afya ya musingi ⊕ *ona Kiwango cha mifumo ya afya 1.3: Dawa na vifaa vya kinganga vya lazima.* Kama inahitajika, tetea juu ya kuingizwa kwa dawa na vifaa vya kinganga vya musingi kufuatana na mwongozo wa kimataifa na wa kutenda kwa haraka juu ya NCD. Rahisisha uwezekano wa kufikia dawa na vifaa vya kinganga vya musingi, ku nivo za matunzo yenye kufaa. Paketi za NCD zinaweza kutumikishwa pamoja na paketi za vifaa vya afya vya kutenda kwa haraka vya vya uhusiano wa mashirika katika hatua za kwanza-kwanza za matatizo ili kuongeza kupatikanawka dawa na vifaa musingi. Usitumie zile paketi ili kutoa vifaa vya muda murefu

Mazoezi: Toa mazoezi ku nivo zote za wafanyakazi wa klinike juu ya usimamizi wa visa vya NCD na wafanyakazi wote juu ya usimamizi wa NCD za kutanguliza, zaidi sana njia za kufuata za utendaji wa kawaida juu ya kuelekeza ⊕ *ona Kiwango cha mifumo ya afya 1.2: Wafanya kazi wa matunzo ya afya.*

Kuendeleza afya na elimu: Toa habari kuhusu huduma za NCD na vituo vya kufikia matunzo. Habari zinapaswa kupatikana kwa wote, zaidi sana kwa wazee na watu wenye ulemavu, ili kuendeleza tabia za muzuri, kurekebisha sababu za hali ya hatari, na kuboresha matunzo ya kutolewa nyumbani na kukubali matunzo. Mu tabia za muzuri munaweza kuwa utendaji wa kimwili wa kawaida ao kupunguza kunywa pombe na kuvuta tumbako, kwa mufano. Fanya kazi na vikundi mbali-mbali vya jamii ili kuendeleza ujumbe na ufundi wa kuusambaza ili upatane na umri, uwanamuke na uwanamume na malezi. Patanisha ufundi wa kuzuia na kupiganisha na hali yenye iko, kwa kufikiria vizuizi kama vile kutolewa kwa kiasi kidogo kwa chakula ao musongamano wa wakaaji.

Mipango ya kuzuia na kutayarisha: Ingiza usimamizi wa NCD ndani ya mipango ya taifa ya hali ya matatizo na ya kutenda kwa haraka, hakikisha kwamba inapatana na aina tofauti za majengo ya kinganga (kwa mufano, vituo vidogo-vidogo vya afya ao hopitali kubwa zenye ziko na vifaa vya kusafisha damu). Vituo vya afya katika hali ya kukosa utulivu ao mu hatari ya misiba vinapaswa kutayarishwa kwa kutoa huduma za NCD.

Fanya dokima yenye iko na rekodi za wagonjwa wenye wako mu hali ya magumu makubwa na mahitaji ya nguvu na kuunda protokole za utendaji zenye kukubalika za kuelekeza kama matatizo inatokea.

2.7 Matunzo ya kupunguza maumivu

Matunzo ya kupunguza maumivu ni kuzuia na kutuliza mateso na taabu zenye kuhusu matunzo ya mwisho wa maisha. Ndani ya ile matunzo muko kutambua, kuchunguza na kutunza maumivu pamoja na ingine mahitaji ya kimwili, kisaikolojia na ya kiroho. Tia ndani matunzo ya utendaji muzima wa mwili wa mutu, kisaikolojia na kiroho kulingana na maombi ya mugonjwa ao ya familia, pamoja na kutegemeza mifumo ya kusaidia wagonjwa, familia na wenye kutoa matunzo. Ile matunzo ya mwisho wa maisha inapaswa kutolewa bila kujali sababu.

Kiwango cha matunzo ya kupunguza maumivu 2.7: Matunzo ya kupunguza maumivu

Watu wako na uwezekano wa kufikia matunzo ya kupunguza maumivu na matunzo ya mwisho wa maisha yenye kutuliza maumivu na mateso, kuongeza hali ya starehe, hali ya heshima na aina wa maisha ya wagonjwa, na kutoa tegemezo kwa wanamemba wa familia.

Matendo ya muhimu

1 ⟩ Kuanzisha miongozo na siasa za kutegemeza matunzo yenye haibadilikebadilike ya kupunguza maumivu.

- Tia ndani miongozo ya taifa ao ya kimataifa ya kupiganisha maumivu na dalili mu majengo ya kinganga.
- Endeleza miongozo ya kutenganisha kufuatana na hali ya matunzo ya mugonjwa na matazamio, na kupatikana kwa mapato.

2 ⟩ Fanya mupango wa matunzo na kutoa matunzo ya kupunguza maumivu kwa wagonjwa wenye wanafikia mwisho wa maisha.

- Hakikisha kutuliza maumivu na hali ya heshima mbele ya kuifa mu hali ya kutenda kwa haraka, kama kiwango cha chini.
- Chunguza jinsi mugonjwa ao familia wanaelewa hali na wasiwasi yao, kanuni na itikadi za mila zao.

3 ⟩ Tia matunzo ya kupunguza maumivu ku nivo vyzote za mufumo wa afya.

- Anzisha mitandao yenye nguvu ya kuelekeza ili kutoa tegemezo na matunzo yenye kuendelea.
- Tanguliza usimamizi wa matunzo ya nyumbani wenye kutegelea jamii.

4 ⟩ Fundisha wafanyakazi wa afya kutoa matunzo ya kupunguza maumivu, pamoja na kupiganisha maumivu na dalili, na matunzo ya afya ya akili na kutegmeza kisaikolojia na kijamii.

- Heshimia viwango vya taifa, ao viwango vya kimataifa wakati hakuna viwango vya taifa.

5 ⟩ Toa vifaa vya kinganga na vyombo vya musingi.

- Tia mu majengo ya kinganga stoki ya dawa za kupunguza maumivu na vyombo vya kinganga vyenye kufaa kama vile kushe za kusaidia wenye kushindwa kuzibiti choo ndogo ao kubwa na katetere.

- Ujue sheria zenye kuhusu dawa zenye kucunguzwa kisheria, zenye zinaweza kuchelewesha kupatikanaji kwa dawa za musingi.

6 ⟩ Fanya kazi pamoja na mifumo ya mahali na mitandao ili kutegemeza wagonjwa, wenye kutoa matunzo na familia katika jamii na nyumbani.

- Toa vifaa juu ya mahitaji ya matunzo ya nyumbani, kama vile kushe za kusaidia wenye kushindwa kuzibiti choo ndogo ao kubwa, katetere za mukojo na paketi za bande.

Mambo yenye kuonyesha jinsi hali iko

Hesabu ya siku zenye dawa za musingi za kupunguza maumivu hazikupatikana mu siku 30 zenye zilipita

- Chini ya siku 4

Asilimia (%) ya wafanyakazi wenye kufundishwa kupiganisha dalili za musingi ao kutoa matunzo za kupunguza maumivu mu kila kituo cha matunzo, hopitali, klinike za kutembeatembea na hopitali za muda

Asilimia (%) ya wagonjwa wenye wametambuliwa na mufumo wa matunzo ya afya kwamba wako katika mahitaji na wamepata matunzo ya mwisho wa maisha

Maelezo ya mwongozo

Wale wanaotoa musaada ya kibinadamu wanapaswa kufahamu na kuheshimia njia za kufanya maamuzi za mahali kuhusu matunzo na kanuni za mahali kuhusu ugonjwa, mateso, mwisho wa maisha na kifo. Kutuliza mateso ni jambo la lazima sana, na wagonjwa wenye wako ku mwisho wa maisha wanapaswa kupatiwa matunzo ya kuwafariji, ikuwe ugonjwa wao unatokea ku vidonda vya kuleta kifo, ugonjwa wa kuambukiza ao sababu ingine yoyote.

Kuendeleza mupango wa matunzo: Tambua wagonjwa wenye kuhusika na uheshimie haki yao ya kukubali kisha kufahamishwa juu ya matunzo yao. Toa habari ya bila kupendelea na ufikirie mahitaji yao na matarajio yao. Mpango wa matunzo unapaswa kukubaliwa na kupatana na mapendezi ya mugonjwa. Toa uwezekano wa kufikia afya ya akili na kuwategemeza kisaikolojia na kijamii.

Kupatikana kwa madawa: Dawa fulani za matunzo ya kupunguza maumivu kama zile za kutuliza maumivu zinatiwa ndani ya sehemu za musingi na za nyongeza za paketi ya vifaa vya afya vya kutenda kwa haraka vya uhusiano wa mashirika, na ku Liste ya Dawa za Musingi. Paketi ya vifaa vya afya vya kutenda kwa haraka vya uhusiano wa mashirika (IEHK) ni vya mafaa sana mu hatua za kwanza za matatizo lakini haifai mu hali ya muda murefu yenye inaomba mifumo ya kuendelea ianzishwe *ona Kiwango cha mifumo ya afya 1.3: Dawa na vifaa vya kinganga vya lazima* na *Marejezo na habari zingine za kusoma.*

Familia, jamii na tegemezo ya jamii: Ratibu pamoja na sekta zingine ili kukubaliana juu ya njia ya kuelekeza kusudi wagonjwa na familia zao waweze kupata tegemezo yenye kuwa na sehemu mbalimbali. Inahusu kuweza kufikia matengenezo ao mifumo ya kutoa musaada ya kijamii ya taifa yenye kutoa musaada wa nafasi ya kujikinga, paketi za usafi na za hali ya heshima, musaada wa feza, matunzo ya afya ya akili na kutegemeza kisaikolojia, na musaada wa kisheria ili kuhakikisha kwamba heshima na mahitaji ya musingi ya kila siku imetimizwa.

Ratibu pamoja na sekta zenye kuhusika ili kufuatilia familia zenye kutengana kusudi wagonjwa waweze kuwasiliana nao.

Fanya kazi pamoja na mitandao ya matunzo ya jamii yenye kupatikana, yenye mara mingi imefundisha watu wa kuchochea matunzo ya nyumbani na wafanyakazi wa kisaikolojia na kijamii, ili kutegemeza wagonjwa na wanamemba wa familia zao na kuwasaidia kutoa matunzo nyumbani kama inahitajika (kama vile kwa watu wenye kuishi na UKIMWI).

Tegemezo la kiroho: Musaada wote unapaswa kutolewa kwa kufuata ombi ya mugonjwa ao ya familia. Fanya kazi pamoja na viongozi wa dini wa mahali ili kutambua watoa huduma ya matunzo ya kiroho wenye kushiriki imani ao itikadi moja na mugonjwa. Wale watoa huduma wanaweza kuwa kama mapato kwa wagonjwa, kwa wenye kutoa matunzo na watendaji wa kibinadamu.

Ongoza wakubwa wa dini wa mahali juu ya musingi wa kanuni za musingi za kutegemeza kisaikolojia na kijamii wagonjwa wenye kupambana na masgumu makubwa ya afya.

Anzisha njia za kufuata zenye kutegemeka za kuelekeza zenye kuhusu pande mbili kati ya mufumo wa huduma ya afya na viongozi wa kiroho wa mugonjwa yeyote, wenye kutoa matunzo ao wanamemba wa familia wenye kuiomba.

Hakikisha tegemezo kwa mazoea salama na yenye heshima ya mazishi kwa kushirikiana na jamii ya mahali, kulingana na mwongozo wa taifa ao wa kimataifa ⊕ *ona Kiwango cha mifumo ya afya 1.1: Kutoa huduma za afya.*

Nyongeza 1
Liste ya mambo ya kuchunguza kuhusu afya

Kutayarisha

- Pata habari yenye kupatikana juu ya wakaaji wenye wamepatwa na mateso.
- Pata carte zenye kupatikana, picha zenye kuchukuliwa kutoka ku anga ao ku setilete, na mufumo wa habari wa kijeografia (GIS) wa eneo lenye lilipatwa na hatari.
- Pata habari kuhusu hesabu ya wakaaji, usimamizi na afya.

Usalama na kufikia

- Tambua kama kuko hatari za asili ao zaenye kuletwa na mwanadamu zenye kuendelea.
- Tambua hali ya ujumla ya usalama, zaidi sana kuwako kwa vikosi vya kijeshi.
- Tambua uwezekano wa kufikia wakaaji wenye wamepatwa na mateso, wenye matengenezo za kibinadamu ziko nayo.

Hesabu ya wakaaji na muundo wa jamii

- Amua uwingi wa wakaaji wenye walipatwa na matatizo, tenganisha hesabu kufuatana na uwanamuke na uwanamume, umri na hali ya ulemavu.
- Hesabia vikundi vyenye viko mu hatari kubwa, kama vile wanawake, watoto, wazee, watu wenye ulemavu, watu wenye kuishi na UKIMWI ao vikundi vyenye kubaguliwa.
- Tambua ukubwa wa katiati wa mafamilia na kukadirisha hesabu ya familia zenye kuongozwa na wanawake ao watoto.
- Tambua muundo wa kijamii wenye uko na viwango kuhusu uwanamume na uwanamuke, pamoja na nafasi za mamlaka na/ao uvutano katika jamii na katika familia.

Habari kuhusu hali za afya

- Tambua magumu mbalimbali ya afya yenye iko katika eneo lenye lilipatwa na hatari mbele ya hali ya kutenda kwa haraka.
- Tambua magumu mbalimbali ya kiafya yenye ilikuwa mu inchi ya asili ya wakimbizi, ao mu eneo ya asili ya watu wenye walihamishwa ndani ya inchi yao.
- Tambua hatari juu ya afya zenye ziko, kama vile magonjwa yenye inaweza kusababisha maambukizo makubwa.
- Tambua vizuizi juu ya matunzo ya afya vyenye vilikuwa mbele na vyenye viko sasa, viwango vya kijamii na imani, pamoja na mazoea ya muzuri na ya mubaya.
- Tambua vyanzo vya matunzo ya afya vya mbele.
- Chunguza hali mbali mbali za mufumo wa afya na utendaji wao ⊕ *ona Viwango vya mifumo ya afya 1.1 mupaka 1.5.*

Kiasi cha hesabu za vifo

- Hesabu kiasi chenye hakiko kamili cha wingi wa vifo.
- Hesabu kiasi cha vifo kwa kutenganisha kufuatana na umri (kama vile kiasi cha vifo vya watoto wa chini ya miaka mitano).

- Hesabu kiasi cha vifo juu ya sababu fulani ya pekee.
- Hesabu kiasi cha vifo chenye kulingana.

Kiasi cha hali ya magonjwa

- Tambua kiasi cha matokeo ya magonjwa makubwa-makubwa juu ya afya watu wote.
- Tambua kiasi cha matokeo ya magonjwa makubwa-makubwa ku kila umri fulani na hali ya uwanamuke ao uwanamume, kama inawezekana.

Mapato yenye kupatikana

- Tambua uwezo wa MoH wa inchi yenye ilipatwa na matatizo.
- Tambua hali ya majengo ya kinganga ya taifa, pamoja na jumla ya hesabu ya kila aina ya matunzo yenye kutolewa, na ni kwa kiasi gani majengo inaharibika, na uwezekano wa kuifikia.
- Tambua hesabu yawafanyakazi wa afya wenye kupatikana na ujuzi wao.
- Tambua bajeti ya afya yenye iko na utaratibu wa kulipia.
- Tambua uwezo na hali ya utendaji ya programu za afya ya watu wote zenye ziko kama vile Programu Pana ya Chanjo.
- Tambua kupatikana kwa protokole yenye kupatana na viwango, dawa za musingi, vyombo na vifaa vya kinganga, na mifumo ya kusimamia na kusafirisha vifaa.
- Tambua hali ya mifumo ya kuelekeza yenye iko.
- Tambua ni kwa kiasi gani viwango vya IPC (Kuzuia na Kupiganisha Maambukizo) vinatumiwa mu majengo ya kinganga.
- Tambua hali ya mufumo wa habari za afya wenye uko.

Habari kutoka sekta zingine zenye kuhusika

- Hali ya malisho.
- Mazingira na hali za WASH.
- Kikapo cha chakula na usalama wa chakula.
- Nafasi ya kujikinga - aina wa nafasi ya kujikinga.
- Elimu - elimu ya afya na usafi.

Nyongeza 2
Fomu ya kielelezo ya kuripoti uangalizi wa kila juma

2.1 Fomu ya uangalizi wa wingi wa vifo (vyenye kujumulishwa)*

Site: ....

Tarehe kuanzia siku ya kwanza: .... Hadi siku ya yen: ....

Hesabu ya wakaaji wote mwanzo ya juma: ....

Waliozaliwa jumaa hii: .... Watu waliokufa juma hii: ....

Waliofika juma hii (ikiwa inawezekana): .... Walioondoka juma hii: ....

Jumla ya wakaaji mwisho wa juma: .... Jumla ya watu walio chini ya miaka 5: ....

	< miaka5		≥ miaka 5		Jumla
	wanaume	wanawake	wanaume	wanawake	
Sababu ya hapohapo					
Infeksion mu viungo vya kupumulia					
Kipindupindu					
Kuhara damu					
Kuhara ya majimaji					
Kuumia isiotokana na aksidan					
Malaria					
Kifo cha mama cha hapo hapo					
Suluba (rougeole)					
Menenjite (sispe)					
Watoto wachanga (0–28 days)					
Mengine					
Isiyojulikana					
Ujumla kutokana na miaka, jinsia					
Sababu ni gani					
Ukimwi (sispe)					
Kula vibaya					
Kifo cha mama					
Magonjwa isiyoambukiwatofautisha					
Ingine					
Ujumla kutokana na miakna jinsia					

*Fomu hii inatumiwa wakati kunakuwa vifo vingi na sababu ya hiyo inakuwa vigumu kupata habari zaidi kuhusu kifo cha kila mumoja kwa sababu wakati ni ya kidogo.

–Sababu zingine za vifo zinaweza kuongezwa kulingana na hali na ku collaborer na wenye kujifunza juu ya magonjwa.

–Mwaka inaweza kugawanywa kama ifuatayo, kwa mfano mwezi 0–11, mwaka 1–4, miaka 5–14, miaka 15–49, miaka 50–59, miaka 60–69, miaka 70–79, zaidi ya 80–

–Vifo havipaswi kuripotiwa tu kwenye vitu vya afya, lakini inapshwa kutia ndani ripot. ya viongozi wc dini na wakaaji wafanya kazi vikundi vya wanawake na hopitali za kielelezo.

–Inapowezekana,definitions zinapashwa kuwekwa nyuma ya fomu hii.

2.2 Fomu ya uangalizi wa wingi wa vifo (rekodi ya kipekee) *

Site: ....

Tarehe kuanzia siku ya kwanza: .... Hadi siku ya yen: ....

Hesabu ya wakaaji wote mwanzo ya juma: ....

Waliozaliwa jumaa hii: .... Watu waliokufa juma hii: ....

Waliofika juma hii (ikiwa inawezekana): .... Walioondoka juma hii: ....

Kumla ya wakaaji mwisho wa juma: .... Jumla ya watu walio chini ya miaka 5: ....

Namba	jinsia (m, f)	mwaka (dsiku=d, mwezi=m, yrs=y)	Kifo na sababu													Julisha sababu ni gani						
			kifua kikuu	kipindupindu (sispe)	kuhara damu	kuhara majimaji	kuumia bila aksida	Malaria	Vvifo vya mzazi	Suluba	Menenjite (sispe)	Watototo wachanga (Siku 0–28)	Magonjwa isiyoambukiza. (stofautisha)	Mengine (tofautishay)	Isiyojulikana	UKIMWI (tofautisha)	Kukula vibaya	kifo cha mzazi (isiyo ya moja kwa moja)	Ingine (tofautisha)	tarehe (dd/mm/yy)	eneo (e.g. block no.)	waliokufa kuhopitali ao kunyumba
1																						
2																						
3																						
4																						
5																						
6																						
7																						
8																						

*Fomu hii inatumiwa wakati kuko wakati ya kutiosha ili kurekodi habari za kifo cha kila mutu, inasaidiuchunguzi kulingana na miaka, mahali, na asilimia ya utumiaji.

–Mara ngapi kuripoti (kila siku, kila juma) inategemea hsabu ya vifo.

–Sababu nyingine za vifo zinaweza kuongezwa, ni ya lazima

–Vifo havipashwi kuripotiwa kwenye vyuo vya afya, inapashwa kutia ripoti kutoka kwa chuo na kwa viongozi wa dini, wafanyakazi wa jamii, vikundi vya wanawake, na hopiali za referanse.

–Ikiwezek kisanduku cha maelezo kinapaswa kuwekwa nyuma ya fomu hii–Miaka inapashwa kutofautiana, kwa mfano miezi 0–11, miaka 1–4, 5–14, 15–49, 0–59, >60.

2.3 Kielelezo cha fomu ya kuripoti kuarifu mapema na kutoa musaada (EWAR)

Fomu hii inatumiwa mu hatua kali ya matatizo wakati kuko hatari kubwa ku afya ya watu wote juu sababu ya matukio, kama vile mufazaiko, sumu, ao milipuko ya magonjwa inaelekea kuwa ugonjwa wa kutawanyika.

Tarehe kuanzia siku ya kwanza: .... mpaka siku ya yenga: ....
Muji/Kijiji/makao/kampi:...
Jimbo: .... Wilaya: ....
Wilaya ndogo: .... Site Jina: ....
- wagonjwa wanaopangishwa ▪ wagonjwa wasiopangishwa ▪ Kituo cha afya
- Klinike yenye yenye kutembezwa
Kutegemeza ajanse: ....
Ripoti ya afisa na namba ya simu: ....
Jumla ya wakaaji: .... Jumla ya wakaaji walio na chini ya miaka 5: ....

A. HABARI ZA JUMA ZENYE KUUNGANISHWA PAMOJA

New cases of:	wagonjwa mukipindi fulani		vifo		Jumla
	<miaka 5	Miaka 5 na zaidi	<miaka 5	Miaka 5 na zaidi	
JUMLA YA WALIOPANGA					
JUMLA YA VIFO					
Magonjwa kali ya viungo vya pumzi					
Ugonjwa mkali wa kuhara majilaji					
Ugonjwa mkali wa kuhara damu					
Malaria – kisa yenye kukisiwa/ yenye kuwa hakika					
Suluba					
Menenjite – kisa yenye kukisiwa					
Homa ya kutoa damu yenye kuwa kali					
Jaunice kali					
Kupoozwa (AFP)					
Tetanusi					
Homa nyingine ya zaidi >38.5°C					
Mvurugo wa akili					
Sumu ya kemikali					
Nyingine					
Jumla					

—Inawezekana kufanya Zaidi ya diagnostike moja; inaomba kurekodi ya lazima zaidi. *Kila kesi kinapashwa kuhesabika mara moja.*
—*Inaomba kutia ma cas zenye ziliweza kuonekana (ao vifo vyenye vilitokeaor) muda wa juma la uchunguzi.*
—*Andika "0" (zero) ikiwa haukupata kisa chochote ao kifo muda wa juma kutokana na magonjwa yenye kuonyeshwa katika fomu*
—*Vifo vinapashwa kuripotiwa katika kisanduku kuhusu vifo lakini si katika kisanduku kuhusu magonjwa.*
—*Maelezo kuhusu kila hali yenye kuwa chini ya uangalizi inapashwa kuandikwa nyuma ya fomu hii.*
—*Kinachosababisha magonjwa kinaweza kuongezwa ao kupunguzwa kwa kuangalia hali na hatari ya magonjwa.*
—*Kusudi la uwangalizi wa EWAR la lakungundua mapema hali ya afya ya wakaaji inayohitaji kushugulikiwa haraka.*
—*Habari kuusu ukosefu wa kula vizuri inapashwa kuonekana kupitia ankete (kuona jinsi inasambazwa), kuliko kutoa uangalizi (surveillance).*

B. ONYO JUU YA KULIPUKA KWA UGONJWA

Wakati wote munapokuwa na shaka juu ya moja kati ya magojwa inayofuata tuma tafazali, tuma SMS or ao ita kwa simu. email ....kwa kutoa habazi zenye kuhitajika kuhusu wakati, nafasi, na hesabu ya visa na vifo: kipindupindu (cholera), shigezi, suluba, polio, tifoide, tetanusi, hepatiti A ao E, denge, meningite,difteria, kokelishe, ebola, maumivu na sumu za kikemikali. Liste ya magonjwa haya inaweza kubadilika kulingani na hali ya magonjwa katika inchi.

2.4 Kielelezo cha fomu ya kuripoti uangalizi wa kawaida wa mufumo wa kusimamia habari juu za matunzo (HMIS)

Site: ....

Tarehe kuanzia siku ya kwanza: .... mpaka siku ya yenga: ....

Jumla ya wakaaji mwanzo wa juma/mwezi: ....

Waliozaliwa katika jumaa /mwezi hii: .... Waliokufa jumaa mwezi huu: ....

Waliofika juma/mwezi huu (ikiwa inawezekana): ....

Walioenda juma/mwezi huu: ....

Jumla ya wakaaji katika juma /mwezi huu: ....

Jumla ya wakaaji walio chini ya miaka 5: ....

Magonjwa kulingana na kipindi cha wakati	Chini ya miaka 5 (kesi za mupya)			Miaka 5 na zaidi (kesi za mupya)			Jumla		Kesi zinazorudia	
Kutambua	kiume	kike	jumla	kiume	kike	jumla	Kesi za mpya	jumla		
Magonjwa kali ya kupumua										
Kuhara sana majimaji										
Kuhara sana damu										
Malaria –kesi za kushakia/zenye kuonekana										
Suluba										
Meningite – kisa za kushakia										
Alama za juu za ugonjwa wa ebola										
Alama za jonisi										
Ulemavu (AFP)										
Tetanusi										
Homa ingine >38.5°C										
Ukimwa /Sida										
Magojwa ya macho										
Ugonjwa wa ngozi										
Ukosefu mbaya wa chakula										

Magonjwa kulingana na kipindi cha wakati	Chini ya miaka 5 (kesi za mupya)		Miaka 5 na zaidi (kesi za mupya)		Jumla		Kesi zinazorudia	
Kutambua	kiume	kike	jumla	kiume	kike	jumla	Kesi za mpya	jumla
Magojwa ya kuambukizwa kingono								
Ugonjwa ya vidonda way kiungo cha uzazi								
Ugojwa wa njia ya mukoyo ya kiume								
Ugonjwa wa njia ya mukoyo ya kike								
Maumivu ya kiuno (PID)								
Magonjwa ya macho ya watoto wa changa								
Sifilisi inayopata watoto wanapozaliwa								
Magonjwa isiyoweza kuambukiza								
Hypertension								
Magonjwa ya moyo								
Diabete								
Asma								
Magonjwa ya mapafu ya kudumu								
Malali ya ndege (epilepsy)								
Magonjwa mengine yasioambukiza (NCD)								
Afya ya akili								
Alkoholi na vifaa vingine vinavyotum-iwa kuvuruga akili								
Ulemevu wa kiakili na ukuzi siokuwa na utaratibu								
Psychotic disorder (including bipolar disorder) Ukosefu wa utaratibu kiakili na								
Kuruka wazimu								
Ya kiasi- kali kihisia Mvurugo/mushuko wa akili								
Isiyoweza kueleweka kitiba								
Kujiumiza (ikutia ndani kutaka kujiua)								
Malalamiko mengine ya kisaikolojia								

Magonjwa kulingana na kipindi cha wakati	Chini ya miaka 5 (kesi za mupya)		Miaka 5 na zaidi (kesi za mupya)		Jumla		Kesi zinazorudia	
Kutambua	kiume	kike	jumla	kiume	kike	jumla	Kesi za mpya	jumla
Kuumia								
Kuumia kichwani /uti wa mgongo								
Kuumia kifuani								
Maumivu makali								
Kuumia kwa kiasi								
kuumia kidogo								
Jumla								

Mwaka inaweza kutofautiana ikiwezekana, kwa mfano mwezi 0–1, miaka 1–4, 5–14, 15–49, 50–59, chini ya miaka 60

Nyongeza 3
Namuna ya kutumia vipimo ili kutambua hali ya afya

Kiasi cha wingi wa vifo chenye hakiko kamili (CMR)

Ufafanuo: Kiasi cha vifo kati ya wakaaji wote, pamoja na wanawake na wanamume wa umri zote.

Kanuni ya Hesabu:

$$\frac{\text{Jumla ya hesabu ya vifo mu kipindi cha wakati}}{\text{Kipindi cha wakati ambamo wakaaji wako katika hatari x}} \times \frac{10.000}{\text{ya watu}} = \frac{\text{Vifo ya watu}}{10.000 \text{ kwa siku}}$$

Siku za kipindi cha wakati

Kiasi cha chini ya vifo 5 (U5MR)

Ufafanuo: Kiasi cha vifo kati ya watoto wa chini ya miaka tano ndani ya wakaaji.

Kanuni ya Hesabu:

$$\frac{\text{Jumla ya vifo kati ya watoto wa chini ya miaka tano <5 mukipindi cha wakati}}{\text{Jumla ya watoto wa chini ya miaka tano <5 x}} \times \frac{\text{watu}}{10.000} = \frac{\text{Vifo/watoto 10.000 chini ya}}{\text{miaka 5 /kwa siku}}$$

Hesabu ya masiku mukipindi cha wakati

Kiasi cha visa vyenye kutokea

Ufafanuo: Hesabu ya visa vya mupya vya magonjwa yenye kutokea mu kipindi fulani cha pekee kati ya wakaaji wenye wako mu hatari ya kupatwa na ugonjwa.

Kanuni ya Hesabu:

$$\frac{\text{Hesabu ya visa vya mupya vinavyotekea mukipindi fulani ya pekee}}{\text{Wakaaji wenye wako mu hatari ya kupatwa na ugonjwa × hesabu ya miezi mukipindi cha wakati}} \times 1000 \text{ watu} = \frac{\text{Hesabu ya visa vya}}{\text{mupya/1000 watu/mwezi}}$$

Kiasi cha visa vya kifo (CFR)

Ufafanuo: Hesabu ya watu wenye wanakufa na ugonjwa fulani, yenye kugawanywa ku hesabu ya watu wenye wapepatwa na ugonjwa.

Kanuni ya Hesabu:

$$\frac{\text{Hesabu ya watu waliokufaka kwa magonjwa mukipindi cha wakati}}{\text{Hesabu ya watu waliokuwa na ugonjwa katika kipindi cha wakati}} \times 100 = x\%$$

Kiasi cha kutumikishwa kwa majengo ya kingaga

Ufafanuo: Hesabu ya wagonjwa wenye hawapange mu hopitali wenye wanafanya ziara ku kituo cha matunzo kwa kila mutu na kwa mwaka. Kama inawezekana, tia kutengansha kati ya ziara za sasa na za zamani. Ziara za **Mupya** zinapaswa kutumiwa kwa kufanya hesabu ya kile kiasi. Hata hivyo, mara mingi inakuwa magumu kutofautisha kati ya ziara za mupya na za zamani, kwa hiyo mara kwa mara zinajumulishwa pamoja ili kupata jumla ya ziara za muda wa matatizo.

Kanuni ya Hesabu:

$$\frac{\text{Jumla ya hesabu za ziara mu juma moja}}{\text{Jumla ya wakaaji}} \quad x \quad \text{juma } 52 \quad = \quad \text{Ziara/mutu/mwaka}$$

Hesabu ya watu wenye wanapimwa na munganga kwa siku

Ufafanuzi: Moyene ya hesabu ya waliopimwa (kesi mupya zinazorudia) kila munganga kwa siku.

Kanuni ya Hesabu:

$$\frac{\text{hesabu ya waliopimwa mu juma moja}}{\substack{\text{Hesabu ya FTE* wanganga} \\ \text{wanaotumika katika kituo cha afya}}} \div \substack{\text{Hesabu ya masikuyenye klinike} \\ \text{inafungua milango}}$$

*FTE (inarejezea hesabu ya wanganga wanaotumikia katika vituo vya afya kwa mfano, ikiwa klinike ina wanganga sita wanaotumika lakin wawili wanatumika nusu ya wakati hesabu ya wanganga FTE = 4 walio wa kudumu + 2 wanaotumika nusu ya wakati = Wanganga 5 wa FTE.

Nyongeza 4
Kutiliwa sumu

Watu iwanaweza kupata sumu wakati wanakuwa mu hali kwenye kuko hatari ya kuambukizwa na vifaa vya kemikali vyenye viko na sumu, kupitia kinywa, pua, ngozi, macho ao masikio ao kwa kumeza. Watoto wako mu hatari kubwa zaidi kwa sababu wanapumua kwa haraka zaidi, wako na sehemu kubwa ya mw li kulinganisha na uzito wa mwili, wana ngozi yenye kupenyeza zaidi, na wako karibu sana na udongo. Kuwa mu hali yenye kuko hatari ya kuambukizwa na sumu kunaweza kuharibisha maendeleo ya mutoto, na kuchelewesha kukomaa kwake na kuharibisha malisho, na inaweza kusfikisha ku ugonjwa ao kifo.

Kusimamia kwa kwanza-kwanza

Wakati anafika ku kituo cha afya, kama mugonjwa anajulikana kwamba alikuwa mu hali yenye kuko hatari ya kuambukizwa na sumu ya kemikali:

- chukua hatua za uangalifu juu ya wafanyakazi wa huduma ya afya, pamoja na kuvaa vifaa vya kujikinga kipekee (PPE);
- tenganisha wagonjwa;
- toa musaada wa kutenda kwa haraka ili kuokoa maisha;
- ondoa sumu (kwa mufano, ondoa nguo za mugonjwa, ao osha kwa maji na sabuni maeneo yenye kuhusika), inje ya kituo cha afya ili kuzuia kuambukiza zaidi; kisha
- fuata protokole zaidi za matunzo, pamoja na matunzo ya kutegemeza.

Protokole za matunzo

Hii inaweza kutofautiana kufuatana na kila inchi. Kwa ujumla, kutoa dawa ya kupiganisha sumu, na matunzo ya kutegemeza (kama vile ya kusaidia kupumua), ni mambo ya lazima.

Tablo yenye iko hapa chini inaonyesha dalili za kwamba mutu alikuwa mu hali yenye iko na hatari ya kuambukizwa na sumu ya kemikali na dawa za kupiganisha sumu za kawaida zenye kutolewa.

Dalili za hatari ya kuambukizwa na sumu ya kemikali na uwezekano wa matunzo

Aina ya sumu ya kikemikali	Hatari unayoweza kupambana nayo	Dawa (Miongozo inaweza kuwa tofauti)
Inayogusa mishipa kama vile sarin, tabun ao VX	Mboni la jicho; kutoona vizuri; Maumivu ya kichwa; kutokwa machozi; maumivu ya kifua na shida ya kupumua; kujisika unataka kutapika; kutapika; kuhara; maumivu ya mishipa; mushuko; kupoteza ufahamu.	Atropine Oximes (pralidoxime, obidoxime) Benzodiazepines (kwa ajili ya mushuko)
Bmatunzor agents kama vile gezi ya mustard	Kutokeza machozi; kuwashwa kwa macho; ugonjwa wa macho; kuharibika kwa Ngozi ya jicho; maumivu na rangi ya Ngozi Inakuwa mwekundu; shida ya kupumua.	Matunzo yenye kutegemeza +/- sodium thiosulphate kwa mufano muwasho wa macho, antibiotike yenye kujulikana kuwa na matokeo, muwasho wa ngozi, kuvimba kwa mapafu, Tumia thiosulphate ya sodium katika visa vigumu
siyanide	Kukatika kwa pumzi; ukosefu wa kupumua; mushuko; kutotafautisha vitu; kutaka kutapika.	Amyl nitrite (first aid) Sodium thiosulphate na sodium nitrite or pamoja na 4 DMAP ao Hydroxocobalamin ao Dicobalt edetate
Magonjwa kama ile ya BZ	Kukauka kwa kinywa na ngozi; tachycardia; kuharibika kwa zamiri; fantazia; ndoto za mchana; joto ya juu; kukusa usawaziko; kuongezeka kwa ukubwa wa mboni la jicho.	physostigmine
Mvuke wa kutoa machozi na uzibiti wa Riot	Kulunguzwa, kwa viungo vya kutoa umajimaji; lacrimation; kutoka mate; kutoka makamasi; kifua; maumivu ya kichwa; kuta kutapika.	Matibabu ya lazima
Chlorine ao klore	Jicho inakuwa mwekundu; kuwashwa kwa pua na koo; kikohozi; ukosefu wa hewa ao kupoteza hisi; shida ya kupumua vizuri; sauti haitoke vizuri; sauti sawa yenye haiku nzuri; umaji katika mapafu.	N acetylcysteine (NAC)
Thallium (sumu ya panya)	Maumivu ya tumbo; kutaka kutapika; kutapika; kuhara; kukosa kuenda kuchoo; hatari; kutamauka; kupoteza nyele ya kichwa na ya mwili; maumivu na magonjwa ya akili; uzaifu katika ubongo; ataxia; upungufu wa nguvu za neva ao za mishipa ya akili.	Prussian blue
Lead ao plomb,	Kupoteza hamu ya kula; kutapika; ukosefu wa choo; maumivu ya tumbo; kufunyala; ukosefu wa uangalifu; uzaifu; ugumu wa kuona vizuri.	Chelation
Organo-phosphates (kutia ndani dawa fulani za kuua vidudu na majani fulani)	Kutoa mate; kutoka machozi; kukojoa; kufanya choo kubwa; kupatwa na msongo wa estoma; kutapika	Atropine Oximes (pralidoxime, obidoxime)

Iliweza kurekebishwa na WHO, usafi wa mazingira katik a kuongoza hali ya uharaka.

Marejezo na habari zingine za kusoma

Afya na haki za kibinadamu
The Right to Health: Fact Sheet No.31. OHCHR and WHO, 2008.
http://www.ohchr.org

Uratibu wa kiraia na kijeshi
Civil Military Coordination during Humanitarian Health Action. Global Health Cluster, 2011. www.who.int

Humanitarian Civil-Military Coordination: A Guide for the Military. UN OCHA, 2014. http://www.unocha.org

Ukingo na haki ya kimataifa ya ukingo
Ambulance and pre-hospital services in risk situations. ICRC, 2013. www.icrc.org

Common Ethical principles of health care in times of armed conflict and other emergencies. ICRC, Geneva, 2015. https://www.icrc.org

Ensuring the preparedness and security of health care facilities in armed conflict and other emergencies. ICRC, 2015. www.icrc.org

Guidance Note on Disability and Emergency Risk Management for Health. World Health Organization, 2013. http://www.who.int

Health Care in Danger: The responsibilities of health care personnel working in armed conflicts and other emergencies. ICRC, 2012. www.icrc.org

Minimum Standards for Child Protection in Humanitarian Action: Standard 24 Shelter and Child Protection. Child Protection Working Group (now the Alliance for Child Protection in Humanitarian Action), 2012.
https://resourcecentre.savethechildren.net

Monitoring and Reporting Mechanism (MRM) on Grave Violations Against Children in situations of Armed Conflict. UN and UNICEF, 2014. http://www.mrmtools.org

Kuratibu
Health Cluster Guide. Global Health Cluster, 2009. http://www.who.int

Reference module for cluster coordination at the country level. IASC, 2015. www.humanitarianresponse.info

Afya mu hali ya kutenda kwa haraka
Blanchet, K. et al *Evidence on public health interventions in humanitarian crises.* The Lancet, 2017. http://www.thelancet.com

Classification and Minimum Standards for foreign medical teams in sudden onset disasters. WHO, 2013. http://www.who.int

Ensuring Access to Health Care Operational Guidance on Refugee Protection and Solutions in Urban Areas. UNHCR, 2011. http://www.unhcr.org

Public Health Guide in Emergencies. The Johns Hopkins and Red Cross Red Crescent, 2008. http://pdf.usaid.gov

Refugee Health: An approach to emergency situations. Médecins Sans Frontières, 1997. http://refbooks.msf.org

Spiegel et. al. *Health-care needs of people affected by conflict: future trends and changing frameworks.* The Lancet, 2010. http://www.thelancet.com

Miongozo ya klinike
Clinical Guidelines – Diagnosis and Treatment Manual. MSF, 2016. http://refbooks.msf.org

Mifumo ya afya
Analysing Disrupted Health Sectors. A Modular Manual. WHO, 2009. http://www.who.int

Elston et al. *Impact of the Ebola outbreak on health systems and population health in Sierra Leone.* Journal of Public Health, 2015. https://academic.oup.com

Everybody's Business. Strengthening Health Systems to Improve Health Outcomes. WHO, 2007. http://www.who.int

The Health System Assessment Approach: A How to Manual 2.0. USAID, 2012. www.hfgproject.org

Parpia et al. *Effects of Response to 2014–2015 Ebola Outbreak on Deaths from Malaria, HIV/AIDS and Tuberculosis West Africa. Emerging Infection Diseases Vol 22.* CDC, 2016. https://wwwnc.cdc.gov

Recovery Toolkit: Supporting countries to achieve health service resilience. WHO, 2016. http://www.who.int

Toolkit assessing health system capacity to manage large influx of refugees, asylum-seekers and migrants. WHO/UNHCR/IOM, 2016. http://www.euro.who.int

Usalama
Comprehensive Safe Hospital Framework. WHO, 2015. http://www.who.int

Patient Safety: Making Health Safer. WHO, 2017. http://www.who.int

Kuzuia na kupiganisha maambukizo
Essential environmental health standards in health care. WHO,2008. http://www.who.int

Essential Water and Sanitation Requirements for Health Structures. MSF, 2009. http://oops.msf.org

Guideline for Isolation Precautions: Preventing Transmission of Infectious Agents in Healthcare Settings. CDC, 2007 updated 2017. https://www.cdc.gov

Guidance for the selection and use of Personal Protective Equipment (PPE) in healthcare settings. CDC, 2004. https://www.cdc.gov

Guidelines for safe disposal of unwanted pharmaceuticals in and after emergencies. WHO, 1999. http://apps.who.int

Guidelines on Core Components of Infection Prevention and Control Programmes at the National and Acute Health Care Facility level. WHO, 2016. http://www.who.int

Management of Dead Bodies after Disasters: A field Manual for First Responders, Second Edition. ICRC, IFRC, 2016. www.icrc.org

Safe management of wastes for health-care activities. Second edition. WHO, 2014. http://www.who.int

Wafanyakazi wa matunzo ya afya

Classifying health workers: mapping occupations to the international standards. WHO. http://www.who.int

Global strategy on human resources for health. Workforce 2030. WHO, 2016. http://www.who.int

Human resources for Health Information System, Minimum Data Set for Health Workforce Registry. WHO, 2015. http://www.who.int

Health workforce requirement for universal health coverage and the SDGs. WHO, 2016. http://www.who.int

International Standard Classification of Occupation: Structure group definitions and correspondence tables. ILO, 2012. http://www.ilo.org

WISN Workload indicators of staffing need, user's manual. WHO, 2010. http://www.who.int

Working together for health. World Health Report 2006. WHO 2006. http://www.who.int

Madawa

Emergency Reproductive Health Kit. UNFPA, 2011. https://www.unfpa.org

Guidelines of Medicine Donations. WHO, 2010. http://www.who.int

Interagency Emergency Health Kit. WHO, 2017. http://www.who.int

Model Formulary for children. WHO, 2010. http://apps.who.int

Model List of Essential Medicines 20th List. WHO, 2017. http://www.who.int

Non-Communicable Diseases Kit. WHO, 2016. http://www.who.int

Revised Cholera Kits. WHO, 2015. http://www.who.int

The Interagency Emergency Health Kit 2017: Medicines and Medical Devices for 10 000 People for Approximately Three Months. WHO. 2017. https://www.who.int.

Vyombo vya kinganga na vyombo vya kutegemeza

Core Medical Equipment. WHO, 2011. http://www.who.int

Decommissioning Medical Equipment and Devices. WHO http://www.who.int

Global Atlas of Medical Devices. WHO, 2017. http://www.who.int

Guidelines on the provision of Manual Wheelchairs in less resourced settings. World Health Organization, 2008. http://www.who.int

Medical Device technical series: Medical device regulations, medical devices by health care facilities, needs assessment for medical devices, procurement process resource guide, medical device donations, medical equipment maintenance programme overview. WHO, 2011. http://www.who.int

Priority Assistive Products List. The GATE Initiative, WHO and USAID, 2016. http://www.who.int

Dawa zenye kuchunguewa kisheria
Access to Controlled Medications Programme, WHO Briefing Note. WHO, 2012. http://www.who.int

Availability of Internationally Controlled Drugs: Ensuring Adequate Access for Medical and Scientific Purposes. International Narcotics Control Board and WHO, 2010. http://www.incb.org

Availability of narcotic drugs and psychotropic substances in emergency situations, INCD report, pages 36–37. International Narcotics Control Board, 2014. www.incb.org

Ensuring Balance in National Policies on Controlled Substances. Guidance for availability and accessibility of controlled medicines. WHO, 2011. http://www.who.int

Vifaa vya damu
Blood safety and availability. WHO, 2017. http://www.who.int

Guidelines on management of blood and blood components as essential medicines, Annex 3. WHO, 2017. http://apps.who.int

Universal Access to Safe Blood Transfusion. WHO, 2008. http://www.who.int

Kulipa feza kwa ajili ya matunzo ya afya
Cash-based Interventions for Health Programmes in Refugee Settings: A Review. UNHCR, 2015. http://www.unhcr.org

Cash for Health: Key Learnings from a cash for health intervention in Jordan. UNHCR, 2015. http://www.unhcr.org

Monitoring progress towards universal health coverage at country and global levels. WHO, 2014. http://apps.who.int

Removing user fees for primary health care services during humanitarian crises. Global Health Cluster and WHO, 2011. http://www.who.int

Habari kuhusu afya
IASC Guidelines: Common Operating Datasets in Disaster Preparedness and Response. IASC, 2011 https://interagencystandingcommittee.org

Global Reference List of 100 Core Health Indicators. WHO, 2015. http://www.who.int

Standards for Public Health Information Services in Activated Health Clusters and Other Humanitarian Health Coordination Mechanisms. Global Health Cluster, 2017. www.humanitarianresponse.info

Uchunguzi wa mahitaji ya afya na matunzo ya afya ya kutanguliza

Assessment Toolkit: Practical steps for the assessment of health and humanitarian crises. MSF, 2013. http://evaluation.msf.org

Global Health Observatory Data Repository: Crude birth and death rate by country. World Health Organization, 2017. http://apps.who.int

Rapid Risk Assessments of Acute Public Health Events. WHO, 2012. http://www.who.int

SARA Service Availability and Readiness Assessment Survey. WHO/USAID, 2015. http://www.who.int

Kuzuia magonjwa yanayoambukiza

Integrated Vector Management in Humanitarian Emergencies Toolkit. MENTOR Initiative and WHO, 2016. http://thementorinitiative.org

Vaccination in Acute Humanitarian Crises: A Framework for Decision Making. WHO, 2017. http://www.who.int

Magonjwa yanayoambukiza (magonjwa fulani)

Dengue: Guidelines for Diagnosis, Treatment, Prevention and Control: New Edition. WHO, 2009. http://www.who.int

Guidelines for the control for shigellosis. WHO, 2005. http://www.who.int

Interim Guidance Document on Cholera surveillance. Global Task Force on Cholera Control and WHO, 2017. http://www.who.int

Liddle, K. et al. *TB Treatment in a Chronic Complex Emergency: Treatment Outcomes and Experiences in Somalia.* Trans R Soc Trop Med Hyg, NCBI, 2013. www.ncbi.nlm.nih.gov

Managing Meningitis Epidemics in Africa. WHO, 2015. http://apps.who.int

Management of a measles epidemic. MSF, 2014. http://refbooks.msf.org

Meningitis Outbreak Response in Sub-Saharan Africa. WHO, 2014. http://www.who.int

Pandemic Influenza Preparedness (PIP) Framework for the sharing of influenza viruses and access to vaccines and other benefits. WHO, 2011. http://apps who.int

Tayarisho na kutoa musaada wakati magonjijwa inapolipuka

Early detection, assessment and response to acute public health events, Implementation of Early Warning and Response with a focus on Event-Based Surveillance WHO, 2014. http://www.who.int

Early warning, alert and response (EWAR) a key area for countries preparedness for Health Emergencies. WHO, 2018. http://apps.who.int

Weekly Epidemiological Record. WHO. http://www.who.int

Outbreak Surveillance and Response in Humanitarian Crises, WHO guidelines for EWARN implementation. WHO, 2012. http://www.who.int

Tayarisho na kutoa musaada wakati magonjijwa inapolipuka
Communicable disease control in emergencies, A field Manual. WHO, 2005. http://www.who.int

Epidemic Preparedness and Response in Refugee Camp Settings, Guidance for Public health officers. UNHCR, 2011. http://www.unhcr.org

Outbreak Communication Planning Guideline. WHO, 2008. http://www.who.

Afya ya mutoto muchanga na ya mutoto mudogo
IMCI Chart Booklet. WHO, 2014. http://www.who.int

Integrated Community Case Management in Acute and Protracted Emergencies: case study for South Sudan. IRC and UNICEF, 2017. https://www.rescue.org

Newborn Health in Humanitarian Settings Field Guide Interim Version. IAWG RH in Crises, 2016. http://iawg.net

Overview and Latest update on iCCM: Potential for Benefit to Malaria Programs. UNICEF and WHO, 2015. www.unicef.org

Polio vaccines: WHO position Paper Weekly epidemiological record. WHO, 2016. http://www.who.int

Updates on HIV and infant feeding. UNICEF, WHO, 2016. http://www.who.int

Afya ya kingono na uzazi
Adolescent Sexual and Reproductive Health Toolkit for Humanitarian Settings. UNFPA and Save the Children, 2009. http://iawg.net

Inter-Agency Reproductive Health Kits for Crisis Situations, 5th Edition. UNFPA/IAWG, 2011. http://iawg.net

Inter-agency Field Manual on Sexual and Reproductive Health in Humanitarian Settings. IWAG on Reproductive Health in Crises and WHO, 2018. http://iawg.net

Medical eligibility criteria wheel for contraceptive use. WHO, 2015. http://who.int

Minimum Initial Service Package (MISP) for Reproductive Health in Crisis Situations: A distance learning module. IWAG and Women's Refugee Commission. 2011. http://iawg.net

Selected practice recommendations for contraceptive use, Third Edition. WHO, 2016. http://www.who.int

Safe abortion: Technical & policy guidance for health systems. WHO, 2015. http://www.who.int

Kutendewa vibaya kingono na kusimamia matunzo yenye kuhusu kubakwa

Clinical Care for Sexual Assault Survivors. International Rescue Committee, 2014. http://iawg.net

Caring for Child Survivors of Sexual Abuse Guidelines for health and psychosocial service providers in humanitarian settings. IRC and UNICEF, 2012. https://www.unicef.org

Clinical Management of Rape Survivors: Developing protocols for use with refugees and internally displaced persons, Revised Edition, pp.44–47. WHO, UN Population Fund, and UNHCR, 2004. www.who.int

Clinical Management of Rape Survivors: E-Learning. WHO 2009. http://apps.who.int

Guidelines for Integrating Gender-Based Violence Interventions in Humanitarian Action, Reducing Risk, promoting resilience and aiding recovery. Inter-Agency Standing Committee, 2015. https://gbvguidelines.org

Guidelines for Medico-Legal Care of Victims of Sexual Violence. WHO, 2003. http://www.who.int

UKIMWI

Consolidated Guidelines on the Use or ART Drugs for Treating and Preventing HIV Infection: Recommendations for a public health approach – Second edition. WHO, 2016. www.who.int

Guidelines for Addressing HIV in Humanitarian Settings. UNAIDS and IASC, 2010. http://www.unaids.org

Guidelines for the delivery of antiretroviral therapy to migrant and crisis-affected populations in Sub Saharan Africa. UNHCR, 2014. http://www.unhcr.org

Guidelines for management of sexually transmitted infections. WHO, 2003. www.emro.who.int

Guidelines on post-exposure prophylaxis for HIV and the use of Cotrimoxazole prophylaxis for HIV-related infections among adults, adolescents and children. WHO, 2014. http://www.who.int

HIV prevention in emergencies. UNFPA, 2014. http://www.unfpa.org

PMTCT in Humanitarian Settings Inter-Agency Task Team to Address HIV in Humanitarian Emergencies Part II: Implementation Guide. Inter-Agency Task Team, 2015. http://iawg.net

WHO policy on collaborative TB/HIV activities Guidelines for national programmes and other stakeholders. WHO, 2012. http://www.who.int

Kuumia na kutunza mafazaiko

American Heart Association Guidelines for CPR & ECC. American Heart Association, 2015 and 2017. https://eccguidelines.heart.org

Anaesthesia Handbook, Annex 3: ICRC Pain Management. Reversed WHO pain management ladder. ICRC, 2017. https://shop.icrc.org

Child Protection in Humanitarian Action Review: Dangers and injuries. Alliance for Child Protection in Humanitarian Action, 2016. https://resourcecentre.savethechildren.net

Classification and Minimum Standards for Foreign Medical Teams in Sudden Onset Disasters. WHO, 2013. http://www.who.int

Minimum Technical Standards and Recommendations for Rehabilitation. WHO, 2016. http://apps.who.int

eCBHFA Framework Community Based Health and First Aid. ICRC, 2017. http://ifrc-ecbhfa.org

EMT minimum data set for reporting by emergency medical teams. WHO, 2016. https://extranet.who.int

Guidelines for trauma quality improvement programmes. World Health Organization, 2009. http://apps.who.int

International First Aid and Resuscitation Guidelines. IFRC, 2016. www.ifrc.org

Interagency initiative comprising a set of integrated triage tools for routine, surge and prehospital triage allowing smooth transition between routine and surge conditions. WHO and ICRC. http://www.who.int

Recommended Disaster Core Competencies for Hospital Personnel. California Department of Public Health, 2011. http://cdphready.org

Technical Meeting for Global Consensus on Triage. WHO and ICRC, 2017. https://www.humanitarianresponse.info

The European Resuscitation Council Guidelines for Resuscitation. European resuscitation council, 2015. https://cprguidelines.eu

The WHO Trauma Care Checklist. WHO, 2016. http://www.who.int

von Schreeb, J. et al. *Foreign field hospitals in the recent sudden-onset disasters in Iran, Haiti, Indonesia, and Pakistan.* Prehospital Disaster Med, NCBI, 2008. https://www.ncbi.nlm.nih.gov

War Surgery, Working with limited resources in armed conflict and other situations of violence. International Committee of the Red Cross, 2010. https://www.icrc.org

Afya ya kiakili

A faith-sensitive approach in humanitarian response: Guidance on mental health and psychosocial programming. The Lutheran World Federation and Islamic Relief Worldwide, 2018. https://interagencystandingcommittee.org

A Common Monitoring and Evaluation Framework for Mental Health and Psychosocial Support in Emergency Settings. IASC, 2017. https://reliefweb.int

Assessing Mental Health and Psychosocial Needs and Resources: Toolkit for Humanitarian Settings. WHO and UNHCR, 2012. http://www.who.int

Building back better: sustainable mental health care after emergencies. WHO, 2013. http://www.who.int

Facilitate community self-help and social support (action sheet 5.2) in guidelines on Mental Health and Psychosocial Support in Emergency Settings. IASC, 2007. https://interagencystandingcommittee.org

Group Interpersonal Therapy (IPT) for Depression. WHO, 2016. http://www.who.int

Inter-Agency Referral Form and Guidance Note for Mental Health and Psychosocial Support in Emergency Settings. IASC, 2017.
https://interagencystandingcommittee.org

mhGAP Humanitarian Intervention Guide: Clinical Management of Mental, Neurological and Substance Use Conditions in Humanitarian Settings. WHO and UNHCR, 2015.
http://www.unhcr.org

Problem Management Plus (PM+): Individual psychological help for adults impaired by distress in communities exposed to adversity. WHO, 2016. http://www.who.int

Psychological First Aid: Guide for Field Workers. WHO, War Trauma Foundation and World Vision International, 2011. http://www.who.int

Psychological First Aid Training Manual for Child Practitioners. Save the Children, 2013.
https://resourcecentre.savethechildren.net

Reference Group for Mental Health and Psychosocial Support in Emergency Settings in Mental Health and Psychosocial Support in Humanitarian Emergencies: What Should Humanitarian Health Actors Know. IASC, 2010. http://www.who.int

Magonjwa yasiyoambukiza

Disaster Risk Management for Health: Non-Communicable Diseases Fact Sheet 2011. WHO, 2011. http://www.who.int

Jobanputra, K. Boulle, P. Roberts, B. Perel, P. *Three Steps to Improve Management of Noncommunicable Diseases in Humanitarian Crises.* PLOS Medicine, 2016.
http://journals.plos.org

Lozano et al. *Global and regional mortality from 235 causes of death for 20 age groups in 1990 and 2010: a systemic analysis for the Global Burden of Disease Study 2010.* The Lancet, 2012. https://www.ncbi.nlm.nih.gov

NCD Global Monitoring Framework. WHO, 2013. http://www.who.int

NCDs in Emergencies – UN Interagency Task Force on NCDs. WHO, 2016.
http://www.who.int

Slama, S. et al. *Care of Non-Communicable Diseases in Emergencies.* The Lancet, 2016.
http://www.thelancet.com

WHO Package of Essential Non-Communicable Disease Interventions, Tools for implementing WHO PEN. WHO, 2009. http://www.who.int

Matunzo ya kupunguza maumivu

Caring for Volunteers Training Manual. Psychosocial Centre IFRC, 2015.
http://pscentre.org

Disaster Spiritual Care Handbook. Disaster Services, American Red Cross, 2012.
https://interagencystandingcommittee.org

Guidance for managing ethical issues in infectious disease outbreaks. WHO, 2016.
http://apps.who.int

IASC guidelines on mental health and psychosocial support in emergency settings. IASC, 2007. http://www.who.int

IAHPC List of Essential Medicines for Palliative Care. International Association for Hospice and Palliative Care, 2007. https://hospicecare.com

Matzo, M. et al. *Palliative Care Considerations in Mass Casualty Events with Scarce Resources.* Biosecurity and Bioterrorism, NCBI, 2009.
https://www.ncbi.nlm.nih.gov

Powell, R. A. Schwartz, L. Nouvet, E. Sutton, B. et al. *Palliative care in humanitarian crises: always something to offer.* The Lancet, 2017. http://www.thelancet.com

Palliative Care, Cancer control: knowledge into action: WHO guide for effective programmes. WHO, 2007. http://www.who.int

Silove, D. *The ADAPT model: a conceptual framework for mental health and psychosocial programming in post conflict settings.* War Trauma Foundation, 2013.
https://www.interventionjournal.com

Nouvet, E. Chan, E. Schwartz, L. J. *Looking good but doing harm? Perceptions of short-term medical missions in Nicaragua.* Global public health, NCBI, 2016.
https://www.ncbi.nlm.nih.gov

19th WHO Model List of Essential Medicines chapter 2 2, Medicines for pain and palliative care. WHO, 2015. http://www.who.int

Kutiliwa sumu
Initial Clinical management of patients exposed to chemical weapons. WHO, 2015.
http://www.who.int

Habari zingine za kusoma
For further reading suggestions please go to
www.spherestandards.org/handbook/online-resources

Habari zingine za kusoma

Kuratibu kijeshi na kiraia
UN-CMCoord Field Handbook. UN OCHA, 2015. https://www.unocha.org/legacy/what-we-do/coordination-tools/UN-CMCoord/publications

Kuratibu
Global Health Cluster. http://www.who.int/health-cluster/en/

Mifumo ya afya
Approach to Health Systems Strengthening. UNICEF, 2016.
https://www.unicef.org/health/strengthening-health-systems

Health System Strengthening, from diagnosis to Planning. Action Contre Le Faim, 2017.
https://www.actionagainsthunger.org/publication/2017/03/health-system-strengthening-diagnosis-planning

Monitoring the Building Blocks of Health Systems: A handbook of indicators and their measurement strategies. WHO, 2010.
http://www.who.int/healthinfo/systems/monitoring/en/

Newbrander et al. *Rebuilding and strengthening health systems and providing basic health services in fragile states.* NCBI, Disasters, 2011.
www.ncbi.nlm.nih.gov/pubmed/21913929

Strategizing national health in the 21st century: a handbook. WHO, 2017.
http://www.who.int/healthsystems/publications/nhpsp-handbook/en/

van Olmen, J. et al. *Health Systems Frameworks in their Political Context: Framing Divergent Agendas.* BMC Public Health, 2012.
https://bmcpublichealth.biomedcentral.com/articles/10.1186/1471-2458-12-774

Usalama
Diagnostic Errors: Education and Training, Electronic Tools, Human Factors, Medication Error, Multi-morbidity, Transitions of care. WHO, 2016.
http://apps.who.int/iris/bitstream/handle/10665/252410/9789241511636-eng.pdf?sequence=1&isAllowed=y

Hospital Safety Index Guide for Evaluators, 2nd ed. WHO, 2015.
http://apps.who.int/iris/handle/10665/258966

Technical Series on Safer Primary Care: Patient engagement: Administrative errors. WHO, 2016.
http://www.who.int/patientsafety/topics/primary-care/technical_series/en/

Madawa
Management of Drugs at Health Centre Level, Training Manual. WHO, 2004.
http://apps.who.int/medicinedocs/en/d/Js7919e/

Vyombo vya kinganga pamoja na vyombo vya kutegemeza
Global Model Regulatory Framework for Medical Devices including in vitro diagnostic medical devices. WHO, 2017. http://www.who.int/medical_devices/publications/global_model_regulatory_framework_meddev/en/

List of Prequalified in vitro diagnostic products. WHO, 2011.
http://www.who.int/diagnostics_laboratory/evaluations/PQ_list/en/

Madawa zenye kuchunguzwa kisheria
Model Guidelines for the International Provision of Controlled Medicines for Emergency Medical Care. International Narcotics Control Board, 1996. www.incb.org/documents/Narcotic-Drugs/Guidelines/medical_care/Guidelines_emergency_Medical_care_WHO_PSA.pdf

Kulipa feza kwa ajili ya matunzo ya afya
Doocy et al. *Cash-based approaches in humanitarian emergencies, a systematic review.* International Initiative for Impact Evaluation, 2016.
https://www.3ieimpact.org/evidence-hub/systematic-review-repository/cash-based-approaches-humanitarian-emergencies-systematic

Wenjuan Wang et al. *The impact of health insurance on maternal health care utilization: evidence from Ghana, Indonesia and Rwanda.* Health Policy and Planning, NCBI, 2017.
www.ncbi.nlm.nih.gov/pubmed/28365754

Habari kuhusu afya
Checchi et al. *Public Health Information in Crisis-Affected populations. A review of methods and their use for advocacy and action.* The Lancet, 2017. http://www.thelancet.com/journals/lancet/article/PIIS0140-6736(17)30702-X/abstract

Creating a master health facility list. WHO, 2013.
http://www.who.int/healthinfo/systems/WHO_CreatingMFL_draft.pdf

Thierin, M. *Health Information in Emergencies.* WHO Bulletin, 2005.
http://www.who.int/bulletin/volumes/83/8/584.pdf

Kuchunguza mahitaji ya afya na huduma za afya za kutanguliza
Checchi, F. et al. *Public health in crisis-affected population. A practical guide for decision makers, Network Paper 61.* Humanitarian Practice Network, December 2007.
https://odihpn.org/resources/public-health-in-crisis-affected-populations-a-practical-guide-for-decision-makers/

Prioritising Health Services in humanitarian crises. Health and Education Research Team, 2014. http://www.heart-resources.org/2014/03/prioritising-health-activities-in-humanitarian-crises/

Waldman, R. J. *Prioritising health care in complex emergencies.* The Lancet, 2001.
http://www.thelancet.com/journals/lancet/article/PIIS0140-6736(00)04568-2/fulltext?_eventId=login

World Health Statistics, 2016: Monitoring for the SDGs. WHO, 2016.
http://www.who.int/gho/publications/world_health_statistics/2016/en/

Kuzuia magonjwa yanayoambukiza

Vaccination in Humanitarian Emergencies, Implementation Guide. WHO, 2017.
http://www.who.int/immunization/documents/general/who_ivb_17.13/en/

Kugundua mulipuko na musaada wa mapema

Checklist and Indicators for Monitoring Progress in the Development of IHR Core Capacities in States Parties. WHO, 2013.
http://www.who.int/ihr/publications/checklist/en/

Integrated Disease Surveillance and Response Community Based Surveillance Training Manual. WHO, 2015. http://www.afro.who.int/publications/integrated-diseases-surveillance-and-response-african-region-community-based

Tayarisho na kutoa musaada wakati magonjijwa inapolipuka

Key messages for social mobilization and community engagement in intense transmission areas, Ebola. WHO, 2014. http://www.who.int/csr/resources/publications/ebola/social-mobilization-guidance/en/

Afya ya mutoto muchanga na ya mutoto mudogo

Disaster Preparedness Advisory Council, Ensuring the Health of Children in Disasters. Pediatrics. 2015.
http://pediatrics.aappublications.org/content/early/2015/1C/13/peds.2015-3112

Hoddinott, J. Kinsey, B. *Child growth in the time of drought.* Oxford Bulletin of Economics and Statistics. 2001.
https://are.berkeley.edu/courses/ARE251/2004/papers/Hoddinott_Kinsey.pdf

Including children with disabilities in humanitarian action, Health Booklet. UNICEF, 2017.
http://training.unicef.org/disability/emergencies/index.html

Revised WHO classification and treatment of childhood pneumonia at health facilities, evidence summaries. WHO, 2014.
http://apps.who.int/iris/bitstream/10665/137319/1/9789241507813_eng.pdf

Kuumia na kutunza mafazaiko

Emergency Trauma Care. World Health Organization, 2017.
http://www.who.int/emergencycare/gaci/activities/en/

EMT initiative. WHO, 2017. https://extranet.who.int/emt/

Global guidelines for the prevention of surgical site infection. WHO, 2016.
http://www.who.int/gpsc/ssi-prevention-guidelines/en/

Implementation Manual Surgical Safety Checklist, First Edition. WHO, World Alliance for Patient Safety, 2008
http://www.who.int/patientsafety/safesurgery/ss_checklist/en/

Joshi, G. P. et al. *Defining new directions for more effective management of surgical pain in the United States: highlights of the inaugural Surgical Pain Congress™.* The American Surgeon, NCBI, 2014. https://www.ncbi.nlm.nih.gov/pubmed/24666860

Malchow, R. J. et al. *The evolution of pain management in the critically ill trauma patient: Emerging concepts from the global war on terrorism.* Critical Care Medicine, NCBI, 2008. https://www.ncbi.nlm.nih.gov/pubmed/18594262

Providing Care for an Influx of Wounded. MSF, 2008. http://oops.msf.org/OCBLog/content/OOPSLOGV3/LOGISTICS/operational-tools/Pocket%20guide%20to%20Case%20Management%20of%20an%20Influx%20of%20Wounded%20OCB-v2.0-2008.pdf/Pocket%20guide%20to%20Case%20Management%20of%20an%20Influx%20of%20Wounded%20OCB-v2.0-2008.pdf

Afya ya kiakili

Toolkit for the Integration of Mental Health into General Healthcare in Humanitarian Settings. International Medical Corps, 2018.
http://www.mhinnovation.net/collaborations/IMC-Mental-Health-Integration_Toolkit

Magonjwa yenye yasiyomabukiza

Action Plan for the global strategy for the prevention and control of non-communicable diseases 2008/2013. WHO, 2009.
http://www.who.int/nmh/publications/9789241597418/en/

Demaio, A. Jamieson, J. Horn, R. de Courten, M. Tellier, S. *Non-Communicable Diseases in Emergencies: A Call to Action.* PLOS Currents Disasters, 2013.
http://currents.plos.org/disasters/article/non-communicable-diseases-in-emergencies-a-call-to-action/

Global Status Report on Non-communicable diseases. WHO, 2010.
http://www.who.int/nmh/publications/ncd_report2010/en/

The Management of cardiovascular disease, diabetes, asthma and chronic obstructive pulmonary disease in Emergency and Humanitarian Settings. WHO, 2008.

Matunzo ya kupunguza maumivu

A faith-sensitive approach in humanitarian response: Guidance on mental health and psychosocial programming. The Lutheran World Federation and Islamic Relief Worldwide, 2018. https://interagencystandingcommittee.org/mental-health-and-psychosocial-support-emergency-settings/documents-public/inter-agency-faith

Crisis Standards of Care: A Systems Framework for Catastrophic Disaster Response. Institute of Medicine. 2012. https://www.nap.edu/catalog/13351/crisis-standards-of-care-a-systems-framework-for-catastrophic-disaster

Ethics in epidemics, emergencies and disasters: research, surveillance and patient care: training manual. WHO, 2015.
http://apps.who.int/iris/bitstream/handle/10665/196326/9789241549349_eng.pdf?sequence=1

Faith Leader Toolkit. Coalition for Compassionate Care in California, 2017.
https://coalitionccc.org/tools-resources/faith-leaders-toolkit/

Knaul, F. Farmer, P. E. et al. *Report of the Lancet Commission on Global Access to Palliative Care & Pain Control.* The Lancet, 2017.
https://www.ncbi.nlm.nih.gov/pubmed/29032993

Kutiliwa sumu

Chemical Hazards Compendium. UK Government, 2013.
https://www.gov.uk/government/collections/chemical-hazards-compendium

Emergency preparedness and Response, Fact Sheets on Specific Chemical Agents. Center for Disease control and prevention, 2013.
https://emergency.cdc.gov/chemical/factsheets.asp

Guidelines for the Identification and Management of Lead Exposure in Pregnant and Lactating Women. CDC, 2010.
https://www.cdc.gov/nceh/lead/publications/leadandpregnancy2010.pdf

The Public Health Management of Chemical Incidents, WHO Manual. WHO, 2009.
http://www.who.int/entity/environmental_health_emergencies/publications/Manual_Chemical_Incidents/en/index.html

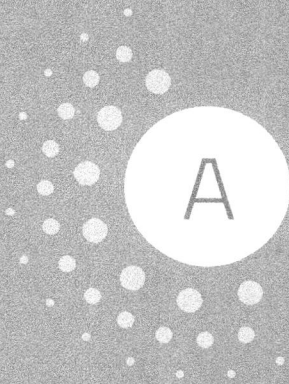

A   Nyongeza

Habari zenye kuwa ndani

Nyongeza 1
Musingi ya kisheria ya Sphere

Paranao la shirika ya musaada inaonyesha imanii na kanuni za kiujumla kuhusu matendo ya mashirikja ya musaada na madaraka wakati wa misiba ao uadui, na wanajua kwamba matendo haya yanapatana na sheria ya kimataifa. liste ya dokima ya musingi yenye kufuata inatia ndani chombo cha lazima cha kisheria cha kimataifa inaopatana na sheria kuhusu haki ya kimataifa ya kibinadamu (IHL), sheria kuhusu wakimbizi na matendo ya shirika ya musaada. Haijaribu kuwakilisha sheria ya eneo na maendeleo. Mali ya ziada na adresi ya web kuhusu namna ya kuongoza, kanuni, viwango na visanduku ambavyo vinategemeza matendo ya mashirika inaptatikana katika site web ya Sphere, www.spherestandards.org. Maneno yanayotayarishwa kwa ajili ya kutoa mafasirio kwa madokima yenye kuzihitaji, ni nyongeza za mupya, ao ina ma sections zenye kuhusu misiba ao uadui.

Kitabu Sphere ni kyenye kuonyesha hangaiko ya kipekee ambazo ni sehemu ya chombo cha lazima cha kisheria cha kimataifa. Kwa ujumla, zinatia ndani haki ya mtu ya usalama na heshima; uhuru zidi ya ubaguzi; haki ya kupata maji na ukingo, usalama wa chakula, malisho mazuri na matunzo. Ijapo moja kati ya haki hizi zinawekwa katika mapatano ya kimataifa, zote zinawekwa katika moja ya vifaa vya haki ya kibinadamu iwe haki ya raia ao ya kisiasa (politike) ao ya uchumi, jamii na ya kitamaduni (culture).

Nyongeza hii inatia ndani dokima zenye zinapangwa kwa aina (catégorie) tano kulinga na vichwa vya:

1. **Haki ya kibinadamu, Ulinzi na uzaifu**
2. **Uadui unaotumia silaha na musaada ya shirika ya musaada ya kibinadamu**
3. **Wakimbikzi na watu wanaohama katika eneo**
4. **Misiba na musaada kutoka kwa shirika ya kusaada ya kibinadamu**
5. **Politike ya shirika ya kimusaada, uongozi na kanuni kuhusu haki ya kibinadamu ulinzi na uzaifu katika kutayarisha majibu wakati wa Kutenda kwa uharaka** www.spherestandards.org/handbook/online-resources

Ili kuwa na uhakika uliowazi kuhusu utaratibu wa kila dokima katika katika aina hizi, zinapangwa hivi a) mapatano na sheria ya kawaida ao b) Umoja wa mataifa na miongozo ya kiserikali iliyokubalika na pia kanuni.

1. Vyombo vya kimataifa kuhusu haki ya kibinadamu, ulinzi na uzaifu

Dokima yenye kufuata inayotokana kwanza na haki ya kibinadamu inaycjulikana na mapatano ya ulimwenguni pote na ujumbe. Hesabu ya dokima ya musingi inalingana na miaka (watoto na wazee), jinsia na ulemavu zinawekwa ndani, sababu haya ni moja kati ya sabau ya uzaifu katika uadui wenye kuleta misiba.

1.1 Mapatano na sheria za kawaida kuhusu haki ya kibinadamu ulinzi na uzaifu

Sheria ya mapatano ya kibinadamu inatumika katika mataifa zenyekuwa sehemu ya mapatano, ila sheria ya kawaida (kwa mfano, kukataza kuwatesa watu) inatumika kwa mataifa yote. Sheria ya Haki ya kibinadamu inatumika wakati wote isipokuwa katika visa vifuatavyo:

- Haki kufulani ya kiraia na ya kisiasa (politike) inaweza kupunguzwa wakati wa Kutenda kwa uharaka, kutokana na Article 4 ya mapatano ya kimataifa juu ya haki ya raia na kisiasa ("derogation").
- Wakati wa uadui unaohusisha silaha na wenye kutambuliwa wazi, IH_ inatumiwa ikiwa kuna upinzani zidi ya sheria ya haki ya kibinadamu.

1.1.1 Haki ya kimataifa ya binabamu

Tangazo ya kimataifa ya haki ya kibinadamu 1948 (UDHR), iliyokubalika kutokana na azimio ya baraza kuu ya umoja wa mataifa 217 A(III) ya 10 December 1948. www.un.org

> **Maelezo:** Ikitangaziwa na baraza kuu la Umoja wa Mataifa ya 1948, UDHR iliweza kutokezwa, kwa mara ya kwanza, haki ya musingi ya kibinadmu ina hitaji kulindwa katika dunia yote. Hiyo si shambulio, lakini kwa ujumla ilikubalika kama moja ya sheria ya kawaida ya kimataifa. Musemwa ya kwanza ya mamneno ya utangulizi ilitanguliza wazo, "heshima ya kiasili" ya mwanadamu kuwa musingi ya haki ya kibinadamu, na article 1 inasema, "Kila mwanadamu anazaliwa akiwa huru, na sawa sawa katika heshima na haki."

Patano la kimataifa kuhusu haki ya raia na ya siasa (politike) 1966 (ICCPR), iliokubalika kutokana na azimio ya baraza kuu ya umoja wa mataifa 22COA (XXI) o16 December 1966, entry into force 23 March 1976, United Nations, Treaty Series, vol. 999, p. 171 and vol. 1057, p. 407. www.ohchr.org

Protokole ya pili kwa ICCPR 1989 (ililenga kukataza sheria ya azabu ya kifo), adopted by UN General Assembly Resolution 44/128 of 15 December 1989, entry into force 11 July 1991, United Nations, Treaty Series, vol. 1642, p. 414. www.ohchr.org

> **Maelezo:** inaleza jinsi sehemu zote za ICCPR zinapashwa kuheshimia na kuhakikisha haki ya watu umojamoja katika eneo lao ao chini ya uongozi wao, huku wakujua haki ya "watu" kwa azimio, ao uazimic wa kipekee na kwamba hakuna tofauti kati wa mume na muke. Haki fulani (zinazowekwa na alama ya*) haiwezi kusimamishwa, hata wakati wa irjanse yenye iko katika taifa.

Haki ya ICCPR: haki ya kuishi;* hakuna mateso makali no ao matendo mengine ya ukatili, ya kinyama ao yakukosea hashima;* hakuna utumwa;* hakuna kusimamisha watu ao kuwafunga bila sababu; kuwa na sifa ya kibinadamu nay aheshima katika kifungo; hakuna kufunga mtu sababu ya kuvunja mapatana;* uhuru wa kutembea na wa kupata makao; isipokuwa sheria ya kufukuza wanaovamia eneo bila ruhusa; usawa katika sheria, katika visa vya hukumu sababu ya mauaji inaomba kukubali kwamba kunauwezekano wa mtu kukuwa bila hatia; hakuna kuhukumu mutu juu ya matendo yake ya zamani kuhusiana na mauaj;* Kutabua usawa wa watu kisheria; *faraga (vie privée); uhuru wa mawazo, dini na wa zamiri;* uhuru wamaoni, wakusema na wa mikusanyiko ya amani; uhuru wa kushirikiana; haki ya ndoa na ya maisha ya familia; ulinzi ya watoto; haki ya kuchagua na kushiriki katika mambo ya peupe); watu walio wachache wanafurahia utamaduni wao, dini na luga yao.*

Patano la kimataifa kuhusu haki ya uchumi, kijamii na tamaduni 1966 (ICESCR), iliokubalika kutokana na baraza kuu ya umoja wa mataifa 2200A (XXI) ya 16 December 1966, iliweza kutenda 3 January 1976, United Nations, Treaty Series, vol. 993, p. 3. www.ohchr.org

Maelezo: Mataita yenye kuwa sehemu ya Patano wanaji angaje kutenda, kulingana na mali ambayo wanayo ili kujiahakikisha kwama "wanatimiza pole kwa pole" matakwa ya haki inayojulikana katika patano, kwa ajili ya wanaume na wanawake.

Haki ya ICESCR: ya kutumika; ya kupata mushahara unaohitajika; ya kuwa moja wa muungano wa kibiashara; kuwa na usalama wa kijamii ao asiranse; ya maisha ya familia, kutia ndani ulinzi wa mama kisha kuzaiwa kwa mototo na ulinzi wa mototo zidi ya matumizi mabaya; ya kuwa na hali ya maisha yenye kuwa nzuri, kutia ndani chakula, nguo na nyumba; ya afya ya kimwili na ya kiakili; ya masomo; nakushiriki katika maisha ya tamaduni na kupata faida katika maendeleo ya kisiansi na ya utamaduni (culturel).

Patano la kimataifa ya kumaliza namna yote ya ubaguzi wa rangi 1969 (ICERD), iliokubalika kutokana na baraza kuu ya umoja wa mataifa 2106 (XX) of 21 December 1965, ikaanza kutumika munamo 4 January 1969, United Nations, Treaty Series, vol. 660, p. 195. www.ohchr.org

Patano la kumaliza ubguzo wote zidi ya wanawake (CEDAW), iliokubalika kutokana na baraza kuu ya umoja wa mataifa n 34/180 of 18 December 1979, ikaanza kutumika munamo 3 September 1981, United Nations, Treaty Series, vol. 1249, p. 13. www.ohchr.org

Patano kuhusu haki ya watoto 1989 (CRC), iliokubalika kutokana na baraza kuu ya umoja wa mataifa 44/25 of 20 November 1989, ikaanza kutumika 2 September 1990, United Nations, Treaty Series, vol. 1577, p. 3. www.ohchr.org

Sheria la CRC kuhusu kuwatumia watoto katika vita vya silaha 2000, iliokubalika kutokana na baraza kuu ya umoja wa mataifa A/RES/54/263 of 25 May 2000, ilianza kutumika munamo 12 February 2002, United Nations, Treaty Series, vol. 2173, p. 222. www.ohchr.org

Sheria CRC kuhusu kuuzisha watoto, ukahaba wa watoto na pronografia ya watoto 2000, iliokubalika kutokana na baraza kuu ya umoja wa mataifa A/RES/54/263 of 25 May 2000, na ilianza kutumika munamo 18 January 2002, United Nations, Treaty Series, vol. 2171, p. 227. www.ohchr.org

> **Maelezo:** CRC inakua na mapatano ya mataifa yote. Ina hakikisha haki ya kimusingi ya kibinadamu ya watoto na inatambua wakati ambao wanakuwa na lazima ya ulinzi ya kipekee (kwa mfano, wakati wanakuwa wenye kuachana na familia). Sheria hii inahitaji matendo mazuri katika visa vya kulinda watoto ambao wanatoka katika mataifa yenye kuwa sehemu ya CRC.

Patano kuhusu haki ya watu wanaoishi na ulemavu 2006 (CRPD), iliokubalika kutokana na baraza kuu ya umoja wa mataifa A/RES/61/106 of 13 December 2006, entry into force 3 May 2008, United Nations, Treaty Collection, Chapter IV, 15. www.ohchr.org

> **Maelezo:** CRPD inategemeza haki ya watu wanaoishi na ulemavu katika makibaliano yote ya haki ya kibinadamu, huku ikiweka ma mipango ya kuhimiza watu kuhusu wale wanaoishi na ulemavu, epuka ubaguzi na kuruhusu kupata huduma na vifaa. Kunapia alama zinazoonyesha "hali ya hatari na Kutenda kwa uharaka ya musaada ya kibinadamu" (Article 11).

1.1.2 Mauaji ya kijamii, kuwatesa watu vibaya na namna ingine ya uvunjaji wa sheria ya haki ya kibinadamu

Patano kuhusu kuzuia na gazabu juu ya mauaji ya kijamii 1948, iliokubal ka kutokana na baraza kuu ya umoja wa mataifa 260 (III) of 9 December 1948, ilitumika munamo 12 January 1951, United Nations, Treaty Series, vol. 78, p. 277. www.ohchr.org

Patano zidi ya kuwatesa watu vibaya (Torture) na matendo mengine ya mauaji, matendo ya kinyama ya kukosa heshima ao azabu 1984, iliokubalika kutokana na baraza kuu ya umoja wa mataifa 39/46 of 10 December 1984, ilitumika munamo 26 June 1987, United Nations, Treaty Series, vol. 1465, p. 85. www.ohchr.org

> **Maelezo:** Patano hii inakua na hesabu kubwa ya mataifa yenye kuwa washiriki. Katazo la kuwatesa watu inakuwa yenye kujulikana kuwa sehemu ya sheria ya kawaida ya kimataifa. Hakuna uharaka yoyote ao vita inayoweza kuwa kisingizio cha kutesa watu vikali. Mataifa haipashwi kufukuza watu na kuwaomba kuenda katika eneo kwenye wanaamini kwamba maisha yake inaweza kuwa katika hatari ao kupata na mateso makali.

Stati ya Roma kuhusu Mahakama juu ya mauaji ya kimataifa 1998, iliokubalika na baraza la kidiplomasia ya Roma, 17 July 1998, ilianza kutumika 1 July 2002, Umoja wa Mataifa, Treaty Series, vol. 2187, p. 3. www.icrc.org

> **Maelezo:** Artikle ya 9 ya sheria (elementi ya mauaji), iliokubalika na mahakama ya kimataifa kuhusu mauaji a (ICC) munamo mwaka wa 2002, inaeleza kirefu kuhusu mauaji yanayotokana na vita, mauaji ambayo ni kinyume cha ubinadamu na mauaji ya jamii (genocide), imewekwa katika liste ya sheria ya kimataifa ya kuhusu mauaji. ICC inaweza kufanya ankete na kufuatilia kesi anazopewa na shauri ya usalama ya Umoja wa mataifa l (ijapokuwa taifa ya mtu anayestakiwa haiko sehemu ya patano), pia mauaji iliyofanya na mataifa wanaokuwa sehemu ya ao katiaka eneo lao.

1.2 Kanuni na maongozi zinazokubaliwa kihalali na serikali na uongozi kuhusu haki ya kibinadamu, kanuni ya ulinzi na uzaifu na iliyokubalika na Umoja wa Mataifa na ma instances zingine kati ya maserikali inayohusu haki ya kibindamu na usalama na uzaifu

Chati ya kimataifa ya Madrid kuhusu kuzeeka 2002, UN mukutano wa pili ya ulimenguni kuhusu uzee, Madrid, 2002, iliokubalika na baraza la Umoja wa Mataifa kupitia azimio 37/51 of 3 December 1982. www.ohchr.org

Kanuni ya Umoja wa Mataifa kuhusu watu waliozeeka 1991, baraza la umoja wa Mataifa wa kupitia azimio 46/91 of 16 December 1991. www.ohchr.org

2. Chombo cha kimataifa kuhusu uadui wa kisilaha, sheria ya kimataifa ya musaada

2.1 Patano na haki ya kiasili (droit coutumier) kuhusu uadui wa kisilaha, sheria ya kimataifa ya musaada

Sheria ya Kimataifa juu ya musaada (IHL) inakadirisha kiwango gani cha mauaji kinachoweza kuwekwa katika mustari ya "uadui wakisilaha". Kamati ya kimataifa ya Msalaba mwekundu (ICRC) ni yenye kuwa waanzishi ya patano la haki la kimataifa ya musaada. Inatoa habari kupitia internet kutia ndani maelezo ya mapatano ya Geneva na Protokole zao na sheria ya kiasili zenye kuongoza mafunzo ya sheria ya kimataifa ya musaada. www.icrc.org

2.1.1 Patano za musingi za IHL

Patano ine za Geneva za 1949

Protokole ya ziada kwa mapatano ya Geneva, ulinzi wa walioasiriwa na uadui wa kisilaha ya kimataifa (Protokole I)

Protokole ya 1997 ilioongezwa kwa patano la Geneva, ulinzi ya waliopatwa na misiba kutokana na uadui wa kisilaha ya kimataifa (Protokole II). www.icrc.org

> **Maelezo:** Patano ine ya Geneva — ambayo inaunga mataifa yote inayokuwa sehemu ya haki ya kiasili — inahusu ulinzi na matunzo ya wale walioumia na wagonjwa katika udongo la vita (I) na katika eneo la maji (II), namana ya kuwatendea wafungwa wa vita (III) na kuwalinda raa wakati wa uadui wa kisilaha wakati wa uadui kati ya wakaaji (IV). Inatumikishwa kwanza kwa uadui wa kisilaha ya kimataifa, isipokuwa tu ku artickle ya 3 inayopatana na uadui usiokuwa wa kimataifa, na mambo mengine yanayokubalika kuwa sehemu ya haki ya kiasili kuhusiana na uadui usio kuwa ya kimataifa. Protokole mbili za 1977 ziliweza kuiweka mapatano kuwa ya kisasa, sanasana maana ya kombata na hali ya uadui usiokuwa wa kimataifa. Hesabu Fulani ya mataifa hayakuweza kuungana na protokole.

2.1.2 Patano kuhusu silaha zilizokatazwa na bomu zenye kuwekwa chini na mali ya asili

Zaidi "ya sheria ya Geneva" inayoonyeshwa hapa juu, kunasehemu ingine ya sheriya ambayo inajulikana kuwa "sheria la Haye" juu ya uadui wakisilaha. Hii inatia ndani patano ya kulinda mali ya kiasili na hesabu ya aina ya mapatano kuhusu silaha zinazokata, kutia ndani gezi na silaha za kikemikali na za kibayolojia, na silaha zingine zenye kutumiwa kikawaida zinazoua watu bila kuchagua na zenye kuletea watu mateso sawa sawa na bomu za chini (mine antipersonnelle) na silaha zingine. www.icrc.org

2.1.3 Sheria ya kimataifa ya kiasili IHL

IHL ya kiasili inaonyesha sheria kuhusu uadui wa kisilaha ambao mataifa yanakubali, kupitia taarifa, mipango na matendo, kama vile inaelezwa kwenye sheria ya kiasili ambayo inatumika kwa mataifa yote, bila kujali kuwapo kwao katika patano la IHL. Sheria ya kiasili hakina liste yenye kukubalika kutokana na patano lolote, lakini maelezo yenye mamlaka inapatikana hapa chini.

Sheria ya kiasili ya kimataifa ya musaada ya kibinadamu (CIHL) Study, ICRC, Henckaerts, J-M. and Doswald-Beck, L., Cambridge University Press, Cambridge and New York, 2005. www.icrc.org

> **Maelezo:** Mafunzo yanatia ndani sehemu zote za haki ya uadui wa kisilaha. Inatoa liste ya sheria 161 na inaonyesha ikiwa kila moja inatumika katika uadui wa kisilaa wa kimataifa na uadui wa kisiala usiokuwa wa kimataifa. Ijapokuwa kuna uchambuzi zidi ya ufundi wake, mafunzo ya CIHL ni yenye kuwa na matokeo kutokana na mazungumzo na utafiti wa juu muda wa miaka mingi mamlaka yake kuhusu ukusanyaji na maelezo ya sheria za kawaida inajulikana fasi nyingi.

2.2 Umoja wa Mataifa na kanuni zinazokubaliwa kati ya maserikali na maagizo kuhusu uadui wa kisilaha, IHL na musaada ya kibinadamu

Kamati ya usalama wa Umoja wa Mataifa "Aide Memoire" kuhusu ulinzi wa 2002, kama vile ilivyokubalika, 2003 (S/PRST/2003/27). undocs.org

> **Maelezo:** Hii si azimio ya kushurutisha mataifa, lakini mwongozo kwa ajili ya usalama wa barazala Umoja wa Mataifa kuelekea kutia usalama na katika hali ya haraka wakati wa uadui, inatokana na matokeo ya mazungumzo pamoja na ajanse ya Umoja wa Mataifa na kamati ya maajanse zinginze (IASC).

Azimio la Baraza la umoja wa Mataifa zidi ya kutendea watu vibaya kingono na kuhusisha wanawake katika uadui wa silaha, Azimio la kwanza numero 1325 (2000) kuhusu wanawake, Amani na usalama, ambayo iliweza kuwekwa rasmi ili kupinga kuwatendea vibaya wanawake kingono katika hali za vita, na baadaye Res. 1820 (2008), Res. 1888 (2009), Res. 1889 (2009) and Res. 1325 (2012). Azimio la Baraza lote la Umoja wa Mataifa kulingana na mwaka na numero inapatikana katika: www.un.org

3. Vyombo vya kimataifa kuhusu kuhama kwa wakimbizi na watu katika eneo lao (IDPs)

3.1 Patano kuhusu wakimbizi na watu waliohama katika eneo lao (IDPs)

Kwa kuongezea kwa mapatano ya kimataifa, sehemu hii inatia ndani mapatano mbili ya umoja wa Afrika (Shirika la umoja wa Afrika, ama OAU), sababu wote wanakua na historia yenye musingi mzuri.

Patano linalotokana na statut ya Wakimbizi 1951 (kama ilivyorekebishwa), iliweza kukubaliwa na baraza la umoja wa Mataifa la waakilishi juu va Statut ya wakimbizi Conference of Plenipotentiaries on the Status ya wakimbizi na wale wasiokuwa na taifa, Geneva, 2 to 25 July 1951, ilianza kutumika munamo 22 April 1954, United Nations, Treaty Series, vol. 189, p. 137. www.unhcr.org

Protocol inayohusu Status ya wa kimbizi 1967, iliyoweza kutolewa kwenye baraza la Umoja wa Mataifa, katika azimio la 2198 (XXI) 2 ya 16 December 1966, Umoja wa Mataifa, Treaty Series, vol. 606, p. 267. www.unhcr.org

> **Maelezo:** patano la kwanza la kimataifa kuhusu wakimbizi, Patano linaeleza kwamba mkimbizi ni mutu mwenye, "anakuwa na sababu nzuri ya kuogopa kupatwa na mateso kwa sababu ya rangi, dini, taifa, kuwa moja wa kikundi fulani cha maoni ya jamii ao ya politike, yenye kuwa inje ya taifa lake na hana uwezo, kutokana na hofu hiyo, na nia ya kujitoa mwenyewe kwa ajili ya kupata ulinzi kutoka kwa inchi ao kurudi kule kwa sababu ya woga ya kuteseka..."

Patano la OAU inayoongoza hali fulani ya shida ya wakimbizi katika Africa, 1969, ilikubaliwa na baraza la wasimamizi wa mataifa na serikali katika mukutano wake wa sita, Addis Ababa, 10 September 1969. www.unhcr.org

> **Maelezo:** Hii inakubali na kueneza maelezo ya patano la 1951 kutia ndani watu ambao waliweza kushurutishwa kukimbia inchi yao si sabau tu ya matokeo ya kupatwa na mateso pia kutokana na mateso ya inje, kukamata kwa kinguvu eneo, watawala wa inje ao matukio (événements) zenye kuvuruga utaratibu wa eneo. Inakubali pia vikundi visivyojiongoza kama taifa ambao wanakua chanzo cha kuendeleza mateso na aihitaji kwama wakimbizi wajitambulishe kwamba kuna uhusiano kati yao na hatari ya wakati ujao.

Patano la umoja wa Afrika kuhusu Ulinzi na musaada kwa wale waokimbia makao yao katika Afrika (Patano la Kampala) 2009, ilikubaliwa na mkutano wa Umoja wa Afrika, uliofanywa katika Inchi ya Kampala, ikatumika mu 6 December 2012. au.int/en/treaties/african-union-convention-protection-and-assistance-internally-displaced-persons-africa

> **Maelezo:** hii ndiyo patano la kwanza lenye kuhusisha wengine kuhusu IDPs.

3.2 Umoja wa mataifa na kanuni na miongozo zilizokubalika na serikali kuhusu wakimbizi na watu waliokimbia eneo lao hadi lingine IDPs

Kanuni za miongozo kuhusu watu waliokimbia eneo lao kwenda na kwenye eneo ingine 1998, ilijulikana mu September 2005 pamoja na wasimamizi ya Taifa na serikali zilizoungana katika dunia yote ikapendekezwa New York katika azimio kwenye mkutano wa Umoja wa Mataifa 60/L.1 (132, UN Doc. A/60/L.1) kuwa "jambo la musingi la kimataifa kwa ajili ya ulinzi ya watu waliokimbia makao yao katika eneo". www.ohchr.org

> **Maelezo:** Kanuni hizi zina musingi katika kanuni ya kimataifa ya musaada ya kibinadamu na sheria ya haki ya kibinadamu na yenye kufanana na haki ya wakimbizi, na ambao wanafikiria kutumika kama kiwango cha kimataifa kwa ajili ya kuongoza serikali, shirika ya kimataifa na wanaotoa musaada na kulinda watu waliokimbia eneo lao IDPs.

4. Chombo cha kimataifa wakati wa misiba na musaada ya kibinadamu

4.1 Mapatano kususu misiba na musaada wa kibinadamu

Patano kuhusu ulinzi ya wafanyakazi wa Umoja wa Mataifa 1994, iliokubaliwa, na Baraza kuu la umoja wa Mataifa azimio la 49/59 of 9 December 1994, ikaanza kutumika mu 15 January 1999, Umoja wa Mataifa, Treaty Series, vol. 2051, p. 363.

Protocol ya kujitakia kwa patano kuhusu ulinzi wa wafanyakazi ya Umoja wa Mataifa 2005, iliokubaliwa, na Baraza kuu la umoja wa Mataifa azimio A/60/42 of 8 December 2005, ikaanza kutumika mu 19 August 2010, Umoja wa Mataifa Treaty Series, vol. 2689, p.59. www.un.org

> **Maelezo:** katika patano, ulinzi unakadiria kuweka Amani isipokuwa tu kama Umoja wa Mataifa inasema "kunahatari ya kipekee" – takwa lisilowezekana. Protocol inasahihisha mapatano mengi inayoeneza ulinzi unaokubalika kisheria kwa matendo yote ya umoja wa mataifa, wakati wa uharaka ya musaada ya kiinadamu ili kuleta amani na kutoa musaada ya kibinadamu, ya politike na ya maendeleo.

Patano yenye usawaziko kuhusu akiba ya mali juu ya kupashana habari wakati wa misiba na matendo ya musaada 1998, ilyokubalika na mukutano ya maserikali kuhusu uharaka ya upashani habari 1998, ilianza kutumika mu tarehe 8 January 2005, United Nations, Treaty Series, vol. 2296, p. 5. www.itu.int

Mapatano ya Umoja wa Mataifa kuusu kubadilika kwa majira 1992 (UNFCCC), iliokubalika na mukutano kuhusu Mazingira na Maendeleo, Rio de Janeiro, 4 to 14 June 1992, ilikaribishwa na baraza kuu la Umoja wa Mataifa katika azimio 47/195 of 22 December 1992, entry into force 21 March 1994, United Nations, Treaty Series, vol. 1771, p. 107. unfccc.int

- **Protocol ya Kyoto kwa UNFCCC 1997**, ilikubalika katika mukutano wa tatu ya sehemu zote (COP-3) kwa patano la lazima la, Kyoto, Japan, 1997, ikaanza kutumika mu 16 February 2005, United Nations, Treaty Series, vol. 2303, p. 148. unfccc.int
- **Patano la Paris 2015**, ilikubalika katika mukutano wa 21 kwenye mukutano ya sehemu ya lazima ya patano (COP-21), Paris, France, December 2015, ilianza kutumika mu November 2016. unfccc.int

> **Maelezo:** UNFCCC, Protocol ya Kyoto na mapatano ya Paris ni sehemu ya patano ya musingi. Wanatoa mahitaji ya haraka kwa ajili ya makubaliano kuhusu kuishi kulingana na mabadiliko ya majira na ufundi wa kupunguza hatari, na kuimarisha uwezo wa wakaaji na kuwasaidia waishi kulingana na hali zaidi sana katika mainchi ambamo kuna hali ya misiba. Wanakazia sana jinsi ya kupunguza matokeo ya misiba na hatari, kwa kufikiria sana mabadiliko ya majira.

4.2 Umoja wa Mataifa na kanuni zilizokubalika na serikali pamoja na miongozo kuhusu misiba na musaada ya kibinadamu

Kuimarisha utaratibu wa Kutenda kwa uharaka katika musaada ya kibinadamu ya Umoja wa mataifa, pamoja na nyongeza, kanuni zenye kuongoza, Azimio ya Mukusanyiko mukubwa 46/182 of 19 December 1991. www.unocha.org

> **Maelezo:** Jambo hii iliongoza kwanye kuunda departama ya Umoja wa Mataifa yenye kuhusika na mambo ya musaada ya Ofisi ya Umoja wa Mataifa yenye kuongoza mambo ya musaada ya kibinadamu (OCHA) mu 1998.

Kazi ya musingi ya Sendai ya kupunguza hatari za misiba 2015–2030 (Kazi ya musingi ya Sendai). www.unisdr.org

> **Maelezo:** Matendo ya Sendai ni chombo ya lazima ambayo iliweza kukomboa ile ya Hyogo (HFA) 2005–2015: kwa ajili ya mataifa na wakaaji wenye kuishi kulingana na hali kiisha misiba. Iliweza kukubaliwa mu 2015 na mukusanyiko wa tatu wa dunia yote wa Umoja wa Mataifa kuhusu kupunguza hatari ya misiba, na ambayo umoja wa Mataifa iliweza kukamata kwenye baraza lake kuu (katika azimio 69/283). Ofisi ya Umoja wa Mataifa kwa ajili ya kupunguza misiba (UNISDR) inategemeza mipango hayo. Hilo ni patano ya kujitakia na lakini haiko ya kushurutisha kwa miaka ambayo mipango yake ni ya kupunguza hatari ya misiba na ya kupoteza uzima, namna ya kuishi na afya.

Miongozo ya kuraisisha mipango ya kimataifa ya musaada wakati wa misiba, (muongozo wa IDRL) 2007, iliweza kukubaliwa kwenye mukutano wa kimataifa ya Musalaba Mwekundu na Croissant Rouge (ambayo inatia ndani mataifa yenye iliweza kushiriki mapatano ya Geneva). www.ifrc.org

5. Mipango ya musingi ya wanaotoa na musaada katika dunia, miongozo na kanuni kuhusu haki za kibinadamu, ulinzi na uzaifu, katika kujitayarisha kwa ajili misiba na hali ya uharaka na kutoa musaada

Leo kunamiongozo mingi kuhusu jinsi ya kutoa musaada katika dunia wakati wa hali za uharaka. Kwa kuona jinsi vifaa hivi avitoe tafauti kati ya uadui unaohusisha silaha na hali ya wakimbizi na musaada kwaajii ya misiba, ziliweza kuchaguliwa na kupangwa chini ya kichwa yenye kufwata: Viwango vya ujumla; usawa wa jinsia na ulinzi kutokana na jeuri zidi ya jinsia; na watoto katika hali ya uharaka; na wakimbizi na watu waliokombia makao yao (IDPs).

1. Viwango vinavyo sindikiza Sphere

Viwango vya kiasi kwa ajili ya ulinzi ya watoto katika matendo ya kibinadamu (CPMS). Alliance for Child Protection in Humanitarian Action (The Alliance), 2012. https://resourcecentre.savethechildren.net

Viwango vya kiasi kwa ajili ya uchunguzi wa Soko (MISMA). The Cash Learning Partnership (CaLP), 2017. www.cashlearning.org

Viwango vya kiasi kwa ajili ya Masomo: kutayarisha, Majibu, kutimiza. Inter-Agency Network for Education in Emergencies (INEE), 2010. http://s3.amazonaws.com

Miongozo na viwango kuhusu stoke ya chakula (LEGS). LEGS Project, 2014. https://www.livestock-emergency.net

Viwango vya musingi kuhusu uchumi (économie) (MERS). The Small Enterprise Education and Promotion Network (SEEP), 2017. https://seepnetwork.org

Viwango vya wanaotoa musaada katika dunia kuhusu wazee na watu wanaishi na ulemavu. Age and Disability Consortium, HelpAge International, Handicap International, 2018. https://reliefweb.int

2. Sheria zingine, muongozo na vitabu kulingana na vichwa vya habari

2.1 Ulinzi na kalite ya viwango katika kutoa musaada ya kibinadamu

Sheri ya muongozo wa Shirika la Ulimwenguni wa Musalaba Mwekundu na Croissant Rouge na shirika la maendeleo ambazo si za kiserikali (NGOs) wakati wa misiba ⊕ *ona Nyongeza 2.*

Kanuni ya musingi ya shirika la Ulimwenguni wa Musalaba mwekundu na Croissant Rouge 1965, iliokubanali na mkutanao wa kimataifa ya Msalaba Mwekundu. www.ifrc.org

Miongozo yenye kufanya kazi ya IASC katika ulinzi wa watu wanapatikana katika hali ya Misiba ya Kiasili. Inter-Agency Standing Committee and Brookings–Bern Project on Internal Displacement. 2011. https://www.brookings.edu

Miongozo ya IASC katika utegemezo wa Afya ya Kiakili na ya kisaikolojia wakati wa eneo yenye hali ya uharaka 2007. UN Inter-Agency Standing Committee. www.who.int

Miongozo ya IASC yafanya watu wanaoishi na ulemavu wafaidike na mipango ya musaada ya kibinadamu. https://interagencystandingcommittee.org

Miongozo ya IASC yakulinda wale wenye kutoa musaada katika dunia 2016. UN Inter-Agency Standing Committee. https://interagencystandingcommittee.org

Kanuni na matendo mazuri ya watoaji wa musaada wa kibinadamu 2003, endorsed by the Stockholm conference of donor countries, UN agencies, NGOs and the International Red Cross and Red Crescent Movement, and signed by the European Commission and 16 states. www.ghdinitiative.org

Viwango vya kazi na kulinda kazi. 2018. International Committee of the Red Cross (ICRC). https://shop.icrc.org

Sheria ya kimataifa na viwango vinavyotumika wakati wa misiba ya kiasili 2009, International Development Law Organization (IDLO). https://www.sheltercluster.org

2.2 Usawa katika jinsia na ulinzi zidi ya jeuri inayotokana na utofauti kati ya jinsia (GBV)

GBV Constant Companion. Global Shelter Cluster, GBV in Shelter Programming Working Group. 2016. https://sheltercluster.org

Kitabu Gender Handbook in Humanitarian Action 2006, "Women, Girls, Boys & Men, Different Needs – Equal Opportunities, a Gender Handbook for Humanitarian Action". Inter-Agency Standing Committee. http://www.unhcr.org

Gender Preparedness Camp Planning: Settlement Planning, Formal Camps, Informal Settlements Guidance. Global Shelter Cluster, GBV in Shelter Programming Working Group. 2016. https://www.sheltercluster.org

IASC Guidelines for Integrating Gender-based Violence Interventions in Humanitarian Action. 2015. New York; UN Inter-Agency Standing Committee and Global Protection Cluster. www.gbvguidelines.org

Integrating Gender-Sensitive Disaster Risk Management into Community-Driven Development Programs. Guidance Notes on Gender and Disaster Risk Management. No.6. World Bank. 2012. https://openknowledge.worldbank.org

Making Disaster Risk Reduction Gender-Sensitive: Policy and Practical Guidelines. Geneva; UNISDR, UNDP and IUCN. 2009. https://www.unisdr.org

Need to Know Guidance: Working with Men and Boy Survivors of Sexual and Gender-Based Violence in Forced Displacement. UNHCR. 2011.
www.globalprotectioncluster.org

Need to Know Guidance: Working with Lesbian, Gay, Bisexual, Transgender and Intersex Persons in Forced Displacement. UNHCR. 2011.
www.globalprotectioncluster.org

Predictable, Preventable: Best Practices for Addressing Interpersonal and Self-Directed Violence During and After Disasters. Geneva; IFRC, Canadian Red Cross. 2012. www.ifrc.org

2.3 Watoto na hali za uharaka

Field Handbook on Unaccompanied and Separated Children. 2017. Inter-agency Working Group on Unaccompanied and Separated Children; Alliance for Child Protection in Humanitarian Action. https://reliefweb.int

IASC Minimum Standards for Child Protection in Humanitarian Action. 2012. New York; UN Inter-Agency Standing Committee and Global Protection Cluster (Child Protection Working Group). cpwg.net

Inter-agency Guiding Principles on Unaccompanied and Separated Children. 2004. ICRC, UNHCR, UNICEF, World Vision International, Save the Children UK and the International Rescue Committee. https://www.icrc.org

2.4 Wakimbizi na watu waliokimbia makao yao (IDPs)

UNHCR (the UN Refugee Agency) has a special legal mandate for the protection of refugees under the Refugee Convention and Protocol. UNHCR has extensive resources on its website. www.unhcr.org

IASC Handbook for the Protection of Internally Displaced Persons (March 2010). UN Inter-Agency Standing Committee. 2010. www.unhcr.org

Nyongeza 2
Kanuni yenye kuongoza ya Shirika ya Ulimwengu ya Msalaba Mwekundu na ya Mouvement de Croissant-Rouge na Mashirika isiyo ya kiserikali (NGOs) katika kutoa musaada wakati wa misiba

Ilitayarishwa pamoja na kikundi cha kimataifa (fédération) cha Musalaba nyekundu na Coissant Rouge na Shirika la Kimataifa ya Msalaba Nyekundu na ya Croissant rouge na shirika la kimataifa la Musalaba Nyekundu[1]

Muradi

Kanuni yenye kuongoza ina muradi ya kulinda viwango vyetu vya mwenendo. Haitoe maelezo zaidi kuhusu mipango ya kazi, kama vile namna ya kunesabu rasio ya chakula ao jinsi ya kuiweka kampi ya wakimbizi. Tofauti na hiyo, inamuradi ya kulinda wiwango vya juu vya kujitegemea, hakika na matokeo ya majibu ya shirika ya musaada ambayo si ya kiserikali kwa misiba iliyotokea na miradi ya Shirika la Kimataifa la Musalaba Nyekundu na ya Croissant Rouge. Hii ni sheria ya kujitakia ambayo matumizi yake inategemea azimio ya kila shirika ambayo inakubali kuheshimu kanuni ambazo ziko katika sheria.

Katika kipindi cha vita, sheria hii inapashwa kutumiwa kulingana na haki ya kimataifa ya kibinadamu.

Kanuni yenye kuongoza inasindikizwa na Nyongezae tatu ambazo zinaonyesha wazi mazingiri ya kazi ambayo tungependa kuona serikali inayokaribisha, wanaotoa musaada, na serikali zingine zinatia ili kufanya iwe rahisi kutoa musaada.

Maelezo

NGOs: NGOs (Non-Governmental Organisations) inarejezea shirika, ya kitaifa nay a kimataifa ambazo si sehemu ya serikali ambamozinaundwa.

NGHAs: Neno agense ya musaada ya kibinadamu isiyokuwa ya kiserikali iliweza kuwekwa ili kuelez: njuu ya sehemu za Shirika ya kimataifa ya Musalaba Mwekundu na Croissant Rouge (NGHAs) – Kamati ya kimataifa ya Musalaba nyekundu, Federation ya Kimataifa ya Musalaba Mwekundu na Croissant Rouge – na NGOs jinsi sinvyelezwa hapa juu. Hii Kanuni inarejezea kwa zile za NGHAs zenye kutumika katika visa vya musaada wakati wa misiba.

---

1 *Ilitegemezwa na: Caritas Internationalis,* Catholic Relief Services,* International Federation of Red Cross and Red Crescent Societies,* International Save the Chiloren Alliance,* Lutheran World Federation,* Oxfam,* World Council of Churches,* International Committee of the Red Cross (* members of the Steering Committee for Humanitarian Response).*

IGOs: IGOs (Inter-Governmental Organisations) zinarejezea shirika zenye kuwa na serikali mbili ao zaidi. Inatia ndani ma ajanse zote za umoja wa Mataifa na mashirika za jimbo.

Misiba: Musiba ni tukio la hatari linalotokeza kupoteza uzima, mateso makubwa ya kibinadamu, na kuharibika kwa vitu vingi.

Kanuni yenye kuongoza

Kanuni yenye kuongoza kwa ajili ya shirika la Msalaba Mwekundu na la croissant Rouge wakati wa misiba

1. Mapashwa ya wanatoa musaada inawekwa katika mustari wa kwanza

Haki ya kupata musaada ya kibinadamu, na kuitoa, ni musingi wa kanuni ya shirika ya musaada ya kibinadamu ambayo ilipasha kupendeza wakaaji wa inchi zote. Tukiwa wanamemba wa jamii ya kimataifa, tunatambua daraka letu la kutoa musaada fasi yote yenye kuko uhitaji. Hakuna lazima ya kuweka vizuizi kutoka kwa serikali il kufikia wakaaji waliopatwa na misiba katika kutimiza daraka hii. Sababu ya kwanza sisi kutoa musaada ni kusudi ya kutuliza wakaaji waliopatwa na misiba. Tunapotoa musaada wakibinadamu musione huduma hiyo kuwa yenye kutegemea mipango yenye inaweza kuleta migawanyiko kati ya watu ao ya kisiasa na haipashwi kuonwa hivyo.

2. Musaada inayotolewa haiangalie rangi, Imani, inchi ya wale wanaoipokea na bila kubagua jinsia yoyote. Musaada unahesabika kulingana tu na mahitaji

Kunapokuwa na uwezekano, tutaweka akiba kulingana evaliwasio ya mahitaji ya wale waliopatwa na musiba na kuangalia uwezo wenye uko hapo kwa ajili ya kujibu kwa mahitaji hayo. Tutafikiria kanuni ya usawaziko katika programu yetu yote. Mateso ya mwanadamu inapashwa kutulizwa popote inapopatikana; Uzima ina valere fasi yote. Tutatoa musaada yetu kulingana na ukubwa wa mateso ambayo inalengo ya kutuliza. Sisi tunajua daraka ambayo wanawake wako nayo kwa wakaaji wanaopatikana katika hali ya misiba, na tutakuwa waangalifu kwamba programu yetu haitaregeza daraka hii lakini intaiimarisha. Ili kufanya mbinu hii yenye kukubalika mahali pote, yenye haina upendeleo na yenye kujitegemea, iwezekane, inaomba wale wenye kutoa musaada na sisi pia tuwe na uwezo wenye kufaa ili kutoa musaada wenye usawaziko, na uwezekano wakufikia mutu yeyote ule aliyepatwa na musiba bila ubaguzi.

3. Musaada hautatumiwa juu ya mambo ya kisiasa ao ya kidini

Musaada utatumiwa kulingana na mahitaji ya watu, familia na wakaaji. Ikiwa NGHAs inaweza kutumia Imani ya kidini na sayasa, tunasema waziwazi kwamba hakuna musaada unaoweza kutegemea Imani ya kidini na siasa. Hatutaweza kutoa ahadi, musaada kwa musingi ya ukubali wa imani fulani ya kisiasa na ya kidini.

4. Tutajitoa kutumika si kama chombo cha mbinu ya serikali ya kigeni

NGHAs ni ajanse ambazo aziko za kiserikali. Kwa hiyo tunaweka mbinu na kutumia ufundi wetu na hatutafute kutumia mbinu ya serikali yoyote ikiwa tu katika hali ambayo hitokani na mapenzi yetu. Hatutajiruhusu ao kuruhusu wafanyakazi wetu kukusanya habari za politike – ya kijeshi- ao ya kiuchumi kwa ajili ya serikali ao ya fasi zingine ambazo zinaweza kutumiwa kwa ajili ya makusudi ingine isiyokuwa na uhusiano na musaada ya kibinadamu, pia hatutatumika kwa kuendeza mbinu za serikali zinayotoa musaada. Tutatumia musaada tunapata ili kujibu kwa mahitaji ya wenye kuhusika, musaada hii haiwezi kutumiwa kwa ajili yakusaidia mwenye kutoa aachane na stoke yake ya ziada wala haitumiwe kwa ajili ya fada za kisiasa wala za mwenye kutoa musaada, Tunatia watu moyo na kuufurahii kupata musaada ya kujitakia iwe ni ya kifepesa ao ya vitu inayotolewa na watu walio na hangaiko ya kutegemeza ma aktivite yetu, na tunajua ulazima ya huduma ambao unajitegemea ukiwa na musingi katika mapandezi hayo. Ili kulinda kutotegemea tu chanzo moja ya musaada, tunajihakikishia kwamba hatunachanzo zaidi ya moja ya kupata musaada.

5. Tutaheshimu utamaduni (culture) na mila (coutume)

Tutajitolea kuheshimu utamaduni, ubuni na mila ya wakaabi na inchi ambamo tunatumikia.

6. Tutajitahidi kuweka mpango yakujibu kwa shida ya misiba kutokana na uwezo wa wakaaji nay a wale walio wanyonge

Ikiwezekana, tutaimarisha uwezo huu kwa kupatia wakaaji kazi, kwa kununua vifaa katika eneo, na kutumia ma kompanyi za eneo. Tunashirikiana na NGHAs ya mu eneo kama vile mushiriki mwenzi kwa kupanga na kutumikisha na kushirikiana na buro za serikali ya eneo inapohitajika. Tutaweka pa nafasi ya kwanza namnna yakuongoza majibu za ugence na tunapashwa kuhusisha wa wakilishi wenye uzoefu waumoja wa Mataifa.

7. Tutatafuta njia ya kushirikisha wenye kufaidika na musaada katika programu ya musaada

Wenye. kufaidika na masaada hawapashwi kushurutishwa kuipokea Tutatafuta njia yote ili kushirikisha wenye kufaidika na musaada waweze kushirikishwa katika ku jere, kutekeleza programu ya musaada.

8. Musaada inapashawa kutumiwa kwa ajili ya kupunguza hatari zidi ya misiba na pia kutosheleza mahitaji ya lazima

Matendo yote ya musaada inakua na matokeo – mazuri or mabaya – kwa ajili ya maendeleo ya muda murefu Tutatafuta njia yote ya kutia programu ya musaada ambayo itaweza kupunguza hatari ya misiba ya wakati ujao ya wenye kufaidika na musaada na iweze kuwasaidia kutosheleza mahitaji yao Tutafikiria sana hali ya mazingira katika kuunda programu na kutoa musaada. Kwa upande mwingine, tutajitahidi sana kwamba musaada isikiwe na matokeo mabaya kwa wenye kuipokea, tunaepuka kufanya kwamba watu wanaopewa musaada wasiishi kwa kutegemea musaada kutoka inje.

9. Tunajiona kuwa na uajibu (reponsabilitê) kuelekea wale wanaofaidika na musaada pia na wale wanaoitoa

Sisi tunatumika kwa uhusiano na wale wenye kuhitaji musaada na wale wenye kupenda kusaidia wale wenye kuwa katika mahitaji wakati wa misiba. Tunajiona kuwa na uajibu kwa zile pande zote mbili. Matendo yote tutakayofanya kwa zile pande zote mbili zinapashwa kuwa wazi. Tunajua ulazima wa kutoa ripoti ya huduma yetu kwa ajili ya mipango yenye kuja na kwa ajili ya ile yenye kutimizwa sasa. Tunajua daraka letu lakuongoza ugawaji wa misada na kufanya évaluation ya matokeo ya musaada zidi ya misiba. Tutatafuta kuripoti ya matokeo ya kazi yetu, na kutafuta kujua sababu zinazo fanya kazi yetu ikuwe na mikapa na sababu inayofanya matokeo ikuwe ya mzuri.

Programu zetu zina musingi juu matakwa ya juu kuhusu uwezo wa kufanya kazi ili kupunguza utumiaji wa ovyo ovyo ya mali.

10. **Tunapopashana habari, tunapotoa piblisite, tutajua kwamba waliookoka misiba ni watu wenye heshima lakini tusiwaone kuwa vyombo visivyokuwa na tumaini yoyote**

Waliookoka, misiba wanahitaji wakati wote heshima na wanapashwa kuonwa kuwa washiriki ambao wanapashwa kutendewa kwa usawa. Katika kampeni yetu ya habari kwa mbele ya umatitutaoa habari ya kweli kuhusu misiba kwa kuonyesha waziwazi uwezo wa watu waliopatwa na musiba kuliko tu kueleza uzaifu na woga yao. Tunaposhirikiana na wapasha habari ili kuchochea watu, hatutaruhusu ombi za ndani ao za nje kuhusu publicité iweze kukamata nafasi zidi ya kusudi ya maendeleo ya musaada. Tutaepuka mashindani yoyote na mashirika mengine ya musaada ili kuvutia uangalifu wa vyombo vya habari ikiwa ile publicité inaweza kuleta matokeo mabaya kwa huduma yenye inatolewa kwa wanaofaidika nayo, kwa usalama wao na kwa wafanyakazi wetu.

Mazingira ya kazi

Tulikamata Ujitoaji ya kujitahidi kuheshimu sheria yenye kuelezwa hapa juu, tunaotoa kanuni zenye kuongoza ikieleza mazingira ambayo tunapenda serikali yenye kutegemeza iweze kutia, zerikali yenye kukaribisha na mashirika ya maserikali zingine – Ya kwanza ni ma shirika ya Umoja wa Mataifa – ili kufanya iwe rahisi kwa NGHAas kushiriki kwa kutoa misada wakati wa misiba.

Miongozo haya yanatolewa ili kuongoza. Kisheria miongozo haya si zenye kulazimisha sana, na hatutazamie serikali na IGOs kuonyesha ukubali wao kwa miongozo kupitia sahini (signature) ya dokima yoyote, ijapokuwa hii inaweza kuwa muradi ya kutumikia wakati ujao. Ni zenye kutolewa katika hali ya uwazi na ya ushirikiano ili kwamba wanotoa musaada waweze kutambua uhusiano mzuri tunaotarajia kuwa pamoja nao.

Nyongeza I: Mapendekezo kwa serikali ya inchi iliopatwa na musiba

1. **Serikali zinapashwa kutambua na kuheshimia matendo ya uhuru, ya kimusaada ya kibinadamu na isiyo na ubaguzi ya NGHAs**

NGHAs nivikundi vinavyojitegemea. Uhuru huu na kutokuchagua kwao vinapashwa kuheshimiwa na serikali yenye kuhusika.

2. **Serikali zenye kukaribisha zina pashwa kutenda kwa uharaka ili waliopatwa na misiba waweze kukutana na NGHAs**

Ili kutenda kulingana na kanuni ya musaada ya kibinadamu, NGHAs wanapashwa kufika bila shida kwa watu waliopatwa na musiba, ili kuwaletea musaada wa kibinadamu. Ni daraka la serikali yenye kuhusika, kutozuia musaada huo na kukubali mipango ya NGHAs. Serikali yenye kukaribisha inapashwa kufanya iwe rahisi kwa wafanya kazi wenye kuleta musaada waweze kuingia katika eneo kwa kutoa kwa uharaka visa ya transit, ya kuingia na ya kutoka, ao kufanya kwamba haya yote yaweze kutolewa kwa urahisi. Serikali zinapashwa kuruhusu ndege ao avio zenye kuleta wafanya kazi na musaada ya kimataifa ziweze kuruka juu ya anga na kushuka katika eneo muda wote wa kipindi cha musaada.

3. Kunapatokea musiba, serikali inapashwa kurahisisha usafirishaji wa musaada na kutoa habari kwa uharaka sana

Musaada, na vifaa vinatolewa ili kutumiwa katika inchi kwa makusudi ya kutuliza mateso ya mwanadamulakini si kwa sababu ya faida ya kibiashara ao faida fulani. Kwa vyovyote musaada ya namna hiyo inapashwa kuruhusuwa kuruhusiwa kuingia bila malipo na bila vizuizi na haipashwi kuombwa cheti fulani cha kisheria na ma factures, na ruhusa ya kuingiza ao kutosha vitu mu inchi, ruhusa ya kushuka ku uwanja wa avion ao kuruka kwa avion ao taxe za port.

Serikali ya inchi yenye kuhusika inapashwa kuruhusu vifaa vya musaada kutia ndani gari viweze kuingia katika inchi avion ndogo ndogo, vifaa vya kupashana habari, kwa kuondoa kwa muda haki ya kujiandikisha (licence d'enregistrement). Kwa upande mwingine, serikali haitazuia kutosha vitu hivi inje ikiwa kazi ya musaada inakwisha.

Ili kuruhusu kupashana habari juu ya misiba, serikali inayohusika inapshwa kutayarisha frequences za radio ambayo shirika la musaada inapashwa kutumia katika inchi na kwa ajili ya upashaji wa habari ya kimataifa kwa kuhusu misiba, na kufanya kwamba radio hii ijulikane na mataifa yanayotoa musaada kuhusu misiba. Wanapashwa kuruhusu wafanya kazi kutumia njia yote ya kupashana habari inayohitaj ka kwa ajili ya matendo yao ya musaada.

4. Serikali inapashwa kutafuta njia yote ili iweze kutoa habari zinazohusu misiba na mipango ya kazi

Ni daraka la serikali linalohusika kupanga na kuongoza jitihaca za musaada. Hutuma hii itaweza kurahishishwa ikiwa NGHAs ni yenye kuelezwa uhitaji wa musaada, mipango ambayo serikali inakamata na namna wanatumia programu ya musaada, na kuhusu hatari inayoweza kupata usalama wao. Serikali zinaombwa kutoa habari hizi kwa NGHAs.

Ili kufanya kwamba uongozi uwe wenye matokeo na matumizi mazuri ya jitihada ya musaada, serikali inayohusika inapashwa kuchagua, bila kuacha musiba itokee, mpango ya kipekee yenye itaunganisha NGHAs wenye kuja kuleta musaada na viongozi wa inchi.

5. Musaada wakati wa matukio ya vita

Katika matukio ya vita, matendo ya musaada inaongoza kupit a mipango inayotumiwa sheria ya kimataifa ya musaada.

Nyongezae II: Mapendekezo kwa serikali zzenye kutoa musaada

1. Serikali zinatoa musaada zinapashwa zinapashwa kutambua na kuheshimia matendo ya uhuru, ya kimusaada ya kibinadamu na isiyo na ubaguzi ya NGHAs

NGHAs ni vikundi vya uhuru na visivyo na ubaguzi vinapashwa kuheshimika na serikali zinazotoa musaada. Serikali zinazotoa musaada hazipashwi kutumia NGHAs kwa faida za kisiasa ao kutimiza mawazo ya kibinafsi.

2. Serikali zinazotoa musaada zinapashwa kutoa pesa huku wakiacha uhuru wa matumizi yake

NGHAs inakubali musaada ya pesa na vifaa kutoka kwa serikali zinazotoa katika njia ya kwamba wanaitoa kwa ajili ya walioguswa na misiba; moja kati ya matendo ya kibinadamu na ya uhuru. Matumizi ya matendo ya musaada inakuwa katika daraka la NGHA na yanafanyiwa kulingana na politike ya NGHA.

3. Serikali zinapashwa kutumia buro zao za muzuri ili kutegemeza NGHAs kupata nafasi ya kufikia waliopatwa na misiba

Serikali zenye kutoa mali zinapashwa kutambua ulazima wa kukubali nivo ya daraka juu usalama na uhuru wa wafanyakazi wa NGHA wa kufikia site zenye kupatwa na musiba. Wanapashwa kutayarishwa ili kutenda kwa kidiplomasia pamoja na serikali inayohusika ikiwa ni ya lazima.

Nyongezae III: Mapendekezo kwa mashirika ya maserikali

1. IGOs inapashwa kutambua NGHAs, ya eneo na ya kigeni, kuwa washiriki wa maana

NGHAs iko tayari kutumika pamoja na Umoja wa Mataifa na maajanse zingine za kiserikali ili kuleta matokeo mazuri wakati wa misiba. Wanafanya hivyo katika maoni ya kushirikiana ambayo inaheshimu uaminifu na uhuru ya washiriki wote. Ma ajanse za maserikali zinapashwa kuheshimu uhuru na ukosefu wa ubaguzi ya NGHAs. Ajanse za Umoja wa Mataifa zinapashwa kuzungumza na NGHAs katika kutayarisha Chati ya musaada.

2. IGOs inapashwa kusaidia serikali za inchi zenye kupatwa na misiba ili kutoa mazingira ya kuongoza musaada ya kimataifa na ya eneo wakati wa misiba

Kwa kawaida NGHAs hazina wakati wote manda ya uongozi zidi ya misiba inayoomba musaada ya kimataifa. Daraka hii linahusu serikali zenye kupatwa na musiba na viongozi wa umoja wa Mataifa, ambao wanaombwa kutoa huduma hii kwa wakati unaofaa na yenye matokeo ili kuhudumia taifa iliyoguswa na misiba ya eneo ao ya kimataifa. NGHAs inapashwa kufanya yote ili kujihakikishia kutimizwa kwa uongozi wa huduma zao.

Katika matukio ya vita, matendo ya musaada inaongozwa na sheria inayoelekea haki ya kimataifa ya kibinadamu.

3. IGOs inapasha kupanua ulinzi unaotolewa kwa ajili ya mashirika ya Umoja wa Mataifa kwa NGHAs

Mahali mambako huduma ya usalama inatolewa ma ajanse ya maserikali, hii inapashwa kupanuliwa kwa washiriki wa NGHA mahali panapohitajiwa.

4. IGOs zinapashwa kutolea NGHAs nafasi yakufikia ku habari kama zile ambazo mashirika ya Umoja wa mataifa wanapata

IGOs wanaombwa kujulisha washiriki wa NGHA habari zote wanazopata ili kuweza kutoa majibu kwa musaada wakati wa misiba.

Nyongeza 3
Vifupi na akronime

ART	anti-retroviral therapy
BMI	body mass index
CBA	cash-based assistance
CDC	Centers for Disease Control and Prevention
CHS	Core Humanitarian Standard on Quality and Accountability
CHW	community health worker
cm	centimetre
CMR	crude mortality rate
CPMS	Child Protection Minimum Standards
CRPD	Mapatano on the Rights of Persons with Disabilities
DPT	diphtheria, pertussis and tetanus
EPI	Expanded Programme on Immunization
EWAR	Early warning alert and response
FANTA	Food and Nutrition Technical Assistance
FAO	Food and Agriculture Organization of the United Nations
FRC	free residual chlorine
GBV	gender-based violence
HMIS	health management information system
HWTSS	household-level water treatment and safe storage
IASC	Inter-agency standing committee
iCCM	Integrated Community Case Management
ICCPR	International Covenant on Civil and Political R ghts
ICRC	International Committee of the Red Cross
IDP	internally displaced person
IFRC	International Federation of Red Cross and Red Crescent Societies
IHL	international humanitarian law
IMCI	integrated management of childhood illness
INEE	Inter-Agency Network for Education in Emergencies
IPC	infection prevention and control
IYCF	infant and young child feeding
km	kilometre
LEGS	Livestock Emergency Guidelines and Standards

LGBTQI	Lesbian, gay, bisexual, trans, queer, intersex
LLIN	long-lasting insecticide-treated net
MAM	moderate acute malnutrition
MEAL	monitoring, evaluation, accountability and learning
MERS	Minimum Economic Recovery Standards
MISMA	Minimum Standard for Market Analysis
MOH	ministry of health
MSF	*Médecins sans Frontières* (Doctors without Borders)
MUAC	mid upper arm circumference
NCDs	non-communicable diseases
NGO	non-governmental organisation
NTU	nephelometric turbidity units
OAU	Organization of African Unity (now African Union)
OCHA	United Nations Office for the Coordination of Humanitarian Affairs
OHCHR	Office of the United Nations High Commissioner for Human Rights
PEP	post-exposure prophylaxis
PPE	personal protective equipment
RNI	reference nutrient intakes
SEEP	Small Enterprise Education and Promotion (Network)
STIs	sexually transmitted infections
TB	tuberculosis
U5CMR	under-5 crude mortality rate
UN	United Nations
UNFPA	United Nations Population Fund
UNHCR	Office of the United Nations High Commissioner for Refugees (UN Refugee Agency)
UNICEF	United Nations Children's Fund
WASH	water supply, sanitation and hygiene promotion
WFH	weight for height
WFP	World Food Programme
WHO	World Health Organization

I

Indexe

Indexe

M

V

W

Y

Z

www.ingramcontent.com/pod-product-compliance
Lightning Source LLC
Chambersburg PA
CBHW060304030426
42336CB00011B/926